ਆਪਣੇ ਬੱਚੇ ਨੂੰ ਜੇਤੂ ਬਣਾਓ

ਜੋ ਨੁਕਤਾ ਲੇਖਕ ਉਸਾਰਨਾ ਚਾਹੁੰਦਾ ਹੈ ਉਸਦੀ ਵਿਆਖਿਆ ਲਈ ਕਿਤਾਬ ਬੜੀਆਂ ਸਟੀਕ ਮਿਸਾਲਾਂ ਨਾਲ ਭਰਪੂਰ ਹੈ। ਤੁਹਾਡੀ ਬਾਲ-ਸੰਭਾਲ ਲਾਇਬ੍ਰੇਰੀ ਵਿਚ ਇਕ ਵਧੀਆ ਵਾਧਾ।

-ਫੇਮਿਨਾ

ਡਾ. ਪ੍ਰਦੀਪ ਕਪੂਰ ਮਾਪਿਆਂ ਦੀਆਂ ਬਹੁਤ ਸਾਰੀਆਂ ਫਿਕਰਮੰਦੀਆਂ ਨੂੰ ਮੁਖਾਤਬ ਹੈ ਅਤੇ ਪੇਸ਼ੇਵਰ ਢੰਗ ਨਾਲ ਉਨ੍ਹਾਂ ਬਾਰੇ ਭਰਪੂਰ ਸੇਧ ਦਿੰਦਾ ਹੈ ਜੋ ਇਸ ਮਾਮਲੇ ਵਿਚ ਬਾਲ-ਚਕਿਤਸਕ ਹੀ ਦੇ ਸਕਦਾ ਹੈ।

-ਦਿ ਟ੍ਰਿਬਿਊਨ (ਐਤਵਾਰੀ ਅੰਕ)

ਡਾ. ਪ੍ਰਦੀਪ ਕਪੂਰ ਆਪਣੀ ਕਿਤਾਬ 'ਆਪਣੇ ਬੱਚੇ ਨੂੰ ਜੇਤੂ ਬਣਾਉ' ਵਿਚ ਅਜ਼ਮਾਇਸ਼ੀ ਕਾਰਜ-ਵਿਧੀ ਦੀ ਥਾਂ ਪਾਲਣ -ਪੋਸ਼ਣ ਦੇ ਵਧੀਆ ਵਿਧੀ-ਵਿਗਿਆਨ ਦੇ ਭਰਪੂਰ ਨੁਕਤੇ ਪੇਸ਼ ਕਰਦਾ ਹੈ।

-ਦਿ ਨਿਊ ਇੰਡੀਅਨ ਐਕਸਪ੍ਰੈੱਸ

ਭੁਪਾਲ ਆਧਾਰਿਤ ਡਾ. ਪ੍ਰਦੀਪ ਕਪੂਰ ਵੱਲੋਂ ਰਚਿਤ ਪੁਸਤਕ 'ਆਪਣੇ ਬੱਚੇ ਨੂੰ ਜੇਤੂ ਬਣਾਉ' ਭਾਰਤੀ ਮਾਪਿਆਂ ਨੂੰ ਭਾਰਤੀ ਪਰਿਪੇਖ ਸੁਝਾਉਣ ਦਾ ਇਕ ਵੱਡਾ ਹੰਭਲਾ ਹੈ।

-ਸੈਂਟਰਲ ਕ੍ਰੋਨੀਕਲ

ਆਪਣੇ ਬੱਚੇ ਨੂੰ ਜੇਤੂ ਬਣਾਉ

ਡਾ. ਪ੍ਰਦੀਪ ਕਪੂਰ

UNiSTAR

First published by Rupa Publication

ISBN : 978-93-5113-352-0

Apne Bacche Nu Jetu Banao

by

Dr. Pradeep Kapoor

Translated by

Karminder Singh

2014
Unistar Books Pvt. Ltd.
S.C.O. 26-27, Sector 34 A, Chandigarh-160022
India
Ph. +91-172-5077427, 5077428
Printed & bound at Unistar Books Pvt. Ltd.
301, Industrial Area, Phase-9,
S.A.S. Nagar, Mohali-Chandigarh (India)
email : unistarbooks@gmail.com
website : www.unistarbooks.com

ਸਮਰਪਣ

ਮੇਰੀਆਂ ਧੀਆਂ ਮੀਸ਼ਾ ਅਤੇ ਜ਼ੋਇਆ ਨੂੰ,

ਮੈਨੂੰ ਇਹ ਸਿਖਾਉਣ ਲਈ ਕਿ ਹਰੇਕ ਬੱਚਾ

ਕਈ ਮਾਮਲਿਆਂ ਵਿਚ ਹੋਰ ਬੱਚਿਆਂ ਵਰਗਾ ਹੀ ਹੁੰਦਾ ਹੈ,

ਪਰ ਕੁਝ ਵਿਚ ਉਹ ਕਿਸੇ ਵੀ ਹੋਰ ਵਰਗਾ ਨਹੀਂ ਹੁੰਦਾ।

ਲੇਖਕ ਵੱਲੋਂ

ਇਸ ਪੁਸਤਕ ਵਿਚ ਵਰਤੇ ਸਾਰੇ ਨਾਂ ਨਕਲੀ ਹਨ; ਘਟਨਾਵਾਂ ਅਸਲ ਹਨ। ਉਨ੍ਹਾਂ ਨਾਵਾਂ ਦਾ ਕਿਸੇ ਅਸਲ ਵਿਅਕਤੀ ਨਾਲ ਮਿਲ ਜਾਣਾ ਪੂਰੀ ਤਰ੍ਹਾਂ ਇਤਫਾਕੀਆ ਅਤੇ ਬੇਇਰਾਦਾ ਹੀ ਹੋਵੇਗਾ।

ਤਤਕਰਾ

ਭੂਮਿਕਾ

ਪਾਲਣ-ਪੋਸ਼ਣ ਇਕ ਕਲਾ ਹੈ, ਜੋ ਪੂਰੀ ਤਰ੍ਹਾਂ ਸਹਿਜ ਸੋਝੀ ਦੀ ਵਰਤੋਂ ’ਤੇ ਨਿਰਭਰ ਹੈ। ਇਹ ਇਕ ਗੰਭੀਰ ਕਾਰਜ ਹੈ, ਇਸ ਕਰਕੇ ਕੁਝ ਅਧਿਆਵਾਂ ਵਿਚ ਤੁਹਾਨੂੰ ਗੰਭੀਰ ਅਤੇ ਸਜੀਵ ਚਰਚਾ ਮਿਲੇਗੀ। ਇਹ ਇਕ ਮਨੋਰੰਜਨ ਹੈ, ਇਸ ਕਰਕੇ ਕੁਝ ਮਨੋਰੰਜਕ ਹਿੱਸਿਆਂ ਲਈ ਤਿਆਰ ਰਹੋ। ਯਕੀਨ ਰੱਖੋ ਕਿ ਇਸ ਪੁਸਤਕ ਨੂੰ ਪੜ੍ਹਨਾ ਇਕ ਸੰਪੂਰਨ ਅਨੁਭਵ ਹੋਵੇਗਾ। ਇਸ ਵਿਚ ਸਿਆਣਪ ਦੇ ਹੀਰੇ ਨਾ ਲੱਭੋ, ਸਹਿਜ ਸੋਝੀ ਲੱਭਣ ਦੀ ਕੋਸ਼ਿਸ਼ ਕਰੋ, ਜੋ ਇਸ ਪੁਸਤਕ ਦੇ ਹਰੇਕ ਵਾਕ ਦੇ ਪਿੱਛੇ ਲਰਜ਼ਦੀ ਹੈ।

ਵਧਦੇ ਬੱਚੇ ਤਿੱਖੀ ਜਗਿਆਸਾ ਅਤੇ ਪ੍ਰਾਣ-ਸ਼ਕਤੀ ਨਾਲ ਭਰਪੂਰ ਹੁੰਦੇ ਹਨ। ਜੇਕਰ ਉਨ੍ਹਾਂ ਨੂੰ ਵਿਕਾਸ ਦੇ ਸਾਰੇ ਅਹਿਮ ਅਰਸੇ ਦੌਰਾਨ ਪਾਲਣ-ਪੋਸ਼ਣ ਦਾ ਵਧੀਆ ਮਾਹੌਲ ਮਿਲਦਾ ਹੈ ਤਾਂ ਉਨ੍ਹਾਂ ਦਾ ਵਿਕਾਸ ਜੇਤੂਆਂ ਵਜੋਂ ਹੋ ਜਾਂਦਾ ਹੈ। ਜੇਕਰ ਇਸ ਫੈਸਲਾਕੁਨ ਅਰਸੇ ਦੌਰਾਨ ਉਨ੍ਹਾਂ ਨੂੰ ਅਸਫਲਤਾ ਜਾਂ ਰੱਦਣ ਦਾ ਸਾਹਮਣਾ ਕਰਨਾ ਪੈਂਦਾ ਹੈ ਤਾਂ ਸਿੱਟਾ ਵਿਸ਼ਵਾਸ ਦੇ ਖੋਰੇ ਅਤੇ ਕਿਸੇ ਚੰਗੀ ਪ੍ਰਾਪਤੀ ਲਈ ਸੰਘਰਸ਼ ਤੋਂ ਪਿੱਛੇ ਹਟਣ ਵਿਚ ਨਿਕਲਦਾ ਹੈ। ਅਜਿਹੇ ਬੱਚੇ ਅਸੁਰੱਖਿਆ ਅਤੇ ਸਵੈ-ਸ਼ੰਕਾ ਤੋਂ ਪੀੜਤ ਹੁੰਦੇ ਹਨ।

ਸਵੈ-ਮਾਣ ਅਤੇ ਸਫਲਤਾ ਦਾ ਆਪਸ ਵਿਚ ਸਿੱਧਾ ਸਬੰਧ ਹੈ। ਜਿਹੜੇ ਬੱਚੇ ਖ਼ੁਦ ਬਾਰੇ ਚੰਗਾ ਮਹਿਸੂਸ ਕਰਦੇ ਹੋਏ ਵਧਦੇ ਹਨ, ਜਿਨ੍ਹਾਂ ਨੂੰ ਇਹ ਅਹਿਸਾਸ ਕਰਵਾਇਆ ਜਾਂਦਾ ਹੈ ਕਿ ਉਨ੍ਹਾਂ ਦੀ ਵੁੱਕਤ ਹੈ ਅਤੇ ਜਿਨ੍ਹਾਂ ਦੇ ਆਪਣੇ ਮਾਪਿਆਂ, ਅਧਿਆਪਕਾਂ ਅਤੇ ਜਮਾਤੀਆਂ ਨਾਲ ਨਿੱਘੇ ਅਤੇ ਸੰਤੁਸ਼ਟੀਦਾਈ ਰਿਸ਼ਤੇ ਹਨ ਉਹ ਅਕਸਰ ਜੀਵਨ ਵਿਚ ਚੰਗਾ ਕਰ ਗੁਜ਼ਰਦੇ ਹਨ। ਸਾਨੂੰ ਇਹ ਯਕੀਨੀ ਬਣਾਉਣਾ ਚਾਹੀਦਾ ਹੈ ਕਿ ਬੱਚੇ ਫ਼ਿਜ਼ੂਲ ਮਾਨਸਿਕ, ਭਾਵਨਾਤਮਕ ਜਾਂ ਜਿਸਮਾਨੀ ਸੱਟ ਤੋਂ ਪੀੜਤ ਨਾ ਹੋਣ ਜੋ ਕਿ ਉਨ੍ਹਾਂ ਦੇ ਸਵੈ-ਮਾਣ ਦਾ ਨੁਕਸਾਨ ਕਰ ਸਕਦਾ ਹੈ ਅਤੇ ਉਨ੍ਹਾਂ ਦੀ ਸਮਰੱਥਾ ਨੂੰ ਖੋਰਾ ਲਾ ਸਕਦਾ ਹੈ।

ਬਚਪਨ ਵਿਚ ਸਭ ਤੋਂ ਅਹਿਮ ਵਿਕਾਸੀ ਕਾਰਜ ਸਵੈ-ਵਿਸ਼ਵਾਸ, ਭਾਵਨਾਤਮਕ ਸਥਿਰਤਾ ਅਤੇ ਜੀਵਨ ਦੀਆਂ ਚੁਣੌਤੀਆਂ ਅਤੇ ਮਾਯੂਸੀਆਂ ਨਾਲ

ਸਿੱਝਣ ਦੇ ਸੰਤੁਲਿਤ ਢੰਗ ਦੀ ਪ੍ਰਾਪਤੀ ਹੈ। ਆਪਣੇ ਬੱਚਿਆਂ ਲਈ ਮਾਪੇ ਬੁਨਿਆਦੀ ਰੋਲ-ਮਾਡਲ ਹੁੰਦੇ ਹਨ। ਉਨ੍ਹਾਂ ਨੂੰ ਆਪਣੇ ਬੱਚਿਆਂ ਦੀਆਂ ਵਿਕਾਸੀ ਲੋੜਾਂ ਪ੍ਰਤੀ ਸੁਹਿਰਦ ਹੁੰਗਾਰਾ ਭਰਨਾ ਚਾਹੀਦਾ ਹੈ। ਜਿਹੜੇ ਮਾਪੇ ਖੁਦ ਹੀ ਸਵੈ-ਵਿਸ਼ਵਾਸੀ ਪ੍ਰਾਪਤੀਕਾਰ ਹਨ ਆਪਣੇ ਬੱਚਿਆਂ ਨੂੰ ਪੂਰਨ ਕੁਸ਼ਲਤਾ ਲਈ ਯਤਨ ਕਰਨ ਵਾਸਤੇ ਪ੍ਰੇਰਿਤ ਕਰਨ ਵਿਚ ਬੜੀ ਸੌਖ ਮਹਿਸੂਸ ਕਰਦੇ ਹਨ।

ਬਹੁਤੇ ਮਾਮਲਿਆਂ ਵਿਚ ਮਾਪੇ ਆਪਣੇ ਬੱਚਿਆਂ ਨਾਲ ਅਜਮਾਇਸ਼ ਅਤੇ ਉਕਾਈ ਦੀ ਵਿਧੀ ਅਪਣਾਉਂਦੇ ਹਨ। ਇਸ ਪੁਸਤਕ ਰਾਹੀਂ ਇਹ ਯਤਨ ਕੀਤਾ ਗਿਆ ਹੈ ਕਿ ਇਸ ਅਜਮਾਇਸ਼ੀ ਕਾਰਜ-ਪ੍ਰਣਾਲੀ ਦੀ ਥਾਂ ਸੰਪੂਰਨ ਵਿਧੀ-ਵਿਗਿਆਨਕ ਪਾਲਣ-ਪੋਸ਼ਣ ਨੂੰ ਪਹਿਲ ਦਿੱਤੀ ਜਾਵੇ। ਨਿਸ਼ਚੇ ਹੀ ਸਫਲਤਾ ਐਵੇਂ ਨਹੀਂ ਮਿਲ ਜਾਂਦੀ, ਪਰ ਇਹ ਧਿਆਨ ਜ਼ਰੂਰ ਰੱਖਿਆ ਜਾਣਾ ਚਾਹੀਦਾ ਹੈ ਕਿ ਇਹ ਆਪਣੇ ਬੱਚੇ ਨਾਲ ਨਿੱਘੇ ਅਤੇ ਪਿਆਰੇ ਰਿਸ਼ਤਿਆਂ ਦੀ ਕੀਮਤ ਤੇ ਨਹੀਂ ਪ੍ਰਾਪਤ ਕੀਤੀ ਜਾਂਦੀ।

ਇਹ ਪੁਸਤਕ ਕੌਣ ਪੜ੍ਹੇ ? ਕੋਈ ਵੀ ਤੇ ਹਰ ਕੋਈ: ਜਿਹੜਾ ਬੱਚਿਆਂ ਨਾਲ ਅੰਤਰਕ੍ਰਿਆ ਕਰਦਾ ਹੈ, ਭਾਵੇਂ ਮਾਪੇ ਵੱਜੋਂ, ਦਾਦਾ/ਨਾਨੇ ਵੱਜੋਂ, ਅਧਿਆਪਕ ਜਾਂ ਰਿਸ਼ਤੇਦਾਰ ਵੱਜੋਂ। ਸਾਰੇ ਮਾਪੇ ਚਾਹੁੰਦੇ ਹਨ ਕਿ ਉਨ੍ਹਾਂ ਦੇ ਬੱਚੇ ਸ਼ਾਨਦਾਰ ਅਤੇ ਜੀਵਨ ਵਿਚ ਸਫਲ ਹੋਣ। ਇਹ ਤਾਂ ਹੀ ਸੰਭਵ ਹੈ ਜੇ ਉਹ ਆਪਣੇ ਬੱਚਿਆਂ ਦੀਆਂ ਕਮਜ਼ੋਰੀਆਂ ਮਿਟਾ ਕੇ ਉਨ੍ਹਾਂ ਦੀਆਂ ਮਜ਼ਬੂਤੀਆਂ ਨੂੰ ਦ੍ਰਿੜ ਕਰਨ। ਇਸ ਪੁਸਤਕ ਦੀ ਮਨਸ਼ਾ ਮਾਪਿਆਂ ਦੇ ਇਨ੍ਹਾਂ ਹੰਭਲਿਆਂ ਵਿਚ ਮਦਦ ਕਰਨ ਦੀ ਹੀ ਹੈ। ਇਕ ਪਾਸੇ ਤਾਂ ਇਹ ਪੁਸਤਕ ਇਕ ਨਵੀਂ ਸੋਝੀ ਦਿੰਦੀ ਹੈ ਅਤੇ ਦੂਜੇ ਪਾਸੇ ਇਹ ਸਮਾਜ ਵਿਚ ਪਹਿਲਾਂ ਹੀ ਪ੍ਰਚਲਿਤ ਚੰਗੀਆਂ ਰੀਤਾਂ ਨੂੰ ਦ੍ਰਿੜਾਉਂਦੀ ਹੈ। ਆਉ ਰਲ ਕੇ ਇਹ ਯਕੀਨੀ ਬਣਾਈਏ ਕਿ ਸਾਰੇ ਬੱਚਿਆਂ ਨੂੰ ਘਰ, ਸਕੂਲ ਅਤੇ ਸਮਾਜ ਵਿਚ ਵੱਧੋ-ਵੱਧ ਪਿਆਰ, ਸੰਭਾਲ ਅਤੇ ਸੇਧ ਮਿਲੇ।

-ਪ੍ਰਦੀਪ ਕਪੂਰ

ਧੰਨਵਾਦ

ਜਿਸ ਪਹਿਲੇ ਵਿਅਕਤੀ ਦਾ ਮੈਂ ਧੰਨਵਾਦ ਕਰਨਾ ਚਾਹੁੰਦਾ ਹਾਂ ਉਹ ਅੱਜ ਮੇਰੇ ਨਾਲ ਨਹੀਂ। ਜੋ ਸਮਰਪਣ ਅਤੇ ਲਗਾਉ ਮੇਰੀ ਦਾਦੀ ਜੀ ਦਾ ਮੇਰੇ ਪੇਸ਼ੇ ਅਤੇ ਮੇਰੀ ਸਫਲਤਾ ਨਾਲ ਰਿਹਾ ਉਹ ਵਾਕਈ ਕਮਾਲ ਸੀ। ਮੇਰੇ ਮਾਪਿਆਂ ਨੇ ਮੈਨੂੰ ਵੱਧੋ-ਵੱਧ ਵਿਕਸਿਤ ਹੋਣ ਲਈ ਢੁਕਵੇਂ ਰਾਹ ਅਤੇ ਮੌਕੇ ਦਿੱਤੇ। ਇਨ੍ਹਾਂ ਵਿਚੋਂ ਹੀ ਇਕ ਮੈਨੂੰ ਸਿੰਧੀਆ ਸਕੂਲ, ਗਵਾਲੀਅਰ ਭੇਜਣਾ ਹੈ।

ਮੈਂ ਕਿਤੇ ਪੜ੍ਹਿਆ ਹੈ, 'ਹਰੇਕ ਸਫਲ ਵਿਅਕਤੀ ਦੇ ਪਿੱਛੇ ਇਕ ਚਮਤਕ੍ਰਿਤ ਔਰਤ ਹੁੰਦੀ ਹੈ!' ਮੈਂ ਜਾਣਦਾ ਹਾਂ ਕਿ ਇਸ ਤਰ੍ਹਾਂ ਦਾ ਮਾਮਲਾ ਮੇਰੀ ਪਤਨੀ ਡਾ. ਨੀਲਕਮਲ ਦਾ ਨਹੀਂ ਸੀ, ਜੋ ਹਮੇਸ਼ਾ ਮੇਰੇ ਨਾਲ ਰਹਿੰਦੀ ਸੀ-ਪਿੱਛੇ ਨਹੀਂ। ਮੇਰੇ ਡਾਕਟਰ, ਪਿਤਾ, ਲੇਖਕ ਅਤੇ ਸਭ ਤੋਂ ਉਤੇ ਇਕ ਮਨੁੱਖ ਵੱਜੋਂ ਵਿਕਸਿਤ ਹੋਣ ਵਿਚ ਸਭ ਤੋਂ ਵੱਧ ਦੇਣ ਉਸੇ ਦੀ ਹੈ। ਡਾਕਟਰੀ ਪੇਸ਼ੇ ਦੀ ਇਕ ਵਿਅਕਤੀ ਵੱਜੋਂ ਉਸ ਦੀ ਅੰਤਰ-ਸੋਝੀ ਅਤੇ ਇਕ ਮਾਂ ਵੱਜੋਂ ਉਸ ਦੀ ਦੂਰ-ਦ੍ਰਿਸ਼ਟੀ ਨੇ ਮੈਨੂੰ ਇਹ ਪੁਸਤਕ ਲਿਖਣ ਦੀ ਨੀਂਝ ਦਿੱਤੀ।

ਕਮਾਲ ਦੀਆਂ ਬਾਲ ਸਲਾਹਕਾਰੀ ਸਮਰੱਥਾਵਾਂ ਵਾਲੀ ਅਧਿਆਪਕ ਮੇਰੀ ਸੱਸ ਸ੍ਰੀਮਤੀ ਪ੍ਰਭਾ ਟੰਡਨ ਨੇ ਕਈ ਦਿਲਚਸਪ ਗੱਲਾਂ ਸੁਝਾਈਆਂ ਜੋ ਕਿ ਇਸ ਪੁਸਤਕ ਵਿਚ ਕੇਸ ਅਧਿਐਨਾਂ ਵਿਚ ਸ਼ਾਮਲ ਕੀਤੀਆਂ ਗਈਆਂ ਹਨ।

ਮੈਂ ਆਪਣੇ ਅਧਿਆਪਕ ਡਾ. ਵੀ.ਜੇ. ਰਾਜਪੂਤ ਦਾ ਹਮੇਸ਼ਾ ਰਿਣੀ ਰਹਾਂਗਾ ਜਿਨ੍ਹਾਂ ਨੇ ਮੈਨੂੰ ਬਾਲਚਕਿਸਤਾ ਦੇ ਕੰਮ ਦੀਆਂ ਕਈ ਜੁਗਤਾਂ ਸਿਖਾਈਆਂ। ਉਹ ਨਾ ਸਿਰਫ਼ ਇਕ ਸ਼ਾਨਦਾਰ ਕਲਿਨਿਕਵੇਤਾ ਹਨ ਬਲਕਿ ਬੜੇ ਵਧੀਆ ਜੁਗਤੀ ਵੀ ਹਨ। ਮੈਂ ਉਨ੍ਹਾਂ ਦੀਆਂ ਇਹ ਤਕਨੀਕਾਂ ਨੰਨੇ ਮਰੀਜ਼ਾਂ ਦੀ ਜਾਂਚ ਕਰਨ ਤੋਂ ਪਹਿਲਾਂ ਉਨ੍ਹਾਂ ਨੂੰ ਸ਼ਾਂਤ ਕਰਨ ਲਈ ਬੜੇ ਪ੍ਰਭਾਵੀ ਢੰਗ ਨਾਲ ਵਰਤੀਆਂ ਹਨ।

ਮੈਂ ਹਰ ਕਦਮ ਉਤੇ ਉਨ੍ਹਾਂ ਦੀ ਰਹਿਨੁਮਾਈ ਅਤੇ ਮੱਦਦ ਲਈ ਕਲਿਨਿਕੀ ਮਨੋਵਿਗਿਆਨੀ ਸੁਮਿਤ ਰਾਏ ਦਾ ਬੜਾ ਆਭਾਰੀ ਹਾਂ। ਖਰੜਾ ਟਾਈਪ ਕਰਨ ਵਾਲੇ ਐਨ.ਥਾਮਸ ਦਾ ਵੀ ਮੈਂ ਆਭਾਰੀ ਹਾਂ, ਜਿਨ੍ਹਾਂ ਨੂੰ ਜੇਕਰ ਪਹਿਲਾਂ ਤੇਜ਼ ਉਂਗਲਾਂ ਵਰਤਣ ਲਈ ਅਮਿਤਾਭ ਬਚਨ ਨਾਲ ਮੁਕਾਬਲੇ ਲਈ ਕੇ.ਬੀ.ਸੀ. ਵੱਲੋਂ ਸੱਦਿਆ ਜਾਂਦਾ ਤਾਂ ਮੈਨੂੰ ਪੱਕਾ ਯਕੀਨ ਹੈ ਕਿ ਉਹ ਉਨ੍ਹਾਂ ਨੂੰ ਹੱਥ ਹਿਲਾਉਣ ਤੋਂ ਪਹਿਲਾਂ ਹੀ ਹਰਾ ਦਿੰਦਾ। ਖਰੜੇ ਦੀ ਤਿਆਰੀ ਵਿਚ ਮੱਦਦ ਕਰਨ ਲਈ ਮੈਂ ਬੜੇ ਉਤਸ਼ਾਹੀ

ਕੰਪਿਊਟਰ ਪੇਸ਼ੇਵਰ ਅਜੇ ਚੌਰਸੀਆ ਦਾ ਵਿਸ਼ੇਸ਼ ਆਭਾਰ ਪ੍ਰਗਟ ਕਰਨਾ ਚਾਹਾਂਗਾ। ਮੈਂ ਡਾ. ਮੁਹੰਮਦ ਅਲੀ ਹੁਸੈਨੀ, ਡਾ. ਰਾਜੀਵ ਮਦਾਨ, ਡਾ. ਰੇਨੂੰ ਮਿਸ਼ਰਾ, ਡਾ. ਅਲਕਾ ਤਿਵਾੜੀ ਅਤੇ ਸ੍ਰੀ ਅਸ਼ੋਕ ਕੇ. ਮੋਂਡਲ ਦਾ ਵੀ ਧੰਨਵਾਦੀ ਹਾਂ ਜਿਨ੍ਹਾਂ ਨੇ ਇਸ ਪੁਸਤਕ ਦੀ ਤਿਆਰੀ ਵਿਚ ਮੇਰੀ ਮਦਦ ਕੀਤੀ। ਅਖੀਰ ਵਿਚ ਮੈਂ ਕਹਿਣਾ ਚਾਹੁੰਦਾ ਹਾਂ ਕੋਈ ਵੀ ਲੇਖਕ ਪ੍ਰਕਾਸ਼ਕਾਂ ਦੇ ਵਿਸ਼ਵਾਸ ਤੋਂ ਬਿਨਾਂ ਨਾ ਕੁਝ ਚੰਗਾ ਦੇ ਸਕਦਾ ਹੈ ਤੇ ਨਾ ਕੋਈ ਪੁਸਤਕ ਜਨਮ ਲੈ ਸਕਦੀ ਹੈ।

1.

ਹਰ ਬੱਚਾ ਜੇਤੂ ਜੰਮਦਾ ਹੈ

ਜੀਵਨ ਦੀਆਂ ਚਾਹਤਾਂ ਬੱਚੇ ਦੇ ਭੇਖ ਵਿਚ ਆਉਂਦੀਆਂ ਹਨ।

–ਰਾਬਿੰਦਰਨਾਥ ਟੈਗੋਰ

ਪਰਿਵਾਰ ਲਈ ਬੱਚੇ ਦਾ ਜਨਮ ਇਕ ਅਭੁੱਲ ਪਲ ਹੁੰਦਾ ਹੈ। ਮਾਣ-ਮੱਤੇ ਅਤੇ ਪ੍ਰਫੁੱਲ ਮਾਪੇ ਖੁਦ ਨੂੰ ਦੁਨੀਆ ਦੀ ਸਿਖਰ ਤੇ ਮਹਿਸੂਸ ਕਰਦੇ ਹੋਏ ਆਪਣੀ 'ਖੁਸ਼ੀਆਂ ਦੀ ਪੋਟਲੀ' ਨਾਲ ਹਸਪਤਾਲ ਤੋਂ ਵਾਪਸ ਪਰਤਦੇ ਹਨ। ਜਸ਼ਨ ਸ਼ੁਰੂ ਹੋ ਜਾਂਦੇ ਹਨ ਜੋ ਕਦੀ ਮੁੱਕਦੇ ਹੀ ਨਹੀਂ ਲੱਗਦੇ।

ਜਿੱਥੇ ਸਬੰਧ ਬਾਲਾਂ ਦਾ ਹੁੰਦਾ ਹੈ ਮਾਪਿਆਂ ਅਤੇ ਖਾਸ ਕਰਕੇ ਮਾਵਾਂ ਦੀ ਨਜ਼ਰ ਕਾਫੀ ਤਿੱਖੀ ਹੁੰਦੀ ਹੈ, ਸ਼ਾਇਦ ਕੁਝ ਜ਼ਿਆਦਾ ਹੀ ਤਿੱਖੀ। ਬੱਚੇ ਵਿਚ ਸਾਧਾਰਣ ਵਿਕਾਸ ਦੀ ਜਾਣਕਾਰੀ ਦੀ ਘਾਟ ਉਨ੍ਹਾਂ ਨੂੰ ਉਤੇਜਿਤ ਕਰ ਦਿੰਦੀ ਹੈ ਤੇ ਉਹ ਆਪਣੇ ਡਾਕਟਰ ਵੱਲ ਭੱਜਦੇ ਹਨ। ਇਸ ਤੋਂ ਬਚਣ ਲਈ ਮਾਪਿਆਂ ਨੂੰ ਬੱਚੇ ਦੇ ਵਿਕਾਸ ਅਮਲ ਦੇ ਮੂਲ ਸਿਧਾਂਤਾਂ ਪ੍ਰਤੀ ਖੁਦ ਜਾਗਰੂਕ ਹੋਣਾ ਚਾਹੀਦਾ ਹੈ।

ਥਣ-ਧਾਰੀ ਜੀਵਾਂ ਵਿਚ ਨਵਜਨਮੇਂ ਮਨੁੱਖੀ ਬਾਲ ਦੇ ਵਾਧੇ ਅਤੇ ਵਿਕਾਸ ਦੀ ਦਰ ਸਭ ਤੋਂ ਸੁਸਤ ਹੁੰਦੀ ਹੈ। ਇਸ ਲਈ ਉਹ ਕਾਫੀ ਲੰਬੇ ਅਰਸੇ ਤੱਕ ਆਪਣੇ ਮਾਪਿਆਂ ਜਾਂ ਨਿਗਰਾਨ ਦੀ ਦਿਆ ਤੇ ਹੀ ਨਿਰਭਰ ਰਹਿੰਦਾ ਹੈ।

ਆਪਣੇ ਬਾਲ ਨੂੰ ਧਿਆਨ ਨਾਲ ਦੇਖੋ। ਉਸਦੇ ਜਿਸਮ ਦਾ ਕਿਹੜਾ ਹਿੱਸਾ ਸਭ ਤੋਂ ਵੱਧ ਨਿੱਖੜਵਾਂ ਹੈ? ਨਹੀਂ, ਬਾਹਾਂ ਜਾਂ ਲੱਤਾਂ ਨਹੀਂ, ਨਾ ਛਾਤੀ ਅਤੇ ਨਾ ਹੀ ਪੇਟ, ਤੇ ਬਿਲਕੁਲ ਪੱਕਾ ਹੈ ਕਿ ਗਰਦਨ ਵੀ ਨਹੀਂ, ਜਿਹੜੀ ਕਿ ਬਾਲ ਦਾ ਸਭ ਤੋਂ ਅਦ੍ਰਿਸ਼ਟੀਗੋਚਰ ਭਾਗ ਹੈ। ਸਭ ਤੋਂ ਨੁਮਾਇਆਂ ਭਾਗ ਸਿਰ ਹੈ, ਅਤੇ ਇਸ ਦੇ ਅੰਦਰ ਹੁੰਦਾ ਹੈ ਬ੍ਰਹਿਮੰਡ ਦਾ ਸਭ ਤੋਂ ਅਸਾਧਾਰਣ ਉਪਕਰਣ : ਮਨੁੱਖੀ ਦਿਮਾਗ।

ਸਾਡੀ ਮਨੁੱਖੀ ਵਿਰਾਸਤ ਦਾ ਸਭ ਤੋਂ ਵਿਲੱਖਣ ਪਹਿਲੂ ਸ਼ਾਇਦ ਉੱਤਮ ਦਿਮਾਗ ਹੀ ਹੈ ਜਿਸ ਨੇ ਧਰਤੀ ਉੱਤੇ ਮਨੁੱਖ ਦੇ ਪ੍ਰਭੁਤਵ ਅਤੇ ਦਬਦਬੇ ਨੂੰ ਯਕੀਨੀ ਬਣਾਇਆ ਹੈ। ਇਸ ਵਿਚ ਕਰੋੜਾਂ ਨਾੜੀ-ਤੰਤੂ ਹੁੰਦੇ ਹਨ ਜਿਹੜੇ ਆਪਸ ਵਿਚ ਅਣਗਿਣਤ ਨਸਾਂ ਨਾਲ ਆਪਸ ਵਿਚ ਜੁੜੇ ਹੁੰਦੇ ਹਨ। ਨਾੜੀਆਂ ਦੇ ਇਕ ਵਿਸਤ੍ਰਿਤ ਅਤੇ ਜਟਿਲ ਤਾਣੇ-ਬਾਣੇ ਰਾਹੀਂ ਇਹ ਬਾਕੀ ਦੇ ਸਰੀਰ ਦੇ ਕੰਮ-ਕਾਰ ਤੇ ਨਿਯੰਤ੍ਰਣ ਰੱਖਦਾ ਹੈ। ਇਸ ਤਰ੍ਹਾਂ ਮਨੁੱਖੀ ਦਿਮਾਗ ਬਹੁਤ ਹੀ ਉੱਚ ਨਿਯੋਜਿਤ ਸੰਚਾਰ ਅਤੇ ਗਣਨਾ ਤਾਣਾ-ਬਾਣਾ ਪ੍ਰਦਾਨ ਕਰਦਾ ਹੈ ਜਿਹੜਾ ਅਨੁਭਵ ਭੰਡਾਰ ਕਰ ਸਕਦਾ ਹੈ, ਸਮੱਸਿਆਵਾਂ ਸੁਲਝਾ ਸਕਦਾ ਹੈ, ਅਤੇ ਇਸ ਕੋਲ ਕਲਪਨਾ ਕਰਨ, ਤਰਕ ਕਰਨ ਅਤੇ ਨਿਰਣੇਕਾਰੀ ਦੀਆਂ ਸਮਰੱਥਾਵਾਂ ਹੁੰਦੀਆਂ ਹਨ।

ਦਿਮਾਗੀ ਪ੍ਰੌੜ੍ਹਤਾ ਇਕ ਲਗਾਤਾਰ ਅਮਲ ਹੈ, ਜੋ ਗਰਭ ਧਾਰਣ ਤੋਂ ਸ਼ੁਰੂ ਹੋ ਜਾਂਦਾ ਹੈ, ਪਰ ਜਨਮ ਤੋਂ ਬਾਅਦ ਤੇਜੀ ਫੜਦਾ ਹੈ। ਦੂਜੇ ਸ਼ਬਦਾਂ ਵਿਚ ਬੱਚੇ ਵੱਲੋਂ ਪਾਰ ਕੀਤੇ ਵਿਭਿੰਨ ਮੀਲ-ਪੱਥਰ, ਸਮੁੱਚੇ ਵਿਕਾਸ ਅਮਲ, ਉਸ ਦੇ ਪ੍ਰੌੜ੍ਹ ਹੁੰਦੇ ਦਿਮਾਗ ਦਾ ਸਿੱਧਾ ਸਿੱਟਾ ਹਨ।

ਮੁਢਲਾ ਵਿਕਾਸ ਅਮਲ ਬੱਚੇ ਨੂੰ ਹੱਥ ਅਤੇ ਜਿਸਮ ਦੇ ਤਾਲਮੇਲ ਦੇ ਨਾਲ-ਨਾਲ ਭਾਸ਼ਾਈ ਅਤੇ ਸਮਾਜਿਕ ਕੁਸ਼ਲਤਾਵਾਂ ਪ੍ਰਦਾਨ ਕਰਦਾ ਹੈ। ਮਹੱਤਵਪੂਰਨ ਵਿਕਾਸ ਮੀਲ-ਪੱਥਰਾਂ ਦੀ ਬੁਨਿਆਦੀ ਜਾਣਕਾਰੀ ਮਾਪਿਆਂ ਦੀ ਇਹ ਜਾਣਨ ਵਿਚ ਮੱਦਦ ਕਰਦੀ ਹੈ ਕਿ ਕੀ ਉਨ੍ਹਾਂ ਦੇ ਬੱਚੇ ਦਾ ਵਾਧਾ ਸਾਧਾਰਣ ਰੂਪ ਵਿਚ ਹੋ ਰਿਹਾ ਹੈ ਜਾਂ ਨਹੀਂ। ਮਾਪਿਆਂ ਨੂੰ ਬਹੁਤੀ ਹੀ ਉਤਾਵਲੀ ਦਿਖਾਉਣ ਤੋਂ ਬੜਾ ਸੁਚੇਤ ਰਹਿਣ ਦੀ ਲੋੜ ਹੈ ਕਿਉਂਕਿ ਉਨ੍ਹਾਂ ਦਾ ਬੱਚਾ ਆਪਣੀ ਉਸ ਉਮਰ ਵਿਚ ਵਿਸ਼ੇਸ਼ ਮੀਲ-ਪੱਥਰ 'ਤੇ ਨਹੀਂ ਪੁੱਜਿਆ ਹੁੰਦਾ। ਜੇਕਰ ਉਨ੍ਹਾਂ ਨੂੰ ਆਪਣੇ ਬੱਚੇ ਦੇ ਵਿਕਾਸ ਬਾਰੇ ਕੋਈ ਚਿੰਤਾ ਹੈ, ਤਾਂ ਉਨ੍ਹਾਂ ਨੂੰ ਆਪਣੇ ਬਾਲ ਚਕਿਤਸਕ ਜਾਂ ਬਾਲ ਮਨੋਵਿਗਿਆਨੀ ਨਾਲ ਸੰਪਰਕ ਕਰਨਾ ਚਾਹੀਦਾ ਹੈ; ਜਿਹੜੇ ਉਸ ਦੀ ਪੇਸ਼ਕਾਰੀ ਦਾ ਮੁਲਾਂਕਣ ਕਰਨ ਲਈ ਸਹੀ ਵਿਅਕਤੀ ਹਨ। ਇਸ ਨਾਲ ਕਿਸੇ ਵੀ ਅਸਾਧਾਰਣਤਾ ਦਾ ਛੇਤੀ ਪਤਾ ਲੱਗਣ, ਸੰਭਾਵੀ ਕਾਰਨ ਲਈ ਫੌਰੀ ਜਾਂਚ ਅਤੇ ਵੇਲੇ ਸਿਰ ਉਪਚਾਰ ਵਿਚ ਮੱਦਦ ਮਿਲਦੀ ਹੈ। ਸਾਧਾਰਣ ਵਿਕਾਸ ਦੀ ਜਾਣਕਾਰੀ ਮਾਪਿਆਂ ਨੂੰ ਇਹ ਭਰੋਸਾ ਵੀ ਦਿਵਾਏਗੀ ਕਿ ਉਨ੍ਹਾਂ ਦਾ ਬੱਚਾ ਹੋਰ ਬੱਚਿਆਂ ਵਰਗਾ ਹੀ ਵਧੀਆ ਹੈ ਅਤੇ ਹੁਣ ਇਹ ਉਨ੍ਹਾਂ ਦੇ ਹੱਥਾਂ ਵਿਚ ਹੈ ਕਿ ਉਹ ਉਸ ਨੂੰ ਜੇਤੂ ਵਿਚ ਬਦਲ ਦੇਣ।

ਸਾਰੇ ਬੱਚਿਆਂ ਵਿਚ ਵਿਕਾਸ ਦੀ ਲੜੀ ਹੁੰਦੀ ਹੈ, ਪਰ ਇਸ ਦੀ ਦਰ ਬੱਚੇ ਤੋਂ ਬੱਚਾ ਭਿੰਨ ਹੁੰਦੀ ਹੈ। ਮਿਸਾਲ ਵਜੋਂ, ਬੱਚਿਆਂ ਨੇ ਤੁਰਨ ਨਾਲੋਂ ਬੈਠਣਾ ਪਹਿਲਾਂ ਸਿੱਖਣਾ ਹੁੰਦਾ ਹੈ, ਪਰ ਜਿਸ ਉਮਰ ਵਿਚ ਭਿੰਨ ਬੱਚੇ ਬੈਠਣਾ ਅਤੇ ਤੁਰਨਾ ਸਿੱਖਦੇ ਹਨ ਉਸ ਵਿਚ ਵੱਡਾ ਫਰਕ ਹੁੰਦਾ ਹੈ। ਇਸੇ ਤਰ੍ਹਾਂ ਬੱਚਿਆਂ ਨੇ ਸ਼ਬਦ ਜਾਂ ਪੂਰੇ ਵਾਕ ਬੋਲਣ ਤੋਂ ਪਹਿਲਾਂ ਸਵਰ ਅਤੇ ਵਿਅੰਜਨ ਧੁਨੀਆਂ ਕੱਢਣੀਆਂ ਹੁੰਦੀਆਂ ਹਨ, ਪਰ ਫੇਰ ਜਿਸ ਉਮਰ ਵਿਚ ਭਿੰਨ ਬੱਚੇ ਇਹ ਕਰਦੇ ਹਨ ਉਸ ਵਿਚ ਬੜਾ

ਫਰਕ ਹੁੰਦਾ ਹੈ। ਵਿਕਾਸ ਅਮਲ ਦਾ ਸਿੱਟਾ ਕੁਦਰਤ/ਪਰਵਰਿਸ਼ ਸਿਧਾਂਤ ਤੋਂ ਨਿਯੰਤ੍ਰਿਤ ਹੁੰਦਾ ਹੈ ਯਾਨੀ ਬੱਚੇ ਦੀ ਉਤਪੱਤੀ-ਮੂਲਕ ਬਣਤਰ ਅਤੇ ਵਾਤਾਵਰਣੀ ਪ੍ਰਭਾਵ।

ਨਵਜਨਮਿਆਂ (ਜਨਮ ਤੋਂ ਚਾਰ ਹਫਤੇ)

ਡਾਕਟਰੀ ਸ਼ਬਦਾਵਲੀ ਵਿਚ ਤੁਹਾਡੀ 'ਖੁਸ਼ੀਆਂ ਦੀ ਪੋਟਲੀ' ਨੂੰ ਜੀਵਨ ਦੇ ਮੁੱਢਲੇ ਚਾਰ ਹਫਤਿਆਂ ਦੌਰਾਨ ਨਵਜਨਮਿਆਂ ਕਿਹਾ ਜਾਂਦਾ ਹੈ। ਨਵਜਨਮੇਂ ਆਪਣਾ ਬਹੁਤਾ ਸਮਾਂ ਸੌਂਦੇ ਅਤੇ ਦੁੱਧ ਚੁੰਘਦੇ ਹੀ ਬਿਤਾਉਂਦੇ ਹਨ। ਜਦੋਂ ਉਨ੍ਹਾਂ ਨੂੰ ਭੁੱਖ ਲੱਗਦੀ ਹੈ, ਗਿੱਲਾ ਕੱਪੜਾ ਬਦਲਨਾ ਹੁੰਦਾ ਹੈ ਜਾਂ ਗੋਦੀ ਚੜ੍ਹਨਾ ਹੁੰਦਾ ਹੈ ਤਾਂ ਉਹ ਰੋਂਦੇ ਹਨ। ਇਹ ਰੋਣਾ ਉਨ੍ਹਾਂ ਦੀ ਸੰਚਾਰ ਕਰਨ ਦੀ ਇਕ ਵਿਧੀ ਹੈ; ਇਹੀ ਇਕ ਭਾਸ਼ਾ ਹੈ ਜੋ ਉਹ ਜਾਣਦੇ ਹਨ।

ਤੁਹਾਡਾ ਬਾਲ ਠੀਕ ਚੁੰਘਦਾ ਅਤੇ ਨਿਘਾਰਦਾ ਹੋਣਾ ਚਾਹੀਦਾ ਹੈ। ਜਿੰਨਾ ਛੇਤੀ ਸੰਭਵ ਹੋ ਸਕੇ ਆਪਣੇ ਬਾਲ ਨਾਲ ਗੱਲਾਂ ਕਰਨੀਆਂ ਸ਼ੁਰੂ ਕਰੋ, ਦੁੱਧ ਚੁੰਘਾਉਣ ਵਾਲਾ ਸਮਾਂ ਇਸ ਲਈ ਵਧੀਆ ਹੈ। ਬਾਲ ਦੀਆਂ ਗਰਦਨ ਦੀਆਂ ਮਾਸ-ਪੇਸ਼ੀਆਂ ਕਮਜ਼ੋਰ ਹੁੰਦੀਆਂ ਹਨ ਜਿਸ ਕਰਕੇ ਸਿਰ ਨੂੰ ਹਮੇਸ਼ਾ ਹਲਕਾ ਜਿਹਾ ਆਸਰਾ ਦੇ ਕੇ ਰੱਖੋ। ਜਿੰਨਾਂ ਸੰਭਵ ਹੋਵੇ ਜਿਸਮਾਨੀ ਸਪਰਸ਼ ਦਿਉ। ਸਾਰੇ ਬੱਚੇ ਪਲੋਸੇ ਜਾਣਾ ਪਸੰਦ ਕਰਦੇ ਹਨ ਅਤੇ ਮਜ਼ਬੂਤੀ ਅਤੇ ਤੰਦਰੁਸਤੀ ਨਾਲ ਵਧਣ ਲਈ ਉਨ੍ਹਾਂ ਨੂੰ ਬਹੁਤ ਸਾਰੇ ਧਿਆਨ ਦੀ ਲੋੜ ਹੁੰਦੀ ਹੈ।

ਇਕ ਤੋਂ ਤਿੰਨ ਮਹੀਨੇ

ਇਸ ਅਰਸੇ ਦੌਰਾਨ ਬਾਲ ਬਹੁਤ ਜ਼ਿਆਦਾ ਪ੍ਰਤੀਕ੍ਰਿਆਤਮਕ ਹੋ ਜਾਂਦੇ ਹਨ। ਉਹ ਅਚਾਨਕ ਹਿੱਲ-ਜੁੱਲ ਜਾਂ ਆਵਾਜ਼ਾਂ ਤੇ ਪ੍ਰਤੀਕ੍ਰਿਆ ਕਰਦੇ ਹਨ, ਅੱਖਾਂ ਨੂੰ ਤੁਰਦੀਆਂ ਚੀਜਾਂ ਨਾਲ ਘੁਮਾਉਂਦੇ ਹਨ ਅਤੇ ਲੱਗਦਾ ਹੈ ਜਿਵੇਂ ਤੁਹਾਨੂੰ ਘੂਰ ਰਹੇ ਹੋਣ। ਜਦੋਂ ਉਨ੍ਹਾਂ ਨਾਲ ਖੇਡਿਆ ਜਾਵੇ ਤਾਂ ਕਿਲਕਾਰੀਆਂ ਮਾਰਦੇ ਹਨ ਅਤੇ ਮੁਸਕਰਾਉਂਦੇ ਹਨ। ਤਿੰਨ ਮਹੀਨੇ ਦੇ ਲਾਗੇ ਗਰਦਨ ਖੜ੍ਹੀ ਹੋਣ ਲੱਗ ਪੈਂਦੀ ਹੈ ਅਤੇ ਬਾਲ ਸਿਰ ਦੀ ਚਾਲ ਤੇ ਨਿਯੰਤ੍ਰਣ ਰੱਖਣ ਦੇ ਯੋਗ ਹੋ ਜਾਂਦਾ ਹੈ ਪਰ ਅਜੇ ਵੀ ਇਸ ਨੂੰ ਝਟਕੇ ਲੱਗਣ ਤੋਂ ਨਹੀਂ ਰੋਕ ਸਕਦਾ।

ਇਨ੍ਹਾਂ ਮੁੱਢਲੇ ਮਹੀਨਿਆਂ ਦੌਰਾਨ ਤੁਸੀਂ ਅਤੇ ਤੁਹਾਡਾ ਬਾਲ ਇਕ-ਦੂਜੇ ਨੂੰ ਜਾਣਨ ਲੱਗਦੇ ਹੋ। ਚੰਗੇ ਪਾਲਣ ਵੱਲ ਪਹਿਲਾਂ ਕਦਮ ਆਪਣੇ ਬਾਲ ਦੇ ਵਾਧੇ ਅਤੇ ਵਿਕਾਸ ਨੂੰ ਦੇਖਣਾ ਅਤੇ ਉਸ ਦੀ ਪੈੜ ਰੱਖਣਾ ਹੈ।

ਤਿੰਨ ਤੋਂ ਛੇ ਮਹੀਨੇ

* ਸਿਰ 'ਤੇ ਪੂਰੀ ਤਰ੍ਹਾਂ ਨਿਯੰਤ੍ਰਣ ਹੋ ਜਾਂਦਾ ਹੈ। ਆਵਾਜ਼ ਵੱਲ ਸਿਰ ਮੋੜਦਾ ਹੈ ਜਿਵੇਂ ਘੰਟੀ ਜਾਂ ਮਨੁੱਖੀ ਆਵਾਜ਼।

* ਜਦੋਂ ਪਿੱਠ ਭਾਰ ਪਿਆ ਹੁੰਦਾ ਹੈ ਤਾਂ ਜ਼ੋਰ-ਜ਼ੋਰ ਨਾਲ ਲੱਤਾਂ ਮਾਰਦਾ ਅਤੇ ਬਾਹਾਂ ਹਿਲਾਉਂਦਾ ਹੈ।
* ਪਿੱਠ ਤੋਂ ਢਿੱਡ ਵੱਲ ਅਤੇ ਮੁੜ ਪਿੱਠ ਵੱਲ ਪਲਟ ਜਾਂਦਾ ਹੈ।
* ਸਹਾਰਾ ਲੈ ਕੇ ਬਹਿ ਜਾਂਦਾ ਹੈ।
* ਹੱਥਾਂ ਅਤੇ ਉਂਗਲਾਂ ਵੱਲ ਵੇਖਦਾ ਹੈ (ਹੱਥਾਂ ਵੱਲ ਗਹੁ)
* ਚੀਜਾਂ ਤੱਕ ਪਹੁੰਚ ਕੇ ਉਨ੍ਹਾਂ ਨੂੰ ਫੜਨ ਦੀ ਕੋਸ਼ਿਸ਼ ਕਰਦਾ ਹੈ, ਅਤੇ ਮੂੰਹ ਵੱਲ ਲਿਆਉਂਦਾ ਹੈ।
* ਕਈ ਵਾਰੀ ਉੱਚੀ ਹੱਸਦਾ ਜਾਂ ਗੁਟਕਦਾ ਹੈ। ਬੁਰੜ-ਬੁਰੜ ਦੀਆਂ ਆਵਾਜ਼ਾਂ ਕੱਢਦਾ ਹੈ।
* ਮਾਪਿਆਂ ਨੂੰ ਪਛਾਣਦਾ ਹੈ।
* ਭੋਜਨ ਨੂੰ ਦੇਖਕੇ ਉਤੇਜਿਤ ਹੋ ਜਾਂਦਾ ਹੈ ਅਤੇ ਜ਼ੋਰ-ਜ਼ੋਰ ਦੀ ਲੱਤਾਂ ਮਾਰਨ ਲੱਗਦਾ ਹੈ।
* ਆਲੇ-ਦੁਆਲੇ ਵਿਚ ਦਿਲਚਸਪੀ ਵਿਕਸਿਤ ਕਰ ਲੈਂਦਾ ਹੈ।

ਸਿਰ ਉਤੇ ਪੂਰੀ ਤਰ੍ਹਾਂ ਕਾਬੂ ਚਾਰ ਮਹੀਨੇ ਦੀ ਉਮਰ ਤੱਕ ਹੋ ਜਾਂਦਾ ਹੈ। ਜਦੋਂ ਚਾਰ ਮਹੀਨੇ ਦੇ ਬਾਲ ਨੂੰ ਦੋਹਾਂ ਹੱਥਾਂ ਤੋਂ ਫੜਕੇ ਪਏ ਤੋਂ ਬੈਠਣ ਵਾਲੀ ਸਥਿਤੀ ਵਿਚ ਖਿੱਚਿਆ ਜਾਂਦਾ ਹੈ ਉਸ ਦਾ ਸਿਰ ਪਿੱਛੇ ਨੂੰ ਨਹੀਂ ਡਿੱਗਣਾ ਚਾਹੀਦਾ ਯਾਨੀ ਸਿਰ ਸਿੱਧਾ ਜਿਸਮ ਦੀ ਸੇਧ ਵਿਚ ਹੋਣਾ ਚਾਹੀਦਾ ਹੈ, ਪਿੱਛੇ ਨੂੰ ਲਟਕਣਾ ਨਹੀਂ ਚਾਹੀਦਾ।

ਪੰਜ ਮਹੀਨੇ ਦੇ ਨਰ ਬਾਲ ਦੀ ਜਦੋਂ ਮੈਂ ਆਪਣੇ ਕਲਿਨਿਕ ਵਿਚ ਘੋਖ ਕਰ ਰਿਹਾ ਸੀ, ਤਾਂ ਮੈਂ ਉਸ ਨੂੰ ਬੈਠਣ ਵਾਲੀ ਸਥਿਤੀ ਵਿਚ ਖਿੱਚਿਆ ਅਤੇ ਦੇਖਿਆ ਕਿ ਉਸ ਦਾ ਸਿਰ ਪੂਰੀ ਤਰ੍ਹਾਂ ਪਿੱਛੇ ਨੂੰ ਲਟਕ ਰਿਹਾ ਸੀ। ਵਿਸਤ੍ਰਿਤ ਜਾਂਚ ਕਰਨ ਤੋਂ ਬਾਅਦ ਮੈਂ ਮਾਪਿਆਂ ਨੂੰ ਦੱਸਿਆ ਕਿ ਉਨ੍ਹਾਂ ਦੇ ਬੱਚੇ ਦੇ ਮੀਲ-ਪੱਥਰਾਂ ਵਿਚ ਇਕ ਨਿਸ਼ਚਿਤ ਪਛੇਤ ਸੀ ਅਤੇ ਉਸ ਦੇ ਹੋਰ ਮੁਲਾਂਕਣ ਦੀ ਲੋੜ ਸੀ। ਬਦਕਿਸਮਤੀ ਨਾਲ ਬੱਚਾ 'ਮੰਗੋਲ' ਨਿਕਲਿਆ ਅਤੇ ਉਹ ਦਿਲ ਦੇ ਰੋਗ ਨਾਲ ਮਾਨਸਿਕ ਮੰਦਬੁਧਤਾ ਤੋਂ ਗ੍ਰਸਿਤ ਸੀ। ਜੇਕਰ ਬਾਲ ਕੁੰਦ, ਸਿਥਲ ਹੈ ਅਤੇ ਬੁਰੜ-ਬੁਰੜ ਦੀਆਂ ਆਵਾਜ਼ਾਂ ਨਹੀਂ ਕੱਢਦਾ ਤਾਂ ਇਹ ਚਿੰਤਾ ਦੀ ਗੱਲ ਹੈ ਅਤੇ ਡਾਕਟਰ ਦੀ ਸਲਾਹ ਲੈਣੀ ਚਾਹੀਦੀ ਹੈ।

ਆਮ ਤੌਰ 'ਤੇ ਛੇ ਮਹੀਨੇ ਦੇ ਅੰਤ ਤੱਕ ਤੁਹਾਡਾ ਬੱਚਾ ਬੜਾ ਸਰਗਰਮ ਹੋ ਜਾਵੇਗਾ ਅਤੇ ਜਦੋਂ ਉਸ ਨੂੰ ਧੀਮੇ ਜਿਹੇ ਫੜਿਆ, ਛੋਹਿਆ ਜਾਵੇਗਾ ਜਾਂ ਉਸ ਨਾਲ ਗੱਲ ਕੀਤੀ ਜਾਵੇਗੀ ਉਹ ਬੜੀ ਖੁਸ਼ੀ ਦਿਖਾਵੇਗਾ। ਆਪਣੇ ਬੱਚੇ ਨੂੰ ਖੇਡਣ ਲਈ ਨਿੱਕੀਆਂ, ਸੁਰੱਖਿਅਤ ਚੀਜਾਂ ਦਿਓ ਜਿਵੇਂ ਛੁਣਛੁਣੇ, ਪਲਾਸਟਿਕ ਦੇ ਛੱਲੇ ਅਤੇ ਚਾਬੀਆਂ। ਸੰਗੀਤ ਵਜਾਓ, ਗਾਓ ਅਤੇ ਉਸ ਨਾਲ ਗੱਲਾਂ ਕਰੋ, ਇਹ ਉਤੇਜਨਾ ਕਿਸੇ ਵੀ ਹੋਰ ਟਾਨਿਕ ਨਾਲੋਂ ਸੌ ਗੁਣਾ ਵਧ ਤਾਕਤਵਰ ਹੈ ਜੋ ਤੁਸੀਂ

ਉਸ ਨੂੰ ਦੇ ਸਕਦੇ ਹੋ।

ਛੇ ਤੋਂ ਨੌ ਮਹੀਨੇ

* ਬਿਨਾਂ ਸਹਾਰੇ ਤੋਂ ਬੈਠਦਾ ਹੈ।
* ਸਰਕਣ ਅਤੇ ਘਿਸਟਣ ਲੱਗਦਾ ਹੈ।
* ਆਪ ਹੀ ਬਿਸਕੁਟ ਖਾਂਦਾ ਹੈ ਕਿਉਂ ਜੋ ਚੂਸਣਾ ਸ਼ੁਰੂ ਕਰ ਦਿੰਦਾ ਹੈ।
* ਚੀਜਾਂ ਇਕ ਹੱਥ 'ਚੋਂ ਦੂਜੇ ਵਿਚ ਲੈ ਲੈਂਦਾ ਹੈ।
* ਬਾਬਾ, ਮਾਮਾ ਵਰਗੀਆਂ ਆਵਾਜ਼ਾਂ ਕੱਢਦਾ ਹੈ।
* ਪਰਿਵਾਰ ਤੋਂ ਅਜਨਬੀਆਂ ਬਾਰੇ ਜਾਣਦਾ ਹੈ।
* ਸਰਲ ਖੇਡਾਂ ਖੇਡਣ ਲੱਗਦਾ ਹੈ।

ਸ਼ੁਰੂ ਵਿਚ ਬੱਚੇ ਕਿਸੇ ਵੀ ਵਿਅਕਤੀ ਨੂੰ ਉਨ੍ਹਾਂ ਨੂੰ ਫੜਨ ਦਿੰਦੇ ਹਨ ਪਰ ਛੇ ਮਹੀਨੇ ਦੇ ਗੇੜ ਵਿਚ ਉਨ੍ਹਾਂ ਵਿਚ 'ਉਪਰਾ ਵਿਹਾਰ' ਵਿਕਸਿਤ ਹੋਣਾ ਸ਼ੁਰੂ ਹੋ ਜਾਂਦਾ ਹੈ। ਹੁਣ ਉਹ ਸਿਰਫ ਆਪਣੇ ਪਰਿਵਾਰ ਦੇ ਜੀਆਂ ਨਾਲ ਹੀ ਖੁਸ਼ ਅਤੇ ਆਰਾਮਦੇਹ ਹੁੰਦੇ ਹਨ ਅਤੇ ਪ੍ਰੇਸ਼ਾਨ ਹੋ ਜਾਂਦੇ ਹਨ ਜੋ ਕੋਈ ਨਵਾਂ ਬੰਦਾ ਘਰ ਵਿਚ ਆ ਜਾਂਦਾ ਹੈ। ਇਹ ਉਹ ਪੜਾਅ ਹੈ ਜਿਸ ਵਿਚੋਂ ਬੱਚਿਆਂ ਦੇ ਲੰਘਣ ਦੀ ਲੋੜ ਹੈ। ਉਨ੍ਹਾਂ ਨੂੰ ਪਲੋਸਣਾ ਚਾਹੀਦਾ ਹੈ ਅਤੇ ਉਨ੍ਹਾਂ ਨੂੰ ਆਪਣੇ ਤਰੀਕੇ ਨਾਲ ਭਿੰਨ ਲੋਕਾਂ ਪ੍ਰਤੀ ਆਦੀ ਹੋਣ ਦੇਣਾ ਚਾਹੀਦਾ ਹੈ। ਇਸ ਵਕਤ ਦੌਰਾਨ ਜੇਕਰ ਤੁਸੀਂ ਸ਼ਾਂਤ ਅਤੇ ਧੀਰਜਵਾਨ ਰਹੋ ਤਾਂ ਤੁਸੀਂ ਆਪਣੇ ਬੱਚੇ ਦੀ ਮੱਦਦ ਕਰ ਸਕਦੇ ਹੋ।

ਛੇ ਅਤੇ ਨੌ ਮਹੀਨੇ ਵਿਚਕਾਰ ਬੱਚੇ ਸਾਦੀਆਂ ਖੇਡਾਂ ਖੇਡਣਾ ਸ਼ੁਰੂ ਕਰ ਦਿੰਦੇ ਹਨ। ਮਾਪੇ ਝਾਤ-ਮਾਈਂ ਖੇਡ ਸਕਦੇ ਹਨ; ਤਾੜੀਆਂ ਮਾਰਕੇ ਅਤੇ ਬੱਚਿਆਂ ਨੂੰ ਉਨ੍ਹਾਂ ਦੇ ਖਿਡੌਣਿਆਂ ਨਾਲ ਖਿਡਾ ਕੇ ਮੱਦਦ ਕਰ ਸਕਦੇ ਹਨ। ਬੱਚਿਆਂ ਨੂੰ ਬਹੁਤ ਸਾਰੀਆਂ ਭਿੰਨ ਆਵਾਜ਼ਾਂ ਸੁਣਨ ਦਿਓ ਅਤੇ ਉਨ੍ਹਾਂ ਨੂੰ ਸੰਗੀਤਕ ਖਿਡੌਣੇ ਦਿਓ, ਮੂਲ ਰੂਪ ਵਿਚ ਅਜਿਹੇ ਖਿਡਾਉਣੇ ਜਿਹੜੇ ਬਹੁਤ ਸਾਰਾ ਖੜਾਕ ਕਰਦੇ ਹੋਣ।

ਨੌ ਤੋਂ ਬਾਰਾਂ ਮਹੀਨੇ

* ਖੜ੍ਹਾ ਹੋਣ ਦੀ ਸਥਿਤੀ ਵਿਚ ਖੁਦ ਨੂੰ ਖਿੱਚਦਾ ਹੈ, ਅਤੇ ਫਰਨੀਚਰ ਨੂੰ ਫੜਕੇ ਘਰ ਵਿਚ ਦੁਆਲੇ ਘੁੰਮ ਸਕਦਾ ਹੈ।
* ਇਕ ਹੱਥ ਫੜਾ ਕੇ ਤੁਰ ਸਕਦਾ ਹੈ।
* ਹੱਥਾਂ ਦੀਆਂ ਕੁਸ਼ਲਤਾਵਾਂ ਵਿਕਸਿਤ ਕਰਦਾ ਹੈ; ਅੰਗੂਠੇ ਅਤੇ ਪਹਿਲੀ ਉਂਗਲ ਨਾਲ ਚੀਜਾਂ ਚੁੱਕਣ ਲੱਗਦਾ ਹੈ; ਹੱਥ ਦੀਆਂ ਕੁਸ਼ਲਤਾਵਾਂ ਵਿਕਸਿਤ ਕਰ ਲੈਂਦਾ ਹੈ।
* ਜਾਣ-ਬੁੱਝ ਕੇ ਚੀਜ਼ਾਂ ਫਰਸ਼ ਤੇ ਸੁੱਟਦਾ ਹੈ।
* ਹੱਥ ਹਿਲਾਕੇ ਟਾਟਾ ਕਰਦਾ ਹੈ।

* ਆਪਣਾ ਨਾਂ ਜਾਣਦਾ ਹੈ।
* ਸਾਦੇ ਨਿਰਦੇਸ਼ਾਂ ਵੱਲ ਧਿਆਨ ਦਿੰਦਾ ਹੈ ਜਿਵੇਂ 'ਨਾ' ਅਤੇ 'ਲਿਆ ਮੈਨੂੰ ਦੇਹ'।
* ਆਵਾਜ਼ਾਂ ਦੀ ਨਕਲ ਕਰਦਾ ਹੈ ਜਿਵੇਂ ਘੰਘਣ ਦੀ।
* ਪਰਿਵਾਰ ਦੇ ਜੀਆਂ ਨਾਲ ਖੇਡਦਾ ਹੈ, ਮੋਹ ਦਾ ਜਵਾਬ ਮੋਹ ਨਾਲ ਦਿੰਦਾ ਹੈ।

ਇਹ ਤੁਹਾਡੇ ਬੱਚੇ ਦੇ ਸਰਗਰਮ, ਖੋਜੀ ਅਤੇ ਪਤਾ ਲਾਉਣ ਦੇ ਪੜਾਅ ਦੀ ਸ਼ੁਰੂਆਤ ਹੈ। ਹਾਦਸਿਆਂ ਤੋਂ ਬਚਾਓ ਲਈ ਬੱਚੇ ਲਈ ਸੁਰੱਖਿਅਤ ਖੇਡ ਖੇਤਰ ਮੁਹੱਈਆ ਕਰਨਾ ਚਾਹੀਦਾ ਹੈ। ਆਪਣੇ ਘਰ ਨੂੰ 'ਬੱਚਾ ਸੁਰੱਖਿਅਤ' ਬਣਾਉਣ ਦੀ ਕੋਸ਼ਿਸ਼ ਕਰੋ।

'ਬੱਚਾ-ਸੁਰੱਖਿਅਤ ਕਰਨਾ'- ਉਪਯੋਗੀ ਨੁਕਤੇ

* ਬਿਜਲੀ ਦੇ ਨੀਵੇਂ ਪਲੱਗਾਂ ਤੇ ਚੇਪੀਆਂ ਲਾ ਦਿਓ।
* ਕੱਚ ਦੇ ਮਣਕੇ, ਸਿੱਕੇ ਅਤੇ ਗੋਲੀਆਂ ਪਹੁੰਚ ਤੋਂ ਬਾਹਰ ਰੱਖੋ।
* ਘਰ ਵਿਚ ਪਈਆਂ ਪਲਾਸਟਿਕ ਦੀਆਂ ਥੈਲੀਆਂ ਇਕ ਜਾਣਿਆਂ-ਪਛਾਣਿਆਂ ਖਤਰਾ ਹਨ ਅਤੇ ਇਹ ਸਾਹ ਘੁੱਟ ਸਕਦੀਆਂ ਹਨ ਜੇਕਰ ਬੱਚਾ ਥੈਲੀ ਨੂੰ ਆਪਣੇ ਸਿਰ ਉਪਰ ਖਿੱਚ ਲਵੇ।
* ਗਰਮ ਪੀਣ ਪਦਾਰਥ ਪੀਣ ਵੇਲੇ ਬੱਚਿਆਂ ਨੂੰ ਦੂਰ ਰੱਖੋ; ਬਚਪਨ ਵਿਚ ਬਹੁਤਾ ਲੂਹਿਆ ਜਾਣ ਦਾ ਕਾਰਨ ਅਕਸਰ ਗਰਮ ਚਾਹ ਜਾਂ ਕਾਫੀ ਦਾ ਅਚਾਨਕ ਡੁੱਲ੍ਹ ਜਾਣਾ ਹੁੰਦਾ ਹੈ।
* ਕੀਟਨਾਸ਼ਕਾਂ ਅਤੇ ਫਰਸ਼ ਕਲੀਨਰਾਂ ਦੀਆਂ ਸ਼ੀਸ਼ੀਆਂ ਸੁਰੱਖਿਅਤ ਥਾਂ ਤੇ ਸਾਂਭ ਕੇ ਰੱਖੋ। ਸੁਖਾਲੀ ਪਛਾਣ ਲਈ ਉਨ੍ਹਾਂ ਉਤੇ ਲਾਲ ਕਾਟਾ ਲਾ ਕੇ ਰੱਖੋ।
* ਤਿੱਖੀਆਂ ਕਿਨਾਰੀਆਂ ਵਾਲਾ ਫਰਨੀਚਰ ਹਟਾ ਦਿਓ।
* ਫਰਸ਼ ਉਤੇ ਮੁਲਾਇਮ ਗਲੀਚਾ ਵਿਛਾਓ।
* ਡੁੱਬਣ ਤੋਂ ਬਚਾਓ ਲਈ ਪਾਣੀ ਦੀ ਟੈਂਕੀ ਢਕ ਕੇ ਰੱਖੋ।
* ਬਾਹਰਲੇ ਦਰਵਾਜੇ ਨੂੰ ਹਮੇਸ਼ਾ ਤਾਲਾ ਲਾ ਕੇ ਰੱਖੋ ਅਤੇ ਇਸ ਉਤੇ ਟੱਲੀਆਂ ਲਟਕਾ ਦਿਓ। ਜੇਕਰ ਤੁਹਾਡਾ ਨਿੱਕਾ ਖੋਜੀ ਕਿਸੇ ਤਰ੍ਹਾਂ ਦਰਵਾਜਾ ਖੋਲ੍ਹ ਵੀ ਲੈਂਦਾ ਹੈ ਤਾਂ ਟੱਲੀਆਂ ਖੜਕਣ ਨਾਲ ਤੁਹਾਨੂੰ ਪਤਾ ਲੱਗ ਜਾਵੇਗਾ।
* ਮੈਨੂੰ ਯਕੀਨ ਹੈ ਤੁਸੀਂ ਨਹੀਂ ਚਾਹੁੰਦੇ ਕਿ 'ਬੱਚੇ ਦਾ ਬਾਹਰ ਦਾ ਦਿਨ' ਵਰਗੀ ਫਿਲਮ ਫੇਰ ਬਣ ਜਾਵੇ, ਜਿਸ ਵਿਚ ਤੁਹਾਡਾ ਬੱਚਾ ਨਾਇਕ ਹੋਵੇ।
* ਫਸਟ ਏਡ ਕਿੱਟ ਅਤੇ ਡਾਕਟਰ ਦਾ ਟੈਲੀਫੋਨ ਨੰਬਰ ਤਿਆਰ ਰੱਖੋ।

ਤੁਸੀਂ ਆਪਣੇ ਘਰ ਨੂੰ ਸੁਰੱਖਿਅਤ ਬਣਾ ਸਕਦੇ ਹੋ, ਪਰ ਢਿੱਲੇ ਨਾ ਪਓ ਅਤੇ ਕਦੀ ਵੀ ਮੁਸੀਬਤ ਵਿਚ ਪੈਣ ਦੀਆਂ ਤੁਹਾਡੇ ਬਾਲ ਦੀਆਂ ਸਮਰੱਥਾਵਾਂ ਨੂੰ ਘਟਾ ਕੇ ਨਾ ਅੰਕੋ-ਬਿਲਕੁਲ ਇਨ੍ਹਾਂ ਸ਼ਬਦਾਂ ਵਿਚ ਹੀ। ਇਸ ਦੇ ਨਾਲ ਹੀ ਆਪਣੇ ਬੱਚੇ ਨੂੰ ਸਿੱਖਣ ਅਤੇ ਵਿਕਾਸ ਕਰਨ ਦੇ ਬਹੁਤ ਸਾਰੇ ਮੌਕੇ ਦਿਓ। ਇਸ ਨੂੰ ਆਨੰਦ ਵੀ ਬਣਾਓ। ਜਗਿਆਸਾ ਹਰ ਤਰ੍ਹਾਂ ਦੇ ਸਿੱਖਣ ਦੀ ਮਾਂ ਹੈ।

ਜੇਕਰ ਨੌ ਮਹੀਨੇ ਦਾ ਬੱਚਾ ਆਪਣੀ ਪਹਿਲੀ ਉਂਗਲ ਅਤੇ ਅੰਗੂਠੇ ਨਾਲ ਕੋਈ ਛੋਟਾ ਮਣਕਾ ਜਾਂ ਅੰਗੂਰ ਚੁੱਕਣ ਜੋਗਾ ਹੋ ਗਿਆ ਹੈ, ਤਾਂ ਇਹ ਕਰੀਬ ਕਿਸੇ ਵੀ ਤਰ੍ਹਾਂ ਦੀ ਮਾਨਸਿਕ ਅਪੰਗਤਾ ਹੋਣ ਨੂੰ ਨਕਾਰਦਾ ਹੈ। ਚੇਤੇ ਰੱਖੋ, ਬੱਚਿਆਂ ਨੂੰ ਉਹੀ ਹੱਥ ਵਰਤਣ ਦਿੱਤਾ ਜਾਵੇ ਜੋ ਇਹ ਵਰਤਣਾ ਚਾਹੁੰਦੇ ਹੋਣ। ਖੱਬਚੂ ਨੂੰ ਕਦੀ ਵੀ ਸੱਜੂ ਬਣਨ ਲਈ ਮਜ਼ਬੂਰ ਨਹੀਂ ਕਰਨਾ ਚਾਹੀਦਾ। ਇਸ ਨਾਲ ਹੱਥ ਕੁਸ਼ਲਤਾਵਾਂ ਦੇ ਵਿਕਾਸ 'ਤੇ ਫਰਕ ਪੈ ਸਕਦਾ ਹੈ ਕਿਉਂਕਿ ਦਿਮਾਗ ਉਲਝਾਊ ਸੰਕੇਤ ਪ੍ਰਾਪਤ ਕਰਨੇ ਸ਼ੁਰੂ ਕਰ ਦੇਵੇਗਾ। ਆਪਣੇ ਬੱਚੇ ਨੂੰ ਖੇਡਣ ਲਈ ਘਣਰੂਪ ਜਾਂ ਮੁਲਾਇਮ ਰਬੜ ਦੇ ਖਿਡੌਣੇ ਦਿਓ। ਇਹ ਪੱਕਾ ਕਰ ਲਉ ਉਹ ਸੁਰੱਖਿਅਤ ਅਤੇ ਕਿਸੇ ਵੀ ਨੁਕਸਾਨਦੇਹ ਰਸਾਇਣ ਤੋਂ ਮੁਕਤ ਹੋਣ। ਆਪਣੇ ਬੱਚੇ ਨੂੰ ਰੰਗੀਨ ਤਸਵੀਰਾਂ ਵਾਲੀਆਂ ਕਿਤਾਬਾਂ ਦਿਖਾਓ ਅਤੇ ਉਸਨੂੰ ਜਾਨਵਰਾਂ, ਸਰੀਰ ਦੇ ਅੰਗਾਂ ਅਤੇ ਰੰਗਾਂ ਦੇ ਨਾਂ ਦੱਸੋ। ਤੁਹਾਨੂੰ ਬਾਲ-ਵਾਰਤਾ ਛੱਡਕੇ ਸਾਦੇ ਸ਼ਬਦ ਅਤੇ ਨਿੱਕੇ ਵਾਕ ਵਰਤਣੇ ਚਾਹੀਦੇ ਹਨ। ਬਹੁਤ ਸਾਰਾ ਪਿਆਰ ਅਤੇ ਧਿਆਨ ਦਿਓ ਅਤੇ ਹਮੇਸ਼ਾ ਆਪਣੇ ਬੱਚੇ ਵੱਲੋਂ ਦਰਸਾਏ ਮੋਹ ਨੂੰ ਹੁੰਗਾਰਾ ਦਿਓ।

ਬਾਰਾਂ ਤੋਂ ਪੰਦਰਾਂ ਮਹੀਨੇ

* ਇਕੱਲਾ ਤੁਰਦਾ ਹੈ ਘਿਸਟ ਕੇ ਪੌੜੀਆਂ ਚੜ੍ਹਦਾ ਹੈ।
* ਦੋ ਕਿਊਬਾਂ ਦਾ ਮੀਨਾਰ ਬਣਾ ਸਕਦਾ ਹੈ।
* ਕਰੇਅਨਜ਼ ਨਾਲ ਲਕੀਰ ਖਿੱਚਦਾ ਹੈ।
* ਚਮਚਾ ਵਰਤਣਾ ਸ਼ੁਰੂ ਕਰਦਾ ਹੈ ਪਰ ਇਸ ਨੂੰ ਮੂੰਹ ਨੇੜੇ ਘੁਮਾਉਂਦਾ ਹੈ।
* ਦੋ ਹੱਥਾਂ ਨਾਲ ਕੱਪ ਚੁੱਕ ਕੇ ਪੀਂਦਾ ਹੈ।
* ਕੁਝ ਸਪੱਸ਼ਟ ਸ਼ਬਦਾਂ ਨਾਲ ਅੰਟ-ਸ਼ੰਟ ਵਿਚ ਬੋਲਣਾ ਸ਼ੁਰੂ ਕਰਦਾ ਹੈ।
* ਗੇਂਦ ਨਾਲ ਸਾਦੀਆਂ ਖੇਡਾਂ ਖੇਡਦਾ ਹੈ ਤੇ ਗੇਂਦ ਨੂੰ ਦੂਜੇ ਵਿਅਕਤੀ ਕੋਲ ਰੋੜ੍ਹਦਾ ਹੈ।
* ਜੋ ਦੱਸਿਆ ਜਾਂਦਾ ਹੈ ਉਸ ਨੂੰ ਵਧੇਰੇ ਸਮਝਦਾ ਹੈ।

ਘਰ ਨੂੰ ਬਾਲ ਸੁਰੱਖਿਅਤ ਬਣਾਉਣ ਦੀ ਅਜੇ ਵੀ ਲੋੜ ਹੈ। ਆਪਣੇ ਬੱਚੇ ਤੇ ਨਜ਼ਰ ਰੱਖੋ ਅਤੇ ਉਸ ਨੂੰ ਡਿੱਗਣ ਅਤੇ ਸੱਟ ਲੱਗਣ ਤੋਂ ਬਚਾਉਣ ਦੀ ਕੋਸ਼ਿਸ਼ ਕਰੋ। ਹੱਥ ਫੜ੍ਹ ਕੇ ਤੁਰੋ ਅਤੇ ਆਪਣੇ ਬੱਚੇ ਨਾਲ ਗੇਂਦ ਖੇਡੋ। ਹੱਥ ਕੁਸ਼ਲਤਾਵਾਂ ਵਧਾਉਣ ਲਈ ਚਿਣਾਈ ਕਰਨ ਲਈ ਕਿਊਬ ਅਤੇ ਪਲਾਸਟਿਕ ਦੇ ਕੱਪ ਦਿਉ।

ਬੱਚੇ ਨੂੰ ਦੁੱਧ ਆਪਣੇ ਆਪ ਕੱਪ ਵਿੱਚੋਂ ਚਮਚ ਨਾਲ ਪੀਣ ਦਿਉ। ਧੀਰਜ ਨਾਲ ਪਾਸੇ ਬੈਠੇ ਰਹੋ ਤੇ ਸ਼ਾਂਤ ਰਹੋ; ਪਹਿਲਾਂ ਪਹਿਲਾਂ ਤੁਹਾਡਾ ਨਿੱਕਚੂ ਗੜਬੜ ਜ਼ਰੂਰ ਕਰੇਗਾ।

ਪੰਦਰਾਂ ਮਹੀਨੇ ਦੇ ਗੇੜ ਵਿਚ ਬੱਚੇ ਭਾਸ਼ਾ ਨਾਲ ਪ੍ਰਯੋਗ ਕਰਨਾ ਸ਼ੁਰੂ ਕਰ ਦਿੰਦੇ ਹਨ; ਉਹ ਸਪੱਸ਼ਟ ਸ਼ਬਦ ਬੋਲਦੇ ਹਨ ਅਤੇ ਆਵਾਜ਼ ਉਤਾਂਹ-ਹੇਠਾਂ ਜਾਂਦੀ ਹੈ ਜਿਵੇਂ ਅੰਟ-ਸ਼ੰਟ ਬੋਲ ਰਹੇ ਹੋਣ। ਬਾਹਰਦਿਆਂ ਨੂੰ ਇਹ ਬੇਤੁਕਾ ਅਤੇ ਹਸਾਉਣਾ ਲੱਗਦਾ ਹੈ, ਪਰ ਮਾਪੇ ਇਹ ਸਮਝ ਸਕਦੇ ਹਨ ਜੋ ਬੱਚਾ ਦੱਸਣ ਦੀ ਕੋਸ਼ਿਸ਼ ਕਰ ਰਿਹਾ ਹੈ। ਬੱਚੇ ਨੂੰ ਸਿਖਾਉ ਕਿ ਉਹ ਕੀ ਕਰੇ ਅਤੇ ਕੀ ਨਾ ਕਰੇ, ਪਰ ਇਕ ਵੇਲੇ ਇਕ ਹੀ ਸਾਦੀ ਜਿਹੀ ਹਿਦਾਇਤ ਦਿਉ।

ਪੰਦਰਾਂ ਤੋਂ ਅਠਾਰਾਂ ਮਹੀਨੇ

* ਭੱਜਣਾ ਸ਼ੁਰੂ ਕਰਦਾ ਹੈ, ਪਹੀਆਂ ਵਾਲੇ ਖਿਡੌਣੇ ਖਿੱਚਦਾ ਹੈ।
* ਨਿੱਕੀ ਕੁਰਸੀ ਤੇ ਆਪ ਹੀ ਬਹਿ ਜਾਂਦਾ ਹੈ।
* ਤਿੰਨ ਕਿਊਬਾਂ ਦਾ ਮੀਨਾਰ ਬਣਾ ਲੈਂਦਾ ਹੈ।
* ਕਾਟੇ-ਮਾਟੇ ਅਤੇ ਖੜ੍ਹਵੀਆਂ ਲਕੀਰਾਂ ਦੀ ਨਕਲ ਕਰਦਾ ਹੈ।
* ਇਕੋ ਵੇਲੇ ਕਿਤਾਬ ਦੇ ਦੋ ਤਿੰਨ ਪੰਨੇ ਪਰਤਦਾ ਹੈ।
* ਸਾਦੇ ਸ਼ਬਦ ਦੁਹਰਾਉਂਦਾ ਹੈ, 5-10 ਸ਼ਬਦਾਂ ਦਾ ਸ਼ਬਦ ਭੰਡਾਰ ਰੱਖ ਸਕਦਾ ਹੈ।
* ਸਰੀਰ ਦੇ ਇਕ ਜਾਂ ਵੱਧ ਅੰਗਾਂ ਨੂੰ ਪਛਾਣਦਾ ਹੈ।
* ਗਿੱਲੀ ਨਿਕਰ ਵੱਲ ਇਸ਼ਾਰਾ ਕਰਦਾ ਹੈ।
* ਘਰੇਲੂ ਸਾਂਗ : ਸਾਦੀਆਂ ਕ੍ਰਿਆਵਾਂ ਦੀ ਨਕਲ ਕਰਦਾ ਹੈ ਜਿਵੇਂ ਪੜ੍ਹਨਾ, ਫਰਸ਼ ਤੇ ਝਾੜੂ ਲਾਉਣਾ ਜਾਂ ਭਾਂਡੇ ਧੋਣਾ।

ਤੁਹਾਡਾ 'ਨਿੱਕਾ ਪਰਛਾਵਾਂ' ਹੁਣ ਹਰ ਵੇਲੇ ਤੁਹਾਡੇ ਨਾਲ ਰਹਿੰਦਾ ਹੈ, ਅਤੇ ਸੱਚੇ ਪਰਛਾਵੇਂ ਵਾਂਗ ਤੁਹਾਡੀਆਂ ਹਰਕਤਾਂ ਦੀ ਨਕਲ ਕਰਦਾ ਹੈ। ਉਹ ਕਿਤਾਬ, ਝਾੜੂ ਜਾਂ ਭਾਂਡੇ ਬਿਲਕੁਲ ਤੁਹਾਡੇ ਵਾਂਗ ਹੀ ਚੁੱਕਦਾ ਹੈ। ਉਹ ਕੱਪੜੇ ਧੋਂਦਾ ਹੈ, ਬੂਟਿਆਂ ਨੂੰ ਪਾਣੀ ਦਿੰਦਾ ਹੈ, ਫਰਸ਼ ਤੇ ਝਾੜੂ ਲਾਉਂਦਾ ਹੈ ਅਤੇ ਸਾਰੇ ਘਰ ਵਿਚ ਆਮ ਕਰਕੇ ਤੁਹਾਡੀ ਮੱਦਦ ਕਰਦਾ ਹੈ। ਤੁਹਾਨੂੰ ਆਪਣੀ ਮੱਦਦ ਕਰਦੇ ਨੂੰ ਉਸਨੂੰ ਬਰਦਾਸ਼ਤ ਕਰਨਾ ਚਾਹੀਦਾ ਹੈ ਭਾਵੇਂ ਕਿ ਇਸ ਨਾਲ ਲਾਜ਼ਮੀ ਤੌਰ 'ਤੇ ਤੁਹਾਡਾ ਕੰਮ ਸੁਸਤ ਹੁੰਦਾ ਹੋਵੇ। ਤੁਹਾਡਾ ਨਿੱਕਚੂ ਤੁਹਾਡੀ ਨਕਲ ਕਰਕੇ ਸਿੱਖ ਰਿਹਾ ਹੈ।

ਹੁਣ ਤੁਸੀਂ ਅਤੇ ਤੁਹਾਡਾ ਬੱਚਾ ਚੰਗੇ ਦੋਸਤ ਬਣ ਸਕਦੇ ਹੋ। ਆਪਣੇ ਬੱਚੇ ਨਾਲ ਰੰਗ ਭਰੋ, ਕਹਾਣੀਆਂ ਪੜ੍ਹੋ ਅਤੇ ਜਾਣੂ ਚੀਜਾਂ ਵੱਲ ਸੰਕੇਤ ਕਰੋ। ਹਮੇਸ਼ਾ ਆਪਣੇ ਬੱਚੇ ਨੂੰ ਸੁਣੋ ਅਤੇ ਉਸ ਵੱਲ ਧਿਆਨ ਦਿਉ। ਜਿਹੜਾ ਬੱਚਾ ਆਪਣੀ ਗਿੱਲੀ ਨਿੱਕਰ ਵੱਲ ਸੰਕੇਤ ਕਰੇ ਉਸ ਨੂੰ ਦਾਦ ਦਿਉ, ਇਸ ਨਾਲ ਇਹੀ ਗੱਲ ਹੋਰ ਮਜ਼ਬੂਤ ਹੁੰਦੀ ਹੈ।

ਅਠਾਰਾਂ ਤੋਂ ਚੌਵੀ ਮਹੀਨੇ

* ਹਰੇਕ ਪੌੜੀ ਤੇ ਦੋਵੇਂ ਪੈਰਾਂ ਨਾਲ ਪੌੜੀਆਂ ਚੜ੍ਹਦਾ ਤੇ ਉੱਤਰਦਾ ਹੈ।
* ਛੇ ਕਿਊਬਾਂ ਦਾ ਮੀਨਾਰ ਬਣਾਉਂਦਾ ਹੈ।
* ਇਕ ਵੇਲੇ ਕਿਤਾਬ ਦਾ ਇਕ ਸਫਾ ਪਰਤਦਾ ਹੈ।
* ਦੋ ਵੱਖਰੇ ਸ਼ਬਦਾਂ ਨੂੰ ਜੋੜ ਸਕਦਾ ਹੈ ਜਿਵੇਂ 'ਬਿਸਕੁਟ ਦਿਉ', 'ਬਾਲ ਖੇਡੋ'।
* ਬੂਟ ਅਤੇ ਜ਼ੁਰਾਬਾਂ ਲਾਹ ਲੈਂਦਾ ਹੈ।
* ਸ਼ੀਸ਼ੇ ਜਾਂ ਤਸਵੀਰ ਵਿਚ ਖੁਦ ਨੂੰ ਜਾਣਦਾ ਹੈ। ਇਸ ਤਰ੍ਹਾਂ ਦੇ ਸ਼ਬਦ ਵਰਤਦਾ ਹੈ ਜਿਵੇਂ ਮੈਂ, ਮੇਰਾ ਅਤੇ ਤੁਹਾਡਾ।
* ਸੰਗੀਤ ਤੇ ਹਿੱਲਣਾ ਪਸੰਦ ਕਰਦਾ ਹੈ।
* ਬੱਚਿਆਂ ਕੋਲ ਖੇਡੇਗਾ ਪਰ ਹੋਰ ਬੱਚਿਆਂ ਨਾਲ ਨਹੀਂ।
* ਟਾਇਲਟ ਵਰਤਣ ਵਿਚ ਕੁਝ ਦਿਲਚਸਪੀ ਦਿਖਾ ਸਕਦਾ ਹੈ। ਦਿਨੇ ਸੁੱਕਾ ਰਹਿੰਦਾ ਹੈ।

ਤੁਹਾਡੀ 'ਖੁਸ਼ੀਆਂ ਦੀ ਪੋਟਲੀ' ਹੁਣ 'ਅਸੀਮ ਊਰਜਾ ਦੀ ਪੋਟਲੀ' ਬਣ ਗਈ ਹੈ ਅਤੇ ਇਸ ਨਾਲ ਸਿੱਝਣਾ ਤੁਹਾਨੂੰ ਜ਼ਰੂਰ ਸਾਹੋ-ਸਾਹ ਕਰ ਦੇਵੇਗਾ। ਤੁਹਾਡਾ ਨਿੱਕਚੂ ਵੱਧ ਅਤੇ ਹੋਰ ਵੱਧੋ ਵੱਧ ਸਵਾਲਾਂ ਨਾਲ ਤੁਹਾਡੇ ਕੋਲ ਆਉਂਦਾ ਰਹੇਗਾ। ਤੁਹਾਨੂੰ ਜਵਾਬ ਜ਼ਰੂਰ ਦੇਣਾ ਚਾਹੀਦਾ ਹੈ ਭਾਵੇਂ ਤੁਹਾਨੂੰ ਜਵਾਬ ਸੁੱਝਦਾ ਵੀ ਨਾ ਹੋਵੇ। ਸਾਫ ਹੈ ਕਿ ਤੁਹਾਡੇ ਬੱਚੇ ਦੇ ਸਾਦੇ ਪਰ ਉਲਝਾਊ ਸਵਾਲ ਤੁਹਾਡੀ ਕਲਪਨਾ ਨੂੰ ਇਸ ਦੀਆਂ ਹੱਦਾਂ ਤੋਂ ਪਰੇ ਤੱਕ ਖਿੱਚਣਗੇ। ਧੀਰਜ ਅਤੇ ਸਮਝ ਤੁਹਾਨੂੰ ਉਭਰਿਆ ਰੱਖੇਗੀ। ਚੇਤੇ ਰੱਖੋ ਕਿ ਤੁਸੀਂ ਬੱਚੇ ਦੇ ਪਹਿਲੇ ਅਧਿਆਪਕ ਹੋ; ਇਸ ਮੌਕੇ ਨੂੰ ਅਣਵਰਤਿਆ ਨਾ ਜਾਣ ਦਿਓ।

ਜਦੋਂ ਵੀ ਸੰਭਵ ਹੋਵੇ ਬੱਚੇ ਨੂੰ ਚੋਣਾਂ ਕਰਨ ਦਿਉ; ਮਿਸਾਲ ਵਜੋਂ ਪੁੱਛੋ, 'ਤੈਨੂੰ ਹਰੀ ਟਾਫੀ ਚਾਹੀਦੀ ਹੈ ਜਾਂ ਲਾਲ?' ਆਪਣੇ ਬੱਚੇ ਲਈ ਸੰਗੀਤ ਵਜਾਓ ਅਤੇ ਸਾਦੀ ਨਾਚ ਵਰਗੀ ਥਿਰਕਣ ਨਾਲ ਉਸ ਦੀ ਮੱਦਦ ਕਰੋ। ਲਗਾਤਾਰ ਗੱਲਾਂ ਕਰਦੇ ਰਹੋ; ਖਿਡੌਣਿਆਂ ਅਤੇ ਘਰੇਲੂ ਚੀਜਾਂ ਦੇ ਨਾਂ ਪੁੱਛੋ, ਜਾਨਵਰਾਂ, ਫਲਾਂ ਤੇ ਫੁੱਲਾਂ ਦੇ ਨਾਂ ਦੱਸੋ। ਟਾਇਲਟ ਵਿਚ ਕੁਝ ਗਲਤੀ ਹੋਣ ਕਰਕੇ ਆਪਣੇ ਬੱਚੇ ਨੂੰ ਸਜ਼ਾ ਨਾ ਦਿਓ। ਇਹ ਮੁਢਲੇ ਦਿਨ ਹੁੰਦੇ ਹਨ; ਹੌਲੀ-ਹੌਲੀ ਬੱਚੇ ਦਾ ਨਿਯੰਤ੍ਰਣ ਬਿਹਤਰ ਹੋਣ ਲੱਗੇਗਾ।

ਚੌਵੀ ਤੋਂ ਛੱਤੀ ਮਹੀਨੇ

* ਛਾਲਾਂ, ਬੱਾਲ ਦੇ ਕਿੱਕ ਮਾਰਦਾ ਹੈ।
* ਤਿੰਨ ਪਹੀਆ ਸਾਈਕਲ ਚਲਾਉਣਾ ਪਸੰਦ ਕਰਦਾ ਹੈ।
* ਇਕ ਪੌੜੀ ਉੱਤੇ ਇਕ-ਇਕ ਪੈਰ ਨਾਲ ਪੌੜੀਆਂ ਚੜ੍ਹਦਾ ਹੈ, ਪਰ

ਉੱਤਰਦਾ ਇਕ ਇਕ ਪੌੜੀ ਤੇ ਦੋਵੇਂ ਪੈਰ ਰੱਖਕੇ ਹੈ।

* ਨੌਂ ਕਿਊਬਾਂ ਦਾ ਮੀਨਾਰ ਬਣਾ ਲੈਂਦਾ ਹੈ।
* ਕਾਟੇ ਅਤੇ ਗੋਲੇ ਦੀ ਨਕਲ ਕਰਦਾ ਹੈ।
* ਪੂਰਾ ਨਾਂ, ਉਮਰ ਅਤੇ ਲਿੰਗ ਜਾਣਦਾ ਹੈ।
* ਗਿਣਤੀ ਅਤੇ ਤੁਕਬੰਦੀ ਦੁਹਰਾਉਂਦਾ ਹੈ।
* ਸੌਣ ਨੂੰ, ਕੁਝ ਭੋਜਨਾਂ ਨੂੰ ਅਤੇ ਸਾਦੀਆਂ ਬੇਨਤੀਆਂ ਨੂੰ ਅਕਸਰ ਨਾਂਹ ਕਹਿੰਦਾ ਹੈ।
* ਕੱਪੜੇ ਪਾਉਣ ਅਤੇ ਲਾਹੁਣ ਵਿਚ ਮੱਦਦ ਕਰਦਾ ਹੈ। ਬੂਟ ਪਹਿਨ ਲੈਂਦਾ ਹੈ (ਫੀਤੇ ਨਹੀਂ ਬੰਨ੍ਹਦਾ)।
* ਹੋਰ ਬੱਚਿਆਂ ਨਾਲ ਖੇਡਦਾ ਹੈ; ਖਿਡੌਣੇ ਵੀ ਸਾਂਝੇ ਕਰ ਸਕਦਾ ਹੈ।
* ਬਹੁਤੀ ਵਾਰੀ ਟਾਇਲਟ ਵਰਤਦਾ ਹੈ। ਰਾਤ ਨੂੰ ਸੁੱਕਾ ਰਹਿੰਦਾ ਹੈ।

ਆਪਣੇ ਬੱਚੇ ਨੂੰ ਸੈਰ ਤੇ ਜਾਂ ਪਾਰਕ ਵਿਚ ਲੈ ਜਾਉ ਅਤੇ ਉਤਾਂਹ ਚੜ੍ਹਨ ਅਤੇ ਫਿਸਲਣ ਵਿਚ ਉਸਦੀ ਮੱਦਦ ਕਰੋ। ਕਦੀ-ਕਦੀ ਬੱਚੇ ਨੂੰ ਨੰਗੇ ਪੈਰ ਖੇਡਣ ਅਤੇ ਦੌੜਨ ਦਿਉ। ਬੱਚੇ ਨੂੰ ਰੰਗ, ਚਾਕ ਅਤੇ ਕਰੇਅਨਜ਼ ਵਰਤਣ ਦਿਉ। ਕੁਝ ਬਣਾਉਣ ਲਈ ਬਲਾਕ ਦਿਉ ਅਤੇ ਸਾਦੀਆਂ ਪਹੇਲੀਆਂ ਹੱਲ ਕਰਨ ਲਈ ਦਿਉ।

ਆਪਣੇ ਬੱਚੇ ਨੂੰ ਖੁਦ ਖਾਣਾ, ਕੱਪੜੇ ਲਾਹੁਣਾ ਅਤੇ ਟਾਇਲਟ ਵਰਤਣਾ ਸਿਖਾਉ। ਸਾਰੇ ਬੱਚਿਆਂ ਨੇ ਪਾਣੀ ਨਾਲ ਖੇਡਣਾ ਹੁੰਦਾ ਹੈ ਉਨ੍ਹਾਂ ਨੂੰ ਆਪਣਾ ਮਜ਼ਾ ਲੁੱਟਣ ਦਿਉ। ਇਹ ਯਕੀਨੀ ਬਣਾਉ ਕਿ ਤੁਹਾਡਾ ਬੱਚਾ ਹੋਰ ਬੱਚਿਆਂ ਨਾਲ ਖੇਡੇ।

'ਟੈਰੀਬਲ ਟੀਨਜ਼' ਬਾਰੇ ਤਾਂ ਅਸੀਂ ਸਾਰੇ ਹੀ ਜਾਣਦੇ ਹਾਂ ਪਰ ਕੀ ਤੁਸੀਂ 'ਟੈਰੀਬਲ ਟੂਜ਼' ਬਾਰੇ ਸੁਣਿਆ ਹੈ, ਇਹ ਛੋਟੂ ਸੌਣ ਲਈ, ਭੋਜਨ ਲਈ ਅਤੇ ਤੁਹਾਡੀਆਂ ਹੋਰ ਸਾਦੀਆਂ ਬੇਨਤੀਆਂ ਲਈ ਉਹੀ ਨਾਂਹ ਕਰੇਗਾ। ਇਸ ਪੜਾਅ ਦੌਰਾਨ ਚੀਜ਼ਾਂ ਬਾਰੇ ਬੱਚਿਆਂ ਦੀਆਂ ਨਿਸ਼ਚਿਤ ਰਾਵਾਂ ਹੁੰਦੀਆਂ ਹਨ ਅਤੇ ਉਹ ਅਕਸਰ ਤੁਹਾਡੇ ਨਾਲ ਅਸਹਿਮਤ ਹੋ ਸਕਦੇ ਹੈ। ਇਹ ਬੜਾ ਆਮ ਹੁੰਦਾ ਹੈ ਇਸ ਕਰਕੇ ਮਾਯੂਸ ਨਾ ਹੋਵੋ। ਉਹ ਬਦਮਿਜਾਜ਼ ਜਾਂ ਖਰ੍ਹਵੇ ਹੋਣ ਦੀ ਕੋਸ਼ਿਸ਼ ਨਹੀਂ ਕਰ ਰਹੇ; ਉਨ੍ਹਾਂ ਨੂੰ ਪਤਾ ਲੱਗਣ ਦੀ ਲੋੜ ਹੈ ਕਿ ਉਨ੍ਹਾਂ ਦੇ ਅਹਿਸਾਸਾਂ ਦੀ ਵੀ ਵੁਕਤ ਹੈ ਅਤੇ ਕਿ ਉਹ ਵੀ ਪਰਿਵਾਰ ਦਾ ਇਕ ਅਹਿਮ ਹਿੱਸਾ ਹਨ।

ਤਿੰਨ ਤੋਂ ਚਾਰ ਸਾਲ

* ਹਰ ਪੌੜੀ ਤੇ ਇਕ-ਇਕ ਪੈਰ ਰੱਖਕੇ ਪੌੜੀਆਂ ਉਤਰਦਾ ਹੈ, ਸੰਤੁਲਨ ਵਧੀਆ ਹੈ।
* ਵੱਡੀ ਬੱਾਲ ਫੜ ਲੈਂਦਾ ਹੈ।
* ਵਰਗ ਅਤੇ ਵੱਡੇ ਅੱਖਰਾਂ ਦੀ ਨਕਲ ਕਰਦਾ ਹੈ।

* ਸਰੀਰ ਦੇ ਚਾਰ ਅੰਗਾਂ ਨਾਲ ਮਨੁੱਖ ਦਾ ਚਿੱਤਰ ਬਣਾਉਂਦਾ ਹੈ।
* 1-10 ਤੱਕ ਗਿਣਤੀ ਗਿਣ ਸਕਦਾ ਹੈ।
* ਦੋਹਾਂ ਵਿੱਚੋਂ ਲੰਬੀ ਰੇਖਾ ਦੱਸਦਾ ਹੈ।
* ਸਵੈ-ਸਹਾਇਤਾ ਕੁਸ਼ਲਤਾਵਾਂ ਦਰਸਾਉਂਦਾ ਹੈ; ਖੁਦ ਨਹਾਉਂਦਾ ਅਤੇ ਪੂੰਝਦਾ ਹੈ, ਦੰਦ ਸਾਫ ਕਰਦਾ ਹੈ।
* ਕਈ ਬੱਚਿਆਂ ਨਾਲ ਖੇਡਦਾ ਹੈ।
* ਇਕੱਲਾ ਟਾਇਲਟ ਜਾਂਦਾ ਹੈ।
* ਕਹਾਣੀਆਂ ਸੁਣਾਉਂਦਾ ਹੈ।

ਤੁਹਾਡੇ ਬੱਚੇ ਦਾ ਦਿਮਾਗ ਤੇਜੀ ਨਾਲ ਪ੍ਰੌੜ੍ਹ ਹੋ ਰਿਹਾ ਹੈ ਅਤੇ ਵਿਚਾਰਾਂ ਤੇ ਸਵਾਲਾਂ ਨਾਲ ਭਰਿਆ ਪਿਆ ਹੈ। ਸਭ ਕਾਸੇ ਬਾਰੇ ਤੁਹਾਨੂੰ ਦੱਸਣ ਦੀ ਕਾਹਲੀ ਵਿਚ ਬੱਚਾ ਸ਼ਬਦਾਂ ਵਿਚ ਥਿੜ੍ਹਕ ਸਕਦਾ ਹੈ। ਚਿੰਤਾ ਨਾ ਕਰੋ ਇਹ ਵੀ ਬੜਾ ਆਮ ਹੈ।

ਬੋਲਣ ਦੇ ਵਿਕਾਸ ਵਿਚ ਦੇਰ ਦਾ ਨਿਦਾਨ ਉਦੋਂ ਹੀ ਕੀਤਾ ਜਾਂਦਾ ਹੈ ਜਦੋਂ ਚਾਰ ਸਾਲ ਦੀ ਉਮਰ ਤੱਕ ਵੀ ਬੱਚਾ ਅਰਥ ਭਰਪੂਰ ਬੋਲਣ ਦੇ ਚਿੰਨ੍ਹ ਨਹੀਂ ਦਰਸਾਉਂਦਾ। ਕੁੜੀਆਂ ਮੁੰਡਿਆਂ ਨਾਲੋਂ ਛੇਤੀ ਬੋਲਦੀਆਂ ਹਨ। ਤੰਦੂਏ ਨੂੰ ਕਦੀ ਵੀ ਦੇਰ ਨਾਲ ਬੋਲਣ ਦਾ ਕਾਰਨ ਨਹੀਂ ਸਮਝਿਆ ਜਾਣਾ ਚਾਹੀਦਾ, ਹਾਲਾਂਕਿ ਕਈ ਵਾਰੀ ਕੁਝ ਅੱਖਰਾਂ ਦੇ ਉਚਾਰਣ ਵਿਚ ਮੁਸ਼ਕਲ ਲਈ ਇਹ ਜ਼ਿੰਮੇਵਾਰ ਹੋ ਸਕਦਾ ਹੈ।

ਜੇਕਰ ਤੁਹਾਡਾ ਬੱਚਾ ਤੁਹਾਨੂੰ ਕਿਸੇ ਖਾਸ ਖੇਤਰ ਵਿਚ ਹੋਰ ਬੱਚਿਆਂ ਨਾਲੋਂ ਪਿੱਛੇ ਲੱਗਦਾ ਹੈ ਤਾਂ ਚਿੰਤਾ ਨਾ ਕਰੋ। ਇਸ ਪੜਾਅ ਤੇ, ਬੱਚਿਆਂ ਵਿਚ ਤੇਜੀ ਨਾਲ ਤਬਦੀਲੀਆਂ ਹੁੰਦੀਆਂ ਹਨ ਅਤੇ ਜਿਹੜੀ ਕੁਸ਼ਲਤਾ ਉਸ ਵਿਚ ਇਕ ਮਹੀਨੇ ਵਿਚ ਨਾ ਹੋਵੇ ਉਹ ਅਗਲੇ ਮਹੀਨੇ ਪ੍ਰਗਟ ਹੋ ਸਕਦੀ ਹੈ।

ਸਾਰੇ ਬੱਚੇ ਲੁਕਣ ਮੀਟੀ ਖੇਡਣੀ ਪਸੰਦ ਕਰਦੇ ਹਨ, ਪਰ ਅੜੌਣੀਆਂ ਹੱਲ ਕਰਨ ਤੋਂ ਵੀ ਉਨ੍ਹਾਂ ਨੂੰ ਉਜਰ ਨਹੀਂ ਹੁੰਦਾ, ਮਿਸਾਲ ਵਜੋਂ, ਆਪਣੇ ਬੱਚੇ ਨੂੰ ਪੁੱਛੋ; ਉਹ ਕਿਹੜੀ ਗੋਲ, ਪੀਲੀ ਚੀਜ਼ ਹੈ ਜਿਹੜੀ ਦਿਨੇ ਦਿਖਦੀ ਹੈ?' ਆਪਣੇ ਬੱਚੇ ਨਾਲ ਖੇਡਦੇ ਹੋਏ ਵੱਡੇ/ਛੋਟੇ, ਲੰਬੇ/ਮਧਰੇ, ਨੇੜੇ//ਦੂਰ ਅਤੇ ਚਾਲੂ/ਬੰਦ ਦੇ ਸੰਕਲਪਾਂ ਨੂੰ ਵਿਕਸਿਤ ਕਰਨ ਦੀ ਕੋਸ਼ਿਸ਼ ਕਰੋ।

ਹੱਥ-ਕੁਸ਼ਲਤਾਵਾਂ ਵਿਕਸਿਤ ਕਰਨ ਲਈ ਆਪਣੇ ਬੱਚੇ ਨੂੰ ਰਸਾਲਿਆਂ ਅਤੇ ਅਖਬਾਰਾਂ ਵਿੱਚੋਂ ਤਸਵੀਰਾਂ ਕੱਟਣ ਦਿਉ। ਆਪਣੇ ਬੱਚੇ ਨੂੰ ਭਿੰਨ ਥਾਵਾਂ ਤੇ ਲੈ ਜਾਉ ਜਿਵੇਂ ਲਾਇਬਰੇਰੀ, ਐਕੁਏਰੀਅਮ ਜਾਂ ਚਿੜੀਆਘਰ। ਮੌਕੇ ਤੇ ਹੀ ਸਿੱਖਣ ਦਾ ਕੋਈ ਬਦਲ ਨਹੀਂ ਹੁੰਦਾ। ਆਪਣੇ ਬੱਚੇ ਨੂੰ ਸਵਾਲ ਪੁੱਛਣ ਲਈ ਉਤਸ਼ਾਹਿਤ ਕਰੋ ਅਤੇ ਠੀਕ ਜਵਾਬ ਦੇਣ ਦੀ ਕੋਸ਼ਿਸ਼ ਕਰੋ।

ਚਾਰ ਤੋਂ ਪੰਜ ਸਾਲ

* ਰੱਸੀ ਟੱਪਦਾ ਹੈ, ਟਪੂਸੀਆਂ ਮਾਰਦਾ ਹੈ, ਝੂਟਦਾ ਹੈ, ਉਤਾਂਹ ਚੜ੍ਹਦਾ ਹੈ।
* ਤਿਕੋਣ ਵਾਹ ਲੈਂਦਾ ਹੈ।
* ਆਪੀ ਪੂਰਾ ਤਿਆਰ ਹੋ ਜਾਂਦਾ ਹੈ, ਬੂਟਾਂ ਦੇ ਤਸਮੇ ਬੰਨ੍ਹ ਲੈਂਦਾ ਹੈ, ਵਾਲਾਂ ਨੂੰ ਕੰਘੀ ਕਰ ਲੈਂਦਾ ਹੈ।
* ਪੂਰੇ ਵਾਕ ਵਰਤਦਾ ਹੈ, ਲੰਬੀਆਂ ਕਹਾਣੀਆਂ ਸੁਣਾਉਂਦਾ ਹੈ।
* ਆਉਂਦੇ ਕੱਲ੍ਹ, ਬੀਤੇ ਕੱਲ੍ਹ, ਅਗਲੇ ਸਾਲ ਦੀ ਸਮਝ ਦਰਸਾਉਂਦਾ ਹੈ।
* ਪੈਸੇ, ਉਪਕਰਣਾਂ ਬਾਰੇ ਜਾਣਦਾ ਹੈ।
* ਹੋਰ ਬੱਚਿਆਂ ਨਾਲ ਖੇਡਾਂ ਖੇਡਣ ਵੇਲੇ ਨਿਯਮਾਂ ਤੇ ਸਹਿਮਤੀ ਦਿਖਾਉਂਦਾ ਹੈ।
* ਗਾਉਣਾ, ਨੱਚਣਾ ਅਤੇ ਅਦਾਕਾਰੀ ਕਰਨਾ ਪਸੰਦ ਕਰਦਾ ਹੈ।
* ਮੁੰਡਿਆਂ ਅਤੇ ਕੁੜੀਆਂ ਵਿਚਕਾਰ ਜਿਸਮਾਨੀ ਫਰਕ ਵਿਚ ਦਿਲਚਸਪੀ ਲੈਂਦਾ ਹੈ।
* ਵਧੇਰੇ ਸਵੈ-ਨਿਰਭਰਤਾ ਦਰਸਾਉਂਦਾ ਹੈ ਅਤੇ ਗਵਾਂਢੀ ਕੋਲ ਇਕੱਲਾ ਹੀ ਜਾ ਸਕਦਾ ਹੈ।

ਸਵੈ-ਨਿਰਭਰ ਤੌਰ 'ਤੇ ਕੰਮ ਕਰਨ ਲਈ ਬੱਚਾ ਖੁਦ ਵਿਚ ਭਰੋਸਾ ਮਹਿਸੂਸ ਕਰਦਾ ਹੋਣਾ ਚਾਹੀਦਾ ਹੈ। ਆਪਣੇ ਬੱਚੇ ਨੂੰ ਆਪਣੇ ਕੱਪੜੇ ਚੁਣਨ ਦਿਉ, ਨਿੱਕੇ ਮੋਟੇ ਘਰ ਦੇ ਕੰਮਕਾਰ ਦਿਉ, ਅਤੇ ਉਸ ਵਿਚ ਦਿਲਚਸਪੀ ਦਿਖਾਉ ਜੋ ਤੁਹਾਡੇ ਬੱਚੇ ਨੇ ਤੁਹਾਨੂੰ ਦੱਸਣਾ ਹੈ। ਹੁਣ ਤੁਹਾਡਾ ਬੱਚਾ ਹੋਰ ਬੱਚਿਆਂ ਨਾਲ ਖੇਡਣ ਵਿਚ ਵਧੇਰੇ ਰੁਚੀ ਲੈਂਦਾ ਹੈ, ਪਰ ਹੋਰ ਨਾਲ ਕਿਵੇਂ ਨਿਭਾਉਣਾ ਹੈ ਅਤੇ ਲੈਣਾ ਅਤੇ ਦੇਣਾ ਕਿਵੇਂ ਕਰਨਾ ਹੈ ਇਹ ਸਿੱਖਣ ਲਈ ਬੱਚੇ ਨੂੰ ਅਜੇ ਤੁਹਾਡੀ ਮੱਦਦ ਦੀ ਲੋੜ ਹੈ। ਤੁਸੀਂ ਆਪਣੇ ਬੱਚੇ ਨੂੰ ਦੁਨੀਆ ਬਾਰੇ ਸਾਦੇ ਅਤੇ ਦਿਆਨਤਦਾਰ ਢੰਗ ਨਾਲ ਜਿੰਨਾ ਦੱਸ ਸਕਦੇ ਹੋ ਦੱਸੋ।

ਉਕਤ ਦੱਸੇ ਵਿਕਾਸ ਮੀਲ-ਪੱਥਰਾਂ ਵਿਚ ਸਿਰਫ ਮੋਕਲੀਆਂ ਜਿਹੀਆਂ ਅਗਵਾਈ ਲੀਹਾਂ ਹਨ ਅਤੇ ਕੋਈ ਫਰਕ ਇਕ ਨਿਯਮ ਹੈ ਨਾ ਕਿ ਅਪਵਾਦ। ਬੱਚੇ ਆਪਣੇ ਢੰਗ ਨਾਲ ਵਿਕਸਿਤ ਹੁੰਦੇ ਹਨ ਅਤੇ ਭਿੰਨ ਬੱਚੇ ਇਹੀ ਮੀਲ-ਪੱਥਰ ਭਿੰਨ ਉਮਰਾਂ ਵਿਚ ਪ੍ਰਾਪਤ ਕਰ ਸਕਦੇ ਹਨ। ਕੁਝ ਬੱਚੇ ਉਤਾਂਹ ਚੜ੍ਹਨ ਅਤੇ ਛਾਲਾਂ ਮਾਰਨ ਵਿਚ ਬਿਹਤਰ ਹੁੰਦੇ ਹਨ; ਹੋਰ ਰੇਖਾ-ਚਿੱਤਰਾਂ ਅਤੇ ਸੰਗੀਤ ਵਿਚ ਬਿਹਤਰ ਹੁੰਦੇ ਹਨ। ਤੁਹਾਡੇ ਬੱਚੇ ਵਿਚ ਭਾਵੇਂ ਖੇਡਣ ਵਾਲਾ ਰੌਅ ਨਾ ਹੋਵੇ ਪਰ ਉਹ ਅੜਾਉਣੀਆਂ ਅਤੇ ਗਣਿਤ ਦੇ ਸਵਾਲ ਹੱਲ ਕਰਨ ਵਿਚ ਬਹੁਤ ਵਧੀਆ ਹੋ ਸਕਦਾ ਹੈ।

ਜੇਕਰ ਇਕ ਬਾਲ ਨੂੰ ਛੇ ਮਹੀਨੇ ਦੀ ਉਮਰ ਤੱਕ ਨੇੜਿਉਂ ਦੇਖਿਆ, ਘੋਖਿਆ ਅਤੇ ਜਾਂਚਿਆ ਨਹੀਂ ਜਾਂਦਾ ਤਾਂ ਵਿਕਾਸ ਮੰਦਬੁੱਧਤਾ ਦਾ ਸਹੀ ਨਿਦਾਨ ਕਰਨਾ ਸੰਭਵ ਹੀ ਨਹੀਂ। ਆਮ ਕਰਕੇ, ਬਚਪਨ ਵਿਚ ਤੇਜ ਵਿਕਾਸ ਖਾਸ ਤੌਰ ਤੇ ਸਮਾਜਕ, ਗ੍ਰਹਿਣ ਕੀਤਾ ਅਤੇ ਭਾਸ਼ਾਈ, ਬਾਦ ਦੇ ਜੀਵਨ ਵਿਚ ਉੱਤਮ ਬੁੱਧੀ ਨਾਲ ਸਬੰਧਤ ਹੈ। ਐਪਰ, ਬਾਲਪਣ ਦੌਰਾਨ ਮਨੋਵਿਗਿਆਨਕ ਲੱਛਣਾਂ ਦੇ ਆਧਾਰ ਤੇ ਬੱਚੇ ਦੀ ਭਵਿੱਖੀ ਸ਼ਖਸੀਅਤ ਦੀ ਸਹੀ ਪੇਸ਼ੀਨਗੋਈ ਕਰਨੀ ਔਖੀ ਹੀ ਹੈ।

ਅਖੀਰ ਵਿਚ, ਜੇ ਤੁਸੀਂ ਦੇਖਦੇ ਹੋ ਕਿ ਤੁਹਾਡਾ ਨਿੱਕਾ ਪਰਛਾਵਾਂ ਹੁਣ ਤੁਹਾਡੇ ਨਾਲ ਨਹੀਂ ਹੈ; ਤਾਂ ਤੁਸੀਂ ਆਪਣੇ ਸ਼ੁਰੂਆਤੀ ਹੰਭਲੇ ਵਿਚ ਸਫਲ ਰਹੇ ਹੋ। ਮੁਬਾਰਕਾਂ! ਤੁਹਾਡੇ ਬੱਚੇ ਨੇ ਮੌਕੇ ਦੇ ਵਿਸ਼ਾਲ ਸੰਸਾਰ ਵਿਚ ਪਹਿਲਾ ਕਦਮ ਪੁੱਟ ਲਿਆ ਹੈ।

ਮਾਪਿਆਂ ਲਈ ਤੱਥ

* ਬਹੁਤੇ ਨਵਜਨਮੇਂ ਬਾਲਾਂ ਦਾ ਵਜ਼ਨ ਪਹਿਲੇ ਕੁਝ ਦਿਨਾਂ ਦੌਰਾਨ ਘਟ ਜਾਂਦਾ ਹੈ, ਪਰ ਮਗਰੋਂ ਉਨ੍ਹਾਂ ਦਾ ਵਜ਼ਨ ਵਧਣਾ ਸ਼ੁਰੂ ਹੋ ਜਾਂਦਾ ਹੈ ਅਤੇ ਸੱਤ ਦਿਨ ਦੀ ਉਮਰ ਤੱਕ ਉਨ੍ਹਾਂ ਦਾ ਉਹੀ ਵਜ਼ਨ ਹੋ ਜਾਂਦਾ ਹੈ ਜਿਹੜਾ ਉਨ੍ਹਾਂ ਦੇ ਜਨਮ ਵੇਲੇ ਸੀ।
* ਆਪਣੇ ਜੀਵਨ ਦੇ ਪਹਿਲੇ ਸਾਲ ਦੌਰਾਨ ਬਾਲ ਦਾ ਵਜ਼ਨ ਇਸ ਦੇ ਜਨਮ ਨਾਲੋਂ ਤਿੱਗਣਾ ਹੋ ਜਾਂਦਾ ਹੈ ਯਾਨੀ, ਤਿੰਨ ਕਿਲੋ ਵਜ਼ਨ ਵਾਲੇ ਨਵਜਨਮੇਂ ਦਾ ਵਜ਼ਨ ਸਾਲ ਬਾਅਦ 9 ਕਿਲੋ ਹੋਣਾ ਚਾਹੀਦਾ ਹੈ। ਇਹ ਜ਼ਿੰਦਗੀ ਵਿਚ ਫੇਰ ਕਦੀ ਨਹੀਂ ਵਾਪਰਦਾ, ਇਸ ਕਰਕੇ ਇਸ ਵਿਲੱਖਣ ਮੌਕੇ ਤੋਂ ਉਕੋ ਨਾ।
* ਜੀਵਨ ਦੇ ਪਹਿਲੇ ਸਾਲ ਦੌਰਾਨ, ਪਹਿਲੀ ਤਿਮਾਹੀ ਵਿਚ ਵਜ਼ਨ ਵਾਧਾ ਔਸਤ 30 ਗ੍ਰਾਮ ਰੋਜ਼ਾਨਾ, ਦੂਜੀ ਤਿਮਾਹੀ ਵਿਚ 20 ਗ੍ਰਾਮ, ਅਤੇ ਤੀਜੀ ਤਿਮਾਹੀ ਵਿਚ 10 ਗ੍ਰਾਮ ਹੁੰਦਾ ਹੈ। ਜੇਕਰ ਤੁਹਾਡੇ ਬੱਚੇ ਦਾ ਵਜ਼ਨ ਪਹਿਲੇ ਚਾਰ ਮਹੀਨਿਆਂ ਦੌਰਾਨ 900 ਗ੍ਰਾਮ ਪ੍ਰਤੀ ਮਹੀਨਾ ਵਧਦਾ ਹੈ, ਤਾਂ ਤੁਹਾਨੂੰ ਖੁਸ਼ ਹੋਣਾ ਚਾਹੀਦਾ ਹੈ, ਪਰ ਜੇਕਰ ਵਜ਼ਨ ਵਾਧਾ 9ਵੇਂ ਤੋਂ 12ਵੇਂ ਮਹੀਨੇ ਤੱਕ ਸਿਰਫ 300 ਗ੍ਰਾਮ ਪ੍ਰਤੀ ਮਹੀਨਾ ਦਾ ਹੋਵੇ ਤਾਂ ਵੀ ਤੁਹਾਨੂੰ ਚਿੰਤਾ ਕਰਨ ਦੀ ਲੋੜ ਨਹੀਂ।
* 4 ਤੋਂ 12 ਸਾਲ ਵਿਚਕਾਰ ਔਸਤ ਵਜ਼ਨ ਵਾਧਾ ਕਰੀਬ 2 ਕਿਲੋ ਪ੍ਰਤੀ ਸਾਲ ਹੁੰਦਾ ਹੈ। ਇਸ ਪੜਾਅ ਦੌਰਾਨ ਬਹੁਤੀਆਂ ਮਾਵਾਂ ਬੱਚਿਆਂ ਦੀ ਭੁੱਖ ਅਤੇ ਵਜ਼ਨ ਵਾਧੇ ਬਾਰੇ ਬਹੁਤੀ ਹੀ ਅਤੇ ਫਿਜ਼ੂਲ ਚਿੰਤਾ ਕਰਦੀਆਂ ਰਹਿੰਦੀਆਂ ਹਨ।
* ਜਨਮ ਵੇਲੇ ਬੱਚੇ ਦੀ ਲੰਬਾਈ ਕਰੀਬ 50 ਸੈਂ.ਮੀ. ਹੁੰਦੀ ਹੈ। ਕੱਦ ਪਹਿਲੇ

ਸਾਲ 25 ਸੈਂ.ਮੀ. ਦੂਜੇ ਸਾਲ ਦੌਰਾਨ 12.5 ਸੈਂ.ਮੀ., ਤੀਜੇ ਸਾਲ ਵਿਚ 7.5-10 ਸੈਂ.ਮੀ. ਵਧਦਾ ਹੈ, ਅਤੇ ਉਸ ਤੋਂ ਬਾਦ ਇਹ 5.0-7.5 ਸੈਂ.ਮੀ. ਪ੍ਰਤੀ ਸਾਲ ਵਿਚਕਾਰ ਕਿਤੇ ਵੀ ਹੋ ਸਕਦਾ ਹੈ, ਜਦੋਂ ਤੱਕ ਕਿਸ਼ੋਰ ਅਵਸਥਾ ਆਉਣ ਤੇ ਵਾਧੇ ਵਿਚ ਉਛਾਲ ਨਹੀਂ ਰੁਕਦਾ।

* ਬੱਚੇ ਦੇ ਬਾਲਗ ਦੇ ਤੌਰ ਤੇ ਅੰਤਮ ਕੱਦ ਦੀ ਪੇਸ਼ੀਨਗੋਈ 4 ਸੈਂ.ਮੀ. ਵੱਧ/ਘੱਟ ਤੱਕ ਦੀ ਉਚਾਈ ਨਾਲ ਕਰਨੀ ਸੰਭਵ ਹੈ। ਟੈਨਰ ਨੇ ਸੁਝਾਇਆ ਹੈ ਕਿ ਬਾਲਗ ਦਾ ਅੰਦਾਜ਼ਨ ਕੱਦ 2 ਸਾਲ ਦੀ ਉਮਰ ਦੇ ਕੱਦ ਦਾ ਕਰੀਬ ਦੁੱਗਣਾ ਜਾਂ 3 ਸਾਲ ਦੇ ਕੱਦ ਦਾ 1.87 ਗੁਣਾ ਹੁੰਦਾ ਹੈ।

2.

ਕੋਈ ਵੀ ਨਹੀਂ ਤੋਂ ਕੋਈ

ਇਸ ਦੁਨੀਆ ਵਿਚ ਪੈਦਾ ਹੋਇਆ ਹਰੇਕ ਬੱਚਾ ਪ੍ਰਮਾਤਮਾ ਦੀ ਇਕ ਨਵੀਂ ਸੋਚ, ਅਤੇ ਹਮੇਸ਼ਾ ਤਰੋ-ਤਾਜ਼ਾ ਅਤੇ ਅਲੌਕਿਕ ਸੰਭਾਵਨਾ ਹੈ।

-ਕੈਟੇ ਡਗਲਸ ਵਿੱਗਿਨ

ਹੱਥ ਅਤੇ ਸਰੀਰ ਦੇ ਤਾਲ-ਮੇਲ ਭਾਸ਼ਾਈ ਕਾਬਲੀਅਤਾਂ ਅਤੇ ਸਮਾਜਕ ਕੁਸ਼ਲਤਾਵਾਂ ਦੀ ਪ੍ਰਾਪਤੀ ਨਾਲ ਬੱਚੇ ਦੀ ਸ਼ਖਸੀਅਤ ਦੇ ਵਿਕਾਸ ਲਈ ਲੋੜੀਂਦਾ ਬੁਨਿਆਦੀ ਅੰਦਰੂਨੀ ਢਾਂਚਾ ਤਿਆਰ ਹੈ। ਬੱਚੇ ਦੀ ਸ਼ਖਸੀਅਤ ਤਿੰਨ ਮੁੱਖ ਨਿਰਧਾਰਕਾਂ ਦੀ ਜਟਿਲ ਆਪਸੀ ਕ੍ਰਿਆ ਦਾ ਅੰਤਮ ਸਿੱਟਾ ਹੈ-

* ਵਿਰਾਸਤ
* ਵਾਤਾਵਰਣ
* ਸਵੈ-ਬੋਧ

ਵਿਰਾਸਤ

ਆਉ ਆਪਾਂ ਤੁਹਾਡੀ 'ਖੁਸ਼ੀਆਂ ਦੀ ਪੋਟਲੀ' ਅਤੇ ਉਨ੍ਹਾਂ ਆਨੰਦ ਮਈ ਦਿਨਾਂ ਬਾਰੇ ਚੇਤੇ ਕਰੀਏ। ਤੁਸੀਂ ਬੜੇ ਵਜਦ ਵਿਚ ਸੀ ਅਤੇ ਸਭ ਕੁਝ ਬੜਾ ਚੰਗਾ ਅਤੇ ਸੋਹਣਾ ਲੱਗਦਾ ਸੀ। ਫੇਰ ਇਕ ਦੇਰ ਰਾਤ ਤੁਹਾਡੇ ਨਿੱਕਚੂ ਨੇ ਅਚਾਨਕ ਤੁਹਾਨੂੰ ਜਗਾਉਣ ਦਾ ਫੈਸਲਾ ਕਰ ਲਿਆ ਅਤੇ ਮਾਪਾ ਹੋਣ ਦਾ ਤੁਹਾਡਾ ਪਹਿਲਾ ਟੈਸਟ ਤੁਹਾਨੂੰ ਪੇਸ਼ ਕਰ ਦਿੱਤਾ। ਇਹ ਬਿਨਾਂ ਰੁਕੇ ਰੋਂਦਾ ਰਿਹਾ, ਇਸ ਨੂੰ ਦੁੱਧ ਨਹੀਂ ਚਾਹੀਦਾ ਸੀ, ਅਤੇ ਇਹ ਗਿੱਲਾ ਵੀ ਨਹੀਂ ਸੀ। ਖੈਰ! ਤੁਸੀਂ ਆਪਣੇ ਬੱਚੇ ਨੂੰ ਗੋਦੀ ਚੁੱਕ ਲਿਆ, ਰੋਣਾ ਬੰਦ ਹੋ ਗਿਆ ਅਤੇ ਦੋ ਨਿੱਕੀਆਂ ਅੱਖਾਂ ਤੁਹਾਡੇ ਚਿਹਰੇ ਤੇ ਟਿਕ ਗਈਆਂ। ਜਿਸ ਪਲ ਤੁਸੀਂ ਇਸਨੂੰ ਪਾਉਣ ਦੀ ਕੋਸ਼ਿਸ਼ ਕੀਤੀ ਇਹ ਫੇਰ

ਚੀਕਾਂ ਮਾਰਨ ਲੱਗਾ।

ਜਦੋਂ ਇਹ ਉੱਠਣਾ, ਰੋਣਾ ਅਤੇ ਕਈ ਘੰਟੇ ਦਾ ਰਾਤ ਨੂੰ ਜਾਗਣਾ ਲਗਾਤਾਰ ਆਧਾਰ ਤੇ ਦੁਹਰਾਇਆ ਜਾਣ ਲੱਗਾ ਤਾਂ ਤੁਹਾਨੂੰ ਚਿੰਤਾ ਹੋਣ ਲੱਗੀ। ਕੀ ਨਿੱਕਚੂ ਠੀਕ ਹੈ? ਕੀ ਇਹ ਸੂਲ ਜਾਂ ਗੈਸ ਹੋ ਸਕਦੀ ਹੈ ਜਿਹੜੀ ਇਸ ਦੀ ਨੀਂਦ ਖਰਾਬ ਕਰ ਰਹੀ ਹੈ? ਕੀ ਮੇਰਾ ਬੱਚਾ ਸਾਧਾਰਨ ਰੂਪ ਵਿਚ ਵਿਕਸਿਤ ਹੋ ਰਿਹਾ ਹੈ?

ਤੁਸੀਂ ਆਪਣੇ ਡਾਕਟਰ ਕੋਲ ਭੱਜੇ; ਤੁਹਾਡੇ ਦਿਮਾਗ ਵਿਚ ਹਲਚਲ ਸੀ। ਇਕ ਸੰਖੇਪ ਜਾਂਚ ਤੋਂ ਬਾਦ ਅਤੇ ਇਕ ਵੱਡੀ ਸਾਰੀ ਮੁਸਕਰਾਹਟ ਨਾਲ ਡਾਕਟਰ ਲੇ ਦੱਸਿਆ ਕਿ ਤੁਹਾਡਾ ਬਾਲ ਪੂਰੀ ਤਰ੍ਹਾਂ ਤੰਦਰੁਸਤ ਹੈ। ਉਸਨੇ ਤੁਹਾਨੂੰ ਕਿਹਾ, ‘ਦਰਅਸਲ ਇਹ ਨਿੱਕਚੂ ਰਾਤ ਨੂੰ ਸੌਣਾ ਹੀ ਨਹੀਂ ਚਾਹੁੰਦਾ। ਤੁਹਾਡੇ ਬਾਲ ਦਾ ਸੌਣ ਦਾ ਤਾਲ-ਰਾਤ ਨੂੰ ਸੌਣ ਅਤੇ ਦਿਨ ਵਿਚ ਜਾਗਦੇ ਰਹਿਣ ਦਾ ਸਾਧਾਰਨ ਨਮੂਨਾ-ਅਜੇ ਸਥਾਪਤ ਹੀ ਨਹੀਂ ਹੋਇਆ।

ਫੇਰ ਤੁਸੀਂ ਆਪਣੀਆਂ ਸਹੇਲੀਆਂ ਦੀ ਲੰਬੀ ਸੂਚੀ ਬਣਾਈ ਜਿਨ੍ਹਾਂ ਦੇ ਬਾਲ-ਜਦੋਂ ਤੋਂ ਉਹ ਜੰਮੇ ਹਨ-ਹਮੇਸ਼ਾ ਲੱਕੜ ਦੇ ਲੱਠੇ ਵਾਂਗ ਸੁੱਤੇ ਰਹਿੰਦੇ ਹਨ। ਤੁਹਾਡਾ ਬੱਚਾ ਫੇਰ ਇਸੇ ਤਰ੍ਹਾਂ ਕਿਉਂ ਨਹੀਂ ਕਰਦਾ? ਇਸ ਸਵਾਲ ਦਾ ਜਵਾਬ ਹੈ; ਬੜੇ ਛੋਟੇ ਬਾਲ ਤੱਕ ਵੀ ਨਾ ਸਿਰਫ ਆਪਣੇ ਵਿਹਾਰ ਵਿਚ ਹੀ ਫਰਕ ਦਰਸਾਉਂਦੇ ਹਨ - ਸੌਣ ਦੇ ਨਮੂਨੇ, ਚੁੰਘਣ ਦੀਆਂ ਆਦਤਾਂ - ਬਲਕਿ ਇਕ ਖਾਸ ਤਰ੍ਹਾਂ ਦੇ ਉਤੇਜਕ ਪ੍ਰਤੀ ਆਪਣੀਆਂ ਪ੍ਰਤੀਕ੍ਰਿਆਵਾਂ ਵਿਚ ਵੀ। ਉਨ੍ਹਾਂ ਵਿਚੋਂ ਕੁਝ ਤਾਂ ਨਿੱਕੇ ਜਿਹੇ ਖੜਾਕ ਨਾਲ ਹੀ ਤ੍ਰਭਕ ਜਾਂਦੇ ਹਨ ਜਾਂ ਰੋਣ ਲੱਗਦੇ ਹਨ ਜਦੋਂ ਧੁੱਪ ਉਨ੍ਹਾਂ ਦੇ ਚਿਹਰੇ ਤੇ ਪੈਂਦੀ ਹੈ; ਹੋਰ ਇਸ ਤਰ੍ਹਾਂ ਦੇ ਉਤੇਜਕ ਪ੍ਰਤੀ ਅਸੰਵੇਦਨਸ਼ੀਲ ਹੀ ਲੱਗਦੇ ਹਨ। ਇਸ ਤਰ੍ਹਾਂ ਜਿਹੜੇ ਹਾਲਾਤ ਇਕ ਬਾਲ ਬਰਦਾਸ਼ਤ ਕਰ ਸਕਦਾ ਹੈ ਹੋਰਾਂ ਲਈ ਪ੍ਰੇਸ਼ਾਨੀ ਬਣ ਸਕਦੇ ਹਨ।

ਪ੍ਰਤੀਕਿਰਿਆਵਾਂ ਅਤੇ ਵਿਹਾਰ ਨਮੂਨਿਆਂ ਵਿਚ ਇਹ ਸਪੱਸ਼ਟ ਫਰਕ ਇਹ ਸੰਕੇਤ ਕਰਦੇ ਹਨ ਕਿ ਖੁਦ ਜਨਮ ਵੇਲੇ ਤੋਂ ਹੀ ਬਾਲਾਂ ਵਿਚ ਭਿੰਨ ਸ਼ਖਸੀਅਤ ਖ਼ਾਸੇ ਮੌਜੂਦ ਹੁੰਦੇ ਹਨ ਅਤੇ ਇਹ ਉਨ੍ਹਾਂ ਦੀ ਭਿੰਨ ਉਤਪੱਤੀ-ਮੂਲਕ ਦੇਣ ਦਾ ਪ੍ਰਗਟਾਵਾ ਹੁੰਦੇ ਹਨ। ਗਰਭ ਧਾਰਨ ਵੇਲੇ ਜਦੋਂ ਮਾਦਾ ਦੇ ਅੰਡਾਣੂ ਦਾ ਨਿਸ਼ੇਚਨ ਨਰ ਦੇ ਅੰਡਜ ਵੱਲੋਂ ਹੁੰਦਾ ਹੈ ਹਰੇਕ ਨਵਾਂ ਮਨੁੱਖ ਉਤਪੱਤੀ-ਮੂਲਕ ਵਿਰਾਸਤ ਪ੍ਰਾਪਤ ਕਰਦਾ ਹੈ ਜਿਹੜਾ ਹੋਰਾਂ ਨਾਲੋਂ ਕੁਝ ਵੱਧ ਖ਼ਾਸਿਆਂ ਦੇ ਵਿਕਾਸ ਨੂੰ ਪ੍ਰਭਾਵਤ ਕਰਦਾ ਹੈ। ਹਾਲਾਂਕਿ ਇਹ ਪ੍ਰਭਾਵ ਜਿਸਮਾਨੀ ਨਖਾਂ-ਸ਼ਿਖਾਂ ਵਿਚ ਵਧੇਰੇ ਪ੍ਰਤੱਖ ਹੁੰਦਾ ਹੈ ਜਿਵੇਂ : ਅੱਖਾਂ ਅਤੇ ਵਾਲਾਂ ਦਾ ਰੰਗ, ਨੱਕ ਦਾ ਆਕਾਰ, ਕੱਦ-ਕਾਠੀ ਅਤੇ ਰੰਗ-ਰੂਪ, ਇਹ ਪ੍ਰਤਿਕ੍ਰਿਆ ਪ੍ਰਵਿਰਤੀਆਂ ਅਤੇ ਵਿਭਿੰਨ ਹਾਲਾਤ ਪ੍ਰਤੀ ਸੰਵੇਦਨਸ਼ੀਲਤਾ ਵਿਚ ਪ੍ਰਭਾਵੀ ਭੂਮਿਕਾ ਨਿਭਾਉਂਦਾ ਲੱਗਦਾ ਹੈ। ਉਸੇ ਤਰ੍ਹਾਂ ਦੇ ਉਤੇਜਕ ਪ੍ਰਤੀ ਵੱਖਰੇ ਰੂਪ ਵਿਚ ਪ੍ਰਤੀਕ੍ਰਿਆ ਕਰਨ ਦਾ ਇਹ ਰੁਝਾਨ ਬਾਲਪਣ ਤੋਂ ਬਾਲਿਗ ਹੋਣ ਤੱਕ ਨਾਲ ਜਾਂਦਾ ਹੈ।

ਵਾਤਾਵਰਣ

ਬੱਚੇ ਵੱਲੋਂ ਵਿਰਸੇ ਵਿਚ ਲਈ ਗਈ ਮੂਲ ਸ਼ਖਸੀਅਤ ਉਤੇ ਵਾਤਾਵਰਣ ਬਹੁਤ ਜ਼ਿਆਦਾ ਪ੍ਰਭਾਵ ਪਾਉਂਦਾ ਹੈ ਜਿਸ ਵਿਚ ਉਹ ਰਹਿੰਦਾ ਹੈ। ਬੱਚੇ ਦੀ ਉਤਪੱਤੀ-ਮੂਲਕ ਵਿਰਾਸਤ ਉਸਦੇ ਵਾਤਾਵਰਣੀ ਪਹਿਲੂਆਂ ਨਾਲ ਅੰਤਰਕ੍ਰਿਆ ਕਰਦੀ ਹੈ ਜੋ ਉਸ ਦੇ ਸੰਸਾਰ ਵਿਚ ਕਾਰਜਰਤ ਹੁੰਦੇ ਹਨ ਅਤੇ ਇਸ ਨੂੰ ਸ਼ਕਲ ਦਿੰਦੇ ਹਨ। ਇਸ ਅੰਤਰਕ੍ਰਿਆ ਦੇ ਸਿੱਟੇ ਵਜੋਂ ਬੱਚੇ ਦਾ ਸਵੈ-ਅਕਸ ਜਾਂ ਸ਼ਖਸੀਅਤ ਉੱਭਰਦੀ ਹੈ। ਸਵੈ-ਅਕਸ ਹੀ ਬੱਚੇ ਦੇ ਅਗਲੇ ਵਿਕਾਸ ਅਤੇ ਵਿਹਾਰ ਨੂੰ ਨਿਰਦੇਸ਼ਿਤ ਕਰਦਾ ਹੈ।

ਬੱਚੇ ਦੀਆਂ ਹੋਰ ਲੋਕਾਂ ਨਾਲ ਪ੍ਰਤੀਕ੍ਰਿਆਵਾਂ ਹੁੰਦੀਆਂ ਰਹਿੰਦੀਆਂ ਹਨ ਜੋ ਖਾਸ ਤੌਰ ਤੇ ਪਰਿਵਾਰਿਕ ਜੀਆਂ ਨਾਲ ਸ਼ੁਰੂ ਹੁੰਦੀਆਂ ਹਨ ਜਿਨ੍ਹਾਂ ਵਿਚ ਅੱਗੇ ਜਮਾਤੀ ਸਮੂਹ ਮੈਂਬਰ ਵੀ ਸ਼ਾਮਲ ਹੋ ਜਾਂਦੇ ਹਨ, ਹੋਰ ਅਹਿਮ ਲੋਕ, ਜੋ ਬੱਚੇ ਨਾਲ ਲਗਾਤਾਰ ਨੇੜਲੇ ਸੰਪਰਕ ਵਿਚ ਹੁੰਦੇ ਹਨ ਉਹ ਵੀ ਬੱਚੇ ਦੇ ਸ਼ਖਸੀਅਤ ਵਿਕਾਸ ਦੇ ਅਮਲ ਨੂੰ ਪ੍ਰਭਾਵਿਤ ਕਰਦੇ ਹਨ। ਬੱਚੇ ਦੀ ਸ਼ਖਸੀਅਤ ਦਾ ਬਹੁਤਾ ਕੁਝ ਇਨ੍ਹਾਂ ਮੁੱਖ ਵਿਅਕਤੀਆਂ ਨਾਲ ਅਨੁਭਵਾਂ ਨੂੰ ਝਲਕਾਉਂਦਾ ਹੈ। ਜਿਹੜਾ ਬੱਚਾ ਰੱਦ ਕਰ ਦਿੱਤਾ ਜਾਂਦਾ ਹੈ ਅਤੇ ਜਿਸ ਨਾਲ ਬੁਰਾ ਸਲੂਕ ਹੁੰਦਾ ਹੈ ਉਹ ਉਸ ਨਾਲੋਂ ਬਿਲਕੁਲ ਭਿੰਨ ਤਰੀਕੇ ਨਾਲ ਵਿਕਸਿਤ ਹੋਵੇਗਾ ਜਿਸ ਨੂੰ ਉਤਸ਼ਾਹਿਤ ਅਤੇ ਪਿਆਰ ਕੀਤਾ ਜਾਂਦਾ ਹੈ।

ਕੁਝ ਬੱਚੇ ਕਿਉਂ ਸੰਕੋਚੀ ਅਤੇ ਸ਼ਰਮਾਕਲ ਹੁੰਦੇ ਹਨ ਜਦੋਂ ਕਿ ਦੂਜੇ ਖੁੱਲ੍ਹੇ ਅਤੇ ਪਿਆਰੇ। ਕਈ ਆਪਣੇ ਘਰੋਂ ਕਿਉਂ ਭੱਜ ਜਾਂਦੇ ਹਨ ਜਦੋਂ ਕਿ ਦੂਜੇ ਆਪਣੀ ਘਰ ਦੇ ਹਾਲਾਤ ਨਾਲ ਮਿਲਤ ਬਿਠਾ ਲੈਂਦੇ ਹਨ? ਇਨ੍ਹਾਂ ਦੇ ਅਤੇ ਕਈ ਹੋਰ ਸਵਾਲਾਂ ਦੇ ਜਵਾਬ ਬੱਚੇ ਦੇ ਵਾਤਾਵਰਣ ਵਿਚ ਲੱਭੇ ਜਾ ਸਕਦੇ ਹਨ। ਜੋ ਵਿਹਾਰ ਨਮੂਨੇ ਬੱਚੇ ਸਿੱਖਦੇ ਹਨ ਉਹ ਉਨ੍ਹਾਂ ਮਾਡਲਾਂ ਤੇ ਬਹੁਤ ਜ਼ਿਆਦਾ ਨਿਰਭਰ ਹੁੰਦੇ ਹਨ ਜਿਹੜੇ ਉਨ੍ਹਾਂ ਨੂੰ ਮਿਲਦੇ ਹਨ। ਸ਼ਖਸੀਅਤ ਦੇ ਵਿਕਾਸ ਵਿਚ ਫਰਕਾਂ ਅਤੇ ਸਮਾਨਤਾਵਾਂ ਦਾ ਸਰੋਤ ਸਮਾਜੀ-ਸੱਭਿਆਚਾਰਕ ਵਾਤਾਵਰਣ ਹੀ ਹੈ।

ਸੱਤ ਸਾਲਾ ਪ੍ਰਤੀਕ ਗਿਟਾਰ ਦੀਆਂ ਤਾਰਾਂ ਟੁਣਕਾ ਸਕਦਾ ਹੈ ਅਤੇ ਇਕ-ਦੋ ਗਾਣੇ ਗੁਣਗੁਣਾ ਸਕਦਾ ਹੈ। ਇਹ ਉਸ ਦੇ ਗਵਾਂਢ ਦਾ ਅਸਰ ਹੈ ਜਿੱਥੇ ਇਕ ਸੰਗੀਤ ਅਧਿਆਪਕ ਸੰਗੀਤ ਦੀਆਂ ਜਮਾਤਾਂ ਲੈਂਦਾ ਹੈ। ਪੰਜ ਸਾਲਾ ਰੌਣਕ ਗਾਲ੍ਹਾਂ ਕੱਢਣ ਵਿਚ ਬੜਾ ਮਾਹਿਰ ਹੈ ਅਤੇ ਉਸ ਦੀਆਂ ਕੁਝ ਗਾਲ੍ਹਾਂ ਤਾਂ ਗੁੰਡਿਆਂ ਨੂੰ ਵੀ ਸ਼ਰਮਾ ਸਕਦੀਆਂ ਹਨ। ਇਹ ਗੱਲਾਂ ਸਿੱਖਣ ਲਈ ਉਸ ਨੂੰ ਕੋਈ ਟਿਊਸ਼ਨ ਨਹੀਂ ਲੈਣੀ ਪਈ, ਇਹ ਸਾਰੀ ਮੁਫਤ ਸਿੱਖਿਆ ਉਸ ਨੂੰ ਉਸਦੇ ਸ਼ਰਾਬੀ ਬਾਪ ਨੇ ਮੁਹੱਈਆ ਕਰ ਦਿੱਤੀ।

ਇਹ ਜੀਵਨ ਦਾ ਇਕ ਨਿਰਵਿਵਾਦੀ ਤੱਥ ਹੈ : ਅਸੀਂ ਆਪਣੇ ਸਮਾਜੀ-ਸੱਭਿਆਚਾਰਕ ਮਾਹੌਲ ਤੋਂ ਬਚ ਨਹੀਂ ਸਕਦੇ। ਸਾਡੀ ਉਤਪੱਤੀ-ਮੂਲਕ ਦੇਣ ਵਿਕਾਸ

ਲਈ ਸਾਡੀਆਂ ਸਮਰੱਥਾਵਾਂ ਮੁਹੱਈਆ ਕਰਦੀ ਹੈ, ਪਰ ਇਸ ਸਮਰੱਥਾ ਨੂੰ ਆਕਾਰ - ਦੇਖਣ, ਸੋਚਣ, ਮਹਿਸੂਸ ਕਰਨ ਅਤੇ ਕ੍ਰਿਆ ਕਰਨ ਦੇ ਰੂਪ ਵਿਚ - ਬਹੁਤ ਜ਼ਿਆਦਾ ਉਨ੍ਹਾਂ ਆਗਤਾਂ ਤੇ ਨਿਰਭਰ ਕਰਦਾ ਹੈ ਜੋ ਸਾਨੂੰ ਸਾਡੇ ਜਿਸਮਾਨੀ ਅਤੇ ਸਮਾਜੀ-ਸੱਭਿਆਚਾਰਕ ਵਾਤਾਵਰਣ ਤੋਂ ਮਿਲਦੇ ਹਨ।

ਵਾਤਾਵਰਣ ਤਾਂ ਆਪਣੀ ਛਾਪ ਪੱਥਰਾਂ ਤੱਕ ਉਤੇ ਵੀ ਛੱਡਦਾ ਹੈ ਕੀ ਇਸ ਦੀ ਤਰੰਗ ਤੋਂ ਕੋਮਲ ਮਨੁੱਖੀ ਦਿਮਾਗ ਬਚ ਸਕਦਾ ਹੈ!

ਸਵੈ-ਬੋਧ

ਵਿਰਾਸਤ ਅਤੇ ਵਾਤਾਵਰਣ ਦੇ ਨਾਲ ਨਾਲ ਇਕ ਤੀਜਾ ਅਹਿਮ ਪਹਿਲੂ ਹੈ ਜੋ ਸ਼ਖਸੀਅਤ ਵਿਕਾਸ ਦੇ ਅਮਲ ਦੇ ਸਿੱਟੇ ਨੂੰ ਨਿਰਧਾਰਤ ਕਰਦਾ ਹੈ; ਸਵੈ ਦਾ ਬੋਧ। ਜਿੰਨਾਂ ਕੁ ਅਜੇ ਤੱਕ ਪਤਾ ਹੈ, ਬੱਚੇ ਕਿਸੇ ਵੀ ਖਾਸ ਸਵੈ-ਬੋਧ ਨਾਲ ਪੈਦਾ ਨਹੀਂ ਹੁੰਦੇ ਪਰ ਜਦੋਂ ਉਹ ਵਧਦੇ ਹਨ ਤਾਂ ਮੇਰਾ, ਮੈਂ ਜਾਂ ਸਵੈ ਦਾ ਬੋਧ ਹੌਲੀ-ਹੌਲੀ ਸਥਾਪਤ ਹੋ ਜਾਂਦਾ ਹੈ। ਬੱਚਾ ਇਸ ਤਰ੍ਹਾਂ ਦੇ ਕਥਨ ਵਰਤਣੇ ਸ਼ੁਰੂ ਕਰ ਦਿੰਦਾ ਹੈ ਜਿਵੇਂ 'ਮੈਂ ਜਾਣਦਾਂ', 'ਮੈਂ ਚਾਹੁੰਨਾਂ' ਅਤੇ 'ਮੈਂ ਕਰਾਂਗਾ'।

ਬੱਚਾ ਚੀਜ਼ਾਂ ਨੂੰ ਉਵੇਂ ਵੇਖਦਾ ਹੈ ਜਿਵੇਂ ਉਹ ਸੋਚਦਾ ਹੈ ਕਿ ਉਹ ਵਾਕਈ ਹਨ। ਇਨ੍ਹਾਂ ਨੂੰ ਹਕੀਕੀ ਮਨੌਤਾਂ ਕਿਹਾ ਜਾਂਦਾ ਹੈ, ਅਤੇ ਇਹ ਸ਼ਖਸੀਅਤ ਵਿਕਾਸ ਦਾ ਮਹੱਤਵਪੂਰਣ ਹਿੱਸਾ ਹਨ। ਬੱਚੇ ਦੇ ਮਨ ਵਿਚ ਕਈ ਸਵਾਲ ਪੈਦਾ ਹੋਣੇ ਸ਼ੁਰੂ ਹੋ ਜਾਂਦੇ ਹਨ :

* ਮੈਂ ਕਿਸ ਕਿਸਮ ਦਾ ਬੰਦਾ ਹਾਂ? ਮੈਂ ਚੰਗਾ ਹਾਂ ਜਾਂ ਮਾੜਾ?
* ਕੀ ਦੁਆਲੇ ਦਾ ਸੰਸਾਰ ਮੇਰੇ ਪੱਖ ਵਿਚ ਹੈ ਜਾਂ ਮੇਰੇ ਵਿਰੁੱਧ ਹੈ? ਮਿਸਾਲ ਵਜੋਂ, ਜੇ ਵਰੁਣ ਮੇਰਾ ਦੋਸਤ ਹੈ, ਫੇਰ ਉਸ ਨੇ ਮੈਨੂੰ ਮਾਰਿਆ ਕਿਉਂ? ਮੈਨੂੰ ਅਧਿਆਪਕਾ ਨੇ ਕਿਉਂ ਝਿੜਕਿਆ? ਕੀ ਉਹ ਮੈਨੂੰ ਪਸੰਦ ਨਹੀਂ ਕਰਦੀ?

ਇਹ ਪ੍ਰਤੱਖ ਤੌਰ 'ਤੇ ਸਾਦੇ ਸਵਾਲ ਚਰਮ ਦੁਚਿੱਤੀ ਵੱਲ ਲਿਜਾ ਸਕਦੇ ਹਨ, ਜੇਕਰ ਬੱਚੇ ਨੂੰ ਘਰ ਵਿਚ ਅਤੇ ਸਕੂਲ ਵਿਚ ਢੁਕਵੇਂ ਅਤੇ ਸਕਾਰਾਤਮਕ ਇਨਪੁਟ ਨਹੀਂ ਮਿਲਦੇ। ਬੱਚਿਆਂ ਅਤੇ ਮਾਪਿਆਂ ਨੂੰ ਚੀਜ਼ਾਂ ਉਨ੍ਹਾਂ ਦੇ ਸਹੀ ਪਰਿਪੇਖ ਵਿਚ ਸਪੱਸ਼ਟ ਕਰਨ ਦੀ ਕੋਸ਼ਿਸ਼ ਕਰਨੀ ਚਾਹੀਦੀ ਹੈ; ਬੱਚੇ ਦਾ ਸਵਾਲ ਕਦੀ ਵੀ ਅਣ-ਉੱਤਰਿਤ ਨਹੀਂ ਛੱਡਣਾ ਚਾਹੀਦਾ।

ਹੌਲੀ-ਹੌਲੀ ਬੱਚਾ ਚੀਜ਼ਾਂ ਨੂੰ ਆਪਣੇ ਫਾਇਦੇ ਲਈ ਬਦਲਣ ਜਾਂ ਸੋਧਣ ਦੀ ਸੰਭਾਵਨਾ ਲੱਭਣੀ ਸ਼ੁਰੂ ਕਰ ਦਿੰਦਾ ਹੈ। ਜਮਾਤੀਆਂ ਅਤੇ ਨਾਲ ਹੀ ਸੀਨਅਰਾਂ ਵਿਚ ਆਪਣੀ ਜ਼ਾਤੀ ਹੈਸੀਅਤ ਵਿਚ ਸੁਧਾਰ ਕਰਨਾ ਬੱਚੇ ਲਈ ਮਹੱਤਵਪੂਰਣ ਹੋ ਜਾਂਦਾ ਹੈ। ਸ਼ਖਸੀਅਤ ਵਿਕਾਸ ਦੇ ਕਿਸੇ ਨਾ ਕਿਸੇ ਪੜਾਅ ਤੇ ਲੋਕਾਂ ਨੂੰ ਪ੍ਰਭਾਵਿਤ ਕਰਨ ਦੀ ਲੋੜ ਸਾਰੇ ਹੀ ਬੱਚੇ ਮਹਿਸੂਸ ਕਰਦੇ ਹਨ। ਬੱਚੇ ਦੀਆਂ ਇਹ ਕ੍ਰਿਆਵਾਂ

ਜ਼ਾਤੀ ਵਿਕਾਸ ਅਤੇ ਸਮਾਜਕ ਤਰੱਕੀ ਲਈ ਬੜੀਆਂ ਜ਼ਰੂਰੀ ਹਨ।

ਹੋਰ ਬਾਅਦ ਵਿਚ ਬੱਚਾ ਕ੍ਰਿਆਵਾਂ, ਚੀਜ਼ਾਂ ਅਤੇ ਲੋਕਾਂ ਨਾਲ ਕਦਰਾਂ-ਕੀਮਤਾਂ ਜੋੜਨਾ ਸ਼ੁਰੂ ਕਰ ਦਿੰਦਾ ਹੈ। ਠੀਕ ਅਤੇ ਗਲਤ, ਚੰਗਾ ਜਾਂ ਮਾੜਾ, ਉਚਿਤ ਅਤੇ ਅਨੁਚਿਤ ਵਰਗੇ ਸੰਕਲਪ ਵਿਕਸਿਤ ਹੋਣ ਲੱਗਦੇ ਹਨ, ਇਹ ਅੰਤਮ ਕਦਮ ਹੈ ਜੋ ਆਖਰ ਬੱਚੇ ਦੇ ਵਿਹਾਰ ਨੂੰ ਸੇਧ ਦਿੰਦਾ ਹੈ। ਸਹੀ ਕਦਰਾਂ-ਕੀਮਤਾਂ ਦਾ ਵਿਕਾਸ ਬੱਚੇ ਨੂੰ ਚੋਰੀ ਕਰਨੋਂ ਜਾਂ ਹੋਰ ਤਰੀਕਿਆਂ ਨਾਲ ਵਿਹਾਰ ਕਰਨੋਂ ਰੋਕ ਸਕਦਾ ਹੈ ਜਿਨ੍ਹਾਂ ਨੂੰ ਉਹ ਅਨੈਤਿਕ ਸਮਝਦਾ ਹੈ। ਇਸ ਤਰ੍ਹਾਂ ਦਾ ਬੱਚਾ ਸੁਰੱਖਿਅਤ ਮਹਿਸੂਸ ਕਰਦਾ ਹੈ ਅਤੇ ਉਸ ਨੂੰ ਭਰਪੂਰਤਾ, ਸਮਰੱਥਾ ਅਤੇ ਵੁੱਕਤ ਦੇ ਅਹਿਸਾਸ ਹੋ ਜਾਂਦੇ ਹਨ। ਇਸ ਦਾ ਉਲਟ ਵੀ ਬੜਾ ਸਹੀ ਹੈ, ਅਤੇ ਬੱਚਾ ਜਿਹੜਾ ਰੱਦਣ ਅਤੇ ਮਜ਼ਾਕ ਦਾ ਸਾਹਮਣਾ ਕਰਦਾ ਹੈ ਉਹ ਮਾੜੇ ਸਵੈ-ਅਕਸ ਨਾਲ ਵਧਦਾ ਹੈ।

ਅਖੀਰ ਵਿਚ ਜਦੋਂ ਬੱਚਾ ਝੂਠ ਦੀ ਸੋਝੀ ਨਾਲ ਵਿਕਾਸ ਕਰਦਾ ਹੈ ਉਹ ਉਨ੍ਹਾਂ ਨਿਯਮਾਂ ਦੇ ਅਨੁਸਾਰ ਵਿਹਾਰ ਕਰਨਾ ਸ਼ੁਰੂ ਕਰ ਦਿੰਦਾ ਹੈ ਜਿਹੜੇ ਜਿਵੇਂ ਸਮਾਜ ਵੱਲੋਂ ਅਨੁਭਵ ਅਤੇ ਸਥਾਪਤ ਕੀਤੇ ਜਾਂਦੇ ਹਨ। ਇਸ ਤਰ੍ਹਾਂ ਵਿਰਾਸਤ ਅਤੇ ਵਾਤਾਵਰਣ ਦੇ ਨਾਲ ਨਾਲ ਸਵੈ ਦਾ ਬੋਧ ਵੀ ਸ਼ਖਸੀਅਤ ਵਿਕਾਸ ਦੇ ਅਮਲ ਵਿਚ ਮਹੱਤਵਪੂਰਨ ਭੂਮਿਕਾ ਨਿਭਾਉਂਦਾ ਹੈ।

ਸ਼ਖਸੀਅਤ ਵਿਕਾਸ ਲਈ ਅਹਿਮ ਲੋੜਾਂ

ਸਾਰੇ ਬੱਚਿਆਂ ਦੀਆਂ ਕੁਝ ਜ਼ਰੂਰੀ ਭਾਵਨਾਤਮਕ ਲੋੜਾਂ ਹੁੰਦੀਆਂ ਹਨ। ਇਹ ਲੋੜਾਂ ਸਾਰੇ ਮਨੁੱਖਾਂ ਅੰਦਰ ਨਿਹਤ ਹਨ ਅਤੇ ਸਕਾਰਾਤਮਕ ਸ਼ਖਸੀਅਤ ਵਿਕਾਸ ਲਈ ਉਨੀਆਂ ਹੀ ਮਹੱਤਵਪੂਰਣ ਹਨ ਜਿੰਨਾ ਤੰਦਰੁਸਤ ਸਰੀਰਕ ਵਿਕਾਸ ਲਈ ਪੋਸ਼ਣ। ਆਉ ਆਪਾਂ ਘੋਖੀਏ ਕਿ ਇਹ ਲੋੜਾਂ ਕੀ ਹਨ ਅਤੇ ਉਹ ਬੱਚੇ ਦੀ ਸ਼ਖਸ਼ੀਅਤ ਨੂੰ ਕਿਵੇਂ ਪ੍ਰਭਾਵਤ ਕਰਦੀਆਂ ਹਨ।

1. ਜਗਿਆਸਾ

ਅਸੀਂ ਸਾਰੇ ਹੀ ਬਣੇ-ਬਣਾਏ ਜਗਿਆਸੂ ਦਿਮਾਗ ਨਾਲ ਪੈਦਾ ਹੁੰਦੇ ਹਾਂ, ਜਿਹੜਾ ਸਾਡੇ ਦੁਆਲੇ ਦੇ ਸੰਸਾਰ ਦੀ ਅਰਥਭਰਪੂਰ ਤਸਵੀਰ ਨੂੰ ਸਮਝਣ ਅਤੇ ਪ੍ਰਾਪਤ ਕਰਨ ਦੀ ਕੋਸ਼ਿਸ਼ ਕਰਦਾ ਹੈ। ਜਗਿਆਸਾ ਮਨੁੱਖੀ ਮਨ ਦਾ ਅੰਤਰ-ਨਿਹਤ ਗੁਣ ਹੈ ਜਿਹੜਾ ਮਨੁੱਖੀ ਗਿਆਨ ਦੇ ਖੋਜ ਇੰਜਣ ਨੂੰ ਚਲਾਉਂਦਾ ਹੈ। ਛੋਟੇ ਬੱਚੇ ਕੁਦਰਤੀ ਤੌਰ ਤੇ ਹਰ ਚੀਜ਼ ਬਾਰੇ ਬੜੇ ਹੀ ਜਗਿਆਸੂ ਹੁੰਦੇ ਹਨ : ਉਨ੍ਹਾਂ ਲਈ ਬਹੁਤੀਆਂ ਚੀਜ਼ਾਂ ਨਵੀਨਤਾ ਰੱਖਦੀਆਂ ਹਨ। ਕਿਸੇ ਗਤੀਵਿਧੀ ਵਿਚ ਮੁਹਾਰਤ ਹਾਸਲ ਕਰਨੀ, ਕਿਸੇ ਸਥਿਤੀ ਤੇ ਕਾਬੂ ਪਾਉਣਾ, ਸਾਰੇ ਹੀ ਬੱਚੇ ਲਈ ਵਿਸ਼ਾਲ ਆਨੰਦ ਅਤੇ ਸੰਤੁਸ਼ਟੀ ਦੇ ਸਰੋਤ ਹਨ।

ਮੈਨੂੰ ਪੱਕਾ ਪਤਾ ਹੈ ਕਿ ਜਿਸ ਚੀਜ਼ ਵਿਚ ਤੁਹਾਡੇ ਬੱਚੇ ਨੇ ਉਂਗਲ ਫਸਾਈ ਹੋਵੇਗੀ ਉਹ ਬਿਜਲੀ ਦਾ ਪਲੱਗ ਸੀ। ਤੁਹਾਨੂੰ ਇਹ ਅਹਿਸਾਸ ਹੋਣ ਤੋਂ ਪਹਿਲਾਂ

ਹੀ ਤੁਹਾਡਾ ਬੱਚਾ ਟੀ.ਵੀ. ਰਿਮੋਟ ਵਰਤਣ ਵਿਚ ਮਾਹਿਰ ਹੈ, ਜਾਂ ਇਕ ਮਾਹਿਰ ਜੌਕੀ-ਘਰੇ ਵਿਕਸਿਤ ਹੋਇਆ ਡੀ.ਜੇ. ਬਣ ਚੁੱਕਾ ਹੈ ਜੋ ਸਹੀ ਗੀਤ ਲੱਭਣ ਵਿਚ ਕਦੀ ਅਸਫਲ ਨਹੀਂ ਹੁੰਦਾ। ਕੀ ਇਹ ਅਜੀਬ ਨਹੀਂ ? ਨਿੱਕਚੂ ਜਿਹਾ ਅਜੇ ਆਪਣੇ ਬੂਟਾਂ ਦੇ ਤਸਮੇਂ ਨਹੀਂ ਬੰਨ੍ਹ ਸਕਦਾ, ਪਰ ਬੜੀ ਹੀ ਸੌਖ ਨਾਲ ਅਜਿਹੇ ਕੰਮ ਕਰ ਸਕਦਾ ਹੈ। ਮਨੁੱਖੀ ਦਿਮਾਗ ਸੁਭਾਵਕ ਹੀ ਮਨਮੌਜੀ ਹੈ : ਆਨੰਦਦਾਈ ਕੰਮ ਬੜੀ ਤੇਜੀ ਨਾਲ ਸਿੱਖ ਲਏ ਜਾਂਦੇ ਹਨ, ਪਰ ਗੈਰਦਿਲਚਸਪ ਚੀਜ਼ਾਂ ਇਸ ਨੂੰ ਕੀੜੀ ਦੀ ਚਾਲ ਤੁਰਨ ਲਾ ਦਿੰਦੀਆਂ ਹਨ। ਇਹ ਗੱਲ ਬਾਲਗ ਲਈ ਵੀ ਅਤੇ ਬੱਚੇ ਲਈ ਵੀ ਠੀਕ ਹੈ।

2. ਸੁਰੱਖਿਆ

ਸੁਰੱਖਿਆ ਦੀ ਲੋੜ ਸਾਡੇ ਸਾਰੇ ਜੀਵਨ ਸਾਡੇ ਨਾਲ ਰਹਿੰਦੀ ਹੈ। ਬੱਚੇ ਅਸੁਰੱਖਿਆ ਦੀ ਭਾਵਨਾ ਵਿਕਸਿਤ ਕਰਨ ਵੱਲ ਵਧੇਰੇ ਉਨਮੁਖ ਹੁੰਦੇ ਹਨ ਕਿਉਂਕਿ ਅਜੇ ਉਹ ਦੁਨੀਆ ਦੇ ਵਿਰਵੇਪਣ ਦੇ ਜਾਣੂ ਨਹੀਂ ਹੁੰਦੇ। ਕਿਸੇ ਸਮੱਸਿਆ ਨਾਲ ਨਜਿੱਠਣ ਬਾਰੇ ਜਾਣੂ ਨਾ ਹੋਣਾ ਬੱਚੇ ਨੂੰ ਪ੍ਰੇਸ਼ਾਨ ਕਰ ਸਕਦਾ ਹੈ। ਅਣਜਾਣੇ ਅਤੇ ਖਤਰਨਾਕ ਲੱਗਦੇ ਹਾਲਾਤ ਦਾ ਵਾਰ-ਵਾਰ ਸਾਹਮਣਾ ਹੋਣਾ ਬਹੁਤ ਜ਼ਿਆਦਾ ਤੌਖਲੇ ਵਿਚ ਖਤਮ ਹੋ ਸਕਦਾ ਹੈ।

ਚਾਰ ਸਾਲਾ ਸੌਮਿਆ ਟਾਈਫਾਈਡ ਦੇ ਟੀਕੇ ਲਈ ਮੇਰੇ ਕਲੀਨਿਕ ਵਿਚ ਲਿਆਂਦੀ ਗਈ। ਉਸ ਨੂੰ ਡਰਦੀ ਦੇਖਕੇ ਮੈਂ ਉਸਨੂੰ ਕਿਹਾ ਕਿ ਜੇ ਉਹ ਨਾ ਰੋਈ ਤਾਂ ਮੈਂ ਉਸ ਨੂੰ ਇਕ ਚਾਕਲੇਟ ਤੇ ਇਕ ਰਬੜ ਦਿਆਂਗਾ। ਪਰ ਉਸ ਦਾ ਜਵਾਬ ਸੁਣਕੇ ਮੈਂ ਦੰਗ ਹੀ ਰਹਿ ਗਿਆ : 'ਮੈਂ ਨਹੀਂ ਰੋਵਾਂਗੀ ਨਹੀਂ ਤਾਂ ਭੂਤ ਮੈਨੂੰ ਮਾਰ ਦਏਗਾ। ਮਿਹਰਬਾਨੀ ਕਰਕੇ ਇਹ ਚਾਕਲੇਟ ਅਤੇ ਰਬੜ ਭੂਤ ਨੂੰ ਦੇ ਦੇਣਾ, ਤਾਂ ਕਿ ਉਹ ਮੇਰੇ ਪਿੱਛੇ ਨਾ ਪਏ।'

ਸੌਮਿਆ ਦਾ ਪਿਤਾ, ਇਕ ਵਿਕਰੀ ਅਫਸਰ, ਬਹੁਤਾ ਸ਼ਹਿਰ ਤੋਂ ਬਾਹਰ ਹੀ ਰਹਿੰਦਾ ਹੈ। ਉਸ ਦੀ ਮਾਂ ਇਕ ਨਿੱਜੀ ਕੰਪਨੀ ਵਿਚ ਕੰਮ ਕਰਦੀ ਸੀ ਅਤੇ ਬਹੁਤ ਦੇਰ ਤੱਕ ਘਰ ਤੋਂ ਬਾਹਰ ਰਹਿੰਦੀ ਸੀ। ਉਨ੍ਹਾਂ ਦੀ ਗੈਰਹਾਜ਼ਰੀ ਵਿਚ ਸੌਮਿਆ ਦਾ ਵੱਡਾ ਭਰਾ ਅਤੇ ਭੈਣ ਉਸਨੂੰ ਆਪਣੇ ਘਰ ਦੇ ਨੇੜੇ ਰਹਿੰਦੇ ਭੂਤਾਂ ਦੀਆਂ ਕਹਾਣੀਆਂ ਨਾਲ ਡਰਾਉਂਦੇ ਸਨ। ਸੌਮਿਆ ਦੀ ਹਾਲਤ ਲਈ ਮਾਪਿਆਂ ਦੇ ਧਿਆਨ ਅਤੇ ਭਰੋਸੇ ਦੀ ਅਣਹੋਂਦ ਜ਼ਿੰਮੇਵਾਰ ਸੀ।

ਮਾਪਿਆਂ ਦੀ ਅੰਤਰਕ੍ਰਿਆ ਦੀ ਘਾਟ ਬਹੁਤੀ ਵਾਰੀ ਬੱਚੇ ਵਿਚ ਅਸੁਰੱਖਿਆ ਦਾ ਅਹਿਸਾਸ ਪੈਦਾ ਕਰਨ ਵੱਲ ਲੈ ਜਾਂਦੀ ਹੈ। ਜੇਕਰ ਬੱਚੇ ਨੂੰ ਦਾਬੇ ਵਾਲੇ ਅਤੇ ਮਨੋਬਲ ਡੇਗਣ ਵਾਲੇ ਜਮਾਤੀ ਸਮੂਹ ਨਾਲ ਨਜਿੱਠਣਾ ਪਏ ਤਾਂ ਵੀ ਬੱਚੇ ਵਿਚ ਅਸੁਰੱਖਿਆ ਪੈਦਾ ਹੋ ਸਕਦੀ ਹੈ। ਅਸੁਰੱਖਿਆ ਦੇ ਬਹੁਤ ਜ਼ਿਆਦਾ ਅਤੇ ਪੁਰਾਣੇ ਅਹਿਸਾਸ ਕਿਸੇ ਦੀ ਆਪਣੇ ਸੰਸਾਰ ਵਿਚ ਪੂਰਨ ਸ਼ਮੂਲੀਅਤ ਕਰਨ ਪ੍ਰਤੀ ਖਦਸ਼ੇ ਅਤੇ ਅਸਫਲਤਾ ਵੱਲ ਲੈ ਜਾਂਦੇ ਹਨ।

3. ਢੁਕਵਾਂਪਣ ਅਤੇ ਸਮਰੱਥਾ

ਢੁਕਵਾਂਪਣ ਅਤੇ ਸਮਰੱਥਾ ਨੇੜਿਉਂ ਸਬੰਧਤ ਹਨ ਅਤੇ ਉਸ ਬੱਚੇ ਦੀ ਬੁਨਿਆਦ ਹਨ ਜੋ ਸੁਰੱਖਿਅਤ ਮਹਿਸੂਸ ਕਰਦਾ ਹੈ। ਦੈਨਿਕ ਚੁਣੌਤੀਆਂ ਨਾਲ ਸਿੱਝਣ ਦੇ ਯੋਗ ਮਹਿਸੂਸ ਕਰਨਾ ਹਰ ਬੱਚੇ ਦੀ ਲੋੜ ਹੈ। ਮਾਪਿਆਂ ਨੂੰ ਨਵੀਆਂ ਚੁਣੌਤੀਆਂ ਦਾ ਸਾਹਮਣਾ ਕਰਨ ਲਈ ਆਪਣੇ ਬੱਚੇ ਨੂੰ ਖੁੱਲ੍ਹ ਕੇ ਉਤਸ਼ਾਹਿਤ ਕਰਨ ਦੀ ਲੋੜ ਹੈ। ਇਹ ਖਾਸ ਤੌਰ ਤੇ ਅਹਿਮ ਹੈ ਕਿਉਂਕਿ ਸ਼ੁਰੂਆਤੀ ਧੱਕੇ ਬੱਚੇ ਨੂੰ ਕਈ ਕਦਮ ਪਿਛਾਂਹ ਧੱਕ ਸਕਦੇ ਹਨ। ਬੱਚਿਆਂ ਦਾ ਮੁਢਲਾ ਹਸਮੁਖ ਅਤੇ ਖੋਜੀ ਵਿਹਾਰ ਪੂਰੀ ਤਰ੍ਹਾਂ ਉਤਸ਼ਾਹਿਤ ਕੀਤਾ ਜਾਣਾ ਚਾਹੀਦਾ ਹੈ। ਇਸ ਵਿਹਾਰ ਵਿਚ ਹਕੀਕੀ ਪਰਖ ਦਾ ਅਮਲ ਸ਼ਾਮਲ ਹੁੰਦਾ ਹੈ ਅਤੇ ਇਹ ਅੰਤਮ ਰੂਪ ਵਿਚ ਸਿੱਖਣ, ਤਰਕ ਕਰਨ ਅਤੇ ਹੋਰ ਸਿੱਝਣ ਵਾਲੀਆਂ ਯੋਗਤਾਵਾਂ ਲਈ ਜ਼ਿੰਮੇਵਾਰ ਹੁੰਦਾ ਹੈ ਜਿਨ੍ਹਾਂ ਦਾ ਰਸਮੀ ਸਿੱਖਿਆ ਰਾਹੀਂ ਬਹੁਤ ਪਸਾਰ ਕੀਤਾ ਜਾਂਦਾ ਹੈ। ਛੇ ਸਾਲਾ ਗੌਰੀ ਆਪਣੇ ਪਿਤਾ ਨੂੰ ਕਾਰਬਨ ਵਰਤਕੇ ਖਤ ਦੀਆਂ ਕਈ ਕਾਪੀਆਂ ਕਰਦੇ ਦੇਖਦੀ ਹੁੰਦੀ ਸੀ। ਆਪਣੇ ਜਨਮ ਦਿਨ ਦੀ ਪਾਰਟੀ ਲਈ ਉਸਨੇ ਸੱਦਾ-ਪੈਡ ਦੇ ਪੰਨਿਆਂ ਵਿਚਕਾਰ ਪੁਰਾਣੇ ਵਰਤੇ ਹੋਏ ਕਾਰਬਨ ਰੱਖਕੇ ਆਪਣੀਆਂ ਸਹੇਲੀਆਂ ਨੂੰ ਸੱਦਾ-ਪੱਤਰ ਲਿਖਿਆ। ਉਸ ਦੇ ਮਾਪੇ ਖੁਸ਼ੀ ਨਾਲ ਬੜੇ ਹੈਰਾਨ ਹੋਏ ਅਤੇ ਇਹ ਗੱਲ ਉਨ੍ਹਾਂ ਨੇ ਉਸ ਦੇ ਜਨਮ ਦਿਨ ਤੇ ਮੌਜੂਦ ਸਾਰਿਆਂ ਨੂੰ ਦੱਸੀ। ਗੌਰੀ ਦੇ ਢੁਕਵੇਂਪਣ ਅਤੇ ਸਮਰੱਥਾ ਦੇ ਅਹਿਸਾਸ ਦਾ ਅੰਦਾਜ਼ਾ ਲਾਉਣਾ ਮੁਸ਼ਕਿਲ ਨਹੀਂ ਹੈ। ਇਹ ਪ੍ਰਸੰਸਾ ਸ਼ਾਇਦ ਉਸ ਨੂੰ ਉਸਦੇ ਜਨਮ ਦਿਨ ਤੇ ਮਿਲਿਆ ਸਭ ਤੋਂ ਕੀਮਤੀ ਤੋਹਫਾ ਸੀ।

ਜੇਕਰ ਮਾਪੇ ਚਾਹੁੰਦੇ ਹੋਣ ਕਿ ਉਨ੍ਹਾਂ ਦੇ ਬੱਚੇ ਆਪਣੀਆਂ ਯੋਗਤਾਵਾਂ ਵਿਚ ਪੂਰਾ ਵਿਸ਼ਵਾਸ ਵਿਕਸਤ ਕਰਨ ਅਤੇ ਆਪਣੇ ਟੀਚੇ ਪ੍ਰਾਪਤ ਕਰਨ ਦੀ ਸਮਰੱਥਾ ਹਾਸਲ ਕਰਨ ਤਾਂ ਮਾਪੇ ਇਸ ਵਿਚ ਬੜੀ ਮਹੱਤਵਪੂਰਨ ਭੂਮਿਕਾ ਨਿਭਾ ਸਕਦੇ ਹਨ।

4. ਪਿਆਰ ਅਤੇ ਆਪਣਾਪਣ

ਬਾਲ ਪਿਆਰ ਕੀਤੇ ਜਾਣ ਦੀ ਲੋੜ ਨਾਲ ਪੈਦਾ ਹੁੰਦਾ ਹੈ ਅਤੇ ਇਸ ਨੂੰ ਕਦੀ ਨਹੀਂ ਛੱਡਦਾ। ਆਪਣੇਪਣ ਦੀ ਸੋਝੀ ਵੀ ਸਿਹਤਮੰਦ ਸ਼ਖਸੀਅਤ ਵਿਕਾਸ ਅਤੇ ਜੀਵਨ ਵਿਚ ਸਫਲ ਅਨੁਕੂਲਣ ਲਈ ਬੜੀ ਅਹਿਮ ਹੈ। ਆਪਣੇ ਬੱਚਿਆਂ ਨੂੰ ਮਾਪਿਆਂ ਵੱਲੋਂ ਦਿੱਤਾ ਪਿਆਰ ਅਤੇ ਨਿੱਘ ਜੀਵਨ ਪ੍ਰਤੀ ਇਕ ਵਧੀਆ ਰਵੱਈਆ ਵਿਕਸਿਤ ਕਰਨ ਲਈ ਇਕ ਮਹੱਤਵਪੂਰਣ ਕਾਰਕ ਹੈ।

ਪਿਆਰ ਅਤੇ ਆਪਣੇਪਣ ਦੀ ਸੋਝੀ ਕਈ ਮਾੜੇ ਹਾਲਾਤ ਤੇ ਕਾਬੂ ਪਾਉਣ ਜੋਗਾ ਬੱਚੇ ਨੂੰ ਬਣਾ ਸਕਦੀ ਹੈ, ਜਿਵੇਂ ਸਰੀਰਕ ਅਪੰਗਤਾ ਅਤੇ ਗੁਰਬਤ ਆਦਿ। ਮੋਹ ਅਤੇ ਪ੍ਰਵਾਣਕਤਾ ਨਿਰਾਸ਼ਾ ਦੇ ਖਿਲਾਫ਼ ਓਟ ਬਣ ਸਕਦੇ ਹਨ। ਸੱਟ ਦੇ ਅਹਿਸਾਸ ਅਤੇ ਝਗੀਟੀ ਮੈਂ ਲਈ ਮਾਪਿਆਂ ਤੋਂ ਮਿਲਦਾ ਨਿੱਘ ਸਭ ਤੋਂ ਵਧੀਆ ਮਲ੍ਹਮ ਹੈ।

ਨਜ਼ਦੀਕੀ ਸਬੰਧਾਂ ਦੀ ਲੋੜ ਸਾਰੀ ਉਮਰ ਹੀ ਰਹਿੰਦੀ ਹੈ ਪਰ ਤਣਾਉ ਜਾਂ ਸੰਕਟ ਦੇ ਸਮੇਂ ਇਹ ਖਾਸ ਤੌਰ 'ਤੇ ਮਹੱਤਵਪੂਰਣ ਹੈ ਜਿਵੇਂ ਪ੍ਰੀਖਿਆ ਦੌਰਾਨ ਜਾਂ ਮੰਚ ਪੇਸ਼ਕਾਰੀ ਵੇਲੇ। ਕਿਸੇ ਇੰਟਰਵਿਊ ਵਿਚ ਅਸਫਲ ਹੋਣਾ ਇਕ ਸੰਕਟ ਹੈ, ਜਿਸ ਉਤੇ ਆਸਾਨੀ ਨਾਲ ਕਾਬੂ ਪਾਇਆ ਜਾ ਸਕਦਾ ਹੈ ਜੇਕਰ ਮਾਪੇ ਆਪਣੇ ਪਿਆਰ ਅਤੇ ਮੱਦਦ ਨਾਲ ਸਾਹਮਣੇ ਆ ਜਾਣ।

5. ਪ੍ਰਵਾਣਕਤਾ ਅਤੇ ਸਵੈ-ਮਾਣ (ਵੁੱਕਤ)

ਪ੍ਰਾਪਤੀਆਂ ਦੀ ਪ੍ਰਵਾਣਕਤਾ ਇਕ ਲੋੜ ਹੈ ਜੋ ਅਗਲੀ ਪ੍ਰਾਪਤੀ ਲਈ ਪੂਰੀ ਹੋਣੀ ਚਾਹੀਦੀ ਹੈ। ਤਿੰਨ ਕਿਊਬਾਂ ਦੇ ਨਿਰਮਾਣ ਲਈ ਪ੍ਰਸੰਸਾ ਨਾਲ ਬੱਚੇ ਨੂੰ ਚੌਥਾ ਅਤੇ ਪੰਜਵਾਂ ਕਿਊਬ ਜੋੜਨ ਵਿਚ ਉਤਸ਼ਾਹ ਮਿਲੇਗਾ। ਚੰਗੇ ਸਲੀਕੇ, ਚੰਗੀ ਲਿਖਾਈ, ਕਮਰਾ ਸਾਫ ਰੱਖਣ ਲਈ ਪ੍ਰਸੰਸਾ ਸਕਾਰਾਤਮਕ ਤਾਕਤ ਦਿੰਦੀ ਹੈ ਅਤੇ ਇੱਛਿਤ ਵਿਹਾਰ ਨੂੰ ਸਥਾਪਤ ਕਰਨ ਵੱਲ ਲੈ ਜਾਂਦੀ ਹੈ।

ਸਵੈਮਾਣ ਦੀ ਮੁਢਲੀ ਬੁਨਿਆਦ ਵੁੱਕਤ ਦੀ ਮਾਪਿਆਂ ਦੀ ਪੁਸ਼ਟੀ ਅਤੇ ਮੁਢਲੇ ਵਿਕਾਸ ਕਾਰਜਾਂ ਦੀ ਉਸਤਾਦੀ ਵਿਚ ਹੈ। ਜਦੋਂ ਤੁਹਾਡਾ ਬੱਚਾ ਗੋਲ ਚੱਕਰ ਬਣਾਉਣਾ ਸਿੱਖਦਾ ਹੈ ਇਸ ਨੂੰ ਨਿੱਕੀ ਜਿਹੀ ਗੱਲ ਕਹਿ ਕੇ ਨਕਾਰੋ ਨਾ। ਤੁਹਾਡੀ ਪ੍ਰਵਾਣਕਤਾ ਅਤੇ ਅਗਵਾਈ ਬੱਚੇ ਨੂੰ ਇਸ ਗੋਲ ਚੱਕਰ ਨੂੰ ਮਨੁੱਖੀ ਚਿਹਰੇ ਵਿਚ ਬਦਲਣ ਅਤੇ ਇਸਦੇ ਅੱਖਾਂ, ਨੱਕ ਅਤੇ ਮੂੰਹ ਲਾਉਣ ਜੋਗਾ ਬਣਾ ਸਕਦੀ ਹੈ। ਜਿਉਂ ਜਿਉਂ ਬੱਚਾ ਨਵੇਂ ਮੀਲ-ਪੱਥਰ ਲੰਘਦਾ ਜਾਂਦਾ ਹੈ ਅਤੇ ਉਨ੍ਹਾਂ ਲਈ ਉਸ ਨੂੰ ਹੱਲਾਸ਼ੇਰੀ ਮਿਲਦੀ ਹੈ, ਉਸਦਾ ਸਵੈਮਾਣ ਹੋਰ ਵੀ ਵਧਦਾ ਹੈ।

ਬੱਚੇ ਨੂੰ ਦੋਹਾਂ ਦੀ ਲੋੜ ਹੈ ਮਾਪਿਆਂ ਦੀ ਪ੍ਰਵਾਣਕਤਾ ਅਤੇ ਨਾਲ ਹੀ ਸਮਾਜ ਦੀ ਵੀ। ਇਹ ਆਪਣੇ ਬਾਰੇ ਚੰਗਾ ਮਹਿਸੂਸ ਕਰਨ ਅਤੇ ਦੂਜਿਆਂ ਦੇ ਸਤਿਕਾਰ ਦਾ ਪਾਤਰ ਬਣਨ ਦੀ ਲੋੜ ਪੂਰੀ ਕਰਦੀ ਹੈ। ਮਹੱਤਵਪੂਰਣ ਸਮਝੇ ਜਾਂਦੇ ਖੇਤਰਾਂ ਵਿਚ ਪ੍ਰਾਪਤੀਆਂ : ਪੜ੍ਹਾਈ, ਖੇਡਾਂ, ਨਾਟਕਾਂ, ਸੰਗੀਤ ਨਾਲ ਬੱਚੇ ਦਾ ਸਵੈ-ਭਰੋਸਾ ਵਧਦਾ ਹੈ ਅਤੇ ਉਸਦਾ ਸਕਾਰਾਤਮਕ ਸਵੈ-ਅਕਸ ਵਿਕਸਿਤ ਹੁੰਦਾ ਹੈ।

6. ਪਛਾਣ

ਇਕ ਵਾਰੀ ਜਦੋਂ ਬੱਚੇ ਦਾ ਸਕਾਰਾਤਮਕ ਸਵੈ-ਅਕਸ ਬਣ ਜਾਂਦਾ ਹੈ ਅਤੇ ਉਸ ਵਿਚ ਵੁੱਕਤ ਹੋਣ ਦੀ ਸੋਝੀ ਪੈਦਾ ਹੋ ਜਾਂਦੀ ਹੈ, ਸਵੈ-ਪਛਾਣ ਲਈ ਖੋਜ ਹੋਰ ਸੁਖਾਲੀ ਹੋ ਜਾਂਦੀ ਹੈ। ਸ਼ੁਰੂ ਵਿਚ ਮਾਪੇ ਬੱਚੇ ਦੀ ਬਦਲਵੀਂ ਮੈਂ ਵਜੋਂ ਕੰਮ ਕਰਦੇ ਹਨ, ਪਰ ਮਗਰੋਂ ਜਮਾਤੀ ਸਮੂਹਾਂ ਅਤੇ ਨੌਜਵਾਨ ਬਾਲਗਾਂ ਨਾਲ ਪਛਾਣ ਬਿਠਾਉਣ ਦੀ ਲੋੜ ਪੈਦਾ ਹੁੰਦੀ ਹੈ। ਜਦੋਂ ਬੱਚਾ ਕਿਸ਼ੋਰ ਅਵਸਥਾ ਵਿਚ ਦਾਖਲ ਹੁੰਦਾ ਹੈ ਤਾਂ ਉੱਘੇ ਜਮਾਤੀ ਸਮੂਹ ਮੈਂਬਰਾਂ ਦੀਆਂ ਕਦਰਾਂ-ਕੀਮਤਾਂ ਅਤੇ ਮਿਆਰਾਂ ਉਤੇ ਨਿਰਭਰਤਾ ਬਹੁਤ ਜ਼ਿਆਦਾ ਹੋ ਜਾਂਦੀ ਹੈ। ਬੱਚਾ ਇਸ ਸਮੂਹ ਦਾ ਅਟੁੱਟ ਅੰਗ ਬਣਨਾ ਚਾਹੁੰਦਾ ਹੈ ਅਤੇ ਇਸ ਤੋਂ ਅਹਿਮ ਸਿੱਖਣ ਅਨੁਭਵ ਪ੍ਰਾਪਤ ਕਰਦਾ ਹੈ।

ਸਰਗਰਮ ਸ਼ਮੂਲੀਅਤ ਰਾਹੀਂ ਸਮੂਹ ਵਿਚ ਮਹੱਤਵਪੂਰਣ ਭੂਮਿਕਾ ਲੱਭਣਾ ਬੱਚੇ ਵਿਚ ਸਵੈ ਭਰੋਸਾ ਅਤੇ ਅਗਵਾਈ ਦੇ ਗੁਣ ਵਿਕਸਿਤ ਕਰਨ ਵਿਚ ਮੱਦਦ ਕਰਦਾ ਹੈ।

ਸ਼ੁਰੂ ਵਿਚ ਇਸ ਨਾਲ ਘਰ ਅੰਦਰ ਰੋਸਾ ਵਧ ਸਕਦਾ ਹੈ। ਪਰ ਜਦੋਂ ਤੱਕ ਬੱਚਾ ਬੁਰੀ ਸੰਗਤ ਵਿਚ ਨਹੀਂ ਉਦੋਂ ਤੱਕ ਇਹ ਸ਼ਖਸੀਅਤ ਵਿਕਾਸ ਲਈ ਨੁਕਸਾਨਦੇਹ ਨਹੀਂ।

7. ਕਦਰਾਂ-ਕੀਮਤਾਂ

ਬਿਨਾਂ ਕਦਰਾਂ-ਕੀਮਤਾਂ ਵਾਲਾ ਬੱਚਾ ਇਕ ਬੇਸੁਰਾਗ ਬਾਲਗ ਵਿਚ ਵਿਕਸਿਤ ਹੋਵੇਗਾ। ਸਮਾਜ ਵੱਲੋਂ ਪੁਸ਼ਟ ਅਤੇ ਪ੍ਰਵਾਣਤ ਕਦਰਾਂ-ਕੀਮਤਾਂ ਮਾਪਿਆਂ ਵੱਲੋਂ ਮੁੜ ਮੁੜ ਮਜ਼ਬੂਤ ਕਰਨ ਦੀ ਲੋੜ ਹੈ। ਇਖਲਾਕੀ ਤੌਰ ਤੇ ਇਕ ਮਜ਼ਬੂਤ ਬੱਚਾ ਪਾਲਣ ਦਾ ਵਧੀਆ ਢੰਗ ਖੁਦ ਵੀ ਇਖਲਾਕੀ ਬੰਦਾ ਬਣਨਾ ਹੈ। ਜੇਕਰ ਤੁਸੀਂ ਇਮਾਨਦਾਰ ਅਤੇ ਸਚਿਆਰੇ ਹੋ, ਸ਼ਾਨਦਾਰ ਅਤੇ ਧਿਆਨ ਰੱਖਣ ਵਾਲੇ ਹੋ, ਤਾਂ ਤੁਹਾਡੇ ਬੱਚੇ ਵੀ ਉਸੇ ਤਰ੍ਹਾਂ ਦੇ ਹੋਣਗੇ। ਜੇਕਰ ਤੁਸੀਂ ਝੂਠ ਬੋਲਦੇ ਹੋ, ਧੋਖਾ ਕਰਦੇ ਅਤੇ ਗਾਲ੍ਹਾਂ ਕੱਢਦੇ ਹੋ, ਭਾਵੇਂ ਕਦੇ-ਕਦੇ ਵੀ,ਤਾਂ ਤੁਸੀਂ ਆਪਣੇ ਬੱਚੇ ਨੂੰ ਗਲਤ ਸੰਕੇਤ ਦੇ ਰਹੇ ਹੋ। ਜਦੋਂ ਬੱਚਾ ਇਕਸੁਰ ਕਦਰਾਂ-ਕੀਮਤਾਂ ਦੇ ਨਮੂਨੇ ਲੱਭਣ ਵਿਚ ਅਯੋਗ ਰਹਿੰਦਾ ਹੈ ਤਾਂ ਦੁਚਿੱਤੀ ਪੈਦਾ ਹੋ ਜਾਂਦੀ ਹੈ ਅਤੇ ਬਚਪਨ ਦੀ ਅਸੀਮ ਊਰਜਾ ਅਣਵਰਤੀ ਰਹਿ ਜਾਂਦੀ ਹੈ। ਇਕ ਤਸੱਲੀਬਖਸ਼ ਕਦਰਾਂ-ਕੀਮਤਾਂ ਦਾ ਨਮੂਨਾ ਸਮਰੱਥਾਵਾਂ, ਸਕਾਰਾਤਮਕ ਸਵੈ-ਅਕਸ ਅਤੇ ਸਵੈ-ਭਰੋਸੇ ਵਾਲੀ ਸ਼ਖਸੀਅਤ ਦੇ ਵਿਕਾਸ ਵੱਲ ਲੈ ਜਾਂਦਾ ਹੈ।

ਕੀ ਤੁਸੀਂ ਸਦਾਚਾਰੀ ਮਾਪਾ ਹੋ ?

1. ਰੇਲ ਵਿਚ ਸਫਰ ਕਰਨ ਤੋਂ ਪਹਿਲਾਂ ਕੀ ਤੁਸੀਂ ਆਪਣੇ ਬੱਚਿਆਂ ਨੂੰ ਇਹ ਸਿਖਲਾਈ ਦਿੰਦੇ ਹੋ ਕਿ ਉਹ ਆਪਣੀ ਉਮਰ ਸਾਲ ਦੋ ਸਾਲ ਘੱਟ ਦੱਸਣ ਤਾਂ ਕਿ 50 ਫੀਸਦੀ ਛੂਟ ਪ੍ਰਾਪਤ ਕੀਤੀ ਜਾ ਸਕੇ ?
2. ਜਦੋਂ ਤੁਸੀਂ ਅਜਿਹੀਆਂ ਥਾਵਾਂ 'ਤੇ ਜਾਂਦੇ ਹੋ ਜਿਥੇ ਬਾਲਾਂ ਲਈ ਦਾਖਲਾ ਮੁਫਤ ਹੁੰਦਾ ਹੈ ਤਾਂ ਕੀ ਤੁਸੀਂ ਆਪਣੇ ਸਕੂਲ ਜਾਂਦੇ ਬੱਚੇ ਨੂੰ ਵੀ ਗੋਦੀ ਵਿਚ ਚੁੱਕ ਲੈਂਦੇ ਹੋ ?
3. ਜਦੋਂ ਕੋਈ ਕਾਰ ਵਾਲਾ ਤੁਹਾਡੇ ਗਲਤ ਪਾਸਿਉਂ ਤੁਹਾਡੇ ਕੋਲੋਂ ਅੱਗੇ ਲੰਘਦਾ ਹੈ ਕੀ ਤੁਸੀਂ ਉਸ ਨੂੰ ਮੋਟੀ ਜਿਹੀ ਗਾਲ੍ਹ ਕੱਢਦੇ ਹੋ ਅਤੇ ਹੱਥ ਨਾਲ ਉਸ ਅਰਥ ਦੇ ਇਸ਼ਾਰੇ ਵੀ ਕਰਦੇ ਹੋ ?
4. ਜੇਕਰ ਕੋਈ ਟ੍ਰੈਫਿਕ ਪੁਲਿਸ ਵਾਲਾ ਨਹੀਂ ਦੇਖ ਰਿਹਾ ਹੁੰਦਾ ਤਾਂ ਕੀ ਤੁਸੀਂ ਲਾਲ ਬੱਤੀਆਂ ਉਲੰਘ ਜਾਂਦੇ ਹੋ, ਗਲਤ ਥਾਂ ਗੱਡੀ ਖੜ੍ਹੀ ਕਰਦੇ ਹੋ ਜਾਂ ਇਕ ਪਾਸੜ ਯਾਤਾਯਾਤ ਵਾਲੀ ਸੜਕ ਤੇ ਗਲਤ ਪਾਸਿਉਂ ਦਾਖਲ ਹੋ ਜਾਂਦੇ ਹੋ ?

5. ਤੁਸੀਂ ਕਿਸੇ ਪਹਾੜੀ ਸੈਰਗਾਹ ਤੇ ਜਾਣ ਦੀ ਯੋਜਨਾ ਬਣਾਈ ਹੈ ਜਾਂ ਪਰਿਵਾਰ ਵਿਚ ਕੋਈ ਵਿਆਹ ਹੈ ਤੇ ਤੁਹਾਡਾ ਬੱਚਾ ਸਕੂਲ ਨਹੀਂ ਜਾ ਸਕੇਗਾ। ਕੀ ਤੁਸੀਂ ਆਪਣੇ ਕਿਸੇ ਦੂਰ ਦੇ ਰਿਸ਼ਤੇਦਾਰ ਨੂੰ ਮਾਰੋਗੇ ਜਾਂ ਆਪਣੇ ਬੱਚੇ ਲਈ ਕਿਸੇ ਝੂਠੇ ਡਾਕਟਰੀ ਪ੍ਰਮਾਣ ਪੱਤਰ ਦਾ ਪ੍ਰਬੰਧ ਕਰੋਗੇ?

6. ਤੁਸੀਂ ਕਿਸੇ ਕੁਇਜ਼ ਮੁਕਾਬਲੇ ਵਿਚ ਆਪਣੇ ਬੱਚੇ ਨੂੰ ਨਕਲ ਕਰਦਾ ਦੇਖਦੇ ਹੋ, ਕੀ ਤੁਸੀਂ ਮਗਰੋਂ ਬੱਚੇ ਨੂੰ ਝਾੜਦੇ ਹੋ ਅਤੇ ਜਾਂ ਫਿਰ ਇਸ ਤੱਥ ਨੂੰ ਨਜ਼ਰਅੰਦਾਜ਼ ਕਰ ਜਾਂਦੇ ਹੋ ਖਾਸਕਰ ਜੇ ਉਹ ਜਿੱਤ ਜਾਂਦਾ ਹੈ?

ਅੰਤਮ ਸਿੱਟਾ

ਸ਼ਖਸੀਅਤ ਵਿਕਾਸ ਇਕ ਜਟਿਲ ਅਮਲ ਹੈ ਜਿਸ ਵਿਚ ਅਣਗਿਣਤ ਇਨਪੁਟ (ਉਤੇਜਕ) ਅਤੇ ਆਊਟਪੁਟ (ਪ੍ਰਤੀਕ੍ਰਿਆਵਾਂ) ਸ਼ਾਮਲ ਹੁੰਦੇ ਹਨ। ਇਸ ਅਮਲ ਦੇ ਅੰਤਮ ਸਿੱਟੇ ਹਨ-ਸਵੈ-ਨਿਰਭਰਤਾ, ਸਵੈ-ਜ਼ਬਤ ਅਤੇ ਸਮਰੱਥਾ ਦਾ ਵਿਕਾਸ।

ਸਵੈ-ਨਿਰਭਰਤਾ ਦਾ ਵਿਕਾਸ

ਮਾਂ ਦੀ ਕੁੱਖ ਵਿਚ ਪਲ ਰਿਹਾ ਭਰੂਣ ਆਪਣੀਆਂ ਸਾਰੀਆਂ ਲੋੜਾਂ ਲਈ ਪੂਰੀ ਤਰ੍ਹਾਂ ਉਸੇ ਤੇ ਹੀ ਨਿਰਭਰ ਹੁੰਦਾ ਹੈ : ਇਸ ਦਾ ਨਾੜੂਆ ਹੀ ਇਸ ਦੀ ਜੀਵਨ ਰੇਖਾ ਹੁੰਦਾ ਹੈ। ਜਨਮ ਤੋਂ ਬਾਦ ਵੀ ਬੱਚਾ ਆਪਣੀਆਂ ਬਹੁਤੀਆਂ ਲੋੜਾਂ ਲਈ ਬਹੁਤਾ ਕਰਕੇ ਮਾਂ 'ਤੇ ਹੀ ਨਿਰਭਰ ਹੁੰਦਾ ਹੈ, ਪਰ ਹੌਲੀ-ਹੌਲੀ ਆਪਣੀਆਂ ਪ੍ਰਤੀਕ੍ਰਿਆਵਾਂ ਵਿਚ ਪ੍ਰੌੜ੍ਹਤਾ ਦਿਖਾਉਣ ਲੱਗਦਾ ਹੈ।

ਨਰਸਰੀ ਗੀਤਾਂ ਦੇ ਉਚਾਰ ਤੇ ਸ਼ੁਰੂਆਤੀ ਕਿਲਕਾਰੀਆਂ ਤੋਂ ਤੁਹਾਡਾ ਨਿੱਕਚੂ ਕਈ ਵਿੰਗੇ ਟੇਢੇ ਰਾਹ ਪਾਰ ਕਰਦਾ ਹੈ। ਮੁਢਲੇ ਥਿੜ੍ਹਕਦੇ ਕਦਮ ਪੈਰਾਂ ਵਿਚ ਜਾਨ ਪਾ ਦਿੰਦੇ ਹਨ ਜਿਹੜੇ ਭੱਜ ਅਤੇ ਨੱਚ ਸਕਦੇ ਹਨ। ਤੁਸੀਂ ਆਪਣੇ ਬੱਚੇ ਨੂੰ ਬੜੀ ਮੁਹਾਰਤ ਨਾਲ ਚਮਚਾ ਵਰਤਦੇ, ਜਾਂ ਆਪਣੇ ਨਿੱਕੇ-ਨਿੱਕੇ ਹੱਥਾਂ ਵਿਚ ਕੱਪ ਫੜਕੇ ਦੁੱਧ ਪੀਂਦੇ ਨੂੰ ਬੜੇ ਮਾਣ ਨਾਲ ਦੇਖਦੇ ਹੋ। ਤਿਪਹੀਆ ਸਾਈਕਲ ਤੋਂ ਬਾਈਸਾਈਕਲ ਤੇ, ਸਿਰਫ ਛਾਲਾਂ ਮਾਰਨ ਤੋਂ ਰੱਸੀ ਟੱਪਣ ਤੱਕ, ਟੱਪ ਤੋਂ ਸਵਿਮਿੰਗ ਪੂਲ ਤੱਕ ਤੁਹਾਡਾ ਬੱਚਾ ਬੜੀ ਤੇਜ਼ ਪ੍ਰਗਤੀ ਕਰਦਾ ਹੈ।

ਕਿਸ਼ੋਰ ਦੇ ਤੌਰ ਤੇ ਪੂਰੀ ਨਿਰਭਰਤਾ ਅਤੀਤ ਦੀ ਗੱਲ ਬਣ ਜਾਂਦੀ ਹੈ ਅਤੇ ਫੇਰ ਨੌਜਵਾਨ ਬਾਲਗ ਪੂਰੀ ਤਰ੍ਹਾਂ ਸਵੈ-ਨਿਰਭਰ ਹੋ ਜਾਂਦਾ ਹੈ। ਇਸ ਸਵੈ-ਨਿਰਭਰਤਾ ਅਤੇ ਸਵੈ-ਸੇਧ ਵੱਲ ਇਸ ਵਿਕਾਸ ਦੇ ਨਾਲ ਜ਼ਾਤੀ ਪਛਾਣ ਦੀ ਸਪੱਸ਼ਟ ਸੋਝੀ ਵੀ ਵਿਕਸਿਤ ਹੋ ਜਾਂਦੀ ਹੈ। ਸੂਚਨਾ, ਸਵੈ-ਜ਼ਬਤ, ਸਮਰੱਥਾਵਾਂ ਅਤੇ ਕਦਰਾਂ-ਕੀਮਤਾਂ ਦੀ ਪ੍ਰਾਪਤੀ ਸਵੈ-ਨਿਰਭਰਤਾ ਦੇ ਵਿਕਾਸ ਵਿਚ ਨਾਲ ਚੱਲਦੀ ਹੈ। ਇਸ ਵਾਧੇ ਵਿਚ ਪਰਿਵਾਰ ਅਤੇ ਸਮਾਜ ਮਹੱਤਵਪੂਰਣ ਭੂਮਿਕਾ ਨਿਭਾਉਂਦੇ ਹਨ।

ਸਵੈ-ਜ਼ਬਤ ਦੀ ਪ੍ਰਾਪਤੀ

ਜਿਸਮਾਨੀ ਆਕਾਰ ਤੋਂ ਬਿਨਾਂ ਇਕ ਹੋਰ ਨਿਵੇਕਲਾ ਲੱਛਣ ਕੀ ਹੈ ਜੋ ਬੱਚੇ ਤੋਂ ਬਾਲਗ ਨੂੰ ਵੱਖ ਕਰਦਾ ਹੈ? ਇਹ ਹੈ ਵੱਡਿਆਂ ਦੀ ਸਥਿਤੀ ਦੀ ਲੋੜ ਅਤੇ ਜ਼ਰੂਰਤ ਅਨੁਸਾਰ ਵਿਹਾਰ ਨੂੰ ਸੋਧਣ ਅਤੇ ਨਿਯੰਤ੍ਰਿਤ ਕਰਨ ਦੀ ਉਨ੍ਹਾਂ ਦੀ ਯੋਗਤਾ। ਕਿਸੇ ਨਿੱਕੇ ਮੁੰਡੇ ਨੂੰ ਆਪਣੇ ਪਿਆਰੇ ਖਿਡੌਣੇ ਜਾਂ ਚਾਕਲੇਟ ਨਾਲੋਂ ਵੱਖਰਾ ਹੋਣ ਲਈ ਕਹੋ ਤੁਹਾਨੂੰ ਨਾਂਹ ਹੀ ਮਿਲੇਗੀ।

ਜਦੋਂ ਉਹ ਵੱਡਾ ਹੁੰਦਾ ਹੈ ਬੱਚੇ ਨੂੰ ਹਕੀਕਤ ਵੇਖਣ ਅਤੇ ਉਸ ਦਾ ਸਾਹਮਣਾ ਕਰਨ ਦੇ ਕਈ ਮੌਕੇ ਮਿਲਦੇ ਹਨ। ਇਸ ਵਿਚ ਕਲਪਨਾ ਅਤੇ ਹਕੀਕਤ ਵਿਚਕਾਰ ਫਰਕ ਕਰਨਾ, ਆਵੇਗ ਅਤੇ ਇੱਛਾ ਨੂੰ ਨਿਯੰਤ੍ਰਿਤ ਕਰਨਾ ਅਤੇ ਜੀਵਨ ਦੀਆਂ ਅਨਿਵਾਰੀ ਮਾਯੂਸੀਆਂ ਨਾਲ ਸਿੱਝਣਾ ਸ਼ਾਮਲ ਹੈ। ਜਦੋਂ ਬੱਚਾ ਸਵੈ ਉਤੇ ਨਿਯੰਤ੍ਰਣ ਕਰਨ ਦੇ ਯੋਗ ਹੋ ਜਾਂਦਾ ਹੈ ਉਹ ਪਰਿਵਾਰ ਜਾਂ ਸਮਾਜ ਵੱਲੋਂ ਸਥਾਪਤ ਵਿਵਹਾਰਕ ਨਿਯਮਾਂ ਤੇ ਖਰਾ ਉਤਰਨ ਵਿਚ ਵਧੇਰੇ ਪ੍ਰਭਾਵੀ ਅਤੇ ਕੁਸ਼ਲ ਬਣ ਜਾਂਦਾ ਹੈ।

ਸਮਰੱਥਾ ਦਾ ਵਿਕਾਸ

ਡਾਕਟਰੀ ਸ਼ਬਦਾਂ ਵਿਚ :

* ਬਾਲ ਇਕ ਸਾਲ ਦੀ ਉਮਰ ਤੱਕ ਬੱਚਾ ਹੁੰਦਾ ਹੈ।
* ਛੋਟਾ ਬੱਚਾ ਤਿੰਨ ਸਾਲ ਦੀ ਉਮਰ ਤੱਕ ਬੱਚਾ ਹੁੰਦਾ ਹੈ।
* ਪੂਰਵ-ਸਕੂਲ ਬੱਚਾ ਤਿੰਨ ਤੋਂ ਪੰਜ ਸਾਲਾਂ ਵਿਚਕਾਰ ਦਾ ਬੱਚਾ ਹੁੰਦਾ ਹੈ।
* ਸਕੂਲ ਜਾਂਦਾ ਬੱਚਾ ਪੰਜ ਸਾਲਾਂ ਤੋਂ ਉਤੇ ਦਾ ਬੱਚਾ ਹੁੰਦਾ ਹੈ।
* ਕਿਸ਼ੋਰ.... ਕਿਸ਼ੋਰ ਹੁੰਦਾ ਹੈ!

ਸਮੁੱਚਾ ਪੂਰਵ ਬਾਲਗ ਅਰਸਾ ਬੌਧਿਕ, ਭਾਵਨਾਤਮਕ, ਸਮਾਜਿਕ ਕੁਸ਼ਲਤਾਵਾਂ ਪ੍ਰਾਪਤ ਕਰਨ ਵੱਲ ਸੇਧਤ ਹੁੰਦਾ ਹੈ, ਜੋ ਬਾਲਗਪੁਣੇ ਵਿਚ ਚੰਗੀਆਂ ਕੰਮ ਆਉਂਦੀਆਂ ਹਨ। ਬੱਚਾ ਹੌਲੀ-ਹੌਲੀ ਭਾਵਨਾਵਾਂ ਤੇ ਨਿਯੰਤ੍ਰਣ ਕਰਨਾ ਸਿੱਖ ਜਾਂਦਾ ਹੈ ਅਤੇ ਭਾਵਨਾਵਾਂ ਦੇ ਵਹਿਣ ਨੂੰ ਜ਼ਿੰਦਗੀ ਦੀ ਗੁਣਵੱਤਾ ਦੀ ਸਮਰਿਧੀ ਲਈ ਸੇਧ ਦੇ ਸਕਦਾ ਹੈ।

ਇਸ ਤਰ੍ਹਾਂ ਅਸਮਰੱਥਾਵਾਂ ਛੱਡ ਜਾਂਦੀਆਂ ਹਨ ਅਤੇ ਇਕ ਸਮਰੱਥ, ਸਵੈ ਵਿਸ਼ਵਾਸੀ ਸ਼ਖਸੀਅਤ ਪ੍ਰਾਪਤ ਹੋ ਜਾਂਦੀ ਹੈ। ਪਰ ਹਮੇਸ਼ਾ ਹੀ ਇਸ ਤਰ੍ਹਾਂ ਹੋਣਾ ਜ਼ਰੂਰੀ ਨਹੀਂ ਅਤੇ ਉਤਪੱਤੀ-ਮੂਲਕ ਤੇ ਵਾਤਾਵਰਣੀ ਪਹਿਲੂਆਂ ਦੀ ਗੁਣਵੱਤਾ ਅਤੇ ਅੰਤਰਕ੍ਰਿਆ ਉਤੇ ਨਿਰਭਰ ਕਰਦੇ ਹੋਏ ਸ਼ਖਸੀਅਤ ਦਾ ਵਿਕਾਸ ਅਸਾਧਾਰਣ ਜਾਂ ਨੁਕਸਾਨਦਾਰ ਹੋ ਸਕਦਾ ਹੈ। ਜੇਕਰ ਭਾਵਨਾਤਮਕ ਵਿਰਵਾਪੁਣ (ਰੱਦਣ, ਨਿਖੇਧੀ, ਅਸੁਰੱਖਿਆ, ਅਢੁਕਵਾਂਪਣ) ਪੈਦਾ ਹੋ ਜਾਂਦਾ ਹੈ ਇਸਦਾ ਸਿੱਟਾ ਸ਼ਖਸੀਅਤ ਦੇ ਵਿਗਾੜ ਅਤੇ ਬੇਸੁਰੇ ਵਿਹਾਰ ਵਿਚ ਨਿਕਲਦਾ ਹੈ।

ਇਹ ਦੇਖਿਆ ਗਿਆ ਹੈ ਕਿ ਚਾਰ ਸਾਲ ਦੀ ਉਮਰ ਤੱਕ ਬੱਚਿਆਂ ਦੀ ਖੁਦ

ਦੀ ਅਤੇ ਆਪਣੇ ਸੰਸਾਰ ਦੀ ਕਾਫੀ ਸਪੱਸ਼ਟ ਤਸਵੀਰ ਬਣ ਜਾਂਦੀ ਹੈ। ਉਹ ਅਨੁਭਵਾਂ, ਚੁਣੌਤੀਆਂ ਅਤੇ ਸਥਿਤੀਆਂ ਨੂੰ ਨਿਖੇੜਨ, ਪਰਿਭਾਸ਼ਿਤ ਕਰਨ ਅਤੇ ਉਨ੍ਹਾਂ ਦਾ ਮੁਲਾਂਕਣ ਕਰਨ ਲੱਗਦੇ ਹਨ। ਤੁਹਾਡਾ ਬੱਚਾ ਹੁਣ ਬੋਧ ਦੇ ਯੋਗ ਬਣ ਜਾਂਦਾ ਹੈ ਯਾਨੀ ਦੇਖਣ, ਜਾਣਨ ਅਤੇ ਆਤਮਸਾਤ ਕਰਨ ਦੇ ਸੰਕਲਪ ਅਤੇ ਤੁਹਾਡਾ ਬੱਚਾ ਕੋਈ ਵੀ ਨਹੀਂ ਤੋਂ ਕੋਈ ਬਣ ਜਾਂਦਾ ਹੈ। ਇਸ ਦਾ ਇਹ ਮਤਲਬ ਹੈ ਕਿ ਬੱਚੇ ਦੇ ਜੀਵਨ ਦਾ ਮੁਢਲਾ ਅਰਸਾ ਸਕਾਰਾਤਮਕ ਸ਼ਖਸੀਅਤ ਦੇ ਵਿਕਾਸ ਲਈ ਵੱਧੋ-ਵੱਧ ਪ੍ਰੇਰਕ ਬਣਾਉਣਾ ਚਾਹੀਦਾ ਹੈ।

ਹਰਬਰਟ ਹੂਵਰ ਨੇ ਕਿਹਾ ਸੀ, 'ਬੱਚੇ ਸਾਡਾ ਸਭ ਤੋਂ ਵੱਧ ਕੁਦਰਤੀ ਸਰੋਤ ਹਨ।' ਆਓ ਆਪਾਂ ਉਸ ਦੀ ਸਲਾਹ ਤੇ ਚੱਲੀਏ ਅਤੇ ਇਸ ਵਿਸ਼ਾਲ ਸਰੋਤ ਨੂੰ ਅਸੀਮ ਖਜ਼ਾਨੇ ਵਿਚ ਬਦਲਣ ਦੀ ਕੋਸ਼ਿਸ ਕਰੀਏ।

3.

ਬਚਪਨ ਦੇ ਸੰਘਰਸ਼

'ਅਸੀਂ ਬੱਚੇ ਬਾਰੇ ਕਦੀ ਵੀ ਨਿੱਕੇ ਜਿਹੇ ਮਨੁੱਖ ਵਜੋਂ ਨਹੀਂ ਸੋਚਦੇ ਜੋ ਜੀਵਨ ਦੇ ਅਰਥ ਲੱਭਣ ਲਈ, ਆਪਣੀਆਂ ਲੋੜਾਂ ਪੂਰੀਆਂ ਕਰਨ ਲਈ, ਜੀਵਨ ਵੱਲੋਂ ਪੇਸ਼ ਚੁਣੌਤੀਆਂ ਨੂੰ ਕਾਬੂ ਕਰਨ ਲਈ ਆਪਣੇ ਖੁਦ ਦੇ ਸੰਘਰਸ਼ ਨੂੰ ਚਲਾ ਰਿਹਾ ਹੈ-ਪਰ ਉਹ ਨਵੇਂਪਣ ਦੇ ਉਸ ਪਰਿਮਾਣ ਵਿਚ ਖਾਸ ਤੌਰ ਤੇ ਬਾਲਗਾਂ ਤੋਂ ਭਿੰਨ ਹੈ, ਜੋ ਉਸ ਨੂੰ ਦਰਪੇਸ਼ ਹਨ।'

-ਮਰਫੀ

ਵੱਡਾ ਹੋਣਾ ਇਕ ਤਣਾਉ ਭਰੀ ਸਥਿਤੀ ਹੈ। ਵਾਧੇ ਨਾਲ ਜਦੋਂ ਨਵੀਆਂ ਸਮਰੱਥਾਵਾਂ, ਜਿਸਮਾਨੀ ਤਾਕਤ ਅਤੇ ਮਾਨਸਿਕ ਗਤੀਵਿਧੀ ਦੇ ਰੂਪ ਵਿਚ ਦੋਵੇਂ ਹੀ ਪ੍ਰਾਪਤ ਹੋ ਜਾਂਦੀਆਂ ਹਨ, ਤਾਂ ਬੱਚਾ ਨਵੇਂ ਉਤੇਜਕਾਂ ਨਾਲ ਪ੍ਰਯੋਗ ਕਰਨੇ ਸ਼ੁਰੂ ਕਰਦਾ ਹੈ। ਨਵੇਂ ਖਿਡੌਣੇ, ਨਵੇਂ ਸਾਥੀ, ਨਵੀਆਂ ਆਵਾਜ਼ਾਂ, ਨਵੇਂ ਦ੍ਰਿਸ਼; ਬੱਚੇ ਦੇ ਸਾਹਮਣੇ ਖੋਜਣ ਲਈ ਇਕ ਪੂਰਾ ਨਵਾਂ ਸੰਸਾਰ ਹੁੰਦਾ ਹੈ। ਗੈਰ ਅਨੁਭਵੀ ਬੱਚੇ ਲਈ ਹਰ ਨਵੀਂ ਸਥਿਤੀ ਇਕ ਤਾਜ਼ਾ ਚੁਣੌਤੀ ਪੇਸ਼ ਕਰਨ ਵਾਲੀ ਹੁੰਦੀ ਹੈ। ਨਿਹਤ ਅਤੇ ਗ੍ਰਹਿਣ ਕੀਤੀਆਂ ਸਮਰੱਥਾਵਾਂ ਇਨ੍ਹਾਂ ਵਿਚੋਂ ਕੁਝ ਤੇ ਕਾਬੂ ਪਾਉਣ ਵਿਚ ਉਸਦੀ ਮੱਦਦ ਕਰਦੀਆਂ ਹਨ ਪਰ ਅਸਫਲਤਾਵਾਂ ਵੀ ਹੁੰਦੀਆਂ ਹਨ ਅਤੇ ਇਹ ਵਧਣ ਦਾ ਇਕ ਅਨਿਵਾਰੀ ਹਿੱਸਾ ਹੁੰਦੀਆਂ ਹਨ। ਘਾਟਾਂ ਅਤੇ ਕਮੀਆਂ ਦੀ ਸੋਝੀ ਅਨਿਵਾਰੀ ਰੂਪ ਵਿਚ ਦੁੱਖ ਅਤੇ ਤੌਖਲੇ ਵੱਲ ਲੈ ਜਾਂਦੀ ਹੈ। ਇਹ ਸਾਡੇ ਸਾਰਿਆਂ ਨਾਲ ਵਾਪਰਦਾ ਹੈ ਪਰ ਬਾਲਗਾਂ ਦੇ ਅਨੁਭਵ ਉਨ੍ਹਾਂ ਦੇ ਪੱਖ ਵਿਚ ਹੁੰਦੇ ਹਨ। ਜਿਹੜੇ ਮਾੜੀਆਂ ਹਾਲਤਾਂ ਨੂੰ ਵਧੇਰੇ ਸੌਖ ਨਾਲ ਕਾਬੂ ਕਰਨ ਵਿਚ ਮੱਦਦ ਕਰਦੇ ਹਨ।

ਬੱਚੇ ਕੁਝ ਖਾਸ ਵਿਹਾਰ ਜਾਂ ਪ੍ਰਤਿਕ੍ਰਿਆਵਾਂ ਵਿਕਸਿਤ ਕਰ ਲੈਂਦੇ ਹਨ। ਜਿਨ੍ਹਾਂ ਨਾਲ ਅਸਫਲਤਾਵਾਂ ਦਾ ਅਸਰ ਨਰਮ ਕਰਨ ਦੇ ਉਹ ਯੋਗ ਹੋ ਜਾਂਦੇ ਹਨ। ਇਹ ਵਿਹਾਰ ਤੌਖਲਾ ਅਤੇ ਦੁੱਖ ਦੂਰ ਕਰਨ ਵਿਚ ਮੱਦਦ ਕਰਦੇ ਹਨ ਅਤੇ ਇਸ ਅਮਲ ਵਿਚ ਉਚਿਤਤਾ ਅਤੇ ਵੁੱਕਤ ਦੇ ਬੱਚੇ ਦੇ ਅਹਿਸਾਸਾਂ ਦੀ ਰਾਖੀ ਕਰਦੇ ਹਨ। ਇਨ੍ਹਾਂ ਪ੍ਰਤਿਕ੍ਰਿਆਵਾਂ ਜਾਂ ਵਿਹਾਰਾਂ ਬਾਰੇ ਚਰਚਾ ਕਰਨ ਪਿੱਛੇ ਖਿਆਲ ਉਨ੍ਹਾਂ ਦੇ ਸਹੀ ਮਹੱਤਵ ਤੋਂ ਮਾਪਿਆ ਨੂੰ ਸੁਚੇਤ ਕਰਨਾ ਹੈ।

ਜੇਕਰ ਤੁਸੀਂ ਦੇਖਦੇ ਹੋ ਕਿ ਤੁਹਾਡਾ ਬੱਚਾ ਇਹ ਰੁਝਾਨ ਦਰਸਾਉਂਦਾ ਹੈ ਤਾਂ ਸੁਚੇਤ, ਵਿਚਾਰਸ਼ੀਲ ਅਤੇ ਮੱਦਦਗਾਰ ਰਹੋ। ਤੁਹਾਡੇ ਬੱਚੇ ਨੂੰ ਤੁਹਾਡੀ ਮੱਦਦ ਦੀ ਬੁਰੀ ਤਰ੍ਹਾਂ ਲੋੜ ਹੈ। ਤੁਹਾਡੀ ਸਮਝ ਦੀ ਘਾਟ ਸਿਰਫ ਉਸਦੀ ਮਾਯੂਸੀ ਹੀ ਵਧਾਏਗੀ ਅਤੇ ਇਹ ਬੱਚੇ ਦੀ ਸ਼ਖਸੀਅਤ ਉਤੇ ਸਥਾਈ ਦਾਗ਼ ਵੀ ਲਾ ਸਕਦੀ ਹੈ।

ਆਉ ਕੁਝ ਮਹੱਤਵਪੂਰਣ ਵਿਚਾਰ ਨਮੂਨਿਆਂ ਦੀ ਘੋਖ ਕਰੀਏ ਜਿਨ੍ਹਾਂ ਰਾਹੀਂ ਬੱਚੇ ਆਪਣੇ ਸਵੈ-ਮਾਣ ਨੂੰ ਸੁਰੱਖਿਅਤ ਰੱਖਦੇ ਅਤੇ ਸਾਂਭਦੇ ਹਨ।

ਇਨਕਾਰ

ਕਿਸੇ ਹਕੀਕਤ ਤੋਂ ਇਨਕਾਰ ਕਰਨਾ ਜਾਂ ਇਸ ਨੂੰ ਨਾ ਮੰਨਣਾ ਹੀ ਸ਼ਾਇਦ ਵੁੱਕਤ ਦੇ ਅਹਿਸਾਸ ਸਾਂਭਣ ਲਈ ਵਰਤੀਆਂ ਜਾਂਦੀਆਂ ਸਾਰੀਆਂ ਪ੍ਰਤਿਕ੍ਰਿਆਵਾਂ ਵਿਚੋਂ ਸਭ ਤੋਂ ਬੁਨਿਆਦੀ ਹੈ। ਇਸ ਵਿਚ ਇਹ ਕੋਸ਼ਿਸ਼ ਕੀਤੀ ਜਾਂਦੀ ਹੈ ਕਿ ਵਿਰੋਧੀ ਹਕੀਕਤਾਂ ਨੂੰ ਨਜ਼ਰ ਅੰਦਾਜ਼ ਕਰਕੇ ਜਾਂ ਉਨ੍ਹਾਂ ਨੂੰ ਮਾਨਤਾ ਦੇਣ ਤੋਂ ਇਨਕਾਰ ਕਰਕੇ ਉਨ੍ਹਾਂ ਦੀ ਛਾਂਟੀ ਕਰ ਦਿੱਤੀ ਜਾਂਦੀ ਹੈ ਜਾਂ ਦੂਰ ਕਰ ਦਿੱਤਾ ਜਾਂਦਾ ਹੈ।

ਬੱਚਾ ਅਸੁਖਾਵੇਂ ਵਿਸ਼ਿਆਂ ਤੇ ਚਰਚਾ ਕਰਨ ਤੋਂ ਨਾਂਹ ਕਰ ਸਕਦਾ ਹੈ ਜਿਵੇਂ ਪ੍ਰੀਖਿਆ ਵਿਚ ਮਾੜੀ ਪੇਸ਼ਕਾਰੀ ਜਾਂ ਕਿਸੇ ਗਲਤੀ ਲਈ ਅਧਿਆਪਕ ਵੱਲੋਂ ਕੀਤੀ ਸ਼ਿਕਾਇਤ। ਇਨਕਾਰ ਅਸਥਾਈ ਸਕੂਨ ਦਿੰਦਾ ਹੈ ਅਤੇ ਇਕ ਸਦਮਾਕਾਰੀ ਸਥਿਤੀ ਦੇ ਪੂਰੇ ਅਸਰ ਤੋਂ ਕੁਝ ਰੋਧ ਦਿੰਦਾ ਹੈ।

ਗੈਰ-ਹਕੀਕੀ ਸੰਸਾਰ ਉਸਾਰ ਲੈਣਾ

ਜਿਹੜੇ ਬੱਚਿਆਂ ਨੂੰ ਵਾਰ-ਵਾਰ ਝਿੜਕਾਂ ਪੈਂਦੀਆਂ ਹਨ ਜਾਂ ਲਗਾਤਾਰ ਅਸਫਲਤਾਵਾਂ ਦਾ ਸਾਹਮਣਾ ਕਰਨਾ ਪੈਂਦਾ ਹੈ ਉਹ ਮਾਯੂਸ ਅਤੇ ਅੱਥਰੇ ਹੋ ਜਾਂਦੇ ਹਨ। ਅਢੁਕਵੇਂਪਣ ਅਤੇ ਅਸਮਰੱਥਾ ਦੇ ਜੁੜਵੇਂ ਅਹਿਸਾਸਾਂ ਤੇ ਕਾਬੂ ਪਾਉਣ ਲਈ ਉਹ ਕਲਪਨਾ ਦੇ ਸੰਸਾਰ ਵਿਚ ਜੀਣਾ ਸ਼ੁਰੂ ਕਰ ਦਿੰਦੇ ਹਨ। ਇਸ ਸੰਸਾਰ ਵਿਚ ਇੱਛਿਤ ਟੀਚਿਆਂ ਦੀਆਂ ਭਰਪੂਰ ਪ੍ਰਾਪਤੀਆਂ ਹੁੰਦੀਆਂ ਹਨ। ਇਹ ਬੱਚੇ ਖੁਦ ਦੀ ਤਸਵੀਰ ਮਸ਼ਹੂਰ ਫਿਲਮ ਸਿਤਾਰੇ ਜਾਂ ਉੱਘੇ ਐਥਲੀਟ ਜਾਂ ਕਿਸੇ ਬਹੁਤ ਹੀ ਹੁਸ਼ਿਆਰ ਵਿਦਿਆਰਥੀ ਦੀ ਸਿਰਜ ਲੈਂਦੇ ਹਨ। ਇਹ ਕਲਪਨਾਵਾਂ ਸੁਰੱਖਿਆ ਵਾਲਵਾਂ ਦੇ ਤੌਰ ਤੇ ਕੰਮ ਕਰਦੀਆਂ ਹਨ ਅਤੇ ਇਸ ਨਾਲ ਭਰਿਆ ਹੋਇਆ ਗੁੱਸਾ

ਅਤੇ ਮਾਯੂਸੀ ਬਾਹਰ ਨਿੱਕਲ ਜਾਂਦੀ ਹੈ। ਇਸ ਨਾਲ ਜ਼ਿੱਲਤ ਅਤੇ ਦੁੱਖ ਤੋਂ ਅਰਾਮ ਮਿਲਦਾ ਹੈ ਅਤੇ ਬੱਚੇ ਦਾ ਸਵੈ-ਮਾਣ ਸੁਰੱਖਿਅਤ ਹੋ ਜਾਂਦਾ ਹੈ। ਇਸ ਕਿਸਮ ਦੀ ਕਲਪਨਾਸ਼ੀਲਤਾ ਨੂੰ ਜੇਤੂ-ਨਾਇਕ ਨਮੂਨਾ ਕਿਹਾ ਜਾਂਦਾ ਹੈ।

ਮਾਪਿਆਂ ਦਾ ਲਗਾਤਾਰ ਅਵੇਸਲਾਪਣ ਅਣਚਾਹੀਆਂ ਆਦਤਾਂ ਦੇ ਵਿਕਾਸ ਵੱਲ ਲਿਜਾ ਸਕਦਾ ਹੈ ਅਤੇ ਬੱਚਾ ਅਪਰਾਧੀ ਜੁੰਡਲੀਆਂ ਦਾ ਸ਼ਿਕਾਰ ਹੋ ਸਕਦਾ ਹੈ। ਅਨਿਕੇਤ ਵਾਰ-ਵਾਰ ਅੰਤਰ ਸਕੂਲ ਕ੍ਰਿਕਟ ਮੈਚਾਂ ਵਿਚ ਰਨ ਬਣਾਉਣ ਵਿਚ ਅਸਫਲ ਹੋ ਜਾਂਦਾ ਹੈ। ਉਸ ਨੂੰ ਸਕੂਲ ਟੀਮ ਵਿੱਚੋਂ ਕੱਢ ਦਿੱਤਾ ਗਿਆ। ਉਸ ਦੀ ਹਉਮੈਂ ਨੂੰ ਸੱਟ ਵੱਜੀ ਅਤੇ ਬੱਚਾ ਖੁਦ ਦੀ ਇਕ ਮਸ਼ਹੂਰ, ਕ੍ਰਿਕੇਟ ਖਿਡਾਰੀ, ਸਚਿਨ ਤੇਂਦੁਲਕਰ ਹੋਣ ਦੀ ਕਲਪਨਾ ਕਰਨ ਲੱਗਾ। ਉਹ ਹਰੇਕ ਗੇਂਦ ਤੇ ਚੌਕੇ ਅਤੇ ਛਿੱਕੇ ਮਾਰਨ ਦੀ ਕਲਪਨਾ ਕਰਦਾ ਹੈ ਅਤੇ ਮਨ ਵਿਚ ਹੀ ਕਈ ਸ਼ਤਕ ਬਣਾ ਲੈਂਦਾ ਹੈ। ਉਸ ਨੇ ਵਧੀਆ ਨਮੂਨੇਦਾਰ ਕਾਲੀ ਐਨਕ ਵੀ ਖਰੀਦ ਲਈ ਤਾਂ ਕਿ ਸਚਿਨ ਵਰਗਾ ਲੱਗੇ ਅਤੇ ਆਪਣੇ ਪਿਤਾ ਤੇ ਜੋਰ ਪਾਉਣ ਲੱਗਾ ਕਿ ਉਹ ਉਸ ਨੂੰ ਪੂਰੀ ਕ੍ਰਿਕਟ ਵਰਦੀ ਖਰੀਦ ਕੇ ਦੇਵੇ।

ਹਰੇਕ ਸ਼ਾਮ ਅਨਿਕੇਤ ਆਪਣੀ ਕ੍ਰਿਕੇਟ ਕਿੱਟ ਸਾਈਕਲ ’ਤੇ ਰੱਖ ਕੇ ਸਕੂਲ ਦੇ ਮੈਦਾਨ ਵਿਚ ਜਾਂਦਾ ਅਤੇ ਹੋਰ ਮੁੰਡਿਆਂ ਨਾਲ ਘੁੰਮਦਾ ਰਹਿੰਦਾ। ਉਹ ਦਿਨ ਢਲੇ ਆਪਣੀ ਧੂੰਆਂਧਾਰ ਬੱਲੇਬਾਜ਼ੀ ਦੀਆਂ ਕਹਾਣੀਆਂ ਨਾਲ ਘਰ ਪਰਤਦਾ ਅਤੇ ਦੱਸਦਾ ਕਿ ਕਿਵੇਂ ਹਰ ਕੋਈ ਉਸ ਨੂੰ ਮਾਸਟਰ ਬਲਾਸਟਰ ਕਹਿਕੇ ਬੁਲਾਉਂਦਾ ਸੀ।

ਉਸ ਦੇ ਮਾਪੇ ਧਰਾਤਲੀ ਹਕੀਕਤ ਤੋਂ ਅਣਜਾਣ ਰਹੇ-ਉਸ ਦਿਨ ਤੱਕ ਜਦੋਂ ਇਕ ਦਿਨ ਅਨਿਕੇਤ ਦੇ ਪਿਤਾ ਸਕੂਲ ਦੇ ਮੈਦਾਨ ਵਿਚ ਨਾ ਜਾ ਨਿਕਲੇ। ਉਸਨੂੰ ਜੀਵਨ ਦਾ ਵੱਡਾ ਧੱਕਾ ਲੱਗਾ। ਅਨਿਕੇਤ ਕੁਝ ਮੁੰਡਿਆਂ ਨਾਲ ਚਾਰਦਿਵਾਰੀ ਤੇ ਬੈਠਾ ਸਿਗਰਟਾਂ ਫੂਕ ਰਿਹਾ ਸੀ। ਉਸ ਦਾ ਪਿਤਾ ਉਸ ਨੂੰ ਵਾਪਸ ਘਰ ਲਿਆਇਆ ਤੇ ਉਸਦੀ ਕ੍ਰਿਕੇਟ ਕਿੱਟ ਚੈਕ ਕੀਤੀ-ਇਹ ਕਰੀਬ ਖਾਲੀ ਹੀ ਸੀ। ਅਨਿਕੇਤ ਨੇ ਆਪਣਾ ਸਾਰਾ ਸਮਾਨ ਖਰਚਾ ਚਲਾਉਣ ਲਈ ਵੇਚ ਦਿੱਤਾ ਸੀ।

ਇਹ ਗੱਲ ਆਪਣੇ ਬੱਚੇ ਨਾਲ ਨਾ ਵਾਪਰਨ ਦੇਣਾ। ਇਹ ਅਨਿਕੇਤ ਨਾਲ ਇਸ ਕਰਕੇ ਵਾਪਰਿਆ ਕਿ ਉਸ ਦੇ ਮਾਪਿਆਂ ਨੇ ਉਸ ਦੀਆਂ ਗਤੀਵਿਧੀਆਂ ਤੇ ਧਿਆਨ ਨਹੀਂ ਰੱਖਿਆ। ਇਸ ਕਰਕੇ ਉਨ੍ਹਾਂ ਨੂੰ ਅਹਿਸਾਸ ਨਹੀਂ ਹੋਇਆ ਕਿ ਉਨ੍ਹਾਂ ਦਾ ਬੱਚਾ ਬੁਰੀ ਤਰ੍ਹਾਂ ਅਸਫਲ ਰਿਹਾ ਹੈ ਅਤੇ ਕਲਪਨਾ ਦੇ ਸੰਸਾਰ ਵਿਚ ਜੀਅ ਰਿਹਾ ਹੈ। ਸੰਦੇਸ਼ ਬੜਾ ਸਾਫ ਹੈ : ਖੁਦ ਦੀ ਆਪਣੇ ਬੱਚੇ ਨਾਲ ਸਾਂਝ ਰੱਖੋ। ਸਫਲਤਾ ਜੱਫੀ ਦੀ ਹੱਕਦਾਰ ਬਣਦੀ ਹੈ ਪਰ ਅਸਫਲਤਾ ਨੂੰ ਉਸ ਤੋਂ ਵੀ ਪੀਡੀ ਜੱਫੀ ਦੀ ਲੋੜ ਹੈ।

ਕਲਪਨਾ ਕਰਨ ਦਾ ਇਕ ਹੋਰ ਨਮੂਨਾ ਹੈ ਜਿਸ ਨੂੰ ਦੁਖੀ ਨਾਇਕ ਵਾਲਾ ਨਮੂਨਾ ਕਿਹਾ ਜਾਂਦਾ ਹੈ। ਇਥੇ ਬੱਚੇ ਇਹ ਵਿਸ਼ਵਾਸ ਕਰਨ ਲੱਗਦੇ ਹਨ ਕਿ ਉਨ੍ਹਾਂ ਦੀ ਅਸਫਲਤਾ ਇਸ ਕਰਕੇ ਹੋਈ ਹੈ ਕਿ ਉਨ੍ਹਾਂ ਨੂੰ ਕੋਈ ਬੁਰੀ ਬਿਮਾਰੀ ਚੰਬੜੀ

ਹੋਈ ਹੈ, ਜਾਂ ਕੋਈ ਖਾਸ ਅਪੰਗਤਾ ਜਾਂ ਮਾੜੀ ਕਿਸਮਤ ਜਾਂ ਕਿਸੇ ਦੁਸ਼ਟ ਆਤਮਾ ਦਾ ਸਰਾਪ ਹੈ। ਇਹ ਬੱਚੇ ਆਪਣੀਆਂ ਜ਼ਾਤੀ ਅਸਮਰੱਥਾਵਾਂ ਜਾਂ ਘਾਟਾਂ ਨੂੰ ਨਹੀਂ ਮੰਨਦੇ। ਬਲਕਿ ਇਸ ਦੇ ਉਲਟ ਉਨ੍ਹਾਂ ਦਾ ਮੰਨਣਾ ਹੁੰਦਾ ਹੈ ਕਿ ਜਦੋਂ ਉਨ੍ਹਾਂ ਦੀਆਂ ਮੁਸ਼ਕਲਾਂ ਬਾਰੇ ਉਨ੍ਹਾਂ ਦੇ ਮਾਪਿਆਂ, ਅਧਿਆਪਕਾਂ ਅਤੇ ਹੋਰਾਂ ਨੂੰ ਪਤਾ ਲੱਗੇਗਾ ਅਤੇ ਮਹਿਸੂਸ ਕਰਨਗੇ ਕਿ ਇਨ੍ਹਾਂ ਤੇ ਕਾਬੂ ਪਾਉਣ ਲਈ ਕਿੰਨੀ ਦਲੇਰੀ ਚਾਹੀਦੀ ਸੀ ਤਾਂ ਉਨ੍ਹਾਂ ਦੀ ਉਨ੍ਹਾਂ ਨਾਲ ਹਮਦਰਦੀ ਹੋ ਜਾਵੇਗੀ ਤੇ ਉਹ ਉਨ੍ਹਾਂ ਦੀ ਪ੍ਰਸ਼ੰਸਾ ਕਰਨਗੇ।

ਇਸ ਤਰੀਕੇ ਨਾਲ ਘਟੀਆ ਪੇਸ਼ਕਾਰੀ ਜਾਂ ਅਸਫਲਤਾ ਲਈ ਸਪੱਸ਼ਟੀਕਰਨ ਵੀ ਹੋ ਜਾਂਦਾ ਹੈ ਅਤੇ ਢੁਕਵੇਂਪਣ ਅਤੇ ਵੁੱਕਤ ਦੇ ਅਹਿਸਾਸ ਵੀ ਸੁਰੱਖਿਅਤ ਹੋ ਜਾਂਦੇ ਹਨ। ਇਨ੍ਹਾਂ ਬੱਚਿਆਂ ਨੂੰ ਸਫਲ ਹੋਣ ਲਈ ਮੌਕਿਆਂ ਦੀ ਲੋੜ ਹੈ ਜਿਹੜੇ ਅਧਿਆਪਕਾਂ ਅਤੇ ਮਾਪਿਆਂ ਨੂੰ ਬਣਾਉਣੇ ਚਾਹੀਦੇ ਹਨ। ਸਫਲਤਾ ਨਾਲ ਉਹ ਕਲਪਨਾ ਦੇ ਸੰਸਾਰ ਤੋਂ ਬਾਹਰ ਆ ਸਕਣਗੇ ਅਤੇ ਹਕੀਕਤ ਦੇ ਸੰਸਾਰ ਵਿਚ ਆਪਣੇ ਲਈ ਇਕ ਥਾਂ ਲੱਭ ਸਕਣਗੇ।

ਮਾੜੀ ਗੱਲ ਨੂੰ ਭੁਲਾਉਣਾ

ਛੋਟੇ ਬੱਚਿਆਂ ਨੇ ਕਈ ਮਾੜੀਆਂ ਅਤੇ ਖਤਰਨਾਕ ਸਥਿਤੀਆਂ ਨਾਲ ਦੋ ਚਾਰ ਹੋਣਾ ਹੀ ਹੁੰਦਾ ਹੈ। ਇਹ ਅਸੁਰੱਖਿਆ ਦੇ ਅਹਿਸਾਸ ਪੈਦਾ ਕਰ ਸਕਦੀਆਂ ਹਨ ਅਤੇ ਬੱਚੇ ਦੇ ਸਵੈ-ਅਕਸ ਨੂੰ ਕਮਜ਼ੋਰ ਕਰ ਸਕਦੀਆਂ ਹਨ। ਅਜਿਹੀਆਂ ਘਟਨਾਵਾਂ ਮਿਥਕੇ ਚੇਤਨਾ ਤੋਂ ਹਟਾਈਆਂ ਜਾਂਦੀਆਂ ਹਨ (ਜਿਵੇਂ ਪ੍ਰੀਖਿਆ ਵਿਚ ਅਸਫਲ ਹੋਣਾ, ਅਧਿਆਪਕਾਂ ਵੱਲੋਂ ਸਜ਼ਾ ਜਾਂ ਖੇਡ ਵਿਚ ਹਾਰ)। ਇਸ ਨੂੰ ਚੋਣਵਾਂ ਭੁਲਾਉਣਾ ਵੀ ਕਿਹਾ ਜਾਂਦਾ ਹੈ, ਕਿਉਂਕਿ ਬੱਚੇ ਚੰਗੀਆਂ ਅਤੇ ਖੁਸ਼ਗਵਾਰ ਘਟਨਾਵਾਂ ਚੇਤਨਾ ਵਿਚ ਸੌਖਿਆਂ ਹੀ ਵਸਾ ਲੈਂਦੇ ਹਨ। ਮੋਨੀਟਰ ਦਾ ਬਿੱਲਾ ਮਿਲਣਾ ਜਾਂ ਕਾਪੀ ਵਿਚ ਗੁਡ ਮਿਲਣਾ ਭੁਲਾਏ ਨਹੀਂ ਜਾਣਗੇ ਅਤੇ ਬੱਚਾ ਇਨ੍ਹਾਂ ਨੂੰ ਫੌਰਨ ਮਾਪਿਆਂ ਨੂੰ ਦਿਖਾਏਗਾ। ਮਾੜੀ ਗੱਲ ਦਾ ਦਮਨ ਅਤੇ ਚੰਗੀ ਦਾ ਉਭਾਰ ਵੁੱਕਤ ਦਾ ਅਹਿਸਾਸ ਸਾਂਭਣ ਲਈ ਲੋੜੀਂਦਾ ਹੈ ਅਤੇ ਇਸ ਨੂੰ ਬੱਚੇ ਵੱਲੋਂ ਸਵੈ ਅਵਮੁੱਲਣ ਤੋਂ ਬਚਣ ਦਾ ਉਸਦਾ ਸਹਿਜ ਹੰਭਲਾ ਮੰਨਣਾ ਚਾਹੀਦਾ ਹੈ।

ਉਦੇਸ਼ਾਂ ਦੀ ਭਾਲ

ਜਦੋਂ ਬੱਚੇ ਬੁਰਾ ਵਿਹਾਰ ਕਰਦੇ ਹਨ ਯਾਨੀ ਮਾਪਿਆਂ ਵੱਲੋਂ ਉਨ੍ਹਾਂ ਵਿਚ ਭਰੀਆਂ ਕਦਰਾਂ-ਕੀਮਤਾਂ ਅਤੇ ਸਮਾਜ ਵੱਲੋਂ ਬਣਾਏ ਨਿਯਮਾਂ ਦੇ ਉਲਟ ਢੰਗ ਨਾਲ, ਤਾਂ ਉਹ ਸਹੀ ਸਪੱਸ਼ਟੀਕਰਨ ਲੱਭਣ ਦੀ ਅਤੇ ਆਪਣੇ ਨੁਕਸਦਾਰ ਵਿਹਾਰ ਨੂੰ ਸਹੀ ਠਹਿਰਾਉਣ ਦੀ ਕੋਸ਼ਿਸ਼ ਕਰਦੇ ਹਨ।

ਸੋਨਿਕਾ ਨੂੰ ਜਿਹੜੇ ਪੈਸੇ ਕੰਪਾਸ ਬਕਸ ਖਰੀਦਣ ਲਈ ਦਿੱਤੇ ਗਏ ਸਨ ਉਸ ਨੇ ਉਹ ਆਈਸ ਕਰੀਮ ਸੋਡੇ ਤੇ ਖਰਚ ਦਿੱਤੇ। ਘਰ ਪਰਤਣ ਤੋਂ ਬਾਅਦ ਉਹ

ਥੋੜ੍ਹੀ ਤਣਾਉ ਵਿਚ ਅਤੇ ਪ੍ਰੇਸ਼ਾਨ ਸੀ, ਪਰ ਕੁਝ ਦੇਰ ਬਾਦ ਉਹ ਸਾਧਾਰਣ ਹਾਲਤ ਵਿਚ ਆ ਗਈ। ਉਸ ਨੇ ਖੁਦ ਨੂੰ ਇਹ ਕਹਿ ਕੇ ਤਸੱਲੀ ਦੇ ਲਈ ਸੀ ਕਿ ਉਸਨੇ ਕਿਹੜਾ ਇਕ ਮਹੀਨੇ ਤੋਂ ਆਈਸ ਕਰੀਮ ਸੋਡਾ ਖਾਧਾ ਸੀ ਇਸ ਕਰਕੇ ਜੇ ਇਕ ਖਾ ਵੀ ਲਿਆ ਤਾਂ ਕੀ ਹਰਜ ਹੈ। ਨਾਲੇ ਉਸ ਨੂੰ ਪਤਾ ਸੀ ਕਿ ਕਿਉਂ ਜੋ ਆਈਸ ਕਰੀਮ ਸੋਡਾ ਮਹਿੰਗਾ ਸੀ ਇਸ ਕਰਕੇ ਜਦੋਂ ਉਸ ਦੇ ਮਾਪੇ ਅਗਲੀ ਵਾਰੀ ਦੁਕਾਨ ਤੇ ਜਾਣਗੇ ਤਾਂ ਉਹ ਉਸ ਖਾਤਰ ਵਨੀਲਾ ਕੱਪ ਹੀ ਖਰੀਦਣਗੇ।

ਖੁਦ ਨੂੰ ਜਾਇਜ਼ ਸਾਬਤ ਕਰਨ ਦਾ ਅਮਲ ਪ੍ਰਾਪਤ ਨਾ ਕੀਤੇ ਜਾ ਸਕਣ ਵਾਲੇ ਟੀਚਿਆਂ ਨਾਲ ਸਬੰਧਤ ਮਾਯੂਸੀ ਨੂੰ ਘਟਾਉਣ ਵਿਚ ਵੀ ਮੱਦਦ ਕਰਦਾ ਹੈ। ਬੱਚੇ ਇਹ ਦਲੀਲ ਦੇ ਕੇ ਇਮਤਿਹਾਨਾਂ ਵਿਚ ਆਪਣੀ ਮਾੜੀ ਪੇਸ਼ਕਾਰੀ ਜਾਇਜ਼ ਸਾਬਤ ਕਰਨ ਦੀ ਕੋਸ਼ਿਸ਼ ਕਰ ਸਕਦੇ ਹਨ ਕਿ ਉਹ ਮੁਕਾਬਲਿਆਂ ਵਿਚ ਪੈਣਾ ਹੀ ਪਸੰਦ ਨਹੀਂ ਕਰਦੇ ਜਾਂ ਉਨ੍ਹਾਂ ਨੂੰ ਦਰਜਿਆਂ ਦੀ ਕੋਈ ਪ੍ਰਵਾਹ ਹੀ ਨਹੀਂ। ਇਸ ਤਰ੍ਹਾਂ ਇਹ ਫੈਸਲਾ ਕਰਕੇ ਕਿ ਇਸ ਟੀਚੇ ਦੀ ਕੋਈ ਬਹੁਤੀ ਵੁੱਕਤ ਨਹੀਂ, ਉਹ ਆਪਣੀ ਅੱਖਾਂ ਵਿਚ ਆਪਣੀ ਵੁੱਕਤ ਅਤੇ ਸਵੈ-ਮਾਣ ਨੂੰ ਬਰਕਰਾਰ ਰੱਖਣ ਦੀ ਕੋਸ਼ਿਸ ਕਰਦੇ ਹਨ ਅਤੇ ਸਮਝਦੇ ਹਨ ਕਿ ਦੂਜੇ ਵੀ ਐਨੇ ਸਿੱਧੜ ਹਨ ਕਿ ਇਹੀ ਸਮਝਣਗੇ। ਕਈ ਆਪਣੀ ਮੱਧਮ ਜਿਹੀ ਪੇਸ਼ਕਾਰੀ ਇਹ ਕਹਿਕੇ ਜਾਇਜ਼ ਕਰਾਰ ਦੇਣ ਦੀ ਕੋਸ਼ਿਸ਼ ਕਰ ਸਕਦੇ ਹਨ ਕਿ ਉਨ੍ਹਾਂ ਨੇ ਤਾਂ ਮਿਹਨਤ ਹੀ ਨਹੀਂ ਕੀਤੀ ਸੀ ਅਤੇ ਜਦੋਂ ਉਨ੍ਹਾਂ ਨੇ ਚਾਹਿਆ ਉਹ ਬੜੇ ਵਧੀਆ ਅੰਕਾਂ ਨਾਲ ਇਮਤਿਹਾਨ ਪਾਸ ਕਰ ਜਾਣਗੇ।

ਮਾਪੇ ਉਸ ਬੱਚੇ ਨੂੰ ਆਸਾਨੀ ਨਾਲ ਪਛਾਣ ਸਕਦੇ ਹਨ ਜਿਹੜਾ ਮਾੜੇ ਵਿਹਾਰ ਲਈ ਜਾਂ ਸਿੱਟੇ ਪ੍ਰਾਪਤ ਕਰਨ ਵਿਚ ਅਸਫਲ ਰਹਿਣ ਕਰਕੇ ਜਾਇਜ਼ ਸਪੱਸ਼ਟੀਕਰਨ ਜਾਂ ਮੰਤਵ ਦੀ ਭਾਲ ਕਰ ਰਿਹਾ ਹੈ।

* ਇਸ ਦੀ ਕੁੰਜੀ ਇਹ ਹੈ ਕਿ ਬੱਚੇ ਨਾਲ ਗੱਲਬਾਤ ਜਾਰੀ ਰੱਖੀ ਜਾਵੇ। ਉਸਦੇ ਜਵਾਬਾਂ ਵਿਚ ਕਈ ਕੁਝ ਹੇਠਾਂ-ਉਤੇ ਜਾਂ ਵਿਰੋਧਾਂ ਵਾਲਾ ਹੋਵੇਗਾ। ਇਹ ਮਾਪਿਆਂ ਨੂੰ ਖੁੱਲ੍ਹ ਕੇ ਸਪੱਸ਼ਟ ਹੋ ਜਾਣਗੇ ਪਰ ਬੱਚੇ ਨੂੰ ਇਸ ਦਾ ਪਤਾ ਨਹੀਂ ਲੱਗਣਾ।
* ਇਹ ਦੇਖਕੇ ਕਿ ਮਾਪੇ ਵਿਸ਼ਵਾਸ ਨਹੀਂ ਕਰ ਰਹੇ ਬੱਚਾ ਹੋਰ ਤਾਜ਼ੇ ਕਾਰਨਾਂ ਅਤੇ ਵਾਜਬੀਅਤਾਂ ਦੀ ਭਾਲ ਕਰੇਗਾ।
* ਜਦੋਂ ਕਾਰਨ ਜਾਂ ਵਾਜਬੀਅਤਾਂ ਤੇ ਕਿੰਤੂ ਕੀਤਾ ਜਾਂਦਾ ਹੈ; ਤਾਂ ਬੱਚਾ ਪ੍ਰੇਸ਼ਾਨ ਹੋ ਜਾਂਦਾ ਹੈ। ਅਜਿਹੀ ਸਵਾਲਬਾਜ਼ੀ ਬੱਚੇ ਦੇ ਉਨ੍ਹਾਂ ਬਚਾਉ ਸਾਧਨਾਂ ਲਈ ਖਤਰਾ ਹੁੰਦੀ ਹੈ ਜਿਹੜੇ ਉਹ ਆਪਣੀ ਕੀਮਤ ਘਟਣ ਦੇ ਖਿਲਾਫ ਵਰਤ ਰਿਹਾ ਹੁੰਦਾ ਹੈ।

ਇਹ ਬੱਚੇ ਆਪਣੀਆਂ ਘਾਟਾਂ ਲਈ ਮਜਬੂਤ ਮੋਰਚਾ ਬਣਾ ਰਹੇ ਹੁੰਦੇ ਅਤੇ ਬੜੇ ਹੀ ਕਮਜ਼ੋਰ ਹੁੰਦੇ ਹਨ। ਅਜਿਹੇ ਬੱਚਿਆਂ ਨਾਲ ਗੱਲ ਕਰਨ ਵੇਲੇ ਮਾਪਿਆਂ ਨੂੰ

ਮੱਦਦਗਾਰ ਅਤੇ ਚੁਸਤ ਹੋਣਾ ਚਾਹੀਦਾ ਹੈ। ਜਿਹੜਾ ਬੱਚਾ ਮਾੜੇ ਅੰਕ ਲੈਣ ਤੋਂ ਬਾਦ ਵੀ ਖੁਦ ਨੂੰ ਡੋਲਦਾ ਨਹੀਂ ਦਿਖਾਉਂਦਾ ਉਸ ਨੂੰ ਲਤਾੜਨਾ ਨਹੀਂ ਚਾਹੀਦਾ। ਉਸ ਦਾ ਵਿਸ਼ਵਾਸ ਅਤੇ ਸਵੈ-ਅਕਸ ਮੁੜ ਉਸਾਰਨ ਲਈ ਇਹ ਗੱਲ ਮੱਦਦ ਕਰ ਸਕਦੀ ਹੈ ਕਿ ਉਸ ਨੂੰ ਪਿਛਲੇ ਇਮਤਿਹਾਨਾਂ ਦੀਆਂ ਅੰਕ ਸ਼ੀਟਾਂ ਦਿਖਾਈਆਂ ਜਾਣ ਜਿਨ੍ਹਾਂ ਵਿਚ ਉਸਦੀ ਪੇਸ਼ਕਾਰੀ ਬਿਹਤਰ ਸੀ।

ਦੂਜਿਆਂ ਨੂੰ ਦੋਸ਼ ਦੇਣਾ

ਜਿਹੜਾ ਵਿਦਿਆਰਥੀ ਇਮਤਿਹਾਨ ਵਿਚ ਅਸਫਲ ਰਹਿ ਜਾਂਦਾ ਹੈ ਉਹ ਅਧਿਆਪਕਾਂ ਤੇ ਦੋਸ਼ ਲਾਏਗਾ ਕਿ ਉਨ੍ਹਾਂ ਨੇ ਵਿਤਕਰਾ ਕੀਤਾ ਹੈ ਤੇ ਉਹ ਨਿਰਪੱਖ ਨਹੀਂ ਸਨ, ਸਕੂਲੋਂ ਭੱਜਣ ਵਾਲਾ ਵੱਡਾ ਬੱਚਾ ਮਾਪਿਆਂ ਦਾ ਦੋਸ਼ ਕੱਢੇਗਾ ਕਿ ਉਹ ਉਸ ਨੂੰ ਸਮਝਦੇ ਨਹੀਂ ਤੇ ਪਿਆਰ ਨਹੀਂ ਕਰਦੇ, ਅਤੇ ਛੋਟਾ ਬੱਚਾ ਲੜਨ ਲਈ ਝਿੜਕਣ ਤੇ ਵਿਰੋਧ ਵਿਚ ਇਹ ਕਹੇਗਾ, ਇਸ ਵਿਚ ਮੇਰਾ ਕਸੂਰ ਨਹੀਂ ਸੀ, ਉਸ ਨੇ ਮੈਨੂੰ ਪਹਿਲਾਂ ਮਾਰਿਆ ਸੀ।' ਬੇਜਾਨ ਚੀਜ਼ਾਂ ਤੱਕ ਨੂੰ ਨਹੀਂ ਬਖਸ਼ਿਆ ਜਾਂਦਾ ਤੇ ਜਿਹੜਾ ਚਾਰ ਸਾਲ ਦਾ ਬੱਚਾ ਕੁਰਸੀ ਤੋਂ ਡਿੱਗ ਪਏ ਉਹ ਉਸ ਕੁਰਸੀ ਦੇ ਹੀ ਲੱਤਾਂ-ਮੁੱਕੇ ਮਾਰਨ ਲੱਗ ਪਏਗਾ। ਜਿਹੜੇ ਬੱਚੇ ਨੂੰ ਆਪਣੀ ਅਸਫਲਤਾ ਉਤੇ ਦੂਜਿਆਂ ਨੂੰ ਦੋਸ਼ ਦੇਣ ਦੀ ਆਦਤ ਪੈ ਜਾਵੇ ਉਹ ਜਦੋਂ ਹੋਰ ਕੋਈ ਚੀਜ਼ ਨਹੀਂ ਲੱਭਦੀ ਤਾਂ ਆਪਣੀ ਕਿਸਮਤ ਜਾਂ ਮੰਦੇ ਭਾਗਾਂ ਨੂੰ ਵੀ ਦੋਸ਼ ਦੇਣ ਲੱਗ ਸਕਦਾ ਹੈ।

ਮੇਰੇ ਇਕ ਬੜੀ ਮਜ਼ਾਕੀਆ ਗੱਲ ਚੇਤੇ ਆਉਂਦੀ ਹੈ : ਗੱਲ ਇਹ ਨਹੀਂ ਕਿ ਤੁਸੀਂ ਜਿੱਤਦੇ ਹੋ ਜਾਂ ਹਾਰਦੇ ਹੋ, ਗੱਲ ਤਾਂ ਇਹ ਹੈ ਕਿ ਤੁਸੀਂ ਦੋਸ਼ ਕਿੱਥੇ ਮੜ੍ਹਦੇ ਹੋ।' ਇਸ ਤਰ੍ਹਾਂ ਜਦੋਂ ਬੱਲੇਬਾਜ਼ ਆਊਟ ਹੋ ਜਾਂਦਾ ਹੈ ਤਾਂ ਉਹ ਪਿੱਚ ਨੂੰ ਦੋਸ਼ ਦਿੰਦਾ ਹੈ ਤੇ ਜਦੋਂ ਬਿਲੀਅਰਡ ਖਿਡਾਰੀ ਤੋਂ ਕੈਨਨ ਨਹੀਂ ਵੱਜਦਾ ਤਾਂ ਉਹ ਕਿਊ ਨੂੰ ਦੋਸ਼ ਦਿੰਦਾ ਹੈ। ਮਨੁੱਖੀ ਨਸਲ ਆਪਣਾ ਦੋਸ਼ ਦੂਜੇ ਤੇ ਮੜ੍ਹਨ ਵਿਚ ਬੜੀ ਮਾਹਿਰ ਹੈ। ਲੱਗਦਾ ਹੈ ਕਿ ਦੂਜਿਆਂ ਤੇ ਦੋਸ਼ ਮੜ੍ਹਨਾ ਮਨੁੱਖੀ ਦਿਮਾਗ ਦੀ ਇਕ ਖਾਸ ਹੀ ਖੂਬੀ ਹੈ।

ਇਕੱਲ ਵਾਲਾ ਬੱਚਾ

ਜਿਹੜੀਆਂ ਸਥਿਤੀਆਂ ਮਾਯੂਸੀ ਵਾਲੀਆਂ ਲੱਗਦੀਆਂ ਹਨ ਉਨ੍ਹਾਂ ਤੋਂ ਬਚਿਆ ਜਾਂਦਾ ਹੈ; ਜਿਨ੍ਹਾਂ ਜਮਾਤੀਆਂ ਨੂੰ ਤਕਲੀਫਦੇਹ ਅਨੁਭਵ ਹੋਏ ਹੁੰਦੇ ਹਨ ਉਨ੍ਹਾਂ ਤੋਂ ਦੂਰ ਰਿਹਾ ਜਾਂਦਾ ਹੈ। ਹੌਲੀ ਹੌਲੀ ਬੱਚਾ ਹੋਰ ਕੀਮਤ ਘਟਣ ਦੇ ਖਿਲਾਫ ਸੁਰੱਖਿਆ ਸਾਧਨ ਵਜੋਂ ਭਾਵਨਾਤਮਕ ਅੰਤਰਕ੍ਰਿਆ ਵੀ ਘਟਾ ਦਿੰਦਾ ਹੈ। ਇਸ ਤਰ੍ਹਾਂ ਇਕ ਜਾਨਦਾਰ, ਘੁੰਮਣ ਫਿਰਨ ਵਾਲਾ ਅਤੇ ਮਸਤ ਬੱਚਾ ਵੀ ਸੰਨਿਆਸੀ ਬਣ ਜਾਂਦਾ ਹੈ।

ਸ਼ੀਨਾ ਤੋਂ ਚੰਗਾ ਨੱਚ ਜਾਂ ਗਾ ਨਹੀਂ ਹੁੰਦਾ ਸੀ, ਇਸ ਕਰਕੇ ਇਸ ਕਮੀ ਨੂੰ ਛੁਪਾਉਣ ਲਈ ਉਹ ਪਾਰਟੀਆਂ ਵਿਚ ਜਾਣ ਤੋਂ ਹੀ ਬਚਣ ਲੱਗੀ ਜਿੱਥੇ ਇਹ

ਚੀਜ਼ਾਂ ਸਭ ਤੋਂ ਵੱਧ ਹੁੰਦੀਆਂ ਸਨ।

ਅਵਨੀਸ਼ ਬਹੁਤ ਵਧੀਆ ਕੁਇਜ਼ ਮਾਸਟਰ ਸੀ ਅਤੇ ਉਸ ਨੂੰ ਉਨ੍ਹਾਂ ਪਾਰਟੀਆਂ ਵਿਚ ਜਾਣਾ ਬੜਾ ਚੰਗਾ ਲੱਗਦਾ ਸੀ ਜਿੱਥੇ ਕੁਇਜ਼ ਕਰਨੀ ਇਕ ਬੜੀ ਮਸ਼ਹੂਰ ਗਤੀਵਿਧੀ ਹੁੰਦੀ ਸੀ। ਅਚਾਨਕ ਹੀ ਉਸ ਦੀ ਪਾਰਟੀਆਂ ਵਿਚ ਦਿਲਚਸਪੀ ਘਟ ਗਈ ਤੇ ਉਹ ਪਾਰਟੀਆਂ ਤੋਂ ਬਚਣ ਲੱਗਾ ਤੇ ਕੁਇਜ਼ ਤੋਂ ਵੀ। ਉਸ ਦੇ ਮਾਪਿਆਂ ਨੇ ਥੋੜ੍ਹੀ ਖੋਜ-ਬੀਨ ਕੀਤੀ ਤਾਂ ਪਤਾ ਲੱਗਾ ਕਿ ਅਵਨੀਸ਼ ਦੇ ਪਾਰਟੀਆਂ ਵਿਚ ਜਾਣ ਤੋਂ ਬਚਣ ਦਾ ਕਾਰਨ ਮੋਟੂ ਅਮਨਦੀਪ ਸੀ।

ਸ਼ੀਨਾ ਦੇ ਮਾਮਲੇ ਵਿਚ ਉਸਨੇ ਭਾਵਨਾਤਮਕ ਰੋਧਕ ਨੂੰ ਆਪਣਾ ਜਮਾਤੀਆਂ ਜਿੰਨੀ ਹੁਨਰਮੰਦ ਨਾ ਹੋਣ ਦੀ ਆਪਣੀ ਮਾਯੂਸੀ ਦੇ ਖਿਲਾਫ ਸੁਰੱਖਿਆ ਕਵਚ ਬਣਾ ਲਿਆ। ਪਾਰਟੀਆਂ ਤੋਂ ਬਚਕੇ ਅਵਨੀਸ਼ ਨੇ ਭਾਵਨਾਤਮਕ ਚੋਟ ਅਤੇ ਜਿਸਮਾਨੀ ਸੱਟ ਤੋਂ ਖੁਦ ਨੂੰ ਬਚਾ ਲਿਆ।

ਜਦੋਂ ਕਿ ਇਹ ਵਰਤਾਰਾ, ਘੱਟੋ-ਘੱਟ ਸ਼ੁਰੂ ਵਿਚ ਬੱਚੇ ਦੀ ਸਵੈ-ਮਾਣ ਕਾਇਮ ਰੱਖਣ ਵਿਚ ਮੱਦਦ ਕਰਦਾ ਹੈ। ਇਹ ਨਵੀਆਂ ਕੁਸ਼ਲਤਾਵਾਂ ਸਿੱਖਣ ਦੇ ਮੌਕੇ ਵੀ ਖਤਮ ਕਰਦਾ ਹੈ ਅਤੇ ਅਖੀਰ ਵਿਚ ਇਸ ਨਾਲ ਘਟੀਆਪਣ ਦੇ ਅਹਿਸਾਸ ਪੈਦਾ ਹੋ ਸਕਦੇ ਹਨ। ਬੱਚਾ ਜੀਵਨ ਦੀਆਂ ਗਤੀਵਿਧੀਆਂ ਵਿਚ ਹਿੱਸਾ ਲੈਣ ਤੋਂ ਵਾਂਝਾ ਰਹਿ ਜਾਂਦਾ ਹੈ ਜੋ ਕਿ ਸਮਰੱਥਾ ਅਤੇ ਸਵੈ-ਭਰੋਸੇ ਦੇ ਵਿਕਾਸ ਲਈ ਬਹੁਤ ਅਹਿਮ ਹਨ।

ਬਚਾਉਣਾ ਜਾਂ ਪ੍ਰਾਸ਼ਚਿਤ ਕਰਨਾ

ਅਸੀਂ ਸਾਰੇ ਜਾਣਦੇ ਹਾਂ ਕਿ ਮਾਫੀ ਜਾਂ ਸਜ਼ਾ ਰਾਹੀਂ ਅਸੀਂ ਆਪਣੇ ਪਾਪਾਂ ਤੋਂ ਮੁਕਤ ਹੋ ਜਾਂਦੇ ਹਾਂ। ਜ਼ਿੰਦਗੀ ਚੱਲਦੀ ਰਹਿਣੀ ਚਾਹੀਦੀ ਹੈ, ਅਤੇ ਅਗਾਂਹ ਪ੍ਰਗਤੀ ਅਤੇ ਭਵਿੱਖੀ ਪ੍ਰਾਪਤੀਆਂ ਲਈ ਬੱਚੇ ਨੂੰ ਦੂਜਾ ਮੌਕਾ ਦੇਣਾ ਹੀ ਬਣਦਾ ਹੈ।

ਆਪਾਂ ਅਨੀਕੇਤ ਦੀ ਮਿਸਾਲ ਜਾਰੀ ਰੱਖਦੇ ਹਾਂ, ਜਿਸ ਨੂੰ ਉਸਦੇ ਪਿਤਾ ਨੇ ਸਕੂਲ ਦੇ ਮੈਦਾਨ ਨੇੜੇ ਸਿਗਰੇਟ ਪੀਂਦੇ ਫੜ ਲਿਆ ਸੀ। ਘਰ ਪਹੁੰਚ ਕੇ ਅਨੀਕੇਤ ਨੇ ਵਾਰ-ਵਾਰ ਮਾਫੀ ਮੰਗੀ, ਪਰ ਉਸ ਦਾ ਪਿਤਾ ਐਨਾ ਪ੍ਰੈਸ਼ਾਨ ਅਤੇ ਨਾਰਾਜ਼ ਸੀ ਕਿ ਉਸ ਨੇ ਉਸ ਦੀ ਚੰਗੀ ਕੁਟਾਈ ਕੀਤੀ। ਪਹਿਲਾਂ ਤਾਂ ਅਨੀਕੇਤ ਦੀ ਦਿਮਾਗੀ ਹਾਲਤ ਬੜੀ ਤਰਸਯੋਗ ਸੀ ਪਰ ਹੌਲੀ ਹੌਲੀ ਉਹ ਮਹਿਸੂਸ ਕਰਨ ਲੱਗਾ ਕਿ ਉਸਦੇ ਬੁਰੇ ਵਿਹਾਰ ਲਈ ਉਸ ਨੂੰ ਸਜ਼ਾ ਮਿਲ ਜਾਣ ਕਰਕੇ ਉਸ ਦਾ ਕੁਕਰਮ ਨਿੱਬੜ ਗਿਆ ਅਤੇ ਹੁਣ ਉਹ ਮਾਪਿਆਂ ਦੀ ਨਵੀਂ ਪ੍ਰਵਾਣਕਤਾ ਨਾਲ ਸਭ ਕੁਝ ਫੇਰ ਤੋਂ ਸ਼ੁਰੂ ਕਰ ਸਕਦਾ ਸੀ।

ਇਹ ਸੋਚ ਦੀ ਇਕ ਅਹਿਮ ਸੇਧ ਹੈ ਅਤੇ ਆਪਣੀ ਕੀਮਤ ਘਟਣ ਤੋਂ ਬਚਣ ਲਈ ਜ਼ਰੂਰੀ ਹੈ। ਮਾਪੇ ਬੱਚੇ ਨੂੰ ਹਰ ਗੁਨਾਹ ਲਈ ਫਾਹੇ ਨਹੀਂ ਲਾ ਸਕਦੇ ਅਤੇ

ਉਨ੍ਹਾਂ ਨੂੰ ਉਸ ਨੂੰ ਨਵੀਂ ਸ਼ੁਰੂਆਤ ਕਰਨ ਦਾ ਮੌਕਾ ਦੇਣਾ ਹੀ ਪੈਣਾ ਹੈ। ਕੁਝ ਦਿਨਾਂ ਬਾਅਦ ਉਸ ਦੇ ਪਿਤਾ ਨੇ ਅਨੀਕੇਤ ਨੂੰ ਕ੍ਰਿਕੇਟ ਦੀ ਇਕ ਨਵੀਂ ਕਿੱਟ ਲਿਆ ਦਿੱਤੀ ਅਤੇ ਉਸ ਨੂੰ ਕ੍ਰਿਕੇਟ ਦੀ ਕੋਚਿੰਗ ਵਾਸਤੇ ਲੈ ਗਿਆ। ਹੁਣ ਫੇਰ ਅਨੀਕੇਤ ਸਕੂਲ ਦੀ ਟੀਮ ਵਿਚ ਆ ਗਿਆ ਹੈ ਅਤੇ ਦਰਜਨਾਂ ਚੌਕੇ ਲਾਉਂਦਾ ਹੈ, ਇਨ੍ਹਾਂ ਦੀ ਸਿਰਫ ਕਲਪਨਾ ਹੀ ਨਹੀਂ ਕਰਦਾ।

ਵਾਪਸੀ

ਜਦੋਂ ਪਰਿਵਾਰ ਵਿਚ ਇਕ ਕੁੜੀ ਦੇ ਜਨਮ ਨਾਲ ਵਾਧਾ ਹੋਇਆ ਤਾਂ ਆਪਣਾ ਰੁਤਬਾ ਨੀਵਾਂ ਹੋਇਆ ਸਮਝਕੇ ਸੰਕਲਪ ਫੇਰ ਬਿਸਤਰ ਗਿੱਲਾ ਕਰਨ ਲੱਗਾ ਅਤੇ ਹੋਰ ਬਚਗਾਨਾ ਵਿਹਾਰ ਕਰਨ ਲੱਗਾ ਜਿਸ ਨਾਲ ਕਦੀ ਮਾਪਿਆਂ ਦਾ ਧਿਆਨ ਉਸ ਵੱਲ ਖਿੱਚਿਆ ਗਿਆ ਸੀ। ਨਿਰਭਰਤਾ ਤੋਂ ਸਵੈ-ਨਿਰਭਰਤਾ ਦੇ ਅਮਲ ਦਾ ਵਿਕਾਸ (ਜਾਂ ਕੋਈ ਵੀ ਨਹੀਂ ਤੋਂ ਕੋਈ ਦਾ) ਕਿਸੇ ਤਰ੍ਹਾਂ ਵੀ ਸੁਖਾਲਾ ਨਹੀਂ। ਸਿੱਟੇ ਵਜੋਂ ਇਸ ਵਿਚ ਕੋਈ ਹੈਰਾਨੀ ਨਹੀਂ ਕਿ ਇਕ ਨਵੇਂ ਖਤਰੇ ਦੀ ਸੋਝੀ ਨਾਲ ਸੰਕਲਪ ਆਪਣੇ ਬਚਗਾਨਾ ਵਿਹਾਰ ਤੇ ਪਰਤ ਆਇਆ। ਕਿਉਂ ਜੋ ਵਾਪਸੀ ਵਿਚ ਬੱਚਾ ਹਕੀਕਤ ਤੋਂ ਪਰਤ ਕੇ ਘੱਟ ਔਖੇ ਰੁਤਬੇ ਤੇ ਆ ਜਾਂਦਾ ਹੈ ਜਿਸ ਵਿਚ ਨੀਵੀਆਂ ਤਾਂਘਾਂ ਹੁੰਦੀਆਂ ਹਨ ਅਤੇ ਬੜੇ ਸੁਖਾਲੇ ਪੂਰੇ ਕੀਤੇ ਜਾਣ ਵਾਲੇ ਕੰਮ ਹੁੰਦੇ ਹਨ। ਇਹ ਧਿਆਨ ਖਿੱਚਣ ਵਾਸਤੇ ਅਤੇ ਨਾਲ ਹੀ ਆਪਣੀਆਂ ਖੁਦ ਦੀਆਂ ਸਮਰੱਥਾਵਾਂ ਵਿਚ ਭਰੋਸਾ ਖੋਣ ਤੋਂ ਬਚਣ ਲਈ ਕੀਤਾ ਜਾਂਦਾ ਹੈ।

ਹਾਨੀ-ਪੂਰਤੀ

ਬੱਚੇ ਅਸਲ ਜਾਂ ਕਾਲਪਨਿਕ ਨੁਕਸਾਂ ਜਾਂ ਕਮਜ਼ੋਰੀਆਂ ਕਰਕੇ ਘਟੀਆਪਣ ਅਤੇ ਕਮੀ ਦੇ ਅਹਿਸਾਸ ਵਿਕਸਿਤ ਕਰ ਸਕਦੇ ਹਨ। ਇਨ੍ਹਾਂ ਅਹਿਸਾਸਾਂ ਨੂੰ ਖਤਮ ਕਰਨ ਲਈ ਅਤੇ ਸਵੈ-ਮਾਣ ਕਾਇਮ ਰੱਖਣ ਲਈ ਉਹ ਕੁਝ ਹਾਨੀ-ਪੂਰਤੀ ਵਾਲੀਆਂ ਪ੍ਰਤੀਕ੍ਰਿਆਵਾਂ ਪ੍ਰਗਟ ਕਰਦੇ ਹਨ।

ਜਿਸਮਾਨੀ ਤੌਰ 'ਤੇ ਗੈਰ ਦਿਲਕਸ਼ ਕੁੜੀ ਬਹੁਤ ਹੀ ਖੁਸ਼ਗਵਾਰ ਅਤੇ ਧਿਆਨ ਦੇਣ ਵਾਲੀ ਹੁੰਦੀ ਹੈ ਅਤੇ ਆਪਣੇ ਜਮਾਤੀਆਂ ਦੇ ਬੇਲਾਗਪੁਣੇ ਦੀ ਹਾਨੀ-ਪੂਰਤੀ ਕਰਨ ਲਈ ਛੋਟੇ ਬੱਚਿਆਂ ਦੀ ਮਨਚਾਹੀ ਬਣਨ ਦੀ ਕੋਸ਼ਿਸ਼ ਕਰਦੀ ਹੈ। ਇਕ ਆਲਸੀ ਮੁੰਡਾ ਖੇਡਾਂ ਤੋਂ ਹਟਕੇ ਵਿਦਿਅਕ ਪ੍ਰਾਪਤੀਆਂ ਦੇ ਰਾਹ ਤੁਰ ਸਕਦਾ ਹੈ। ਜਿਹੜਾ ਬੱਚਾ ਸਥਾਨਕ ਫੁੱਟਬਾਲ ਟੀਮ ਵਿਚੋਂ ਕੱਢ ਦਿੱਤਾ ਗਿਆ ਸੀ ਉਹ ਅਜਿਹੇ ਹੀ ਹੋਰ ਬੱਚਿਆਂ ਨਾਲ ਆਪਣੀ ਟੀਮ ਬਣਾ ਲੈਂਦਾ ਹੈ ਤੇ ਇਸ ਦਾ ਕਪਤਾਨ ਬਣ ਜਾਂਦਾ ਹੈ। ਬਹੁਤ ਸਾਰੀਆਂ ਹਾਨੀ-ਪੂਰਤੀ ਪ੍ਰਤੀਕ੍ਰਿਆਵਾਂ ਅਨੁਚਿਤ ਹੁੰਦੀਆਂ ਹਨ ਅਤੇ ਇਹ ਬੱਚੇ ਦੇ ਸਹੀ ਵਿਕਾਸ ਵਿਚ ਅੜਿੱਕਾ ਪਾ ਸਕਦੀਆਂ ਹਨ। ਜਿਹੜੇ ਕੁਝ ਬੱਚੇ ਅਸੁਰੱਖਿਅਤ ਮਹਿਸੂਸ ਕਰਦੇ ਹਨ ਉਹ ਧਿਆਨ ਖਿੱਚਣ ਲਈ ਦਿਖਾਵਾ ਕਰ ਸਕਦੇ ਹਨ। ਉਹ ਆਪਣੇ ਰਿਸ਼ਤੇਦਾਰਾਂ ਬਾਰੇ, ਅਸਲੀ ਜਾਂ ਕਾਲਪਨਿਕ,

ਉਨ੍ਹਾਂ ਦੇ ਵਿਸ਼ਾਲ ਬੰਗਲਿਆਂ ਅਤੇ ਵੱਡੀਆਂ-ਵੱਡੀਆਂ ਕਾਰਾਂ ਦੀਆਂ ਫੜ੍ਹਾਂ ਮਾਰ ਸਕਦੇ ਹਨ। ਕਈ ਬੱਚੇ ਆਪਣੀਆਂ ਪ੍ਰਾਪਤੀਆਂ ਬੜੀਆਂ ਵਧਾ-ਚੜ੍ਹਾ ਕੇ ਦੱਸਦੇ ਹਨ; ਉਨ੍ਹਾਂ ਦੇ ਅੰਕਾਂ ਦੀ ਪ੍ਰਤੀਸ਼ਤ ਹਰ ਰੋਜ਼ ਛਾਲਾਂ ਮਾਰਕੇ ਹੋਰ ਵਧਦੀ ਜਾਂਦੀ ਹੈ ਜਦੋਂ ਵੀ ਉਹ ਇਸ ਬਾਰੇ ਦੱਸਦੇ ਹਨ। ਕਈ ਦੂਜਿਆਂ ਨੂੰ ਆਪਣੇ ਬਰਾਬਰ ਦਾ ਕਰਨ ਦੀ ਕੋਸ਼ਿਸ਼ ਵਿਚ ਉਨ੍ਹਾਂ ਦੀ ਨੁਕਤਾਚੀਨੀ ਕਰ ਸਕਦੇ ਹਨ।

ਬਚਪਨ ਦੇ ਸੰਘਰਸ਼, ਮੁਕਾਬਲੇ, ਵਿਰੋਧ, ਟਕਰਾਉ ਅਤੇ ਖਹਿਬੜਾਂ ਤੇ ਝਗੜੇ ਸਾਰੇ ਹੀ ਦੇਖਣ ਪਾਖਣ ਲਈ ਹੁੰਦੇ ਹਨ। ਮੇਰਾ ਖਿਆਲ ਹੈ ਕਿ ਇਹ ਹੋਣੇ ਵੀ ਜ਼ਰੂਰੀ ਚਾਹੀਦੇ ਹਨ ਜੇਕਰ ਬੱਚੇ ਨੇ ਅੱਜ ਦੇ ਹਿੱਲਜੁੱਲ; ਤਣਾਉਭਰਪੂਰ ਸਮੇਂ ਵਿਚ ਲੜਾਈ ਲੜਨੀ ਹੈ ਤੇ ਜਿਉਂਦਾ ਰਹਿਣਾ ਹੈ। ਮੇਰਾ ਮੰਨਣਾ ਹੈ ਕਿ ਇਹ ਚਾਲਾਂ ਬੱਚੇ ਨੂੰ ਉਸ ਤਿੱਖੇ ਮੁਕਾਬਲੇ ਲਈ ਤਿਆਰ ਕਰਦੀਆਂ ਹਨ ਜੋ ਸਾਹਮਣੇ ਨਜ਼ਰ ਆਉਂਦਾ ਹੈ।

4.

ਘਰ : ਬੁਨਿਆਦੀ ਪੜਾਅ

ਸਿਰਫ ਦੋ ਹੀ ਤੋਹਫੇ ਹਨ ਜੋ ਅਸੀਂ ਆਪਣੇ ਬੱਚਿਆਂ ਨੂੰ ਦੇਣ ਦੀ ਖਾਹਿਸ਼ ਕਰ ਸਕਦੇ ਹਾਂ। ਇਨ੍ਹਾਂ ਵਿਚੋਂ ਇਕ ਤਾਂ ਜੜ੍ਹਾਂ ਹਨ; ਤੇ ਦੂਜਾ ਖੰਭ।

-ਹਾਡਿਨ ਕੇਟਰ

ਘਰ ਸਾਡੇ ਸਮਾਜ ਦੀ ਨੀਂਹ ਦੀਆਂ ਇੱਟਾਂ ਹਨ। ਘਰ ਬੱਚੇ ਦੀ ਸ਼ਖਸੀਅਤ ਨੂੰ ਸ਼ਕਲ ਦੇਣ ਵਿਚ ਹੋਰ ਸਾਰੇ ਵਾਤਾਵਰਣੀ ਪਹਿਲੂਆਂ ਦੇ ਇਕਜੁੱਟ ਪ੍ਰਭਾਵਾਂ ਤੋਂ ਵੀ ਵੱਧ ਅਸਰ ਪਾਉਂਦਾ ਹੈ। ਮਨੋਵਿਗਿਆਨੀਆਂ ਦਾ ਮੰਨਣਾ ਹੈ ਕਿ ਬਹੁਤੇ ਭਾਵਨਾਤਮਕ ਟਕਰਾਉ, ਮਾੜੇ ਵਿਹਾਰ ਅਤੇ ਜੀਵਨ ਦੀਆਂ ਅਸਫਲਤਾਵਾਂ ਦਾ ਖੁਰਾ ਘਰ ਵਿੱਖੇ ਪਿਛਲੇ ਸਦਮਾਕਾਰੀ ਅਨੁਭਵਾਂ ਵਿਚ ਲੱਭਿਆ ਜਾ ਸਕਦਾ ਹੈ।

ਇਸ ਨੂੰ ਦੇਖਦੇ ਹੋਏ, ਬੱਚੇ ਦੀ ਹੋਣੀ ਨੂੰ ਸ਼ਕਲ ਦੇਣ ਵਿਚ ਮਾਪਿਆਂ ਦੀ ਭੂਮਿਕਾ ਨੂੰ ਬਹੁਤਾ ਵਧਾ-ਚੜ੍ਹਾ ਕੇ ਨਹੀਂ ਦੱਸਿਆ ਜਾ ਸਕਦਾ (ਤੇ ਨਾਂ ਹੀ ਛੁਟਿਆਕੇ ਦੇਖਿਆ ਜਾਣਾ ਚਾਹੀਦਾ ਹੈ)। ਜਿਹੜੇ ਬੱਚੇ ਸਫਲ ਬਾਲਗਾਂ ਵਿਚ ਵਿਕਸਿਤ ਹੁੰਦੇ ਹਨ ਉਹ ਉਨ੍ਹਾਂ ਘਰਾਂ ਤੋਂ ਹੁੰਦੇ ਹਨ ਜਿੱਥੇ ਮਾਪਿਆਂ ਦੇ ਵਤੀਰੇ ਅਨੁਕੂਲ ਹੁੰਦੇ ਹਨ ਅਤੇ ਉਨ੍ਹਾਂ ਅਤੇ ਉਨ੍ਹਾਂ ਦੇ ਮਾਪਿਆਂ ਵਿਚਕਾਰ ਰਿਸ਼ਤੇ ਪ੍ਰਫੁੱਲ ਹੁੰਦੇ ਹਨ। ਜਿਨ੍ਹਾਂ ਬੱਚਿਆਂ ਦੇ ਆਪਣੇ ਮਾਪਿਆਂ ਨਾਲ ਨਿੱਘੇ ਅਤੇ ਸਥਿਰ ਰਿਸ਼ਤੇ ਹੁੰਦੇ ਹਨ ਉਹ ਬੱਚੇ ਦੋਸਤਾਨਾ, ਬਰਦਾਸ਼ਤ ਵਾਲੇ, ਉਸਾਰੂ ਅਤੇ ਮੋਹ ਭਿੰਨੇ ਹੁੰਦੇ ਹਨ। ਉਹ ਸਮਾਜਕ ਤੌਰ ਤੇ ਸਫਲ ਹੁੰਦੇ ਹਨ ਅਤੇ ਚੰਗੀਆਂ ਬੌਧਿਕ ਕੁਸ਼ਲਤਾਵਾਂ ਦੇ ਮਾਲਕ ਹੁੰਦੇ ਹਨ। ਦੂਜੇ ਪਾਸੇ, ਜਿਹੜੇ ਉਨ੍ਹਾਂ ਘਰਾਂ ਤੋਂ ਹੁੰਦੇ ਹਨ ਜਿੱਥੇ ਮਾਪੇ-ਬੱਚਾ ਅੰਤਰਕ੍ਰਿਆਵਾਂ ਅਨੁਕੂਲ ਨਹੀਂ ਹੁੰਦੀਆਂ ਉਹ ਦੂਜਿਆਂ ਪ੍ਰਤੀ ਅਸਹਿਣਸ਼ੀਲ, ਮਨੋਵੇਗੀ, ਸਮਾਜਕ ਤੌਰ ਤੇ ਟੁੱਟੇ ਹੋਏ ਅਤੇ ਮਾੜੀਆਂ ਬੌਧਿਕ ਕੁਸ਼ਲਤਾਵਾਂ ਵਾਲੇ

ਹੁੰਦੇ ਹਨ। ਇਸ ਤਰ੍ਹਾਂ ਸਵੈ-ਭਰੋਸੇ ਵਿਚ ਵਾਧੇ, ਸਵੈ-ਮਾਣ ਵਧਾਉਣ ਅਤੇ ਜੀਵਨ ਵਿਚ ਅੰਤਿਮ ਸਫਲਤਾ ਦੇ ਅਮਲ ਵਿਚ ਪਾਲਣ-ਪੋਸ਼ਣ ਹੀ ਸ਼ਾਇਦ ਸਭ ਤੋਂ ਅਹਿਮ ਤੱਤ ਹੈ।

ਕੋਈ ਵੀ ਦੋ ਘਰ ਬਿਲਕੁਲ ਉਸੇ ਤਰ੍ਹਾਂ ਦੇ ਨਹੀਂ ਹੁੰਦੇ ਅਤੇ ਇਹੀ ਮਾਪਿਆਂ ਵਲੋਂ ਅਪਣਾਈਆਂ ਜਾਂਦੀਆਂ ਬਹੁਤ ਹੀ ਵੱਖਰੀਆਂ ਅਤੇ ਅਣਜਾਣੀਆਂ ਬੱਚਾ ਪਾਲਣ ਰੀਤਾਂ ਵਿਚ ਝਲਕਦਾ ਹੈ। ਰਵਾਇਤਾਂ ਅਤੇ ਜ਼ਾਤੀ ਪੱਖਪਾਤ ਬੱਚੇ ਦੇ ਮਨੋਵਿਗਿਆਨਕ ਵਿਕਾਸ ਤੇ ਬੁਰਾ ਅਸਰ ਪਾ ਸਕਦੇ ਹਨ। ਬੇਲੋੜੀ ਸੁਰੱਖਿਆ, ਬਹੁਤਾ ਹੀ ਖਿਆਲ ਰੱਖਣਾ ਜਾਂ ਰੱਦਣ ਵਰਗੇ ਨੁਕਸਦਾਰ ਮਾਪੇ ਵਤੀਰੇ ਬੱਚੇ ਦੇ ਸ਼ਖਸੀਅਤ ਵਿਕਾਸ ਤੇ ਬੁਰਾ ਅਸਰ ਪਾ ਸਕਦੇ ਹਨ। ਦੂਜੇ ਪਾਸੇ, ਮਾਪਿਆਂ ਵੱਲੋਂ ਜਮਹੂਰੀ ਅਗਵਾਈ ਬੱਚੇ ਦੇ ਸ਼ਖਸੀਅਤ ਵਿਕਾਸ ਵਿਚ ਮੱਦਦ ਕਰਦੀ ਹੈ।

ਬੱਚੇ ਨੂੰ ਪਾਲਣ ਵਾਲੇ ਔਸਤ ਮਾਪੇ ਦੇ ਮਨ ਵਿਚ ਸਵੈ-ਸ਼ੰਕਾ, ਅਸੁਰੱਖਿਆ ਅਤੇ ਭਾਵਨਾਤਮਕ ਤਣਾਉ ਰਹਿੰਦਾ ਹੈ ਪਰ ਕੁਝ ਮਾਪੇ ਬੱਚੇ ਨੂੰ ਪਾਲਣ ਦੀ ਆਪਣੀ ਯੋਗਤਾ ਤੇ ਕਦੀ ਸ਼ੱਕ ਨਹੀਂ ਕਰਦੇ। ਮਾਪਿਆਂ ਦੇ ਬਿਹਤਰੀਨ ਹੰਭਲਿਆਂ ਦੇ ਬਾਵਜੂਦ ਵੀ ਕੁਝ ਬੱਚੇ ਵਹਿਮੀ ਢੰਗ ਨਾਲ ਪ੍ਰਤੀਕ੍ਰਿਆ ਅਤੇ ਵਿਹਾਰ ਕਰਦੇ ਹਨ। ਅਜਿਹੇ ਬੱਚਿਆਂ ਦੇ ਮਾਪਿਆਂ ਨੂੰ ਵਧੇਰੇ ਹਾਵੀ ਹੋਣ ਦੀ ਲੋੜ ਹੈ, ਪਰ ਨਾਲ ਹੀ ਉਨ੍ਹਾਂ ਨੂੰ ਇਨ੍ਹਾਂ ਬੱਚਿਆਂ ਦੀਆਂ ਅਹਿਮ ਵਿਕਾਸ ਲੋੜਾਂ ਪ੍ਰਤੀ ਵਧੇਰੇ ਇਮਦਾਦੀ ਹੋਣ ਦੀ ਲੋੜ ਹੈ ਅਤੇ ਇਹ ਜਾਣਨਾ ਬੜਾ ਖੁਸ਼ਗਵਾਰ ਅਹਿਸਾਸ ਹੈ ਕਿ ਬਹੁਤੇ ਮਾਪੇ ਕਿਵੇਂ ਨਾ ਕਿਵੇਂ ਇਸ ਤਰ੍ਹਾਂ ਹੀ ਲੈਂਦੇ ਹਨ।

ਆਦਰਸ਼ ਘਰ

ਕੀ ਇਸ ਤਰ੍ਹਾਂ ਦੀ ਕੋਈ ਚੀਜ਼ ਹੁੰਦੀ ਹੈ? ਸ਼ਾਇਦ ਹਾਂ, ਪਰ ਬਿਨਾਂ ਸ਼ੱਕ ਇਹ ਇਕ ਵਿਰਲਾ ਵਰਤਾਰਾ ਹੈ। ਜਿਹੜਾ ਘਰ ਮਹਿਫੂਜ਼, ਸੁਰੱਖਿਅਤ ਅਤੇ ਅਸਲ ਪਿਆਰ ਅਤੇ ਧਿਆਨ ਨਾਲ ਭਰਪੂਰ ਹੈ, ਉਹੀ ਮਨੁੱਖੀ ਦਿਮਾਗ ਵਿਚ ਸਥਿਤ ਨਾਜ਼ੁਕ ਮਨੋਵਿਗਿਆਨਕ ਸਾਜੋ-ਸਾਮਾਨ ਲਈ ਇਕ ਆਦਰਸ਼ ਪਾਲਣ ਸਥਾਨ ਹੈ। ਇਹੀ ਸਾਜੋ-ਸਾਮਾਨ ਹੈ ਜਿਹੜਾ ਮਨੁੱਖੀ ਕ੍ਰਿਆਵਾਂ ਅਤੇ ਪ੍ਰਤੀਕ੍ਰਿਆਵਾਂ ਨੂੰ ਚਲਾਉਂਦਾ ਹੈ ਅਤੇ ਨਿਯੰਤ੍ਰਿਤ ਕਰਦਾ ਹੈ।

ਬੱਚੇ ਦੀ ਸ਼ਖਸੀਅਤ ਬਹੁਤੀ ਘਰ ਵਿਖੇ ਮੁਢਲੀਆਂ ਮਾਪਾਂ-ਬੱਚੇ ਅੰਤਰਕ੍ਰਿਆਵਾਂ ਤੋਂ ਹੀ ਬਣਦੀ ਹੈ। ਮਾਪੇ ਆਪਣੇ ਬੱਚਿਆਂ ਲਈ ਮਾਡਲ ਦਾ ਕੰਮ ਦਿੰਦੇ ਹਨ ਅਤੇ ਆਪਣੀਆਂ ਕ੍ਰਿਆਵਾਂ ਅਤੇ ਜੋ ਉਹ ਖਾਸ ਮੌਕੇ 'ਤੇ ਕਰਦੇ ਹਨ ਉਨ੍ਹਾਂ ਨਾਲ ਆਪਣੇ ਬੱਚਿਆਂ ਤੇ ਅਸਰ ਛੱਡਦੇ ਹਨ। ਜਿਹੜੇ ਮਾਪੇ ਸ਼ਾਂਤ ਅਤੇ ਨਿਮਰ ਹੁੰਦੇ ਹਨ ਅਤੇ ਆਮ ਕਰਕੇ ਦੈਨਿਕ ਸ਼ੰਕਟਾਂ ਵਿਚ ਥਿੜ੍ਹਕਦੇ ਨਹੀਂ ਉਹੀ ਆਦਰਸ਼ ਮਾਪੇ ਹੁੰਦੇ ਹਨ। ਇਹ ਮਾਪੇ ਸੁਰੱਖਿਅਤ ਸੰਸਾਰ ਜਾਂ ਇਹ ਵਿਸ਼ਵਾਸ ਮੁਹਈਆ ਕਰਦੇ ਹਨ ਕਿ ਹਰੇਕ ਸਮੱਸਿਆ ਦਾ ਕੋਈ ਨਾ ਕੋਈ ਹੱਲ ਹੁੰਦਾ ਹੈ। ਉਨ੍ਹਾਂ ਦੇ ਬੱਚੇ

ਸਵੈ-ਭਰੋਸੇ ਅਤੇ ਯਕੀਨ ਵਾਲੇ ਹੁੰਦੇ ਹਨ ਜਦੋਂ ਕਿਸੇ ਸੰਕਟ ਦਾ ਸਾਹਮਣਾ ਹੁੰਦਾ ਹੈ। ਜਿਹੜੇ ਮਾਪੇ ਸਮੱਸਿਆਵਾਂ ਉਤੇ ਖਿਝਦੇ ਜਾਂ ਪ੍ਰੇਸ਼ਾਨ ਹੁੰਦੇ ਹਨ ਉਹ ਆਪਣੇ ਬੱਚਿਆਂ ਨੂੰ ਨਕਾਰਾਤਮਕ ਸੋਝੀ ਦਿੰਦੇ ਹਨ। ਇਸ ਤਰ੍ਹਾਂ ਅਜਿਹੇ ਬੱਚੇ ਸੰਕਟ ਦੇ ਸਾਹਮਣੇ ਸ਼ਾਂਤ ਰਹਿਣਾ ਨਹੀਂ ਸਿੱਖਦੇ।

ਜਿਹੜੇ ਘਰਾਂ ਵਿਚ ਬੱਚੇ ਆਪਣੇ ਮਾਪਿਆਂ ਨਾਲ ਜੁੜੇ ਮਹਿਸੂਸ ਕਰਦੇ ਹਨ ਉਹ ਉਨ੍ਹਾਂ ਵਿਚ ਅਪਣੱਤ ਦੀ ਭਾਵਨਾ ਪੈਦਾ ਕਰਦੇ ਹਨ। ਮਾਪਿਆਂ ਨੂੰ ਚਾਹੀਦਾ ਹੈ ਕਿ ਉਹ ਬੱਚਿਆਂ ਨੂੰ ਘਰੇਲੂ ਕੰਮਾਂ ਵਿਚ ਮੱਦਦ ਕਰਨ ਦੇਣ, ਭਾਵੇਂ ਇਸ ਨਾਲ ਅਨਿਵਾਰੀ ਤੌਰ 'ਤੇ ਕੰਮ ਦੀ ਰਫਤਾਰ ਘੱਟਦੀ ਵੀ ਹੋਵੇ। ਮਾਪਿਆਂ ਦੀ ਗੈਰਦਿਲਚਸਪੀ ਅਤੇ ਮੋਹ ਦੀ ਘਾਟ ਬੱਚੇ ਨੂੰ ਨਿੱਖੜਿਆ ਅਤੇ ਇਕੱਲਾ ਮਹਿਸੂਸ ਕਰਨ ਲਾ ਦਿੰਦੀ ਹੈ। ਅਜਿਹੇ ਬੱਚੇ ਰੱਦ ਕੀਤੇ ਮਹਿਸੂਸ ਕਰ ਸਕਦੇ ਹਨ ਅਤੇ ਉਨ੍ਹਾਂ ਵਿਚ ਅਸੁਰੱਖਿਆ ਅਤੇ ਨਿਕੰਮੇ ਹੋਣ ਦੇ ਅਹਿਸਾਸ ਪੈਦਾ ਹੋ ਸਕਦੇ ਹਨ।

ਜਿਹੜੇ ਮਾਪੇ ਆਪਣੇ ਬੱਚੇ ਦੀਆਂ ਪ੍ਰਾਪਤੀਆਂ ਵਿਚ ਅਸਲੀ ਮਾਣ ਅਤੇ ਖੁਸ਼ੀ ਦਰਸਾਉਂਦੇ ਹਨ, ਭਾਵੇਂ ਉਹ ਕਿੰਨੀਆਂ ਵੀ ਗੈਰ ਵਿਲੱਖਣ ਹੋਣ (ਤਿਪਹੀਆ ਸਾਈਕਲ ਚਲਾਉਣਾ, ਰੱਸੀ ਟੱਪਣੀ, ਬੂਟਾਂ ਦੇ ਤਸਮੇ ਬੰਨ੍ਹਣ ਦੀ ਕੋਸ਼ਿਸ਼ ਕਰਨੀ-ਕੁਝ ਵੀ) ਉਹ ਆਪਣੇ ਬੱਚੇ ਨੂੰ ਸਕਾਰਾਤਮਕ ਥਾਪੜਾ ਦਿੰਦੇ ਹਨ। ਇਹ ਉਸਨੂੰ ਹੋਰ ਟੀਚੇ ਪ੍ਰਾਪਤ ਕਰਨ ਅਤੇ ਸਕਾਰਾਤਮਕ ਸਵੈ-ਅਕਸ ਬਣਾਉਣ ਲਈ ਪ੍ਰੇਰਿਤ ਕਰਦੇ ਹਨ। ਇਸੇ ਤਰ੍ਹਾਂ ਚੰਗੇ ਆਚਰਣ ਲਈ ਇਕ ਨਿੱਘੀ ਜੱਫੀ ਜਾਂ, ਗਲਤ ਕਰਨ ਲਈ ਨਰਮ ਝਿੜਕ, ਨਾ ਸਿਰਫ ਉਸ ਵੇਲੇ ਦੇ ਬੱਚੇ ਦੇ ਵਿਹਾਰ ਨੂੰ ਪ੍ਰਭਾਵਿਤ ਕਰਦੀ ਹੈ ਬਲਕਿ ਅਜਿਹੇ ਹੀ ਭਵਿੱਖੀ ਮੌਕਿਆਂ ਵਾਸਤੇ ਉਸ ਨੂੰ ਦਰੁਸਤ ਵੀ ਕਰਦੀ ਹੈ। ਚੰਗਾ ਜਾਂ ਮਾੜਾ ਸ਼ਬਦਾਂ ਦੀ ਜਾਇਜ਼ ਵਰਤੋਂ ਜਜ਼ਬਾਤੀ ਹੋ ਕੇ ਝਿੜਕਣ ਜਾਂ ਜਿਸਮਾਨੀ ਸਜ਼ਾ ਦੋਹਾਂ ਨਾਲੋਂ ਹੀ ਬੱਚੇ ਦੇ ਵਿਹਾਰ ਨੂੰ ਬਦਲਣ ਵਿਚ ਬਹੁਤ ਵੱਧ ਪ੍ਰਭਾਵੀ ਹੁੰਦੀ ਹੈ।

ਮਾਪਿਆਂ ਨੂੰ ਬੱਚਿਆਂ ਨੂੰ ਸਵਾਲ ਪੁੱਛਣ ਲਈ ਉਤਸ਼ਾਹਿਤ ਕੀਤਾ ਜਾਣਾ ਚਾਹੀਦਾ ਹੈ ਅਤੇ ਜਾਣਕਾਰੀ ਵਟਾਂਦਰੇ ਨੂੰ ਵਧਾਉਣਾ ਚਾਹੀਦਾ ਹੈ। ਇਹ ਸਿਹਤਮੰਦ ਸ਼ਖਸੀਅਤ ਵਿਕਾਸ ਲਈ ਜ਼ਰੂਰੀ ਹੈ ਅਤੇ ਸੰਸਾਰ ਨੂੰ ਜਾਣਨ ਦਾ ਇਕ ਵਧੀਆ ਤਰੀਕਾ ਵੀ। ਇਕ ਆਦਰਸ਼ ਪਰਿਵਾਰ ਇਮਦਾਦੀ ਅੰਤਰਕ੍ਰਿਆ ਅਤੇ ਸੰਚਾਰ ਦੇ ਬਹੁਤ ਜ਼ਿਆਦਾ ਮੌਕੇ ਦਰਸਾਉਂਦਾ ਹੈ।

ਪਿਛਲੇ ਕੁਝ ਸਾਲਾਂ ਤੋਂ ਜਿਹੜੀ ਇਕ ਮਹੱਤਵਪੂਰਣ ਤਬਦੀਲੀ ਦੇਖੀ ਜਾ ਰਹੀ ਹੈ ਉਹ ਇਹ ਹੈ ਕਿ ਮਾਪੇ ਬੱਚਿਆਂ ਨਾਲ ਹੋਰ ਵੱਧੋ-ਵੱਧ ਬਰਾਬਰੀ ਦਾ ਨਿਭਾਅ ਕਰਦੇ ਹਨ। ਇਹ ਇਕ ਨਿਰਵਿਵਾਦੀ ਤੱਥ ਹੈ ਕਿ ਬੱਚੇ ਉਸੇ ਢੰਗ ਨਾਲ ਸਭ ਕੁਝ ਕਰਨਾ ਚਾਹੁੰਦੇ ਹਨ ਜਿਵੇਂ ਵੱਡੇ ਕਰਦੇ ਹਨ। ਜਦੋਂ ਬੱਚਿਆਂ ਨਾਲ ਨਿੱਕਚੂਆਂ ਵਾਲਾ ਵਿਹਾਰ ਕੀਤਾ ਜਾਂਦਾ ਹੈ, ਤਾਂ ਉਹ ਅਪੌੜ੍ਹ ਹੀ ਰਹਿ ਜਾਂਦੇ ਹਨ। ਜਦੋਂ ਉਨ੍ਹਾਂ ਨਾਲ ਬਰਾਬਰੀ ਦਾ ਵਿਹਾਰ ਕੀਤਾ ਜਾਂਦਾ ਹੈ, ਬਾਲਗਾਂ ਵਾਲੇ

ਢੰਗ ਦਾ, ਤਾਂ ਉਹ ਛੇਤੀ ਪ੍ਰੌੜ੍ਹ ਹੋ ਜਾਂਦੇ ਹਨ, ਅਤੇ ਉਨ੍ਹਾਂ ਵਿਚ ਜ਼ਿੰਮੇਵਾਰੀ ਦੀ ਭਾਵਨਾ ਪੈਦਾ ਹੋ ਜਾਂਦੀ ਹੈ। ਉਹ ਖੁਦ ਨੂੰ ਵੱਡਿਆਂ ਵਾਂਗ ਦੇਖਣ ਲੱਗਦੇ ਹਨ, ਵੱਡਿਆਂ ਵਾਂਗ ਵਿਹਾਰ ਕਰਦੇ ਹਨ ਅਤੇ ਉਨ੍ਹਾਂ ਦਾ ਸਵੈ-ਅਕਸ ਸਕਾਰਾਤਮਕ ਹੋ ਜਾਂਦਾ ਹੈ। ਜਦੋਂ ਮਾਪੇ ਉਨ੍ਹਾਂ ਦੇ ਸਵਾਲਾਂ ਦੇ ਜਵਾਬ ਗੰਭੀਰ ਅਤੇ ਸੁਹਿਰਦ ਢੰਗ ਨਾਲ ਦਿੰਦੇ ਹਨ ਤਾਂ ਉਨ੍ਹਾਂ ਵਿਚ ਸਵੈ-ਸਤਕਾਰ ਵਿਕਸਿਤ ਹੋ ਜਾਂਦਾ ਹੈ ਅਤੇ ਉਹ ਆਪਣੇ ਮਾਪਿਆਂ ਦੇ ਪਿਆਰ ਅਤੇ ਮੋਹ ਦੇ ਹੱਕਦਾਰ ਮਹਿਸੂਸ ਕਰਨ ਲੱਗ ਪੈਂਦੇ ਹਨ।

ਇਹ ਸਹੀ ਮਿਲਤ ਅਤੇ ਅਨੁਕੂਲ ਮਾਪਿਆਂ ਵਾਲਾ ਘਰ ਬੱਚੇ ਨੂੰ ਇਕ ਆਦਰਸ਼ ਉਡਾਨ ਸਥਾਨ ਉਪਲਬਧ ਕਰਵਾਉਂਦਾ ਹੈ। ਮਾਪਿਆਂ ਦਾ ਤਕਰਾਰ, ਟਕਰਾਉ ਅਤੇ ਆਮ ਤਣਾਉ ਵਧਦੇ ਬੱਚਿਆਂ ਲਈ ਮੰਦਭਾਗੀਆਂ ਹਾਲਤਾਂ, ਜੋ ਉਨ੍ਹਾਂ ਦੇ ਕੰਮਕਾਰ ਦੇ ਆਧਾਰ, ਅਤੇ ਇਕੋ ਇਕ ਸੁਰੱਖਿਆ ਜਿਸ ਨੂੰ ਉਹ ਜਾਣਦੇ ਹਨ, ਨੂੰ ਖਤਰਾ ਪੈਦਾ ਕਰਦੀਆਂ ਹਨ। ਮਾਪਿਆਂ ਦਾ ਇਕਸੁਰ ਰਿਸ਼ਤਾ ਜ਼ਿਆਦਾ ਮਾਪਾ-ਬੱਚਾ ਇਕਜੁੱਟਤਾ ਲਈ ਇਕ ਨਾਲੀ ਵਜੋਂ ਕੰਮ ਕਰਦਾ ਹੈ। ਬੱਚੇ ਦੇ ਹਿੱਤਾਂ ਲਈ ਸਹੀ ਚਿੰਤਾ ਅਤੇ ਦਇਆ ਭਾਵ ਮਾਪਿਆਂ ਅਤੇ ਬੱਚੇ ਵਿਚਕਾਰ ਜਜ਼ਬਾਤੀ ਬੰਧਨ ਨੂੰ ਕਾਇਮ ਰੱਖਦਾ ਤੇ ਹੋਰ ਵਧਾਉਂਦਾ ਹੈ।

ਮਾਪਿਆਂ ਦੀ ਸਮਾਜਿਕਤਾ, ਯਾਨੀ ਸਮਾਜ ਵਿਚ ਉਨ੍ਹਾਂ ਦਾ ਰੁਤਬਾ, ਜੋ ਆਦਰ ਉਨ੍ਹਾਂ ਨੂੰ ਦੋਸਤਾਂ ਅਤੇ ਸਹਿਯੋਗੀਆਂ ਤੋਂ ਮਿਲਦਾ ਹੈ, ਉਹ ਸਾਰੇ ਬੱਚੇ ਦੇ ਸਕਾਰਾਤਮਕ ਸ਼ਖਸੀਅਤ ਵਿਕਾਸ ਵਿਚ ਯੋਗਦਾਨ ਪਾਉਂਦੇ ਹਨ। ਘਰ ਦੇ ਅੰਦਰ ਵਾਲਿਆਂ ਅਤੇ ਬਾਹਰ ਵਾਲਿਆਂ ਵਿਚਕਾਰ ਡੂੰਘੀਆਂ ਅਤੇ ਨਿੱਘੀਆਂ ਅੰਤਰਕ੍ਰਿਆਵਾਂ ਬੱਚੇ ਦੇ ਸਮਾਜੀਕਰਨ ਦੇ ਅਮਲ ਨੂੰ ਤੇਜ ਕਰਦੀਆਂ ਹਨ। ਇਹ ਘਰ ਵਧੇਰੇ ਸਵੈ-ਭਰੋਸੇ ਵਾਲੇ, ਸਫਲ ਅਤੇ ਸਮਾਜ ਨਾਲ ਸਹੀ ਮਿਲਤ ਬਿਠਾਉਣ ਵਾਲੇ ਨੌਜਵਾਨ ਬੱਚੇ ਪੈਦਾ ਕਰਦੇ ਹਨ।

ਸੰਤਾਨ ਵਿਚਕਾਰ ਮੁਕਾਬਲੇ ਅਤੇ ਸਹਿਯੋਗ ਦਾ ਉਚਿਤ ਮਿਸ਼ਰਣ ਵੱਧੋ-ਵੱਧ ਸ਼ਖਸੀਅਤ ਵਿਕਾਸ ਲਈ ਬਹੁਤ ਜ਼ਰੂਰੀ ਹੈ। ਸਿਹਤਮੰਦ ਵਿਰੋਧ ਦਰਅਸਲ ਲੋੜੀਂਦਾ ਹੈ ਕਿਉਂਜੋ ਇਹ ਭਵਿੱਖੀ ਸੰਘਰਸ਼ਾਂ ਲਈ ਤਿਆਰ ਕਰਦਾ ਹੈ। ਮਾਪੇ ਇਸ ਨੂੰ ਘੱਟ ਪ੍ਰਾਪਤੀ ਵਾਲੇ ਬੱਚਿਆਂ ਨੂੰ ਪ੍ਰੇਰਿਤ ਕਰਨ ਲਈ ਵਰਤ ਸਕਦੇ ਹਨ, ਪਰ ਉਨ੍ਹਾਂ ਨੂੰ ਅਣਲੋੜੀਂਦੀ ਤੁਲਨਾ ਤੋਂ ਬਚਣਾ ਚਾਹੀਦਾ ਹੈ।

ਬੱਚਿਆਂ ਵਿਚਕਾਰ ਅਨੁਕੂਲਣ ਅਤੇ ਸਮਝ ਹੌਲੀ-ਹੌਲੀ ਜਜ਼ਬਾਤੀ ਬੰਧਨ ਬਣ ਜਾਂਦੀ ਹੈ। ਉਹ ਵੰਡਣ ਅਤੇ ਧਿਆਨ ਰੱਖਣ ਦਾ ਸਬਕ ਛੇਤੀ ਸਿੱਖ ਜਾਂਦੇ ਹਨ। ਮੇਰੇ ਚੇਤੇ ਹੈ ਕਿ ਖੇਡਦੇ ਹੋਏ ਮੇਰੀ ਵੱਡੀ ਧੀ ਮੀਸ਼ਾ ਦੇ ਡੂੰਘਾ ਚੀਰ ਲੱਗ ਗਿਆ ਸੀ। ਜ਼ੋਇਆ ਅਜੇ ਚਾਰ ਸਾਲ ਦੀ ਵੀ ਨਹੀਂ ਸੀ ਹੋਈ ਉਹ ਫੌਰਨ ਇਕ ਬੈਂਡ-ਏਡ ਅਤੇ ਬਾਰਬੀ ਡਾੱਲ ਚੁੱਕ ਲਿਆਈ। ਮੈਨੂੰ ਬੜੀ ਖੁਸ਼ੀ ਤੇ ਹੈਰਾਨੀ ਹੋਈ ਕਿ ਇਕ ਨਿੱਕੇ ਜਿਹੇ ਬੱਚੇ ਨੇ ਕਿੰਨੀ ਅਕਲ ਦੀ ਗੱਲ ਕੀਤੀ ਸੀ। ਮੇਰਾ ਖਿਆਲ

ਹੈ ਕਿ ਜੋ ਸਭ ਤੋਂ ਵੱਡੀ ਸੰਪਤੀ ਜੀਵਨ ਵਿਚ ਕਿਸੇ ਕੋਲ ਹੋ ਸਕਦੀ ਹੈ ਉਹ ਧਿਆਨ ਰੱਖਣ ਅਤੇ ਮੋਹ ਕਰਨ ਵਾਲਾ ਭਰਾ ਜਾਂ ਭੈਣ ਹੀ ਹੈ।

ਕੇਸ ਸਟੱਡੀ

13 ਸਾਲਾ ਆਸਥਾ ਸਰੀਨ ਸਰੀਨ ਪਰਿਵਾਰ ਵਿਚ ਤਿੰਨ ਬੱਚਿਆਂ ਵਿਚੋਂ ਸਭ ਤੋਂ ਵੱਡੀ ਹੈ। ਉਸ ਦਾ ਦਸ ਸਾਲ ਦਾ ਛੋਟਾ ਭਰਾ ਅਤੇ ਅੱਠ ਸਾਲ ਦੀ ਭੈਣ ਹੈ। ਉਹ ਬੜੀ ਸੁਰੱਖਿਅਤ ਅਤੇ ਸ਼ਾਂਤ ਹੈ ਅਤੇ ਘਰ ਤੇ ਸਕੂਲ ਵਿਚ ਬੜੀ ਸਹਿਜਸੁਭਾ ਹੈ। ਕਈ ਵਾਰੀ ਉਹ ਆਪਣੇ ਭੈਣ-ਭਰਾ ਤੇ ਹਾਵੀ ਵੀ ਹੋ ਜਾਂਦੀ ਹੈ, ਪਰ ਆਪਣੇ ਜਮਾਤੀਆਂ ਵਿਚ ਉਹ ਬੜੀ ਹਰਮਨ ਪਿਆਰੀ ਹੈ ਜਿਹੜੇ ਉਸ ਦੀ ਅਗਵਾਈ ਅਤੇ ਜਥੇਬੰਦੀ ਦੀਆਂ ਉਸ ਦੀਆਂ ਕਾਬਲੀਅਤਾਂ ਦੀ ਬੜੀ ਤਾਰੀਫ ਕਰਦੇ ਹਨ।

ਆਸਥਾ ਦਾ ਘਰ ਬੱਚੇ ਵਿਚ ਸਕਾਰਾਤਮਕ ਸ਼ਖਸੀਅਤ ਵਿਕਾਸ ਦੇ ਸੁਹਾਵਣੇ ਮਾਹੌਲ ਦੇ ਬਹੁਤ ਸਾਰੇ ਪੈਦਾਵਾਰੀ ਪਹਿਲੂਆਂ ਦੇ ਮੋਹਕ ਮਿਸ਼ਰਣ ਦਾ ਨਿਰੂਪਣ ਕਰਦਾ ਹੈ। ਉਸ ਦੇ ਮਾਪੇ ਵੀ ਖੁਦ ਚੰਗੇ ਸਥਾਪਤ, ਬਾਹਰ ਜਾਣ-ਆਉਣ ਵਾਲੇ ਅਤੇ ਮਿਲਣਸਾਰ ਹਨ। ਉਹ ਆਪਣੇ ਬੱਚਿਆਂ ਦੇ ਸਾਥ ਦਾ ਆਨੰਦ ਮਾਣਦੇ ਹਨ ਅਤੇ ਉਨ੍ਹਾਂ ਨਾਲ ਵਿਅਕਤਿਕਾਂ ਵਾਲਾ ਵਿਹਾਰ ਕਰਦੇ ਹਨ। ਉਹ ਬੇਲਾਗ ਬਾਹਰਮੁਖੀ ਢੰਗ ਨਾਲ ਆਪਣੇ ਬੱਚਿਆਂ ਦਾ ਮੁਲਾਂਕਣ ਕਰਨ ਦੇ ਯੋਗ ਹਨ, ਅਤੇ ਨਾਲ ਹੀ ਉਹ ਬਿਨਾਂ ਕਿਸੇ ਝਿਜਕ ਜਾਂ ਬਦਹਵਾਸੀ ਦੇ ਉਨ੍ਹਾਂ ਪ੍ਰਤੀ ਨਿੱਘ ਅਤੇ ਸਮਰਪਣ ਨਾਲ ਭਰਪੂਰ ਹਨ। ਹਰੇਕ ਬੱਚੇ ਨੂੰ ਬਣਦਾ ਮਹੱਤਵ ਮਿਲਦਾ ਹੈ ਅਤੇ ਉਸ ਨੂੰ ਪਰਿਵਾਰ ਦਾ ਪੂਰਾ ਜੀਅ ਸਮਝਿਆ ਜਾਂਦਾ ਹੈ।

ਸ੍ਰੀਮਤੀ ਸਰੀਨ ਕੰਪਿਊਟਰ ਕਿੱਤਾਕਾਰ ਹੈ ਜਿਹੜੀ ਘਰੋਂ ਹੀ ਵਿਭਿੰਨ ਫਰਮਾਂ ਲਈ ਲਗਾਤਾਰ ਕੰਮ ਕਰਦੀ ਹੈ। ਉਹ ਸਥਿਰ, ਨਿਮਰ ਅਤੇ ਚੰਗੇ ਸੁਭਾ ਦੀ ਹੈ ਅਤੇ ਉਸ ਕੋਲ ਕਮਾਲ ਦਾ ਧੀਰਜ ਹੈ। ਉਸ ਦੀ ਹਾਸਰਸ ਦੀ ਡੂੰਘੀ ਸੋਝੀ ਅਕਾਊ ਪਲਾਂ ਵਿਚ ਵੀ ਜਾਨ ਪਾ ਦਿੰਦੀ ਹੈ ਅਤੇ ਪਰਿਵਾਰ ਨੂੰ ਖੇੜੇ ਭਰਪੂਰ ਰੱਖਦੀ ਹੈ।

ਸ੍ਰੀ ਸਰੀਨ ਸੀਨੀਅਰ ਐਗਜ਼ੈਕਟਿਵ ਹੈ ਜਿਹੜਾ ਆਪਣੇ ਮਸ਼ਰੂਫ ਕਾਰਜ ਕ੍ਰਮ ਦੇ ਬਾਵਜੂਦ ਵੀ ਕਦੀ ਘਰ ਚਲਾਉਣ ਦੇ ਆਪਣੇ ਦੈਨਿਕ ਕੰਮਾਂਕਾਰਾਂ ਵਿਚ ਸ਼ਾਮਲ ਹੋਣ ਤੋਂ ਨਹੀਂ ਉੱਕਦਾ। ਰਾਤ ਦੇ ਖਾਣੇ ਦਾ ਵਕਤ ਵਿਚਾਰ-ਵਟਾਂਦਰੇ ਦਾ ਵਕਤ ਹੁੰਦਾ ਹੈ, ਜਿੱਥੇ ਪਰਿਵਾਰ ਕਮੇਟੀ ਦਾ ਹਰੇਕ ਜੀਅ ਮੌਜੂਦ ਹੁੰਦਾ ਹੈ ਅਤੇ ਗੱਲਬਾਤ ਵਿਚ ਸਰਗਰਮ ਹਿਸਾ ਲੈਂਦਾ ਹੈ। ਰਾਤ ਦੇ ਖਾਣੇ ਤੋਂ ਬਾਅਦ ਮਾਪਿਆਂ ਲਈ ਕਾਫੀ ਅਤੇ ਬੱਚਿਆਂ ਲਈ ਦੁੱਧ ਪੀਣ ਦੀ ਰਵਾਇਤ ਦੀ ਸਖਤੀ ਨਾਲ ਪਾਲਣਾ ਕੀਤੀ ਜਾਂਦੀ ਹੈ। ਇਹ ਗਰਮ ਪੀਣ ਪਦਾਰਥ ਬੈਠਕ ਵਿਚ ਲਿਜਾਏ ਜਾਂਦੇ ਹਨ ਜਿੱਥੇ ਵਿਚਾਰ-ਵਟਾਂਦਰਾ ਭਖ ਵੀ ਸਕਦਾ ਹੈ ਜਾਂ ਹਾਸੇ ਵਿਚ ਵੀ ਮੁੱਕ ਸਕਦਾ ਹੈ, ਕਿਸੇ ਨੂੰ ਚਿੱਤ ਕਰਨ ਦੀ ਮਨਸ਼ਾ ਤੋਂ ਬਿਨਾਂ ਲੱਤ ਘਸੀਟੀ ਵੀ ਬਹੁਤ ਹੁੰਦੀ ਹੈ।

ਇਥੇ ਇਹ ਵੀ ਦੱਸਣਾ ਬਣਦਾ ਹੈ ਕਿ ਸਰੀਨਾਂ ਦਾ ਘਰ ਵੀ ਰੋਜ਼ਮਰਾ ਸਮੱਸਿਆਵਾਂ ਤੋਂ ਖਾਲੀ ਨਹੀਂ ਸੀ। ਸ੍ਰੀਮਤੀ ਸਰੀਨ ਨੂੰ ਆਮ ਅਨੁਸ਼ਾਸਨੀ ਸੰਕਟ, ਬੱਚਿਆਂ ਦੇ ਵਿਰੋਧਾਂ, ਭੋਜਨ ਵਿਤਕਰਿਆਂ ਅਤੇ ਤਰਜੀਹਾਂ ਅਤੇ ਆਮ ਨਾ-ਨੁੱਕਰ ਨਾਲ ਘੁਲਣਾ ਪੈਂਦਾ ਸੀ ਜੋ ਬਹੁਤੀਆਂ ਮਾਵਾਂ ਨੂੰ ਦਰਪੇਸ਼ ਆਉਂਦਾ ਹੈ। ਪਰ ਆਪਣੀ ਔਸਤ ਨਾਲੋਂ ਵੱਧ ਬਰਦਾਸ਼ਤ ਅਤੇ ਧੀਰਜ ਕਰਕੇ ਉਹ ਇਨ੍ਹਾਂ ਸਥਿਤੀਆਂ ਨਾਲ ਕਮਾਲ ਦੇ ਸੰਜਮ ਅਤੇ ਸੋਝੀ ਨਾਲ ਨਜਿੱਠ ਲੈਂਦੀ ਹੈ। ਸ੍ਰੀ ਸਰੀਨ ਦਾ ਯੋਗਦਾਨ ਅਤੇ ਸ਼ਮੂਲੀਅਤ ਉਸ ਦਾ ਵਜ਼ਨ ਘਟਾਉਣ ਅਤੇ ਉਸ ਨੂੰ ਖਿੜਿਆ ਰੱਖਣ ਵਿਚ ਮੱਦਦ ਕਰਦੀ ਹੈ।

ਨਾ.ਗਵਾਰ ਘਰ

ਜਿਵੇਂ ਸਾਡੇ ਕੋਲ ਇਸ ਤਰ੍ਹਾਂ ਦੀਆਂ ਕੋਈ ਸਹੀ ਅਗਵਾਈ ਲੀਹਾਂ ਨਹੀਂ ਕਿ ਆਦਰਸ਼ ਘਰ ਕਿਵੇਂ ਸਿਰਜਣਾ ਹੈ, ਉਸੇ ਤਰ੍ਹਾਂ ਹੀ ਇਹ ਦੱਸਣ ਦੇ ਵੀ ਇਸ ਤਰ੍ਹਾਂ ਦੇ ਕੋਈ ਸਥਾਪਤ ਮਿਆਰ ਨਹੀਂ ਕਿ ਨਾਗਵਾਰ ਘਰ ਕੀ ਹੁੰਦਾ ਹੈ। ਪਰ ਇਹ ਗੱਲ ਸੁਖਾਲੇ ਹੀ ਕਹੀ ਜਾ ਸਕਦੀ ਹੈ ਕਿ ਕਿਸੇ ਦੀ ਵੀ ਸ਼ਖਸੀਅਤ ਇਕ ਵੈਰਭਾਵੀ ਪਰਿਵਾਰਕ ਮਾਹੌਲ ਦਾ ਸਦਮਾ ਜਾਂ ਅਸਫਲ ਮਾਪਾ-ਬੱਚਾ ਰਿਸ਼ਤੇ ਦਾ ਵਿਨਾਸ਼ ਨਹੀਂ ਸਹਾਰ ਸਕਦੀ।

ਕੁਝ ਪਰਿਵਾਰ ਤਾਂ ਰੋਜਮੱਰਾ ਦੀਆਂ ਸਮੱਸਿਆਵਾਂ ਨਾਲ ਹੀ ਸਿੱਝਣ ਦੇ ਯੋਗ ਨਹੀਂ ਹੁੰਦੇ। ਉਹ ਜ਼ਿੰਦਗੀ ਦੀਆਂ ਲੋੜਾਂ ਪੂਰੀਆਂ ਕਰਨ ਲਈ ਭਾਵਨਾਤਮਕ, ਜਿਸਮਾਨੀ ਜਾਂ ਵਿੱਤੀ ਮਜ਼ਬੂਤੀ ਤੋਂ ਵਾਂਝੇ ਹੋ ਸਕਦੇ ਹਨ। ਅਜਿਹੇ ਪਰਿਵਾਰਾਂ ਦੀਆਂ ਕਮੀਆਂ ਦੀ ਜੜ੍ਹ, ਅਪ੍ਰੌੜ੍ਹਤਾ, ਸਿੱਖਿਆ ਦੀ ਘਾਟ, ਨਸ਼ਿਆਂ ਦੀ ਆਦਤ (ਸ਼ਰਾਬ) ਜਾਂ ਮਾਪਿਆਂ ਦੀਆਂ ਹੋਰ ਕਮਜ਼ੋਰੀਆਂ ਵਿਚ ਹੋ ਸਕਦੀ ਹੈ। ਉਨ੍ਹਾਂ ਵਿਚ ਸਵੈ-ਸੇਧ ਦੀ ਘਾਟ ਹੋਣ ਕਰਕੇ ਉਹ ਇਕ ਤੋਂ ਦੂਜੇ ਸੰਕਟ ਨਾਲ ਖਹਿਭੜਦੇ ਰਹਿੰਦੇ ਹਨ ਅਤੇ ਇਸ ਤਰ੍ਹਾਂ ਆਪਣੀਆਂ ਹੋਣੀਆਂ ਤੇ ਕਾਬੂ ਪਾਉਣ ਦੇ ਅਯੋਗ ਹੁੰਦੇ ਹਨ।

ਮਾਪਿਆਂ ਦਾ ਮਤਭੇਦ ਬੱਚੇ ਵਿਚ ਚਿੰਤਾ ਦਾ ਵੱਡਾ ਕਾਰਨ ਹੁੰਦਾ ਹੈ, ਜਿਹੜੇ ਸਦਾ ਹੀ ਝਗੜੇ ਵਿਚ ਫਸੇ ਰਹਿੰਦੇ ਹਨ। ਬਹੁਤ ਹੀ ਜ਼ਿਆਦਾ ਸਨਕੀ ਅਤੇ ਅਸਾਧਾਰਣ ਸ਼ਖਸੀਅਤਾਂ ਵਾਲੇ ਮਾਪੇ ਘਰ ਨੂੰ ਲਗਾਤਾਰ ਜਜ਼ਬਾਤੀ ਗੜਬੜ ਵਿਚ ਪਾਈ ਰੱਖਦੇ ਹਨ। ਉਨ੍ਹਾਂ ਦੀ ਆਪਣੀ ਜ਼ਾਤੀ ਅਸਥਿਰਤਾ ਕਰਕੇ ਉਹ ਬੱਚੇ ਨੂੰ ਲੋੜੀਂਦਾ ਪਿਆਰ ਅਤੇ ਅਗਵਾਈ ਨਹੀਂ ਦੇ ਸਕਦੇ। ਮਾਪਿਆਂ ਦੀ ਵਿਵੇਕਹੀਣਤਾ ਅਤੇ ਨੁਕਸਦਾਰ ਵਿਹਾਰ ਬੱਚਿਆਂ ਵਿਚ ਮਨੋਵਿਗਿਆਨਕ ਵਿਗਾੜਾਂ ਦੀ ਉਚੀ ਦਰ ਨਾਲ ਜੁੜਿਆ ਹੋਇਆ ਹੈ। ਅਜਿਹੇ ਬੱਚੇ ਅਸੁਰੱਖਿਆ ਅਤੇ ਨੀਵੇਂ ਸਵੈ-ਮਾਣ ਤੋਂ ਵੀ ਗ੍ਰਸਤ ਹੁੰਦੇ ਹਨ।

ਇਸ ਵਿਚ ਕੋਈ ਹੈਰਾਨੀ ਨਹੀਂ ਕਿ ਅਪਰਾਧ ਅਤੇ ਮਾੜੇ ਵਿਹਾਰ ਅਧੂਰੇ

(ਗੜਬੜ ਜਾਂ ਟੁੱਟ-ਫੁੱਟ ਵਾਲੇ) ਘਰਾਂ ਦੇ ਬੱਚਿਆਂ ਅਤੇ ਕਿਸ਼ੋਰਾਂ ਵਿਚ ਹੀ ਆਮ ਹੁੰਦੇ ਹਨ।

ਹਮੇਸ਼ਾ ਹੀ ਹੋਰ ਥਾਵਾਂ ਤੇ ਜਾ ਵੱਸਣ ਵਾਲੇ ਪਰਿਵਾਰਾਂ ਵਿਚ ਬੱਚਿਆਂ ਨੂੰ ਮੁੜ-ਮੁੜ ਅਣਜਾਣੇ ਆਲੇ-ਦੁਆਲੇ ਨਾਲ ਅਨੁਕੂਲਣ ਕਰਨ ਲਈ ਮਜਬੂਰ ਹੋਣਾ ਪੈਂਦਾ ਹੈ।

ਉਨ੍ਹਾਂ ਦੇ ਸਕੂਲ, ਗਵਾਂਢੀ ਅਤੇ ਦੋਸਤ ਜਿਨ੍ਹਾਂ ਨਾਲ ਉਨ੍ਹਾਂ ਨੇ ਇਕਸੁਰ ਰਿਸ਼ਤੇ ਉਸਾਰੇ ਹੋਏ ਹੁੰਦੇ ਹਨ, ਬਦਲ ਅਤੇ ਵਿਛੜ ਜਾਂਦੇ ਹਨ। ਨਵੇਂ ਅਨੁਕੂਲਣ ਬਹੁਤ ਸਾਰਾ ਤੌਖਲਾ ਪੈਦਾ ਕਰ ਸਕਦੇ ਹਨ ਅਤੇ ਬੱਚਾ ਅਸੁਰੱਖਿਅਤ ਅਤੇ ਗੁੰਮ-ਸੁੰਮ ਹੋ ਜਾਂਦਾ ਹੈ।

ਮਾਪਿਆਂ ਦੇ ਗਲਤ ਵਤੀਰੇ (ਬਹੁਤਾ ਖਚਿਤ ਹੋਣ, ਬਹੁਤੀ ਸੁਰੱਖਿਆ, ਸਖਤ ਅਨੁਸ਼ਾਸਨ, ਗੈਰ ਹਕੀਕੀ ਮੰਗਾਂ ਅਤੇ ਰੱਦਣ) ਬੱਚਿਆਂ ਵਿਚ ਸ਼ਖਸੀਅਤ ਵਿਗਾੜਾਂ ਦੀ ਬਹੁਗਿਣਤੀ ਲਈ ਜ਼ਿੰਮੇਵਾਰ ਹਨ। ਇਨ੍ਹਾਂ ਵਿਚੋਂ ਕੁਝ ਗਲਤ ਗ੍ਰਹਿਣ ਕੀਤੇ ਵਿਹਾਰਾਂ, ਕੇਸ ਅਧਿਐਨਾਂ ਦੇ ਰੂਪ ਵਿਚ, ਦੀ ਚਰਚਾ ਇਥੇ ਕੀਤੀ ਗਈ ਹੈ।

ਕੇਸ ਅਧਿਐਨ

12 ਸਾਲਾ ਅਨਿਰੁੱਧ ਸਿੰਘ ਬੇਲਿਹਾਜ਼, ਸਨਕੀ ਨਿੱਕਾ ਤਾਨਾਸ਼ਾਹ ਹੈ। ਉਹ ਸਵੈ-ਕੇਂਦਰਤ, ਹਾਵੀ ਰਹਿਣ ਵਾਲਾ, ਹਰ ਵੇਲੇ ਕੁਝ ਚਾਹੁੰਦਾ ਰਹਿਣ ਵਾਲਾ ਅਤੇ ਪੂਰੀ ਤਰ੍ਹਾਂ ਬਿਗੜੈਲ ਹੈ। ਉਸ ਦੇ ਮਾਪੇ ਉਸ ਨਾਲ ਇਕ ਰਾਜੇ ਵਾਂਗ ਨਿਭਦੇ ਹਨ ਅਤੇ ਉਸ ਦੀਆਂ ਸਾਰੀਆਂ ਸਹੀ/ਗਲਤ ਮੰਗਾਂ ਪੂਰੀਆਂ ਕਰਦੇ ਹਨ। ਉਸ ਦੀਆਂ ਦੋ ਵੱਡੀਆਂ ਭੈਣਾਂ ਨੂੰ ਸਪੱਸ਼ਟ ਹਿਦਾਇਤਾਂ ਹਨ ਕਿ ਉਸ ਨੂੰ ਕਿਸੇ ਤਰ੍ਹਾਂ ਵੀ ਨਾਰਾਜ਼ ਨਾ ਕੀਤਾ ਜਾਵੇ।

ਅਨਿਰੁੱਧ ਦਾ ਪਿਤਾ ਆਪਣੇ ਪੁੱਤਰ ਵਿਚ ਦੂਜਾ ਜੀਵਨ ਜੀ ਰਿਹਾ ਹੈ ਅਤੇ ਉਸ ਨੂੰ ਖੁਦ ਦੀ ਨੌਜਵਾਨ ਨਕਲ ਸਮਝਦਾ ਹੈ। ਉਸ ਨੂੰ ਆਪਣੇ ਪੁੱਤਰ ਦੀ ਕਿਸੇ ਵੀ ਸਨਕ ਨੂੰ ਪੂਰਾ ਕਰਨ ਵਿਚ ਬੜੀ ਤਸੱਲੀ ਮਿਲਦੀ ਹੈ।

ਉਹ ਆਪਣੀ ਮਾਂ ਦੀ ਅੱਖ ਦਾ ਤਾਰਾ ਹੈ। ਉਸ ਨੂੰ ਕੋਈ ਪ੍ਰਵਾਹ ਨਹੀਂ ਕਿ 12 ਸਾਲ ਦੀ ਉਮਰ ਵਿਚ ਹੀ ਉਸ ਦਾ ਵਜ਼ਨ 60 ਕਿਲੋ ਤੋਂ ਵੱਧ ਹੋ ਚੁੱਕਾ ਹੈ।

ਅਨਿਰੁੱਧ ਨੂੰ ਚੀਕ ਕੇ, ਪਿਆਰ ਨਾਲ, ਸਾਊ ਬਣਕੇ, ਚੰਗੇ ਵਿਹਾਰ ਨਾਲ ਜਾਂ ਸਿਰਫ ਖਿਝਕੇ ਹੀ ਆਪਣੇ ਮਾਪਿਆਂ ਦਾ ਸ਼ੋਸ਼ਣ ਕਰਨ ਦੀ ਕੁਸ਼ਲਤਾ ਦੀ ਜਾਚ ਆ ਗਈ ਹੈ ਤੇ ਉਹ ਇਸ ਕਲਾ ਵਿਚ ਬੜਾ ਮਾਹਿਰ ਹੈ।

ਜਦੋਂ ਅਨਿਰੁੱਧ ਦਾ ਘਰ ਵਿਖੇ ਮਹੱਤਵਪੂਰਣ ਰੁਤਬਾ ਬਾਹਰੀ ਸੰਸਾਰ ਵਿਚ ਪ੍ਰਤੀਬਿੰਬਤ ਨਹੀਂ ਹੋਇਆ ਤਾਂ ਉਸ ਲਈ ਇਹ ਇਕ ਵੱਡਾ ਧੱਕਾ ਸੀ। ਉਸ ਦੇ ਜਮਾਤੀਆਂ ਦੀਆਂ ਬੇਦਰਦ ਚੋਭਾਂ ਅਤੇ ਆਪਣੇ ਮਖੌਲੀਆ ਨਾਮਕਰਣ ਮੋਟੂ ਕਰਕੇ ਉਹ ਸ਼ੁਰੂ ਵਿਚ ਤਾਂ ਬੜਾ ਖਿਝਿਆ ਅਤੇ ਪ੍ਰੇਸ਼ਾਨ ਹੋਇਆ ਪਰ ਉਸ ਨੇ ਬਾਅਦ

ਵਿਚ ਬੜੇ ਹਮਲਾਵਰ ਰੁਝਾਨ ਵਿਕਸਿਤ ਕਰ ਲਏ। ਉਹ ਅਕਸਰ ਆਪਣੇ ਸਕੂਲ ਦੇ ਸਾਥੀਆਂ ਨਾਲ ਲੜ ਪੈਂਦਾ ਅਤੇ ਆਪਣੇ ਅਧਿਆਪਕਾਂ ਵਿਰੁੱਧ ਵੀ ਬਗਾਵਤ ਕਰ ਦਿੰਦਾ। ਸਕੂਲ ਅਧਿਕਾਰੀਆਂ ਨੇ ਉਸ ਦੇ ਮਾਪਿਆਂ ਨੂੰ ਵੀ ਝਾੜਿਆ ਪਰ ਕੋਈ ਸੁਧਾਰ ਨਾ ਹੋਇਆ। ਹੌਲੀ-ਹੌਲੀ ਅਨਿਰੁੱਧ ਸਕੂਲ ਵਿਚ ਤੌਖਲੇ ਭਰਿਆ, ਦੁਖੀ, ਉਖੜਿਆ ਹੋਇਆ ਬੱਚਾ ਬਣ ਗਿਆ ਜਦੋਂ ਕਿ ਘਰ ਵਿਚ ਉਹ ਉਹੀ ਖੁਦਗਰਜ਼ ਅਤੇ ਕਾਹਲਾ ਸ਼ਤੂੰਗੜਾ ਬਣਿਆ ਰਿਹਾ।

ਨਾਜ਼-ਬਰਦਾਰੀ ਵਾਲੇ ਮਾਪੇ ਨਾ ਸਿਰਫ ਆਪਦੇ ਬੱਚਿਆਂ ਨੂੰ ਵਿਗਾੜਦੇ ਹਨ ਬਲਕਿ ਜੀਵਨ ਵਿਚ ਉਨ੍ਹਾਂ ਦੇ ਸਹੀ ਅਨੁਕੂਲਣ ਦੇ ਮੌਕੇ ਵੀ ਬਰਬਾਦ ਕਰਦੇ ਹਨ। ਘਰ ਵਿਚ ਬਹੁਤੀ ਖੁੱਲ੍ਹ ਅਤੇ ਜ਼ਬਤ ਦੀ ਘਾਟ ਦਾ ਸਬੰਧ ਸਮਾਜ ਵਿਰੋਧੀ, ਹਮਲਾਵਰ ਵਿਹਾਰ ਨਾਲ ਜੋੜਿਆ ਗਿਆ ਹੈ। ਅਥਾਰਟੀ ਨਾਲ ਨਿਭਾਉ ਵਿਚ ਅਜਿਹੇ ਬੱਚੇ ਅਕਸਰ ਬਾਗੀ ਹੁੰਦੇ ਹਨ ਕਿਉਂ ਜੋ ਉਹ ਬੜੀ ਦੇਰ ਤੋਂ ਆਪਣੀ ਚਲਾਉਂਦੇ ਰਹੇ ਹੁੰਦੇ ਹਨ।

14 ਸਾਲਾ ਕੁਨਾਲ ਸਕਸੇਨਾ ਬੜਾ ਡਰਪੋਕ, ਪਰ-ਨਿਰਭਰ ਅਤੇ ਬੜਾ ਅਧੀਨਗੀ ਮੰਨਣ ਵਾਲਾ ਬੱਚਾ ਹੈ। ਉਸ ਦੇ ਜਨਮ ਤੋਂ ਹੀ ਉਸ ਦੀ ਮਾਂ ਨੇ ਉਸਦੇ ਜੀਵਨ ਦਾ ਨਿਯੰਤ੍ਰਣ ਸਾਂਭ ਲਿਆ ਸੀ ਅਤੇ ਉਸ ਨੂੰ ਕੋਈ ਖੁਦਮੁਖਤਿਆਰੀ ਜਾਂ ਆਜ਼ਾਦੀ ਨਾ ਦਿੱਤੀ। ਸਮੁੱਚੇ ਬਾਲਪਣ ਅਤੇ ਬਚਪਨ ਦੌਰਾਨ ਕੁਨਾਲ ਨੂੰ ਕਿਟਾਣੂ ਮੁਕਤ ਮਾਹੌਲ ਵਿਚ ਹੀ ਰੱਖਿਆ ਗਿਆ ਸੀ।

ਸਾਰੇ ਬੱਚਿਆਂ ਨੂੰ ਹੀ ਉਸ ਨਾਲ ਖੇਡਣ ਜੋਗੇ ਨਹੀਂ ਸਮਝਿਆ ਜਾਂਦਾ ਸੀ- ਉਹ ਗੰਦੇ ਸਨ, ਛੂਤ ਵਾਲੇ ਸਨ, ਬੁਰੇ ਸਲੀਕੇ ਵਾਲੇ ਅਤੇ ਕਿਸੇ ਨਾ ਕਿਸੇ ਢੰਗ ਨਾਲ ਲਾਗ ਲਾਉਣ ਵਾਲੇ ਸਨ।

ਸਫਾਈ ਦਾ ਸੰਕਲਪ ਅਤੇ ਵਿਸ਼ਾਣੂਆਂ ਦਾ ਡਰ ਉਸ ਦੇ ਮਨ ਵਿਚ ਐਨੀ ਡੂੰਘੀ ਤਰ੍ਹਾਂ ਬਿਠਾ ਦਿੱਤਾ ਗਿਆ ਸੀ ਕਿ ਸਕੂਲ, ਪਿਕਨਿਕ ਜਾਂ ਫਿਲਮ ਦੇਖਣ ਜਾਣ ਵੇਲੇ ਉਹ ਆਪਣੀ ਐਨਕ ਤਾਂ ਭੁੱਲ ਸਕਦਾ ਸੀ ਪਰ ਸਾਬਣ ਨਾਲ ਲਿਜਾਣੀ ਕਦੀ ਨਹੀਂ।

ਕੁਨਾਲ ਦੀ ਮਾਂ ਨਹੀਂ ਚਾਹੁੰਦੀ ਕਿ ਉਹ ਗਵਾਂਢ ਦੇ ਗੰਦੇ ਬੱਚਿਆਂ ਨਾਲ ਖੇਡ ਕੇ ਕੋਈ ਸੱਟ ਫੇਟ ਖਾ ਲਵੇ ਜਾਂ ਉਨ੍ਹਾਂ ਤੋਂ ਹਾਰ ਨਾ ਜਾਵੇ। ਇਸ ਕਰਕੇ ਉਹ ਆਪਣੇ ਪਿਤਾ ਨਾਲ ਪਿਛਲੇ ਵਿਹੜੇ ਵਿਚ ਕ੍ਰਿਕੇਟ ਖੇਡਦਾ ਰਹਿੰਦਾ। ਇਸ ਤਰ੍ਹਾਂ ਕੁਨਾਲ ਨੂੰ ਬਹੁਤਾ ਬਾਹਰ ਨਹੀਂ ਰਹਿਣ ਦਿੱਤਾ ਜਾਂਦਾ ਸੀ ਕਿਉਂਕਿ ਇਹ ਮੰਨਿਆਂ ਜਾਂਦਾ ਸੀ ਕਿ ਉਸਦੀ ਸਿਹਤ ਠੀਕ ਨਹੀਂ ਸੀ। ਉਸਦੇ ਬਹੁਤੇ ਹੀ ਕੱਪੜੇ ਪਾਏ ਜਾਂਦੇ ਅਤੇ ਦਵਾਈਆਂ ਉਸ ਦੇ ਮੂੰਹ ਵਿਚ ਲਗਾਤਾਰ ਬਹੁਤ ਜ਼ਿਆਦਾ ਪਾਈਆਂ ਜਾਂਦੀਆਂ ਰਹਿੰਦੀਆਂ ਹਨ।

ਚਾਰ ਸਾਲ ਦੀ ਉਮਰ ਤੱਕ ਕੁਨਾਲ ਨੂੰ ਮਾਪੇ ਹਮੇਸ਼ਾ ਗੋਦੀ ਵਿਚ ਹੀ ਰੱਖਦੇ ਸਨ। ਛੇ ਸਾਲ ਦੀ ਉਮਰ ਵਿਚ ਵੀ ਉਸ ਨੂੰ ਰਾਤ ਨੂੰ ਦੁੱਧ ਚੁੰਘਾਇਆ ਜਾਂਦਾ

ਸੀ। 12 ਸਾਲ ਦੀ ਉਮਰ ਤੱਕ ਮਾਂ ਹੀ ਉਸ ਨੂੰ ਨੁਹਾਉਂਦੀ ਅਤੇ ਕੱਪੜੇ ਪਾਉਂਦੀ।

ਮਾਂ ਦੀ ਅਤਿ ਸੁਰੱਖਿਆ, ਜਾਂ ਮੱਮਵਾਦ-ਖਾਸ ਕਰਕੇ ਜੇ ਪਿਤਾ ਵੀ ਇਸ ਨੂੰ ਮੰਨਦਾ ਹੋਵੇ ਜਾਂ ਇਸ ਪ੍ਰਤੀ ਢਿੱਲ ਵਰਤਦਾ ਹੋਵੇ, ਬੱਚੇ ਦਾ ਇਹ ਦਬਾ ਕੇ ਰੱਖਿਆ ਜਾਣਾ ਉਸ ਨੂੰ ਪੂਰੀ ਤਰ੍ਹਾਂ ਪਰ-ਨਿਰਭਰ ਬਣਾ ਦਿੰਦਾ ਹੈ।

ਅਜਿਹੇ ਬੱਚੇ ਵਿਚ ਪਹਿਲਕਦਮੀ ਦੀ ਘਾਟ ਹੁੰਦੀ ਹੈ, ਜਦੋਂ ਵੀ ਕੋਈ ਸਮੱਸਿਆ ਸਾਹਮਣੇ ਆਉਂਦੀ ਹੈ ਦੂਜੇ ਦੀ ਮੱਦਦ ਭਾਲਦਾ ਹੈ, ਮੁਕਾਬਲੇ ਤੋਂ ਬਚਦਾ ਹੈ ਅਤੇ ਆਪਣੇ ਕੰਮ ਤੋਂ ਉਸ ਨੂੰ ਤਸੱਲੀ ਨਹੀਂ ਮਿਲਦੀ।

ਜਿਹੜਾ ਚਾਰ ਸਾਲ ਦਾ ਬੱਚਾ ਖੁਦ ਨਹੀਂ ਖਾ ਸਕਦਾ ਜਿਹੜਾ ਪੰਜ ਸਾਲ ਦਾ ਬੱਚਾ ਮਾਂ ਦੀ ਹਾਜ਼ਰੀ ਤੋਂ ਬਿਨਾਂ ਆਪਣੇ ਸਾਥੀਆਂ ਨਾਲ ਨਹੀਂ ਖੇਡ ਸਕਦਾ ਜਾਂ ਜਿਹੜਾ ਛੇ ਸਾਲ ਦਾ ਬੱਚਾ ਖੁਦ ਕੱਪੜੇ ਨਹੀਂ ਪਾ ਸਕਦਾ ਉਹ ਸਾਰੇ ਪਰਨਿਰਭਰਤਾ ਦਰਸਾਉਂਦੇ ਹਨ।

ਬੱਚੇ ਨੂੰ ਹਰ ਖਤਰੇ ਤੋਂ ਬਚਾ ਕੇ ਰੱਖਦੇ ਰਹਿਣ ਕਰਕੇ ਮਾਪੇ ਉਸ ਨੂੰ ਹਕੀਕਤਾਂ ਦੀ ਪਰਖ ਕਰਕੇ ਸਿੱਖਣ ਦਾ ਮੌਕਾ ਨਹੀਂ ਦਿੰਦੇ। ਅਤਿਸੁਰੱਖਿਆ ਦਾ ਨਿਹਤ ਅਰਥ ਇਹੀ ਹੈ ਕਿ ਉਹ ਬੱਚੇ ਨੂੰ ਰੋਜਮਰਾ ਦੀਆਂ ਸਮੱਸਿਆਵਾਂ ਨਾਲ ਨਜਿੱਠਣ ਦੇ ਅਯੋਗ ਸਮਝਦੇ ਹਨ। ਅਜਿਹੇ ਬੱਚੇ ਵੱਡੇ ਹੋ ਕੇ ਅਸੁਰੱਖਿਅਤ ਵਿਅਕਤੀ ਹੀ ਬਣਦੇ ਹਨ ਜਿਹੜੇ ਹਰ ਵੇਲੇ ਸੰਸਾਰ ਤੋਂ ਤ੍ਰਾਹੇ ਰਹਿੰਦੇ ਹਨ। ਉਨ੍ਹਾਂ ਵਿਚ ਕਮੀ ਦਾ ਅਹਿਸਾਸ ਹੁੰਦਾ ਹੈ, ਉਨ੍ਹਾਂ ਦੀ ਬੌਧਿਕ ਪ੍ਰਗਤੀ ਨਾਲ ਤਿੱਖਾ ਸਮਝੌਤਾ ਹੁੰਦਾ ਹੈ ਅਤੇ ਉਹ ਆਮ ਕਰਕੇ ਮਾੜੇ ਸਵੈ-ਮਾਣ ਤੋਂ ਗ੍ਰਸਤ ਰਹਿੰਦੇ ਹਨ।

13 ਸਾਲਾ ਮਯੂਰ ਦਵਿਵੇਦੀ ਪਿਛਲੇ ਦੋ ਸਾਲਾਂ ਵਿਚ ਤਿੰਨ ਸਕੂਲ ਬਦਲ ਚੁੱਕਾ ਹੈ ਕਿਉਂਕਿ ਪਿਛਲੇ ਸਕੂਲਾਂ ਵਿਚ ਉਸ ਦੀ ਪੇਸ਼ਕਾਰੀ ਚੰਗੀ ਨਹੀਂ ਸੀ। ਉਸ ਨੂੰ ਇਸ ਨਵੇਂ ਸਕੂਲ ਵਿਚ ਇਸ ਆਸ ਨਾਲ ਦਾਖਲ ਕਰਵਾਇਆ ਗਿਆ ਸੀ ਕਿ ਕੀਤੇ ਵਾਅਦੇ ਮੁਤਾਬਕ ਜ਼ਾਤੀਗਤ ਧਿਆਨ ਉਸ ਦੀ ਆਪਣੀ ਸਮੱਸਿਆ ਨੂੰ ਕਾਬੂ ਕਰਨ ਵਿਚ ਮੱਦਦ ਕਰੇਗਾ। ਇਥੇ ਫੇਰ ਉਹ ਸੁਧਾਰ ਦੇ ਕਿਸੇ ਵੀ ਸੰਕੇਤ ਤੋਂ ਬਿਨਾਂ ਜਮਾਤ ਵਿਚ ਪਿਛੜ ਰਿਹਾ ਹੈ।

ਪਿਛਲੀ ਅਧਿਆਪਕ-ਮਾਪੇ ਮੀਟਿੰਗ ਵਿਚ ਸ੍ਰੀ ਦਵਿਵੇਦੀ ਨੇ ਮਯੂਰ ਦੇ ਦਰਜਿਆਂ ਤੇ ਆਪਣੀ ਨਾਖੁਸ਼ੀ ਅਤੇ ਮਾਯੂਸੀ ਪ੍ਰਗਟ ਕੀਤੀ। ਉਸਨੇ ਸ਼ਿਕਾਇਤ ਕੀਤੀ ਕਿ ਦਾਖਲੇ ਵੇਲੇ ਡੋਨੇਸ਼ਨ ਲੈ ਕੇ ਅਤੇ ਐਨੇ ਵਾਅਦੇ ਕਰਕੇ ਵੀ ਉਨ੍ਹਾਂ ਨੂੰ ਪੂਰੇ ਨਾ ਕਰਕੇ ਉਸ ਦੀਆਂ ਆਸਾਂ ਤੇ ਪਾਣੀ ਫੇਰ ਦਿੱਤਾ ਗਿਆ ਹੈ।

ਸ੍ਰੀਮਤੀ ਪ੍ਰਭਾ ਮਹਿਰਾ, ਬਾਲ ਸਲਾਹਕਾਰ, ਜੋ ਸਕੂਲ ਨਾਲ ਜੁੜੀ ਹੋਈ ਹੈ, ਨੂੰ ਸ੍ਰੀ ਅਤੇ ਸ੍ਰੀਮਤੀ ਦਵਿਵੇਦੀ ਨਾਲ ਗੱਲ ਕਰਨ ਨੂੰ ਅਤੇ ਮਯੂਰ ਨੂੰ ਆਪਣੀ ਸਿੱਧੀ ਨਿਗਰਾਨੀ ਵਿਚ ਲੈਣ ਲਈ ਕਿਹਾ ਗਿਆ। ਸ੍ਰੀਮਤੀ ਮਹਿਰਾ ਨੇ ਸਕੂਲ ਦੇ ਪ੍ਰਿੰਸੀਪਲ ਨੂੰ ਹੇਠਾਂ ਦਿੱਤੀ ਰਿਪੋਰਟ ਪੇਸ਼ ਕੀਤੀ।

ਸ੍ਰੀ ਦਵਿਵੇਦੀ, ਪੁਲਿਸ ਡਿਪਟੀ ਸੁਪਰਡੈਂਟ ਇਕ ਬੜਾ ਹੀ ਧੱਕੜ, ਗੁਸੈਲ

ਅਤੇ ਛੇਤੀ ਉਤੇਜਿਤ ਹੋ ਜਾਣ ਵਾਲਾ ਬੰਦਾ ਹੈ ਜੋ ਦਲੀਲ ਨੂੰ ਆਪਣੇ ਹੱਥਾਂ ਦਾ ਝਟਕਾ ਦੇ ਕੇ ਮੁਕਾ ਦਿੰਦਾ ਹੈ। ਸ੍ਰੀਮਤੀ ਦਵਿਵੇਦੀ ਨਰਮ, ਘਰੇਲੂ ਔਰਤ ਹੈ ਜੋ ਆਪਣੇ ਪਤੀ ਦੀਆਂ ਪੈੜਾਂ ਤੇ ਚੱਲਣ ਵਿਚ ਵਿਸ਼ਵਾਸ ਰੱਖਦੀ ਹੈ। ਸ੍ਰੀ ਦਵਿਵੇਦੀ ਦਾ ਘਰ ਪਰਤਣ ਦਾ ਸਮਾਂ ਕੋਈ ਨਿਯਤ ਨਹੀਂ। ਘਰ ਵਿਚ ਨਿੱਕਾ ਜਿਹਾ ਖੜਾਕ ਜਾਂ ਹੋਰ ਕੋਈ ਗੜਬੜ ਉਸ ਨੂੰ ਬੜੇ ਗੁੱਸੇ ਨਾਲ ਭਰ ਦਿੰਦੀ ਹੈ। ਉਹ ਬੜਾ ਸਖਤ ਅਨੁਸ਼ਾਸਨ ਰੱਖਣ ਵਾਲਾ ਹੈ ਜਿਹੜਾ ਬੱਚਿਆਂ ਦੀ ਹਰ ਸਮੱਸਿਆ ਨੂੰ ਉਸੇ ਵੇਲੇ ਨਿਪਟਾਉਣ ਦੀ ਪਹੁੰਚ ਦਾ ਧਾਰਨੀ ਹੈ। ਉਹ ਕਿਸੇ ਵੀ ਬਹਾਨੇ ਮਯੂਰ ਦੀ ਚੰਗੀ ਕੁਟਾਈ ਕਰ ਦਿੰਦਾ ਹੈ। ਗੱਲਬਾਤ ਦੌਰਾਨ ਸ੍ਰੀ ਦਵਿਵੇਦੀ ਨੇ ਬੜੇ ਹੰਕਾਰ ਨਾਲ ਕਿਹਾ ਸੀ, "ਮੈਨੂੰ ਹੁਣ ਮਯੂਰ ਨੂੰ ਹੱਥ ਵੀ ਨਹੀਂ ਲਾਉਣਾ ਪੈਂਦਾ ਮੇਰੀ ਉੱਚੀ ਆਵਾਜ਼ ਹੀ ਉਸ ਦਾ ਪੇਸ਼ਾਬ ਕੱਢਣ ਲਈ ਕਾਫੀ ਹੈ।' ਮਯੂਰ ਆਪਣੇ ਪਿਤਾ ਤੋਂ ਬਹੁਤ ਡਰਦਾ ਹੈ ਅਤੇ ਉਹ ਤੌਖਲੇ, ਅਸੁੱਰਖਿਆ ਤੇ ਵੁੱਕਤਹੀਣਤਾ ਦੇ ਅਹਿਸਾਸ ਤੋਂ ਗ੍ਰਸਤ ਹੈ। ਉਹ ਆਪਣੇ ਪਿਤਾ ਨੂੰ ਨਫਰਤ ਕਰਦਾ ਹੈ ਅਤੇ ਉਸ ਨੇ ਉਸ ਨੂੰ ਚਾਕੂ ਮਾਰਕੇ ਮਾਰ ਦੇਣ ਦੀ ਕਈ ਵਾਰੀ ਕਲਪਨਾ ਵੀ ਕੀਤੀ ਹੈ। ਉਸ ਨੇ ਘਰੋਂ ਭੱਜ ਜਾਣ ਬਾਰੇ ਵੀ ਸੋਚਿਆ ਸੀ। ਮਯੂਰ ਵਿਚ ਪਹਿਲਕਦਮੀ, ਆਪ-ਮੁਹਾਰਤਾ ਦੀ ਕਮੀ ਹੈ ਅਤੇ ਹੋਰਾਂ ਨਾਲ ਘੱਟ ਦੋਸਤਾਨਾ ਹੈ। ਉਸਦੇ ਵਿਹਾਰ ਵਿਚ ਨਿੱਘ ਨਹੀਂ ਅਤੇ ਉਹ ਹਮਲਾਵਰ ਹੀ ਰਹਿੰਦਾ ਹੈ। ਉਹ ਆਪਣੇ ਪਿਤਾ ਨਾਲ ਸਾਵਾਂ ਹੋਣ ਲਈ ਜਾਣ-ਬੁੱਝ ਕੇ ਇਮਤਿਹਾਨਾਂ ਵਿਚ ਵਧੀਆ ਪੇਸ਼ਕਾਰੀ ਨਹੀਂ ਕਰਦਾ। ਉਹ ਮਹਿਸੂਸ ਕਰਦਾ ਹੈ ਕਿ ਇਸ ਤਰ੍ਹਾਂ ਕਰਕੇ ਉਹ ਪਿਤਾ ਤੋਂ ਬਦਲਾ ਲੈ ਸਕਦਾ ਹੈ।

ਛੇ ਮਹੀਨੇ ਅਤੇ ਸਲਾਹਕਾਰੀ ਦੇ ਕਈ ਸੈਸ਼ਨਾਂ ਤੋਂ ਬਾਅਦ ਸ੍ਰੀ ਦਵਿਵੇਦੀ ਨੂੰ ਇਹ ਅਹਿਸਾਸ ਕਰਵਾ ਦਿੱਤਾ ਗਿਆ ਕਿ ਉਸ ਦਾ ਬੜਾ ਹੀ ਸਖਤ ਅਨੁਸ਼ਾਸਨ ਅਤੇ ਮਾਰ-ਕੁਟਾਈ ਹੀ ਮਯੂਰ ਦੀ ਘਟੀਆ ਪੇਸ਼ਕਾਰੀ ਦੇ ਕਾਰਨ ਸਨ, ਲੋੜ ਉਸ ਦਾ ਆਪਣਾ ਵਿਹਾਰ ਬਦਲਣ ਦੀ ਸੀ ਨਾ ਕਿ ਉਸ ਦੇ ਬੱਚੇ ਦੇ ਸਕੂਲ ਬਦਲਣ ਦੀ। ਸ਼ੁਕਰ ਹੈ ਸ੍ਰੀ ਦਵਿਵੇਦੀ ਨੇ ਆਪਣਾ ਆਚਰਣ ਬਦਲ ਲਿਆ ਅਤੇ ਅੱਜ ਮਯੂਰ ਇਕ ਬੜਾ ਖੁਸ਼ ਬੱਚਾ ਹੈ ਜੋ ਆਪਣੀ ਪੜ੍ਹਾਈ ਵਿਚ ਬਹੁਤ ਵਧੀਆ ਚੱਲ ਰਿਹਾ ਹੈ।

ਇਹ ਬੜੀ ਲਿਖੀ-ਪੜ੍ਹੀ ਗੱਲ ਹੈ ਕਿ ਸਜ਼ਾ ਦਾ ਸਬੰਧ ਬੱਚੇ ਦੀ ਜ਼ਿਆਦਾ ਪਰ-ਨਿਰਭਰਤਾ, ਵਧੇਰੇ ਹਮਲਾਵਰੀ ਅਤੇ ਜ਼ਮੀਰ ਦੇ ਸੁਸਤ ਵਿਕਾਸ ਨਾਲ ਹੈ। ਮਾਪਿਆਂ ਵੱਲੋਂ ਬਹੁਤ ਹੀ ਜ਼ਿਆਦਾ ਸਜ਼ਾ ਦੇਣਾ ਬੱਚੇ ਨੂੰ ਭਾਵਨਾਤਮਕ ਤੌਰ ਤੇ ਅਸਥਿਰ ਅਤੇ ਘੱਟ ਸਮਾਜੀਕ੍ਰਿਤ ਬਣਾ ਦਿੰਦਾ ਹੈ। ਸਜ਼ਾ ਦੇ ਮਾੜੇ ਪ੍ਰਭਾਵ ਬੱਚੇ ਦੇ ਬਾਅਦ ਦੇ ਜੀਵਨ ਵਿਚ ਘਿਨਾਉਣੀ ਲੜੀ ਵਾਂਗ ਪਰੋਏ ਜਾਂਦੇ ਹਨ।

ਗੌਰਵ ਨਿਗਮ ਅਜੇ ਪੰਦਰਾਂ ਦਾ ਵੀ ਨਹੀਂ ਅਤੇ ਖੁਦ ਨੂੰ ਉਹ ਪਹਿਲਾਂ ਤੋਂ ਅਸਫਲ ਮੰਨਣ ਲੱਗ ਪਿਆ ਹੈ। ਗੌਰਵ ਦਾ ਮਤਲਬ ਜਸ ਹੁੰਦਾ ਹੈ, ਇਹੀ ਸੀ ਜੋ

ਪਰਿਵਾਰ ਲਈ ਲਿਆਉਣ ਦੀ ਉਸ ਤੋਂ ਆਸ ਕੀਤੀ ਜਾਂਦੀ ਸੀ। ਉਸ ਦੇ ਮਾਪੇ ਦ੍ਰਿੜ੍ਹ, ਉਤਾਂਹ ਉੱਠਦੇ ਪੇਸ਼ਾਵਰ ਹਨ ਜਿਹੜੇ ਆਸ ਕਰਦੇ ਹਨ ਕਿ ਉਹ ਜਮਾਤ ਵਿਚ ਸਭ ਤੋਂ ਉੱਤੇ ਹੋਵੇ, ਖੇਡਾਂ ਵਿਚ ਮਾਅਰਕਾ ਮਾਰੇ ਅਤੇ ਵਾਦ-ਵਿਵਾਦ ਅਤੇ ਨਾਟਕਾਂ ਵਿਚ ਇਨਾਮ ਜਿੱਤੇ। ਨਿਗਮ ਘਰਾਣੇ ਨੂੰ ਗੌਰਵ ਦੀ ਪੇਸ਼ਕਾਰੀ ਨਾਲ ਸਬੰਧਤ ਜਾਂ ਤਾਂ ਬਹੁਤ ਹੀ ਫੋਕੀਆਂ ਆਸਾ ਹਨ ਜਾਂ ਬੜੀਆਂ ਨਿਵੇਕਲੀਆਂ ਮਾਯੂਸੀਆਂ।

ਸ਼ੁਰੂ ਵਿਚ ਤਾਂ ਗੌਰਵ ਨੇ ਆਪਣੇ ਮਾਪਿਆਂ ਦੀਆਂ ਗੈਰ-ਹਕੀਕਤਨ ਉੱਚੀਆਂ ਆਸਾਂ ਤੇ ਖਰਾ ਉੱਤਰਨ ਦੀ ਕੋਸ਼ਿਸ਼ ਕੀਤੀ, ਪਰ ਭਾਵੇਂ ਉਸ ਨੇ ਕਿੰਨੀ ਹੀ ਸਖਤ ਮਿਹਨਤ ਕੀਤੀ ਹੋਵੇ ਪਰ ਉਹ ਆਪਣੇ ਮਾਪਿਆਂ ਦੀਆਂ ਅੱਖਾਂ ਵਿਚ ਅਸਫਲ ਹੁੰਦਾ ਹੀ ਲੱਗਾ। ਜਦੋਂ ਉਸਨੇ ਆਪਣਾ ਦਰਜਾ ਦਸਵੇਂ ਤੋਂ ਸੁਧਾਰਕੇ ਤੀਜਾ ਕਰ ਲਿਆ ਤਾਂ ਉਸ ਨੂੰ ਪੁੱਛਿਆ ਗਿਆ ਕਿ ਤੂੰ ਜਮਾਤ ਵਿਚ ਫਸਟ ਕਿਉਂ ਨਹੀਂ ਆਇਆ? ਅਖੀਰ ਉਹ ਲਗਾਤਾਰ ਦਬਾਉ ਨੂੰ ਝੱਲ ਨਹੀਂ ਸਕਿਆ ਅਤੇ ਉਸ ਨੇ ਸਭ ਕੁਝ ਛੱਡ ਦਿੱਤਾ। ਚੰਗਾ ਨਾ ਹੋਣ ਦੀ ਤਕਲੀਫਦੇਹ ਮਾਯੂਸੀ ਨੇ ਉਸ ਨੂੰ ਸਵੈ-ਅਵਮੁੱਲਣ ਦੇ ਰਾਹ ਪਾ ਦਿੱਤਾ ਅਤੇ ਅਖੀਰ ਗੌਰਵ ਨੇ ਮਹਿਸੂਸ ਕਰਨਾ ਸ਼ੁਰੂ ਕਰ ਦਿੱਤਾ, "ਮੈਂ ਇਹ ਨਹੀਂ ਕਰ ਸਕਦਾ, ਫੇਰ ਕੋਸ਼ਿਸ਼ ਹੀ ਕਿਉਂ ਕਰਾਂ?"

ਆਪਣੀਆਂ ਵਾਧੂ ਮੰਗਾਂ ਨਾਲ ਮਾਪੇ ਅਸਫਲਤਾ ਵਧਾਉਂਦੇ ਹਨ ਅਤੇ ਬੱਚੇ ਦੇ ਪੱਖੋਂ ਉਸ ਦੇ ਹੋਰ ਹੰਭਲਿਆਂ ਨੂੰ ਨਿਰਉਤਸ਼ਾਹਿਤ ਕਰਦੇ ਹਨ। ਜਿੱਥੇ ਬੱਚੇ ਦੀ ਬੜੇ ਹੀ ਉੱਚੇ ਪੱਧਰ ਦੀ ਪੇਸ਼ਕਾਰੀ ਦੀ ਸਮਰੱਥਾ ਹੋਵੇ ਫੇਰ ਤਾਂ ਇਸ ਤਰ੍ਹਾਂ ਚੱਲ ਸਕਦਾ ਹੈ ਪਰ ਇਥੇ ਵੀ ਬੱਚੇ ਨੂੰ ਐਨਾ ਬਹੁਤਾ ਧੱਕਿਆ ਜਾਂਦਾ ਹੈ ਕਿ ਉਸ ਕੋਲ ਆਪ-ਮੁਹਾਰਤਾ ਜਾਂ ਆਜ਼ਾਦ ਵਿਅਕਤੀ ਦੇ ਤੌਰ 'ਤੇ ਵਿਕਾਸ ਲਈ ਥਾਂ ਹੀ ਨਹੀਂ ਬਚਦੀ। ਕੁਝ ਮਿਸਾਲਾਂ ਵਿਚ ਜਿਹੜੇ ਮਾਪੇ ਖੁਦ ਸਫਲ ਨਹੀਂ ਹੁੰਦੇ ਉਨ੍ਹਾਂ ਦੀ ਨਿਗਾਹ ਸਫਲਤਾ ਲਈ ਆਪਣੀਆਂ ਲੋੜਾਂ ਦੀ ਪੂਰਤੀ ਲਈ ਬੱਚੇ 'ਤੇ ਟਿਕੀ ਹੁੰਦੀ ਹੈ।

9 ਸਾਲਾ ਇਸ਼ਾ ਕੁਮਾਰ ਬੜੀ ਸਰਮਾਕਲ, ਚੁੱਪ-ਚਾਪ ਅਤੇ ਤੌਖਲੇ ਭਰੀ ਬੱਚੀ ਹੈ। ਇਹ ਤਿੰਨਾਂ ਭੈਣਾਂ ਵਿਚੋਂ ਸਭ ਤੋਂ ਛੋਟੀ ਹੈ ਅਤੇ ਆਪਣੀਆਂ ਵੱਡੀਆਂ ਭੈਣਾਂ ਦੀਆਂ ਪ੍ਰਾਪਤੀਆਂ ਤੋਂ ਚਿੜ੍ਹਦੀ ਹੈ। ਉਹ ਆਪਣੀ ਮਾਂ ਤੋਂ ਡਰਦੀ ਹੈ, ਅਤੇ ਬਦਕਿਸਮਤੀ ਨਾਲ ਉਸ ਦਾ ਪਿਤਾ ਘਰ ਲਈ ਹਮੇਸ਼ਾ ਹੀ ਅਜਨਬੀ ਰਿਹਾ ਹੈ।

ਜਦੋਂ ਨੂੰ ਇਸ਼ਾ ਦਾ ਜਨਮ ਹੋਇਆ ਸ੍ਰੀਮਤੀ ਕੁਮਾਰ ਉਹ ਸਾਰਾ ਧੀਰਜ ਪਹਿਲਾਂ ਹੀ ਗੁਆ ਚੁੱਕੀ ਸੀ ਜੋ ਉਸਦਾ ਆਪਣੀਆਂ ਦੋ ਵੱਡੀਆਂ ਧੀਆਂ ਪ੍ਰਤੀ ਬਾਕੀ ਸੀ। ਇਸ ਤਰ੍ਹਾਂ ਇਸ਼ਾ ਨੂੰ ਬੜੀ ਛੋਟੀ ਅਤੇ ਨਾਜ਼ੁਕ ਉਮਰ ਵਿਚ ਹੀ ਰੱਦਣ ਦਾ ਸਾਹਮਣਾ ਕਰਨਾ ਪਿਆ। ਜਦੋਂ ਉਹ ਤਿੰਨ ਮਹੀਨੇ ਦੀ ਸੀ ਤਾ ਉਸ ਨੂੰ ਸਿਰਫ ਆਯਾ ਦੇ ਹੀ ਰਹਿਮ ਤੇ ਛੱਡ ਦਿੱਤਾ ਗਿਆ। ਸਮੁੱਚੇ ਬਾਲਪਣ ਅਤੇ ਮੁਢਲੇ ਬਚਪਨ ਦੌਰਾਨ ਇਸ਼ਾ ਦਾ ਧਿਆਨ ਰੱਖਣ ਵਾਲੀਆਂ ਕਈ ਆਯਾ ਆਈਆਂ। ਇਥੋਂ ਤੱਕ ਕਿ

ਸਕੂਲ ਦੇ ਪਹਿਲੇ ਦਿਨ ਵੀ ਉਸ ਦਾ ਸਕੂਲ ਬੈਗ ਅਤੇ ਟਿਫਿਨ ਉੱਘੜ-ਦੁੱਘੜ ਢੰਗ ਨਾਲ ਇਕ ਅਨਪੜ੍ਹ ਆਯਾ ਨੇ ਹੀ ਤਿਆਰ ਕੀਤਾ।

ਸਕੂਲ ਵਿਚ ਇਸ਼ਾ ਸਾਊ ਹੋਣ ਦੀ ਹੱਦ ਤੱਕ ਚੰਗੇ ਵਿਹਾਰ ਵਾਲੀ ਹੈ। ਉਸ ਦੇ ਗ੍ਰੇਡ ਬੜੇ ਮਾੜੇ ਹਨ ਅਤੇ ਉਹ ਬੱਸ ਕਿਸੇ ਤਰ੍ਹਾਂ ਪਾਸ ਹੋ ਜਾਂਦੀ ਹੈ। ਉਸ ਦੇ ਅਧਿਆਪਕ ਉਸ ਨੂੰ ਬੁੱਧੂ, ਨਿਕੰਮੀ ਅਤੇ ਸਮਝਾਉਣ ਵਿਚ ਔਖ ਵਾਲੀ ਮਹਿਸੂਸ ਕਰਦੇ ਹਨ। ਬਹੁਤੇ ਸਵਾਲਾਂ ਦਾ ਉਸ ਦਾ ਇਕੋ ਇਕ ਮਿਆਰੀ ਜਵਾਬ ਹੁੰਦਾ ਹੈ, 'ਮੈਨੂੰ ਨਹੀਂ ਪਤਾ।" ਇਸ਼ਾ ਦੀਆਂ ਬਹੁਤੀਆਂ ਸਹੇਲੀਆਂ ਨਹੀਂ, ਉਸ ਦੀ ਇਕੋ ਇਕ ਅਸਲੀ ਸਹੇਲੀ ਉਸਦੀ ਗੁੜੀਆ ਹੈ, ਅਤੇ ਇਹ ਕਦੀ ਅੱਡ ਨਹੀਂ ਹੁੰਦੀਆਂ। ਉਹ ਗੁੜੀਆ ਨੂੰ ਬਾਹਾਂ ਵਿਚ ਲੈ ਕੇ ਹੀ ਬਿਸਤਰ ਤੇ ਜਾਂਦੀ ਹੈ ਅਤੇ ਰਾਤ ਗਈ ਤੱਕ ਉਸ ਨਾਲ ਗੱਲਾਂ ਕਰਦੀ ਰਹਿੰਦੀ ਹੈ।

ਇਸ਼ਾ ਦੀ ਮਾਂ ਸ੍ਰੀਮਤੀ ਕੁਮਾਰ ਬੜੀ ਤੇਜ਼ ਤਰਾਰ, ਭਾਰੀ ਆਵਾਜ਼ ਵਾਲੀ ਦਬਦਬੇ ਵਾਲੀ ਔਰਤ ਹੈ। ਉਹ ਅਪਾਣੀ ਰਾਏ ਜ਼ੋਰ-ਸ਼ੋਰ ਨਾਲ ਦੇਣ ਦੀ ਆਦੀ ਹੈ ਅਤੇ ਉਸ ਦਾ ਮੰਨਣਾ ਹੈ ਕਿ ਕਿਸੇ ਵੀ ਦਲੀਲ ਵਿਚ ਉਸ ਦਾ ਕਿਹਾ ਆਖਰੀ ਹੁੰਦਾ ਹੈ। ਉਹ ਖੁਦਗਰਜ ਹੋਣ ਦੀ ਹੱਦ ਤੱਕ ਸਵੈ-ਮੁਖੀ ਹੈ। ਬਹੁਤ ਜ਼ਿਆਦਾ ਸੌਣ, ਆਪਣੀਆਂ ਕਿੱਟੀ ਪਾਰਟੀਆਂ ਅਤੇ ਤਾਸ਼ ਦੀਆਂ ਖੇਡਾਂ ਵਿਚ ਰੁੱਝੀ ਰਹਿੰਦੀ ਹੈ। ਖਰੀਦੋ-ਫਰੋਖ਼ਤ ਅਤੇ ਸਹੇਲੀਆਂ ਨਾਲ ਫਿਲਮਾਂ ਦੇਖਣੀਆਂ ਉਸ ਦਾ ਮਨਭਾਉਂਦਾ ਮਨੋਰੰਜਨ ਹੈ। ਉਹ ਆਪਣਾ ਸਮੁੱਚਾ ਘਰ, ਆਪਣੇ ਬੱਚਿਆਂ ਅਤੇ ਆਪਣੇ ਕਾਰੋਬਾਰੀ ਪਤੀ ਨਾਲ ਇਸ ਚਰਮ ਮੁਹਾਰਤ ਨਾਲ ਚਲਾਉਂਦੀ ਹੈ ਜੋ ਉਸਦੇ ਵਿਹਲ ਭਰੇ ਜੀਵਨ ਅਤੇ ਮਨਮੌਜੀ ਸਭਾਉ ਨੂੰ ਸੂਤ ਬਹਿੰਦਾ ਹੋਵੇ।

ਸ੍ਰੀਮਤੀ ਕੁਮਾਰ ਬੱਚਿਆਂ ਨਾਲ ਪੂਰੀ ਤਰ੍ਹਾਂ ਖਿਝੀ ਰਹਿੰਦੀ ਹੈ ਅਤੇ ਆਪਣੀਆਂ ਤਿੰਨ ਧੀਆਂ ਲਈ ਉਸ ਕੋਲ ਕੋਈ ਧੀਰਜ ਨਹੀਂ। ਉਸ ਵਾਸਤੇ ਸਭ ਤੋਂ ਵਧੀਆ ਬੱਚਾ ਉਹ ਹੈ ਜੋ ਚੁੱਪਚਾਪ ਰਹੇ, ਘਰ ਵਿਚ ਫਿਰਦਾ ਤਾਂ ਦਿਖੇ ਪਰ ਬੋਲਦਾ ਨਾ ਸੁਣੇ। ਉਹ ਸਖਤ ਅਨੁਸ਼ਾਸਨ ਅਤੇ ਵਿਹਾਰ ਦੇ ਬੇਲਚਕ ਮਿਆਰ ਥੋਪਦੀ ਹੈ। ਉਸ ਦੇ ਆਪਹੁਦਰੇ ਹੁਕਮ ਹਰ ਵੇਲੇ ਬੱਚਿਆਂ ਦੀਆਂ ਪੂਛਾਂ ਚੁਕਾਈ ਰੱਖਦੇ ਹਨ ਅਤੇ ਉਸ ਦੀਆਂ ਚੋਭਾਂ ਉਨ੍ਹਾਂ ਉਤੇ ਘਰ ਦੇ ਹਰੇਕ ਕੋਨੇ ਤੋਂ ਬਰਸਦੀਆਂ ਰਹਿੰਦੀਆਂ ਹਨ।

ਇਸ਼ਾ ਸ੍ਰੀਮਤੀ ਕੁਮਾਰ ਦਾ ਮਨਭਾਉਂਦਾ ਸ਼ਿਕਾਰ ਹੈ। ਜੇ ਉਹ ਆਈਸ ਕਰੀਮ ਖਾਂਦੀ ਹੈ ਤਾਂ ਉਸ ਦੀ ਮਾਂ ਕਹਿੰਦੀ ਹੈ, "ਮੈਨੂੰ ਪੱਕਾ ਪਤੈ ਤੂੰ ਇਸ ਨਾਲ ਆਪਣੀ ਫਰਾਕ ਲਬੇੜੇਂਗੀ।' ਜੇ ਉਹ ਪਾਣੀ ਪੀਣ ਲਈ ਫਰਿਜ ਖੋਲ੍ਹਦੀ ਹੈ ਤਾਂ ਉਸ ਦੀ ਮਾਂ ਕਹਿੰਦੀ ਹੈ, "ਮੈਨੂੰ ਲੱਗਦਾ ਹੈ ਤੂੰ ਬੋਤਲ ਫਰਸ਼ ਤੇ ਸੁੱਟ ਦੇਣੀ ਹੈ।' ਜੇ ਇਸ਼ਾ ਸਕੂਲ ਦਾ ਕੰਮ ਕਰਨ ਬੈਠਦੀ ਹੈ ਤਾਂ ਸ੍ਰੀਮਤੀ ਕੁਮਾਰ ਕਹਿੰਦੀ ਹੈ, "ਮੈਨੂੰ ਪਤਾ ਹੈ ਤੂੰ ਹਰ ਸਤਰ ਵਿਚ ਗਲਤੀ ਕਰੇਂਗੀ।' ਇਸ ਤਰ੍ਹਾਂ ਉਹ ਨਿੱਕੀ ਇਸ਼ਾ ਦਾ ਸਵੈ-ਭਰੋਸਾ ਆਪਣੇ ਤਿੱਖੇ ਸ਼ਬਦਾਂ ਨਾਲ ਹਰ ਵੇਲੇ ਤੋੜਦੀ ਰਹਿੰਦੀ ਹੈ ਅਤੇ ਉਸ ਨੂੰ

ਵੁੱਕਤਹੀਣਤਾ ਮਹਿਸੂਸ ਕਰਾਉਂਦੀ ਰਹਿੰਦੀ ਹੈ।

ਆਪਣੇ ਰੌਂਅ ਤੇ ਨਿਰਭਰ ਕਰਦੇ ਹੋਏ ਕਈ ਵਾਰੀ ਸ੍ਰੀਮਤੀ ਕੁਮਾਰ ਚੁਟਕਲੇ ਸੁਣਾਉਣ ਅਤੇ ਬੱਚਿਆਂ ਨਾਲ ਹਾਸਾ-ਮਜ਼ਾਕ ਵੀ ਕਰਨ ਲੱਗਦੀ ਹੈ ਪਰ ਜਦੋਂ ਚੰਗਾ ਰੌਂਅ ਨਹੀਂ ਰਹਿੰਦਾ ਤਾਂ ਅਚਾਨਕ ਭੜਕ ਉਠਦੀ ਹੈ ਅਤੇ ਕੁੜੀਆਂ ਤੇ ਟੁੱਟ ਕੇ ਪੈ ਜਾਂਦੀ ਹੈ। ਇਹ ਤਰਕਹੀਣ ਅਤੇ ਅਨਿਸ਼ਚਿਤ ਭੜਾਸ ਬੱਚਿਆਂ ਨੂੰ ਪੂਰੀ ਦੁਚਿੱਤੀ ਵਿਚ ਪਾ ਦਿੰਦੀ ਹੈ ਕਿ ਉਹ ਕੀ ਕਰ ਸਕਦੇ ਹਨ ਅਤੇ ਕੀ ਨਹੀਂ। ਸਕੂਲ ਵਿਚ ਚਿੱਤਰ-ਕਲਾ ਮੁਕਾਬਲੇ ਵਿਚ ਇਸ਼ਾ ਨੇ ਇਨਾਮ ਜਿੱਤਿਆ ਤਾਂ ਸ੍ਰੀਮਤੀ ਕੁਮਾਰ ਨੇ ਉਸ ਉੱਤੇ ਨੱਕ-ਮੂੰਹ ਚੜ੍ਹਾਇਆ ਅਤੇ ਕਿਸੇ ਪਾਰਟੀ ਵਿਚ ਜਾਣ ਦੀ ਕਾਹਲੀ ਵਿਚ ਆਪਣੀ ਧੀ ਅਤੇ ਉਸ ਦੀ ਨਿੱਕੀ ਜਿਹੀ ਟਰਾਫੀ ਨੂੰ ਪਰ੍ਹੇ ਧੱਕ ਦਿੱਤਾ।

ਜਿਹੜੇ ਬਹੁਤੇ ਬੱਚੇ ਮਾਤਰੀਤਵ ਵਿਹੂਣੇ ਹੁੰਦੇ ਹਨ ਇਹ ਉਹ ਨਹੀਂ ਹੁੰਦੇ ਜੋ ਆਪਣੀਆਂ ਮਾਤਾਵਾਂ ਤੋਂ ਵੱਖਰੇ ਹੁੰਦੇ ਹਨ ਬਲਕਿ ਅਸਲ ਵਿਚ ਇਹ ਉਹ ਹੁੰਦੇ ਹਨ ਜਿਨ੍ਹਾਂ ਨੂੰ ਅਢੁਕਵੀਂ ਜਾਂ ਗਲਤ ਮਾਤਰੀ ਸੰਭਾਲ ਮਿਲੀ ਹੁੰਦੀ ਹੈ। ਇਥੇ ਮਾਂ ਖਾਸ ਤੌਰ ਤੇ ਬੱਚੇ ਨੂੰ ਨਜ਼ਰਅੰਦਾਜ਼ ਕਰਦੀ ਹੈ, ਉਸ ਨੂੰ ਬੜਾ ਘੱਟ ਧਿਆਨ ਦਿੰਦੀ ਹੈ ਅਤੇ ਆਮ ਕਰਕੇ ਬੱਚੇ ਨੂੰ ਰੱਦ ਕਰ ਦਿੰਦੀ ਹੈ।

ਬੱਚਿਆਂ ਨੂੰ ਰੱਦ ਕਈ ਤਰੀਕਿਆਂ ਨਾਲ ਕੀਤਾ ਜਾ ਸਕਦਾ ਹੈ -ਜਿਸਮਾਨੀ ਨਜ਼ਰਅੰਦਾਜ਼ੀ, ਪਿਆਰ ਅਤੇ ਮੋਹ ਤੋਂ ਇਨਕਾਰ, ਬੱਚੇ ਦੀਆਂ ਗਤੀਵਿਧੀਆਂ ਅਤੇ ਪ੍ਰਾਪਤੀਆਂ ਵਿਚ ਦਿਲਚਸਪੀ ਦੀ ਘਾਟ, ਸਖ਼ਤ ਜਾਂ ਅਸਾਵਾਂ ਅਨੁਸ਼ਾਸਨ, ਬੱਚੇ ਨਾਲ ਸਮਾਂ ਨਾ ਬਿਤਾਉਣਾ ਅਤੇ ਬੱਚੇ ਦੇ ਅਹਿਸਾਸਾਂ ਦੀ ਕਦਰ ਦੀ ਘਾਟ। ਇਸ ਵਿਚ ਬੱਚੇ ਨਾਲ ਬੇਦਰਦ ਅਤੇ ਗਾਲੀ-ਗਲੌਚ ਵਾਲਾ ਵਿਹਾਰ ਵੀ ਸ਼ਾਮਲ ਹੋ ਸਕਦਾ ਹੈ।

ਇਸ਼ਾ ਦੇ ਮਾਮਲੇ ਵਿਚ ਰੱਦਣ ਹੈ :

* ਪੂਰਾ (ਬਹੁਤੇ ਮਾਮਲਿਆਂ ਵਿਚ ਇਹ ਅਧੂਰਾ ਹੈ)।
* ਸਰਗਰਮ (ਆਮ ਕਰਕੇ ਇਹ ਉਦਾਸੀਨ ਹੈ)।
* ਬਾਹਰੋਂ ਬੇਦਰਦ (ਗੁੱਝਾ ਰੂਪ ਵਧੇਰੇ ਆਮ ਹੈ)।
* ਠੰਢੀਆਂ ਅਤੇ ਰੱਦ ਕਰਨ ਵਾਲੀਆਂ ਮਾਂਵਾਂ ਦੇ ਬੱਚੇ ਇਸ ਤੋਂ ਗ੍ਰਸਤ ਹੁੰਦੇ ਹਨ।
* ਖਾਣ ਦੀ ਸਮੱਸਿਆ।
* ਹਮਲਾਵਰੀ/ਵਾਧੂ ਡਰ
* ਮਾੜਾ ਅਤੇ ਸੁਸਤ ਜ਼ਮੀਰ-ਵਿਕਾਸ।
* ਸਕੂਲ ਦੇ ਮੁਢਲੇ ਸਾਲਾਂ ਵਿਚ ਘੱਟ ਬੌਧਿਕਤਾ।
* ਝੂਠ ਬੋਲਣਾ, ਚੋਰੀ ਕਰਨੀ।
* ਅਪਰਾਧ ਅਤੇ ਘਰੋਂ ਭੱਜ ਜਾਣਾ।

ਅਤੇ ਘਰ ਵਿਚ ਨਾਖੁਸ਼ਗਵਾਰ ਭਾਵਨਾਤਮਕ ਮਾਹੌਲ ਅਤੇ ਉਤਸ਼ਾਹ ਦੀ ਘਾਟ ਬੱਚੇ ਦੇ ਬੌਧਿਕ ਵਿਕਾਸ ਅਤੇ ਕੰਮਕਾਰ ਤੇ ਬੜਾ ਬੁਰਾ ਅਸਰ ਪਾਉਂਦੇ ਹਨ। ਇਹ ਦੇਖਿਆ ਗਿਆ ਹੈ ਕਿ ਬਹੁਤ ਸਾਰੇ ਬਾਲਗ, ਜਿਨ੍ਹਾਂ ਨੂੰ ਬਚਪਨ ਵਿਚ ਰੱਦ ਕਰ ਦਿੱਤਾ ਗਿਆ ਸੀ ਉਨ੍ਹਾਂ ਨੂੰ ਮੋਹ ਲੈਣ ਅਤੇ ਦੇਣ ਵਿਚ ਬੜੀ ਗੰਭੀਰ ਮੁਸ਼ਕਲ ਪੇਸ਼ ਆਉਂਦੀ ਹੈ।

ਇਸ ਅਰਥ ਵਿਚ ਪਿਆਰ ਦੀ ਕਮੀ ਨੂੰ ਜਮਾਂਦਰੂ ਬੀਮਾਰੀ ਕਿਹਾ ਜਾ ਸਕਦਾ ਹੈ। ਵਿਭਿੰਨ ਅਧਿਐਨ ਦਰਸਾਉਂਦੇ ਹਨ ਕਿ ਮਾਪਿਆਂ ਦਾ ਰੱਦਣ ਅਸੁਰੱਖਿਆ ਅਤੇ ਘਾਟ ਦੇ ਅਹਿਸਾਸਾਂ, ਜ਼ਮੀਰ ਅਤੇ ਆਮ ਬੌਧਿਕ ਵਿਕਾਸ ਦੀ ਮੰਦਤਾ, ਨੀਵੇਂ ਸਵੈ-ਮਾਣ, ਇਕੱਲਪੁਣੇ ਅਤੇ ਪਿਆਰ ਦੇਣ ਅਤੇ ਲੈਣ ਦੀ ਅਯੋਗਤਾ ਵੱਲ ਲੈ ਜਾਂਦਾ ਹੈ।

ਮੈਂ ਘਰ ਨੂੰ ਇਕ ਬੁਨਿਆਦੀ ਪੜਾਅ, ਇਕ ਪਨਾਹ ਕਿਹਾ ਹੈ ਜਿੱਥੋਂ ਬੱਚਾ ਸਾਧਾਰਣ ਤੌਰ 'ਤੇ ਸੁਰੱਖਿਅਤ ਅਤੇ ਸਫਲ ਢੰਗ ਨਾਲ ਕੰਮ ਕਰਨ ਦੇ ਯੋਗ ਹੋਣਾ ਚਾਹੀਦਾ ਹੈ। ਕੀ ਇਸ਼ਾ ਦੇ ਘਰ ਨੂੰ ਇਕ ਬੁਨਿਆਦੀ ਪੜਾਅ ਕਿਹਾ ਜਾ ਸਕਦਾ ਹੈ? ਬਿਲਕੁਲ ਸਾਫ ਅਤੇ ਪ੍ਰਤੱਖ ਜਵਾਬ ਹੈ, ਨਹੀਂ! ਆਓ ਆਪਾਂ ਮੁੱਦੇ 'ਤੇ ਪਹੁੰਚੀਏ ਅਤੇ ਕੁਮਾਰ ਦੇ ਘਰ ਦੀ ਸਥਿਤੀ ਦਾ ਫੌਜੀ ਢੰਗ ਨਾਲ ਵਿਸ਼ਲੇਸ਼ਣ ਕਰੀਏ।

1. **ਹਿਫਾਜ਼ਤ ਅਤੇ ਸੁਰੱਖਿਆ** : ਮੁੱਢਲਾ ਪੜਾਅ ਦੁਸ਼ਮਣ ਦੇ ਹਮਲੇ ਤੋਂ ਵਧੀਆ ਤਰ੍ਹਾਂ ਸੁਰੱਖਿਅਤ ਹੋਣਾ ਚਾਹੀਦਾ ਹੈ। ਫੌਜ ਇਸ ਤਰ੍ਹਾਂ ਡੂੰਘੇ ਮੋਰਚੇ ਪੁੱਟ ਕੇ, ਪੱਕੇ ਬੰਕਰ ਬਣਾ ਕੇ ਅਤੇ ਰੇਤੇ ਦੀਆਂ ਬੋਰੀਆਂ ਚਿਣ ਕੇ ਕਰਦੀ ਹੈ। ਆਪਣੇ ਘਰ ਨੂੰ ਮਜ਼ਬੂਤੀ ਦੇਣ ਲਈ ਮਾਂ ਵੱਲੋਂ ਵਰਤੇ ਜਾਂਦੇ ਸਾਧਨ ਪਿਆਰ, ਮੋਹ ਅਤੇ ਭਾਵਨਾਤਮਕ ਸੁਰੱਖਿਆ ਹਨ। ਜੇਕਰ ਮਾਪਾ-ਬੱਚੇ ਦੁਰਅਨੁਕੂਲਣ ਤੋਂ ਪੈਦਾ ਹੋਏ ਤਣਾਉ ਅਤੇ ਬੱਚਿਆਂ ਦੇ ਵਿਰੋਧਾਂ ਨੂੰ ਸਹੀ ਢੰਗ ਨਾਲ ਨਜਿੱਠਿਆ ਨਹੀਂ ਜਾਂਦਾ ਤਾਂ ਇਨ੍ਹਾਂ ਵਿਚ ਬੁਨਿਆਦੀ ਪੜਾਅ ਨੂੰ ਤਬਾਹ ਕਰਨ ਦੀ ਸਮਰੱਥਾ ਹੈ। ਬਦਕਿਸਮਤੀ ਨਾਲ ਇਸ਼ਾ ਲਈ ਉਸ ਦੇ ਬੁਨਿਆਦੀ ਪੜਾਅ ਵਿਚ ਹਿਫਾਜ਼ਤ ਤੇ ਸੁਰੱਖਿਆ ਦੀ ਘਾਟ ਹੈ ਜੋ ਕਿ ਉਸ ਲਈ ਇਸ ਮਕਾਰ ਦੁਨੀਆ ਵਿਚ ਜ਼ਿੰਦਾ ਰਹਿਣ ਅਤੇ ਸਫਲ ਹੋਣ ਲਈ ਬਹੁਤ ਜ਼ਰੂਰੀ ਸੀ।
2. **ਰਾਸ਼ਨ** : ਬਿਨਾਂ ਲੋੜੀਂਦੇ ਰਾਸ਼ਨ ਤੋਂ ਕੋਈ ਵੀ ਫੌਜੀ ਦੁਸ਼ਮਣ ਨਾਲ ਨਹੀਂ ਲੜ ਸਕਦਾ। ਇਸ਼ਾ ਦੇ ਘਰ ਵਿਚ ਪਿਆਰ, ਹਮਦਰਦੀ, ਸਮਝ ਅਤੇ ਪ੍ਰੋਤਸਾਹਨ ਸਾਰਿਆਂ ਦੀ ਹੀ ਬੜੀ ਕਿੱਲਤ ਹੈ। ਉਸ ਕੋਲ ਕੋਈ ਤਰੀਕਾ ਹੀ ਨਹੀਂ ਹੈ ਕਿ ਮੋਹ-ਮੁਕਤ ਖੁਰਾਕ ਦੇ ਸਿਰ ਤੇ ਉਹ ਚੰਗੀ ਲੜਾਈ ਕਿਵੇਂ ਲੜੇ।
3. **ਗੋਲਾ-ਬਾਰੂਦ** : ਆਪਣੇ ਬੁਨਿਆਦੀ ਪੜਾਅ ਉੱਤੇ ਕਾਬਜ਼ ਰਹਿਣ ਲਈ ਤੁਹਾਡੇ ਕੋਲ ਵਧੀਆ ਅਗਨ ਸ਼ਕਤੀ ਦੀ ਲੋੜ ਹੈ। ਇਸ਼ਾ ਕੋਲ ਅਗਨ

ਹੀ ਨਹੀਂ ਹੈ- ਨਾ ਉਸ ਦੀ ਸੋਚ ਵਿਚ ਅਤੇ ਨਾ ਹੀ ਉਸਦੇ ਕੰਮਾਂ ਵਿਚ। ਉਸਦੀ ਸਫਲ ਹੋਣ ਦੀ ਨਾ ਤਾਂ ਇੱਛਾ ਸ਼ਕਤੀ ਹੀ ਹੈ ਤੇ ਨਾ ਹੀ ਚਾਹਨਾ, ਉਸ ਦੇ ਸਵੈ-ਮਾਣ ਨੂੰ ਤਾਂ ਖੁਦ ਬੁਨਿਆਦੀ ਪੜਾਅ ਦੇ ਕਮਾਂਡਰ ਨੇ ਹੀ ਖੋਰਾ ਲਾ ਦਿੱਤਾ ਹੈ। ਬੇਚਾਰੀ ਇਸ਼ਾ ਨੂੰ ਦੁਨੀਆ ਦਾ ਸਾਹਮਣਾ ਕਰਨ ਲਈ ਬੜਾ ਔਖਾ ਘੋਲ ਕਰਨਾ ਪਏਗਾ।

4. **ਕਮਾਂਡਰ** : ਅੱਡਾ ਕਮਾਂਡਰ ਮੁੱਖ ਵਿਅਕਤੀ ਹੈ ਜਿੱਥੋਂ ਤੱਕ ਪੜਾਅ ਅਤੇ ਇਸ ਵਿਚ ਰਹਿਣ ਵਾਲਿਆਂ ਦੇ ਕਲਿਆਣ ਦਾ ਸਬੰਧ ਹੈ। ਪਰਿਵਾਰ ਦੇ ਜੀਆਂ ਵਿਚਕਾਰ ਵਿਸ਼ਵਾਸ ਦਾ ਵਿਕਾਸ ਅਤੇ ਭਾਵਨਾਤਮਕ ਬੰਧਨ ਪੀਡੇ ਕਰਨ ਦਾ ਕੰਮ ਸ੍ਰੀਮਾਨ ਕੁਮਾਰ ਨੂੰ ਕਰਨਾ ਚਾਹੀਦਾ ਸੀ। ਇਸ ਦੇ ਉਲਟ ਉਸ ਦੀ ਦਿਲਚਸਪੀ ਦੀ ਘਾਟ ਅਤੇ ਅਸਾਵੇਂ ਤੇ ਸਖਤ ਅਨੁਸ਼ਾਸਨ ਨੇ ਜਾਣ-ਬੁੱਝ ਕੇ ਉਨ੍ਹਾਂ ਨੂੰ ਨਿਖੇੜ ਦਿੱਤਾ ਹੈ। ਦੁਚਿੱਤੀ, ਅਨਿਸ਼ਚਿਤਤਾ, ਬੇਭਰੋਸਗੀ, ਸ਼ੰਕਾ, ਭੰਵਲਭੂਸਾ ਅਤੇ ਸ਼ੱਕ ਕੁਮਾਰ ਘਰਾਣੇ ਵਿਚ ਪਸਰਿਆ ਹੋਇਆ ਸੀ। ਇਸ਼ਾ ਦਾ ਬੁਨਿਆਦੀ ਪੜਾਅ ਖਤਰਾ ਭਰਪੂਰ ਹੈ; ਇਹ ਕਿਸੇ ਵੀ ਦੁਸ਼ਮਣ ਜਾਂ ਮਾੜੀ ਹਾਲਤ ਸਾਹਮਣੇ ਟਿਕ ਨਹੀਂ ਸਕਦਾ। ਉਸ ਦੇ ਰੱਖਿਆ ਸਾਧਨ ਬੜੇ ਨਾਕਾਫੀ ਹਨ ਅਤੇ ਉਸ ਦੀ ਸਫਲਤਾ ਦੀ ਗੁੰਜਾਇਸ਼ ਬਹੁਤ ਘੱਟ ਹੈ।

ਜਾਰਜ ਸਾਂਤਾਇਨਾਂ ਅਨੁਸਾਰ : 'ਪਰਿਵਾਰ ਕੁਦਰਤ ਦਾ ਇਕ ਕ੍ਰਿਸ਼ਮਾ ਹੈ।' ਇਸ ਕ੍ਰਿਸ਼ਮੇਂ ਨੂੰ ਰੰਗਤ ਦੇਣ ਲਈ ਇਸ ਦੇ ਜੀਆਂ ਦੇ ਉੱਜਲ ਸੁਪਨੇ ਅਤੇ ਜੀਵਨ ਦੀਆਂ ਕੋੜੀਆਂ ਹਕੀਕਤਾਂ ਇਕ-ਦੂਜੇ ਨਾਲ ਮੁਕਾਬਲਾ ਕਰਦੀਆਂ ਹਨ। ਪਰਿਵਾਰ ਇਕ ਸਿਰਜ ਹੋ ਰਿਹਾ ਨਿੱਕਾ ਸੰਸਾਰ ਹੈ ਜਿਸ ਨੂੰ ਜਟਿਲ ਅੰਤਰ ਵਿਅਕਤਿਕ ਰਿਸ਼ਤਿਆਂ ਨੇ ਜਕੜਿਆ ਹੋਇਆ ਹੈ। ਮਾਪਿਆਂ ਦੀਆਂ ਤਾਂਘਾਂ, ਮੰਗਾਂ ਅਤੇ ਹੁਕਮਾਂ ਅਤੇ ਬੱਚਿਆਂ ਦੀਆਂ ਸਮਰੱਥਾਵਾਂ, ਚਾਹਤਾਂ ਅਤੇ ਪੇਸ਼ਕਾਰੀਆਂ ਵਿਚਕਾਰ ਗਤੀਸ਼ੀਲ ਸੰਤੁਲਨ ਰੱਖਣਾ ਇਸ ਨਿੱਕੇ ਜਿਹੇ ਸੰਸਾਰ ਲਈ ਬੜਾ ਜ਼ਰੂਰੀ ਹੈ।

5.

ਸਕੂਲ : ਜੰਗ ਦਾ ਮੈਦਾਨ

ਸਿੱਖਿਆ ਪੂਰੀਆਂ ਸਮਰੱਥਾਵਾਂ ਪ੍ਰਾਪਤ ਕਰਨ ਵਿਚ ਬੱਚੇ ਦੀ ਮੱਦਦ ਕਰ ਰਹੀ ਹੈ।

– ਏਰਿਕ ਫਰੌਮ

ਘਰ ਬੱਚੇ ਨੂੰ ਜੀਵਨ ਦੀਆਂ ਭਵਿੱਖੀ ਲੜਾਈਆਂ ਲਈ ਤਿਆਰ ਕਰਦਾ ਹੈ। ਮਾਪਿਆਂ ਦਾ ਪਿਆਰ ਅਤੇ ਮੋਹ ਕਵਚ ਦਾ ਕੰਮ ਕਰਦਾ ਹੈ ਜਦੋਂ ਕਿ ਸਕੂਲ ਵਿਚ ਸਹੀ ਅਗਵਾਈ ਅਸਲਾ ਮੁਹੱਈਆ ਕਰਦੀ ਹੈ। ਬੱਚੇ ਦੀ ਜੀਵਨ ਵਿਚ ਸਫਲਤਾ ਜਾਂ ਅਸਫਲਤਾ ਬਹੁਤੀ ਇਨ੍ਹਾਂ ਅਹਿਮ ਨਿਰਧਾਰਕਾਂ ਤੇ ਹੀ ਨਿਰਭਰ ਕਰਦੀ ਹੈ। ਪੰਜ ਸਾਲ ਦੀ ਨਰਮ ਉਮਰ ਵਿਚ ਬਾਲ ਫੌਜੀ ਨੂੰ ਉਸ ਦੇ ਮੂਲ ਅੱਡੇ ਤੋਂ ਮੈਦਾਨੇ ਜੰਗ ਵਿਚ ਭੇਜ ਦਿੱਤਾ ਜਾਂਦਾ ਹੈ-ਜਿਸ ਨੂੰ ਆਮ ਕਰਕੇ ਸਕੂਲ ਕਿਹਾ ਜਾਂਦਾ ਹੈ। ਇਸ ਤਰ੍ਹਾਂ ਰਸਮੀ ਸਕੂਲ ਸਿੱਖਿਆ ਦੇ ਵਿਵਿਧ ਅਨੁਭਵਾਂ ਰਾਹੀਂ ਲੰਬੀ ਅਤੇ ਔਘੜ ਯਾਤਰਾ ਸ਼ੁਰੂ ਹੋ ਜਾਂਦੀ ਹੈ ਜੋ ਬੱਚੇ ਨੂੰ ਭਿੰਨ ਪਿਛੋਕੜਾਂ ਤੋਂ ਮੁੰਡਿਆਂ ਅਤੇ ਕੁੜੀਆਂ ਅਤੇ ਅਧਿਆਪਕਾਂ ਦੀ ਲੜੀ ਦੀਆਂ ਵਿਵਿਧ ਸ਼ਖਸੀਅਤਾਂ ਨਾਲ ਨਜ਼ਦੀਕੀ ਅੰਤਰਕ੍ਰਿਆ-ਸਹਿਮਤੀ/ਅਸਹਿਮਤੀ-ਵੱਲ ਲਿਆਉਂਦੀ ਹੈ।

ਬਹੁਤੀਆਂ ਕਦਰਾਂ-ਕੀਮਤਾਂ ਅਤੇ ਵਿਹਾਰ ਦੇ ਨਮੂਨੇ ਘਰ ਵਿਚ ਹੀ ਸ਼ੁਰੂ ਹੁੰਦੇ ਹਨ; ਸਕੂਲ ਦਾ ਮਾਹੌਲ ਉਨ੍ਹਾਂ ਨੂੰ ਸਿਰਫ ਸਥਾਪਤ ਕਰਦਾ ਹੈ-ਪੱਕੀ ਅਤੇ ਸਥਾਈ ਤਰ੍ਹਾਂ। ਸਕੂਲ ਵਿਚ ਅਨੁਕੂਲ ਅੰਤਰਕ੍ਰਿਆਵਾਂ ਬੱਚੇ ਨੂੰ ਅਨੁਸ਼ਾਸਿਤ, ਮਿਹਨਤੀ, ਮੱਦਦਗਾਰ, ਚੰਗੇ ਵਿਹਾਰ ਅਤੇ ਸਵੈ-ਭਰੋਸੇ ਵਾਲਾ ਬਣਾਉਂਦੀਆਂ ਹਨ, ਜਦੋਂ ਕਿ ਗੈਰ ਅਨੁਕੂਲ ਸਕੂਲ ਮਾਹੌਲ ਦਾ ਉਲਟਾ ਅਸਰ ਹੁੰਦਾ ਹੈ। ਮੰਦਭਾਗੇ ਵਿਦਿਅਕ ਅਨੁਭਵ, ਖਾਸ ਤੌਰ 'ਤੇ ਮੁੱਢ ਤੋਂ, ਕਿਸੇ ਹੋਰ ਰਾਹ ਤੇ ਪਾ ਦਿੰਦੇ ਹਨ ਜਿਸ ਤੋਂ ਬੱਚਾ ਕਦੀ ਵੀ ਹੋਰ ਕਿਸੇ ਰਾਹ ਨੂੰ ਨਹੀਂ ਪੈਂਦਾ। ਸਕੂਲ ਵਿਚ ਦੁਰਅਨੁਕੂਲਣ

ਇਸ ਦੀ ਸ਼ਾਹਦੀ ਭਰਦਾ ਹੈ ਕਿ ਬੱਚਾ ਇਕ ਨਕਾਰਾਤਮਕ ਵਿਦਿਅਕ ਸਵੈ-ਸੰਕਲਪ ਵਿਕਸਿਤ ਕਰ ਲਏਗਾ ਅਤੇ ਇਹ ਸੰਭਾਵਨਾਵਾਂ ਵਧਾਉਂਦਾ ਹੈ ਕਿ ਬੱਚਾ ਆਮ ਕਰਕੇ ਮਾੜਾ ਸਵੈ-ਅਕਸ ਵਿਕਸਿਤ ਕਰੇਗਾ। ਸਕੂਲ ਵਿਚ ਸਫਲਤਾ ਜਾਂ ਅਸਫਲਤਾ ਬੱਚੇ ਦੀ ਸ਼ਖਸੀਅਤ ਤੇ ਬਹੁਤ ਜ਼ਿਆਦਾ ਅਸਰ ਕਰਦੀ ਹੈ। ਜੇਕਰ ਸਕੂਲ ਵਿਚ ਪਹਿਲੇ ਪੰਜ-ਛੇ ਸਾਲ ਦੇ ਅਨੁਭਵ ਸਕਾਰਾਤਮਕ ਹਨ ਤਾਂ ਇਹ ਬੱਚੇ ਨੂੰ ਅਨਿਸ਼ਚਿਤ ਸਮੇਂ ਤੱਕ ਸ਼ਖਸੀਅਤ ਵਿਗਾੜਾਂ ਦੇ ਖਿਲਾਫ਼ ਸੁਰੱਖਿਅਤ ਰੱਖੇਗਾ।

ਪੌਦਸ਼ਾਲਾ ਅਨੁਭਵ

ਜਦੋਂ ਮੈਂ ਨੇੜੇ ਦੀ ਵਣ ਪੌਦਸ਼ਾਲਾ ਵਿਚੋਂ ਲੰਘਦਾ ਹਾਂ ਅਤੇ ਵੱਡੇ ਛਾਂਦਾਰ ਰੁੱਖਾਂ ਦੇ ਹੇਠਾਂ ਸੁਰੱਖਿਅਤ ਢੰਗ ਨਾਲ ਪਲਦੀ ਪਨੀਰੀ ਨੂੰ ਦੇਖਦਾ ਹਾਂ, ਤਾਂ ਮੈਨੂੰ ਨਰਸਰੀ ਸਕੂਲ ਯਾਦ ਆ ਜਾਂਦੇ ਹਨ। ਜੇਕਰ ਛੋਟੀ ਪਨੀਰੀ ਨੂੰ ਉਪਜਾਊ ਮਿੱਟੀ ਅਤੇ ਅਨੁਕੂਲ ਮਾਹੌਲ ਦਿੱਤਾ ਜਾਵੇ ਤਾਂ ਇਹ ਵੱਡੇ, ਮਜਬੂਤ ਅਤੇ ਵਿਸ਼ਾਲ ਰੁੱਖਾਂ ਵਿਚ ਵਿਕਸਿਤ ਹੋ ਸਕਦੀ ਹੈ। ਗੈਰਅਨੁਕੂਲ ਜਲਵਾਯੂ ਉਨ੍ਹਾਂ ਨੂੰ ਫਰੜ ਵਾਲੀ ਮੁਰਦਾ ਲੱਕੜ ਵਿਚ ਬਦਲ ਦਿੰਦਾ ਹੈ।

ਨਰਸਰੀ ਸਕੂਲ ਦਾ ਅਨੁਭਵ ਸਵੈਨਿਰਭਰਤਾ, ਪਹਿਲਕਦਮੀ, ਬੌਧਿਕ ਜਗਿਆਸਾ ਅਤੇ ਆਪਣੀ ਗੱਲ ਜੋਰ ਦੇ ਕੇ ਕਹਿਣ ਦੇ ਵਿਕਾਸ ਨੂੰ ਉਤਸ਼ਾਹਿਤ ਕਰਦਾ ਹੈ। ਜਿਹੜੇ ਬੱਚੇ ਨਰਸਰੀ ਸਕੂਲਾਂ ਵਿਚ ਪੜ੍ਹਦੇ ਹਨ, ਉਹ ਘੱਟ ਜਕਣ ਵਾਲੇ, ਆਪ-ਮੁਹਾਰੇ ਅਤੇ ਵਧੇਰੇ ਮਿਲਣਸਾਰ ਹੁੰਦੇ ਹਨ। ਨਰਸਰੀ ਸਕੂਲਾਂ ਦੇ ਮਿਲਣਸਾਰਤਾ ਦੇ ਫਾਇਦੇ ਮੁਢਲੀ ਸਿੱਖਿਆ ਦੇ ਸਾਲਾਂ ਦੌਰਾਨ ਹੋਰ ਵਧੇਰੇ ਵਿਕਾਸ ਲਈ ਪੱਕੀ ਬੁਨਿਆਦ ਪੇਸ਼ ਕਰਦੇ ਹਨ। ਇਹੀ ਗੱਲ ਮੁੱਢਲੇ ਸਿੱਖਣ ਲਈ ਵੀ ਠੀਕ ਹੈ; ਇਹ ਉਹ ਬੁਨਿਆਦ ਧਰਦਾ ਹੈ ਜਿਸ ਉੱਤੇ ਬਾਦ ਦਾ ਸਿੱਖਣ ਆਧਾਰਤ ਹੁੰਦਾ ਹੈ। ਛੋਟੇ ਬੱਚੇ ਦਾ ਦਿਮਾਗ ਇਕ ਅਸਾਧਾਰਣ ਸਪੰਜ ਵਰਗਾ ਹੁੰਦਾ ਹੈ ਜਿਸ ਵਿਚ ਸੋਖਣ ਅਤੇ ਸਾਂਭ ਕੇ ਰੱਖਣ ਦੀ ਵਿਸ਼ਾਲ ਸਮਰੱਥਾ ਹੈ। ਇਸ ਨੂੰ ਜਿੰਨੀ ਵੱਧ ਜਾਣਕਾਰੀ ਸੰਭਵ ਹੋਵੇ ਉਸ ਨਾਲ ਭਰਦੇ ਰਹਿਣਾ ਚਾਹੀਦਾ ਹੈ।

ਨਰਸਰੀ ਸਕੂਲ ਬੱਚੇ ਦੇ ਕੋਮਲ ਸੰਵੇਦਨਸ਼ੀਲ ਦਿਮਾਗ ਨੂੰ ਕਿਵੇਂ ਪ੍ਰਭਾਵਿਤ ਕਰਦਾ ਹੈ ਇਹ ਬਹੁਤਾ ਕਰਕੇ ਅਧਿਆਪਕ-ਬੱਚਾ ਅਤੇ ਬੱਚਾ-ਬੱਚਾ ਸਬੰਧਾਂ ਦੀ ਗਤੀਸ਼ੀਲ ਕਿਸਮ ਉੱਤੇ ਨਿਰਭਰ ਕਰਦਾ ਹੈ। ਇਹ ਅੰਤਰਕ੍ਰਿਆਵਾਂ ਬੱਚੇ ਦੇ ਵਿਕਾਸ ਨੂੰ ਅਗਾਂਹ ਉਤਸ਼ਾਹਿਤ ਵੀ ਕਰ ਸਕਦੀਆਂ ਹਨ ਜਾਂ ਉਹ ਬੱਚੇ ਦੀਆਂ ਸਮਾਜਕ ਦਿਲਚਸਪੀਆਂ ਅਤੇ ਕੁਸ਼ਲਤਾਵਾਂ ਵਿਚ ਰੁਕਾਵਟ ਵੀ ਪਾ ਸਕਦੀਆਂ ਤੇ ਮੰਦ ਵੀ ਕਰ ਸਕਦੀਆਂ ਹਨ।

ਇਕ ਨਰਸਰੀ ਸਕੂਲ ਕੀ ਕਰਦਾ ਹੈ:

* ਬੱਚਿਆਂ ਨਾਲ ਨਿੱਘਾ ਦੋਸਤਾਨਾ, ਜ਼ਾਤੀ ਰਿਸ਼ਤਾ ਸਥਾਪਤ ਕਰਦਾ ਹੈ।

* ਉਨ੍ਹਾਂ ਢੰਗਾਂ ਦੀ ਖੇਡ ਸਮੱਗਰੀ ਮੁਹੱਈਆ ਕਰਦਾ ਹੈ ਜੋ ਨਿਰੰਤਰ ਸਹਿਯੋਗੀ ਖੇਡ ਨੂੰ ਵਧਾਉਣ ਵਿਚ ਮੱਦਦ ਕਰਦੀ ਹੈ।
* ਬੱਚਿਆਂ ਦੇ ਆਪਸ ਵਿਚ ਸਮਾਜਕ ਅਤੇ ਭਾਵਨਾਤਮਕ ਅਨੁਕੂਲਣ ਬਿਠਾਉਣ ਦੇ ਸਿੱਧੇ ਤਰੀਕਿਆਂ ਵਿਚ ਮੱਦਦ ਕਰਦਾ ਹੈ।
* ਵਧੇਰੇ ਲਗਾਤਾਰ ਮੱਦਦ ਅਤੇ ਜਾਣਕਾਰੀ ਦਿੰਦਾ ਹੈ।
* ਵਧੇਰੇ ਪ੍ਰਮੁੱਖ ਸਵਾਲ ਪੁੱਛਦਾ ਹੈ।
* ਸਰਲ ਉਸਾਰੂ ਸੁਝਾਉ ਦਿੰਦਾ ਹੈ।

ਨਰਸਰੀ ਸਕੂਲਾਂ ਦਾ ਬੁਨਿਆਦੀ ਉਦੇਸ਼ ਰਸਮੀ ਸਿੱਖਿਆ ਨਹੀਂ, ਇਹ ਸਕੂਲ ਬੱਚੇ ਦੇ ਸਮਾਜੀਕਰਨ ਅਮਲ ਨੂੰ ਵਧਾਉਣ ਅਤੇ ਬੁਨਿਆਦੀ ਵਿਦਿਅਕ ਕੁਸ਼ਲਤਾਵਾਂ ਵਿਕਸਿਤ ਕਰਨ ਲਈ ਹਨ। ਬਦਕਿਸਮਤੀ ਨਾਲ ਨਰਸਰੀ ਸਕੂਲ ਸਕੂਲੀ ਮੈਦਾਨੇ ਜੰਗ ਵਿਚ ਲੜੀਆਂ ਜਾਣ ਵਾਲੀਆਂ ਭਵਿੱਖੀ ਲੜਾਈਆਂ ਲਈ ਸਿਖਲਾਈ ਦੇ ਅੱਡੇ ਬਣ ਗਏ ਹਨ। ਬੱਚਿਆਂ ਨੂੰ ਪੈਨਸਿਲਾਂ ਨਾਲ ਲਿਖਣ ਲਈ ਮਜਬੂਰ ਕੀਤਾ ਜਾਂਦਾ ਹੈ ਤੇ ਉਨ੍ਹਾਂ ਦੇ ਨਿੱਕੇ ਕੋਮਲ ਹੱਥਾਂ ਵਿਚ ਪੈਣ ਵਾਲੇ ਅੱਟਣਾਂ ਦਾ ਧਿਆਨ ਨਹੀਂ ਕੀਤਾ ਜਾਂਦਾ। ਬੱਚਿਆਂ ਦੇ ਅਜੇ ਕੱਚੇ ਪਰ ਬਹੁਤ ਹੀ ਜ਼ਿਆਦਾ ਕਲਪਨਾਸ਼ੀਲ ਦਿਮਾਗ ਨੂੰ ਜਕੜਨਾਮਾ ਪਾਕੇ ਉਸ ਦੀ ਮੁਕਤ-ਉਡਾਣ ਨੂੰ ਖਤਮ ਕਰਨ ਦੀ ਕੋਈ ਪ੍ਰਵਾਹ ਕਰਦਾ ਨਹੀਂ ਲੱਗਦਾ।

ਸਕੂਲ ਜੀਵਨ

ਸਕੂਲ ਇਕ ਚਾਰ ਕੰਧਾਂ ਵਾਲੀ ਇਮਾਰਤ ਹੈ-ਭਵਿੱਖ ਇਸਦੇ ਅੰਦਰ ਹੈ।

ਬੱਚਿਆਂ ਨੂੰ ਸਕੂਲ ਭੇਜਣ ਦੇ ਫਾਇਦਿਆਂ ਵਿਚ ਮਾਪਿਆਂ ਦਾ ਅਥਾਹ ਵਿਸ਼ਵਾਸ ਹੈ। ਉਹ ਮਨੋਂ ਮੰਨਦੇ ਹਨ ਕਿ ਰਸਮੀ ਸਿੱਖਿਆ ਦੇ ਨਾਲ-ਨਾਲ ਉਨ੍ਹਾਂ ਦਾ ਬੱਚਾ ਸਹੀ ਕਦਰਾਂ-ਕੀਮਤਾਂ ਅਤੇ ਇੱਛਿਤ ਵਿਹਾਰ ਸਿੱਖ ਜਾਵੇਗਾ। ਉਹ ਆਪਣੀ ਬਿਹਤਰੀਨ ਯੋਗਤਾ ਅਤੇ ਸਰੋਤਾਂ ਨਾਲ ਆਪਣੇ ਬੱਚੇ ਦਾ ਸਕੂਲ ਚੁਣਦੇ ਹਨ। ਉਹ ਆਪਣੇ ਬੱਚੇ ਲਈ ਸਭ ਤੋਂ ਵਧੀਆ ਦਾ ਪ੍ਰਬੰਧ ਕਰਨ ਲਈ ਅੰਤਹੀਣ ਕਤਾਰਾਂ ਵਿਚ ਖੜ੍ਹਕੇ ਅਣਗਿਣਤ ਇੰਟਰਵਿਊਆਂ ਦਾ ਸਾਹਮਣਾ ਕਰਦੇ ਹਨ। ਕੀ ਇਹ ਇਕ ਉਲਟ ਗੇੜ ਨਹੀਂ ਹੋਵੇਗਾ ਜੇਕਰ ਇਹ ਸਕੂਲ ਸਿੱਖਿਆ ਦਾ ਮੰਦਿਰ-ਉਨ੍ਹਾਂ ਦੇ ਬੱਚੇ ਲਈ ਦੰਡ ਸਾਬਿਤ ਹੋ ਜਾਵੇ-ਕਿਆਮਤ ਦਾ ਮੰਦਿਰ?

ਬਹੁਤੇ ਬੱਚੇ ਸਕੂਲ ਜਾਣ ਬਾਰੇ ਬੜੇ ਜੋਸ਼ ਵਿਚ ਹੁੰਦੇ ਹਨ, ਖਾਸ ਕਰਕੇ ਜੇਕਰ ਕੋਈ ਵੱਡਾ ਭਰਾ-ਭੈਣ ਪਹਿਲਾਂ ਹੀ ਉੱਥੇ ਪੜ੍ਹਦਾ ਹੋਵੇ। ਉਨ੍ਹਾਂ ਲਈ ਇਸ ਦਾ ਮਤਲਬ ਤਰੱਕੀ ਹੈ ਤੇ ਉਹ ਵੱਡਾ ਹੋਣ ਅਤੇ ਸਵੈ-ਮਹੱਤਵ ਦੇ ਅਹਿਸਾਸ ਨੂੰ ਸੰਜੋਅ ਲੈਂਦੇ ਹਨ। ਜੇਕਰ ਸਕੂਲ ਦਾ ਮਾਹੌਲ ਵਧੀਆ ਹੈ ਅਤੇ ਜੇਕਰ ਆਪਣੇ ਜਮਾਤੀਆਂ ਅਤੇ ਅਧਿਆਪਕਾਂ ਨਾਲ ਉਹ ਇਕਸੁਰ ਰਿਸ਼ਤੇ ਬਣਾਉਣ ਦੇ ਯੋਗ ਹੋ ਜਾਂਦੇ ਹਨ, ਤਾਂ ਉਹ ਆਪਣੇ ਨਵੇਂ ਜੀਵਨ ਨਾਲ ਤੇਜ਼ੀ ਨਾਲ ਇਕਜੁੱਟ ਅਤੇ

ਅਨੁਕੂਲ ਹੋ ਜਾਂਦੇ ਹਨ। ਇਹ ਦੇਖਿਆ ਗਿਆ ਹੈ ਕਿ ਅਜਿਹੇ ਬੱਚਿਆਂ ਦਾ ਵਿਹਾਰ ਸੁਧਰਦਾ ਹੈ। ਉਨ੍ਹਾਂ ਦਾ ਸਵੈ-ਨਿਰਭਰਤਾ, ਮੱਦਦਕਾਰਤਾ, ਜ਼ਿੰਮੇਵਾਰੀ ਅਤੇ ਘਾਲ ਪ੍ਰਤੀ ਰੁਝਾਨ ਬਣ ਜਾਂਦਾ ਹੈ।

ਹੋਣੀ ਨਾਲ ਮੁਲਾਕਾਤ-ਸਕੂਲ ਵਿਚ ਬੱਚੇ ਦਾ ਪਹਿਲਾ ਦਿਨ

ਟੀਨਾ ਦਾ ਇਹ ਸਕੂਲ ਵਿਚ ਪਹਿਲਾ ਦਿਨ ਸੀ। ਸਮੁੱਚਾ ਵਰਮਾ ਪਰਿਵਾਰ ਉਤੇਜਨਾ, ਤੌਖਲੇ, ਖਦਸ਼ੇ ਅਤੇ ਉਤਕੰਠਾ ਨਾਲ ਭਰਿਆ ਹੋਇਆ ਸੀ। ਟੀਨਾ ਬੜੇ ਤਣਾਉ ਵਿਚ ਲੱਗਦੀ ਹੈ ਅਤੇ ਸਵੇਰ ਦੀ ਹੀ ਰੋ ਰਹੀ ਹੈ। ਸਕੂਲ ਪਹੁੰਚ ਕੇ ਉਹ ਆਪਣੀ ਮਾਂ ਨੂੰ ਚਿੰਬੜ ਜਾਂਦੀ ਹੈ ਤੇ ਉਸ ਨੂੰ ਜਾਣ ਹੀ ਨਹੀਂ ਦਿੰਦੀ। ਉਸ ਨੂੰ ਸਮਝਾਉਣ, ਪਲੋਸਣ ਜਾਂ ਪ੍ਰੇਰਿਤ ਕਰਨ ਦੇ ਹਰੇਕ ਯਤਨ ਨਾਲ ਉਸ ਦਾ ਰੋਣਾ ਸਗੋਂ ਹੋਰ ਵਧ ਜਾਂਦਾ ਹੈ।

ਟੀਨਾ ਵਿਚ ਅੱਡ ਹੋਣ ਦਾ ਤੌਖਲਾ ਬਹੁਤ ਜ਼ਿਆਦਾ ਹੈ ਤੇ ਉਸ ਨੂੰ ਡਰ ਹੈ ਕਿ ਕਿਤੇ ਉਹ ਆਪਣੇ ਮਾਪਿਆਂ ਤੋਂ ਹਮੇਸ਼ਾ ਲਈ ਹੀ ਅੱਡ ਨਾ ਕੀਤੀ ਜਾ ਰਹੀ ਹੋਵੇ। ਅਜਿਹੇ ਦ੍ਰਿਸ਼ ਇਕ ਲਗਾਤਾਰ ਵਰਤਾਰਾ ਹਨ ਅਤੇ ਹਰ ਸਾਲ ਸਕੂਲ ਦੇ ਪਹਿਲੇ ਦਿਨ ਦੁਹਰਾਏ ਜਾਂਦੇ ਹਨ। ਜੇਕਰ ਵਿਛੜਨ ਦੇ ਤੌਖਲੇ ਨਾਲ ਸਹੀ ਤਰੀਕੇ ਨਾਲ ਨਾ ਨਜਿੱਠਿਆ ਜਾਵੇ ਤਾਂ ਇਸ ਦਾ ਸਿੱਟਾ ਸਕੂਲ ਜਾਣ ਤੋਂ ਇਨਕਾਰ ਅਤੇ ਸਕੂਲ ਤ੍ਰਾਹ ਵਿਚ ਨਿੱਕਲ ਸਕਦਾ ਹੈ। ਕੁਝ ਸਾਦੇ ਹੰਭਲੇ ਅਤੇ ਕੁਝ ਪੂਰਵਲੀ ਤਿਆਰੀ ਤੁਹਾਡੇ ਬੱਚੇ ਦੇ ਸਕੂਲ ਦੇ ਪਹਿਲੇ ਦਿਨ ਨੂੰ ਖੇੜੇ ਭਰਪੂਰ ਬਣਾ ਸਕਦੀ ਹੈ।

1. ਸੈਸ਼ਨ ਸ਼ੁਰੂ ਹੋਣ ਤੋਂ ਪਹਿਲਾਂ ਆਪਣੇ ਬੱਚੇ ਨੂੰ ਸਕੂਲ ਲੈ ਜਾਉ ਅਤੇ ਉਸ ਦੀ ਆਲੇ-ਦੁਆਲੇ ਨਾਲ ਵਾਕਫ਼ੀ ਕਰਵਾਉ।
2. ਬੱਚੇ ਨੂੰ ਸਕੂਲ ਦੇ ਮੈਦਾਨ ਵਿਚ ਝੂਲੇ ਅਤੇ ਸਲਾਈਡਜ਼ ਆਪ ਦੇਖਣ ਦਿਉ। ਉਹ ਬੱਚੇ ਵਿਚ ਦਿਲਚਸਪੀ ਪੈਦਾ ਕਰਨਗੇ ਤੇ ਉਸ ਨੂੰ ਉਤਸੁਕ ਕਰਨਗੇ।
3. ਬੱਚੇ ਨੂੰ ਗਵਾਂਢ ਦੇ ਉਸੇ ਸਕੂਲ ਜਾਣ ਵਾਲੇ ਬੱਚਿਆਂ ਬਾਰੇ ਦੱਸੋ ਅਤੇ ਉਨ੍ਹਾਂ ਨਾਲ ਦੋਸਤੀ ਪਾਉਣ ਵਿਚ ਬੱਚੇ ਦੀ ਮੱਦਦ ਕਰੋ।
4. ਜੇਕਰ ਬੱਚੇ ਨੂੰ ਸਕੂਲ ਬੱਸ ਵਿਚ ਭੇਜਣ ਦੀ ਤੁਹਾਡੀ ਯੋਜਨਾ ਹੈ ਤਾਂ ਤੁਸੀਂ ਉਸ ਨੂੰ ਕਈ ਵਾਰੀ ਬੱਸ ਰੂਟ ਤੇ ਲੈ ਕੇ ਜਾਉ। ਉਸ ਨੂੰ ਬੱਸ ਸਟਾਪ ਵੀ ਦਿਖਾਉ ਜਿੱਥੋਂ ਉਹ ਬੱਸ ਫੜੇਗਾ।
5. ਬੱਚੇ ਨੂੰ ਅਕਸਰ ਘੰਟੇ ਦੋ ਘੰਟੇ ਲਈ ਦੋਸਤ ਜਾਂ ਰਿਸ਼ਤੇਦਾਰ ਨਾਲ ਛੱਡੋ। ਇਸ ਤਰ੍ਹਾਂ ਉਹ ਤੁਹਾਡੀ ਗੈਰਹਾਜ਼ਰੀ ਦਾ ਆਦੀ ਹੋ ਜਾਵੇਗਾ ਅਤੇ ਜਾਣ ਜਾਵੇਗਾ ਕਿ ਤੁਹਾਡੇ ਕੋਲੋਂ ਵੱਖਰਾ ਹੋਣਾ ਸਿਰਫ ਆਰਜ਼ੀ ਹੀ ਹੈ।
6. ਸਕੂਲ ਖੁੱਲ੍ਹਣ ਤੋਂ ਕੁਝ ਦਿਨ ਪਹਿਲਾਂ ਸਕੂਲ ਜਾਣ ਦੀ ਮਸ਼ਕ ਸ਼ੁਰੂ ਕਰੋ। ਬੱਚੇ ਨੂੰ ਛੇਤੀ ਸੁਲਾਉ ਤੇ ਉਠਾਉ, ਸਵੇਰੇ ਹੀ ਨੁਹਾ ਦਿਉ ਅਤੇ ਨਾਸ਼ਤਾ

ਕਰਵਾ ਦਿਉ। ਹੌਲੀ-ਹੌਲੀ ਬੱਚਾ ਇਸ ਰੁਟੀਨ ਦਾ ਆਦੀ ਹੋ ਜਾਵੇਗਾ ਅਤੇ ਸਕੂਲ ਸ਼ੁਰੂ ਹੋਣ ਵੇਲੇ ਉਸ ਨੂੰ ਕੋਈ ਮੁਸ਼ਕਲ ਨਹੀਂ ਆਵੇਗੀ।

7. ਆਪਣੇ ਖੁਦ ਦੇ ਸਕੂਲ ਦੀਆਂ ਯਾਦਾਂ ਅਤੇ ਖੁਸ਼ਗਵਾਰ ਅਨੁਭਵ ਦੱਸ ਕੇ ਬੱਚੇ ਨੂੰ ਸਕੂਲ ਜਾਣ ਲਈ ਪ੍ਰੇਰਿਤ ਕਰੋ।
8. ਸਕੂਲ ਤੋਂ ਬਾਅਦ ਆਪਣੇ ਵੀ.ਆਈ.ਪੀ. ਬੱਚੇ ਦਾ ਸਵਾਗਤ ਕਰਨਾ ਯਕੀਨੀ ਬਣਾ ਲਉ-ਘੱਟੋ ਘੱਟ ਸ਼ੁਰੂਆਤੀ ਦਿਨਾਂ ਵਿਚ ਹੀ।

ਹਾਲਾਂਕਿ ਸਕੂਲ ਬੁਨਿਆਦੀ ਤੌਰ 'ਤੇ ਸਿੱਖਣ ਦੀ ਥਾਂ ਹੈ, ਇਸ ਦੀ ਬੱਚੇ ਦੇ ਸਮਾਜੀਕਰਨ ਦੇ ਅਮਲ ਵਿਚ ਵੀ ਇਕ ਅਹਿਮ ਭੂਮਿਕਾ ਹੈ। ਸਕੂਲ ਜਾਣ ਨੂੰ ਸਿਰਫ ਸਿੱਖਿਆ ਨਾਲ ਜੋੜ ਕੇ ਹੀ ਦੇਖਣਾ ਗਲਤ ਹੈ। ਬੁਨਿਆਦੀ ਸਮਾਜਕ ਕਦਰਾਂ-ਕੀਮਤਾਂ ਸੰਚਾਰਿਤ ਕਰਨ ਦੀ ਜ਼ਿੰਮੇਵਾਰੀ ਸਕੂਲਾਂ ਦੀ ਹੈ ਜਿਵੇਂ ਸਹਿਯੋਗ, ਇਮਾਨਦਾਰੀ, ਪਹਿਲਕਦਮੀ, ਸਵੈ-ਨਿਰਭਰਤਾ, ਦਿਆਨਤਦਾਰੀ ਅਤੇ ਆਦਿ, ਆਦਿ ਦੀ ਸੋਝੀ। ਸਮਾਜੀਕਰਨ ਦੇ ਅਮਲ ਵਿਚ ਮਾਪਿਆਂ ਦੇ ਲਗਾਤਰ ਸਹਿਯੋਗ ਦੀ ਬੜੀ ਜ਼ਰੂਰਤ ਹੁੰਦੀ ਹੈ।

ਉਨ੍ਹਾਂ ਨੂੰ ਇਹ ਨਹੀਂ ਮਹਿਸੂਸ ਕਰਨਾ ਚਾਹੀਦਾ ਕਿ ਬੱਚੇ ਨੂੰ ਸਕੂਲ ਭੇਜਕੇ ਹੀ ਆਪਣੀ ਬੁਨਿਆਦੀ ਜ਼ਿੰਮੇਵਾਰੀ ਪੂਰੀ ਕਰ ਲਈ ਹੈ। ਇਹ ਉਨ੍ਹਾਂ ਮਾਪਿਆਂ ਲਈ ਖਾਸ ਤੌਰ 'ਤੇ ਸੱਚ ਹੈ ਜਿਹੜੇ ਆਪਣੇ ਬੱਚਿਆਂ ਨੂੰ ਮਹਿੰਗੇ, ਸ਼ਾਨਦਾਰ ਬੋਰਡਿੰਗ ਸਕੂਲਾਂ ਵਿਚ ਭੇਜਦੇ ਹਨ ਅਤੇ ਬੱਚੇ ਦੀ ਸਿੱਖਿਆ ਅਤੇ ਸਮਾਜਿਕ ਅਨੁਕੂਲਣ ਦੀ ਜ਼ਿੰਮੇਵਾਰੀ ਸਕੂਲ 'ਤੇ ਛੱਡ ਦਿੰਦੇ ਹਨ।

ਸਕੂਲ ਜੀਵਨ ਬਹੁਤ ਸਾਰੇ ਪਹਿਲੂਆਂ ਦਾ ਜਟਿਲ ਮਿਸ਼ਰਣ ਹੈ :

* ਚੰਗੇ, ਮਾੜੇ ਜਾਂ ਬੇਲਾਗ ਅਧਿਆਪਕਾਂ।
* ਸੁਹਿਰਦ, ਵਿਰੋਧੀ ਜਾਂ ਲਾਪ੍ਰਵਾਹ ਜਮਾਤੀਆਂ।
* ਖੁਸ਼ਗਵਾਰ, ਨਾਖੁਸ਼ਗਵਾਰ ਜਾਂ ਦੁਬਿਧਾਪੂਰਣ ਸਕੂਲ ਵਾਤਾਵਰਣ।
* ਮਨਮੋਹਕ, ਨੀਰਸ ਜਾਂ ਸਾਧਾਰਨ ਸਕੂਲ ਗਤੀਵਿਧੀਆਂ।
* ਹਕੀਕੀ, ਗੈਰ-ਹਕੀਕੀ ਜਾਂ ਮਾਪਿਆਂ ਦੀਆਂ ਉਲਝਣ ਭਰੀਆ ਆਸਾਂ।
* ਸ਼ਾਨਦਾਰ, ਮਾੜੀ ਜਾਂ ਔਸਤ ਪੇਸ਼ਕਾਰੀ।

ਇਹ ਸੂਚੀ ਬੜੀ ਵਿਸਤ੍ਰਿਤ ਲੱਗਦੀ ਹੈ ਪਰ ਫੇਰ ਵੀ ਅਜੇ ਅਧੂਰੀ ਹੈ। ਇਹ ਵਿਵਿਧ ਪਹਿਲੂ ਬੱਚੇ ਦੇ ਸਕੂਲ ਜੀਵਨ ਨਾਲ ਕਿਵੇਂ ਅੰਤਰਕ੍ਰਿਆ ਕਰਦੇ ਅਤੇ ਇਸ ਨੂੰ ਪ੍ਰਭਾਵਤ ਕਰਦੇ ਹਨ ਇਸ ਦੀ ਪੇਸ਼ੀਨਗੋਈ ਨਹੀਂ ਕੀਤੀ ਜਾ ਸਕਦੀ। ਜਿਸਦੀ ਪੇਸ਼ੀਨਗੋਈ ਕੀਤੀ ਜਾ ਸਕਦੀ ਹੈ ਉਹ ਇਹ ਹੈ ਕਿ ਕੋਈ ਵੀ ਬੱਚਾ ਲਗਾਤਾਰ ਆਪਣੇ ਸਕੂਲ ਦੇ ਪ੍ਰਭਾਵਾਂ ਤੋਂ ਬੇਲਾਗ ਜਾਂ ਬੇਅਸਰ ਨਹੀਂ ਰਹਿ ਸਕਦਾ।

ਇਹ ਸੱਚ ਹੈ ਕਿ ਸਕੂਲ ਬੱਚੇ ਨੂੰ ਸਿੱਖਣ, ਸਵੈ-ਪ੍ਰਗਟਾਵੇ ਅਤੇ ਵਿਕਾਸ ਦੀਆਂ ਕਈ ਤਰ੍ਹਾਂ ਦੀਆਂ ਲੋੜਾਂ ਦੀ ਪੂਰਤੀ ਕਰਦਾ ਹੈ, ਪਰ ਇਹ ਬਹੁਤ ਹੀ ਜ਼ਿਆਦਾ ਪ੍ਰੇਸ਼ਾਨਕੁਨ ਟਕਰਾਉਆਂ ਦਾ ਵੀ ਸਰੋਤ ਹੈ। ਇਸ ਅਰਸੇ ਦੌਰਾਨ ਬਣੇ

ਸਾਥ ਅਤੇ ਦੋਸਤੀਆਂ ਜ਼ਿੰਦਗੀ ਭਰ ਰਹਿੰਦੀਆਂ ਹਨ ਅਤੇ ਭਾਵਨਾਤਮਕ ਬੰਧਨ ਨਿਰਵਿਵਾਦ ਵਿਸ਼ਵਾਸ ਅਤੇ ਅਸਲ ਸਮਝ ਪ੍ਰਦਾਨ ਕਰਨ ਦੀ ਸਮਰੱਥਾ ਵਿਚ ਬੇਜੋੜ ਹੈ। ਇਸੇ ਤਰ੍ਹਾਂ ਗੈਰਵਾਜਿਬ ਅਧਿਆਪਕਾਂ, ਵਿਰੋਧੀ ਜਮਾਤੀਆਂ ਜਾਂ ਵਾਰ-ਵਾਰ ਅਸਫਲਤਾਵਾਂ ਦੇ ਸਦਮਾਕਾਰੀ ਅਨੁਭਵਾਂ ਦੇ ਦਾਗ ਵੀ ਯਾਦਾਸ਼ਤ ਵਿੱਚੋਂ ਪੂਰੀ ਤਰ੍ਹਾਂ ਕੱਢੇ ਜਾਂ ਛੁਪਾਏ ਨਹੀਂ ਜਾ ਸਕਦੇ, ਉਹ ਬਾਕੀ ਦਾ ਸਾਰਾ ਜੀਵਨ ਉਸ ਵਿਅਕਤੀ ਦੀ ਮਨੋਸਥਿਤੀ ਨੂੰ ਝੰਜੋੜਦੇ ਰਹਿੰਦੇ ਹਨ।

ਸਕੂਲ ਵਿਚ ਦੁਰਅਨੁਕੂਲਣ, ਕਾਰਨ ਕੋਈ ਵੀ ਹੋਵੇ, ਇਕ ਮੰਦਭਾਗਾ, ਪਰ ਕੋਈ ਅਸਾਧਾਰਣ ਵਰਤਾਰਾ ਨਹੀਂ ਹੈ। ਇਹ ਬੱਚੇ ਸਕੂਲ ਨਾਲ ਇਕ ਸਾਂਝੀ ਨਫਰਤ ਮੁਹਿੰਮ ਵਿਚ ਫਸ ਜਾਂਦੇ ਹਨ। ਮਾੜੇ ਅਧਿਆਪਕਾਂ, ਨੀਰਸ ਕਿਤਾਬਾਂ, ਅਕਾਊ ਜਮਾਤੀਆਂ ਬਾਰੇ ਉਨ੍ਹਾਂ ਦਾ ਜਾਇਜ਼ੀਕਰਨ ਦਰਅਸਲ ਸਕੂਲ ਜਾਣ ਲਈ ਉਨ੍ਹਾਂ ਦੀ ਬੁਨਿਆਦੀ ਪ੍ਰੇਸ਼ਾਨੀ ਦੇ ਹੀ ਲੱਛਣ ਹਨ। ਬਦਕਿਸਮਤੀ ਨਾਲ ਅਧਿਆਪਕ ਉਨ੍ਹਾਂ ਦੀ ਮੱਦਦ ਕਰਨ ਦੀ ਬਜਾਏ ਉਨ੍ਹਾਂ ਨੂੰ ਪਿਛਲੇ ਬੈਂਚਾਂ ਉਤੇ ਝੂਰਦੇ ਰਹਿਣ ਦਿੰਦੇ ਹਨ। ਕੁਝ ਬਹੁਤੇ ਹੀ ਸਜ਼ਾ ਦੇਣ ਵਾਲੇ ਅਧਿਆਪਕ ਅਜਿਹੇ ਬੱਚਿਆਂ ਨੂੰ ਨਿਸ਼ਾਨਾ ਬਣਾ ਸਕਦੇ ਹਨ ਅਤੇ ਬੇਕਾਰ ਹੀ ਉਨ੍ਹਾਂ 'ਤੇ ਜ਼ੁਲਮ ਕਰਦੇ ਹਨ, ਅਤੇ ਇਸ ਨਫਰਤ ਦੀ ਮੁਹਿੰਮ ਨੂੰ ਇਕ ਅਣਐਲਾਨੀ ਜੰਗ ਬਣਾ ਦਿੰਦੇ ਹਨ।

ਘੱਟ ਪ੍ਰਾਪਤੀ ਵਾਲਾ

ਸਾਡੇ ਦੇਸ਼ ਵਿਚ ਸੁਭਾਵਕ ਰੁਚੀ ਦੀ ਪਰਖ ਹੌਲੀ-ਹੌਲੀ ਪਰ ਪੱਕੀ ਤਰ੍ਹਾਂ ਜੜ੍ਹਾਂ ਫੜ ਰਹੀ ਹੈ। ਮੈਨੂੰ ਵਿਸ਼ਵਾਸ ਹੈ ਕਿ ਇਹ ਉਪਯੋਗੀ ਹਨ, ਖਾਸ ਕਰਕੇ ਜਦੋਂ ਇਹ ਉਨ੍ਹਾਂ ਲੋਕਾਂ ਵੱਲੋਂ ਕੀਤੇ ਜਾਣ ਜਿਨ੍ਹਾਂ ਦੀ ਮਨਸ਼ਾ ਸਹੀ ਹੋਵੇ ਅਤੇ ਸਹੀ ਮੁਹਾਰਤ ਰੱਖਦੇ ਹੋਣ। ਇਹ ਪਰਖਾਂ ਨਵੀਂ ਚੀਜ਼ ਨਹੀਂ, ਸੱਤਰਵਿਆਂ ਵਿਚ ਵੀ ਮੇਰੇ ਸਕੂਲ ਦੇ ਅਧਿਕਾਰੀ ਵਿਚ ਇਹ ਦੂਰ-ਦ੍ਰਿਸ਼ਟੀ ਸੀ ਅਤੇ ਉਹ ਨੌਵੀਂ ਜਮਾਤ ਵਿਚ ਦਾਖਲ ਹੋਣ ਵਾਲੇ ਵਿਦਿਆਰਥੀਆਂ ਲਈ ਇਸ ਦਾ ਇੰਤਜਾਮ ਕਰਦੇ ਹੁੰਦੇ ਸਨ। ਮੇਰੇ ਚੇਤੇ ਹੈ ਕਿ ਮੈਨੂੰ ਸਲਾਹ ਦਿੱਤੀ ਗਈ ਸੀ ਕਿ ਮੈਂ ਨੰਬਰਾਂ ਵਿਚ ਨਾ ਉਲਝਾਂ; ਇਸ ਦੀ ਬਜਾਏ ਮੈਂ ਜੀਵ-ਵਿਗਿਆਨ ਲੈ ਲਿਆ ਅਤੇ ਬਾਲ-ਚਕਿਤਸਕ ਬਣ ਗਿਆ।

ਸਾਡੇ ਬੌਧਿਕਤਾ ਦੀਆਂ ਮਿਆਰੀ ਪਰਖਾਂ ਵੀ ਹੁੰਦੀਆਂ ਹਨ ਜਿਨ੍ਹਾਂ ਨਾਲ ਵਿਅਕਤੀ ਦੇ ਆਈ. ਕਿਊ ਜਾਂ ਬੌਧਿਕਤਾ ਦਰਜੇ ਦਾ ਅੰਦਾਜ਼ਾ ਲਾਇਆ ਜਾਂਦਾ ਹੈ। ਸ਼ਬਦ ਘੱਟ ਪ੍ਰਾਪਤੀ ਵਾਲਾ ਉਸ ਬੱਚੇ ਬਾਰੇ ਦੱਸਣ ਲਈ ਵਰਤਿਆ ਜਾਂਦਾ ਹੈ ਜਿਸਦੀ ਵਿਦਿਅਕ ਪੇਸ਼ਕਾਰੀ ਉਸ ਦੇ ਅਨੁਮਾਨ ਲਾਏ ਆਈ. ਕਿਊ ਦੇ ਪੱਧਰ ਤੋਂ ਹੇਠਾਂ ਦੀ ਹੋਵੇ। ਇਹ ਕਿਉਂ ਵਾਪਰਦਾ ਹੈ? ਸਪੱਸ਼ਟ ਹੈ, ਬੱਚੇ ਨੂੰ ਕੁਝ ਇਸ ਤਰ੍ਹਾਂ ਦਾ ਕਰਨ ਲਈ ਮਜਬੂਰ ਕੀਤਾ ਜਾ ਰਿਹਾ ਹੈ ਜਿਸ ਵਿਚ ਉਸ ਦੀ ਸੁਭਾਵਕ ਰੁਚੀ ਨਹੀਂ ਹੈ।

ਘੱਟ ਪ੍ਰਾਪਤੀ ਲਈ ਸਿਰਫ ਇਹੀ ਇਕ ਕਾਰਨ ਨਹੀਂ ਹੈ। ਹੇਠਲੇ ਸਮਾਜੀ-ਆਰਥਿਕ ਤਬਕੇ ਅਤੇ ਵੱਡੇ ਪਰਿਵਾਰਾਂ ਦੇ ਬੱਚੇ ਅਕਸਰ ਘੱਟ ਪ੍ਰਾਪਤੀ ਵਾਲੇ ਹੁੰਦੇ ਹਨ। ਇਹ ਤਾਂ ਵੀ ਹੁੰਦਾ ਹੈ ਜੇਕਰ ਮਾਪੇ ਚੰਗੇ ਪੜ੍ਹੇ-ਲਿਖੇ ਨਾ ਹੋਣ, ਖਾਸ ਕਰਕੇ ਜੇਕਰ ਵਿਦਿਅਕ ਸ੍ਰੇਸ਼ਠਤਾ ਲਈ ਉਤਸ਼ਾਹ ਅਤੇ ਉਤੇਜਕ ਦੀ ਘਾਟ ਕਰਕੇ ਮਾਂ ਸਕੂਲ ਛੱਡ ਗਈ ਹੈ।

ਸਕੂਲ ਵਿਚ ਪ੍ਰਾਪਤੀ ਚਾਹਤ ਦੇ ਪੱਧਰ ਨਾਲ ਨੇੜਿਉਂ ਸਬੰਧਤ ਹੈ ਯਾਨੀ ਜੋ ਉਸ ਨੇ ਅਤੀਤ ਵਿਚ ਕੀਤਾ ਸੀ ਉਸ ਦੀ ਤੁਲਨਾ ਵਿਚ ਬੱਚਾ ਭਵਿੱਖ ਵਿਚ ਕਿੰਨਾ ਵਧੀਆ ਕਰਨਾ ਚਾਹੁੰਦਾ ਹੈ। ਚਾਹਤ ਦਾ ਪੱਧਰ ਸਵੈ-ਅਕਸ ਨਾਲ ਨੇੜਿਓਂ ਸਬੰਧਤ ਹੁੰਦਾ ਹੈ ਅਤੇ ਬੱਚੇ ਦੇ ਪ੍ਰੇਰਣਾ ਅਤੇ ਸਵੈ-ਭਰੋਸੇ ਦੇ ਪੱਧਰ ਨਾਲ ਸਿੱਧਾ ਅਨੁਪਾਤੀ ਹੁੰਦੀ ਹੈ। ਇਸ ਅਮਲ ਵਿਚ ਸਫਲਤਾ ਉਤੇਜਕ ਵੱਜੋਂ ਕੰਮ ਕਰਦੀ ਹੈ; ਇਹ ਸਵੈ-ਭਰੋਸਾ ਅਤੇ ਆਸ਼ਾਵਾਦ ਵਧਾਕੇ ਚਾਹਤ ਦਾ ਪੱਧਰ ਵਧਾਉਂਦਾ ਹੈ। ਲਗਾਤਾਰ ਅਸਫਲਤਾ ਦਾ ਸਿੱਟਾ ਹੱਥ ਖਿੱਚ ਲੈਣ, ਨਿਰਾਸ਼ਾਵਾਦ ਅਤੇ ਚਾਹਤ ਦੇ ਪੱਧਰ ਦੇ ਡਿੱਗਣ ਵਿਚ ਨਿਕਲਦਾ ਹੈ।

ਜ਼ਮੀਰ ਦੇ ਵਿਕਾਸ ਨਾਲ ਬੱਚੇ ਹੌਲੀ-ਹੌਲੀ ਪ੍ਰਾਪਤੀ ਮੁਖੀ ਹੋ ਜਾਂਦੇ ਹਨ। ਪ੍ਰੇਰਣਾ ਉਨ੍ਹਾਂ ਦੇ ਅੰਦਰੋਂ ਆਉਂਦੀ ਹੈ ਅਤੇ ਉਹ ਮਾਅਰਕਾ ਮਾਰਨ ਅਤੇ ਆਪਣੇ ਮਾਪਿਆਂ ਨੂੰ ਮਾਣ-ਮੱਤੇ ਅਤੇ ਅਧਿਆਪਕਾਂ ਨੂੰ ਖੁਸ਼ ਕਰਨ ਦੀ ਤਾਂਘ ਅਨੁਭਵ ਕਰਨੀ ਸ਼ੁਰੂ ਕਰ ਦਿੰਦੇ ਹਨ। ਇਸ ਸਥਿਤੀ ਦੇ ਵਿਕਸਿਤ ਹੋਣ ਲਈ ਬੱਚਿਆਂ ਲਈ ਇਹ ਜ਼ਰੂਰੀ ਹੈ ਕਿ ਉਹ ਆਪਣੇ ਮਾਪਿਆਂ ਅਤੇ ਅਧਿਆਪਕਾਂ ਨੂੰ ਸਮਾਜਕ, ਬੌਧਿਕ ਅਤੇ ਆਰਥਕ ਤੌਰ 'ਤੇ ਉੱਤਮ ਵੱਜੋਂ ਦੇਖਣ; ਅਜਿਹੇ ਲੋਕਾਂ ਵੱਜੋਂ ਜੋ ਨਿਰਭਰਤਾਯੋਗ ਹਨ, ਅਜਿਹਿਆਂ ਵੱਜੋਂ ਜਿਹੜੇ ਉਨ੍ਹਾਂ ਨੂੰ ਪਿਆਰ ਕਰਦੇ ਹਨ ਅਤੇ ਉਨ੍ਹਾਂ ਦੀ ਸਫਲਤਾ ਦੀ ਕਦਰ ਕਰਦੇ ਹਨ। ਜਦੋਂ ਤੱਕ ਬੱਚੇ ਅੰਦਰ ਵਧੀਆ ਪੇਸ਼ਕਾਰੀ ਕਰਨ ਦਾ ਅੰਦਰੂਨੀ ਫੁਰਨਾ ਨਹੀਂ ਹੈ ਤਾਂ ਕਿਸੇ ਵੀ ਕਿਸਮ ਦੀ ਪਲੋਸਾ-ਪਲਾਸੀ, ਜਬਰਦਸਤੀ, ਲੋਭ ਜਾਂ ਸਜ਼ਾ ਕੋਈ ਕੰਮ ਨਹੀਂ ਕਰੇਗੀ। ਜਿਹੜਾ ਬੱਚਾ ਸਕੂਲ ਵਿਚ ਸਫਲਤਾ ਦੀ ਕੀਮਤ ਨਹੀਂ ਸਮਝਦਾ ਉਹ ਆਮ ਕਰਕੇ ਘੱਟ ਪ੍ਰਾਪਤੀ ਵਾਲਾ ਹੀ ਬਣਦਾ ਹੈ।

ਸਕੂਲ ਵਿਚ ਸਫਲਤਾ ਮਾਪਿਆਂ ਦੇ ਚਾਹਤ ਪੱਧਰਾਂ ਨੂੰ ਪ੍ਰਭਾਵਤ ਵੀ ਕਰਦੀ ਹੈ ਅਤੇ ਇਨ੍ਹਾਂ ਨਾਲ ਨੇੜਿਉਂ ਸਬੰਧਤ ਵੀ ਹੈ। ਮਾਪਿਆਂ ਦਾ ਉਦੇਸ਼ ਇਹ ਹੋਣਾ ਚਾਹੀਦਾ ਹੈ ਕਿ ਉਨ੍ਹਾਂ ਦੇ ਬੱਚੇ ਜੀਵਨ ਵਿਚ ਉਨ੍ਹਾਂ ਤੋਂ ਵਧੀਆ ਕਰਨ। ਇਹੀ ਬੱਚਿਆਂ ਦਾ ਉਦੇਸ਼ ਬਣ ਜਾਂਦਾ ਹੈ ਅਤੇ ਉਹ ਹੋਰ ਬਹੁਤੀ ਕੋਸ਼ਿਸ਼ ਕਰਨ ਲੱਗਦੇ ਹਨ। ਹੋ ਸਕਦਾ ਹੈ ਹੇਠਲੇ ਸਮਾਜੀ-ਆਰਥਿਕ ਤਬਕੇ ਦੇ ਬੱਚਿਆਂ ਵਿਚ ਮਾਪਿਆਂ ਨਾਲ ਮੁਕਾਬਲਾ ਐਨਾ ਮਜ਼ਬੂਤ ਨਾ ਹੋਵੇ, ਕਿਉਂਕਿ ਜੋ ਉਨ੍ਹਾਂ ਦੇ ਮਾਪੇ ਸਮਾਜਕ ਪਦਕ੍ਰਮ ਦੇ ਤਲ ਤੇ ਹੁੰਦੇ ਹਨ। ਘੱਟ ਪ੍ਰਾਪਤੀ ਵਾਲਿਆਂ ਦੀ ਮੱਦਦ ਲਈ ਸੁਖਾਲੀ ਸ਼ੁਰੂਆਤ, ਗੈਰ ਰਸਮੀ ਅਤੇ ਆਰਾਮਦੇਹ ਚੌਗਿਰਦੇ ਅਤੇ ਯਾਦਾਸ਼ਤ ਦੀ ਟੇਕ 'ਤੇ ਵਿਸ਼ੇਸ਼ੀਕ੍ਰਿਤ ਪਰਖ ਪ੍ਰਬੰਧਾਂ ਨੂੰ ਸਾਧਨਾਂ ਵਜੋਂ ਸੁਝਾਇਆ ਜਾਂਦਾ ਹੈ।

ਮਾਪਿਆਂ ਨੂੰ ਇਨ੍ਹਾਂ ਬੱਚਿਆਂ ਨੂੰ ਪ੍ਰੇਰਣਾ ਅਤੇ ਭਾਵਨਾਤਮਕ ਸਹਾਇਤਾ ਦੇਣੀ ਚਾਹੀਦੀ ਹੈ ਅਤੇ ਸਕੂਲ ਨਾਲ ਨਜ਼ਦੀਕੀ ਸਹਿਯੋਗ ਨਾਲ ਕੰਮ ਕਰਨਾ ਚਾਹੀਦਾ ਹੈ।

ਸੁਪਨਿਆਂ ਦਾ ਸਕੂਲ

ਆਰਾਮਦੇਹ ਇਮਾਰਤਾਂ, ਬਹੁਤ ਸਾਰੀਆਂ ਵਿਦਿਅਕ ਅਤੇ ਮਨੋਰੰਜਨਕਾਰੀ ਸਹੂਲਤਾਂ ਵਾਲੇ ਸਕੂਲ ਸਾਰੇ ਹੀ ਬੱਚਿਆਂ ਨੂੰ ਇਕੋ ਜਿਹਾ ਆਨੰਦ ਦਿੰਦੇ ਹਨ। ਸਰਬਪੱਖੀ ਵਿਕਾਸ ਲਈ ਬੱਚਿਆਂ ਨੂੰ ਮੌਕਾ ਮੁਹੱਈਆ ਕਰਨ ਦੇ ਨਾਲ-ਨਾਲ, ਉਹ ਉਨ੍ਹਾਂ ਨੂੰ ਅਪਣੱਤ ਅਤੇ ਮਾਣ ਦਾ ਅਹਿਸਾਸ ਵੀ ਦਿੰਦੇ ਹਨ। ਇਸ ਦੇ ਉਲਟ ਭੱਦੀਆਂ, ਢੱਠੀਆਂ ਇਮਾਰਤਾਂ, ਛੋਟੇ, ਹਨੇਰੇ ਅਤੇ ਰੋਸ਼ਨਦਾਨਾਂ ਤੋਂ ਬਿਨਾਂ ਕਲਾਸਰੂਮਾਂ ਵਾਲੇ ਸਕੂਲ ਨਿਸ਼ਚੇ ਹੀ ਬੱਚਿਆਂ ਨੂੰ ਨਿਰਉਤਸ਼ਾਹ ਅਤੇ ਉਦਾਸ ਕਰਦੇ ਹਨ। ਬੱਚਿਆਂ ਦੇ ਮਾਨਸਿਕ ਅਤੇ ਬੌਧਿਕ ਵਿਕਾਸ ਉਤੇ ਅਜਿਹੇ ਸਕੂਲ ਦਾ ਅਸਰ ਮਾੜਾ ਹੀ ਪੈਂਦਾ ਹੈ।

ਸਕੂਲਾਂ ਨੂੰ ਸਮੂਹਿਕ ਗਤੀਵਿਧੀਆਂ ਨੂੰ ਉਤਸ਼ਾਹਿਤ ਕਰਨਾ ਚਾਹੀਦਾ ਹੈ ਜਿਵੇਂ ਸਵੇਰੇ ਦੀ ਪ੍ਰਾਰਥਨਾ, ਗੀਤ/ਨਾਚ, ਜਿਸਮਾਨੀ ਸਿਖਲਾਈ ਅਤੇ ਟੀਮ ਖੇਡਾਂ। ਇਸ ਨਾਲ ਬੱਚਿਆਂ ਨੂੰ ਨਾ ਸਿਰਫ ਆਪਣੀਆਂ ਕਾਬਲੀਅਤਾਂ ਦਰਸਾਉਣ ਦੇ ਮੌਕੇ ਹੀ ਮਿਲਦੇ ਹਨ ਬਲਕਿ ਇਹ ਉਨ੍ਹਾਂ ਨੂੰ ਇਕੱਠੇ, ਸਹਿਯੋਗ ਅਤੇ ਵੰਡ ਕੇ ਕੰਮ ਕਰਨ ਦੇ ਫਾਇਦੇ ਵੀ ਸਿਖਾਉਂਦੇ ਹਨ।

ਸਕੂਲਾਂ ਦਾ ਨਿਸ਼ਾਨਾ ਬੱਚਿਆਂ ਦੀ ਵੱਧੋ-ਵੱਧ ਗਿਣਤੀ ਨੂੰ ਵੱਧੋ-ਵੱਧ ਮੌਕੇ ਮੁਹੱਈਆ ਕਰਨਾ ਹੋਣਾ ਚਾਹੀਦਾ ਹੈ। ਇਕ ਚੰਗਾ ਸਕੂਲ ਸਾਰਿਆਂ ਲਈ ਸਫਲਤਾ ਨਿਯੋਜਿਤ ਕਰਦਾ ਹੈ, ਖਾਸ ਕਰਕੇ ਘੱਟ ਯੋਗ ਲਈ, ਜਦੋਂ ਕਿ ਹੁਸ਼ਿਆਰ ਬੱਚਿਆਂ ਨੂੰ ਹੋਰ ਚਮਕਾਉਂਦਾ ਹੈ। ਜਿਹੜੇ ਬੱਚੇ ਵਿਭਿੰਨ ਮੁਕਾਬਲਿਆਂ ਵਿਚ ਇਨਾਮ ਜਿੱਤਦੇ ਹਨ ਉਨ੍ਹਾਂ ਨੂੰ ਇਨਾਮ ਵੰਡ ਸਮਾਰੋਹ ਆਯੋਜਿਤ ਕਰਕੇ ਬਣਦੀ ਮਾਨਤਾ ਜ਼ਰੂਰ ਦੇਣੀ ਚਾਹੀਦੀ ਹੈ।

ਸਕੂਲ ਵਿਚ ਸਕਾਊਟ ਸਮੂਹ, ਐਨ.ਸੀ.ਸੀ ਅਤੇ ਟ੍ਰੈਕਿੰਗ ਅਤੇ ਹਾਈਕਿੰਗ ਟ੍ਰਿਪਸ ਆਯੋਜਿਤ ਕੀਤੇ ਜਾਣੇ ਚਾਹੀਦੇ ਹਨ। ਇਨ੍ਹਾਂ ਸਮੂਹਿਕ ਗਤੀਵਿਧੀਆਂ ਨਾਲ ਬੱਚਿਆਂ ਵਿਚ ਨਜ਼ਦੀਕੀ ਅੰਤਰਕ੍ਰਿਆ ਵਧਦੀ ਹੈ ਅਤੇ ਇਹ ਸਿੱਖਣ ਪ੍ਰਕ੍ਰਿਆ ਨੂੰ ਉਤੇਜਿਤ ਕਰਦੀਆਂ ਹਨ। ਇਹ ਉਨ੍ਹਾਂ ਨੂੰ ਕੁਦਰਤ ਦੇ ਨਜ਼ਦੀਕੀ ਸੰਪਰਕ ਵਿਚ ਲਿਆਉਂਦੀਆਂ ਹਨ ਅਤੇ ਉਨ੍ਹਾਂ ਦੇ ਜਿਸਮਾਂ ਨੂੰ ਮਜ਼ਬੂਤ ਅਤੇ ਰਿਫਲੈਕਸਿਜ਼ ਨੂੰ ਤਿੱਖੇ ਕਰਦੀਆਂ ਹਨ।

ਕਿਸੇ ਵੀ ਸਕੂਲ ਦੀ ਮਹੱਤਵਪੂਰਣ ਅਤੇ ਅਹਿਮ ਸੰਪਤੀ ਉਸਦੀ ਸ਼ਾਨਦਾਰ ਇਮਾਰਤ ਨਹੀਂ ਬਲਕਿ ਸਮਰਪਿਤ ਅਧਿਆਪਕ ਹਨ ਜਿਹੜੇ ਬੱਚਿਆਂ ਵਿਚ ਮਨੋਵਿਗਿਆਨਕ ਅਤੇ ਸੰਗਿਆਨਾਤਮਕ ਵਿਕਾਸ ਦੇ ਸਿਧਾਂਤਾਂ ਨੂੰ ਸਮਝਦੇ ਹਨ

ਅਤੇ ਮਨੋ ਉਨ੍ਹਾਂ ਨੂੰ ਲਾਗੂ ਕਰਦੇ ਹਨ। ਇਕ ਸੁਪਨਿਆਂ ਦੇ ਸਕੂਲ ਨੂੰ ਇਹ ਯਕੀਨੀ ਬਣਾਉਣਾ ਚਾਹੀਦਾ ਹੈ ਕਿ ਇਸ ਦੇ ਅਧਿਆਪਕਾਂ ਨੂੰ ਬੱਚਿਆਂ ਦੇ ਵਿਹਾਰ ਦੀ ਸਪੱਸ਼ਟ ਸੋਝੀ ਹੋਵੇ; ਇਸ ਜਾਣਕਾਰੀ ਤੋਂ ਬਿਨਾਂ ਪ੍ਰਭਾਵੀ ਅਧਿਆਪਨ ਸੰਭਵ ਨਹੀਂ।

ਅਧਿਆਪਕ-ਵਿਦਿਆਰਥੀ ਅੰਤਰਕ੍ਰਿਆ

ਜੇਕਰ ਕਲਾਸਰੂਮ ਇਕ ਮੰਚ ਹੈ ਤਾਂ ਅਧਿਆਪਕ ਸਮਾਰੋਹਾਂ ਦਾ ਉਸਤਾਦ ਹੈ। ਜੇਕਰ ਕਲਾਸਰੂਮ ਸਰਕਸ ਬਣ ਜਾਵੇ ਤਾਂ ਅਧਿਆਪਕ ਨੂੰ ਰਿੰਗਮਾਸਟਰ ਬਣਨਾ ਪੈਂਦਾ ਹੈ। ਇਹ ਅਧਿਆਪਕ ਹੀ ਹੈ ਜੋ ਕਲਾਸ ਰੂਮ ਆਰਕੈਸਟਰਾ ਦਾ ਨਿਰਵਿਵਾਦੀ ਸੰਚਾਲਕ ਹੀ ਰਹਿੰਦਾ ਹੈ। ਚੇਤੇ ਰੱਖੋ, ਕੋਈ ਵੀ ਰੌਲਾ-ਗੌਲਾ, ਸ਼ੋਰ ਜਾਂ ਕਲਾਸਰੂਮ ਦੀ ਕੋਈ ਹੋਰ ਗੜਬੜ ਇਸ ਸੁਰਸੰਗੀਤ ਨੂੰ ਸ਼ਰਮਸ਼ਾਰ ਕਰ ਸਕਦੀ ਹੈ।

ਜਿਵੇਂ ਪਹਿਲਾਂ ਦੱਸਿਆ ਗਿਆ ਹੈ ਸ਼ੁਰੂ ਵਿਚ ਸਾਰੇ ਹੀ ਬੱਚੇ ਸਕੂਲ ਜਾਣ ਦੇ ਪੱਖ ਵਿਚ ਹੀ ਹੁੰਦੇ ਹਨ। ਸਕੂਲ ਦੇ ਬਾਅਦ ਦੇ ਸਾਲਾਂ ਵਿਚ ਵੀ ਬੱਚਿਆਂ ਦੀ ਵੱਡੀ ਬਹੁਗਿਣਤੀ ਸਕੂਲ ਪ੍ਰਤੀ ਖਿੱਚ ਭਰਪੂਰ ਅਤੇ ਸਕਾਰਾਤਮਕ ਹੀ ਰਹਿੰਦੀ ਹੈ, ਪਰ ਇਨ੍ਹਾਂ ਵਿਚੋਂ ਚੋਖੀ ਗਿਣਤੀ ਵਿਚ ਵਿਰੋਧੀ ਨਜ਼ਰੀਆ ਵਿਕਸਿਤ ਹੋ ਜਾਂਦਾ ਹੈ। ਹਾਲਾਂਕਿ ਉਹ ਅਜੇ ਵੀ ਕਹਿੰਦੇ ਹਨ ਕਿ ਉਨ੍ਹਾਂ ਨੂੰ ਸਕੂਲ ਜਾਣਾ ਚੰਗਾ ਲੱਗਦਾ ਹੈ। ਉਹ ਸਕੂਲ ਨੂੰ ਇਸ ਕਰਕੇ ਪਸੰਦ ਕਰਦੇ ਹਨ ਕਿ ਉਨ੍ਹਾਂ ਦਾ ਵਿਸਵਾਸ ਹੈ ਕਿ ਸਿੱਖਿਆ ਉਨ੍ਹਾਂ ਦੇ ਬਾਅਦ ਦੇ ਜੀਵਨ ਵਿਚ ਉਨ੍ਹਾਂ ਦੀ ਮੱਦਦ ਕਰੇਗੀ। ਐਨੇ ਬਹੁਤੇ ਬੱਚਿਆਂ ਵਿਚ ਸਕੂਲ ਜੀਵਨ ਪ੍ਰਤੀ ਨਫਰਤ ਕਿਉਂ ਪੈਦਾ ਹੋ ਜਾਂਦੀ ਹੈ? ਜਿਹੜੇ ਬਹੁਗਿਣਤੀ ਬੱਚੇ ਸਕੂਲ ਨੂੰ ਬਹੁਤ ਜ਼ਿਆਦਾ ਨਾਪਸੰਦ ਕਰਨ ਲੱਗਦੇ ਹਨ ਉਹ ਆਪਣੀਆਂ ਨਕਾਰਾਤਮਕ ਭਾਵਨਾਵਾਂ ਦਾ ਦੋਸ਼ ਆਪਣੇ ਅਧਿਆਪਕਾਂ ਦੇ ਵਿਹਾਰ 'ਤੇ ਮੜ੍ਹਦੇ ਹਨ।

ਬੱਚਿਆਂ ਦੀਆਂ ਬੌਧਿਕ ਸਮਰੱਥਾਵਾਂ, ਵਿਦਿਅਕ ਪ੍ਰਾਪਤੀਆਂ, ਸਮਾਜਕ ਕਦਰਾਂ-ਕੀਮਤਾਂ ਅਤੇ ਵਿਹਾਰ ਨਮੂਨਿਆਂ ਉਤੇ ਅਧਿਆਪਕਾਂ ਦਾ ਅਹਿਮ ਅਸਰ ਹੁੰਦਾ ਹੈ। ਬਹੁਤ ਸਾਰੇ ਸਫਲ ਬਾਲਿਗ ਆਪਣੀਆਂ ਪ੍ਰਾਪਤੀਆਂ ਦਾ ਸਿਹਰਾ ਮੱਦਦਗਾਰ, ਸੂਝਭਰੇ ਅਤੇ ਹਮਦਰਦ ਅਧਿਆਪਕਾਂ ਨਾਲ ਬਚਪਨ ਦੇ ਸੰਪਰਕਾਂ ਨੂੰ ਦਿੰਦੇ ਹਨ। ਇਸ ਦੇ ਉਲਟ ਬਹੁਤੇ ਅਸਫਲ ਬਾਲਿਗ ਆਪਣੀਆਂ ਅਸਫਲਤਾਵਾਂ ਅਤੇ ਸਮਾਜਕ ਦੁਰਅਨੁਕੂਲਣ ਦਾ ਦੋਸ਼ ਆਪਣੇ ਅਧਿਆਪਕਾਂ ਦੇ ਮਾੜੇ ਅਤੇ ਗੈਰ ਨਿਮਰ ਵਿਹਾਰ 'ਤੇ ਮੜ੍ਹਦੇ ਹਨ ਅਤੇ ਆਪਣੇ ਸਕੂਲ ਜੀਵਨ ਦੀ ਉਥਲ-ਪੁਥਲ ਲਈ ਉਨ੍ਹਾਂ ਨੂੰ ਜ਼ਿੰਮੇਵਾਰ ਦੱਸਦੇ ਹਨ। ਇਸ ਵਿਚ ਕੋਈ ਸ਼ੱਕ ਨਹੀਂ ਕਿ ਬਹੁਗਿਣਤੀ ਬੱਚਿਆਂ ਦੇ ਵਿਕਾਸ ਤੇ ਅਧਿਆਪਕਾਂ ਦਾ ਅਸਰ ਬਹੁਤ ਜ਼ਿਆਦਾ ਹੁੰਦਾ ਹੈ। ਕਿਉਂ ਜੋ ਮਾਮਲਾ ਇਹ ਹੈ ਇਸ ਕਰਕੇ ਇਹ ਜਾਣਨਾ ਮਹੱਤਵ ਰੱਖਦਾ ਹੈ ਕਿ ਵਿਦਿਆਰਥੀ ਕਿਸ ਕਿਸਮ ਦੇ ਅਧਿਆਪਕਾਂ ਨੂੰ ਪਸੰਦ ਅਤੇ ਨਾਪਸੰਦ ਕਰਦੇ ਹਨ।

ਆਦਰਸ਼ਕ ਅਧਿਆਪਕ-ਇਕ ਸਿਰਜਕ

ਏ.ਟੀ. ਜੇਰਸਿਲਡ ਅਨੁਸਾਰ ਬੱਚੇ ਉਨ੍ਹਾਂ ਅਧਿਆਪਕਾਂ ਨੂੰ ਬਹੁਤਾ ਪਸੰਦ ਕਰਦੇ ਹਨ ਜਿਨ੍ਹਾਂ ਵਿਚ ਹੇਠ ਲਿਖੇ ਗੁਣ ਹੁੰਦੇ ਹਨ :

* ਮਨੁੱਖੀ ਗੁਣ- ਦਿਆਲੂ, ਹਸਮੁਖ, ਚੰਗੇ ਮਿਜਾਜ਼ ਵਾਲੇ ਅਤੇ ਸਹਿਜ
* ਅਨੁਸ਼ਾਸਨੀ ਗੁਣ- ਨਿਰਪੱਖ, ਅਡੋਲ, ਸਾਫ ਅਤੇ ਆਦਰਯੋਗ
* ਜਿਸਮਾਨੀ ਦਿੱਖ- ਤੰਦਰੁਸਤ, ਚੰਗੀ ਆਵਾਜ਼ ਅਤੇ ਆਮ ਕਰਕੇ ਆਕ੍ਰਸ਼ਕ
* ਜਿਸਮਾਨੀ ਦਿੱਖ- ਤੰਦਰੁਸਤ, ਚੰਗੀ ਆਵਾਜ਼ ਅਤੇ ਆਮ ਕਰਕੇ ਆਕ੍ਰਸ਼ਕ
* ਅਧਿਆਪਨ ਗੁਣ- ਮੱਦਦਗਾਰ, ਜਮਹੂਰੀ (ਜਮਾਤ ਦੇ ਮਾਮਲਿਆਂ ਵਿਚ ਬੱਚਿਆਂ ਦੀ ਸੁਣਨ ਵਾਲੇ), ਦਿਲਚਸਪ ਅਤੇ ਜੋਸ਼ ਭਰਪੂਰ।

ਉਕਤ ਸੂਚੀ ਉਤੇ ਨਜ਼ਰ ਮਾਰਨ ਤੋਂ ਪਤਾ ਲੱਗਦਾ ਹੈ ਜਿਹੜੇ ਅਧਿਆਪਕ ਉਨ੍ਹਾਂ ਦੀਆਂ ਸਮਾਜਿਕ ਅਤੇ ਬੌਧਿਕ ਲੋੜਾਂ ਪੂਰੀਆਂ ਕਰਨ ਵਿਚ ਬੱਚਿਆਂ ਦੀ ਮੱਦਦ ਕਰਦੇ ਹਨ ਉਨ੍ਹਾਂ ਨੂੰ ਪਸੰਦ ਕੀਤਾ ਅਤੇ ਸਲਾਹਿਆ ਜਾਵੇਗਾ। ਬਹੁਤੇ ਬੱਚੇ ਚਾਹੁੰਦੇ ਹਨ ਕਿ ਉਨ੍ਹਾਂ ਦੇ ਅਧਿਆਪਕ ਚੰਗੇ, ਦਿਆਲੂ, ਦੋਸਤਾਨਾ, ਸਮਝਣ ਵਾਲੇ, ਮੱਦਦ ਦੀ ਇੱਛਾ ਰੱਖਣ ਵਾਲੇ ਅਤੇ ਨਿਰਪੱਖ ਹੋਣ। ਚੀਜ਼ਾਂ ਨੂੰ ਵਧੀਆ ਢੰਗ ਨਾਲ ਸਪੱਸ਼ਟ ਕਰਨ ਦੀ ਯੋਗਤਾ ਅਧਿਆਪਕ ਦਾ ਵੱਡਾ ਗੁਣ ਹੈ। ਜਿਹੜੇ ਅਧਿਆਪਕਾਂ ਤੱਕ ਪੁੱਜਤ ਹੋਵੇ, ਸੁਣਨ ਨੂੰ ਤਿਆਰ ਹੋਣ ਅਤੇ ਜਿਨ੍ਹਾਂ ਕੋਲ ਆਮ ਕਰਕੇ ਵਿਦਿਆਰਥੀਆਂ ਦੀਆਂ ਸਮੱਸਿਆਵਾਂ ਲਈ ਵਿਹਲ ਹੋਵੇ ਉਨ੍ਹਾਂ ਨੂੰ ਨਾ ਸਿਰਫ ਪਿਆਰ ਕੀਤਾ ਜਾਂਦਾ ਹੈ ਬਲਕਿ ਪੂਜਿਆ ਤੱਕ ਜਾਂਦਾ ਹੈ।

ਬਹੁਤ ਸਾਰੇ ਅਧਿਆਪਕਾਂ ਵਿਚ ਜਿਹੜਾ ਇਕ ਖਾਸ ਗੁਣ ਗਾਇਬ ਹੁੰਦਾ ਹੈ ਉਹ ਹੈ ਜਮਾਤ ਵਿਚ ਬਹੁਤ ਸਾਰੀਆਂ ਹਾਸੇ ਵਾਲੀਆਂ ਸਥਿਤੀਆਂ ਦਾ ਮਨੋਰੰਜਨ ਪੱਖ ਦੇਖਣ ਦੀ ਯੋਗਤਾ। ਜਦੋਂ ਕੋਈ ਹਾਸੇ ਵਾਲੀ ਗੱਲ ਹੋਵੇ ਤਾਂ ਬੱਚਿਆਂ ਨੂੰ ਹੱਸਣ ਦੇਣ ਵਾਲੇ ਅਤੇ ਉਨ੍ਹਾਂ ਨਾਲ ਹੱਸਣ ਵਿਚ ਵਿਸ਼ਵਾਸ ਰੱਖਣ ਵਾਲੇ ਅਧਿਆਪਕ ਬਹੁਤੇ ਵਧੀਆ ਮੰਨੇ ਜਾਂਦੇ ਹਨ।

ਅਧਿਆਪਕ ਆਪਣੇ ਵਿਦਿਆਰਥੀਆਂ ਵਿਚ ਸਵੈ-ਵਿਸਵਾਸ ਅਤੇ ਸਵੈ ਵੁੱਕਤ ਪੈਦਾ ਕਰਨ ਵਾਲੇ ਅਹਿਮ ਕਾਰਕ ਹੁੰਦੇ ਹਨ। ਸ਼ੁਰੂ ਵਿਚ ਮਾਪੇ ਅਤੇ ਬਾਅਦ ਵਿਚ ਅਧਿਆਪਕ ਉਨ੍ਹਾਂ ਦੇ ਅਗਲੇ ਹੰਭਲੇ ਵਿਚ ਉਤਸ਼ਾਹਿਤ ਕਰਨ ਲਈ ਬੱਚੇ ਨੂੰ ਜਿੱਤ ਦਾ ਨਿੱਕਾ ਜਿਹਾ ਸਵਾਦ ਚੱਖਣ ਵਿਚ ਮੱਦਦ ਕਰਦੇ ਹਨ। ਇਹ ਛੋਟੀਆਂ ਜਿੱਤਾਂ ਜੀਵਨ ਵਿਚ ਮਗਰੋਂ ਵੱਡੀਆਂ ਜਿੱਤਾਂ ਵਿਚ ਜੁੜ ਜਾਂਦੀਆਂ ਹਨ। ਅਜਿਹੇ ਬੱਚਿਆਂ ਦਾ ਸਕਾਰਾਤਮਕ ਸਵੈ-ਅਕਸ ਬਣ ਜਾਂਦਾ ਹੈ ਅਤੇ ਉਹ ਅਸਫਲਤਾਵਾਂ ਤੋਂ ਡਰਦੇ ਨਹੀਂ। ਔਖੇ ਕੰਮਾਂ ਨੂੰ ਕਰਨ ਅਤੇ ਉਨ੍ਹਾਂ ਵਿਚ ਸਫਲ ਹੋਣ ਕਰਕੇ ਉਹ ਸਵੈ-ਭਰੋਸੇ ਵਾਲੇ ਪ੍ਰਾਪਤੀਕਾਰ ਬਣ ਜਾਂਦੇ ਹਨ।

ਨਾਪਸੰਦ ਅਧਿਆਪਕ-ਢਾਹ ਭੰਨ ਕਰਨ ਵਾਲੇ

ਜਿਹੜੇ ਅਧਿਆਪਕ ਆਪਣੇ ਵਿਦਿਆਰਥੀਆਂ ਨੂੰ ਇਕਸਾਰ ਤਾੜਦੇ ਰਹਿੰਦੇ ਹਨ ਜਾਂ ਅਜਿਹੇ ਟੀਚੇ ਮਿੱਥ ਦਿੰਦੇ ਹਨ ਜਿਹੜੇ ਬਹੁ-ਗਿਣਤੀ ਬੱਚਿਆਂ ਲਈ ਪ੍ਰਾਪਤੀਯੋਗ ਨਹੀਂ ਹੁੰਦੇ ਉਨ੍ਹਾਂ ਨੂੰ ਆਮ ਕਰਕੇ ਨਾਪਸੰਦ ਕੀਤਾ ਜਾਂਦਾ ਹੈ। ਸ਼ਾਇਦ ਸਭ ਤੋਂ ਵੱਧ ਨਾਪਸੰਦ ਉਨ੍ਹਾਂ ਅਧਿਆਪਕਾਂ ਨੂੰ ਕੀਤਾ ਜਾਂਦਾ ਹੈ ਜਿਹੜੇ ਨਾ ਸਿਰਫ ਅਜਿਹੇ ਟੀਚੇ ਹੀ ਮਿੱਥਦੇ ਹਨ ਜੋ ਬੱਚੇ ਪ੍ਰਾਪਤ ਨਹੀਂ ਕਰ ਸਕਦੇ, ਬਲਕਿ ਉਹ ਪ੍ਰਾਪਤ ਕਰਨ ਲਈ ਬੱਚਿਆਂ ਨੂੰ ਧਮਕੀਆਂ ਅਤੇ ਸਜ਼ਾ ਨਾਲ ਮਜਬੂਰ ਵੀ ਕਰਦੇ ਹਨ।

ਨਾਪਸੰਦ ਅਧਿਆਪਕ ਵਿਚ ਇਹ ਔਗੁਣ ਹੁੰਦੇ ਹਨ :

* ਵਿਦਿਆਰਥੀਆਂ ਨੂੰ ਬਹੁਤ ਤਾੜਦਾ ਹੈ।
* ਅਕਸਰ ਫੂੰ-ਫਾਂ ਵਾਲਾ ਹੁੰਦਾ ਹੈ।
* ਹਮੇਸ਼ਾ ਨੁਕਸ ਭਾਲਦਾ ਰਹਿੰਦਾ ਹੈ।
* ਉਤਸ਼ਾਹ ਦਾ ਸ਼ਬਦ ਵੀ ਨਹੀਂ ਬੋਲਦਾ।
* ਸੌਖਿਆਂ ਹੀ ਖਿਝ ਜਾਂਦਾ ਹੈ।
* ਪੱਖਪਾਤੀ ਅਤੇ ਵਿਤਕਰੇਵਾਲਾ ਹੈ।
* ਪ੍ਰਗਟਾਉਣ ਜਾਂ ਕੁਝ ਨਵਾਂ ਕਰਨ ਦੀ ਆਜ਼ਾਦੀ ਨਹੀਂ ਦਿੰਦਾ।
* ਕੋਈ ਮੱਦਦ ਨਹੀਂ ਕਰਦਾ ਅਤੇ ਬਿਨਾਂ ਕਾਰਨ ਸਜ਼ਾ ਦਿੰਦਾ ਹੈ।
* ਘਰ ਦਾ ਬਹੁਤਾ ਕੰਮ ਦਿੰਦਾ ਹੈ।

ਅਧਿਆਪਕਾਂ ਦੇ ਵਤੀਰੇ, ਪੱਖਪਾਤ, ਟਕਰਾਉ ਅਤੇ ਜ਼ਾਤੀ ਸਮਾਜਕ ਮੁੱਲ ਪੱਕੇ ਹੀ ਬੱਚਿਆਂ ਦੇ ਵਿਹਾਰ ਨਮੂਨੇ ਵਿਚ ਚਲੇ ਜਾਂਦੇ ਹਨ। ਹਾਲਾਂਕਿ ਅਧਿਆਪਕ ਹੀ ਪ੍ਰਵਾਨਗੀ ਅਤੇ ਅਪ੍ਰਵਾਨਗੀ ਦਾ ਬੁਨਿਆਦੀ ਸਰੋਤ ਹੁੰਦਾ ਹੈ ਪਰ ਕਲਾਸਰੂਮ ਦੇ ਦਾਇਰੇ ਦੇ ਅੰਦਰ ਇਕ ਗਤੀਸ਼ੀਲ ਅਧਿਆਪਕ-ਵਿਦਿਆਰਥੀ ਅੰਤਰਕ੍ਰਿਆ ਵੀ ਮੌਜੂਦ ਹੁੰਦੀ ਹੈ। ਅਧਿਆਪਕ ਬੱਚੇ ਉਤੇ ਇਸ ਤਰ੍ਹਾਂ ਦੀ ਚੇਪੀ ਲਾ ਸਕਦਾ ਹੈ-ਹੁਸ਼ਿਆਰ, ਬੁੱਧੂ, ਗੱਲ ਮੰਨਣ ਵਾਲਾ, ਉਜੱਡ, ਕਾਹਲਾ ਅਤੇ ਦਿਲਚਸਪੀ ਨਾ ਰੱਖਣ ਵਾਲਾ। ਇਸੇ ਤਰ੍ਹਾਂ ਵਿਦਿਆਰਥੀ ਵੀ ਆਪਣੇ ਅਧਿਆਪਕਾਂ ਤੇ ਚੇਪੀਆਂ ਲਾਉਂਦੇ ਹਨ ਜਿਵੇਂ ਦਿਆਲੂ, ਭੈੜਾ, ਆਕ੍ਰਸ਼ਕ, ਅਣਆਕ੍ਰਸ਼ਕ, ਦਿਲਚਸਪ, ਅਕਾਊ, ਵਿਵੇਕੀ ਅਤੇ ਅਵਿਵੇਕੀ।

ਅਧਿਆਪਕ ਦੀ ਇਕ ਮਹੱਤਵਪੂਰਣ ਭੂਮਿਕਾ, ਖਾਸ ਕਰਕੇ ਮੁੱਢਲੀਆਂ ਜਮਾਤਾਂ ਵਿਚ, ਬੱਚੇ ਵਿਚ ਸਕਾਰਾਤਮਕ ਸਵੈ-ਸੰਕਲਪ ਦੇ ਵਿਕਾਸ ਨੂੰ ਉਤਸ਼ਾਹਿਤ ਕਰਨਾ ਹੈ। ਇਹ ਤਾਂ ਹੀ ਸੰਭਵ ਹੈ ਜੇਕਰ ਉਹ ਪ੍ਰਵਾਨਗੀ ਅਤੇ ਅਪ੍ਰਵਾਨਗੀ ਨੂੰ ਇਕ ਅਡੋਲ ਅਤੇ ਉਚਿਤ ਢੰਗ ਨਾਲ ਵੰਡਦਾ ਹੈ। ਬਦਕਿਸਮਤੀ ਨਾਲ ਬੱਚੇ ਦੇ ਇਕ ਚੋਣਵੇਂ ਸਮੂਹ ਨੂੰ ਹੀ ਅਧਿਆਪਕ ਦੀ ਪ੍ਰਵਾਣਕਤਾ ਮਿਲਦੀ ਹੈ। ਇਹ

ਵਿਤਕਰਾ-ਜਾਣਬੁੱਝ ਕੇ ਜਾਂ ਉਂਝ-ਕੁਝ ਚੋਣਵਿਆਂ ਲਈ ਸਫਲਤਾ ਦੇ ਰਾਹ ਖੋਲ੍ਹਦਾ ਹੈ, ਪਰ ਇਨ੍ਹਾਂ ਨੂੰ ਹੋਰਾਂ ਲਈ ਸਖਤੀ ਨਾਲ ਬੰਦ ਕਰ ਦਿੰਦਾ ਹੈ।

ਅਜਿਹੇ ਅਧਿਆਪਕਾਂ ਦੇ ਸਹੀ ਮੁਖੀਕਰਨ ਦੀ ਬੜੀ ਫੌਰੀ ਲੋੜ ਹੈ ਕਿਉਂਕਿ ਉਹ ਨਾ ਸਿਰਫ ਮਾਯੂਸ ਅਤੇ ਦੁਰ ਅਨੁਕੂਲਿਤ ਬੱਚਿਆਂ ਲਈ ਪਹਿਲਾਂ ਤੋਂ ਹੀ ਅਸਹਿ ਸਥਿਤੀ ਨੂੰ ਸੁਧਾਰਨ ਲਈ ਕੁਝ ਕਰ ਹੀ ਨਹੀਂ ਰਹੇ ਹੁੰਦੇ ਬਲਕਿ ਸਰਗਰਮੀ ਨਾਲ ਉਨ੍ਹਾਂ ਦੇ ਭਵਿੱਖ ਨੂੰ ਵਿਗਾੜ ਵੀ ਰਹੇ ਹੁੰਦੇ ਹਨ।

ਕੁਝ ਅਧਿਆਪਕ ਇਸ ਢੰਗ ਨਾਲ ਵਿਹਾਰ ਕਿਉਂ ਕਰਦੇ ਹਨ? ਇਸ ਦੇ ਬਹੁਤ ਸਾਰੇ ਸਬੱਬ ਅਤੇ ਵਿਭਿੰਨ ਕਾਰਨ ਹੁੰਦੇ ਹਨ।

* ਅਧਿਆਪਕ ਤੋਂ ਨਿੱਜੀ ਟਿਊਸ਼ਨ ਲੈਂਦਾ ਹੋ ਸਕਦਾ ਹੈ।
* ਬੜੇ ਹੀ ਵਧੀਆ ਸੰਪਰਕਾਂ ਵਾਲੇ ਪਰਿਵਾਰ ਤੋਂ ਹੋ ਸਕਦਾ ਹੈ।
* ਅਧਿਆਪਕ ਸਮੂਹ ਦੇ ਕਿਸੇ ਮੈਂਬਰ ਦਾ ਬੱਚਾ ਹੋ ਸਕਦਾ ਹੈ।

ਕੁਝ ਅਧਿਆਪਕ ਖੁਦ ਹੀ ਦੁਰਅਨੁਕੂਲਿਤ ਅਤੇ ਸੁਭਾਉ ਤੋਂ ਸਖਤ ਹੁੰਦੇ ਹਨ। ਉਹ ਆਪਣੀ ਜਮਾਤ ਵਿਚ ਸਭ ਤੋਂ ਅਸੁਰੱਖਿਅਤ ਬੱਚਿਆਂ ਨਾਲ ਦੁਰਵਿਹਾਰ ਕਰਕੇ ਆਪਣਾ ਦਬਿਆ ਗੁੱਸਾ ਅਤੇ ਹਮਲਾਵਰ ਰੁਝਾਨਾਂ ਨੂੰ ਬਾਹਰ ਕੱਢਦੇ ਹਨ। ਨਾਲੇ, ਆਪਣੀਆਂ ਖੁਦ ਦੀਆਂ ਖਾਮੀਆਂ ਅਤੇ ਸਵੈ-ਭਰੋਸੇ ਦੀ ਘਾਟ ਕਰਕੇ ਉਨ੍ਹਾਂ ਬੱਚਿਆਂ ਤੇ ਬੇਲੋੜਾ ਅਤੇ ਵਾਧੂ ਗੁੱਸਾ ਕੱਢਦੇ ਹਨ ਜਿਹੜੇ ਉਨ੍ਹਾਂ ਨੂੰ ਜਮਾਤ ਵਿਚ ਆਗੂਆਂ ਅਤੇ ਅਨੁਸ਼ਾਸਨ ਬਣਾ ਕੇ ਰੱਖਣ ਦੀ ਉਨ੍ਹਾਂ ਦੀ ਭੂਮਿਕਾ ਲਈ ਉਨ੍ਹਾਂ ਨੂੰ ਖਤਰਾ ਲੱਗਦੇ ਹਨ। ਬੱਚੇ ਤਿੱਖੀ ਮਾਯੂਸੀ ਅਤੇ ਦੁੱਖ ਬਰਦਾਸ਼ਤ ਕਰਦੇ ਹਨ ਕਿਉਂ ਜੋ ਇਹ ਅਧਿਆਪਕ ਆਪਣੀਆਂ ਹਮਲਾਵਰ ਪ੍ਰਵਿਰਤੀਆਂ ਨੂੰ ਚੋਭਾਂ, ਧਮਕੀ ਅਤੇ ਜਿਸਮਾਨੀ ਸਜ਼ਾ ਰਾਹੀਂ ਬਾਹਰ ਕੱਢਦੇ ਹਨ।

ਕੇਸ ਅਧਿਐਨ :

ਪੰਜਵੀਂ ਜਮਾਤ ਦੀ ਵਿਦਿਆਰਥਣ ਅਦਿਤੀ ਨੂੰ ਉਸ ਦੇ ਮਾਪੇ ਉਸਦੇ ਸੱਜੇ ਹੱਥ ਵਿਚ ਅਸਾਧ ਝਰਨਾਹਟਾਂ ਦੀ ਸ਼ਿਕਾਇਤ ਨਾਲ ਮੇਰੇ ਕੋਲ ਲੈ ਕੇ ਆਏ। ਇਹ ਝਰਕਾਹਟ ਅਚਾਨਕ ਸ਼ੁਰੂ ਹੋਈ, ਹੋਰ ਕੋਈ ਵੀ ਸ਼ਿਕਾਇਤ ਨਹੀਂ ਸੀ ਅਤੇ ਬੱਚੀ ਆਮ ਕਰਕੇ ਤੰਦਰੁਸਤ ਸੀ। ਮੈਂ ਧਿਆਨ ਨਾਲ ਉਸ ਦੀ ਜਾਂਚ ਕੀਤੀ ਪਰ ਉਸ ਅੰਦਰ ਕੋਈ ਨੁਕਸ ਨਾ ਲੱਭ ਸਕਿਆ। ਪਰ ਇਕ ਹਲਕੀ ਜਿਹੀ ਸ਼ਾਂਤ ਕਰਨ ਵਾਲੀ ਦਵਾਈ ਅਤੇ ਮਲਟੀਵਿਟਾਮਿਨਾਂ ਨੇ ਕਮਾਲ ਕਰ ਦਿਖਾਇਆ।

ਤਿੰਨ ਮਹੀਨੇ ਬਾਅਦ ਜਦੋਂ ਬੱਚਾ ਮੁੜ ਕੇ ਆਇਆ ਤਾਂ ਉਸ ਦੀ ਥਰਥਰਾਹਟ ਬਹੁਤ ਹੀ ਤੇਜ਼ ਹੋ ਚੁੱਕੀ ਸੀ। ਇਸ ਵਾਰੀ ਉਸ ਦੀ ਥਰਥਰਾਹਟ ਤੇ ਪੂਰੀ ਤਰ੍ਹਾਂ ਕਾਬੂ ਪਾਉਣ ਵਿਚ ਸ਼ਾਂਤਕਾਰੀ ਦਵਾਈਆਂ ਵੀ ਅਸਫਲ ਹੋ ਗਈਆਂ, ਇਹ ਥਰਥਰਾਹਟ ਕਦੀ ਹੋਣ ਲੱਗ ਜਾਂਦੀ ਅਤੇ ਕਦੀ ਗਾਇਬ ਹੋ ਜਾਂਦੀ। ਵਿਭਿੰਨ ਜਾਂਚਾਂ ਸਮੇਤ ਸੀ.ਟੀ. ਸਕੈਨ ਨੇ ਕੁਝ ਵੀ ਅਸਾਧਾਰਣਤਾ ਨਾ ਦਿਖਾਈ। ਵਿਸਤ੍ਰਿਤ

ਇਤਿਹਾਸ ਨੂੰ ਘੋਖਣ ਤੋਂ ਪਤਾ ਲੱਗਾ ਕਿ ਅਦਿਤੀ ਦੀ ਝਰਨਾਹਟ ਦਾ ਸਿੱਧਾ ਸਬੰਧ ਇਮਤਿਹਾਨਾਂ ਨਾਲ ਸੀ; ਇਹ ਹਮੇਸ਼ਾ ਉਨ੍ਹਾਂ ਤੋਂ ਪਹਿਲਾਂ ਹੁੰਦੀ ਸੀ। ਪਿਆਰ ਨਾਲ ਫਰੋਲਣ ਤੇ ਉਸ ਨੇ ਹੱਥਾਂ ਉਤੇ ਬੁਰੀ ਤਰ੍ਹਾਂ ਡੰਡੇ ਮਾਰਨ ਦੀ ਇਕ ਭਿਆਨਕ ਕਹਾਣੀ ਸੁਣਾਈ, ਜੋ ਉਸ ਦੇ ਅਧਿਆਪਕ ਨੇ ਉਸ ਦੀ ਇਮਤਿਹਾਨ ਵਿਚ ਮਾੜੀ ਪੇਸ਼ਕਾਰੀ ਕਰਕੇ ਮਾਰੇ ਸਨ। ਬੱਚੇ ਨੂੰ ਸਮਝਾਉਣ-ਬੁਝਾਉਣ ਅਤੇ ਉਸ ਦੀ ਸੈਕਸ਼ਨ ਬਦਲ ਦੇਣ ਨਾਲ ਉਸਦੀ ਝਰਨਾਹਟ ਹਮੇਸ਼ਾ ਲਈ ਖਤਮ ਹੋ ਗਈ।

ਬਹੁਤੇ ਅਧਿਆਪਕ ਅਨਿਆਈ, ਵਿਤਕਰੇਬਾਜ਼ ਜਾਂ ਖੁਣਸੀ ਨਹੀਂ ਹੁੰਦੇ, ਉਹ ਬੱਸ ਕੰਮ ਨਾ ਕਰਨ ਵਾਲੇ, ਉਦਾਸੀਨ ਜਾਂ ਬੇਪ੍ਰਵਾਹ ਬੱਚਿਆਂ ਤੋਂ ਦੁਖੀ ਅਤੇ ਮਾਯੂਸ ਹੋ ਜਾਂਦੇ ਹਨ। ਜਿਹੜੇ ਬੱਚੇ ਸਿੱਖਣ ਵਿਚ ਸੁਸਤ ਹੁੰਦੇ ਹਨ ਉਨ੍ਹਾਂ ਨਾਲ ਨਜਿੱਠਣ ਵਿਚ ਅਧਿਆਪਕ ਦਾ ਧੀਰਜ ਜਾਂਦਾ ਰਹਿੰਦਾ ਹੈ। ਅੱਜ ਦੇ ਕਲਾਸ ਰੂਮਾਂ ਵਿਚ ਇਹ ਸਮੱਸਿਆ ਹੋਰ ਵੀ ਵਧ ਗਈ ਹੈ ਜਿੱਥੇ ਸੱਠ ਜਾਂ ਵੱਧ ਬੱਚੇ ਇਕੱਲੇ ਅਧਿਆਪਕ ਦਾ ਧਿਆਨ ਖਿੱਚਣ ਲਈ ਖਹਿਭੜ ਰਹੇ ਹੁੰਦੇ ਹਨ।

ਜਮਾਤੀ : ਵਿਰੋਧ ਵਿਚ ਖੜ੍ਹੇ ਸਾਥੀ

ਸਮਾਜਕ ਵਿਹਾਰ ਲਈ ਬੁਨਿਆਦ ਮਾਪੇ ਹੀ ਧਰਦੇ ਹਨ ; ਅਧਿਆਪਕ ਇਸ ਨੂੰ ਸੋਧਦੇ ਹਨ, ਪਰ ਇਹ ਜਮਾਤੀ ਸਮੂਹ ਹੁੰਦਾ ਹੈ ਜੋ ਬੱਚੇ ਨੂੰ ਸਹਿਯੋਗ ਅਤੇ ਮੁਕਾਬਲੇ, ਸਵੈ-ਨਿਰਭਰਤਾ ਅਤੇ ਨਿਰਭਰਤਾ, ਅਤੇ ਅਗਵਾਈ ਤੇ ਟੀਮ ਦੇ ਰੌਅ ਦੀਆਂ ਕੁਸ਼ਲਤਾਵਾਂ ਦੇ ਵਿਕਾਸ ਅਤੇ ਉਨ੍ਹਾਂ ਉਤੇ ਚੱਲਣ ਦੇ ਯੋਗ ਬਣਾਉਂਦਾ ਹੈ। ਜਮਾਤੀਆਂ ਨਾਲ ਅੰਤਰਕ੍ਰਿਆ ਅਤੇ ਉਨ੍ਹਾਂ ਦੀ ਪ੍ਰਵਾਣਕਤਾ ਹੀ ਬੱਚੇ ਦੇ ਵਿਕਾਸ ਵਿਚ ਇਕ ਅਹਿਮ ਪੜਾਅ ਹੁੰਦੇ ਹਨ। ਜਮਾਤੀ ਹੀ ਸਫਲਤਾ ਸਮੀਕਰਨ ਦਾ ਮਹੱਤਵਪੂਰਣ ਹਿੱਸਾ ਬਣ ਸਕਦੇ ਹਨ ਜਾਂ ਉਹ ਅਸਫਲਤਾ ਨੂੰ ਹੋਰ ਹਾਵੀ ਕਰ ਸਕਦੇ ਹਨ।

ਜਮਾਤੀ ਸਮੂਹ ਦਾ ਵਿੱਤੀ ਰੁਤਬਾ ਵੀ ਹਿਤ ਜਾਂ ਹੋਰ ਤਰ੍ਹਾਂ ਦੇ ਅਹਿਸਾਸਾਂ ਨੂੰ ਸ਼ਕਲ ਦੇਣ ਵਿਚ ਅਹਿਮ ਭੂਮਿਕਾ ਨਿਭਾਉਂਦਾ ਹੈ। ਜਿਹੜੇ ਬੱਚੇ ਫੂ-ਫਾਂ ਵਾਲੇ ਕੱਪੜੇ, ਬਾਈਕ ਜਾਂ ਹੋਰ ਪਦਾਰਥਕ ਚੀਜਾਂ ਜਿਵੇਂ ਵਧੀਆ ਕਿਸਮ ਦੇ ਸਕੂਲ ਬੈਗ ਜਾਂ ਪਾਣੀ ਦੀ ਬੋਤਲ ਆਦਿ ਵਿਚ ਆਪਣੇ ਜਮਾਤੀਆਂ ਦਾ ਮੁਕਾਬਲਾ ਕਰਨ ਦੇ ਯੋਗ ਨਹੀਂ ਹੁੰਦੇ ਉਨ੍ਹਾਂ ਦੀ ਆਪਣੀ ਮਨੌਤੀ ਗੁਰਬਤ ਦੇ ਸਬੰਧ ਵਿਚ ਹੀਣ ਭਾਵਨਾ ਪੈਦਾ ਹੋ ਸਕਦੀ ਹੈ। ਮਾਪਿਆਂ ਨੂੰ ਫੁਰਤੀ ਨਾਲ ਇਨ੍ਹਾਂ ਨੁਕਸਾਨਦੇਹ ਰੁਝਾਨਾਂ ਨੂੰ ਕਾਬੂ ਕਰਨਾ ਚਾਹੀਦਾ ਹੈ ਅਤੇ ਉਨ੍ਹਾਂ ਨੂੰ ਇਸ ਬੇਲੋੜੇ ਅਤੇ ਬਰਬਾਦੀ ਵਾਲੇ ਮੁਕਾਬਲੇ ਵਿਚ ਪੈਣ ਦੇ ਨੁਕਸਾਨਾਂ ਬਾਰੇ ਸਮਝਾਉਣਾ ਚਾਹੀਦਾ ਹੈ। ਐਪਰ ਕਿਸੇ ਵੀ ਬੱਚੇ ਨੂੰ ਉਸ ਦੀਆਂ ਜਾਇਜ਼ ਮੰਗਾਂ ਤੋਂ ਇਨਕਾਰ ਨਹੀਂ ਕੀਤਾ ਜਾਣਾ ਚਾਹੀਦਾ ਅਤੇ ਸ਼ਾਇਦ ਕੁਝ ਨਜਾਇਜ਼ ਮੰਗਾਂ ਤੋਂ ਵੀ।

ਕਈ ਵਾਰੀ ਖੁਸ਼ਹਾਲ ਮਾਪਿਆਂ ਦੇ ਬੱਚੇ, ਖਾਸ ਕਰਕੇ ਉਹ ਜਿਨ੍ਹਾਂ ਦੇ ਨਾਂ ਤੇ ਕੋਈ ਜ਼ਿਕਰਯੋਗ ਪ੍ਰਾਪਤੀ ਨਹੀਂ ਹੁੰਦੀ, ਉਹ ਆਪਣੇ ਜਮਾਤੀਆਂ ਨੂੰ ਪੈਸੇ ਦੀ

ਫਿਜ਼ੂਲਖਰਚੀ ਨਾਲ ਪ੍ਰਭਾਵਤ ਕਰਨ ਦੀ ਕੋਸ਼ਿਸ਼ ਕਰਦੇ ਹਨ। ਉਹ ਅਜਿਹੇ ਕਮਜ਼ੋਰ ਬੱਚਿਆਂ ਨੂੰ ਆਕ੍ਰਸ਼ਿਤ ਕਰਨ ਲਈ ਉਨ੍ਹਾਂ ਨੂੰ ਭੋਜਨਾਲਿਆਂ ਵਿਚ ਦਾਅਵਤਾਂ ਦਿੰਦੇ ਹਨ, ਸਿਨਮਾ ਦਿਖਾਉਂਦੇ ਹਨ ਅਤੇ ਆਪਣੀਆਂ ਬਾਈਕਾਂ ਚਲਾਉਣ ਨੂੰ ਦਿੰਦੇ ਹਨ। ਮਗਰੋਂ ਉਹ ਇਨ੍ਹਾਂ ਬੱਚਿਆਂ ਨੂੰ ਗਲਤ ਕੰਮਾਂ ਵਿਚ ਸ਼ਾਮਲ ਕਰਕੇ ਉਨ੍ਹਾਂ ਦਾ ਸ਼ੋਸਣ ਕਰਦੇ ਹਨ। ਉਹ ਉਨ੍ਹਾਂ ਨੂੰ ਦਾਰੂ ਪੀਣੀ, ਸਿਗਰੇਟਨੋਸ਼ੀ, ਝੂਠ ਬੋਲਣਾ ਅਤੇ ਚੋਰੀ ਕਰਨੀ ਸਿਖਾਉਂਦੇ ਹਨ। ਇਸ ਤਰ੍ਹਾਂ ਉਨ੍ਹਾਂ ਨੂੰ ਹੌਲੀ-ਹੌਲੀ ਪਰ ਪੂਰੀ ਤਰ੍ਹਾਂ ਅਪਰਾਧ ਦੇ ਰਾਹ 'ਤੇ ਤੋਰ ਦਿੰਦੇ ਹਨ।

ਸਕੂਲ ਵਿਚ ਧੱਕੜਪੁਣਾ ਅਤੇ ਚੋਭਬਾਜ਼ੀ ਵਿਦਿਅਕ ਪੇਸ਼ਕਾਰੀ ਅਤੇ ਆਮ ਕਰਕੇ ਜੀਵਨ ਉੱਤੇ ਬੜਾ ਨੁਕਸਾਨਦੇਹ ਅਸਰ ਪਾ ਸਕਦੀ ਹੈ। ਜੇਕਰ ਇਸ ਬੀਮਾਰੀ ਉੱਤੇ ਸਮਾਂ ਰਹਿੰਦੇ ਅਤੇ ਮਜ਼ਬੂਤੀ ਨਾਲ ਕਾਬੂ ਨਹੀਂ ਪਾਇਆ ਜਾਂਦਾ ਤਾਂ ਇਹ ਬੱਚੇ ਦੇ ਸਵੈ-ਭਰੋਸੇ ਅਤੇ ਸਵੈ-ਅਕਸ ਨੂੰ ਤਹਿਸ-ਨਹਿਸ ਕਰ ਸਕਦੀ ਹੈ। ਰੰਗ ਕਾਲਾ ਹੋਣ, ਅਜੀਬ ਗੋਤ ਨਾਂ, ਲੰਬਾ ਨੱਕ ਜਾਂ ਮੋਟੇ ਸ਼ੀਸ਼ਿਆਂ ਵਾਲੀ ਐਨਕ ਵਰਗੀਆਂ ਨਿੱਕੀਆਂ ਚੀਜ਼ਾਂ ਵੀ ਛੇੜ ਦਾ ਕਾਰਨ ਬਣ ਸਕਦੀਆਂ ਹਨ। ਧੱਕੜਪੁਣਾ-ਜਿਹੜਾ ਅਫਸੋਸ ਨਾਲ ਅਧਿਆਪਕ ਅਮਲੇ ਵੱਲੋਂ ਹੀ ਸ਼ੁਰੂ ਹੋ ਸਕਦਾ ਹੈ-ਬੱਚੇ ਵਿਚ ਹੀਣ ਭਾਵ ਪੈਦਾ ਕਰ ਸਕਦਾ ਹੈ ਜਿਨ੍ਹਾਂ ਉਤੇ ਬਾਅਦ ਦੇ ਜੀਵਨ ਵਿਚ ਕਾਬੂ ਪਾਉਣਾ ਸੁਖਾਲਾ ਨਹੀਂ ਰਹਿੰਦਾ। ਢਿੱਲੇ-ਢਾਲੇ ਅਤੇ ਗੈਰਫੈਸ਼ਨੀ ਕੱਪੜੇ ਵੀ ਜਮਾਤੀਆਂ ਦੀ ਨਜ਼ਰ ਵਿਚ ਮਾੜੇ ਹੋ ਸਕਦੇ ਹਨ। ਸ਼ਖਸੀਅਤ ਦੇ ਖ਼ਾਸੇ ਜਿਵੇਂ ਲਗਾਤਾਰ ਅੱਖਾਂ ਝਮਕਦੇ ਰਹਿਣਾ, ਤੁਤਲਾਉਣਾ ਜਾਂ ਹੱਕ ਪੈਣੀ ਵੀ ਪ੍ਰੇਸ਼ਾਨੀ ਦੇ ਨਿਰੰਤਰ ਸਬੱਬ ਹਨ। ਇਹ ਬੱਚੇ ਮਨੋਵਿਗਿਆਨਕ ਨੁਕਤਾ ਨਿਗਾਹ ਤੋਂ ਪਹਿਲਾਂ ਹੀ ਖਤਰੇ ਦੀ ਜ਼ੱਦ ਵਿਚ ਹੁੰਦੇ ਹਨ ਅਤੇ ਲਗਾਤਾਰ ਛੇੜਛਾੜ ਤੇ ਧੱਕੜਪੁਣਾ ਉਨ੍ਹਾਂ ਦੀ ਮਨੋ-ਸਥਿਤੀ ਨੂੰ ਬੁਰੀ ਤਰ੍ਹਾਂ ਵਿਗਾੜ ਸਕਦਾ ਹੈ।

ਕਠੋਰਤਾ ਅਤੇ ਜ਼ੁਲਮ ਦੇ ਮਹੱਤਵ ਨੂੰ ਕਦੀ ਵੀ ਘੱਟ ਕਰਕੇ ਨਹੀਂ ਅੰਕਿਆ ਜਾਣਾ ਚਾਹੀਦਾ ਅਤੇ ਇਸ ਬਾਰੇ ਬੱਚੇ ਦੀ ਸੋਝੀ ਨੂੰ ਕਦੀ ਰੱਦ ਨਹੀਂ ਕਰਨਾ ਚਾਹੀਦਾ। ਇਸ ਤਬਾਹੀ ਤੋਂ ਬੱਚੇ ਨੂੰ ਅਧਿਆਪਕਾਂ ਅਤੇ ਮਾਪਿਆਂ ਨੂੰ ਰਲ ਕੇ ਬਚਾਉਣਾ ਚਾਹੀਦਾ ਹੈ। ਉਨ੍ਹਾਂ ਨੂੰ ਬੱਚੇ ਦੇ ਵਿਹਾਰ 'ਤੇ ਨਜ਼ਰ ਰੱਖਣੀ ਚਾਹੀਦੀ ਹੈ ਅਤੇ ਤੌਖਲੇ 'ਤੇ ਖਦਸ਼ੇ ਦੇ ਸੰਕੇਤਾਂ ਤੋਂ ਖਾਸ ਤੌਰ 'ਤੇ ਸੁਚੇਤ ਰਹਿਣਾ ਚਾਹੀਦਾ ਹੈ। ਬੱਚੇ ਦੇ ਜਮਾਤੀ ਸਮੂਹ ਦੀਆਂ ਸਰਗਰਮੀਆਂ ਦੀ ਸਖਤ ਨਿਗਰਾਨੀ ਰੱਖਣ ਦੀ ਲੋੜ ਹੈ ਅਤੇ ਬੱਚੇ ਦੀ ਮੱਦਦ ਕਰਨ ਲਈ ਹਰ ਸੰਭਾਵੀ ਸੰਚਾਰ ਮਾਰਗ ਦੀ ਵਰਤੋਂ ਕਰਨੀ ਚਾਹੀਦੀ ਹੈ। ਜੇਕਰ ਸਹੀ ਢੰਗ ਨਾਲ ਵਿਉਂਤੇ ਉਪਚਾਰ ਹੰਭਲੇ ਵਿਚ ਦੇਰ ਹੁੰਦੀ ਹੈ ਤਾਂ ਬੱਚੇ ਦੇ ਸ਼ਖਸੀਅਤ ਵਿਕਾਸ ਵਿਚ ਗੰਭੀਰ ਅੜਿੱਕਾ ਪੈ ਸਕਦਾ ਹੈ। ਸ਼ਖਸੀਅਤ ਵਿਗਾੜ ਦੇ ਕੁਦਰਤੀ ਸਿੱਟੇ ਡਰਾਕਲਪੁਣਾ ਅਤੇ ਅਪਰਾਧ ਹਨ।

ਕੇਸ ਅਧਿਐਨ

ਦਸਵੀਂ ਜਮਾਤ ਦਾ ਵਿਦਿਆਰਥੀ ਆਸਿਫ ਪੜ੍ਹਾਈ ਵਿਚ ਔਸਤ ਸੀ ਅਤੇ ਖੇਡਾਂ ਵਿਚ ਬਹੁਤ ਵਧੀਆ। ਘਰ ਵਿਚ ਉਹ ਚਾਰ ਬੱਚਿਆਂ ਵਿੱਚੋਂ ਸਭ ਤੋਂ ਵੱਡਾ ਸੀ, ਜਿਸ ਵਿਚ ਬਜ਼ੁਰਗ ਦਾਦਾ-ਦਾਦੀ ਵੀ ਸਨ। ਉਸ ਦਾ ਪਿਤਾ ਇਕ ਸਰਕਾਰੀ ਦਫ਼ਤਰ ਵਿਚ ਕਲਰਕ ਸੀ ਜੋ ਕਿਵੇਂ ਨਾ ਕਿਵੇਂ ਗੁਜ਼ਾਰਾ ਕਰਦਾ ਸੀ।

ਸਾਲਾਨਾ ਖੇਡਾਂ ਦੌਰਾਨ ਆਸਿਫ ਨੇ ਬੈਸਟ ਅਥਲੀਟ ਦਾ ਇਨਾਮ ਜਿੱਤਿਆ। ਸਕੂਲ ਦੇ ਕੁਝ ਖਾਂਦੇ-ਪੀਂਦੇ ਸੀਨੀਅਰ ਮੁੰਡੇ ਉਸ ਦੇ ਦੋਸਤ ਬਣ ਗਏ ਅਤੇ ਛੇਤੀ ਉਹ ਇਕ ਪੀਡਾ ਸਮੂਹ ਬਣ ਗਏ ਜਿਸ ਨੂੰ ਸਕੂਲ ਦੇ ਸਾਰੇ ਕੋਨਿਆਂ ਵਿਚ ਇਕੱਠੇ ਖੜ੍ਹੇ ਦੇਖਿਆ ਜਾ ਸਕਦਾ ਸੀ। ਆਸਿਫ ਨੇ ਸਿਗਰੇਟਾਂ ਪੀਣੀਆਂ ਸ਼ੁਰੂ ਕਰ ਦਿੱਤੀਆਂ ਅਤੇ ਆਪਣੇ ਜੁੱਟ ਨਾਲ ਫਿਲਮਾਂ ਦੇਖਣ ਅਤੇ ਰੇਸਤਰਾਂ ਜਾਣ ਲਈ ਜਮਾਤਾਂ ਵਿਚੋਂ ਭੱਜਣ ਲੱਗਾ। ਉਹ ਅਤੇ ਉਸਦੇ ਦੋਸਤ ਸ਼ਹਿਰ ਦੇ ਮਹਿੰਗੇ ਡਿਸਕੋਥਕਾਂ ਵਿਚ ਰੋਜ਼ ਜਾਣ ਲੱਗੇ। ਆਪਣੇ ਦੋਸਤਾਂ ਕੋਲ ਆਉਂਦੀ ਅਸੀਮ ਨਕਦੀ ਨੇ ਆਸਿਫ ਨੂੰ ਹੈਰਾਨ ਕਰ ਦਿੱਤਾ ਤੇ ਉਸ ਦੀਆਂ ਅੱਖਾਂ ਚੁੰਧਿਆ ਦਿੱਤੀਆਂ।

ਇਹ ਕੁਝ ਸਾਰਾ ਸਾਲ ਚੱਲਦਾ ਰਿਹਾ ਤੇ ਇਸ ਦੇ ਅਖੀਰ ਵਿਚ ਆਸਿਫ ਨੂੰ ਸਾਲਾਨਾ ਇਮਤਿਹਾਨ ਵਿਚ ਬੈਠਣ ਤੋਂ ਰੋਕ ਦਿੱਤਾ ਗਿਆ ਕਿਉਂਕਿ ਉਸ ਦੀਆਂ ਹਾਜ਼ਰੀਆਂ ਪੂਰੀਆਂ ਨਹੀਂ ਸਨ। ਤੌਖਲੇ ਅਤੇ ਖਦਸ਼ੇ ਕਾਰਨ ਉਸਨੇ ਇਹ ਆਪਣੇ ਪਿਤਾ ਤੋਂ ਛੁਪਾਕੇ ਰੱਖਿਆ। ਇਮਤਿਹਾਨਾਂ ਦੇ ਦਿਨਾਂ ਵਿਚ ਉਹ ਇਮਤਿਹਾਨ ਦੇਣ ਦੇ ਬਹਾਨੇ ਘਰ ਤੋਂ ਚਲਾ ਜਾਂਦਾ ਅਤੇ ਕਿਸੇ ਦੋਸਤ ਦਾ ਇਮਤਿਹਾਨ ਦਾ ਪਰਚਾ ਫੜਕੇ ਘਰ ਪਰਤ ਆਉਂਦਾ। ਜਿਸ ਦਿਨ ਨਤੀਜੇ ਆਉਣੇ ਸੀ ਉਸ ਦਿਨ ਉਸਨੇ ਖੁਦਕੁਸ਼ੀ ਕਰ ਲਈ।

ਇਸ ਦੀ ਸ਼ਨਾਖਤ ਕਰਨੀ, ਇਸ ਨੂੰ ਗਿਣਨਾ ਅਤੇ ਇਸ ਦਾ ਮੁਲਾਂਕਣ ਕਰਨਾ ਬੜਾ ਹੀ ਔਖਾ ਹੈ ਕਿ ਕੀ ਗਲਤ ਹੋ ਗਿਆ ਅਤੇ ਕਿੱਥੇ? ਕਿਹੜੇ ਪੁਸ਼ਤੈਨੀ-ਵਾਤਾਵਰਣੀ ਕਾਰਕਾਂ ਨੇ ਰਲਕੇ ਇਕ ਹੁਸ਼ਿਆਰ ਬੱਚੇ ਦੇ ਗਿਆਤੀ-ਸਮਾਜੀ ਵਿਕਾਸ ਨੂੰ ਵਿਗਾੜ ਦਿੱਤਾ? ਮੁੰਡਿਆਂ ਨੂੰ ਸਕੂਲ ਵਿਚ ਆਵਾਰਾ ਹੋਣ ਜਾਂ ਬਾਲ ਅਪਰਾਧੀ ਬਣਨ ਵੱਲ ਕਿਹੜੀ ਚੀਜ਼ ਲੈ ਜਾਂਦੀ ਹੈ, ਜਦੋਂ ਕਿ ਬਾਕੀ ਦੇ ਮਾਡਲ ਵਿਦਿਆਰਥੀ ਅਤੇ ਜ਼ਿੰਮੇਵਾਰ ਨਾਗਰਿਕ ਬਣ ਜਾਂਦੇ ਹਨ?

ਇਸ ਦਾ ਸਬੱਬ ਜਾਨਣ ਲਈ ਸਾਨੂੰ ਪਹਿਲਾਂ ਘਰੇਲੂ ਪੰਨਾ ਖੋਲ੍ਹਣਾ ਪਏਗਾ। ਸਕੂਲ ਵਿਚ ਬੱਚੇ ਦੇ ਦੁਰਅਨੁਕੂਲਣ ਦਾ ਕਾਰਨ ਘਰ ਦਾ ਗਲਤ ਮਾਹੌਲ ਹੋ ਸਕਦਾ ਹੈ। ਅਗਲੀ ਖੋਜ ਸਕੂਲ ਦੀ ਥਾਂ 'ਤੇ ਕਰਨ ਦੀ ਲੋੜ ਹੈ ਜਿੱਥੇ ਬੱਚੇ ਨੂੰ ਅਧਿਆਪਕਾਂ ਅਤੇ ਜਮਾਤੀਆਂ ਵੱਲੋਂ ਪ੍ਰੇਸ਼ਾਨ ਅਤੇ ਰੱਦ ਕੀਤਾ ਗਿਆ ਹੋ ਸਕਦਾ ਹੈ। ਡਰੇ, ਅੱਕੇ, ਦੁਚਿੱਤੀ, ਵਿਤਕਰੇ ਵਿਚ ਫਸੇ, ਦੁਰਵਿਹਾਰੇ ਅਤੇ ਅਢੁਕਵੇਂ ਢੰਗ ਨਾਲ ਪੜ੍ਹਾਏ ਬੱਚੇ ਆਸ ਕੀਤੇ ਮਿਆਰਾਂ 'ਤੇ ਖਰੇ ਨਹੀਂ ਉੱਤਰਦੇ ਅਤੇ ਉਨ੍ਹਾਂ ਨੂੰ ਫੌਰੀ ਤੌਰ 'ਤੇ ਨਾਲਾਇਕ ਦੀ ਚੇਪੀ ਲਾ ਦਿੱਤੀ ਜਾਂਦੀ ਹੈ।

ਸਾਡੀ ਵਿਦਿਅਕ ਪ੍ਰਣਾਲੀ ਉਨ੍ਹਾਂ ਨੂੰ ਬਰਬਰਤਾ ਨਾਲ ਰੱਦ ਕਰ ਦਿੰਦੀ ਹੈ ਜੋ ਨਿਸ਼ਚਿਤ ਨਿਯਮਾਂ ਤੇ ਪੂਰੇ ਨਹੀਂ ਉੱਤਰਦੇ। ਸਕੂਲ ਵਿਚ ਰੱਦਣ ਅਤੇ ਅਸਫਲਤਾ ਬੱਚੇ ਦੇ ਮਨ ਵਿਚ ਪ੍ਰਣਾਲੀ ਦੇ ਖਿਲਾਫ ਤਿੱਖੀ ਨਫਰਤ ਅਤੇ ਬਗਾਵਤ ਪੈਦਾ ਕਰ ਸਕਦੇ ਹਨ ਜੋ ਉਸ ਨੂੰ ਮਾਯੂਸ ਕਰਨ ਲਈ ਮੌਜੂਦ ਲੱਗਦੇ ਹਨ। ਅੱਜ ਇਹ ਬੜਾ ਸਪੱਸ਼ਟ ਹੈ ਕਿ ਇਨ੍ਹਾਂ ਦਬੇ ਹੋਏ, ਰੱਦ ਕੀਤੇ ਅਤੇ ਨਾਰਾਜ਼ ਨੌਜਵਾਨ ਲੋਕਾਂ ਦੀ ਗਿਣਤੀ ਵਧ ਰਹੀ ਹੈ ਜੋ ਸਮਾਜ ਅਤੇ ਖੁਦ ਉਨ੍ਹਾਂ ਲਈ ਬਹੁਤ ਨੁਕਸ਼ਾਨਦੇਹ ਹੈ।

ਸਕੂਲ ਅਤੇ ਘਰ ਵਿਚ ਵੱਧੋ-ਵੱਧ ਇਕਸੁਰਤਾ ਦਾ ਸਿੱਟਾ ਬੱਚੇ ਲਈ ਵੱਧੋ-ਵੱਧ ਫਾਇਦਿਆਂ ਵਿਚ ਨਿਕਲਦਾ ਹੈ। ਆਪਣੇ ਬੱਚੇ ਦੀ ਪੜ੍ਹਾਈ ਵਿਚ ਮਾਪਿਆਂ ਦੀ ਨਜ਼ਦੀਕੀ ਸ਼ਮੂਲੀਅਤ ਬੜੀ ਹੀ ਮਹੱਤਵਪੂਰਣ ਹੈ ਜੇਕਰ ਬੱਚੇ ਨੇ ਆਮ ਤੋਂ ਉਤਾਹ ਉੱਠਣਾ ਹੈ। ਮਾਪੇ-ਅਧਿਆਪਕ ਮੀਟਿੰਗਾਂ ਬੜੇ ਅਹਿਮ ਮੌਕੇ ਹਨ ਜਿਨ੍ਹਾਂ ਰਾਹੀਂ ਅਧਿਆਪਕ ਇਕੋ ਵੇਲੇ ਮਾਪਿਆਂ ਅਤੇ ਬੱਚੇ ਨਾਲ ਅੰਤਰਕ੍ਰਿਆ ਕਰ ਸਕਦੇ ਹਨ। ਇਨ੍ਹਾਂ ਮੌਕਿਆਂ ਦੀ ਵਰਤੋਂ ਨਾ ਸਿਰਫ ਬੱਚੇ ਦੀ ਵਰਤਮਾਨ ਪੇਸ਼ਕਾਰੀ ਉੱਤੇ ਚਰਚਾ ਕਰਨ ਲਈ ਕੀਤੀ ਜਾ ਸਕਦੀ ਹੈ ਬਲਕਿ ਉਸਦੇ ਭਵਿੱਖ ਦੀ ਯੋਜਨਾ ਬਣਾਉਣ ਲਈ ਵੀ। ਜੇਕਰ ਬੱਚੇ ਦੀਆਂ ਕਮਜ਼ੋਰੀਆਂ ਅਤੇ ਸਮੱਸਿਆ ਖੇਤਰ ਸਾਹਮਣੇ ਆਉਂਦੇ ਹਨ ਤਾਂ ਉਪਚਾਰਾਤਮਕ ਹੰਭਲੇ ਵੀ ਸੁਝਾਵੇ ਜਾਣੇ ਚਾਹੀਦੇ ਹਨ। ਅਧਿਆਪਕਾਂ ਨੂੰ ਕਦੀ ਵੀ ਬੱਚੇ ਦੀਆਂ ਰੁਚੀਆਂ ਅਤੇ ਕਮਜ਼ੋਰੀਆਂ ਬਾਰੇ ਮਾਪਿਆਂ ਨੂੰ ਦੱਸਣ ਤੋਂ ਨਹੀਂ ਉੱਕਣਾ ਚਾਹੀਦਾ।

ਹਾਲਾਂਕਿ ਸਕੂਲ ਵਿਚ ਦੁਰਅਨੁਕੂਲਣ ਅਤੇ ਅਸਫਲਤਾਵਾਂ ਅਫਸੋਸਨਾਕ ਹਨ ਪਰ ਇਨ੍ਹਾਂ ਨਾਲ ਸਾਨੂੰ ਉਸ ਵਧੀਆ ਸਫਲਤਾ ਤੋਂ ਅੱਖਾਂ ਨਹੀਂ ਮੀਟ ਲੈਣੀਆਂ ਚਾਹੀਦੀਆਂ ਜਿਸ ਰਾਹੀਂ ਸਕੂਲ ਆਮ ਕਰਕੇ ਬਹੁਗਿਣਤੀ ਬੱਚਿਆਂ ਦੇ ਸਮਾਜਿਕ ਵਿਕਾਸ ਅਤੇ ਵਿਦਿਅਕ ਪ੍ਰਾਪਤੀਆਂ ਨੂੰ ਨਿਰਧਾਰਤ ਕਰਨ ਦੇ ਯੋਗ ਹੁੰਦੇ ਹਨ। ਸਿੱਖਿਆ ਦੀ ਇੱਛਿਤ ਭੂਮਿਕਾ ਵਿਅਕਤਿਕ ਕਮਜ਼ੋਰੀਆਂ ਦੀ ਸ਼ਨਾਖਤ ਨਹੀਂ ਹੋਣੀ ਚਾਹੀਦੀ ਬਲਕਿ ਹਰੇਕ ਬੱਚੇ ਲਈ ਮੌਕਾ ਅਤੇ ਉਤੇਜਕ ਮੁਹੱਈਆ ਕਰਨ ਦੀ ਹੋਣੀ ਚਾਹੀਦੀ ਹੈ। ਐਨਾਟੋਲ ਫਰਾਂਸ ਨੇ ਕਿਹਾ ਸੀ : 'ਅਧਿਆਪਨ ਦੀ ਸਮੁੱਚੀ ਕਲਾ ਬਾਲ ਮਨਾਂ ਵਿਚ ਇਸ ਦੀ ਮਗਰੋਂ ਪੂਰਤੀ ਕਰਨ ਦੇ ਮਕਸਦ ਨਾਲ ਕੁਦਰਤੀ ਜਗਿਆਸਾ ਨੂੰ ਜਗਾਉਣ ਦੀ ਕਲਾ ਹੈ।' ਇਹੀ ਹਰ ਸਕੂਲ ਦਾ ਨੀਤੀ-ਵਾਕ, ਹਰ ਅਧਿਆਪਕ ਦਾ ਪਾਵਨ ਹਲਫ ਅਤੇ ਸਾਡੀ ਵਿਦਿਅਕ ਪ੍ਰਣਾਲੀ ਦਾ ਇਕੋ ਇਕ ਉਦੇਸ਼ ਹੋਣਾ ਚਾਹੀਦਾ ਹੈ।

6.

ਸਮੱਸਿਆ ਬਾਲਕ

ਜਦੋਂ ਅਨੁਸ਼ਾਸਨ ਸਜ਼ਾ ਵਿਚ ਬਦਲ ਜਾਂਦਾ ਹੈ,
ਬੱਚੇ ਦੀਆਂ ਸਮੱਸਿਆਵਾਂ ਵਧ ਜਾਂਦੀਆਂ ਹਨ।

-ਪੀ.ਕੇ

ਘਰ ਜਾਂ ਸਕੂਲ ਵਿਚ ਜਿਸ ਬੱਚੇ ਨਾਲ ਨਜਿੱਠਣਾ ਸੁਖਾਲਾ ਨਾ ਹੋਵੇ ਉਸ ਦੇ ਫੌਰਨ ਹੀ ਸਮੱਸਿਆ ਬਾਲਕ ਦੀ ਚੇਪੀ ਲਾ ਦਿੱਤੀ ਜਾਂਦੀ ਹੈ ਅਤੇ ਉਸ ਉੱਤੇ ਸੁਸਤ, ਅੜੀਅਲ, ਗੈਰਜ਼ਿੰਮੇਵਾਰ, ਜਜ਼ਬਾਤੀ, ਬੇਸਲੀਕੇ, ਬੇਧਿਆਨੇ, ਮਾੜਾ ਸਿੱਖਣ ਵਾਲੇ ਅਤੇ ਲਾਪ੍ਰਵਾਹ ਆਦਿ ਦਾ ਠੱਪਾ ਲਾ ਦਿੱਤਾ ਜਾਂਦਾ ਹੈ। ਦੁਖਾਂਤ ਇਹ ਹੈ ਕਿ ਉਤਲੇ ਦੂਸ਼ਣਾਂ ਤੋਂ ਬਾਅਦ ਮੂਰਖ, ਬੁੱਧੂ ਅਤੇ ਮੰਦਬੁੱਧੀ ਵਰਗੇ ਚੁਭਵੇਂ ਸ਼ਬਦ ਵੀ ਸ਼ਾਮਲ ਹੋ ਜਾਂਦੇ ਹਨ।

ਦਰਅਸਲ ਇਕ ਸਮੱਸਿਆ ਬਾਲਕ ਸਮੱਸਿਆ ਵਾਲਾ ਬੱਚਾ ਹੁੰਦਾ ਹੈ ਜਿਨ੍ਹਾਂ ਵਿਚੋਂ ਕਈ ਉਸ ਨੂੰ ਅਸਮਰੱਥ ਹੀ ਬਣਾ ਦਿੰਦੀਆਂ ਹਨ। ਧਿਆਨ ਦੀ ਘਾਟ ਉਚ ਕ੍ਰਿਆਸ਼ੀਲਤਾ ਵਿਗਾੜ (ਧਿਆਨ ਬਣਾ ਕੇ ਰੱਖਣ ਦੇ ਅਰਸੇ ਦੀ ਘਾਟ), ਸਿੱਖਣ ਅਯੋਗਤਾ, ਥੋੜ੍ਹਾ-ਬਹੁਤ ਇੰਦਰੀ ਵਿਗਾੜ (ਸੁਣਨ, ਦੇਖਣ ਵਿਚ), ਅਤੇ ਤਿੱਖਾ ਭਾਵਨਾਤਮਕ ਤਣਾਉ-ਇਹ ਸਾਰੇ ਹੀ ਬੱਚੇ ਦੀ ਪੇਸ਼ਕਾਰੀ ਨੂੰ ਪ੍ਰਭਾਵਤ ਕਰ ਸਕਦੇ ਹਨ।

ਬੱਚੇ ਹਮੇਸ਼ਾ ਹੀ ਪੇਸ਼ਕਾਰੀ ਲਈ ਮਾਪਿਆਂ ਅਤੇ ਸਮਾਜਕ ਦਬਾਉਆਂ ਥੱਲੇ ਹੁੰਦੇ ਹਨ। ਵਿਦਿਅਕ ਪ੍ਰਾਪਤੀ ਅਤੇ ਸਮਾਜਕ ਵਿਹਾਰ ਦੇ ਕ੍ਰਮਵਾਰ ਮਿਆਰ ਅਤੇ ਨਿਯਮ ਬੇਲਚਕ ਬਾਲਿਗ ਸਮਾਜ ਵੱਲੋਂ ਮਿੱਥੇ ਜਾਂਦੇ ਹਨ, ਜੋ ਆਪਣੇ ਨਜ਼ਰੀਆਂ ਅਤੇ ਕਦਰਾਂ ਕੀਮਤਾਂ ਵਿਚ ਪੂਰੀ ਤਰ੍ਹਾਂ ਅਡਿੱਗ ਹੁੰਦਾ ਹੈ। ਇਹ ਆਮ ਕਰਕੇ ਚੀਜ਼ਾਂ ਨੂੰ ਬੱਚੇ ਦੇ ਪਰਿਪੇਖ, ਤਰਜੀਹ ਅਤੇ ਸਮਰੱਥਾ ਤੋਂ ਦੇਖਣ ਦੇ ਅਯੋਗ ਹੁੰਦਾ

ਹੈ। ਇਹ ਇਕ ਭੇਤ ਹੀ ਰਹਿ ਜਾਂਦਾ ਹੈ ਕਿ ਬਾਲਿਗ ਆਪਣੇ ਬਚਪਨ ਦੀਆਂ ਘਾਟਾਂ ਤੋਂ ਸਿਮਰਤੀ ਲੋਪ ਕਿਵੇਂ ਵਿਕਸਿਤ ਕਰ ਜਾਂਦੇ ਹਨ। ਜੇਕਰ ਬੱਚਾ ਸਮਾਜਕ ਰਵਾਇਤਾਂ ਅਨੁਸਾਰ ਚੱਲਣ ਵਿਚ ਅਸਫਲ ਰਹਿ ਜਾਂਦਾ ਹੈ ਤਾਂ ਉਸ ਨੂੰ ਫੌਰਨ ਹੀ ਨਿੰਦ ਦਿੱਤਾ ਜਾਂਦਾ ਹੈ।

ਬੱਚੇ ਨੂੰ ਦੋਸ਼ ਦੇਣ ਦੀ ਬਜਾਏ ਮਾਪਿਆਂ ਅਤੇ ਬੱਚਿਆਂ ਨੂੰ ਇਹ ਮੰਨਣ ਲਈ ਤਿਆਰ ਹੋਣਾ ਚਾਹੀਦਾ ਹੈ ਕਿ ਸਮੱਸਿਆ ਮੌਜੂਦ ਹੈ; ਸਮੱਸਿਆ ਦੀ ਪਛਾਣ ਇਸ ਨੂੰ ਹੱਲ ਕਰਨ ਵੱਲ ਪਹਿਲਾ ਕਦਮ ਹੈ। ਮਾੜੀ ਵਿਦਿਅਕ ਪੇਸ਼ਕਾਰੀ ਜਾਂ ਅਨੁਚਿਤ ਆਚਰਣ ਦਾ ਅਸਲੀ ਕਾਰਨ ਜਿੰਨੀ ਛੇਤੀ ਸੰਭਵ ਹੋਵੇ ਸ਼ਨਾਖਤ ਕੀਤਾ ਜਾਣਾ ਚਾਹੀਦਾ ਹੈ ਕਿਉਂਕਿ ਜਿੰਨੀ ਬਹੁਤੀ ਦੇਰ ਸਮੱਸਿਆ ਕਾਇਮ ਰਹੇਗੀ ਉਨਾਂ ਵੱਧ ਨੁਕਸਾਨ ਕਰੇਗੀ। ਸਮੱਸਿਆ ਅਤੇ ਇਸ ਦੇ ਪਸਾਰ ਨੂੰ ਪਰਿਭਾਸ਼ਿਤ ਕਰਨ ਲਈ ਬਾਲ ਮਨੋਵਿਗਿਆਨੀ ਦੀ ਪੇਸ਼ਾਵਰਾਨਾ ਮੱਦਦ ਦੀ ਲੋੜ ਪੈ ਸਕਦੀ ਹੈ। ਛੇਤੀ ਸ਼ਨਾਖਤ ਅਤੇ ਸਮੇਂ ਸਿਰ ਉਪਚਾਰ ਬੱਚਿਆਂ ਦੀ ਘਾਟ ਪੂਰੀ ਕਰਨ ਵਿਚ ਮੱਦਦ ਕਰ ਸਕਦਾ ਹੈ ਅਤੇ ਉਹ ਆਪਣੀ ਨਿਰਯੋਗਤਾ ਦੇ ਬਾਵਜੂਦ ਵੀ ਮੌਲ ਸਕਦੇ ਹਨ।

ਸਿੱਖਣ ਨਿਰਯੋਗ ਬੱਚਾ

ਕੀ ਤੁਹਾਡਾ ਬੱਚਾ ਤਨਵੀ ਵਰਗਾ ਹੈ?

1. ਤਨਵੀ ਨੂੰ ਬਹੁਤੇ ਟੀ.ਵੀ. ਸੀਰੀਅਲਾਂ ਦੀ ਸਮਾਂ-ਸੂਚੀ, ਮਸ਼ਹੂਰ ਗਾਣਿਆਂ ਦੇ ਗੀਤਕਾਰਾਂ, ਵਿਭਿੰਨ ਰਾਸ਼ਟਰੀ ਅਤੇ ਅੰਤਰਰਾਸ਼ਟਰੀ ਸੁੰਦਰਤਾ ਮੁਕਾਬਲਿਆਂ ਵਿਚ ਜੇਤੂ ਅਤੇ ਦੂਜੀ ਥਾਂ ਰਹਿਣ ਵਾਲਿਆਂ ਬਾਰੇ ਪਤਾ ਹੈ ਪਰ ਉਹ ਪੰਜ ਦਾ ਪਹਾੜਾ, ਵਿਆਕਰਣ ਦੇ ਸਰਲ ਨਿਯਮ ਅਤੇ ਦਿਨ-ਬ-ਦਿਨ ਦਿੱਤਾ ਆਪਣਾ ਘਰ ਦਾ ਕੰਮ ਭੁੱਲ ਜਾਂਦੀ ਹੈ। ਇਹ ਚੋਣਵਾਂ ਸਿਮਰਤੀ-ਲੋਪ ਉਹ ਪ੍ਰੇਸ਼ਾਨ ਕਰਨ ਵਾਲੇ ਵਿਦਿਅਕ ਕੰਮ ਤੋਂ ਬਚਣ ਲਈ ਵਰਤਦੀ ਹੈ।
2. ਆਪਣੇ ਗਣਿਤ ਦੇ ਘਰ ਦੇ ਕੰਮ ਨੂੰ ਹੱਥ ਪਾਉਣ ਦਾ ਆਸਾਰ ਹੀ ਤਨਵੀ ਨੂੰ ਡਰ ਨਾਲ ਕੰਬਣ ਲਾ ਦਿੰਦਾ ਹੈ। ਉਹ ਐਨੀ ਤਣਾਉਗ੍ਰਸਤ ਹੋ ਜਾਂਦੀ ਹੈ ਕਿ ਉਸ ਤੋਂ ਕੁਝ ਸ਼ੁਰੂ ਹੀ ਨਹੀਂ ਹੁੰਦਾ। ਉਹ ਆਪਣੀਆਂ ਕਿਤਾਬਾਂ ਕੱਢਦੀ ਹੈ, ਅਤੇ ਗਲਤ ਕੱਢੀਆਂ ਕਿਤਾਬਾਂ ਫੇਰ ਅੰਦਰ ਰੱਖਦੀ ਹੈ ਅਤੇ ਸਹੀ ਪੈਨ ਅਤੇ ਪੈਨਸਿਲਾਂ ਚੁਣਨ ਵਿਚ ਬਹੁਤ ਸਾਰਾ ਸਮਾਂ ਬਿਤਾ ਦਿੰਦੀ ਹੈ। ਅਚਾਨਕ ਉਸ ਨੂੰ ਤੇਜ਼ ਪਿਆਸ ਲੱਗ ਜਾਂਦੀ ਹੈ ਅਤੇ ਉਹ ਕੁਝ ਪੀਣ ਤੁਰ ਪੈਂਦੀ ਹੈ ਅਤੇ ਫੇਰ ਬਾਥਰੂਮ ਜਾਂਦੀ ਹੈ, ਪਰ ਆਪਣਾ ਕੰਮ ਕਰਨਾ ਬਿਲਕੁਲ ਸ਼ੁਰੂ ਨਹੀਂ ਕਰਦੀ।
3. ਤਨਵੀ ਆਪਣਾ ਘਰ ਦਾ ਕੰਮ ਪੂਰਾ ਕਰਨ ਨੂੰ ਕਈ ਘੰਟੇ ਲਾ ਦਿੰਦੀ ਹੈ

ਤੇ ਆਪਣੀਆਂ ਥੱਕੀਆਂ ਉਂਗਲਾਂ ਅਤੇ ਮੱਚਦੀਆਂ ਅੱਖਾਂ ਨੂੰ ਆਰਾਮ ਦੇਣ ਲਈ ਵਿਚ ਵਿਚ ਬਹਿ ਜਾਂਦੀ ਹੈ। ਵਧੀਆ ਲਿਖਾਈ ਲਿਖਣ ਦੀ ਕੋਸ਼ਿਸ਼ ਵਿਚ ਉਹ ਲਗਾਤਾਰ ਆਪਣੀ ਪੈਨਸਿਲ ਦੀ ਨੋਕ ਤਿੱਖੀ ਕਰਨ ਲਈ ਇਸ ਨੂੰ ਘੜਦੀ ਰਹਿੰਦੀ ਹੈ। ਉਹ ਆਪਣਾ ਦੁੱਧ ਮੁਕਾਉਣ ਲਈ ਰਸੋਈ ਵਿਚ ਜਾਣ ਨੂੰ ਫੌਰਨ ਤਿਆਰ ਹੋ ਜਾਂਦੀ ਹੈ ਪਰ ਵਾਪਸ ਆਉਣ ਵਿਚ ਅਨੰਤ ਦੇਰ ਲਾਉਂਦੀ ਹੈ। ਮਾਂ ਦੇ ਆਪਣੇ ਕੋਲ ਬੈਠੇ ਹੋਣ ਕਰਕੇ ਉਹ ਆਪਣੇ ਕੰਮ ਵਿਚ ਰੁਝੇਵਾਂ ਦਿਖਾਉਂਦੀ ਹੈ ਪਰ ਥੋੜ੍ਹਾ ਜਿਹਾ ਮੌਕਾ ਮਿਲਦੇ ਹੀ ਉਹ ਖਿਸਕ ਜਾਂਦੀ ਹੈ।

4. ਕਈ ਵਾਰੀ ਕੋਈ ਧਿਆਨ ਜਾਂ ਧੀਰਜ ਤੋਂ ਬਿਨਾਂ ਹੀ ਤਨਵੀ ਆਪਣਾ ਘਰ ਦਾ ਕੰਮ ਬੜੀ ਛੇਤੀ ਮੁਕਾ ਲੈਂਦੀ ਹੈ। ਇਹ ਉਦੋਂ ਹੁੰਦਾ ਹੈ ਜਦੋਂ ਇਹ ਉਸ ਦੇ ਮਨਭਾਉਂਦੇ ਟੀ.ਵੀ. ਸ਼ੋਅ ਦਾ ਵੇਲਾ ਹੁੰਦਾ ਹੈ ਜਾਂ ਉਸ ਨੇ ਬਾਕੀ ਪਏ ਕੰਮ ਦੇ ਤਣਾਉ ਤੋਂ ਖੁਦ ਨੂੰ ਮੁਕਤ ਕਰਨਾ ਹੁੰਦਾ ਹੈ। ਉਸ ਨੂੰ ਇਹ ਕੋਈ ਪ੍ਰਵਾਹ ਨਹੀਂ ਹੁੰਦੀ ਕਿ ਉਸ ਦਾ ਕੰਮ ਗਲਤ ਜਾਂ ਅਧੂਰਾ ਹੈ।

5. ਤਨਵੀ ਜਮਾਤ ਦਾ ਅਣਮੁੱਕਿਆ ਕੰਮ ਅਕਸਰ ਘਰ ਲੈ ਆਉਂਦੀ ਹੈ; ਬਹੁਤ ਸਾਰੇ ਜਵਾਬ ਅਧੂਰੇ ਹੁੰਦੇ ਹਨ, ਕਈ ਸਵਾਲ ਹੱਲ ਹੀ ਨਹੀਂ ਕੀਤੇ ਹੁੰਦੇ। ਉਹ ਅਕਸਰ ਭੈੜੀਆਂ ਟਿੱਪਣੀਆਂ ਨੂੰ ਛੁਪਾ ਜਾਂਦੀ ਹੈ ਪਰ ਜੇ ਫੜੀ ਜਾਵੇ ਤਾਂ ਉਹ ਅਧਿਆਪਕ ਨੂੰ ਬੜਾ ਤੇਜ਼ ਬੋਲਣ ਜਾਂ ਪੈਨ ਦੇ ਠੀਕ ਨਾ ਲਿਖਣ ਨੂੰ ਦੋਸ਼ ਦੇਣ ਲੱਗਦੀ ਹੈ। ਉਹ ਦੀਰਘ-ਕਾਲੀ ਸੌਂਪਣੀਆਂ ਅਤੇ ਛੁੱਟੀਆਂ ਦੇ ਕੰਮ ਨੂੰ ਲਗਾਤਾਰ ਛੱਡੀ ਰੱਖਦੀ ਹੈ ਜਦੋਂ ਤੱਕ ਕਿ ਆਖਰੀ ਪਲ ਨਹੀਂ ਆ ਜਾਂਦਾ।

6. ਅਧਿਆਪਕਾਂ ਦੀ ਸ਼ਿਕਾਇਤ ਹੈ ਕਿ ਤਨਵੀ ਧਿਆਨ ਨਹੀਂ ਦਿੰਦੀ, ਬੜੀ ਗਾਲ੍ਹੜੀ ਹੈ, ਲਗਾਤਾਰ ਆਪਣੀ ਸੀਟ ਤੋਂ ਉੱਠ ਜਾਂਦੀ ਹੈ ਅਤੇ ਹੋਰ ਬੱਚਿਆਂ ਨੂੰ ਖਿਝਾਉਂਦੀ ਹੈ। ਲੱਗਦਾ ਹੈ ਕਿ ਜਾਣਬੁੱਝ ਕੇ ਜਮਾਤ ਵਿਚੋਂ ਬਾਹਰ ਨਿੱਕਲਣ ਲਈ ਇਹ ਮੁਸੀਬਤ ਸਹੇੜਦੀ ਹੈ।

7. ਤਨਵੀ ਦੇ ਰਿਪੋਰਟ ਕਾਰਡ ਵਿਚ ਅਧਿਆਪਕਾਂ ਦੀ ਇਹ ਇਕ ਸਾਂਝੀ ਟਿੱਪਣੀ ਹੁੰਦੀ ਹੈ ਕਿ ਉਹ ਚੰਗਾ ਕਰ ਸਕਦੀ ਹੈ। ਅਸਲ ਵਿਚ ਇਹ ਸ਼ੁਰੂ ਤੋਂ ਹੀ ਉਸ ਦੇ ਸਕੂਲ ਅਨੁਭਵ ਦਾ ਇਕ ਅਟੁੱਟ ਹਿੱਸਾ ਰਿਹਾ ਹੈ।

8. ਤਨਵੀ ਆਪਣੇ ਲਗਾਤਾਰ ਸਿਰ ਦਰਦ ਅਤੇ ਢਿੱਡ ਦਰਦ ਲਈ ਕਈ ਬਾਲ ਚਕਿਤਸਕਾਂ, ਅੱਖ ਵਿਗਿਆਨੀਆਂ ਅਤੇ ਭੋਜਨ ਵਿਗਿਆਨੀਆਂ ਕੋਲ ਗਈ ਹੈ। ਉਹ ਸਕੂਲ ਜਾਣ ਤੋਂ ਪਹਿਲਾਂ, ਖਾਸ ਕਰਕੇ ਇਮਤਿਹਾਨਾਂ ਦੌਰਾਨ, ਬੀਮਾਰ ਮਹਿਸੂਸ ਕਰਨ ਦੀ ਸ਼ਿਕਾਇਤ ਕਰਦੀ ਹੈ।

ਤਨਵੀ ਵਰਗੇ ਬੱਚੇ ਸਾਫ ਤੌਰ 'ਤੇ ਸਿੱਖਣ ਵਿਚ ਸਮੱਸਿਆ ਅਨੁਭਵ ਕਰ ਰਹੇ ਹਨ। ਸਕੂਲ ਪਾਠਕ੍ਰਮ ਦੀਆਂ ਮੰਗਾਂ ਨਾਲ ਸਿੱਝ ਸਕਣ ਦੀ ਅਯੋਗਤਾ ਬਚਣ ਵਾਲੇ ਵਿਹਾਰ ਦੇ ਵਿਕਾਸ ਵੱਲ ਲੈ ਤੁਰਦੀ ਹੈ। ਇਹ ਬੱਚੇ ਕਿਆਸੀ ਅਸਫਲਤਾ, ਮਾਪਿਆਂ ਦੀ ਅਪ੍ਰਵਾਣਕਤਾ ਦੇ ਨੁਕਸਾਨ ਅਤੇ ਜਮਾਤੀਆਂ ਦੀ ਜ਼ਿੱਲਤ ਦੀ ਸੰਭਾਵਨਾ ਕਰਕੇ ਵਿਦਿਅਕ ਕੰਮ ਤੋਂ ਬਚਣ ਲਈ ਆਪਣੀ ਪੂਰੀ ਵਾਹ ਲਾਉਂਦੇ ਹਨ।

ਜਿਵੇਂ ਕਿ ਵਿਭਿੰਨ ਆਈ ਕਿਊ ਪਰਖਾਂ ਤੋਂ ਨਿਰਧਾਰਤ ਹੋਇਆ ਹੈ ਆਮ ਵਸੋਂ ਦੀ ਔਸਤ ਬੌਧਿਕਤਾ 90-110 ਦੇ ਦਰਜੇ ਵਿਚਕਾਰ ਹੀ ਆਉਂਦੀ ਹੈ। ਸਿੱਖਣ ਦੀ ਨਿਰਯੋਗਤਾ ਵਾਲੇ ਬੱਚਿਆਂ ਦਾ ਆਈ. ਕਿਊ. ਅਕਸਰ ਇਸ ਦਰਜੇ ਤੋਂ ਉੱਪਰ ਜਾਂ ਵਿਚਕਾਰ ਹੀ ਹੁੰਦਾ ਹੈ। ਸਿੱਖਣ ਵਿਚ ਨਿਰਯੋਗਤਾ ਵਾਲੇ ਬੱਚੇ ਵਿਚ ਹੇਠਲੇ ਇਕ ਜਾਂ ਵੱਧ ਖੇਤਰਾਂ ਵਿਚ ਕਮੀਆਂ ਹੋ ਸਕਦੀਆਂ ਹਨ :

* ਪੜ੍ਹਨ ਦੇ ਬੋਧ
* ਸੁਣਨ ਦੇ ਬੋਧ
* ਲਿਖਤੀ ਪ੍ਰਗਟਾਵੇ
* ਜ਼ੁਬਾਨੀ ਪ੍ਰਗਟਾਵੇ
* ਗਣਿਤਿਕ ਅੰਕਣ
* ਗਣਿਤਿਕ ਤਾਰਕਿਕਤਾ

ਇਕ ਮੋਟੇ ਜਿਹੇ ਅੰਦਾਜ਼ੇ ਅਨੁਸਾਰ ਸਕੂਲ ਜਾਣ ਵਾਲੇ ਬੱਚਿਆਂ ਵਿਚੋਂ ਕਰੀਬ 5 ਫੀਸਦੀ ਸਿੱਖਣ ਦੀ ਨਿਰਯੋਗਤਾ ਤੋਂ ਗ੍ਰਸਤ ਹੋ ਸਕਦੇ ਹਨ। ਇੱਥੇ ਇਹ ਸਪੱਸ਼ਟ ਕਰ ਦੇਣ ਦੀ ਬੜੀ ਲੋੜ ਹੈ ਕਿ ਇਨ੍ਹਾਂ ਬੱਚਿਆਂ ਦਾ ਆਈ. ਕਿਊ ਨੀਵਾਂ ਨਹੀਂ ਹੁੰਦਾ, ਭਾਵਨਾਤਮਕ ਸਮੱਸਿਆਵਾਂ, ਦ੍ਰਿਸ਼ਟੀ ਜਾਂ ਸੁਣਨ ਦੀਆਂ ਕਮੀਆਂ ਨਹੀਂ ਹੁੰਦੀਆਂ। ਸਿੱਖਣ ਨਿਰਯੋਗਤਾ ਦੇ ਕਾਰਨਾਂ ਸਬੰਧੀ ਕਈ ਸਿਧਾਂਤ ਪੇਸ਼ ਕੀਤੇ ਗਏ ਹਨ। ਜਿਹੜੇ ਬਹੁਤੇ ਪ੍ਰਵਾਣਤ ਹਨ ਉਨ੍ਹਾਂ ਦਾ ਕੇਂਦਰ ਉਤਪੱਤੀ-ਮੂਲਕਤਾ, ਗਰਭ ਦੌਰਾਨ ਦੀਆਂ ਸਮੱਸਿਆਵਾਂ ਅਤੇ ਗੂੜ੍ਹ, ਤੰਤੂ-ਵਿਗਿਆਨਕ ਨੁਕਸ ਹਨ। ਲੱਗਦਾ ਹੈ ਕਿ ਇਨ੍ਹਾਂ ਬੱਚਿਆਂ ਦੇ ਦਿਮਾਗੀ ਤੰਤੂ ਸੰਪਰਕ ਨੁਕਸਦਾਰ ਹੁੰਦੇ ਹਨ ਜਿਸ ਕਰਕੇ ਗਲਤ ਸੰਪਰਕ ਹੋ ਜਾਂਦੇ ਹਨ ਤੇ ਦੁਚਿੱਤੀ ਪੈਦਾ ਹੋ ਜਾਂਦੀ ਹੈ। ਪਰ ਇਹ ਜ਼ਰੂਰੀ ਵੀ ਨਹੀਂ ਹੈ, ਸਿੱਖਣ ਨਿਰਯੋਗਤਾ ਵਾਲੇ ਬਹੁਤ ਸਾਰੇ ਬੱਚੇ ਹੋ ਸਕਦੇ ਹਨ ਜਿਨ੍ਹਾਂ ਦੇ ਹੋਰ ਰਿਸ਼ਤੇਦਾਰ ਜਾਂ ਪਰਿਵਾਰ ਦੇ ਜੀਅ ਵੀ ਇਸੇ ਤਰ੍ਹਾਂ ਦੀਆਂ ਸਮੱਸਿਆਵਾਂ ਦਰਸਾਉਂਦੇ ਹੋਣ।

ਮਾਪਿਆਂ ਲਈ ਅਹਿਮ ਨੁਕਤੇ

1. ਬੱਚੇ ਵਿਚ ਸਿੱਖਣ ਨਿਰਯੋਗਤਾ ਪੰਜਵੀਂ ਜਮਾਤ ਵਿਚ ਅਚਾਨਕ ਹੀ ਪੈਦਾ ਨਹੀਂ ਹੋ ਸਕਦੀ। ਸਹੀ ਸਿੱਖਣ ਨਿਰਯੋਗਤਾ ਲਈ ਆਮ ਤੌਰ 'ਤੇ

ਵਿਦਿਅਕ ਸਮੱਸਿਆਵਾਂ ਦਾ ਇਤਿਹਾਸ ਨਰਸਰੀ ਸਕੂਲ ਦੇ ਵੇਲੇ ਤੋਂ ਹੀ ਮੌਜੂਦ ਹੁੰਦਾ ਹੈ। ਇਨ੍ਹਾਂ ਬੱਚਿਆਂ ਦਾ ਪਛੇਤੇ ਮੁੱਢਲੇ ਵਿਕਾਸ ਦਾ ਇਤਿਹਾਸ ਹੋ ਸਕਦਾ ਹੈ ਜਿਵੇਂ ਭਾਸ਼ਾਈ ਪਛੇਤ।

2. ਬੱਚਾ ਇਕ ਜਾਂ ਵੱਧ ਖੇਤਰਾਂ ਵਿਚ ਸਿੱਖਣ ਨਿਰਯੋਗ ਹੋ ਸਕਦਾ ਹੈ ਜਿਵੇਂ ਗਣਿਤਿਕ ਅੰਕਣ, ਉਚਾਰਨ ਜਾਂ ਲਿਖਤੀ ਪ੍ਰਗਟਾਵਾ। ਇਹ ਦੱਸਣ ਦੀ ਲੋੜ ਹੀ ਨਹੀਂ ਕਿ ਜਿੰਨੇ ਵੱਧ ਖੇਤਰ ਪ੍ਰਭਾਵਤ ਹੋਣਗੇ ਨਿਰਯੋਗਤਾ ਉਨੀ ਹੀ ਗੰਭੀਰ ਹੋਵੇਗੀ।
3. ਖੱਬੇ ਤੋਂ ਸੱਜੇ, ਬੀ ਤੋਂ ਡੀ, ਦੂਰ ਅਤੇ ਨੇੜੇ, 6 ਅਤੇ 9 ਵਿਚ ਫਰਕ ਕਰਨ ਵਿਚ ਮੁਸ਼ਕਿਲ ਬੱਚਿਆਂ ਵਿਚ ਅਕਸਰ ਪੰਜ ਸਾਲ ਦੀ ਉਮਰ ਤੱਕ ਦੇਖੀ ਜਾਂਦੀ ਹੈ ਅਤੇ ਜ਼ਰੂਰੀ ਨਹੀਂ ਕਿ ਇਹ ਸਿੱਖਣ ਨਿਰਯੋਗਤਾ ਦਾ ਸੰਕੇਤ ਹੋਵੇ। ਐਪਰ, ਜੇ ਬੱਚਾ ਸੱਤ ਸਾਲ ਦੀ ਉਮਰ ਤੋਂ ਬਾਦ ਵੀ ਅੱਖਰ ਅਤੇ ਅੰਕ ਪੁੱਠੇ ਸਿੱਧੇ ਪੜ੍ਹਦਾ ਹੈ ਤਾਂ ਪੇਸ਼ਾਵਰਾਨਾ ਮੱਦਦ ਲੈਣੀ ਚਾਹੀਦੀ ਹੈ।
4. ਪੜ੍ਹਨ ਵਿਚ ਔਖ ਅਤੇ ਸਿੱਖਣ ਨਿਰਯੋਗਤਾ ਇਕੋ ਚੀਜ਼ ਨਹੀਂ ਅਤੇ ਇਨ੍ਹਾਂ ਨੂੰ ਇਕ-ਦੂਜੇ ਨਾਲ ਰਲਗੱਡ ਨਹੀਂ ਕਰਨਾ ਚਾਹੀਦਾ, ਸ਼ਬਦਾਂ ਨਾਲ ਮੁਸ਼ਕਿਲ ਵਾਲੇ ਬੱਚਿਆਂ ਦੀ ਖਾਸ ਤਿੱਖੀ ਸਮੱਸਿਆ ਹੁੰਦੀ ਹੈ ਕਿ ਉਹ ਪੜ੍ਹਨਾ ਕਿਵੇਂ ਸਿੱਖਣ। ਸ਼ਬਦਾਂ ਨਾਲ ਮੁਸ਼ਕਿਲ ਵਾਲੇ ਸਾਰੇ ਬੱਚੇ ਸਿੱਖਣ ਨਿਰਯੋਗ ਹੁੰਦੇ ਹਨ ਪਰ ਸਾਰੇ ਸਿੱਖਣ ਨਿਰਯੋਗ ਬੱਚੇ ਸ਼ਬਦਾਂ ਨਾਲ ਮੁਸ਼ਕਿਲ ਵਾਲੇ ਨਹੀਂ ਹੁੰਦੇ।

ਸਿੱਖਣ ਨਿਰਯੋਗ ਬੱਚੇ ਦੀ ਮੱਦਦ

1. ਸਿੱਖਣ ਨਿਰਯੋਗ ਬੱਚਿਆਂ ਦੇ ਕੁਝ ਖੇਤਰ ਤਿੱਖੀ ਕਮਜ਼ੋਰੀ ਵਾਲੇ ਹੁੰਦੇ ਹਨ ਪਰ ਉਨ੍ਹਾਂ ਦੇ ਕੁਝ ਖੇਤਰ ਮਜ਼ਬੂਤੀਆਂ ਵਾਲੇ ਵੀ ਹੁੰਦੇ ਹਨ। ਕੁਝ ਬੱਚੇ ਦੇਖਕੇ ਵਧੀਆ ਸਿੱਖਦੇ ਹਨ, ਕੁਝ ਸੁਣਕੇ, ਕੁਝ ਮਹਿਸੂਸ ਕਰਕੇ ਅਤੇ ਕੁਝ ਇਨ੍ਹਾਂ ਸਾਰੀਆਂ ਵਿਧੀਆਂ ਨਾਲ। ਇਸ ਦਾ ਪਤਾ ਕਰਨ ਲਈ ਉਨ੍ਹਾਂ ਨੂੰ ਸਿੱਖਣ ਦੀਆਂ ਕਈ ਬਦਲਵੀਆਂ ਵਿਧੀਆਂ ਮੁਹੱਈਆ ਕਰਨ ਦੀ ਲੋੜ ਹੈ ਜਿਵੇਂ, ਆਡੀਓ ਟੇਪਾਂ, ਵੀਡੀਓ ਟੇਪਾਂ, ਸਲਾਈਡਾਂ, ਫਲਿੱਪ ਚਾਰਟ, ਬੁਲੇਟਿਨ ਬੋਰਡ, ਪ੍ਰਦਰਸ਼ਨ, ਖੇਤਰੀ ਸੈਰ, ਬਹਿਸਾਂ, ਵਿਚਾਰ ਚਰਚਾਵਾਂ, ਪ੍ਰਾਜੈਕਟ, ਭੂਮਿਕਾ ਨਿਭਾਉ ਆਦਿ।
2. ਜੇਕਰ ਸੌਂਪਣੀਆਂ ਨਿੱਕੀਆਂ ਹੋਣ ਤਾਂ ਬੱਚੇ ਦੀ ਸਫਲਤਾ ਦਿਖਾਉਣ ਦੀ ਗੁੰਜਾਇਸ਼ ਬਿਹਤਰ ਹੁੰਦੀ ਹੈ। ਇਨ੍ਹਾਂ ਬੱਚਿਆਂ ਵਾਸਤੇ ਸਫਲਤਾ ਬੜੀ ਜ਼ਰੂਰੀ ਹੈ, ਨਹੀਂ ਤਾਂ ਅਸਫਲਤਾ ਦੇ ਡਰ ਕਰਕੇ ਉਹ ਵਿਦਿਅਕ ਕੰਮ ਤੋਂ ਬਚਦੇ ਰਹਿ ਸਕਦੇ ਹਨ।

3. ਸੌਂਪਣੀਆਂ ਭਿੰਨ ਸਮੱਸਿਆਵਾਂ ਦੀਆਂ ਨਿੱਕੀਆਂ ਇਕਾਈਆਂ ਦੇ ਰੂਪ ਵਿਚ ਦਿੱਤੀਆਂ ਜਾ ਸਕਦੀਆਂ ਹਨ ਜਾਂ ਇਕ ਵੇਲੇ ਇਕ-ਦੋ ਪੈਰਿਆਂ ਦੇ ਲਿਖਤੀ ਕੰਮ ਦੇ ਰੂਪ ਵਿਚ। ਜੇਕਰ ਬੱਚਾ ਸੌਂਪਣੀ ਨੂੰ ਗਲਤ ਢੰਗ ਨਾਲ ਕਰ ਰਿਹਾ ਹੈ ਤਾਂ ਫੌਰਨ ਪਰਤਵੀਂ ਜਾਣਕਾਰੀ ਦਿਉ। ਇਹ ਸਮਾਂ ਅਤੇ ਊਰਜਾ ਬਚਾਉਂਦਾ ਹੈ ਤੇ ਮਾਯੂਸ ਨਹੀਂ ਹੋਣ ਦਿੰਦਾ।
4. ਮਾਪੇ ਬੱਚੇ ਨੂੰ ਅਹਿਮ ਤੱਥ ਲਕੀਰਨ ਅਤੇ ਔਖੇ ਸ਼ਬਦਾਂ ਤੇ ਗੋਲਾ ਲਾਉਣ ਲਈ ਹਾਈਲਾਈਟਰ ਮੁਹੱਈਆ ਕਰ ਸਕਦੇ ਹਨ। ਇਸ ਤਰ੍ਹਾਂ ਕਰਨ ਨਾਲ ਬੱਚੇ ਦੀ ਯਾਦ ਰੱਖਣ ਦੀ ਯੋਗਤਾ ਵਧਦੀ ਹੈ।
5. ਇਨ੍ਹਾਂ ਬੱਚਿਆਂ ਨੂੰ ਜਮਾਤ ਵਿਚ ਮੂਹਰਲੀ ਕਤਾਰ ਵਿਚ ਬਿਠਾਉਣ ਨੂੰ ਤਰਜੀਹ ਦੇਣੀ ਚਾਹੀਦੀ ਹੈ। ਇਸ ਨਾਲ ਅਧਿਆਪਕ ਬੱਚਿਆਂ ਨੂੰ ਲਗਾਤਾਰ ਦੱਸਦਾ ਰਹਿ ਸਕਦਾ ਹੈ ਅਤੇ ਸਮੇਂ-ਸਮੇਂ ਉਨ੍ਹਾਂ ਨੂੰ ਉਤਸ਼ਾਹਿਤ ਕਰ ਸਕਦਾ ਹੈ। ਹੋਰ ਫਾਇਦਾ ਇਹ ਹੈ ਕਿ ਅਧਿਆਪਕ ਦੇ ਨੇੜੇ ਬੈਠਕੇ ਬੱਚਾ ਹੋਰ ਬੱਚਿਆਂ ਦੇ ਬੇਧਿਆਨਾ ਕਰਨ ਵਾਲੇ ਅਸਰਾਂ ਤੋਂ ਦੂਰ ਰਹਿੰਦਾ ਹੈ।
6. ਅਧਿਆਪਕ ਬੱਚੇ ਦੇ ਜਮਾਤ ਦੇ ਕੰਮ ਵਿਚ ਮੱਦਦ ਕਰਨ ਲਈ ਕੋਈ ਜਮਾਤੀ ਮੱਦਦਗਾਰ ਦੇ ਸਕਦਾ ਹੈ। ਹਾਲਾਂਕਿ ਇਹ ਲਾਗੂ ਕਰਨਾ ਥੋੜ੍ਹਾ ਔਖਾ ਹੈ ਪਰ ਇਹ ਅਧਿਆਪਕ ਲਈ ਬੜੀ ਵਿਹਾਰਕ ਅਤੇ ਉਪਯੋਗੀ ਤਰਜੀਹ ਹੈ।
7. ਕੰਮ ਮੁਕਾਉਣ ਲਈ ਬੱਚੇ ਨੂੰ ਸਮਾਂ-ਸੂਚੀ ਦੇਣਾ ਵੀ ਕਈ ਮਾਮਲਿਆਂ ਵਿਚ ਬੜੀ ਮੱਦਦ ਕਰਦਾ ਹੈ। ਸੌਂਪਣੀ ਨੂੰ ਖਾਸ ਸਮਾਂ ਅਰਸਿਆਂ ਵਿਚ ਵੰਡਣਾ ਬੱਚੇ ਨੂੰ ਕੰਮ ਕਰਨ ਲਈ ਇਕ ਨਿਸ਼ਚਿਤ ਮਾਹੌਲ ਦਿੰਦਾ ਹੈ। ਕਦਮ-ਦਰ-ਕਦਮ ਕੰਮ ਮੁਕਾਉਣ ਨਾਲ ਬੱਚਾ ਕੰਮ ਕੇਂਦਰਤ ਅਤੇ ਪ੍ਰੇਰਿਤ ਰਹਿੰਦਾ ਹੈ। ਸਿੱਖਣ ਨਿਰਯੋਗਤਾ ਵਾਲੇ ਬੱਚੇ ਲਈ ਦੈਨਿਕ ਅਧਿਐਨ ਸੂਚੀ ਬੜੀ ਮੱਦਦਗਾਰ ਹੈ ਅਤੇ ਇਸ ਦੀ ਭਰਵੀਂ ਸਿਫਾਰਿਸ਼ ਕੀਤੀ ਜਾਂਦੀ ਹੈ।

ਅਤਿਕ੍ਰਿਆਸ਼ੀਲ ਬੱਚਾ

ਅੱਠ ਸਾਲਾ ਰਾਹੁਲ ਬੇਧਿਆਨਾ, ਮਨੋਵੇਗੀ ਅਤੇ ਅਤਿਕ੍ਰਿਆਸ਼ੀਲ ਬੱਚਾ ਹੈ ਜਿਸ ਦੇ ਸਾਹਮਣੇ ਗੰਭੀਰ ਵਿਦਿਅਕ, ਸਮਾਜਕ ਅਤੇ ਅਨੁਸ਼ਾਸਣ ਸਮੱਸਿਆਵਾਂ ਹਨ। ਜੋ ਕੁਝ ਉਹ ਸ਼ੁਰੂ ਕਰਦਾ ਹੈ ਉਸ ਨੂੰ ਖਤਮ ਕਰਨ ਵਿਚ ਅਕਸਰ ਅਸਫਲ ਰਹਿੰਦਾ ਹੈ, ਸੁਣਦਾ ਨਹੀਂ ਲੱਗਦਾ ਅਤੇ ਸੌਖਿਆਂ ਹੀ ਉਸਦਾ ਧਿਆਨ ਭੰਗ ਹੋ ਜਾਂਦਾ ਹੈ। ਧਿਆਨ ਦੇਣ ਦੀ ਕਮੀ ਕਰਕੇ ਉਹ ਲਗਾਤਾਰ ਲਾਪ੍ਰਵਾਹ ਗਲਤੀਆਂ ਕਰਦਾ ਰਹਿੰਦਾ ਹੈ। ਉਹ ਲਗਾਤਾਰ ਕਿਤਾਬਾਂ, ਕਾਪੀਆਂ, ਪੈਨ ਅਤੇ ਪੈਨਸਿਲਾਂ

ਖੋਂਦਾ ਰਹਿੰਦਾ ਹੈ। ਉਸ ਨੂੰ ਬੈਠੇ ਰਹਿਣ ਵਿਚ ਮੁਸ਼ਕਿਲ ਆਉਂਦੀ ਹੈ, ਬੇਚੈਨ ਹੈ ਅਤੇ ਇਕ ਕੰਮ ਤੋਂ ਦੂਜੇ ਨੂੰ ਹੱਥ ਪਾਉਂਦਾ ਰਹਿੰਦਾ ਹੈ। ਉਹ ਐਵੇਂ ਭੱਜਿਆ ਫਿਰਦਾ ਜਾਂ ਚੀਜ਼ਾਂ ਤੇ ਚੜ੍ਹਦਾ-ਉੱਤਰਦਾ ਰਹਿੰਦਾ ਹੈ ਅਤੇ ਉਸ ਨੂੰ ਨਿਗਰਾਨੀ ਦੀ ਬੜੀ ਲੋੜ ਹੁੰਦੀ ਹੈ।

ਦੈਨਿਕ ਅਧਿਐਨ ਸੂਚੀ

ਨਾਂ ਤਨਵੀ **ਅਧਿਐਨ ਟੀਚਾ : 2 ਘੰਟੇ ਰੋਜ਼ਾਨਾ**

ਦਿਨ	ਮਿਤੀ	ਵਿਸ਼ਾ	ਸਮਾਂ ਅਰਸੇ				ਟਿੱਪਣੀ
			30 ਮਿੰਟ	30 ਮਿੰਟ	30 ਮਿੰਟ	30 ਮਿੰਟ	
ਸੋਮਵਾਰ	2.7.2001	ਗਣਿਤ ਸਮਾਜਿਕ ਅਧਿਐਨ	*	*	*	✓	ਗੈਰ ਤਸੱਲੀਬਖਸ਼
ਮੰਗਲਵਾਰ	3.7.2001	ਵਿਗਿਆਨ ਅੰਗਰੇਜ਼ੀ	*	✓	✓	✓	ਤਸੱਲੀਬਖਸ਼
ਬੁੱਧਵਾਰ	4.7.2001	ਗਣਿਤ ਅੰਗਰੇਜ਼ੀ	*	*	✓	✓	ਗੈਰ ਤਸੱਲੀਬਖਸ਼
ਵੀਰਵਾਰ	5.7.2001	ਸਮਾਜਕ ਅਧਿਐਨ ਵਿਗਿਆਨ	*	✓	*	✓	ਗੈਰ ਤਸੱਲੀਬਖਸ਼
ਸ਼ੁੱਕਰਵਾਰ							
ਸ਼ਨੀਵਾਰ							

* ✓ ਇਸ ਤੇ ਚੱਲਦਾ ਹੈ * ਇਸ ਤੇ ਨਹੀਂ ਚੱਲਦਾ
* ਬੱਚਾ ਇਕੋ ਵਾਰੀ ਸਿਰਫ 30 ਮਿੰਟ ਲਈ ਪੜ੍ਹਦਾ ਹੈ।
* ਹਰ ਅੱਧੇ ਘੰਟੇ ਬਾਅਦ ਬੱਚੇ ਦੇ ਕੰਮ ਦੀ ਜਾਂਚ ਕਰੋ, ਦਿੱਤੇ ਅਧਿਆਏ ਵਿਚੋਂ ਸਵਾਲ ਪੁੱਛੋ।
* ਬੱਚੇ ਨੂੰ ਸਮਾਂ-ਅਰਸਾ ਅਤੇ ਵਿਸ਼ੇ ਚੁਣਨ ਵਿਚ ਲਚਕੀਲਾਪੁਣ ਦਿਉ।
* ਚਾਰੇ ਸਮਾਂ ਅਰਸੇ ਪੂਰੇ ਹੋ ਜਾਣ ਤੇ ਟਿੱਪਣੀ ਦਿਉ :

ਚੰਗਾ/ਤਸੱਲੀਬਖਸ਼/ਗੈਰ ਤਸੱਲੀਬਖਸ਼

ਰਾਹੁਲ ਧਿਆਨ ਦੀ ਘਾਟ/ਅਤਿਕ੍ਰਿਆਸ਼ੀਲਤਾ ਵਿਗਾੜ (ਏ.ਡੀ.ਐਚ.ਡੀ.) ਤੋਂ ਗ੍ਰਸ਼ਤ ਹੈ ਜੋ ਬੱਚਿਆਂ ਵਿਚ ਮਨੋਵਿਗਿਆਨਕ ਮਸ਼ਵਰੇ ਲਈ ਭੇਜਣ ਵਾਲੀ ਵਿਸ਼ਾਲ ਸ਼੍ਰੇਣੀ ਲਈ ਜ਼ਿੰਮੇਵਾਰ ਹੈ। ਇਹ ਵਿਗਾੜ ਪ੍ਰਾਇਮਰੀ ਸਕੂਲ ਦੇ ਕਰੀਬ 5 ਫੀਸਦੀ ਬੱਚਿਆਂ ਨੂੰ ਪ੍ਰਭਾਵਿਤ ਕਰਦਾ ਹੈ ਜਿਨ੍ਹਾਂ ਵਿਚ 75 ਫੀਸਦੀ ਜਾਂ ਵੱਧ ਮੁੰਡੇ ਹੁੰਦੇ ਹਨ। ਏ.ਡੀ.ਐਚ.ਡੀ. ਦੇ ਸਹੀ ਕਾਰਨ ਦਾ ਨਹੀਂ ਪਤਾ ਪਰ ਲੱਗਦਾ ਹੈ ਕਿ ਇਹ ਉਤਪੱਤੀ ਮੂਲਕ ਵਿਗਾੜ ਹੈ। ਇਹ ਦਿਮਾਗ ਦੇ ਘੱਟੋ-ਘੱਟ ਨੁਕਸਾਨ

ਦਾ ਮਨੌਤੀ ਪ੍ਰਮਾਣ ਹੈ, ਜਿਹੜਾ ਬਹੁਤੇ ਮਾਮਲਿਆਂ ਵਿਚ ਉਤਪੱਤੀ-ਮੂਲਕ ਵਿਰਸੇ ਵਿਚ ਮਿਲਿਆ ਹੁੰਦਾ ਹੈ, ਪਰ ਇਹ ਗਰਭ ਅਤੇ ਜਨਮ ਦੌਰਾਨ ਦੀਆਂ ਸਮੱਸਿਆਵਾਂ ਕਰਕੇ ਵੀ ਹੋ ਸਕਦਾ ਹੈ। ਸਿੱਖਣ ਜਾਂ ਆਚਰਣ ਸਮੱਸਿਆਵਾਂ ਆਮ ਤੌਰ ਤੇ ਏ.ਡੀ.ਐਚ.ਡੀ. ਵਾਲੇ ਬੱਚਿਆਂ ਦੇ ਮਾਪੇ ਜਾਂ ਉਸਦੇ ਨਜ਼ਦੀਕੀ ਰਿਸ਼ਤੇਦਾਰ ਵਿਚ ਮਿਲ ਜਾਂਦੀਆਂ ਹਨ। ਇਨ੍ਹਾਂ ਬੱਚਿਆਂ ਲਈ ਛੇਤੀ ਸ਼ਨਾਖਤ ਅਤੇ ਫੌਰੀ ਉਪਚਾਰ ਬੜਾ ਅਹਿਮ ਹੁੰਦਾ ਹੈ ਕਿਉਂ ਜੋ ਇਹ ਘਰ ਵਿਚ ਅਤੇ ਜਮਾਤੀ ਸਮੂਹ ਨਾਲ ਦੂਰ ਅਨੁਕੂਲਣ ਤੋਂ ਬਚਾ ਸਕਦਾ ਹੈ।

ਅਤਿਕ੍ਰਿਆਸ਼ੀਲ ਬੱਚੇ ਨਾਲ ਨਜਿੱਠਣਾ

ੲ.ਆਮ ਸਿਧਾਂਤ

ਹਾਲਾਂਕਿ ਨਜਿੱਠਣ ਦੇ ਆਮ ਸਿਧਾਂਤ ਉਪਯੋਗੀ ਹਨ, ਹਰੇਕ ਬੱਚੇ ਦੀ ਵਿਅਕਤੀਕ੍ਰਿਤ ਸੰਭਾਲ ਬਹੁਤੀ ਸਫਲਤਾ ਪ੍ਰਾਪਤ ਕਰਦੀ ਹੈ। ਪ੍ਰਭਾਵੀ ਉਪਚਾਰ ਮਨੋ-ਚਕਿਤਸਕ, ਮਾਪੇ ਅਤੇ ਸਕੂਲ ਵਿਚਕਾਰ ਡੂੰਘੇਰੇ ਸਹਿਯੋਗ ਅਤੇ ਨਿਰੰਤਰ ਸੰਚਾਰ ਉੱਤੇ ਨਿਰਭਰ ਹੈ। ਇਹ ਬੱਚੇ ਵਿਚ ਅਤੇ ਨਾਲ ਸੰਭਾਲ ਵਿਚ ਮਾਯੂਸੀ ਅਤੇ ਬੇਚਾਰਗੀ ਦੇ ਅਹਿਸਾਸ ਘਟਾਉਣ ਵਿਚ ਮੱਦਦ ਕਰਦਾ ਹੈ।

1. ਜਦੋਂ ਕੋਈ ਅਤਿਕ੍ਰਿਆਸ਼ੀਲ ਬੱਚਾ ਸਮਾਜਕ ਤੌਰ 'ਤੇ ਗਲਤ ਤਰੀਕੇ ਨਾਲ ਮਨੋਵੇਗੀ ਤੌਰ 'ਤੇ ਹਰਕਤ ਜਾਂ ਵਿਹਾਰ ਕਰਦਾ ਹੈ, ਤਾਂ ਸਿਰਫ ਗਲਤੀ ਤੇ ਹੀ ਉਂਗਲ ਨਾ ਧਰੋ ਬਲਕਿ ਬੱਚੇ ਨੂੰ ਵਿਹਾਰ ਦੀ ਅਸੰਗਤੀ ਸਪੱਸ਼ਟ ਕਰਨ ਦੀ ਕੋਸ਼ਿਸ਼ ਕਰੋ। ਫੇਰ ਫੌਰਨ ਹੀ ਪ੍ਰਸੰਸਾ ਜਾਂ ਤੋਹਫੇ ਨਾਲ ਸਹੀ ਵਿਹਾਰ ਨੂੰ ਮਜ਼ਬੂਤੀ ਦਿਉ ਕਿਉਂਕਿ ਬੱਚੇ ਨੂੰ ਇਨਾਮ ਦੇਣ ਵਿਚ ਲੰਬੀ ਢਿੱਲ ਇੱਛਿਤ ਪ੍ਰਭਾਵ ਨੂੰ ਖੁੰਢਾ ਕਰ ਸਕਦੀ ਹੈ।
2. ਸ਼ੁਰੂ ਵਿਚ ਅਤਿਕ੍ਰਿਆਸ਼ੀਲ ਬੱਚੇ ਨੂੰ ਅੰਤਰਕ੍ਰਿਆ ਕਰਨ ਵਾਲੇ ਛੋਟੇ ਸਮੂਹ ਨੂੰ ਮਿਲਾਉਣਾ ਚਾਹੀਦਾ ਹੈ। ਬਿਹਤਰ ਨਿਯੰਤ੍ਰਣ ਅਤੇ ਘੱਟ ਧਿਆਨ ਭੰਗ ਕਾਰਨ ਉਹ ਸਾਦੇ ਕੰਮ ਪੂਰੇ ਕਰਨ ਦੇ ਯੋਗ ਹੁੰਦੇ ਹਨ ਅਤੇ ਸਫਲ ਮਹਿਸੂਸ ਕਰਦੇ ਹਨ। ਇਹ ਉਨ੍ਹਾਂ ਨੂੰ ਵਧੇਰੇ ਮੁਸ਼ਕਿਲ ਵਿਦਿਅਕ ਕੰਮ ਵੱਲ ਪ੍ਰਗਤੀ ਕਰਨ ਦਾ ਸਵੈ-ਭਰੋਸਾ ਦਿੰਦਾ ਹੈ।
3. ਮਾਪਿਆਂ ਅਤੇ ਅਧਿਆਪਕਾਂ ਨੂੰ ਬੱਚੇ ਦੀਆਂ ਮਜ਼ਬੂਤੀਆਂ ਦੀ ਸ਼ਨਾਖਤ ਕਰਨ ਦੀ ਕੋਸ਼ਿਸ਼ ਕਰਨੀ ਚਾਹੀਦੀ ਹੈ ਜਿਨ੍ਹਾਂ ਦੀ ਜਨਤਕ ਤੌਰ ਤੇ ਘੋਸ਼ਣਾ ਜਾਂ ਸ਼ਲਾਘਾ ਕੀਤੀ ਜਾ ਸਕਦੀ ਹੈ। ਇਹ ਨਾ ਸਿਰਫ ਬੱਚੇ ਦਾ ਮਨੋਬਲ ਵਧਾਉਂਦਾ ਹੈ ਬਲਕਿ ਹੋਰ ਬੱਚਿਆਂ ਦੇ ਨਕਾਰਾਤਮਕ ਮਨੋਭਾਵਾਂ ਨੂੰ ਵੀ ਬਦਲਦਾ ਹੈ।
4. ਅਤਿਕ੍ਰਿਆਸ਼ੀਲ ਬੱਚਾ ਲੰਬੇ ਸਮੇਂ ਤੱਕ ਬੈਠੇ ਰਹਿਣ ਵਿਚ ਦਿੱਕਤ ਮਹਿਸੂਸ ਕਰਦਾ ਹੈ। ਅਧਿਆਪਕਾਂ ਨੂੰ ਚਾਹੀਦਾ ਹੈ ਕਿ ਉਹ ਬੱਚੇ ਤੋਂ ਨਿੱਕਾ-

ਮੋਟਾ ਕੰਮ ਕਰਵਾਉਂਦੇ ਰਹਿਣ : ਬਲੈਕ ਬੋਰਡ ਸਾਫ ਕਰਵਾਉਣਾ, ਜਾਂਚੀਆਂ ਹੋਈਆਂ ਕਾਪੀਆਂ ਵੰਡਣਾ ਆਦਿ। ਇਸ ਨਾਲ ਬੱਚਾ ਕਿਸੇ ਮਕਸਦਭਰਪੂਰ ਗਤੀਵਿਧੀ ਲਈ ਸੀਟ ਛੱਡੇਗਾ ਅਤੇ ਇਹ ਉਸ ਵਿਚ ਅਹਿਮੀਅਤ ਅਤੇ ਪ੍ਰਾਪਤੀ ਦੇ ਅਹਿਸਾਸ ਪੈਦਾ ਕਰੇਗਾ।

5. ਘਰ ਵਿਚ ਬੱਚੇ ਦੀ ਲੰਮੇ ਸਮੇਂ ਤੱਕ ਬੈਠਣ ਦੀ ਸਮੱਸਿਆ ਨਾਲ ਨਜਿੱਠਣ ਲਈ ਅਲਾਰਮ ਘੜੀ ਵਰਤੀ ਜਾ ਸਕਦੀ ਹੈ। ਬੱਚੇ ਨਾਲ ਸਮਝੌਤਾ ਕਰੋ ਕਿ ਜਦੋਂ ਅਲਾਰਮ ਵੱਜ ਲਏਗਾ ਉਹ ਤਾਂ ਹੀ ਸੀਟ ਤੋਂ ਉਠੇਗਾ। ਪਹਿਲਾ ਅਲਾਰਮ 30 ਮਿੰਟ 'ਤੇ ਲਾਉ ਤੇ ਮਗਰੋਂ ਇਸ ਨੂੰ ਵਧਾਕੇ 45 ਮਿੰਟ ਜਾਂ ਇਕ ਘੰਟਾ ਕਰ ਦਿਉ। ਸੀਟ ਛੱਡ ਕੇ ਉੱਠਣ ਦੀ ਇਜਾਜ਼ਤ ਦੀ ਆਸ ਨਾਲ ਬੱਚਾ ਬੈਠਣ ਲਈ ਪ੍ਰੇਰਿਤ ਹੋਵੇਗਾ। ਇਹ ਸ਼ਰਤ ਅਭਿਆਸ ਬਹੁਤੇ ਬੱਚਿਆਂ ਨਾਲ ਸਫਲ ਰਹਿੰਦਾ ਹੈ ਤੇ ਤੁਹਾਡੇ ਬੱਚੇ ਦੀ ਵੀ ਮੱਦਦ ਕਰੇਗਾ।

6. ਅਤਿਕ੍ਰਿਆਸ਼ੀਲ ਬੱਚੇ ਆਮ ਤੌਰ ਤੇ ਅਨਿਉਜਿਤ ਹੁੰਦੇ ਹਨ ਅਤੇ ਘਰ ਦਾ ਕੰਮ ਉਤਾਰਨਾ ਲਗਾਤਾਰ ਭੁੱਲ ਜਾਂਦੇ ਹਨ। ਉਨ੍ਹਾਂ ਨੂੰ ਸੁਣਨ ਅਤੇ ਨੋਟਸ ਲੈਣ ਵਿਚ ਵੀ ਦਿੱਕਤ ਆਉਂਦੀ ਹੈ। ਮਾਪਿਆਂ ਨੂੰ ਅਧਿਆਪਕਾਂ ਨਾਲ ਨਜ਼ਦੀਕੀ ਤਾਲਮੇਲ ਰੱਖਣਾ ਚਾਹੀਦਾ ਹੈ ਅਤੇ ਉਨ੍ਹਾਂ ਨੂੰ ਬੇਨਤੀ ਕਰਨੀ ਚਾਹੀਦੀ ਹੈ ਕਿ ਉਹ ਥੋੜ੍ਹਾ ਸਮਾਂ ਕੱਢ ਕੇ ਇਹ ਦੇਖ ਲੈਣ ਕਿ ਬੱਚੇ ਨੇ ਕਲਾਸ ਦਾ ਕੰਮ ਮੁਕਾ ਲਿਆ ਹੈ ਅਤੇ ਘਰ ਦਾ ਕੰਮ ਉਤਾਰ ਲਿਆ ਹੈ ਜਾਂ ਨਹੀਂ। ਅਧਿਆਪਕ ਬੱਚੇ ਨੂੰ ਆਪਣਾ ਕੰਮ ਪੂਰਾ ਕਰਨ ਲਈ ਥੋੜ੍ਹਾ ਵਾਧੂ ਸਮਾਂ ਵੀ ਦੇ ਸਕਦੇ ਹਨ। ਕਿਸੇ ਦੋਸਤ ਦੀ ਮੱਦਦ ਵੀ ਲਈ ਜਾ ਸਕਦੀ ਹੈ ਅਤੇ ਅਧੂਰਾ ਕੰਮ ਉਸ ਦੀ ਕਾਪੀ ਵਿਚੋਂ ਫੋਟੋ ਸਟੇਟ ਕੀਤਾ ਜਾ ਸਕਦਾ ਹੈ।

7. ਇਹ ਬੱਚੇ ਆਪਣੀਆਂ ਚੀਜ਼ਾਂ ਬੜੇ ਬੇਤਰਤੀਬੇ ਢੰਗ ਨਾਲ ਰੱਖਦੇ ਹਨ। ਉਨ੍ਹਾਂ ਦੀਆਂ ਕਿਤਾਬਾਂ ਅਤੇ ਕਾਪੀਆਂ ਠੀਕ ਢੰਗ ਨਾਲ ਰੱਖਣ, ਪੜ੍ਹਾਈ ਦੇ ਮੇਜ ਨੂੰ ਢੰਗ ਸਿਰ ਰੱਖਣ ਅਤੇ ਦਰਾਜ ਸਾਫ ਕਰਨ ਵਿਚ ਮੱਦਦ ਕਰਨੀ ਚਾਹੀਦੀ ਹੈ। ਬੱਚੇ ਨੂੰ ਇਹ ਕੰਮ ਹਫਤੇ ਵਿਚ ਇਕ ਵਾਰੀ ਕਰਨ ਲਈ ਉਤਸ਼ਾਹਿਤ ਕਰੋ।

8. ਪੜ੍ਹਾਈ ਦੀ ਥਾਂ ਮਿੱਥ ਦਿਉ। ਬੱਚੇ ਨੂੰ ਉੱਘੜ-ਦੁੱਘੜੇ ਢੰਗ ਨਾਲ ਘਰ ਦੇ ਕਿਸੇ ਵੀ ਕੋਨੇ ਵਿਚ ਬਹਿ ਕੇ ਪੜ੍ਹਨ ਦੀ ਇਜਾਜ਼ਤ ਨਾ ਦਿਉ। ਧਿਆਨ ਭੰਗ ਹੋਣ ਤੋਂ ਬਚਾਉਣ ਅਤੇ ਇਕਾਗਰਤਾ ਵਧਾਉਣ ਲਈ ਕਮਰੇ ਦੀਆਂ ਬੱਤੀਆਂ ਬੁਝਾ ਦਿਉ ਅਤੇ ਟੇਬਲ ਲੈਂਪ ਵਰਤੋ। ਬੱਚੇ ਨੂੰ ਪ੍ਰੇਰਿਤ ਕਰਨ ਲਈ ਪੜ੍ਹਨ ਵਾਲੀ ਥਾਂ ਨੂੰ ਪਾਵਨ ਸਮਝੋ ਅਤੇ ਜੁੱਤੀ ਲਾਹ ਕੇ ਅਗਰਬੱਤੀ ਜਲਾਉਂਦੇ ਰਹੋ।

9. ਇਕੋ ਵੇਲੇ ਕਈ ਹਿਦਾਇਤਾਂ ਜਾਂ ਕਰਨ ਵਾਲੇ ਕੰਮ ਨਾ ਦਿਉ। ਬੱਚੇ ਨੂੰ ਇਕ ਸੇਧ ਵਿਚ ਚੱਲਣ ਜਾਂ ਇਕ ਕੰਮ ਨਿਪਟਾ ਲੈਣ ਦਿਉ, ਤੇ ਉਹ

ਉਸ ਤੋਂ ਬਾਅਦ ਹੀ ਦੂਜੇ ਵਿਚ ਲੱਗੇ। ਕੁਝ ਬੱਚੇ ਇਕ ਹੀ ਪੰਨੇ ਤੇ ਕਈ ਸਵਾਲ ਦੇਖ ਕੇ ਉਲਝ ਜਾਂਦੇ ਹਨ। ਇਕ ਕਾਗਜ਼ ਲੈ ਕੇ ਬਾਕੀ ਸਾਰੇ ਸਵਾਲਾਂ ਨੂੰ ਢੱਕ ਕੇ ਇਕ ਹੀ ਨੰਗਾ ਰਹਿਣਾ ਦਿਉ ਤੇ ਬੱਚੇ ਨੂੰ ਇਕੋ ਵੇਲੇ ਇਕ ਹੀ ਸਵਾਲ ਕਰਨ ਦਿਉ।

10. ਗਣਿਤ ਦਾ ਕੰਮ ਕਰਨ ਵੇਲੇ ਬੱਚੇ ਨੂੰ ਗ੍ਰਾਫਪੇਪਰ ਦਿਉ ਤਾਂ ਕਿ ਬੱਚਾ ਸਹੀ ਸਿਲਸਿਲੇ ਵਿਚ ਅੰਕ ਲਿਖ ਸਕੇ। ਗ੍ਰਾਫ ਪੇਪਰ ਵੱਡਾ ਵਰਤਣਾ ਚਾਹੀਦਾ ਹੈ ਤਾਂ ਕਿ ਬੱਚਾ ਹਰੇਕ ਖਾਨੇ ਵਿਚ ਇਕ ਅੰਕ ਆਸਾਨੀ ਨਾਲ ਲਿਖ ਸਕੇ। ਇਹ ਬੱਚੇ ਨੂੰ ਪ੍ਰਣਾਲੀਬੱਧ ਢੰਗ ਨਾਲ ਆਪਣਾ ਕੰਮ ਕਰਨ ਵਿਚ ਮੱਦਦ ਕਰਦਾ ਹੈ। ਇਨ੍ਹਾਂ ਬੱਚਿਆਂ ਨੂੰ ਵਰਤਣ ਲਈ ਕੈਲਕੁਲੇਟਰ ਦੇਣ ਵਿਚ ਕੋਈ ਹਰਜ ਨਹੀਂ। ਉਨ੍ਹਾਂ ਨੂੰ ਆਧਾਰੀ ਟੇਬਲ ਅਤੇ ਫਾਰਮੂਲੇ ਵੀ ਦਿੱਤੇ ਜਾ ਸਕਦੇ ਹਨ ਜਦੋਂ ਉਹ ਆਪਣਾ ਕੰਮ ਕਰ ਰਹੇ ਹੋਣ। ਇਥੇ ਉਦੇਸ਼ ਹੱਥ ਦੇ ਕੰਮ ਨੂੰ ਸਫਲਤਾ ਨਾਲ ਮੁਕਾਉਣ ਦਾ ਹੈ ਇਸ ਨਾਲ ਉਹ ਤੱਥਾਂ ਨੂੰ ਚੇਤੇ ਰੱਖਣ ਅਤੇ ਚੇਤੇ ਕਰਨ ਦੀ ਜ਼ਹਿਮਤ ਤੋਂ ਬਚੇਗਾ।

11. ਕੁਝ ਬੱਚੇ ਸ੍ਰਵਣੀ ਅਤੇ ਦ੍ਰਿਸ਼ਟ ਚੀਜਾਂ ਇਕੱਠੀਆਂ ਦੇਣ ਨਾਲ ਬਿਹਤਰ ਤਰ੍ਹਾਂ ਸਮਝਦੇ ਹਨ। ਬੱਚੇ ਇਕ ਅਧਿਆਇ ਨੂੰ ਟੇਪ ਰਿਕਾਰਡ ਕਰ ਸਕਦੇ ਹਨ ਤਾਂ ਕਿ ਬੱਚਾ ਇਕੋ ਵੇਲੇ ਪੜ੍ਹ ਅਤੇ ਸੁਣ ਸਕੇ।

12. ਘਰਾਂ ਵਿਚ ਕੰਪਿਊਟਰਾਂ ਦੀ ਪਹੁੰਚ ਤੇਜੀ ਨਾਲ ਵਧ ਰਹੀ ਹੈ ਅਤੇ ਬੱਚਿਆਂ ਨੂੰ ਛੋਟੇ ਹੁੰਦਿਆਂ ਤੋਂ ਹੀ ਇਸ ਨਾਲ ਜਾਣੂ ਕਰਵਾਉਣਾ ਚਾਹੀਦਾ ਹੈ। ਬੱਚੇ ਦੇ ਕੰਮ ਨੂੰ ਨਿਯੋਜਿਤ ਕਰਨ ਲਈ, ਟਾਈਪ ਕਰਨ ਦੀ ਕੁਸ਼ਲਤਾ ਸਿਖਾਉਣ ਲਈ ਅਤੇ ਬਾਜ਼ਾਰ ਵਿਚ ਫੌਰੀ ਉਪਲਬਧ ਵਿਭਿੰਨ ਪੈਕੇਜ਼ਾਂ ਨੂੰ ਵਰਤ ਕੇ ਬੱਚੇ ਦੀ ਸ਼ਬਦ ਸ਼ਕਤੀ ਵਧਾਉਣ ਲਈ ਕੰਪਿਊਟਰ ਵਰਤੇ ਜਾ ਸਕਦੇ ਹਨ। ਇਹ ਮਸ਼ੀਨ ਬੜੀ ਮਨਮੋਹਕ, ਆਦੀ ਬਣਾਉਣ ਵਾਲੀ ਅਤੇ ਪ੍ਰੇਰਿਤ ਕਰਨ ਵਾਲੀ ਹੈ। ਬੱਚੇ ਨੂੰ ਆਪਣਾ ਆਪ ਬੜਾ ਚੰਗਾ ਲੱਗੇਗਾ ਖਾਸ ਤੌਰ ਤੇ ਉਸ ਦੀ ਆਪਣੀ ਮਿਹਨਤ ਨਾਲ ਬਣਾਈ ਇਕ ਰਿਪੋਰਟ ਨੂੰ ਦੇਖਕੇ।

13. ਸਵੇਰੇ ਸਕੂਲ ਜਾਣ ਤੋਂ ਪਹਿਲਾਂ ਆਪਣੇ ਬੱਚੇ ਨੂੰ ਤਣਾਉ ਅਤੇ ਦੁਚਿੱਤੀ ਤੋਂ ਬਚਾਉਣ ਲਈ ਆਪਣੇ ਬੱਚੇ ਦੀਆਂ ਚੀਜ਼ਾਂ ਰਾਤ ਨੂੰ ਹੀ ਸਲੀਕੇ ਨਾਲ ਸਾਂਭ ਦਿਉ। ਬੱਚੇ ਨੂੰ ਇਕ ਜਾਂਚ ਸੂਚੀ ਬਣਾਉਣ ਲਈ ਕਹੋ ਤਾਂ ਕਿ ਸਕੂਲ ਦੀ ਵਰਦੀ, ਕਿਤਾਬਾਂ, ਕਾਪੀਆਂ ਅਤੇ ਘਰ ਦਾ ਕੰਮ ਅਗਲੀ ਸਵੇਰ ਲਈ ਤਿਆਰ ਹੋਵੇ। ਕਿਉਂਕਿ ਬੱਚਾ ਬਿਹਤਰ ਤਿਆਰੀ ਨਾਲ ਸਕੂਲ ਜਾਂਦਾ ਹੈ ਇਸ ਕਰਕੇ ਇਸ ਨਾਲ ਬੱਚੇ ਨੂੰ ਸੁਰੱਖਿਅਤ ਮਹਿਸੂਸ ਕਰਨ ਵਿਚ ਮੱਦਦ ਮਿਲੇਗੀ।

14. ਬੱਚੇ ਤੋਂ ਆਪਣੀਆਂ ਆਸਾਂ ਬਾਰੇ ਮਾਪੇ ਹਕੀਕੀ ਹੋਣੇ ਚਾਹੀਦੇ ਹਨ ਅਤੇ ਉਨ੍ਹਾਂ ਨੂੰ ਛੋਟੀਆਂ-ਮੋਟੀਆਂ ਘਟਨਾਵਾਂ ਨੂੰ ਨਜ਼ਰਅੰਦਾਜ਼ ਚਾਹੀਦਾ ਹੈ। ਉਨ੍ਹਾਂ ਨੂੰ ਉਨ੍ਹਾਂ ਸਥਿਤੀਆਂ ਤੋਂ ਜਾਣੂ ਹੋਣ ਦੀ ਲੋੜ ਹੈ ਜਿਹੜੀਆਂ ਬੱਚੇ ਨੂੰ ਮਾਯੂਸ ਕਰਦੀਆਂ ਹਨ। ਟਕਰਾਉ ਤੋਂ ਬਚ ਕੇ ਭਾਵਨਾਤਮਕ ਸਹਾਇਤਾ ਪ੍ਰਦਾਨ ਕਰਨੀ ਹੀ ਇਨ੍ਹਾਂ ਪਲਾਂ ਵਿਚ ਸਹੀ ਪਹੁੰਚ ਹੈ।

ਬੀ.ਮਨੋਚਕਿਤਸਾ

ਮਨੋਚਕਿਤਸਾ ਬੱਚੇ ਦੀ ਮੱਦਦ ਕਰਦੀ ਹੈ ਕਿ ਉਹ :

* ਸਵੈ-ਮਾਣ ਵਧਾ ਸਕੇ।
* ਅੰਦਰ ਦਬੀ ਮਾਯੂਸੀ ਬਾਹਰ ਕੱਢ ਸਕੇ।
* ਮਨਮੌਜੀਪੁਣੇ ਤੇ ਨਿਯੰਤ੍ਰਣ ਕਰ ਸਕੇ।

ਮਨੋਚਕਿਤਸਕ ਬੱਚੇ ਦੀ ਅਤਿਕ੍ਰਿਆਸ਼ੀਲਤਾ ਨੂੰ ਨਿਯੰਤਰਣ ਕਰਨ ਅਤੇ ਇਕਾਗਰਤਾ ਵਧਾਉਣ ਲਈ ਵਿਹਾਰ ਸੋਧੀਕਰਨ ਨੂੰ ਵਰਤਦੇ ਹਨ। ਉਪਚਾਰ ਦੇ ਇਸ ਢੰਗ ਵਿਚ ਸੁਵਿਧਾਵਾਂ ਅਤੇ ਵਰਜਕਾਂ, ਰੋਜ਼ਾਨਾ ਰਿਪੋਰਟ ਕਾਰਡਾਂ ਆਦਿ ਦੀ ਪ੍ਰਣਾਲੀ ਸ਼ਾਮਲ ਹੁੰਦੀ ਹੈ। ਕੁਝ ਲੋਕ ਪਰਿਵਾਰਕ ਚਕਿਤਸਾ ਵੀ ਸੁਝਾਉਂਦੇ ਹਨ।

ਸੀ. ਖਾਸ ਖੁਰਾਕ

ਡਾ. ਬੈਨ ਫੇਂਗੋਲਡ ਅਤਿਕ੍ਰਿਆਸ਼ੀਲਤਾ ਨੂੰ ਬਣਾਉਟੀ ਰੰਗਾਂ ਅਤੇ ਖੁਸ਼ਬੋਆਂ, ਸੁੱਰਖਿਅਕਾਂ ਅਤੇ ਭੋਜਨ ਵਿਚ ਸਿਲੀਕੇਟ ਕਹੇ ਜਾਂਦੇ ਕੁਦਰਤੀ ਤੌਰ 'ਤੇ ਮੌਜੂਦ ਤੱਤਾਂ ਦੀ ਵਰਤੋਂ ਨਾਲ ਜੋੜ ਕੇ ਇਕ ਮਨੌਤ ਪੇਸ਼ ਕਰਦਾ ਹੈ। ਉਸ ਦਾ ਕਹਿਣਾ ਹੈ ਕਿ ਬੱਚੇ ਦੀ ਖੁਰਾਕ ਵਿਚੋਂ ਇਨ੍ਹਾਂ ਤੱਤਾਂ ਨੂੰ ਕੱਢ ਦੇਣ ਨਾਲ ਸਮੱਸਿਆ ਵਿਚ ਕਮੀ ਆਵੇਗੀ। ਐਪਰ, ਬਾਅਦ ਦੀਆਂ ਖੋਜਾਂ ਡਾ. ਫੇਂਗੋਲਡ ਦੇ ਇਸ ਖੁਰਾਕੀ ਸਿਧਾਂਤ ਦੀ ਪੁਸ਼ਟੀ ਕਰਨ ਵਿਚ ਅਸਫਲ ਰਹੀਆਂ ਹਨ। ਏ.ਡੀ.ਐਚ.ਡੀ ਦਾ ਖਾਸ ਖੁਰਾਕਾਂ ਨਾਲ ਉਪਚਾਰ ਕਰਨ ਨੇ ਬਹੁਤ ਜ਼ਿਆਦਾ ਵਿਵਾਦ ਪੈਦਾ ਕੀਤਾ ਹੈ ਅਤੇ ਇਸ ਖੇਤਰ ਵਿਚ ਹੋਰ ਖੋਜ ਦੀ ਲੋੜ ਹੈ।

ਡੀ. ਦਵਾ ਚਕਿਤਸਾ

ਏ.ਡੀ.ਐਚ.ਡੀ ਲਈ ਬਹੁਤੇ ਆਮ ਵਰਤੇ ਜਾਣ ਵਾਲੇ ਮਨੋ-ਉਤੇਜਕ ਡੈਕਸਡਰੀਨ ਅਤੇ ਰਿਟਾਲਿਨ ਹਨ। ਬਦਕਿਸਮਤੀ ਨਾਲ ਇਹ ਭਾਰਤ ਵਿਚ ਉਪਲੱਬਧ ਨਹੀਂ, ਹਾਲਾਂਕਿ ਕਰੀਬ ਵੀਹ ਸਾਲ ਪਹਿਲਾਂ ਡੈਕਸਡਰੀਨ ਮਿਲਦੀ ਹੁੰਦੀ ਸੀ ਪਰ ਉਸ ਤੋਂ ਬਾਦ ਇਹ ਬਾਜ਼ਾਰ ਵਿਚੋਂ ਕੱਢ ਲਈ ਗਈ। ਇਹ ਦਵਾਈਆਂ ਇਕਾਗਰਤਾ ਵਿਚ ਸੁਧਾਰ ਕਰਦੀਆਂ ਹਨ ਅਤੇ ਆਪਣੇ ਦੁਆਲੇ ਦੇ ਸੰਸਾਰ ਪ੍ਰਤੀ ਬੱਚੇ ਦੀ ਜਾਗਰੂਕਤਾ ਵਧਾਉਂਦੀਆਂ ਹਨ। ਅੱਧਿਆਂ ਤੋਂ ਬਹੁਤੇ ਬੱਚੇ ਅਣਚਾਹੇ

ਲੱਛਣਾਂ ਵਿਚ ਕਮੀ ਦਰਸਾਉਂਦੇ ਹਨ ਅਤੇ ਕਰੀਬ ਦਸ ਪ੍ਰਤੀਸ਼ਤ ਆਪਣੇ ਵਿਹਾਰ ਵਿਚ ਨਾਟਕੀ ਸੁਧਾਰ ਦਰਸਾਉਂਦੇ ਹਨ।

ਇਹ ਧਿਆਨ ਵਿਚ ਰੱਖਣਾ ਚਾਹੀਦਾ ਹੈ ਕਿ ਇਹ ਦਵਾਈਆਂ ਵਿਗਾੜ ਨੂੰ ਠੀਕ ਨਹੀਂ ਕਰਦੀਆਂ ਬਲਕਿ ਦੁੱਖਦਾਈ ਲੱਛਣਾਂ ਨੂੰ ਦੂਰ ਕਰਦੀਆਂ ਹਨ। ਇਨ੍ਹਾਂ ਦਵਾਈਆਂ ਦੀ ਵਰਤੋਂ ਵਿਚ ਆਮ ਦੇਖਿਆ ਜਾਂਦਾ ਪਿੱਛਲ ਪ੍ਰਭਾਵ ਉਬਕਾਈ, ਭੁੱਖ ਵਿਚ ਕਮੀ ਅਤੇ ਵਜ਼ਨ ਘਟਣਾ ਹਨ। ਇਹ ਵੀ ਚਿੰਤਾ ਦੀ ਗੱਲ ਹੈ ਕਿ ਮਨੋ-ਉਤੇਜਕ ਦਵਾਈਆਂ ਦੀ ਵਰਤੋਂ ਦਵਾ ਨਿਰਭਰਤਾ/ਦੁਰਵਰਤੋਂ ਵੱਲ ਲਿਜਾ ਸਕਦੀ ਹੈ, ਹਾਲਾਂਕਿ ਇਸ ਨੂੰ ਕੋਈ ਖੋਜ ਸਾਬਿਤ ਨਹੀਂ ਕਰਦੀ।

ਭਾਵਨਾਤਮਕ ਤੌਰ 'ਤੇ ਨਿਰਯੋਗ ਬੱਚੇ

ਪੰਜਵੀਂ ਜਮਾਤ ਦੀ ਵਿਦਿਆਰਥਣ ਜੇਨੀ ਸਮੇਂ ਦੀ ਬੜੀ ਪਾਬੰਦ ਸੀ ਅਤੇ ਆਪਣੇ ਪਹਿਲੇ ਅੰਤਲੇ ਇਮਤਿਹਾਨ ਵਿਚ ਉਸਨੇ ਬੜਾ ਵਧੀਆ ਕੀਤਾ। ਹੌਲੀ-ਹੌਲੀ ਉਹ ਦੇਰ ਨਾਲ ਆਉਣ ਲੱਗੀ ਅਤੇ ਲਗਾਤਾਰ ਸਕੂਲ ਤੋਂ ਗੈਰਹਾਜ਼ਰ ਰਹਿਣ ਲੱਗੀ। ਅਕਸਰ ਉਹ ਸਕੂਲ ਦੇ ਗੇਟ 'ਤੇ ਆਪਣੇ ਮਾਪਿਆਂ ਤੋਂ ਅੱਡ ਹੋਣ ਤੋਂ ਵੀ ਇਨਕਾਰੀ ਹੋਣ ਲੱਗੀ। ਉਸ ਨੇ ਆਪਣਾ ਕੰਮ ਅਧੂਰਾ ਕਰਨਾ ਸ਼ੁਰੂ ਕਰ ਦਿੱਤਾ ਅਤੇ ਉਹ ਲਾਪ੍ਰਵਾਹ ਗਲਤੀਆਂ ਨਾਲ ਭਰਿਆ ਹੁੰਦਾ ਸੀ। ਬਾਅਦ ਦੇ ਇਮਤਿਹਾਨਾਂ ਵਿਚ ਉਸ ਨੇ ਬੜੀ ਬੁਰੀ ਪੇਸ਼ਕਾਰੀ ਦਿਖਾਈ ਅਤੇ ਦੋ ਵਿਸ਼ਿਆਂ ਵਿਚ ਫੇਲ੍ਹ ਹੋ ਗਈ। ਉਹ ਜਮਾਤੀਆਂ ਤੋਂ ਖਿਚੀ-ਖਿਚੀ ਰਹਿਣ ਲੱਗੀ ਅਤੇ ਉਨ੍ਹਾਂ ਨੂੰ ਆਪਣੇ ਅਧਿਆਪਕਾਂ ਸਮੇਤ ਆਪਣੀ ਮਾੜੀ ਪੇਸ਼ਕਾਰੀ ਲਈ ਦੋਸ਼ ਦੇਣ ਲੱਗੀ।

ਜੇਨੀ ਸਿਰਦਰਦ ਜਾਂ ਪੇਟ ਦਰਦ ਦੀਆਂ ਸ਼ਿਕਾਇਤਾਂ ਨਾਲ ਲਗਾਤਾਰ ਸਕੂਲ ਦੀ ਡਿਸਪੈਂਸਰੀ ਵਿਚ ਜਾਣ ਲੱਗੀ। ਜਮਾਤ ਵਿਚ ਹਰੇਕ ਸਵਾਲ ਬਾਰੇ ਉਸਦਾ ਇਹੀ ਆਮ ਜਵਾਬ ਹੁੰਦਾ ਸੀ, 'ਮੈਨੂੰ ਨਹੀਂ ਪਤਾ' ਜਾਂ 'ਮੈਂ ਇਹ ਨਹੀਂ ਕਰ ਸਕਦੀ।' ਉਸ ਦੀ ਪੇਸ਼ਕਾਰੀ ਵਿਚ ਇਹ ਨਿਘਾਰ ਦਾ ਰੁਝਾਨ ਬੇਰੋਕ ਤੁਰਿਆ ਰਿਹਾ ਅਤੇ ਇਸ ਦਾ ਅੰਤ ਉਸ ਦੇ ਅੰਤਿਮ ਇਮਤਿਹਾਨ ਵਿਚ ਫੇਲ੍ਹ ਹੋਣ ਵਿਚ ਹੋਇਆ।

ਲੰਬਾ ਸਮਾਂ ਹਸਪਤਾਲ ਵਿਚ ਰਹਿਣ ਤੋਂ ਬਾਦ ਉਸ ਦੇ ਛੋਟੇ ਭਰਾ ਦੀ ਮੌਤ ਨੇ ਉਸ ਨੂੰ ਬੜਾ ਤੇਜ਼ ਭਾਵਨਾਤਮਕ ਸਦਮਾ ਪਹੁੰਚਾਇਆ ਸੀ। ਮੌਤ ਦਾ ਡਰ ਉਸ ਉਤੇ ਹਾਵੀ ਹੋ ਗਿਆ ਸੀ ਅਤੇ ਉਹ ਹਮੇਸ਼ਾ ਇਹ ਕਲਪਨਾ ਕਰਦੀ ਰਹਿੰਦੀ ਕਿ ਉਸ ਨੂੰ ਕੋਈ ਮਾਰੂ ਰੋਗ ਹੈ। ਉਸ ਦੇ ਦੁਖੀ ਮਾਪੇ ਜੇਨੀ ਦੀ ਭਾਵਨਾਤਮਕ ਗੜਬੜ ਨੂੰ ਪਛਾਣ ਨਾ ਸਕੇ। ਇਸ ਦਾ ਸਿੱਟਾ ਜੇਨੀ ਦੀ ਵਿਦਿਅਕ ਅਸਫਲਤਾ ਦੇ ਰੂਪ ਵਿਚ ਪਰਿਵਾਰ ਲਈ ਇਕ ਹੋਰ ਧੱਕੇ ਵਜੋਂ ਨਿਕਲਿਆ।

ਜੇਨੀ ਤੀਖਣ ਭਾਵਨਾਤਮਕ ਤਣਾਉ ਅਨੁਭਵ ਕਰਨ ਵਾਲੇ ਬੱਚੇ ਦਾ ਨਿਰੂਪਣ ਹੈ ਜਿਸ ਦਾ ਸਿੱਟਾ ਸਮਾਜਕ, ਵਾਤਾਵਰਣੀ ਅਤੇ ਵਿਦਿਅਕ ਦੁਰਅਨੁਕੂਲਣ ਵਿਚ ਨਿਕਲਿਆ। ਤਣਾਉ ਦੀ ਉਸ ਦੀ ਗਤੀਸ਼ੀਲ ਅਵਸਥਾ ਨੇ

ਉਸ ਦੀਆਂ ਸਿੱਖਣ ਯੋਗਤਾਵਾਂ ਨੂੰ ਬੁਰੀ ਤਰ੍ਹਾਂ ਪ੍ਰਭਾਵਤ ਕੀਤਾ ਅਤੇ ਇਸ ਦਾ ਸਿੱਟਾ ਉਸ ਦੀ ਅਸਫਲਤਾ ਵਿਚ ਨਿਕਲਿਆ। ਬੱਚੇ ਵਿਚ ਹੋਰ ਕਈ ਸਥਿਤੀਆਂ ਵੀ ਭਾਵਨਾਤਮਕ ਤਣਾਉ ਪੈਦਾ ਕਰ ਸਕਦੀਆਂ ਹਨ : ਕੁਝ ਮਹੱਤਵਪੂਰਣ ਦੀ ਸੂਚੀ ਹੇਠਾਂ ਦਿੱਤੀ ਜਾ ਰਹੀ ਹੈ

ਬੱਚੇ ਵਿਚ ਭਾਵਨਾਤਮਕ ਤਣਾਉ ਦੇ ਅਹਿਮ ਕਾਰਨ :

* ਜਮਾਤੀ ਦਾ ਦਬਾਉ ਅਤੇ ਜਮਾਤੀ ਦਾ ਰੱਦਣ
* ਮਾਪਿਆਂ ਦਾ ਝਗੜਾ ਜਾਂ ਤਲਾਕ
* ਮਾਪਿਆਂ ਦੀ ਨੌਕਰੀ ਜਾਣੀ
* ਪਰਿਵਾਰ ਦੇ ਦੂਜੀ ਥਾਂ ਜਾਣ ਕਰਕੇ ਮਾਹੌਲ ਵਿਚ ਤਬਦੀਲੀ
* ਪਰਿਵਾਰ ਵਿਚ ਮੌਤ
* ਸਿਹਤ ਨਾਲ ਸਬੰਧਤ ਸਮੱਸਿਆਵਾਂ
* ਦੁਰਵਰਤੋਂ
* ਮਾਪਿਆਂ ਦੀਆਂ ਉੱਚੀਆਂ ਆਸਾਂ
* ਭੈਣ-ਭਰਾਵਾਂ ਦੀ ਪੇਸ਼ਕਾਰੀ
* ਸੱਭਿਆਚਾਰਕ ਅਤੇ ਭਾਸ਼ਾਈ ਦਿੱਕਤ
* ਅਧਿਆਪਕ ਦੀਆਂ ਹਿਦਾਇਤਾਂ ਤੇ ਚੱਲਣ ਦੀ ਅਯੋਗਤਾ
* ਸਕੂਲ ਵਿਚ ਵਾਰ-ਵਾਰ ਅਸਫਲਤਾ

ਭਾਵਨਾਤਮਕ ਤੌਰ ਤੇ ਨਿਰਯੋਗ ਬੱਚੇ ਵਿਚ ਦੇਖੇ ਜਾਂਦੇ ਆਮ ਲੱਛਣ :

* ਚੰਗੀ ਸਮਰੱਥਾ ਦੇ ਬਾਵਜੂਦ ਘੱਟ ਵਿਦਿਅਕ ਪ੍ਰਾਪਤੀ
* ਸਕੂਲ ਤੋਂ ਲਗਾਤਾਰ ਗੈਰ ਹਾਜ਼ਰੀ
* ਜਮਾਤੀਆਂ ਦੇ ਰੱਦਣ ਲਈ ਜ਼ਿੰਮੇਵਾਰ ਮਾੜੀਆਂ ਸਮਾਜਕ ਕੁਸ਼ਲਤਾਵਾਂ
* ਸਿਰਦਰਦ, ਢਿੱਡ ਦਰਦ ਆਦਿ ਦੀਆਂ ਲਗਾਤਾਰ ਸ਼ਿਕਾਇਤਾਂ
* ਘੱਟ ਸਵੈ-ਭਰੋਸਾ ਅਤੇ ਮਾੜੀ ਸਵੈ-ਵੁੱਕਤ
* ਵਾਧੂ ਡਰ ਅਤੇ ਤ੍ਰਾਹ
* ਮਨੋਵੇਗੀ, ਹਮਲਾਵਰ ਅਤੇ ਟਕਰਾਉ ਵਾਲਾ ਸੁਭਾਅ

ਭਾਵਨਾਤਮਕ ਤੌਰ ਤੇ ਨਿਰਯੋਗ ਬੱਚੇ ਨਾਲ ਨਜਿੱਠਣਾ

ਭਾਵਨਾਤਮਕ ਵਿਗਾੜ ਹਲਕੇ ਤੋਂ ਬੜੇ ਤਿੱਖੇ ਤੱਕ ਹੋ ਸਕਦੇ ਹਨ ਪਰ ਇਹ ਅਕਸਰ ਵਿਦਿਅਕ ਪੇਸ਼ਕਾਰੀ ਵਿਚ ਵਿਘਨ ਪਾਉਂਦੇ ਹਨ। ਬੱਚੇ ਦੀਆਂ ਸਮੱਸਿਆਵਾਂ ਸਮਝਣ ਅਤੇ ਉਨ੍ਹਾਂ ਦੇ ਹੱਲ ਲੱਭਣ ਦੀ ਕੋਸ਼ਿਸ਼ ਕਰੋ। ਆਪਣੇ ਸੁਹਿਰਦ ਯਤਨ ਨਾਲ ਤੁਸੀਂ ਆਪਣੇ ਪੱਧਰ 'ਤੇ ਹੀ ਬਹੁਤ ਸਾਰੀਆਂ ਗੁੰਝਲਦਾਰ ਸਮੱਸਿਆਵਾਂ ਹੱਲ ਕਰ ਸਕਦੇ ਹੋ। ਭਾਵਨਾਤਮਕ ਤਣਾਉ ਨੂੰ ਛੇਤੀ ਤੋਂ ਛੇਤੀ ਕਾਬੂ ਕਰਨਾ ਬੜਾ

ਅਹਿਮ ਹੈ; ਇਸ ਨੂੰ ਲਟਕਦੇ ਰਹਿਣ ਦੇਣਾ ਬੱਚੇ ਦੀ ਸ਼ਖਸੀਅਤ ਦਾ ਸਦੀਵੀ ਨੁਕਸਾਨ ਕਰ ਸਕਦਾ ਹੈ।

1. ਇਨਾਮ ਦੇ ਕੇ ਸਕਾਰਾਤਮਕ ਵਿਹਾਰ ਨੂੰ ਮੁੜ ਮਜ਼ਬੂਤ ਕਰਨ ਅਤੇ ਅਨੁਚਿਤ ਵਿਹਾਰ ਲਈ ਮਾੜੇ ਸਿੱਟੇ ਵਾਸਤੇ ਕੁਝ ਸਜ਼ਾ ਮਿੱਥਣ ਦਾ ਬੁਨਿਆਦੀ ਸਿਧਾਂਤ ਇਨ੍ਹਾਂ ਬੱਚਿਆਂ ਨਾਲ ਨਜਿੱਠਣ ਲਈ ਇਕ ਬੜਾ ਪ੍ਰਭਾਵੀ ਸਾਧਨ ਹੈ। ਪ੍ਰਵਾਣਤ ਵਿਹਾਰ ਅਤੇ ਇਨਾਮਾਂ ਸਬੰਧੀ ਆਪਣੇ ਬੱਚੇ ਨਾਲ ਇਕ ਇਕਰਾਰਨਾਮਾ ਕਰੋ। ਨਿਯਮ ਤੋੜਨ ਲਈ ਕੀ ਹੋਵੇਗਾ, ਇਸ ਉਤੇ ਵੀ ਸਹਿਮਤੀ ਬਣਾ ਕੇ ਇਸ ਨੂੰ ਨਿਸ਼ਚਿਤ ਕਰ ਲਉ।
2. ਬੱਚੇ ਦੇ ਸਮੇਂ ਦੀ ਪਾਬੰਦੀ/ਦੇਰੀ ਅਤੇ ਪੂਰੇ/ਅਧੂਰੇ ਵਿਦਿਅਕ ਕੰਮ ਦਾ ਨਮੂਨਾ ਦ੍ਰਿਸ਼ਟ ਰੂਪ ਵਿਚ ਬੱਚੇ ਨੂੰ ਦਰਸਾਉਣ ਲਈ ਪਾਇੰਟ ਪ੍ਰਣਾਲੀ ਨਾਲ ਇਕ ਚਾਰਟ ਵਰਤਣ ਦੀ ਕੋਸ਼ਿਸ਼ ਕਰੋ। ਇਹ ਬੱਚੇ ਦੀ ਜਾਗਰੂਕਤਾ ਅਤੇ ਜ਼ਿੰਮੇਵਾਰੀ ਦੀ ਸੋਝੀ ਵਧਾਏਗਾ ਜਦੋਂ ਕਿ ਇਨਕਾਰੀ ਅਤੇ ਬਚਣ ਵਾਲੇ ਵਿਹਾਰ ਨੂੰ ਘਟਾਏਗਾ। ਸਾਰੇ ਬੱਚਿਆਂ ਦੇ ਵਿਹਾਰ ਅਤੇ ਪੇਸ਼ਕਾਰੀ ਨੂੰ ਸੁਧਾਰਨ ਲਈ ਇਹ ਚਾਰਟ ਸਰਵਵਿਆਪੀ ਤੌਰ 'ਤੇ ਵਰਤਿਆ ਜਾ ਸਕਦਾ ਹੈ।

ਹਫਤਾਵਾਰੀ ਪੇਸ਼ਕਾਰੀ ਚਾਰਟ

ਨਾਂ : ਜੇਨੀ ਦਰਜਾਬੰਦੀ : ਮਾੜੀ

ਦਿਨ	ਮਿਤੀ	ਪਾਬੰਦ/ਦੇਰ ਨਾਲ ਜਾਂ ਗੈਰ ਹਾਜ਼ਰ	ਸੌਂਪਣੀ ਪੂਰੀ/ ਅਧੂਰੀ	ਪਾਇੰਟ
ਸੋਮਵਾਰ	2.7.2001	0	0	0
ਮੰਗਲਵਾਰ	3.7.2001	5	5	10
ਬੁੱਧਵਾਰ	4.7.2001	5	0	5
ਵੀਰਵਾਰ	5.7.2001	0	0	0
ਸ਼ੁਕਰਵਾਰ	6.7.2001	0	0	0
ਸ਼ਨੀਵਾਰ	7.7.2001	5	5	10
		ਕੁੱਲ ਪਾਇੰਟ		25

ਪਾਇੰਟ ਦੇਣ ਦੀ ਪ੍ਰਣਾਲੀ

ਸਕੂਲ ਵਿਚ ਸਮੇਂ ਦੀ ਪਾਬੰਦੀ : 5
ਸਕੂਲ ਦੇਰ ਨਾਲ ਆਉਣਾ ਜਾਂ ਗੈਰ ਹਾਜ਼ਰੀ : 0
ਸੌਂਪਣੀ ਪੂਰੀ : 5
ਸੌਂਪਣੀ ਅਧੂਰੀ : 0
ਵੱਧੋ ਵੱਧ ਪ੍ਰਾਪਤ ਕੀਤੇ ਜਾਣ ਯੋਗ ਪਾਇੰਟ : 60

ਦਰਜਾਬੰਦੀ ਅਤੇ ਇਨਾਮ/ਦਖਲ :

ਪਾਇੰਟਸ	ਦਰਜਾ	ਇਨਾਮ/ਦਖਲ
60	ਸ਼ਾਨਦਾਰ	ਖੇਡਣ ਅਤੇ ਟੀਵੀ ਦੇਖਣ ਲਈ ਵਾਧੂ ਸਮਾਂ। ਮਨਭਾਉਂਦੀ ਕਿਤਾਬ ਕੌਮਿਕ ਜਾਂ ਚਾਕਲੇਟ। ਬਾਹਰ ਦੀ ਸੈਰ ਅਤੇ ਆਈਸ ਕਰੀਮ।
55	ਚੰਗਾ	ਖੇਡਣ ਅਤੇ ਟੀ.ਵੀ. ਦੇਖਣ ਲਈ ਵਾਧੂ ਸਮਾਂ। ਮਨਭਾਉਂਦੀ ਕਿਤਾਬ ਅਤੇ ਕੌਮਿਕ। ਐਤਵਾਰ ਨੂੰ ਬਾਹਰ ਦੀ ਸੈਰ। ਕੋਈ ਚਾਕਲੇਟ ਜਾਂ ਆਈਸਕਰੀਮ ਨਹੀਂ।
50	ਠੀਕ-ਠੀਕ	ਖੇਡਣ ਲਈ ਵਾਧੂ ਸਮਾਂ।
45	ਔਸਤ	ਪੇਸ਼ਕਾਰੀ ਸੁਧਾਰਨ ਲਈ ਪ੍ਰੇਰਣਾ ਦਿਉ।
40 ਜਾਂ ਘੱਟ	ਮਾੜਾ	ਪੜ੍ਹਨ ਲਈ ਵਾਧੂ ਸਮਾਂ। ਪ੍ਰੇਰਣਾ, ਭਾਵਨਾਤਮਕ ਇਮਦਾਦ

3. ਭਾਵਨਾਤਮਕ ਤੌਰ ਤੇ ਨਿਰਯੋਗ ਬੱਚਿਆਂ ਵਿਚ ਲਾਚਾਰਗੀ ਦਾ ਅਹਿਸਾਸ ਹੁੰਦਾ ਹੈ ਤੇ ਉਹ ਛੇਤੀ ਮਾਯੂਸ ਹੋ ਜਾਂਦੇ ਹਨ। ਜੇਕਰ ਉਨ੍ਹਾਂ ਦਾ ਘਰ ਦਾ ਕੰਮ ਪੂਰਾ ਨਹੀਂ ਜਾਂ ਉਨ੍ਹਾਂ ਨੂੰ ਕੋਈ ਕਿਤਾਬ ਨਹੀਂ ਲੱਭਦੀ ਤਾਂ ਉਹ ਸਕੂਲ ਜਾਣਾ ਨਹੀਂ ਚਾਹੁੰਣਗੇ। ਮਾਪੇ ਨੂੰ ਰਾਤ ਨੂੰ ਉਸ ਦਾ ਘਰ ਦਾ ਕੰਮ ਤੇ ਹੋਰ ਸੌਂਪਣੀਆਂ ਜਾਂਚਣੀਆਂ ਚਾਹੀਦੀਆਂ ਹਨ ਅਤੇ ਯਕੀਨੀ ਬਣਾ ਲੈਣਾ ਚਾਹੀਦਾ ਹੈ ਕਿ ਉਹ ਸਕੂਲ ਜਾਣ ਲਈ ਠੀਕ ਤਰ੍ਹਾਂ ਤਿਆਰ ਹੈ। ਸਵੇਰ ਉਤੇ ਕੁਝ ਨਾ ਛੱਡਣਾ ਬੱਚੇ ਨੂੰ ਤਣਾਉ ਰਹਿਤ ਅਤੇ ਸਵੈ-ਭਰੋਸੇ ਨਾਲ ਸਕੂਲ ਜਾਣ ਲਈ ਤਿਆਰ ਕਰਦਾ ਹੈ।

4. ਜੇਕਰ ਭਾਵਨਾਤਮਕ ਤੌਰ ਤੇ ਪ੍ਰੇਸ਼ਾਨ ਬੱਚੇ ਨੂੰ ਆਪਣੀ ਫਿਕਰਮੰਦੀ ਦੱਸਣ ਅਤੇ ਮੱਦਦ ਚਾਹੁਣ ਦੇ ਲੋੜੀਂਦੇ ਮੌਕੇ ਮੁਹੱਈਆ ਕੀਤੇ ਜਾਣ ਤਾਂ ਅਨੁਚਿਤ ਵਿਹਾਰ ਪ੍ਰਤੀ ਪ੍ਰਵਿਰਤੀ ਨਾਟਕੀ ਢੰਗ ਨਾਲ ਘਟ ਜਾਂਦੀ ਹੈ। ਜਿੰਨਾਂ ਵੱਧ ਸੰਭਵ ਹੋਵੇ ਬੱਚੇ ਤੱਕ ਪਹੁੰਚ ਕੀਤੀ ਜਾਣੀ ਚਾਹੀਦੀ ਹੈ ਅਤੇ ਪਿਆਰ ਨਾਲ ਉਸ ਨੂੰ ਆਪਣੇ ਡਰ ਅਤੇ ਸਮੱਸਿਆਵਾਂ ਦੱਸਣ ਲਈ ਪ੍ਰੇਰਿਆ ਜਾਣਾ ਚਾਹੀਦਾ ਹੈ। ਇਹ ਵਿਚਾਰ ਵੀ ਮਾੜਾ ਨਹੀਂ ਕਿ ਇਕ ਸਮਾਂ ਮਿੱਥ ਲਿਆ ਜਾਵੇ ਜਦੋਂ ਬੱਚਾ ਮਾਪੇ ਨਾਲ ਇਕੱਲਾ ਗੱਲ ਕਰ ਸਕਦਾ ਹੋਵੇ। ਇਹ ਬੱਚੇ ਵਿਚ ਮਾਯੂਸੀ ਘਟਾਉਂਦਾ ਹੈ ਅਤੇ ਬੱਚੇ ਨੂੰ ਖੁੱਲ੍ਹ ਕੇ ਸਕਾਰਾਤਮਕ ਢੰਗ ਨਾਲ ਸੋਚਣ ਲਾਉਂਦਾ ਹੈ।

5. ਸਮੇਂ ਦੀ ਪਾਬੰਦੀ, ਚੰਗੇ ਵਿਹਾਰ ਅਤੇ ਪੂਰਾ ਕਲਾਸ ਦਾ ਕੰਮ ਕੀਤੇ ਦੀ ਅਧਿਆਪਕ ਨੂੰ ਹਮੇਸ਼ਾ ਦਾਦ ਦੇਣੀ ਚਾਹੀਦੀ ਹੈ। ਕੋਈ ਸਾਕਾਰੀ ਟਿੱਪਣੀ,

ਜ਼ੁਬਾਨੀ ਜਾਂ ਲਿਖਤੀ ਵੀ ਬੱਚੇ ਦੇ ਸਵੈ-ਭਰੋਸੇ ਅਤੇ ਲਗਨ ਲਈ ਕਮਾਲ ਕਰ ਸਕਦੀ ਹੈ।

ਕਲਾਸ ਅਧਿਆਪਕ ਨੂੰ ਬੱਚੇ ਨੂੰ ਉਨ੍ਹਾਂ ਬੱਚਿਆਂ ਤੋਂ ਵੱਖਰਾ ਕਰਨ ਦੀ ਕੋਸ਼ਿਸ਼ ਕਰਨੀ ਚਾਹੀਦੀ ਹੈ ਜੋ ਉਸਨੂੰ ਤੰਗ ਕਰਦੇ ਜਾਂ ਉਕਸਾਉਂਦੇ ਹਨ। ਇਹ ਨਿਰੋਧਕ ਹੰਭਲਾ ਬੱਚੇ ਦਾ ਤੌਖਲਾ ਘਟਾਉਂਦਾ ਹੈ ਅਤੇ ਸਿੱਟੇ ਵਜੋਂ ਸੁਰੱਖਿਆ ਦਾ ਅਹਿਸਾਸ ਸਿੱਖਣ ਲਈ ਉਤਸ਼ਾਹ ਦਿੰਦਾ ਹੈ।

6. ਭਾਵਨਾਤਮਕ ਤੌਰ ਤੇ ਨਿਰਯੋਗ ਬੱਚੇ ਸਮਾਜਕ ਅੰਤਰਕ੍ਰਿਆ ਤੋਂ ਟਲਦੇ ਹਨ। ਉਹ ਸਕੂਲੋਂ ਬਾਹਰ ਦੀਆਂ ਗਤੀਵਿਧੀਆਂ ਤੋਂ ਬਚਦੇ ਹਨ ਜਿੱਥੇ ਉਨ੍ਹਾਂ ਨੂੰ ਹੋਰ ਬੱਚਿਆਂ ਨਾਲ ਸਿੱਝਣਾ ਪੈ ਸਕਦਾ ਹੈ। ਸ਼ੁਰੂ ਵਿਚ ਤੁਸੀਂ ਆਪਣੇ ਬੱਚੇ ਨੂੰ ਇਕ ਜਾਂ ਦੋ ਬੱਚਿਆਂ ਦੇ ਨਿੱਕੇ ਜਿਹੇ ਸਮੂਹ ਵਿਚ ਰਲਾਉ। ਜਦੋਂ ਬੱਚੇ ਦਾ ਸਵੈ-ਭਰੋਸਾ ਵਧ ਜਾਵੇ ਅਤੇ ਉਹ ਬੇਧੜਕ ਹੋ ਜਾਵੇ ਤਾਂ ਸਮੂਹ ਦਾ ਆਕਾਰ ਵਧਾਉ। ਤੁਸੀਂ ਸਮੂਹ ਲਈ ਕੋਈ ਉਸਾਰੂ ਗਤੀਵਿਧੀ ਜਾਂ ਸਾਦਾ ਪ੍ਰਾਜੈਕਟ ਚੁਣ ਸਕਦੇ ਹੋ ਅਤੇ ਕਦੇ ਕਦੇ ਬੱਚੇ ਨੂੰ ਅਗਵਾਈ ਦੀ ਭੂਮਿਕਾ ਵਿਚ ਰੱਖੋ।

ਅੰਤ ਵਿਚ

ਮਨੋਵੇਗੀ, ਫੂਹੜ, ਭੁਲੱਕੜ, ਬੇਧਿਆਨੇ ਬੱਚਿਆਂ ਨਾਲ ਮੇਲ ਆਮ ਹੈ ਜਿਹੜੇ ਸਿਰਫ ਡੰਗ ਟਪਾਉਂਦੇ ਲੱਗਦੇ ਹਨ। ਮਾਪਿਆਂ ਵੱਲੋਂ ਉਨ੍ਹਾਂ ਨੂੰ ਸੇਧ ਦੇਣ, ਸਿੱਖਣ ਵਿਚ ਉਤਸ਼ਾਹਿਤ ਕਰਨ, ਉਨ੍ਹਾਂ ਦੇ ਅਨੁਭਵਾਂ ਨੂੰ ਸਮਰਿੱਧ ਕਰਨ ਅਤੇ ਉਨ੍ਹਾਂ ਦੇ ਟੀਚੇ ਪਰਿਭਾਸ਼ਿਤ ਕਰਨ ਤੋਂ ਬਿਨਾਂ ਉਨ੍ਹਾਂ ਦੀ ਬਹੁਤੀ ਪ੍ਰਾਪਤੀ ਕਰਨ ਦੀ ਸੰਭਾਵਨਾ ਨਹੀਂ ਹੁੰਦੀ। ਚੰਗਾ ਪਾਲਣ-ਪੋਸ਼ਣ ਇਹੀ ਸਭ ਹੈ, ਅਤੇ ਹੋਰ ਵੀ।

7.

ਦੁਰਵਰਤਿਆ ਬੱਚਾ

ਜੋ ਬੱਚੇ ਨੂੰ ਨਹੀਂ ਮਿਲਦਾ ਉਹ ਬੱਚਾ ਮਗਰੋਂ ਕਦੀ ਨਹੀਂ ਦੇ ਸਕਦਾ।

-ਪੀ.ਡੀ.ਜੇਮਜ਼

ਬੱਚੇ ਦੀ ਦੁਰਵਰਤੋਂ ਸਦੀਆਂ ਤੋਂ ਇਕ ਸਮਾਜੀ ਵਰਤਾਰਾ ਰਿਹਾ ਹੈ, ਪਰ ਇਸ ਦਾ ਸਹੀ ਪਰਿਮਾਣ ਹੁਣ ਸਮਝ ਆਉਣ ਲੱਗਾ ਹੈ। ਇਹ ਸਾਰੇ ਸਮਾਜਾਂ ਵਿਚ ਪਾਇਆ ਜਾਦਾ ਹੈ ਅਤੇ ਜਿੱਥੇ ਵੀ ਇਹ ਵਾਪਰਦਾ ਹੈ ਉੱਥੇ ਕਰੀਬ ਹਮੇਸ਼ਾ ਹੀ ਇਸ ਨੂੰ ਭੇਤ ਰੱਖਿਆ ਜਾਂਦਾ ਹੈ। ਬੱਚੇ ਦੀ ਦੁਰਵਰਤੋਂ ਪਿਛਲੇ ਸਾਲਾਂ ਵਿਚ ਸਮਾਜ ਵਿਗਿਆਨੀਆਂ, ਮਨੋਵਿਗਿਆਨੀਆਂ ਅਤੇ ਮਨੋਚਕਿਤਸਕਾਂ ਦੇ ਵਿਸਤ੍ਰਿਤ ਅਧਿਐਨ ਦਾ ਵਿਸ਼ਾ ਰਿਹਾ ਹੈ। ਅਸੀਂ ਬੱਚੇ ਦੀ ਦੁਰਵਰਤੋਂ ਦੇ ਕੁਝ ਅਹਿਮ ਪਹਿਲੂਆਂ ਤੇ ਨਜ਼ਰ ਮਾਰਾਂਗੇ ਅਤੇ ਦੇਖਾਂਗੇ ਕਿ ਇਹ ਬੱਚੇ ਨੂੰ ਆਪਣੀ ਸਮਰੱਥਾ ਅਮਲੀ ਰੂਪ ਦੇਣ ਤੋਂ ਕਿਵੇਂ ਰੋਕਦਾ ਹੈ।

ਘੋਰ ਜਿਸਮਾਨੀ ਦੁਰਵਰਤੋਂ, ਖਾਸ ਕਰਕੇ ਮਾਰੂ ਮਾਮਲੇ ਤਾਂ ਸਾਹਮਣੇ ਆ ਜਾਂਦੇ ਹਨ ਪਰ ਕੁਝ ਹਲਕੇ ਮਾਮਲਿਆਂ ਦਾ ਕੋਈ ਪਤਾ ਨਹੀਂ ਲੱਗਦਾ ਜਾਂ ਦੱਸੇ ਨਹੀਂ ਜਾਂਦੇ ਇਸ ਕਰਕੇ ਉਨ੍ਹਾਂ ਦੀ ਗਿਣਤੀ ਦੇ ਸਹੀ ਆਂਕੜੇ ਪ੍ਰਾਪਤ ਕਰਨੇ ਔਖੇ ਹਨ। ਕਾਮ ਦੁਰਵਰਤੋਂ ਅਕਸਰ ਪਰਿਵਾਰਾਂ ਵਿਚ ਹੀ ਛੁਪੀ ਰਹਿ ਜਾਂਦੀ ਹੈ; ਇਸ ਦਾ ਉਦੋਂ ਤੱਕ ਪਤਾ ਨਹੀਂ ਲੱਗਦਾ ਜਦੋਂ ਤੱਕ ਕਿ ਪੀੜਤ ਇਸ ਬਾਰੇ ਬਾਅਦ ਦੇ ਜੀਵਨ ਵਿਚ ਮੂੰਹ ਨਹੀਂ ਖੋਲ੍ਹਦਾ। ਇਹ ਕਿਸੇ ਮਨੋਰੋਗੀ ਸਮੱਸਿਆ ਲਈ ਮਨੋਚਕਿਤਸਾ ਦੌਰਾਨ ਵੀ ਵਾਪਰ ਸਕਦਾ ਹੈ। ਭਾਵਨਾਤਮਕ ਦੁਰਵਰਤੋਂ ਨੂੰ ਲੱਭਣਾ, ਪਰਿਭਾਸ਼ਿਤ ਕਰਨਾ ਅਤੇ ਸਾਬਤ ਕਰਨਾ ਬੜਾ ਹੀ ਔਖਾ ਹੈ।

ਇਹ ਇਕ ਵਹਿਮ ਹੀ ਹੈ ਕਿ ਬਾਲ ਦੁਰਵਰਤੋਂ ਸਿਰਫ ਸਮਾਜ ਦੇ ਹੇਠਲੇ ਸਮਾਜੀ ਆਰਥਿਕ ਤਬਕੇ ਤੱਕ ਹੀ ਸੀਮਤ ਹੈ। ਦੇਖਣ ਨੂੰ ਸੰਪੂਰਨ ਮੱਧਵਰਗੀ

ਅਤੇ ਉਤਲੇ ਵਰਗ ਦੇ ਘਰਾਂ ਦੇ ਬੱਚੇ ਵੀ ਕਿਸੇ ਤਰ੍ਹਾਂ ਵੀ ਇਸ ਬੀਮਾਰੀ ਤੋਂ ਬਚੇ ਹੋਏ ਨਹੀਂ। ਉਨ੍ਹਾਂ ਨੂੰ ਵੀ ਜਿਸਮਾਨੀ ਹਿੰਸਾ, ਭਾਵਨਾਤਮਕ ਸਦਮੇ ਅਤੇ ਕਾਮ ਸ਼ੋਸ਼ਣ ਦਾ ਸਾਹਮਣਾ ਕਰਨਾ ਪੈਂਦਾ ਹੈ। ਫਰਕ ਜੇ ਹੈ ਤਾਂ ਨਿਰਪੇਖ ਦੀ ਬਜਾਏ ਦਰਜੇ ਅਤੇ ਬਾਰੰਬਾਰਤਾ ਹੈ। ਇਥੋਂ ਤੱਕ ਕਿ ਖੁਸ਼ਹਾਲ ਵਰਗਾਂ ਦੇ ਅਖੌਤੀ ਵਧੀਆ ਸਕੂਲ ਵੀ ਬੱਚਿਆਂ ਦੀ ਜਿਸਮਾਨੀ, ਕਾਮੁਕ ਅਤੇ ਭਾਵਨਾਤਮਕ ਵਰਤੋਂ ਦੇ ਪੈਦਾਇਸ਼ ਸਥਾਨ ਹਨ।

ਦੁਰਵਰਤੋਂ ਗਰਭਕਾਲ ਤੋਂ ਹੀ ਸ਼ੁਰੂ ਹੋ ਸਕਦੀ ਹੈ! ਜੇਕਰ ਮਾਂ ਨੂੰ ਗਰਭਕਾਲ ਦੌਰਾਨ ਭਾਵਨਾਤਮਕ ਹਮਾਇਤ, ਸਹੀ ਪੋਸ਼ਣ ਅਤੇ ਆਰਾਮ ਨਹੀਂ ਮਿਲਦਾ ਅਤੇ ਜਣੇਪੇ ਵੇਲੇ ਮਾੜੀ ਸੰਭਾਲ ਮਿਲਦੀ ਹੈ ਤਾਂ ਇਹ ਉਸ ਦੇ ਬੱਚੇ ਦੇ ਹਿੱਤ ਦੀ ਕੀਮਤ ਤੇ ਸਮਝੌਤਾ ਹੋਵੇਗਾ। ਬੱਚਾ ਘੱਟ ਵਜ਼ਨ ਦਾ, ਜਨਮ ਵੇਲੇ ਦੇ ਜ਼ਖਮਾਂ ਵਾਲਾ ਹੋ ਸਕਦਾ ਹੈ ਜਾਂ ਉਸ ਦੀ ਸਾਹ ਕ੍ਰਿਆ ਸਥਾਪਤ ਹੋਣ ਵਿਚ ਢਿੱਲ ਪੈ ਸਕਦੀ ਹੈ। ਇਨ੍ਹਾਂ ਬੱਚਿਆਂ ਦਾ ਉਪ-ਕਲੀਨਿਕੀ ਦਿਮਾਗ ਵਿਗਾੜ ਵਿਕਸਿਤ ਕਰਨ ਦਾ ਜ਼ੋਖਮ ਹੁੰਦਾ ਹੈ ਜਿਨ੍ਹਾਂ ਦਾ ਸਿੱਟਾ ਸਿੱਖਣ ਨਿਰਯੋਗਤਾਵਾਂ, ਥੋੜ੍ਹ-ਚਿਰੀ ਇਕਾਗਰਤਾ ਅਤੇ ਵਿਦਿਅਕ ਅਸਫਲਤਾਵਾਂ ਵਿਚ ਨਿੱਕਲ ਸਕਦਾ ਹੈ।

ਹਿੰਸਾ ਜਾਂ ਕਾਮ ਦੁਰਵਰਤੋਂ ਕਰਨ ਵਾਲੇ ਵਿਅਕਤੀ ਅਕਸਰ ਭਰੋਸੇ ਵਾਲੇ ਹੁੰਦੇ ਹਨ, ਅਕਸਰ ਇਹ ਨਰ ਪਰਿਵਾਰਿਕ ਜੀਅ ਹੁੰਦੇ ਹਨ ਜਿਨ੍ਹਾਂ ਦੀ ਸਥਿਤੀ ਅਧਿਕਾਰਤਾ ਵਾਲੀ ਹੁੰਦੀ ਹੈ। ਬੱਚੇ, ਜਿਹੜੇ ਸ਼ਿਕਾਰ ਹੁੰਦੇ ਹਨ, ਬਾਦ ਦੇ ਜੀਵਨ ਵਿਚ ਉਹ ਖੁਦ ਵੀ ਦੁਰਵਰਤੋਂ ਕਰਨ ਵਾਲੇ ਬਣ ਸਕਦੇ ਹਨ। ਉਹ ਆਪਣੀ ਸੰਭਾਲ ਵਿਚਲੇ ਬੱਚਿਆਂ ਜਾਂ ਆਪਣੇ ਖੁਦ ਦੇ ਬੱਚਿਆਂ ਲਈ ਵੀ ਜਿਸਮਾਨੀ ਤੌਰ ਤੇ ਹਿੰਸਕ ਹੋ ਸਕਦੇ ਹਨ।

ਕਾਰਨ

1. ਪਾਲਣ-ਪੋਸ਼ਣ ਦੀਆਂ ਕੁਸ਼ਲਤਾਵਾਂ ਦੀ ਘਾਟ, ਖਾਸ ਕਰਕੇ ਛੋਟੇ ਬੱਚੇ ਦੀਆਂ ਵਿਕਾਸ ਲੋੜਾਂ ਪ੍ਰਤੀ ਹੁੰਗਾਰੇ ਦੀ ਯੋਗਤਾ ਅਤੇ ਨਾਲ ਹੀ ਬੱਚੇ ਦੇ ਵਿਕਾਸ ਦੇ ਪੜਾਅ ਸਬੰਧੀ ਗੈਰਹਕੀਕੀ ਆਸਾਂ ਦਾ ਸਿੱਟਾ ਅਕਸਰ ਜਿਸਮਾਨੀ ਹਿੰਸਾ ਵਿਚ ਨਿਕਲਦਾ ਹੈ। ਦੁਰਵਰਤੋਂ ਦਾ ਕਾਰਨ ਨਿੱਕਾ ਜਿਹਾ ਹੀ ਹੋ ਸਕਦਾ ਹੈ - ਲਗਾਤਾਰ ਰੋਂਦੇ ਰਹਿਣਾ, ਦੁੱਧ ਪਿਲਾਉਣ ਵਿਚ ਦਿੱਕਤਾਂ ਜਾਂ ਪਖਾਨਾ ਜਾਣਾ ਸਿਖਾਉਣ ਦੇ ਹਾਦਸੇ। ਮਾਪੇ ਮਹਿਸੂਸ ਕਰ ਸਕਦੇ ਹਨ ਕਿ ਬੱਚਾ ਜਾਣ-ਬੁੱਝ ਕੇ ਉਨ੍ਹਾਂ ਨੂੰ ਉਕਸਾ ਅਤੇ ਪ੍ਰੇਸ਼ਾਨ ਕਰ ਰਿਹਾ ਹੈ।
2. ਮਾਰਨ-ਕੁੱਟਣ ਅਤੇ ਸਮਾਜ ਦੇ ਅੰਦਰ ਨਿਹਤ ਹਿੰਸਾ ਦੀ ਸੱਭਿਆਚਾਰਕ ਪ੍ਰਵਾਨਕਤਾ ਬਾਲ ਦੁਰਵਰਤੋਂ ਦੀਆਂ ਘਟਨਾਵਾਂ ਨੂੰ ਬਹੁਤ ਜ਼ਿਆਦਾ ਪ੍ਰਭਾਵਿਤ ਕਰਦੀ ਹੈ। ਕੁਝ ਸਮਾਜਾਂ ਵਿਚ ਬੱਚਿਆਂ ਨਾਲ ਨਜਿੱਠਣ

ਵੇਲੇ ਸਖਤ ਅਨੁਸ਼ਾਸਨ ਅਤੇ ਜਿਸਮਾਨੀ ਸਜ਼ਾ ਉੱਤੇ ਬਹੁਤਾ ਹੀ ਨਿਰਭਰ ਕੀਤਾ ਜਾਂਦਾ ਹੈ।

3. ਖਾਸ ਕਰਕੇ ਵਿੱਤੀ ਦਬਾਉਆਂ ਅਤੇ ਬੇਰੁਜ਼ਗਾਰੀ ਦੇ ਪਿਛੋਕੜ ਨਾਲ ਇਕ ਅਣਚਾਹਿਆ ਬੱਚਾ ਦੁਰਵਰਤੋਂ ਦੇ ਬਹੁਤ ਜ਼ਿਆਦਾ ਜ਼ੋਖਮ ਤੇ ਹੁੰਦਾ ਹੈ।

4. ਬੇਸਹਾਰਾ ਅਤੇ ਸਮਾਜਕ ਤੌਰ ਤੇ ਨਿਖੜੇ ਇਕਲੌਤੇ ਮਾਪਾ ਘਰ ਦੁਰਵਰਤੇ ਬੱਚਿਆਂ ਦੀਆਂ ਚੀਕਾਂ ਨਾਲ ਗੂੰਜ ਸਕਦੇ ਹਨ।

5. ਮਾਪਿਆਂ ਦੇ ਪੱਖੋਂ ਫਿਜ਼ੂਲ ਖਰਚੀ ਦਾ ਕੁਦਰਤੀ ਨਿਸਾਰ ਬਾਲ ਦੁਰਵਰਤੋਂ ਹੈ। ਘਰੇਲੂ ਹਿੰਸਾ, ਕਾਮ ਦੁਰਵਰਤੋਂ ਅਤੇ ਸ਼ਰਾਬੀ ਬਾਪ ਵਿਚਕਾਰ ਬੜਾ ਜਬਰਦਸਤ ਸਬੰਧ ਹੈ।

6. ਜਦੋਂ ਮਾਪੇ ਖੁਦ ਬੱਚਿਆਂ ਦੇ ਤੌਰ 'ਤੇ ਦੁਰਵਰਤੇ ਅਤੇ ਅਣਗੌਲੇ ਕੀਤੇ ਗਏ ਹਨ ਉਦੋਂ ਬਾਲ ਦੁਰਵਰਤੋਂ ਕਰੀਬ ਨਿਸ਼ਚਿਤਤਾ ਹੀ ਹੁੰਦੀ ਹੈ। ਉਨ੍ਹਾਂ ਦਾ ਮਾਪੇਪੁਣੇ ਦਾ ਅਚੇਤ ਨਮੂਨਾ ਹਿੰਸਕ ਹੁੰਦਾ ਹੈ ਅਤੇ ਉਹ ਸਹਿਜ ਬੋਧ ਨਾਲ ਹੀ ਬੱਚਿਆਂ ਵਿਚ ਅਨੁਚਿਤ ਵਿਹਾਰ ਨਾਲ ਨਜਿੱਠਣ ਵੇਲੇ ਜਿਸਮਾਨੀ ਸਜ਼ਾ ਨੂੰ ਹੀ ਤਰਜੀਹੀ ਢੰਗ ਸਮਝਦੇ ਹਨ।

7. ਦੁਰਵਰਤੋਂ ਕਰਨ ਵਾਲੇ ਮਾਪਿਆਂ ਵਿਚ ਕਈ ਵਾਰੀ ਗੰਭੀਰ ਸ਼ਖਸੀਅਤ ਵਿਗਾੜ ਹੁੰਦੇ ਹਨ। ਉਨ੍ਹਾਂ ਕੋਲ ਢੁਕਵੇਂ ਆਵੇਗ ਨਿਯੰਤ੍ਰਣ ਦੀ ਘਾਟ ਹੁੰਦੀ ਹੈ ਅਤੇ ਉਹ ਬੜੀ ਛੇਤੀ ਉਤੇਜਿਤ ਹੋ ਜਾਂਦੇ ਹਨ।

8. ਬੱਚਿਆਂ ਦੇ ਮਿਜਾਜ਼ ਬੜੇ ਭਿੰਨ ਹੁੰਦੇ ਹਨ; ਕੁਝ ਤਾਂ ਹੋਰਾਂ ਨਾਲੋਂ ਪਾਲਣੇ ਜ਼ਿਆਦਾ ਔਖੇ ਹੁੰਦੇ ਹਨ। ਬੱਚੇ ਅਤੇ ਮਾਪਿਆਂ ਵਿਚਕਾਰ ਮਿਜਾਜ਼ਾਂ ਦਾ ਗੰਭੀਰ ਟਕਰਾਉ ਵੀ ਹੋ ਸਕਦਾ ਹੈ। ਕਈ ਬੱਚੇ ਦੇਖਦੇ ਹਨ ਕਿ ਉਨ੍ਹਾਂ ਨੂੰ ਮਾਪਿਆਂ ਦਾ ਧਿਆਨ ਉਦੋਂ ਹੀ ਮਿਲਦਾ ਹੈ ਜਦੋਂ ਉਹ ਉਕਸਾਊ ਢੰਗ ਨਾਲ ਵਿਹਾਰ ਕਰਦੇ ਹਨ, ਇਸ ਕਰਕੇ ਉਹ ਇਸ ਤਰ੍ਹਾਂ ਦਾ ਵਿਹਾਰ ਨਮੂਨਾ ਵਰਤਦੇ ਹਨ ਜਿਹੜਾ ਉਨ੍ਹਾਂ ਦੇ ਮਾਪਿਆਂ ਨੂੰ ਹਿੰਸਾ, ਭਾਵਨਾਤਮਕ ਦੁਰਵਰਤੋਂ ਜਾਂ ਜਿਨਸੀ ਹਰਕਤਾਂ ਲਈ ਉਤੇਜਿਤ ਕਰਦਾ ਹੈ।

9. ਵਿਭਿੰਨ ਤਰ੍ਹਾਂ ਦੀਆਂ ਅਪੰਗਤਾਵਾਂ ਜਾਂ ਨਿਰਯੋਗਤਾਵਾਂ ਵਾਲੇ ਬੱਚੇ ਦੁਰਵਰਤੋਂ ਦੇ ਵੱਧ ਜ਼ੋਖਮ ਤੇ ਹੁੰਦੇ ਹਨ।

ਪ੍ਰਭਾਵ

1. ਦੁਰਵਰਤੋਂ ਲਈ ਬੱਚੇ ਦੀ ਗ੍ਰਹਿਣਸ਼ੀਲਤਾ ਅਤੇ ਇਸ ਦੇ ਸਿਹਤਾਤਮਕ ਸਿੱਟੇ ਬੱਚੇ ਦੀ ਉਮਰ ਅਤੇ ਵਿਕਾਸ ਦੇ ਪੜਾਅ ਉੱਤੇ ਨਿਰਭਰ ਕਰਦੇ ਹਨ- ਬੱਚਾ ਜਿੰਨਾ ਛੋਟਾ ਹੋਵੇਗਾ ਅਸਰ ਉਨਾਂ ਹੀ ਭਿਆਨਕ ਹੋਵੇਗਾ।

2. ਦੁਰਵਰਤੋਂ ਦੇ ਅਨੁਭਵ, ਜਦੋਂ ਉਹ ਬਹੁਤ ਸਾਰੇ ਅਤੇ ਲੰਬੇ ਹੋਣ, ਉਦੋਂ ਬੱਚੇ ਦੀ ਜਿਸਮਾਨੀ ਅਤੇ ਮਾਨਸਿਕ ਭਲਾਈ ਉੱਤੇ ਆਮ ਤੌਰ 'ਤੇ ਬੜਾ ਮਾੜਾ ਅਸਰ ਪਾਉਂਦੇ ਹਨ।
3. ਦੁਰਵਰਤੇ ਬੱਚੇ ਤੌਖਲੇ ਅਤੇ ਬੇਧਿਆਨੀ ਵਾਲਾ ਵਿਹਾਰ ਦਰਸਾਉਂਦੇ ਹਨ। ਉਹ ਆਪਣੇ ਚੌਗਿਰਦੇ ਨਾਲੋਂ ਟੁੱਟ ਸਕਦੇ ਹਨ ਅਤੇ ਆਪਣੇ ਹੀ ਖੋਲ ਵਿਚ ਸਿਮਟ ਸਕਦੇ ਹਨ।
4. ਆਪਣੇ ਕਿਸੇ ਵੀ ਰੂਪ ਵਿਚ ਬਾਲ ਦੁਰਵਰਤੋਂ ਦਾ ਇਕ ਆਮ ਵਿਰਸਾ ਸਵੈ-ਮਾਣ ਦੀ ਘਾਟ ਹੈ। ਅਜਿਹੇ ਬੱਚੇ ਜੀਵਨ ਦੇ ਕਰੀਬ ਕਿਸੇ ਵੀ ਖੇਤਰ ਵਿਚ ਆਪਣੀਆਂ ਪੂਰੀਆਂ ਸਮਰੱਥਾਵਾਂ ਵਰਤਣ ਵਿਚ ਅਸਫਲ ਹੀ ਰਹਿ ਸਕਦੇ ਹਨ।
5. ਘਰ ਵਿਚ ਜਿਸਮਾਨੀ ਹਿੰਸਾ ਅਤੇ ਕਾਮੁਕ ਦੁਰਵਰਤੋਂ ਵਿਕਸਿਤ ਅਤੇ ਵਿਕਾਸਸ਼ੀਲ ਦੇਸ਼ਾਂ ਦੋਹਾਂ ਵਿਚ ਹੀ ਆਵਾਰਾ ਬੱਚਿਆਂ ਦੇ ਵਰਤਾਰੇ ਵਿਚ ਯੋਗਦਾਨ ਕਰਨ ਵਾਲੇ ਪਹਿਲੂ ਹਨ। ਸੜਕਾਂ ਤੇ ਹੋਰ ਵੱਧ ਦੁਰਵਰਤੋਂ ਇਕ ਦੈਨਿਕ ਹਕੀਕਤ ਹੈ।

ਜਿਸਮਾਨੀ ਦੁਰਵਰਤੋਂ

ਕਈ ਬੱਚੇ ਹਰ ਸਾਲ ਜਿਸਮਾਨੀ ਦੁਰਵਰਤੋਂ ਦੇ (ਗੈਰ ਹਾਦਸਾ ਜ਼ਖਮ) ਸਿੱਟੇ ਵਜੋਂ ਸਰਕਾਰੀ ਹਸਪਤਾਲਾਂ ਅਤੇ ਨਿੱਜੀ ਸਿਹਤ ਸੰਭਾਲ ਸਹੂਲਤਾਂ ਵਾਲੇ ਥਾਵਾਂ ਤੇ ਲਿਆਂਦੇ ਜਾਂਦੇ ਹਨ। ਸਾਰੇ ਬੱਚਿਆਂ ਵਿਚੋਂ 5 ਫੀਸਦੀ ਤੋਂ 10 ਫੀਸਦੀ ਦੇ ਕਰੀਬ ਬਚਪਨ ਦੌਰਾਨ ਜਿਸਮਾਨੀ ਹਿੰਸਾ ਦਾ ਸ਼ਿਕਾਰ ਹੁੰਦੇ ਹਨ। ਕੁਝ ਅਨੁਮਾਨਾਂ ਮੁਤਾਬਕ ਪੰਜ ਸਾਲ ਤੋਂ ਘੱਟ ਉਮਰ ਦੇ 10,000 ਬੱਚੇ ਹਰ ਸਾਲ ਜਿਸਮਾਨੀ ਹਿੰਸਾ ਕਰਕੇ ਮਰ ਜਾਂਦੇ ਹਨ।

ਪਰਿਵਾਰ ਕਿਤੇ ਵਿਰਲੇ ਹੀ ਮੱਦਦ ਲੈਣ ਲਈ ਆਉਂਦੇ ਹਨ ਕਿਉਂਕ ਉਹੀ ਆਪਣੇ ਬੱਚਿਆਂ ਦੀ ਦੁਰਵਰਤੋਂ ਕਰ ਰਹੇ ਹੁੰਦੇ ਹਨ। ਸ਼ੱਕੀ ਬਾਲ ਦੁਰਵਰਤੋਂ ਬਾਰੇ ਕਈ ਵਾਰੀ ਗਵਾਂਢੀ ਜਾਂ ਰਿਸ਼ਤੇਦਾਰ ਬਾਲ ਕਲਿਆਣ ਏਜੰਸੀਆਂ ਨੂੰ ਦੱਸ ਵੀ ਦਿੰਦੇ ਹਨ, ਜਿਨ੍ਹਾਂ ਨੇ ਬੱਚੇ ਨੂੰ ਦਰਦ ਨਾਲ ਚੀਕਦਾ ਸੁਣਿਆ ਹੁੰਦਾ ਹੈ ਜਾਂ ਜਖਮ ਦੇਖੇ ਹੁੰਦੇ ਹਨ। ਹੋਰ ਮਾਮਲੇ ਸਕੂਲ ਵਿਚ, ਡੇਕੇਅਰ ਕੇਂਦਰਾਂ ਵਿਚ ਜਾਂ ਕਿਸੇ ਬੀਮਾਰੀ ਲਈ ਡਾਕਟਰ ਦੇ ਫੇਰੇ ਦੌਰਾਨ ਪਤਾ ਲੱਗਦੇ ਹਨ।

ਅਜਿਹੇ ਮਾਪੇ ਜੇ ਹੋਣ ਤਾਂ ਬੜੇ ਘੱਟ ਹਨ ਜੋ ਆਪਣੇ ਬੱਚਿਆਂ ਦੀ ਜਿਸਮਾਨੀ ਦੁਰਵਰਤੋਂ ਕਰਨ ਬਾਰੇ ਮੰਨਦੇ ਹਨ। ਬਹੁਤੀ ਵਾਰੀ ਉਹ ਆਪਣੇ ਬੱਚਿਆਂ ਦੇ ਜਖਮਾਂ ਬਾਰੇ ਨਾਮੰਨੀਆਂ ਜਾ ਸਕਣ ਵਾਲੀਆਂ ਕਹਾਣੀਆਂ ਨਾਲ ਆਉਂਦੇ ਹਨ। ਉਹ ਕਹਿਣਗੇ ਕਿ ਬੱਚਾ ਪੌੜੀਆਂ ਤੋਂ, ਮੰਜੇ ਤੋਂ ਡਿੱਗ ਪਿਆ ਸੀ ਜਾਂ ਫਰਨੀਚਰ ਦੀ ਕਿਸੇ ਚੀਜ਼ ਵਿਚ ਜਾਂ ਘਰੇਲੂ ਉਪਕਰਣਾਂ ਵਿਚ ਵੱਜਿਆ ਸੀ। ਮਾਪਿਆਂ ਵੱਲੋਂ

ਦੱਸੀਆਂ ਕਹਾਣੀਆਂ ਵਿਸਤ੍ਰਿਤ ਅਤੇ ਕਾਲਪਨਿਕ ਹੋ ਸਕਦੀਆਂ ਹਨ ਪਰ ਉਹ ਬੱਚੇ ਦੇ ਜ਼ਖਮਾਂ ਦੀ ਕਿਸਮ ਨਾਲ ਕਦੀ ਵੀ ਮੇਲ ਨਹੀਂ ਖਾਂਦੀਆਂ ਹੁੰਦੀਆਂ। ਹੋਰ ਤਾਂ ਹੋਰ, ਬੱਚੇ ਦੀ ਪੂਰੀ ਅਤੇ ਧਿਆਨ ਨਾਲ ਕੀਤੀ ਜਾਂਚ ਆਮ ਕਰਕੇ ਪਿਛਲੀਆਂ ਸੱਟਾਂ ਦੇ ਪ੍ਰਮਾਣ ਵੀ ਦਿਖਾ ਦਿੰਦੀ ਹੈ।

ਇਹ ਕੁਝ ਹੋਣ ਦਾ ਕਾਰਨ ਕੁਝ ਵੀ ਰਿਹਾ ਹੋਵੇ, ਇਹ ਪਾਲਣ-ਪੋਸ਼ਣ ਕੁਸ਼ਲਤਾਵਾਂ ਦੀ ਬੁਨਿਆਦੀ ਘਾਟ ਹੈ ਜੋ ਜਿਸਮਾਨੀ ਹਿੰਸਾ ਵੱਲ ਤੋਰਦੀ ਹੈ। ਅਜਿਹੇ ਮਾਪੇ ਆਪਣੇ ਖੁਦ ਦੇ ਜੀਵਨ ਨਾਲ ਹੀ ਰੁੱਝੇ ਹੁੰਦੇ ਹਨ ਅਤੇ ਬੱਚਿਆਂ ਦਾ ਧਿਆਨ ਰੱਖਣ ਦੀ ਬਜਾਏ ਉਨ੍ਹਾਂ ਨੂੰ ਅਣਗੌਲੇ ਕਰਦੇ ਹਨ। ਜਦੋਂ ਬੱਚੇ ਧਿਆਨ ਦੀ ਮੰਗ ਕਰਦੇ ਹਨ ਤਾਂ ਉਹ ਖਿੱਝ ਜਾਂਦੇ ਹਨ ਅਤੇ ਜ਼ੁਬਾਨੀ ਜਾਂ ਜਿਸਮਾਨੀ ਦੁਰਵਰਤੋਂ ਦਾ ਸਹਾਰਾ ਲੈਂਦੇ ਹਨ। ਗੁੱਸੇ ਜਾਂ ਮਾਯੂਸੀ ਦੇ ਦੌਰੇ ਵਿਚ ਬਾਲ ਨੂੰ ਝੰਜੋੜ ਦੇਣ ਨਾਲ ਦਿਮਾਗ ਵਿਚ ਰਕਤ ਕੋਸ਼ਿਕਾਵਾਂ ਦੇ ਫਟਣ ਕਰਕੇ ਖੋਪੜੀ ਦੇ ਅੰਦਰ ਖੂਨ ਨਿੱਕਲ ਸਕਦਾ ਹੈ। ਇਹ ਖੂਨ ਦਾ ਵਹਾਉ ਬੜਾ ਧੀਮਾ ਹੁੰਦਾ ਹੈ ਅਤੇ ਇਸ ਦਾ ਨਿਦਾਨ ਔਖਾ ਹੈ। ਜੇਕਰ ਫੌਰੀ ਤੌਰ 'ਤੇ ਸਹੀ ਇਲਾਜ ਦਾ ਪ੍ਰਬੰਧ ਨਹੀਂ ਕੀਤਾ ਜਾਂਦਾ ਤਾਂ ਇਸ ਨਾਲ ਦਿਮਾਗ ਤਬਾਹ ਹੋ ਸਕਦਾ ਹੈ ਜਾਂ ਮੌਤ ਹੋ ਸਕਦੀ ਹੈ।

ਜਿਸਮਾਨੀ ਦੁਰਵਰਤੋਂ ਦੇ ਸਿੱਟੇ ਵਜੋਂ ਜ਼ਖਮਾਂ ਦਾ ਨਮੂਨਾ, ਬੜਾ ਵੱਡਾ ਹੈ। ਸਾਧਾਰਨ ਝਰੀਟਾਂ ਅਤੇ ਛੋਟੇ ਚੀਰਾਂ ਤੋਂ ਲੈ ਕੇ ਇਹ ਮਾਨਸਿਕ ਨੁਕਸਾਨ ਅਤੇ ਜਿਸਮਾਨੀ ਨਿਰਯੋਗਤਾ ਤੱਕ ਜਾ ਸਕਦਾ ਹੈ। ਜਿਸਮਾਨੀ ਹਿੰਸਾ ਦੇ ਸਿੱਟੇ ਵਜੋਂ ਦਿਮਾਗੀ ਤੌਰ 'ਤੇ ਨੁਕਸਾਨਿਆ, ਮਾਨਸਿਕ ਮੰਦ-ਬੁੱਧ, ਅੰਨ੍ਹਾਂ (ਪੁਤਲੀ ਤੇ ਸੱਟ ਨਾਲ) ਜਾਂ ਬੋਲਾ (ਕੰਨ ਦੇ ਪਰਦੇ 'ਤੇ ਸੱਟ ਨਾਲ) ਹੋਇਆ ਬੱਚਾ ਪ੍ਰਤੱਖ ਤੌਰ 'ਤੇ ਬੜੇ ਘਾਟੇ ਵਿਚ ਹੁੰਦਾ ਹੈ। ਨੀਵੇਂ ਸਵੈ-ਮਾਣ ਨਾਲ ਜੁੜ ਕੇ ਇਹ ਸੱਟਾਂ ਬੱਚੇ ਨੂੰ ਕਿਸੇ ਵੀ ਚੰਗੀ ਪ੍ਰਾਪਤੀ ਤੋਂ ਰੋਕ ਸਕਦੀਆਂ ਹਨ।

ਜਿਸਮਾਨੀ ਦੁਰਵਰਤੋਂ ਦੇ ਵਿਸ਼ੇਸ਼ ਲੱਛਣ

* ਆਮ ਤੌਰ ਤੇ ਮਾਪਿਆਂ ਦੇ ਪੱਖੋਂ ਡਾਕਟਰੀ ਸਹਾਇਤਾ ਲੈਣ ਵਿਚ ਢਿੱਲ ਵਰਤੀ ਜਾਂਦੀ ਹੈ।
* ਸਪੱਸ਼ਟੀਕਰਨ ਜ਼ਖਮ ਨਾਲ ਅਢੁਕਵਾਂ ਅਤੇ ਬੇਮੇਲ ਲੱਗਦਾ ਹੈ।
* ਉਂਵੇਂ ਹੀ ਸਪੱਸ਼ਟ ਨਾ ਕੀਤੇ ਪਿਛਲੇ ਸ਼ੱਕੀ ਜ਼ਖਮ ਬੱਚੇ ਵਿਚ ਮੌਜੂਦ ਹੋ ਸਕਦੇ ਹਨ।
* ਮਾਪਿਆਂ ਦਾ ਵਤੀਰਾ ਅਸਾਧਾਰਣ ; ਬੇਲਾਗ ਜਾਂ ਬਹੁਤਾ ਹੀ ਫਿਕਰਮੰਦੀ ਵਾਲਾ ਲੱਗਦਾ ਹੈ।
* ਮਾਪੇ ਬੱਚੇ ਦੀ ਪੂਰੀ ਜਾਂਚ ਕਰਨ ਦੇਣ ਵਾਸਤੇ ਝਿਜਕਦੇ ਹੋ ਸਕਦੇ ਹਨ।

* ਚਿਹਰੇ, ਬੁੱਲ੍ਹਾਂ, ਮੂੰਹ, ਅੱਖਾਂ (ਨੀਲ ਪਈ ਅੱਖ) ਜਾਂ ਕੰਨ ਝਰੀਟੇ ਹੋਏ।
* ਉਂਗਲ ਦੀ ਸ਼ਕਲ ਦੀਆਂ ਝਰੀਟਾਂ।
* ਜਲੇ ਹੋਏ ਦੇ ਨਿੱਕੇ ਗੋਲ ਨਿਸ਼ਾਨ (ਸਿਗਰੇਟ ਦੇ)।
* ਖੋਪੜੀ, ਪੱਸਲੀਆਂ ਵਿਚ ਤ੍ਰੇੜ ਅਤੇ ਹੋਰ ਸੱਟਾਂ।

ਅਣਗੌਲਣਾ

ਬਾਲ ਦੁਰਵਰਤੋਂ ਅਤੇ ਅਣਗੌਲਣਾ ਆਮ ਤੌਰ 'ਤੇ ਇਕੱਠੇ ਹੀ ਚੱਲਦੇ (ਚੱਲ ਸਕਦੇ) ਹਨ। ਅਣਗੌਲਣ ਦੀ ਪਰਿਭਾਸ਼ਾ ਹੈ, 'ਸਹੀ ਸੰਭਾਲ ਕਰਨ ਤੋਂ ਉਕਣਾ।' ਮਾਪਿਆਂ ਦੇ ਅਣਗੌਲਣ ਦਾ ਪ੍ਰਾਚੀਨਤਮ ਪ੍ਰਮਾਣ ਹੈ ਮੌਲਣ ਦੀ ਅਸਫਲਤਾ ਦਾ ਸਿੰਡਰੋਮ, ਜਿੱਥੇ ਬੱਚਾ ਕਿਸੇ ਪ੍ਰਤੱਖ ਡਾਕਟਰੀ ਕਾਰਨ ਤੋਂ ਬਿਨਾਂ ਹੀ ਸਾਧਾਰਣ ਰੂਪ ਵਿਚ ਵਧਣ ਤੇ ਵਿਕਸਿਤ ਹੋਣ ਵਿਚ ਅਸਫਲ ਰਹਿ ਜਾਂਦਾ ਹੈ। ਬੱਚੇ ਦਾ ਵਜ਼ਨ ਅਤੇ ਕੱਦ ਉਸ ਉਮਰ ਲਈ ਸਾਧਾਰਣ ਆਸ ਨਾਲੋਂ ਘੱਟ ਰਹਿ ਜਾਂਦੇ ਹਨ। ਇਸ ਵਰਧਨ ਮੰਦਤਾ ਦੇ ਨਾਲ ਵਿਕਾਸੀ ਮੰਦਤਾ ਅਤੇ ਮਨੋਵਿਗਿਆਨਕ ਲੱਛਣ ਜਿਵੇਂ ਸਿੱਥਲਤਾ ਅਤੇ ਤਣਾਉ ਵੀ ਹੁੰਦੇ ਹਨ।

ਮਾਪੇ ਆਪਣੇ ਬੱਚਿਆਂ ਨੂੰ ਅਣਗੌਲਿਆ ਕਿਉਂ ਕਰਦੇ ਹਨ? ਇਸ ਦੇ ਆਮ ਕਾਰਨ ਹਨ ਬੱਚੇ ਦੀਆਂ ਲੋੜਾਂ ਪ੍ਰਤੀ ਹੁੰਗਾਰਾ ਭਰਨ ਦੀ ਅਯੋਗਤਾ ਜਾਂ ਬੱਚੇ ਪ੍ਰਤੀ ਨਾਕਾਰਾਤਮਕ ਭਾਵਨਾਵਾਂ। ਮਾਪਿਆਂ ਨੂੰ ਆਪਣੇ ਬੱਚਿਆਂ ਦੀਆਂ ਲੋੜਾਂ ਪ੍ਰਤੀ ਫੌਰੀ, ਲਗਾਤਾਰ ਅਤੇ ਸਹੀ ਹੁੰਗਾਰਾ ਭਰਨਾ ਚਾਹੀਦਾ ਹੈ। ਛੋਟੇ ਬਾਲਾਂ ਦੀ ਸੰਭਾਲ ਵਿਚ ਮਾਵਾਂ ਦੀ ਭੂਮਿਕਾ ਤੇ ਬਹੁਤਾ ਜੋਰ ਨਹੀਂ ਦਿੱਤਾ ਜਾ ਸਕਦਾ। ਤਣਾਉ ਜਾਂ ਕਿਸੇ ਹੋਰ ਡਾਕਟਰੀ ਬੀਮਾਰੀ ਤੋਂ ਪੀੜਤ ਮਾਂ ਇਕ ਉਚਿਤ, ਧਿਆਨ ਰੱਖਣ ਵਾਲੇ ਢੰਗ ਨਾਲ ਪ੍ਰਤਿਕ੍ਰਿਆ ਕਰਨ ਦੇ ਯੋਗ ਨਹੀਂ ਵੀ ਹੋ ਸਕਦੀ। ਦੁੱਧ ਚੁੰਘਾਉਣ ਦਾ ਸਮਾਂ ਤਿੱਖੇ ਤਣਾਉ ਦਾ ਅਰਸਾ ਬਣ ਜਾਂਦਾ ਹੈ, ਬੱਚਾ ਬਹੁਤ ਜ਼ਿਆਦਾ ਰੋਂਦਾ ਹੈ, ਦੁੱਧ ਚੁੰਘਣ ਨੂੰ ਬਹੁਤ ਸਮਾਂ ਲਾਉਂਦਾ ਹੈ ਜਾਂ ਉਲਟੀ ਕਰ ਦਿੰਦਾ ਹੈ। ਅਖੀਰ ਦੁੱਧ ਚੁੰਘਾਉਣ ਦੀਆਂ ਸਮੱਸਿਆਵਾਂ ਸਦੀਵੀ ਅਤੇ ਵੱਡੀਆਂ ਬਣ ਜਾਂਦੀਆਂ ਹਨ ਅਤੇ ਇਸ ਦਾ ਸਿੱਟਾ ਬਾਲ ਦੇ ਮੌਲਣ ਵਿਚ ਅਸਫਲਤਾ ਵਿਚ ਨਿੱਕਲਦਾ ਹੈ।

ਇਹ ਦੇਖਿਆ ਗਿਆ ਹੈ ਕਿ ਉਨ੍ਹਾਂ ਬੱਚਿਆਂ ਦੀਆਂ ਮਾਵਾਂ ਜਿਹੜੇ ਮੌਲਣ ਵਿਚ ਅਸਫਲ ਹੁੰਦੇ ਹਨ ਉਹ ਆਪਣੇ ਬੱਚਿਆਂ ਵਿਚ ਘੱਟ ਆਨੰਦ ਲੈਂਦੀਆਂ ਹਨ, ਘੱਟ ਮੁਸਕਰਾਂਦੀਆਂ ਹਨ, ਅਤੇ ਉਨ੍ਹਾਂ ਨਾਲ ਖੇਡਣ ਅਤੇ ਗੱਲਾਂ ਕਰਨ ਵਿਚ ਘੱਟ ਸਮਾਂ ਲਾਉਂਦੀਆਂ ਹਨ।

ਇਹ ਸਥਿਤੀ ਵਿਭਿੰਨ ਪੱਧਰਾਂ ਤੇ ਕਾਰਵਾਈ ਦੀ ਮੰਗ ਕਰਦੀ ਹੈ :

* ਮਾਂ ਨੂੰ ਦੱਸਣਾ ਕਿ ਇਹ ਕਹਿਣਾ ਕਿ ਕੁਝ ਵੀ ਗਲਤ ਨਹੀਂ ਹੈ, ਸਿਰਫ ਸਮੱਸਿਆ ਨੂੰ ਵਧਾਉਂਦਾ ਹੈ।

* ਮਾਂ ਨੂੰ ਭਾਵਨਾਤਮਕ ਸਹਾਰਾ ਦੇਣਾ। ਢੁਕਵੇਂ ਮਾਮਲਿਆਂ ਵਿਚ ਮਨੋਚਕਿਤਸਾ ਬਾਰੇ ਸੋਚਿਆ ਜਾ ਸਕਦਾ ਹੈ।
* ਪੋਸ਼ਣ ਬਾਰੇ ਸਲਾਹ ਅਤੇ ਲੋੜੀਂਦਾ ਡਾਕਟਰੀ ਇਲਾਜ ਬਾਲ ਦੇ ਵੱਧੋ-ਵੱਧ ਵਿਕਾਸ ਵਿਚ ਮੱਦਦ ਕਰਦਾ ਹੈ।

ਭਾਵਨਾਤਮਕ ਦੁਰਵਰਤੋਂ

ਜਿਸਮਾਨੀ ਅਤੇ ਕਾਮੁਕ ਦੇ ਮੁਕਾਬਲੇ, ਭਾਵਨਾਤਮਕ ਦੁਰਵਰਤੋਂ ਨੂੰ ਪਰਿਭਾਸ਼ਿਤ ਕਰਨਾ ਬੜਾ ਔਖਾ ਅਤੇ ਸਾਬਿਤ ਕਰਨਾ ਕਰੀਬ ਅਸੰਭਵ ਹੀ ਹੈ। ਜਿਸ ਚੀਜ਼ ਨੂੰ ਇਕ ਸੱਭਿਆਚਾਰ ਵਿਚ ਦੁਰਵਰਤੋਂ ਕਿਹਾ ਜਾ ਸਕਦਾ ਹੈ ਉਹ ਦੂਜੇ ਵਿਚ ਇਕ ਪ੍ਰਵਾਣਤ ਬਾਲ ਪਾਲਣ ਅਭਿਆਸ ਹੋ ਸਕਦਾ ਹੈ। ਭਾਵਨਾਤਮਕ ਤੌਰ ਤੇ ਦੁਰਵਰਤੇ ਬੱਚੇ ਮਾਨਸਿਕ ਅਤੇ ਭਾਵਨਾਤਮਕ ਕੰਮ-ਕਾਰ ਦੇ ਮਹੱਤਵਪੂਰਣ ਨੁਕਸਾਨ ਨੂੰ ਬਰਦਾਸ਼ਤ ਕਰਦੇ ਹਨ। ਉਹ ਤੌਖਲਾ, ਤਣਾਉ, ਉਦਾਸੀਨਤਾ ਜਾਂ ਹਮਲਾਵਰੀ ਤੋਂ ਪੀੜਤ ਹੋ ਸਕਦੇ ਹਨ। ਜਦੋਂ ਮਾਨਿਸਕ ਵਿਕਾਸ ਉਤੇ ਸਮਝੌਤਾ ਕਰ ਲਿਆ ਜਾਂਦਾ ਹੈ ਇਸ ਦਾ ਸਿੱਟਾ ਪਛੜੇ ਵਿਕਾਸ ਵਿਚ ਨਿੱਕਲ ਸਕਦਾ ਹੈ।

ਜੇਕਰ ਬੱਚਿਆਂ ਨੂੰ ਵਾਰ-ਵਾਰ ਕਿਹਾ ਜਾਂਦਾ ਹੈ ਕਿ ਉਹ ਬੁੱਧੂ, ਮੂਰਖ, ਬੇਕਾਰ ਜਾਂ ਮੰਦਬੁੱਧੀ ਹਨ ਤਾਂ ਉਨ੍ਹਾਂ ਦੀ ਇਸ ਤੇ ਵਿਸ਼ਵਾਸ ਕਰਨ ਦੀ ਸੰਭਾਵਨਾ ਬਣ ਜਾਂਦੀ ਹੈ ਜੋ ਉਨ੍ਹਾਂ ਨੂੰ ਕਿਹਾ ਜਾਂਦਾ ਹੈ, ਖਾਸ ਤੌਰ ਉਦੋਂ ਜਦੋਂ ਇਹ ਸ਼ਬਦ ਮਾਪੇ ਕਹਿ ਰਹੇ ਹੋਣ। ਇਕ ਵਾਰੀ ਜਦੋਂ ਬੱਚਿਆਂ ਵਿਚ ਬੇਵੁੱਕਤ ਹੋਣ ਦਾ ਸੰਕਲਪ ਵਿਕਸਿਤ ਹੋ ਜਾਂਦਾ ਹੈ, ਇਹ ਉਨ੍ਹਾਂ ਦੇ ਸਵੈ-ਅਕਸ ਦਾ ਹਿੱਸਾ ਬਣ ਜਾਂਦਾ ਹੈ। ਇਹ ਕਹਿਣ ਵਿਚ ਬਿਲਕੁਲ ਅੱਤਕਥਨੀ ਨਹੀਂ ਕਿ ਇਹ ਬੱਚੇ ਅਸਫਲਤਾ ਵਿਚ ਨਿੱਬੜਨਗੇ ਕਿਉਂਕਿ ਸ਼ੁਰੂ ਤੋਂ ਹੀ ਉਨ੍ਹਾਂ ਨੂੰ ਹੀਣ ਮਹਿਸੂਸ ਕਰਨਾ ਸਿਖਾ ਦਿੱਤਾ ਜਾਂਦਾ ਹੈ।

ਮਾਪੇ ਭਾਵਨਾਤਮਕ ਸੱਟ ਇਸ ਤਰ੍ਹਾਂ ਮਾਰਦੇ ਹਨ :

1. **ਰੱਦ ਕਰਕੇ** : ਮਾਪੇ ਬੱਚਿਆਂ ਦੀ ਧਿਆਨ ਰੱਖਣ ਦੀ ਲੋੜ ਤੋਂ ਨਿਕਾਰੀ ਹੋ ਜਾਂਦੇ ਹਨ ਅਤੇ ਉਸ ਦੀ ਵੁੱਕਤ ਨੂੰ ਨਹੀਂ ਪਛਾਣਦੇ। ਇਹ ਅਣਗੌਲਿਆ ਕਰਨ ਦਾ ਇਕ ਸਰਗਰਮ ਰੂਪ ਹੈ।
2. **ਅਣਡਿੱਠ ਕਰਕੇ** : ਇਸ ਤਰ੍ਹਾਂ ਮਾਪੇ ਖੁਦ ਨੂੰ ਬੱਚੇ ਦੀਆਂ ਗਤੀਵਿਧੀਆਂ ਵਿਚ ਸ਼ਾਮਲ ਕਰਨ ਤੋਂ ਅਸਫਲ ਰਹਿ ਜਾਂਦੇ ਹਨ ਅਤੇ ਉਸ ਨੂੰ ਲੋੜੀਂਦੀ ਉਤੇਜਨਾ ਤੋਂ ਵਾਂਝਾ ਕਰ ਦਿੰਦੇ ਹਨ। ਇਸ ਤਰ੍ਹਾਂ ਉਹ ਬੱਚੇ ਦੇ ਭਾਵਨਾਤਮਕ ਅਤੇ ਬੌਧਿਕ ਵਿਕਾਸ ਨੂੰ ਰੋਕ ਦਿੰਦੇ ਹਨ। ਇਹ ਅਣਗੌਲਿਆਂ ਕਰਨ ਦਾ ਉਦਾਸੀਨ ਰੂਪ ਹੈ।
3. **ਖਿਝਾਉਣਾ** : ਫਿਜ਼ੂਲ ਅਲੋਚਨਾ, ਜ਼ਿੱਲਤ, ਟਿੱਚਰ, ਜਾਂ ਦੋਸ਼ ਬੱਚੇ ਦੇ ਸਵੈ-ਮਾਣ ਨੂੰ ਠੇਸ ਲਾ ਸਕਦੇ ਹਨ ਅਤੇ ਇਨ੍ਹਾਂ ਦਾ ਸਿੱਟਾ ਅਸਫਲਤਾ ਵਿਚ ਨਿੱਕਲਦਾ ਹੈ।

4. **ਡਰਾਉਣਾ** : ਗੰਦੀ ਭਾਸ਼ਾ ਵਰਤਕੇ ਬੱਚੇ ਉਤੇ ਜ਼ੁਬਾਨੀ ਹਮਲਾ ਕੀਤਾ ਜਾਂਦਾ ਹੈ। ਚੀਕ ਕੇ ਅਤੇ ਗਾਲ੍ਹਾਂ ਕੱਢਕੇ ਮਾਪੇ ਡਰ ਦਾ ਮਾਹੌਲ ਪੈਦਾ ਕਰਦੇ ਹਨ। ਲਗਾਤਾਰ ਧਮਕੀਆਂ ਬੱਚੇ ਨੂੰ ਤੌਖਲਾਭਰਪੂਰ ਅਤੇ ਅਸੁਰੱਖਿਅਤ ਬਣਾ ਦਿੰਦੀਆਂ ਹਨ ਅਤੇ ਉਸ ਦੇ ਸਵੈ-ਅਕਸ ਨੂੰ ਖੋਰਾ ਲਾਉਂਦੀਆਂ ਹਨ।

5. **ਰੋਲ ਮਾਡਲਾਂ ਦੇ ਤੌਰ 'ਤੇ ਅਸਫਲ ਹੋਣਾ** : ਜਿਹੜੇ ਮਾਪੇ ਆਦੀ ਸ਼ਰਾਬੀ ਜਾਂ ਨਸ਼ੇਬਾਜ਼ ਜਾਂ ਘਰੇਲੂ ਹਿੰਸਾ ਦੇ ਆਦੀ ਹਨ ਉਹ ਅਕਸਰ ਸਮਾਜਕ ਤੌਰ 'ਤੇ ਛੇਕੇ ਹੋਏ ਰਹਿ ਜਾਂਦੇ ਹਨ। ਉਹ ਸਦੀਵੀਂ ਵਿੱਤੀ ਤੰਗੀ ਵਿਚ ਫਸੇ ਰਹਿੰਦੇ ਹਨ ਅਤੇ ਤਣਾਉ, ਤੌਖਲੇ ਅਤੇ ਵਿਭਿੰਨ ਹੋਰ ਮਨੋਵਿਗਿਆਨਕ ਵਿਗਾੜਾਂ ਦੇ ਸ਼ਿਕਾਰ ਹੋ ਜਾਂਦੇ ਹਨ। ਅਜਿਹੇ ਘਰਾਂ ਵਿਚ ਮੌਜੂਦ ਤਣਾਉ ਬੱਚੇ ਦੀ ਸ਼ਖਸੀਅਤ ਨੂੰ ਰੋਲ ਦਿੰਦਾ ਹੈ।

ਕਾਮੁਕ ਦੁਰਵਰਤੋਂ

ਬੱਚੇ ਦੀ ਕਾਮੁਕ ਦੁਰਵਰਤੋਂ ਅਤੇ ਉਨ੍ਹਾਂ ਦੇ ਮਨੋ-ਸਮਾਜੀ ਅਤੇ ਬੌਧਿਕ ਵਿਕਾਸ ਉਤੇ ਇਸ ਦਾ ਅਸਰ ਪਿਛਲੇ ਦੋ ਦਹਾਕਿਆਂ ਤੋਂ ਹੋਰ ਵਾਧੂ ਧਿਆਨ ਦਾ ਵਿਸ਼ਾ ਰਿਹਾ ਹੈ। ਇਸ ਦੇ ਚਲਨ ਦੇ ਅੰਦਾਜ਼ੇ ਭਾਵੇਂ ਬਹੁਤ ਦਰੁਸਤ ਨਾ ਵੀ ਹੋਣ ਕਿਉਂਕਿ ਸਮਾਜਕ ਅਤੇ ਕਾਨੂੰਨੀ ਉਲਝਾਉਆਂ ਦੇ ਡਰ ਕਾਰਨ ਇਸ ਬਾਰੇ ਕੁਝ ਵੀ ਦੱਸਿਆ ਨਹੀਂ ਜਾਂਦਾ। ਜੇਕਰ ਬੱਚਾ ਭਰਮਾਊ ਵਿਹਾਰ, ਆਪਣੀ ਉਮਰ ਤੋਂ ਵਾਧੂ ਕਾਮ ਜਾਣਕਾਰੀ ਜਾਂ ਕਾਮੁਕ ਅਗੇਤਾ ਵਿਹਾਰ ਦਰਸਾਉਂਦਾ ਹੈ ਤਾਂ ਕਾਮੁਕ ਦੁਰਵਰਤੋਂ ਦਾ ਸ਼ੱਕ ਕੀਤਾ ਜਾ ਸਕਦਾ ਹੈ।

ਵੱਡੇ ਬੰਦੇ ਵੱਲੋਂ ਬੱਚੇ ਨਾਲ ਕਾਮ ਸੰਭੋਗ ਦੁਰਵਰਤੋਂ ਦਾ ਅੱਤ ਰੂਪ ਹੈ, ਪਰ ਫਿਜ਼ੂਲ ਛੇੜ-ਛਾੜ ਜਾਂ ਗੰਦੀਆਂ ਗੱਲਾਂ ਵੀ ਕਾਮੁਕ ਦੁਰਵਰਤੋਂ ਹੀ ਹਨ। ਕੁੜੀਆਂ ਇਸ ਦਾ ਆਮ ਸ਼ਿਕਾਰ ਹੁੰਦੀਆਂ ਹਨ ਅਤੇ ਇਹ ਕਰਨ ਵਾਲੇ ਆਮ ਕਰਕੇ ਪਰਿਵਾਰ ਦੇ ਜੀਅ ਜਾਂ ਪਰਿਵਾਰ ਦੇ ਚੰਗੇ ਜਾਣੂ ਬਾਹਰਲੇ ਲੋਕ ਹੁੰਦੇ ਹਨ। ਇਹ ਉਦੋਂ ਸ਼ੁਰੂ ਹੋ ਸਕਦਾ ਹੈ ਜਦੋਂ ਬੱਚੀ ਬੜੀ ਹੀ ਛੋਟੀ ਹੋਵੇ, ਇੱਥੋਂ ਤੱਕ ਕਿ ਸਕੂਲ ਤੋਂ ਪਹਿਲਾਂ ਦੇ ਅਰਸੇ ਵਿਚ ਵੀ ਅਤੇ ਸਾਲਾਂਬੱਧੀ ਚੱਲ ਸਕਦਾ ਹੈ। ਜਦੋਂ ਬੱਚੀ ਵੱਡੀ ਹੁੰਦੀ ਹੈ ਅਤੇ ਇਨ੍ਹਾਂ ਰਿਸ਼ਤਿਆਂ ਨੂੰ ਉਨ੍ਹਾਂ ਦੇ ਸਹੀ ਪਰਿਪੇਖ ਵਿਚ ਸਮਝਣਾ ਸ਼ੁਰੂ ਕਰਦੀ ਹੈ ਤਾਂ ਜੋ ਕੁਝ ਵਾਪਰ ਰਿਹਾ ਹੁੰਦਾ ਹੈ ਉਸ ਦਾ ਪਰਿਮਾਣ ਉਸ ਨੂੰ ਪਤਾ ਲੱਗਦਾ ਹੈ। ਉਸ ਦੇ ਸਾਹਮਣੇ ਕਈ ਪ੍ਰੇਸ਼ਾਨ ਕਰਨ ਵਾਲੇ ਸਵਾਲ ਖੜ੍ਹੇ ਹੋ ਸਕਦੇ ਹਨ।

* ਉਹ ਕਿਸਨੂੰ ਦੱਸੇ ?
* ਕੀ ਕੋਈ ਉਸ ਦਾ ਵਿਸ਼ਵਾਸ ਕਰੇਗਾ ?
* ਕੀ ਇਹ ਉਸੇ ਦਾ ਕਸੂਰ ਸੀ ?
* ਕੀ ਇਹ ਦੱਸਣ ਨਾਲ ਉਸ ਦਾ ਪਰਿਵਾਰ ਟੁੱਟ ਜਾਵੇਗਾ ?
* ਕੀ ਦੁਰਵਰਤੋਂ ਕਰਨ ਵਾਲੇ ਨੂੰ ਸਜ਼ਾ ਜਾਂ ਜੇਲ੍ਹ ਹੋਵੇਗੀ ?

ਦੁਰਵਰਤੋਂ ਕਰਨ ਵਾਲਾ ਬੱਚੀ ਨੂੰ ਧਮਕਾ ਸਕਦਾ ਹੈ ਕਿ ਜੇ ਉਸ ਨੇ ਕਿਸੇ ਨੂੰ ਦੱਸਿਆ ਤਾਂ ਸਿੱਟੇ ਮਾੜੇ ਹੋਣਗੇ। ਉਹ ਉਸ ਨੂੰ ਤੋਹਫੇ ਦੇ ਕੇ ਖੁਸ਼ ਕਰਨ ਦੀ ਕੋਸ਼ਿਸ ਵੀ ਕਰ ਸਕਦਾ ਹੈ। ਉਹ ਉਸ ਨੂੰ ਇਹ ਵੀ ਕਹਿ ਸਕਦਾ ਹੈ ਕਿ ਉਨ੍ਹਾਂ ਦਾ ਰਿਸ਼ਤਾ ਖਾਸ ਹੈ ਅਤੇ ਇਹ ਉਨ੍ਹਾਂ ਦਾ ਹੀ ਭੇਤ ਹੈ ਤੇ ਕਿਸੇ ਹੋਰ ਨੂੰ ਨਹੀਂ ਦੱਸਿਆ ਜਾਣਾ ਚਾਹੀਦਾ। ਆਪਣੇ ਸੰਤਾਪ ਅਤੇ ਦੁਚਿੱਤੀ ਵਿਚ ਬੱਚੀ ਇਹ ਦੁਰਵਰਤੋਂ ਦੱਸਣ ਵਿਚ ਝਿਜਕੇਗੀ ਅਤੇ ਹੋ ਸਕਦਾ ਹੈ ਇਸ ਬਾਰੇ ਕਦੀ ਵੀ ਕਿਸੇ ਨੂੰ ਨਾ ਦੱਸੇ।

ਹਾਲਾਂਕਿ ਕਾਮੁਕ ਦੁਰਵਰਤੋਂ ਦੇ ਕਈ ਜਿਸਮਾਨੀ ਪ੍ਰਭਾਵ ਹੁੰਦੇ ਹਨ ਜਿਵੇਂ-ਕੁਆਰ-ਝਿੱਲੀ ਦਾ ਫਟਣਾ, ਭਗ ਅਤੇ ਗੁਦਾ ਖੇਤਰ ਵਿਚ ਚੀਰਾ ਅਤੇ ਪੱਛ, ਕਾਮ ਸੰਚਰਿਤ ਰੋਗ ਅਤੇ ਗਰਭਾਧਾਨ, ਇਹ ਮਨੋਵਿਗਿਆਨਕ ਅਤੇ ਭਾਵਨਾਤਮਕ ਪ੍ਰਭਾਵ ਹਨ ਜਿਨ੍ਹਾਂ 'ਤੇ ਕਾਬੂ ਪਾਉਣਾ ਔਖਾ ਹੈ। ਜੇਕਰ ਇਹ ਘਟਨਾ ਬੜੀ ਸੰਖੇਪ ਹੈ ਤਾਂ ਬੱਚੀ ਸਦਮੇ ਨੂੰ ਬਰਦਾਸ਼ਤ ਕਰ ਸਕਦੀ ਹੈ ਪਰ ਜੇਕਰ ਇਹ ਬਹੁਤੇ ਬਚਪਨ ਵਿਚ ਜਾਰੀ ਰਹੇ ਤਾਂ ਬੱਚੀ ਦੀ ਮਨੋ-ਸਥਿਤੀ ਦਾ ਨੁਕਸਾਨ ਵਧੇਰੇ ਸਦੀਵੀ ਹੁੰਦਾ ਹੈ।

ਜਿਹੜੀ ਵੇਦਨਾ ਕਾਮੁਕ ਤੌਰ ਤੇ ਦੁਰਵਰਤੇ ਬੱਚੇ ਝੱਲਦੇ ਹਨ ਉਹ ਬੜੀ ਗੁੰਝਲਦਾਰ ਅਤੇ ਕਸ਼ਟਦਾਈ ਹੁੰਦੀ ਹੈ। ਉਨ੍ਹਾਂ ਦੇ ਸਵੈ-ਮਾਣ ਦਾ ਗੰਭੀਰ ਨੁਕਸਾਨ ਹੁੰਦਾ ਹੈ ਜਿਸ ਦਾ ਸਿੱਟਾ ਜੀਵਨ ਦੇ ਬਹੁਤ ਸਾਰੇ ਖੇਤਰਾਂ ਵਿਚ ਅਸਫਲਤਾਵਾਂ ਵਿਚ ਨਿੱਕਲਦਾ ਹੈ। ਦੁਰਵਰਤੋਂ ਦੇ ਭਾਵਨਾਤਮਕ ਸਿੱਟੇ ਉਨ੍ਹਾਂ ਦੀ ਵਿਦਿਅਕ ਪੇਸ਼ਕਾਰੀ ਅਤੇ ਖਾਸ ਤੌਰ ਤੇ ਵਿਰੋਧੀ ਲਿੰਗ ਨਾਲ ਸਿਹਤਮੰਦ ਰਿਸ਼ਤੇ ਬਣਾਉਣ ਅਤੇ ਕਾਇਮ ਰੱਖਣ ਦੀ ਉਨ੍ਹਾਂ ਦੀ ਯੋਗਤਾ ਉਤੇ ਬੁਰਾ ਪ੍ਰਭਾਵ ਪਾਉਂਦੇ ਹਨ।

ਕਾਮੁਕ ਤੌਰ ਤੇ ਦੁਰਵਰਤੇ ਬੱਚੇ ਗੁਨਾਹ ਦੇ ਅਹਿਸਾਸ ਤੋਂ ਪੀੜਤ ਹੁੰਦੇ ਹਨ ਕਿਉਂਕਿ ਉਹ ਮਹਿਸੂਸ ਕਰਦੇ ਹਨ ਕਿ ਭਾਵੇਂ ਥੋੜ੍ਹਾ ਹੀ ਸਹੀ ਪਰ ਇਹ ਉਨ੍ਹਾਂ ਦਾ ਕਸੂਰ ਸੀ ਕਿ ਇਹ ਦੁਰਵਰਤੋਂ ਹੋਈ। ਉਨ੍ਹਾਂ ਵਿਚ ਗੁੱਸਾ ਅਤੇ ਨਫਰਤ ਪੈਦਾ ਹੋ ਸਕਦੀ ਹੈ ਜੋ ਕਿ ਬੁਨਿਆਦੀ ਤੌਰ 'ਤੇ ਦੁਰਵਰਤੋਂ ਕਰਨ ਵਾਲੇ ਬਾਲਿਗ ਜਾਂ ਮਾਪਿਆਂ ਪ੍ਰਤੀ ਹੁੰਦੀ ਹੈ ਜੋ ਉਨ੍ਹਾਂ ਦੀ ਹਿਫਾਜ਼ਤ ਕਰਨ ਵਿਚ ਅਸਫਲ ਰਹੇ ਜਾਂ ਉਨ੍ਹਾਂ ਦਾ ਵਿਸ਼ਵਾਸ ਨਾ ਕੀਤਾ ਜਦੋਂ ਉਨ੍ਹਾਂ ਨੇ ਉਨ੍ਹਾਂ ਨੂੰ ਦੁਰਵਰਤੋਂ ਬਾਰੇ ਦੱਸਿਆ ਸੀ। ਜਦੋਂ ਇਹ ਬੱਚੇ ਆਪਣੇ ਗੁੱਸੇ ਨੂੰ ਦਬਾਉਣ ਦੀ ਕੋਸ਼ਿਸ਼ ਕਰਦੇ ਹਨ ਤਾਂ ਉਹ ਮਾਯੂਸ ਅਤੇ ਤਣਾਉ ਗ੍ਰਸਤ ਹੋ ਜਾਂਦੇ ਹਨ ਅਤੇ ਉਨ੍ਹਾਂ ਵਿਚ ਖੁਦਕੁਸ਼ੀ ਦੀ ਪ੍ਰਵਿਰਤੀ ਵਿਕਸਿਤ ਹੋ ਸਕਦੀ ਹੈ। ਕਾਮੁਕ ਤੌਰ ਤੇ ਦੁਰਵਰਤੇ ਬੱਚੇ ਆਪਣੇ ਮਗਰਲੇ ਜੀਵਨ ਵਿਚ ਹੋਰ ਬੱਚਿਆਂ ਦੀ ਦੁਰਵਰਤੋਂ ਕਰਨ ਵਾਲੇ ਵੀ ਬਣ ਸਕਦੇ ਹਨ।

ਕਾਮੁਕ ਦੁਰਵਰਤੋਂ ਦੇ ਸੰਕੇਤਕ

ਜਿਸਮਾਨੀ

* ਆਮ ਹਿੱਸਿਆਂ 'ਤੇ ਝਰੀਟਾਂ, ਰਗੜਾਂ ਅਤੇ ਨਿੱਕੇ ਮੋਟੇ ਜ਼ਖਮ ਜੋ ਹਾਦਸੇ

ਵਾਲੇ ਹਿੱਸੇ ਨਾਲ ਸਬੰਧਤ ਨਹੀਂ।

* ਸੋਜਿਸ਼, ਵਗਾਉ ਅਤੇ ਅਕਾਰਣ ਰੱਤ ਵਗਾਉ।
* ਬੱਚੀ ਕਾਮ ਸੰਚਾਰਿਤ ਰੋਗਾਂ ਦੇ ਚਿੰਨ੍ਹ ਦਰਸਾ ਸਕਦੀ ਹੈ।
* ਮੂਤਰ ਮਾਰਗ ਵਿਚ ਮੁੜ-ਮੁੜ ਲਾਗ।

ਵਿਹਾਰਾਤਮਕ

* ਰੌਅ, ਤੌਖਲੇ ਅਤੇ ਰਾਤਰੀ ਤ੍ਰਾਸ ਵਿਚ ਅਚਾਨਕ ਵਾਧਾ-ਘਾਟਾ।
* ਖਾਣ ਅਤੇ ਸੌਣ ਦੇ ਰੁਟੀਨ ਵਿਚ ਤਬਦੀਲੀ।
* ਜਿਹੜੀ ਬੱਚੀ ਪਹਿਲਾਂ ਰਾਤ ਨੂੰ ਸੁੱਕੀ ਰਹਿੰਦੀ ਸੀ ਉਹ ਬਿਸਤਰਾ ਗਿੱਲਾ ਕਰਨਾ ਸ਼ੁਰੂ ਕਰ ਦਿੰਦੀ ਹੈ।
* ਧਿਆਨ ਚਾਹੁਣ ਵਾਲਾ ਜਾਂ ਗੜਬੜੀ ਵਾਲਾ ਵਿਹਾਰ।

ਇਹ ਚੇਤੇ ਰੱਖਣਾ ਚਾਹੀਦਾ ਹੈ ਕਿ ਇਹ ਜਿਸਮਾਨੀ ਅਤੇ ਵਿਹਾਰਾਤਮਕ ਸੰਕੇਤਕ ਕਾਮੁਕ ਦੁਰਵਰਤੋਂ ਦੀਆਂ ਸਥਿਤੀਆਂ ਤੋਂ ਬਿਨਾਂ ਵੀ ਮੌਜੂਦ ਹੋ ਸਕਦੇ ਹਨ। ਕਿਸੇ ਵੀ ਇਕੱਲੇ ਸੰਕੇਤਕ ਨੂੰ ਨਿਦਾਨਕਾਰੀ ਨਹੀਂ ਸਮਝਿਆ ਜਾਣਾ ਚਾਹੀਦਾ, ਐਪਰ, ਜਦੋਂ ਸ਼ੱਕੀ ਮਾਮਲੇ ਨਾਲ ਸਿੱਝ ਰਹੇ ਹੋਵੋ ਤਾਂ ਇਹ ਕੰਮ ਮੱਦਦਗਾਰੀ ਨੁਕਤੇ ਹੋ ਸਕਦੇ ਹਨ।

ਕਾਮੁਕ ਦੁਰਵਰਤੋਂ ਦੇ ਪ੍ਰਭਾਵ

1. ਬਹੁਤ ਘੱਟ ਸਵੈ-ਮਾਣ।
2. ਤਣਾਉ।
3. ਖੁਦਕੁਸ਼ੀ ਦੇ ਰੁਝਾਨ।
4. ਘਰੋਂ ਭੱਜ ਜਾਣਾ।
5. ਸਕੂਲ ਵਿਚ ਗੈਰਹਾਜ਼ਰ ਰਹਿਣਾ।
6. ਸ਼ਰਾਬ ਜਾਂ ਨਸ਼ਿਆਂ ਦੀ ਵਰਤੋਂ।
7. ਖੁੱਲ੍ਹਾ ਸੰਭੋਗ, ਹਸਤਮੈਥੁਨ ਦੀ ਆਦਤ।
8. ਜਿਸਮਾਨੀ ਹਿੰਸਾ।
9. ਗੁਨਾਹਕਾਰੀ ਅਤੇ ਅਪਰਾਧਿਕ ਵਤੀਰਾ।
10. ਖੁਦ ਬੱਚੇ ਦੀ ਦੁਰਵਰਤੋਂ ਕਰਨ ਵਾਲੇ ਬਣ ਜਾਂਦੇ ਹਨ।

ਕੀ ਕੀਤਾ ਜਾ ਸਕਦਾ ਹੈ

* ਖਾਸ ਦੁਰਵਰਤੋਂ ਦੇ ਅਨੁਭਵਾਂ ਦੇ ਪ੍ਰਭਾਵ ਖਤਮ ਕਰਨੇ ਮੁਸ਼ਕਲ ਜਾਂ ਅਸੰਭਵ ਹਨ। ਸਭ ਤੋਂ ਵਧੀਆ ਤਰਜੀਹ ਇਹ ਹੈ ਕਿ ਉਪਚਾਰਕ ਦਖਲ ਦੀ ਯੋਜਨਾ ਬਣਾਈ ਜਾਵੇ ਜੋ ਦੁਰਵਰਤੋਂ ਹੋਣ ਤੋਂ ਰੋਕ ਸਕਦੇ ਹਨ।

* ਬੱਚਿਆਂ ਅਤੇ ਕਿਸ਼ੋਰਾਂ ਦੀਆਂ ਵਿਕਾਸੀ ਲੋੜਾਂ ਨੂੰ ਸਮਝਣਾ ਅਤੇ ਦੁਰਵਰਤੋਂ ਲਈ ਉਨ੍ਹਾਂ ਦੇ ਜੋਖਮ ਨੂੰ ਪਛਾਣਨਾ ਇਕ ਸਹੀ ਸੇਧ ਵਾਲਾ ਕਦਮ ਹੈ।
* ਬੱਚੇ ਅਤੇ ਕਿਸ਼ੋਰਾਂ ਦੇ ਸਿਹਤਮੰਦ ਵਿਕਾਸ ਨੂੰ ਉਤਸ਼ਾਹਿਤ ਕਰਨਾ ਅਤੇ ਸਹਾਇਤਾ ਕਰਨੀ ਇਕ ਪੂਰਵਲੀ ਸ਼ਰਤ ਹੈ।
* ਪਰਿਵਾਰਾਂ ਦੀ ਸਮਰੱਥਾ ਅਤੇ ਲਚਕੀਲੇਪਣ ਨੂੰ ਮਜ਼ਬੂਤ ਕਰਨ ਦੀ ਲੋੜ ਹੈ।

ਬਾਲ ਦੁਰਵਰਤੋਂ ਇਕ ਸਮਾਜਿਕ ਸਮੱਸਿਆ ਹੈ ਅਤੇ ਸਮਾਜ ਦੇ ਹਰੇਕ ਖੇਤਰ ਦੀ ਇਸ ਦੇ ਖਾਤਮੇ ਵਿਚ ਇਕ ਅਹਿਮ ਭੂਮਿਕਾ ਨਿਭਾਉਣ ਦੀ ਲੋੜ ਹੈ। ਬਾਲ ਦੁਰਵਰਤੋਂ ਦੀ ਰੋਕਥਾਮ ਲਈ ਰਾਸ਼ਟਰੀ ਕਾਰਜ-ਕ੍ਰਮ ਬਣਾਉਣ ਦੀ ਲੋੜ ਹੈ ਅਤੇ ਨਾਲ ਹੀ ਉਪਚਾਰਕ ਦਖਲਾਂ ਦੀ ਵੀ ਜਿਹੜੇ ਬਾਲ ਦੁਰਵਰਤੋਂ ਦੇ ਪੀੜਤਾਂ ਅਤੇ ਉਨ੍ਹਾਂ ਦੇ ਪਰਿਵਾਰਾਂ ਦੀ ਮੱਦਦ ਕਰ ਸਕਣ। ਪੁਲੀਸ, ਵਿਧਾਨਕ ਅਥਾਰਟੀਆਂ ਅਤੇ ਬਾਲ ਦੁਰਵਰਤੋਂ ਦੀ ਜਾਂਚ ਕਰਨ ਵਾਲੇ ਹੋਰਨਾਂ ਨੂੰ, ਖਾਸ ਕਰਕੇ ਕਾਮੁਕ ਦੁਰਵਰਤੋਂ ਅਤੇ ਸ਼ੋਸਣ ਦੀ, ਸੰਵੇਦਨਸ਼ੀਲ ਹੋਣ ਦੀ ਲੋੜ ਹੈ। ਉਹ ਸੂਚਨਾ ਇਕੱਤਰ ਕਰਨ ਦੀਆਂ ਵਿਧੀਆਂ ਵਿਚ ਸਿੱਖਿਅਤ ਹੋਣੇ ਚਾਹੀਦੇ ਹਨ ਜਿਹੜੀ ਹੋਰ ਸਦਮਾ ਨਾ ਕਰੇ ਅਤੇ ਬੱਚੇ ਦੇ ਗੌਰਵ ਨੂੰ ਸੁਰੱਖਿਅਤ ਰੱਖੇ। ਦੁਰਵਰਤੇ ਬੱਚਿਆਂ ਦੇ ਪਰਿਵਾਰਾਂ ਨਾਲ ਨਜਿੱਠਣ ਸਮੇਂ ਇਕ ਧੀਰਜ ਭਰੀ, ਮਿਹਨਤ ਕਰਨ ਵਾਲੀ ਅਤੇ ਹਮਦਰਦੀ ਭਰੀ ਪਹੁੰਚ ਜ਼ਰੂਰੀ ਹੈ। ਇਹ ਪਰਿਵਾਰ ਖਾਸ ਤੌਰ 'ਤੇ ਰੱਖਿਆਤਮਕ ਹੁੰਦੇ ਹਨ ਕਿਉਂ ਜੋ ਉਨ੍ਹਾਂ ਨੂੰ ਪਤਾ ਹੁੰਦਾ ਹੈ ਕਿ ਉਨ੍ਹਾਂ ਉੱਤੇ ਅਪਰਾਧਿਕ ਦੋਸ਼ ਲੱਗ ਸਕਦੇ ਹਨ ਅਤੇ ਉਨ੍ਹਾਂ ਦੇ ਬੱਚੇ ਉਨ੍ਹਾਂ ਦੀ ਸੰਭਾਲ ਤੋਂ ਪਾਸੇ ਕੀਤੇ ਜਾ ਸਕਦੇ ਹਨ।

ਸਥਾਪਤ ਜਾਂ ਸ਼ੱਕੀ ਬਾਲ ਦੁਰਵਰਤੋਂ ਬਾਰੇ ਉਚਿਤ ਅਧਿਕਾਰੀਆਂ ਨੂੰ ਦੱਸਿਆ ਜਾਣਾ ਚਾਹੀਦਾ ਹੈ। ਇਹ ਅਕਸਰ ਬਿਹਤਰ ਹੁੰਦਾ ਹੈ ਕਿ ਇਕ ਜ਼ਿੰਮੇਵਾਰ ਬਾਲ ਕਲਿਆਣ ਸਭਾ ਨਾਲ ਗੱਲ ਕੀਤੀ ਜਾਵੇ, ਜਿਸ ਦਾ ਅਮਲਾ ਪੁਲਿਸ ਨਾਲ ਜ਼ਰੂਰੀ ਤਾਲ-ਮੇਲ ਰੱਖਦਾ ਹੈ। ਇਕ ਵਾਰੀ ਜਦੋਂ ਦੁਰਵਰਤੋਂ ਸਾਹਮਣੇ ਆ ਜਾਵੇ ਤਾਂ ਬੱਚੇ ਦੇ ਫੌਰੀ ਕਲਿਆਣ ਲਈ ਬਾਲ ਕਲਿਆਣ ਏਜੰਸੀ ਅਮਲਾ ਜ਼ਿੰਮੇਵਾਰ ਹੋ ਜਾਂਦਾ ਹੈ, ਇਹ ਫੈਸਲਾ ਉਨ੍ਹਾਂ ਨੂੰ ਹੀ ਕਰਨਾ ਚਾਹੀਦਾ ਹੈ ਕਿ ਕੀ ਬੱਚੇ ਨੂੰ ਮਾਪਿਆਂ ਜਾਂ ਅਭਿਭਾਵਕਾਂ ਦੀ ਸੰਭਾਲ ਵਿੱਚੋਂ ਕੱਢ ਲਿਆ ਜਾਵੇ। ਹਸਪਤਾਲ ਵਿਚ ਦਾਖਲ ਅਤੇ ਡਾਕਟਰੀ ਜਾਂ ਉਪਰੇਸ਼ਨ ਰਾਹੀਂ ਇਲਾਜ ਦੀ ਲੋੜ ਹੋ ਸਕਦੀ ਹੈ। ਇਸੇ ਦੌਰਾਨ ਪਰਿਵਾਰ ਦੀ ਜਾਂਚ ਕੀਤੀ ਜਾਂਦੀ ਹੈ ਜੋ ਅਕਸਰ ਬਾਲ ਕਲਿਆਣ ਏਜੰਸੀ ਤੋਂ ਸਮਾਜ ਸੇਵਕ ਕਰਦਾ ਹੈ।

ਦੁਰਵਰਤੋਂ ਕਰਨ ਵਾਲੇ ਮਾਪਿਆਂ ਨੂੰ ਮਨੋਚਕਿਤਸਕ ਮੱਦਦ ਦੀ ਲਗਾਤਾਰ ਲੋੜ ਹੁੰਦੀ ਹੈ; ਨਾ ਸਿਰਫ ਉਨ੍ਹਾਂ ਨੇ ਸ਼ਖਸੀਅਤ ਵਿਗਾੜ ਸਥਾਪਤ ਕਰ ਲਏ ਹੁੰਦੇ ਹਨ, ਬਲਕਿ ਉਹ ਤਣਾਉ, ਤੌਖਲਾਪਣ ਦੇ ਵਿਗਾੜ, ਸ਼ਰਾਬਖੋਰੀ ਜਾਂ ਨਸ਼ਿਆਂ ਦੇ ਪ੍ਰਭਾਵਾਂ ਤੋਂ ਵੀ ਪੀੜਤ ਹੋ ਸਕਦੇ ਹਨ, ਅਤੇ ਇਹ ਸਾਰੇ ਹੀ ਇਲਾਜ ਲਈ

ਹੁੰਗਾਰਾ ਭਰ ਸਕਦੇ ਹਨ। ਦੁਰਵਰਤੇ ਬੱਚਿਆਂ ਲਈ ਵਿਅਕਤੀਗਤ ਮਨੋਚਕਿਤਸਾ ਦੀ ਲੋੜ ਹੋ ਸਕਦੀ ਹੈ, ਖਾਸ ਕਰਕੇ ਉਦੋਂ ਜਦੋਂ ਦੁਰਵਰਤੋਂ ਲੰਮੇ ਸਮੇਂ ਦੀ ਹੋਵੇ। ਕਈ ਵਾਰੀ ਸਮੂਹਿਕ ਚਕਿਤਸਾ, ਜਿਸ ਵਿਚ ਬੱਚਿਆਂ ਦਾ ਇਲਾਜ ਹੋਰਾਂ ਨਾਲ ਕੀਤਾ ਜਾਂਦਾ ਹੈ ਜਿਨ੍ਹਾਂ ਦੀ ਇਸੇ ਤਰ੍ਹਾਂ ਦੁਰਵਰਤੋਂ ਹੋਈ ਹੁੰਦੀ ਹੈ, ਵਿਅਕਤੀਗਤ ਚਕਿਤਸਾ ਨਾਲੋਂ ਵਧੇਰੇ ਮੱਦਦਗਾਰੀ ਸਾਬਤ ਹੁੰਦੀ ਹੈ।

ਉਦੋਂ ਸਥਿਤੀ ਵੱਖਰੀ ਹੁੰਦੀ ਹੈ ਜਦੋਂ ਬੱਚੇ ਦੀ ਦੁਰਵਰਤੋਂ ਪਰਿਵਾਰ ਤੋਂ ਕਿਸੇ ਬਾਹਰਲੇ ਨੇ ਕੀਤੀ ਹੋਵੇ। ਅਜਿਹੇ ਮਾਮਲਿਆਂ ਵਿਚ ਪਰਿਵਾਰ ਅਕਸਰ ਦੁਰਵਰਤੋਂ ਕਰਨ ਵਾਲੇ ਦੀ ਭੰਡੀ ਵਿਚ ਇਕਜੁੱਟ ਹੁੰਦਾ ਹੈ ਅਤੇ ਮਾਮਲੇ ਦੀ ਜਾਂਚ ਅਤੇ ਇਲਾਜ ਵਿਚ ਸਰਗਰਮ ਸਹਿਯੋਗ ਕਰਦਾ ਹੈ। ਇਸ ਦੇ ਨਾਲ ਹੀ ਪਰਿਵਾਰ ਵਿਚ ਇਕ ਬਹੁਤ ਵੱਡਾ ਭਾਵਨਾਤਮਕ ਭੁਚਾਲ ਵੀ ਆਇਆ ਹੁੰਦਾ ਹੈ; ਮਾਪਿਆਂ ਦੇ ਪੱਖੋਂ ਇਕ ਗੁਨਾਹ ਦਾ ਅਹਿਸਾਸ ਵੀ ਹੋ ਸਕਦਾ ਹੈ ਕਿ ਉਨ੍ਹਾਂ ਨੇ ਬੱਚੇ ਨੂੰ ਦੁਰਵਰਤੋਂ ਹੋਣ ਦੀ ਸਥਿਤੀ ਦੇ ਹਵਾਲੇ ਕਿਉਂ ਹੋਣ ਦਿੱਤਾ। ਮਾਪਿਆਂ ਨੂੰ ਬੱਚੇ ਅਤੇ ਨਾਲ ਹੀ ਆਪਣੇ ਖੁਦ ਦੇ ਅਹਿਸਾਸਾਂ ਨਾਲ ਨਜਿੱਠਣ ਲਈ ਅਗਵਾਈ ਅਤੇ ਮੱਦਦ ਦੀ ਲੋੜ ਹੋ ਸਕਦੀ ਹੈ।

ਵੱਧੋ-ਵੱਧ ਵਿਕਾਸ ਅਤੇ ਪੂਰਨ ਸਮਰੱਥਾ ਦੀ ਪ੍ਰਾਪਤੀ ਲਈ ਬੱਚਿਆਂ ਨੂੰ ਇਕ ਸਥਿਰ, ਇਕਜੁੱਟ ਪਰਿਵਾਰ ਦੇ ਨਿੱਘ, ਮੌਲਣ ਵਾਲੇ ਅਤੇ ਪੁਸ਼ਟੀਕਾਰੀ ਮਾਹੌਲ ਦੀ ਲੋੜ ਹੋ ਸਕਦੀ ਹੈ। ਇਕ ਧਿਆਨ ਰੱਖਣ ਵਾਲਾ ਇਮਦਾਦੀ ਪਰਿਵਾਰਕ ਮਾਹੌਲ ਕਈ ਸਦਮਾਕਾਰੀ ਅਤੇ ਤਣਾਉਭਰਪੂਰ ਅਨੁਭਵਾਂ ਦੇ ਬੁਰੇ ਪ੍ਰਭਾਵਾਂ ਦਾ ਮਜ਼ਬੂਤੀ ਨਾਲ ਟਾਕਰਾ ਕਰ ਸਕਦਾ ਹੈ।

8.

ਬੀਮਾਰੀ ਸਵੈ-ਮਾਣ ਨੂੰ ਖੋਰਾ ਲਾ ਸਕਦੀ ਹੈ

ਬਚਪਨ ਖੇਡ੍ਹਿਆਂ ਲਈ ਹੁੰਦਾ ਹੈ,
ਨਾ ਕਿ ਦੁੱਖ ਵਿਚ ਮੁਰਝਾ ਜਾਣ ਲਈ।
- ਪੀ.ਕੇ

ਜਿਸਮਾਨੀ ਬੀਮਾਰੀ ਤੋਂ ਪੀੜਤ ਬੱਚੇ, ਖਾਸ ਕਰਕੇ ਲਾਇਲਾਜ ਬੀਮਾਰੀਆਂ ਅਤੇ ਨਿਰਯੋਗਤਾਵਾਂ ਤੋਂ, ਮਾੜਾ ਸਵੈ-ਮਾਣ ਵਿਕਸਿਤ ਹੋਣ ਦੇ ਪ੍ਰਤੱਖ ਜੋਖਮ ਵਿਚ ਹੁੰਦੇ ਹਨ। ਬੀਮਾਰੀ ਸਿੱਧੇ ਅਤੇ ਅਸਿੱਧੇ ਦੋਹਾਂ ਤਰੀਕਿਆਂ ਨਾਲ ਬੱਚੇ ਦੀ ਸ਼ਖਸੀਅਤ ਨੂੰ ਖੋਰਾ ਲਾ ਸਕਦੀ ਹੈ। ਸਿੱਧੇ ਪ੍ਰਭਾਵ ਉਹ ਹਨ ਜੋ ਬੀਮਾਰੀ ਵੱਲੋਂ ਕੀਤੀ ਨਿਰਯੋਗਤਾ ਦਾ ਸਿੱਟਾ ਹੁੰਦੇ ਹਨ। ਲਾਇਲਾਜ ਬੀਮਾਰੀ ਦੇ ਅਸਿੱਧੇ ਪ੍ਰਭਾਵ ਕਈ ਤਰ੍ਹਾਂ ਦੇ ਸ਼ਖਸੀਅਤ ਵਿਗਾੜਾਂ ਵੱਲ ਲੈ ਜਾ ਸਕਦੇ ਹਨ- ਮਾੜਾ ਸਵੈ-ਮਾਣ ਇਸ ਵਿਚ ਸਭ ਤੋਂ ਆਮ ਹੈ।

ਬੀਮਾਰੀ ਬੱਚੇ ਦੀਆਂ ਗਤੀਵਿਧੀਆਂ ਨੂੰ ਬੰਧਨਾਂ ਵਿਚ ਜਕੜ ਦਿੰਦੀ ਹੈ, ਖਾਸ ਤੌਰ ਤੇ ਜੇਕਰ ਇਸ ਨਾਲ ਸਬੰਧਤ ਜਿਸਮਾਨੀ ਨਿਰਯੋਗਤਾ ਵੀ ਹੋਵੇ। ਲਾਇਲਾਜ ਬੀਮਾਰ ਬੱਚੇ ਜਾਂ ਜਿਨ੍ਹਾਂ ਵਿਚ ਜਿਸਮਾਨੀ ਅਪੰਗਤਾ ਹੈ, ਉਹ ਖੁਦ ਨੂੰ ਅਧੂਰੇ ਅਤੇ ਆਪਣੇ ਜਮਾਤੀਆਂ ਤੋਂ ਵੱਖਰੇ ਵਿਚਾਰ ਸਕਦੇ ਹਨ। ਜਦੋਂ ਉਹ ਆਪਣੀ ਤੁਲਨਾ ਹੋਰ ਬੱਚਿਆਂ ਨਾਲ ਕਰਦੇ ਹਨ ਤਾਂ ਸੰਭਾਵਨਾ ਇਹ ਹੈ ਕਿ ਉਹ ਹੀਣਤਾ ਦੇ ਅਹਿਸਾਸ ਤੋਂ ਪੀੜਤ ਹੋ ਸਕਦੇ ਹਨ।

ਅਸੀਂ ਇਕ ਅਜੀਬ, ਪੱਖਪਾਤੀ ਸੰਸਾਰ ਵਿਚ ਰਹਿੰਦੇ ਹਾਂ ਜੋ ਬੀਮਾਰ ਅਤੇ ਨਿਰਯੋਗ ਬੱਚਿਆਂ ਨੂੰ ਰੱਦ ਕਰਦਾ ਹੈ ਅਤੇ ਉਨ੍ਹਾਂ ਦੇ ਪਰਿਵਾਰਾਂ ਨੂੰ ਹੇਠੀ ਨਾਲ ਦੇਖਦਾ ਹੈ ਜਿਨ੍ਹਾਂ ਨੇ ਅਜਿਹੇ ਅਧੂਰੇ ਬੱਚੇ ਨੂੰ ਜਨਮ ਦਿੱਤਾ। ਇਹ ਹੈ ਇਨ੍ਹਾਂ ਬੱਚਿਆਂ ਪ੍ਰਤੀ ਸਾਡੀ ਲਾਪ੍ਰਵਾਹੀ ਕਿ ਸਾਡੇ ਵਿਚੋਂ ਬਹੁਤੇ ਇਕ ਲਾਇਲਾਜ ਬੀਮਾਰ ਜਾਂ

ਅਧੂਰੇ ਬੱਚੇ ਦੇ ਹੋਣ ਬਾਰੇ ਸ਼ਰਮ ਮਹਿਸੂਸ ਕਰਦੇ ਹਾਂ। ਬੀਮਾਰ ਬੱਚੇ ਹੋਣ ਬਾਰੇ ਆਪਣੀਆਂ ਮਾਯੂਸੀਆਂ ਦੀ ਅਸੀਂ ਕਦੀ ਗੱਲ ਨਹੀਂ ਕਰਦੇ। ਦਰਅਸਲ ਬਹੁਤੇ ਮਾਪੇ ਸੁਚੇਤ ਤੌਰ 'ਤੇ ਇਸ ਨੂੰ ਮੰਨਦੇ ਹੀ ਨਹੀਂ ਲੱਗਦੇ, ਪਰ ਕਿਸੇ ਨਾ ਕਿਸੇ ਤਰ੍ਹਾਂ ਬੱਚਾ ਇਸ ਬਾਰੇ ਜਾਣ ਲੈਂਦਾ ਹੈ। ਇਹ ਦੱਸਣ ਦੀ ਕੋਈ ਲੋੜ ਹੀ ਨਹੀਂ ਰਹਿੰਦੀ ਕਿ ਇਹ ਪ੍ਰਭਾਵਤ ਬੱਚੇ ਦੇ ਸਵੈ-ਅਕਸ ਨਾਲ ਕੀ ਕਰਦਾ ਹੈ।

ਇਕ ਪਾਸੇ ਸਾਡੇ ਕੋਲ ਅਜਿਹੇ ਮਾਪੇ ਹਨ ਜਿਹੜੇ ਆਪਣੇ ਬੀਮਾਰ ਬੱਚਿਆਂ ਨੂੰ ਅਣਗੌਲੇ ਅਤੇ ਰੱਦ ਕਰਦੇ ਹਨ, ਦੂਜੇ ਪਾਸੇ ਕੁਝ ਅਜਿਹੇ ਹਨ ਜੋ ਬੀਮਾਰ/ਨਿਰਯੋਗ ਬੱਚੇ ਨੂੰ ਜਨਮ ਦੇਣ ਦਾ ਤੌਖਲਾ ਅਤੇ ਗੁਨਾਹ ਝੱਲਦੇ ਹਨ। ਮਾਪਿਆਂ ਦਾ ਵਾਧੂ ਹਿਫਾਜ਼ਤੀ ਅਤੇ ਤੌਖਲੇ ਭਰਿਆ ਰਵੱਈਆ ਬੱਚਿਆਂ ਦੇ ਭਾਵਨਾਤਮਕ ਵਿਕਾਸ ਨੂੰ ਹੋਰ ਮੰਦ ਕਰ ਦਿੰਦਾ ਹੈ। ਇਨ੍ਹਾਂ ਬੱਚਿਆਂ ਨੂੰ ਸਮਾਜਕ ਅਨੁਕੂਲਣ ਵਿਚ ਮੁਸ਼ਕਲ ਆਉਂਦੀ ਹੈ ਅਤੇ ਉਹ ਆਪਣੇ ਸਾਥੀਆਂ ਵੱਲੋਂ ਚੋਭਾਂ ਅਤੇ ਧੱਕੜਸ਼ਾਹੀ ਦਾ ਸ਼ਿਕਾਰ ਹੋ ਸਕਦੇ ਹਨ। ਅਜਿਹੇ ਬੱਚੇ ਸਕੂਲ ਜਾਣੋਂ ਕਤਰਾਉਣ ਲੱਗਦੇ ਹਨ ਅਤੇ ਕਲਾਸ ਦੇ ਕੰਮ ਵਿਚ ਇਕਾਗਰਤਾ ਦਿਖਾਉਣ ਦੇ ਅਯੋਗ ਹੋ ਜਾਂਦੇ ਹਨ। ਬੀਮਾਰ ਬੱਚਿਆਂ ਦੀ ਵਿਦਿਅਕ ਪੇਸ਼ਕਾਰੀ ਦੋ ਨੁਕਤਿਆਂ ਤੋਂ ਪੀੜਤ ਹੁੰਦੀ ਹੈ। ਪਹਿਲਾ, ਲਾਇਲਾਜ਼ ਬੀਮਾਰੀ ਕਰਕੇ ਮੁੜ-ਮੁੜ ਹਸਪਾਤਲ ਜਾਣ ਜਾਂ ਘਰ ਵਿਚ ਬਿਸਤਰੇ ਦੀ ਕੈਦ ਝੱਲਣੀ ਪੈਂਦੀ ਹੈ, ਇਸ ਤਰ੍ਹਾਂ ਬੱਚੇ ਬਹੁਤੇ ਸਕੂਲ ਨਹੀਂ ਜਾ ਸਕਦੇ ਅਤੇ ਜਮਾਤ ਵਿਚ ਪਿੱਛੇ ਰਹਿ ਜਾਂਦੇ ਹਨ। ਦੂਜਾ, ਅਜਿਹੇ ਬੱਚੇ ਇਹ ਮੰਨਣ ਲੱਗ ਪੈਂਦੇ ਹਨ ਕਿ ਉਨ੍ਹਾਂ ਦੀ ਬਿਮਾਰੀ ਜਾਂ ਨਿਰਯੋਗਤਾ ਕਰਕੇ ਉਹ ਆਪਣੇ ਤੰਦਰੁਸਤ ਜਮਾਤੀਆਂ ਦੇ ਮੁਕਾਬਲੇ ਸਫਲਤਾ ਪ੍ਰਾਪਤ ਕਰਨ ਦੇ ਘੱਟ ਸਮਰੱਥ ਹਨ। ਇਹ ਉਨ੍ਹਾਂ ਨੂੰ ਭਵਿੱਖ ਵਿਚ ਵਿਦਿਅਕ ਅਤੇ ਪੇਸ਼ਾਵਰਾਨਾ ਅਸਫਲਤਾਵਾਂ ਵੱਲ ਲਿਜਾ ਸਕਦਾ ਹੈ।

ਆਮ ਸਮੱਸਿਆਵਾਂ ਅਤੇ ਉਨ੍ਹਾਂ ਦੇ ਪ੍ਰਭਾਵ

ਦਮਾ

ਵਾਤਾਵਰਣੀ ਪ੍ਰਦੂਸ਼ਣ ਅਤੇ ਦਮਾ ਵਿਕਾਸ ਦੇ ਇਕੋ ਸਿੱਕੇ ਦੇ ਦੋ ਬਦਨੁਮਾ ਪਹਿਲੂ ਹਨ। ਸ਼ਬਦ ਦਮਾ (ਅਸਥਮਾ) ਗ੍ਰੀਕ ਤੋਂ ਨਿਕਲਿਆ ਹੈ ਅਤੇ ਇਸ ਦਾ ਮਤਲਵ ਹੈ ਸਾਹੋ-ਸਾਹ ਹੋਣਾ ਜਾਂ ਮੂੰਹ ਖੋਲ੍ਹ ਕੇ ਸਾਹ ਲੈਣਾ। ਬਚਪਨ ਦੇ ਦਮੇ ਦੇ ਮਾਮਲੇ ਪਿਛਲੇ ਦੋ ਦਹਾਕਿਆਂ ਵਿਚ ਕਈ ਗੁਣਾ ਵਧ ਗਏ ਹਨ। ਦਮਾ ਇਕ ਲਾਇਲਾਜ ਸ਼ਵਾਸ ਰੋਗ ਹੈ, ਜਿਸ ਨਾਲ ਜੇ ਸਹੀ ਤਰ੍ਹਾਂ ਨਾ ਨਜਿੱਠਿਆ ਜਾਵੇ ਤਾਂ ਇਹ ਬੱਚੇ ਦੀਆਂ ਜਿਸਮਾਨੀ ਗਤੀਵਿਧੀਆਂ ਅਤੇ ਵਿਦਿਅਕ ਪੇਸ਼ਕਾਰੀਆਂ ਵਿਚ ਗੰਭੀਰ ਅੜਿੱਕਾ ਪਾ ਸਕਦਾ ਹੈ। ਬਦਕਿਸਮਤੀ ਨਾਲ ਪ੍ਰਭਾਵੀ ਇਲਾਜ ਦੀ ਉਪਲੱਬਧਤਾ ਦੇ ਬਾਵਜੂਦ ਵੀ ਬਹੁਤ ਸਾਰੇ ਬੱਚਿਆਂ ਨੂੰ ਇਸ ਨਾਲ ਸਮਝੌਤੇ ਵਾਲਾ ਜੀਵਨ ਜੀਣ ਲਈ ਮਜਬੂਰ ਕੀਤਾ ਜਾਂਦਾ ਹੈ।

ਇਹ ਇਸ ਕਰਕੇ ਵਾਪਰਦਾ ਹੈ ਕਿ ਬਚਪਨ ਦੇ ਦਮੇ ਬਾਰੇ ਮਾਪਿਆਂ ਦਾ ਗਿਆਨ ਜਾਂ ਜਾਣਕਾਰੀ ਦੀ ਘਾਟ ਜਾਂ ਤਾਂ ਉਨ੍ਹਾਂ ਨੂੰ ਡਾਕਟਰੀ ਸਹਾਇਤਾ ਲੈਣ ਤੋਂ ਰੋਕਦੀ ਹੈ ਜਾਂ ਉਨ੍ਹਾਂ ਨੂੰ ਬੱਚੇ ਦੀ ਬੀਮਾਰੀ ਛੁਪਾਉਣ ਵਾਸਤੇ ਤਿਆਰ ਕਰਦੀ ਹੈ।

ਦਮਾ ਦੇ ਵਾਧੂ ਪ੍ਰਚਲਿਤ ਕਾਰਨਾਂ ਵਿਚ ਘਰੇਲੂ ਮਿੱਟੀ ਦੇ ਕਣਾਂ ਵਿਚ ਵੱਡਾ ਵਾਧਾ ਹੋਣ ਦੇਣਾ ਹੈ ਜਿਸ ਕਰਕੇ ਸੰਵੇਦੀਕਰਨ ਅਤੇ ਇਸ ਦਾ ਸਾਹਮਣਾ ਬਹੁਤ ਜ਼ਿਆਦਾ ਵਧ ਜਾਂਦਾ ਹੈ। ਬਾਹਰੀ ਅਤੇ ਅੰਦਰੂਨੀ ਪ੍ਰਦੂਸ਼ਕ ਅਤੇ ਖ਼ੁਰਾਕ ਵਿਚ ਤਬਦੀਲੀ ਦੋਹਾਂ ਸਮੇਤ ਹੀ ਵਾਤਾਵਰਣੀ ਪਹਿਲੂ ਦਮਾ ਦੇ ਵਿਕਾਸ ਵਿਚ ਅਹਿਮ ਭੂਮਿਕਾ ਨਿਭਾਉਂਦੇ ਹਨ। ਰੋਗ ਸੁਰੱਖਿਆ ਪ੍ਰਣਾਲੀ ਉਤੇ ਮੁਢਲੀ ਬਚਪਨ ਦੀ ਛੂਤ ਦੇ ਅਸਰ (ਅਤੇ ਇਸੇ ਕਾਰਨ ਅਲਰਜੀ) ਇਸ ਵੇਲੇ ਜਾਂਚ ਅਧੀਨ ਹਨ।

ਇਸ ਨੂੰ ਵਧਾਉਣ ਵਾਲੇ ਪਹਿਲੂ

* ਵਾਤਾਵਰਣੀ ਪਹਿਲੂ : ਸੀਤ ਹਵਾ, ਹਨੇਰੀ, ਖ਼ੁਸ਼ਬੂਆਂ, ਘੱਟਾ, ਸਿਗਰੇਟ ਦਾ ਧੂੰਆਂ ਅਤੇ ਕੀਟਨਾਸ਼ਕ।
* ਅਲਰਜੀ ਕਿਟਾਣੂ।
* ਵਾਇਰਲ ਛੂਤ।
* ਫਫੂੰਦੀ ਤੋਂ ਅਲਰਜੀ।
* ਭੋਜਨ ਐਡਿਟਿਵ ਅਤੇ ਸੁਰੱਖਿਅਕ।
* ਭਾਵਨਾਤਮਕ ਤਣਾਉ।
* ਕਸਰਤ।
* ਸਾਇਨਸ ਬੀਮਾਰੀ।
* ਦਵਾਈਆਂ : ਐਸਪ੍ਰੀਨ, ਇਬੁਪ੍ਰੋਫੈਨ ਆਦਿ।

ਦਮਾ ਵਾਲੇ ਬੱਚੇ ਸਾਹ ਦੀ ਘੜਘੜ, ਸਾਹੋ-ਸਾਹ ਹੋਣ, ਛਾਤੀ ਦੀ ਜਕੜਨ ਅਤੇ ਖਾਂਸੀ, ਖਾਸ ਕਰਕੇ ਰਾਤ ਨੂੰ ਅਤੇ ਸਵੇਰੇ ਸਾਝਰੇ, ਤੋਂ ਵਾਰ-ਵਾਰ ਪੀੜਤ ਹੁੰਦੇ ਹਨ। ਤੇਜ਼ ਸਾਹ-ਕ੍ਰਿਆ, ਤੌਖਲਾ ਅਤੇ ਇਕ ਸਾਹ ਵਿਚ ਵਾਕ ਪੂਰਾ ਨਾ ਕਰ ਸਕਣਾ ਇਸ ਦੇ ਨਾਲ ਆਮ ਹੁੰਦੇ ਹਨ। ਇਹ ਲੱਛਣ ਫੇਫੜਿਆਂ ਅੰਦਰ ਖੁੱਲ੍ਹ ਕੇ ਹਵਾ ਦਾ ਵਹਿਣ ਨਾ ਹੋਣ ਕਰਕੇ ਹੁੰਦੇ ਹਨ। ਅਕਸਰ ਇਸ ਦਾ ਹਮਲਾ ਸਾਹ-ਤੰਤਰ ਵਿਚ ਛੂਤ ਕਾਰਨ ਹੋਰ ਵਧ ਜਾਂਦਾ ਹੈ। ਅਲਰਜੀ ਜਿਵੇਂ ਪਰਾਗ ਤਾਪ, ਦਮਾ ਜਾਂ ਐਗਜ਼ੀਮਾ ਦਾ ਪਰਿਵਾਰਕ ਇਤਿਹਾਸ ਨਜ਼ਦੀਕੀ ਰਿਸ਼ਤੇਦਾਰਾਂ ਵਿਚ ਮੌਜੂਦ ਹੋ ਸਕਦਾ ਹੈ।

ਮਾੜੀ ਤਰ੍ਹਾਂ ਨਿਯੰਤ੍ਰਿਤ ਦਮੇ ਵਾਲੇ ਬੱਚਿਆਂ ਦੀ ਖੇਡਾਂ ਅਤੇ ਹੋਰ ਸਰਗਰਮੀ ਵਾਲੇ ਕੰਮਾਂ ਵਿਚ ਹਿੱਸਾ ਲੈਣ ਦੀ ਯੋਗਤਾ ਘੱਟ ਜਾਂਦੀ ਹੈ। ਸਕੂਲ ਵਿਚ ਗੈਰਹਾਜ਼ਰ ਰਹਿਣਾ, ਨੀਂਦ ਵਿਚ ਕਮੀ ਆਉਣੀ (ਰਾਤਲ ਹਮਲਿਆਂ ਕਰਕੇ) ਅਤੇ ਵਿਕਾਸ

ਮੰਦਤਾ ਇਨ੍ਹਾਂ ਬੱਚਿਆਂ ਨੂੰ ਪ੍ਰਭਾਵਤ ਕਰਨ ਵਾਲੀਆਂ ਮੁੱਖ ਸਮੱਸਿਆਵਾਂ ਹਨ। ਇਸ ਦਾ ਪਤਾ ਹੈ ਕਿ ਵਿਕਾਸ ਹਾਰਮੋਨ ਨੀਂਦ ਵਿਚ ਅਤੇ ਤਿੱਖੀ ਕਸਰਤ ਦੌਰਾਨ ਤੇਜ਼ੀ ਨਾਲ ਪੈਦਾ ਹੁੰਦਾ ਹੈ। ਪਰ ਕਿਉਂਕਿ ਅਨਿਯੰਤ੍ਰਿਤ ਦਮੇ ਕਾਰਨ ਇਨ੍ਹਾਂ ਗਤੀਵਿਧੀਆਂ ਵਿਚ ਗੜਬੜ ਹੋ ਜਾਂਦੀ ਹੈ, ਸ਼ਾਇਦ ਇਹ ਦਮੇ ਵਾਲੇ ਬੱਚਿਆਂ ਵਿਚ ਦੇਖੀ ਜਾਂਦੀ ਵਿਕਾਸ ਮੰਦਤਾ ਲਈ ਕਾਰਨ ਹੈ।

ਫੇਰ, ਸਾਡੀ ਪ੍ਰਭਾਵੀ ਚਕਿਤਸਾ ਅਸੀਮਤ ਕਸਰਤ ਕਰਨ ਦਿੰਦੀ ਹੈ ਅਤੇ ਇਹ ਰਾਤਰੀ ਦਮਾ ਖਤਮ ਕਰ ਦਿੰਦੀ ਹੈ, ਅਤੇ ਇਸ ਤਰ੍ਹਾਂ ਵੱਧੋ ਵੱਧ ਵਿਕਾਸ ਹੋਣ ਦਿੰਦੀ ਹੈ।

ਸ਼ਾਇਦ ਦਮੇ ਵਾਲੇ ਬੱਚਿਆਂ ਦੇ ਮਾਪਿਆਂ ਵੱਲੋਂ ਪੁੱਛਿਆ ਜਾਂਦਾ ਆਮ ਸਵਾਲ ਇਹੀ ਹੈ : ਕੀ ਉਹ ਇਸ ਵਿਚੋਂ ਨਿੱਕਲ ਜਾਵੇਗਾ, ਅਤੇ ਜੇ ਹਾਂ ਤਾਂ ਕਦੋਂ ? ਇਸ ਕੁਦਰਤੀ ਸਵਾਲ ਦਾ ਕੋਈ ਸਰਲ ਜਵਾਬ ਨਹੀਂ। ਇਹ ਦੇਖਿਆ ਗਿਆ ਹੈ ਕਿ ਕਿਸ਼ੋਰ ਅਵਸਥਾ ਵਿਚ ਇਹ ਲੱਛਣ ਵਧਦੇ ਹਨ ਅਤੇ ਕਰੀਬ 70 ਫੀਸਦੀ ਬੱਚਿਆਂ ਵਿਚ ਇਹ ਲੱਛਣ ਗਿਆਰਾਂ ਸਾਲ ਦੀ ਉਮਰ ਤੋਂ ਬਾਅਦ ਖਤਮ ਜਾਂ ਪੂਰੀ ਤਰ੍ਹਾਂ ਅਲੋਪ ਹੋ ਸਕਦੇ ਹਨ। ਬਚਪਨ ਦੇ ਦਮਾ ਵਾਲੇ ਬੱਚਿਆਂ ਨੂੰ ਦੋ ਵਰਗਾਂ ਵਿਚ ਵੰਡਿਆ ਜਾ ਸਕਦਾ ਹੈ :

* ਅਸਥਾਈ ਘਰੜ-ਘਰੜ ਕਰਨ ਵਾਲਿਆਂ ਵਿਚ ਕਿਸ਼ੋਰ ਅਵਸਥਾ ਤੱਕ ਅਕਸਰ ਇਹ ਲੱਛਣ ਨਹੀਂ ਹੁੰਦੇ ਅਤੇ ਬਾਲਿਗ ਜੀਵਨ ਵਿਚ ਉਨ੍ਹਾਂ ਨੂੰ ਸ਼ਾਇਦ ਕਦੀ ਵੀ ਦਮਾ ਨਾ ਹੋਵੇ। ਜੇਕਰ ਉਹ ਸਿਗਰੇਟਨੋਸ਼ੀ ਕਰਨਗੇ ਤਾਂ ਦਮਾ ਹੋ ਸਕਦਾ ਹੈ।
* ਸਥਾਈ ਘਰੜ-ਘਰੜ ਕਰਨ ਵਾਲਿਆਂ ਵਿਚ ਕਿਸ਼ੋਰ ਅਵਸਥਾ ਵਿਚ ਇਹ ਲੱਛਣ ਹੋ ਸਕਦੇ ਹਨ ਅਤੇ ਇਨ੍ਹਾਂ ਨੂੰ ਬਾਲਿਗ ਜੀਵਨ ਵਿਚ ਤਿੱਖਾ ਦਮਾ ਹੋ ਸਕਦਾ ਹੈ।

ਦਮਾ ਇਲਾਜ ਦਾ ਉਦੇਸ਼ ਪੁਰਾਣੇ ਅਤੇ ਤਕਲੀਫਦੇਹ ਲੱਛਣਾਂ ਦੀ ਰੋਕਥਾਮ ਹੈ, ਇਸ ਤਰ੍ਹਾਂ ਬੱਚੇ ਨੂੰ ਸਾਧਾਰਣ ਸਰਗਰਮ ਜੀਵਨ ਬਿਤਾਉਣ ਦੇ ਯੋਗ ਬਣਾਇਆ ਜਾਂਦਾ ਹੈ। ਆਧੁਨਿਕ ਦਮਾ ਚਕਿਤਸਾ ਵਿਚ ਮੁੱਖ ਤੌਰ 'ਤੇ ਤਿੱਖੇ ਹਮਲਿਆਂ ਅਤੇ ਵਾਰ ਵਾਰ ਦੀ ਤੇਜ਼ੀ ਨੂੰ ਕਾਬੂ ਕਰਨ ਲਈ ਵਿਭਿੰਨ ਸੁੰਘਣ ਵਾਲੀਆਂ ਦਵਾਈਆਂ ਦੀ ਵਰਤੋਂ ਕੀਤੀ ਜਾਂਦੀ ਹੈ। ਇਨਹੇਲਰ ਦੀ ਵਰਤੋਂ ਦਵਾਈਆਂ ਦਾ ਅਸਰ ਵਧਾਉਂਦੀ ਹੈ ਅਤੇ ਇਸ ਦੇ ਪਿੱਛਲ ਪ੍ਰਭਾਵ ਘਟਾਉਂਦੀ ਹੈ। ਕਈ ਤਰ੍ਹਾਂ ਦੇ ਸਾਧਨ ਜਿਵੇਂ ਰੋਟਾਹੇਲਰ, ਸਪਿਨਹੇਲਰ, ਮੀਟਰਡ-ਡੋਜ਼ ਏਅਰੋਸੋਲ, ਇਨਹੇਲਰ, ਸਪੇਸਰ ਅਤੇ ਨੇਬੁਲਾਇਜ਼ਰ ਆਮ ਉਪਲੱਬਧ ਅਤੇ ਬਹੁਤੇ ਮਾਪਿਆਂ ਦੀ ਪਹੁੰਚ ਵਿਚ ਹਨ।

ਦਮਾ ਵਰਗੇ ਪੁਰਾਣੇ ਵਿਗਾੜ ਦੀ ਸਮੱਸਿਆ ਨਾਲ ਨਜਿੱਠਣਾ ਸਿਰਫ ਕਲੀਨਿਕੀ ਪ੍ਰਬੰਧਕ ਦਾ ਹੀ ਮਾਮਲਾ ਨਹੀਂ, ਹਾਲਾਂਕਿ ਇਹ ਮਹੱਤਵਪੂਰਣ ਹੈ। ਬਚਪਨ ਵਿਚ ਇਹ ਖਾਸ ਕਰਕੇ ਮੁਸ਼ਕਿਲ ਹੋ ਸਕਦਾ ਹੈ ਕਿਉਂਕਿ ਬੱਚਿਆਂ ਦੇ

ਮਾਪੇ ਖੁਦ ਨੂੰ ਇਸ ਦਾ ਜ਼ਿੰਮੇਵਾਰ ਸਮਝਦੇ ਹੋਏ ਇਸ ਵਿਹਾਰਕ, ਪ੍ਰਭਾਵਕ ਚਕਿਤਸਾ ਤੋਂ ਸੰਤੁਸ਼ਟ ਹੋਣ ਦੀ ਬਜਾਏ ਹੋਰ ਇਲਾਜਾਂ ਵਿਚ ਲੱਗੇ ਰਹਿੰਦੇ ਹਨ। ਦਮਾ ਦੇ ਪੂਰੇ ਇਲਾਜ ਦਾ ਭਰੋਸਾ ਦੇਣ ਵਾਲੇ ਝੋਲਾਛਾਪ ਹਕੀਮਾਂ ਨਾਲ ਦੇਸ਼ ਭਰਿਆ ਪਿਆ ਹੈ ਅਤੇ ਉਹ ਚਿੰਤਿਤ ਮਾਪਿਆਂ ਦਾ ਰੱਜ ਕੇ ਸ਼ੋਸ਼ਣ ਕਰਦੇ ਹਨ। ਖੁਸ਼ਕਿਸਮਤੀ ਹੈ ਕਿ ਢੁਕਵੇਂ ਸਪੱਸ਼ਟੀਕਰਨ ਨਾਲ ਇਨ੍ਹਾਂ ਸਮੱਸਿਆਵਾਂ ਤੇ ਅਕਸਰ ਕਾਬੂ ਪਾ ਲਿਆ ਜਾਂਦਾ ਹੈ।

ਇਹ ਬੜਾ ਜ਼ਰੂਰੀ ਹੈ ਕਿ ਮਰੀਜ਼ ਅਤੇ ਉਸ ਦੇ ਪਰਿਵਾਰ ਨੂੰ ਦਮਾ ਦੀ ਕਿਸਮ ਦੀ ਪੂਰੀ ਜਾਣਕਾਰੀ ਹੋਵੇ ਤਾਂ ਕਿ ਉਹ ਚਕਿਤਸਾ ਦੀ ਉਚਿੱਤਤਾ ਸਮਝ ਸਕਣ ਅਤੇ ਹਕੀਕੀ ਆਸਾਂ ਰੱਖ ਸਕਣ। ਅਜੇ ਤੱਕ ਦਮਾ ਦਾ ਕੋਈ ਇਲਾਜ ਨਹੀਂ ਹੈ। ਪਰ ਦਮਾ ਖੋਜ ਅਤੇ ਇਲਾਜ ਵਿਚ ਹੋਈ ਪ੍ਰਗਤੀ ਨੇ ਦਮਾ ਦੇ ਮਰੀਜਾਂ ਨੂੰ ਬੀਮਾਰੀ ਉੱਤੇ ਪੂਰਾ ਨਿਯੰਤ੍ਰਣ ਰੱਖ ਕੇ ਪੂਰੀ ਤਰ੍ਹਾਂ ਆਮ ਵਰਗਾ ਜੀਵਨ ਜੀਣ ਦੇ ਯੋਗ ਕੀਤਾ ਹੈ। ਸਭ ਤੋਂ ਵੱਡਾ ਫਿਲਮ ਸਿਤਾਰਾ ਅਮਿਤਾਭ ਬੱਚਨ ਵੀ ਦਮਾ ਦਾ ਮਰੀਜ਼ ਹੈ ਪਰ ਜਿਸ ਬੁਲੰਦੀ ਤੱਕ ਉਹ ਪਹੁੰਚਿਆ ਹੈ ਉੱਥੋਂ ਤੱਕ ਪਹੁੰਚਣ ਦੀ ਆਸ ਬਹੁਤ ਸਾਰੇ ਉਹ ਵੀ ਨਹੀਂ ਕਰ ਸਕਦੇ ਜਿਨ੍ਹਾਂ ਨੂੰ ਦਮਾ ਨਹੀਂ।

ਮਿਰਗੀ

ਮਿਰਗੀ ਆਮ ਨਿਰਯੋਗਕਾਰੀ ਸਥਿਤੀ ਹੈ ਜਿਸ ਵਿਚ ਨਾ ਸਿਰਫ ਦਿਮਾਗ ਬਲਕਿ ਬੱਚੇ ਦੇ ਸਵੈ-ਮਾਣ ਦਾ ਨੁਕਸਾਨ ਕਰਨ ਦੀ ਵੀ ਸਮਰੱਥਾ ਹੈ। ਇਲਾਜ ਦੇ ਬਾਵਜੂਦ ਵੀ ਮਿਰਗੀ ਦੇ ਦੌਰੇ ਪੈਂਦੇ ਰਹਿੰਦੇ ਹਨ ਅਤੇ ਇਹ ਜਿਸਮਾਨੀ ਅਤੇ ਭਾਵਨਾਤਮਕ ਦੋਵੇਂ ਹੀ ਸਦਮੇ ਪੁਚਾ ਸਕਦੇ ਹਨ। ਬਦਕਿਸਮਤੀ ਨਾਲ ਜੇ ਬੱਚੇ ਨੂੰ ਸਕੂਲ ਵਿਚ ਦੌਰਾ ਪੈ ਜਾਵੇ ਤਾਂ ਜਮਾਤੀਆਂ ਅਤੇ ਅਧਿਆਪਕਾਂ ਦੀ ਪ੍ਰਤਿਕ੍ਰਿਆ ਤਰਸ ਤੋਂ ਪੂਰੇ ਰੱਦਣ ਤੱਕ ਦੀ ਹੋ ਸਕਦੀ ਹੈ। ਕਿਸੇ ਵੀ ਹਾਲਤ ਵਿਚ ਬੱਚੇ ਦੇ ਸਵੈ-ਅਕਸ ਤੇ ਬੜਾ ਬੁਰਾ ਪ੍ਰਭਾਵ ਪੈਂਦਾ ਹੈ।

ਕਈ ਸਮਾਜਾਂ ਵਿਚ ਮਿਰਗੀ ਅਜੇ ਵੀ ਕਲੰਕ ਅਤੇ ਵਰਜਣਾ ਨਾਲ ਸਬੰਧਤ ਹੈ। ਅਜਿਹੇ ਬੱਚਿਆਂ ਨੂੰ ਘਿਰਣਾ ਨਾਲ ਦੇਖਿਆ ਜਾਂਦਾ ਹੈ ਅਤੇ ਮਜ਼ਾਕ ਉਡਾਇਆ ਅਤੇ ਜਲੀਲ ਕੀਤਾ ਜਾਂਦਾ ਹੈ। ਉਹ ਆਪਣੀ ਹਾਲਤ ਉੱਤੇ ਸ਼ਰਮਿੰਦਾ ਹੋਣ ਦੇ ਅਹਿਸਾਸ ਤੋਂ ਪੀੜਤ ਹੋ ਸਕਦੇ ਹਨ। ਮਾਪਿਆਂ ਦਾ ਤੌਖਲਾ ਉਨ੍ਹਾਂ ਤੱਕ ਪਹੁੰਚ ਜਾਂਦਾ ਹੈ ਅਤੇ ਉਹ ਖੁਦ ਨੂੰ ਲਾਚਾਰ ਅਤੇ ਅਸਾਧਾਰਣ ਵਜੋਂ ਦੇਖਣਾ ਸ਼ੁਰੂ ਕਰ ਸਕਦੇ ਹਨ। ਜਦੋਂ ਲਾਚਾਰੀ ਅਤੇ ਹਾਰ ਦੇ ਇਹ ਅਹਿਸਾਸ ਜੜ੍ਹ ਫੜ ਜਾਂਦੇ ਹਨ ਤਾਂ ਸਵੈ-ਮਾਣ ਦੀ ਜੜ੍ਹ ਉੱਖੜ ਜਾਂਦੀ ਹੈ।

ਮਾਪੇ ਮਿਰਗੀ ਵਾਲੇ ਬੱਚੇ ਦੀਆਂ ਸਰਗਰਮੀਆਂ ਤੇ ਕਾਟ ਲਾ ਦਿੰਦੇ ਹਨ। ਬੱਚਾ ਜੋ ਕਰਨਾ ਚਾਹੁੰਦਾ ਹੈ ਉਸ ਉੱਤੇ ਖੁੱਲ੍ਹਾ ਪ੍ਰਤਿਬੰਧ ਲਾਉਣ ਦੀ ਸਿਫਾਰਸ਼ ਨਹੀਂ ਕੀਤੀ ਜਾਂਦੀ। ਆਨੰਦਮਈ, ਵਧੀਆ ਪ੍ਰੇਰਿਤ ਗਤਿਵਿਧੀ ਬੱਚੇ ਨੂੰ ਖੁਸ਼ ਕਰਦੀ ਹੈ ਅਤੇ ਦੌਰੇ 'ਤੇ ਚੰਗਾ ਨਿਯੰਤ੍ਰਣ ਰੱਖਦੀ ਹੈ।

ਕੁਝ ਅਹਿਮ ਮੁੱਦੇ

* **ਮਨੋਰੰਜਨ ਗਤੀਵਿਧੀਆਂ** : ਤੈਰਨ ਦੀ ਇਜਾਜ਼ਤ ਹੈ, ਖਾਸ ਕਰਕੇ ਜਦੋਂ ਦੌਰੇ ਤੇ ਨਿਯੰਤ੍ਰਣ ਤਸੱਲੀਬਖਸ ਹੋਵੇ ਅਤੇ ਸਮਰੱਥ ਤੈਰਾਕ ਬੱਚੇ ਦੀ ਨਿਗਰਾਨੀ ਕਰ ਸਕਦਾ ਹੋਵੇ। ਬਹੁਤੇ ਬੱਚੇ ਸਾਈਕਲ ਵੀ ਚਲਾ ਸਕਦੇ ਹਨ ਜੇਕਰ ਦੌਰਿਆਂ ਤੇ ਪੂਰਾ ਨਿਯੰਤ੍ਰਣ ਹੋਵੇ ਪਰ ਇਹ ਸਿਆਣਪ ਹੋਵੇਗੀ ਕਿ ਮਸ਼ਰੂਫ ਸੜਕਾਂ ਉੱਤੇ ਸਾਈਕਲ ਚਲਾਉਣ ਤੋਂ ਬਚਿਆ ਜਾਵੇ। ਮਿਰਗੀ ਵਾਲੇ ਬੱਚਿਆਂ ਨੂੰ ਨਿਯੋਜਿਤ ਖੇਡਾਂ ਵਿਚ ਜਿਵੇਂ ਫੁਟਬਾਲ, ਹਾਕੀ, ਕ੍ਰਿਕੇਟ, ਬਾਸਕਿਟਬਾਲ ਆਦਿ ਵਿਚ ਸ਼ਾਮਲ ਹੋਣ ਲਈ ਉਤਸ਼ਾਹਿਤ ਕੀਤਾ ਜਾਣਾ ਚਾਹੀਦਾ ਹੈ। ਰੋਮਾਂਚਕਾਰੀ ਖੇਡਾਂ ਜਿਵੇਂ ਪਹਾੜ ਤੇ ਚੜ੍ਹਨਾ ਜਾਂ ਸਕੇਟਿੰਗ ਤੇ ਪਾਬੰਦੀ ਹੋਣੀ ਚਾਹੀਦੀ ਹੈ। ਨਾਚ ਕਰਨ ਦੀ ਇਜਾਜ਼ਤ ਦਿੱਤੀ ਜਾ ਸਕਦੀ ਹੈ ਹਾਲਾਂਕਿ ਕਈ ਵਾਰੀ ਵਿਚ-ਵਿਚਾਲੇ ਲਿਸ਼ਕਵੀਆਂ ਲਾਈਟਾਂ ਮਿਰਗੀ ਦੇ ਦੌਰੇ ਨੂੰ ਉਕਸਾ ਸਕਦੀਆਂ ਹਨ।
* **ਯਾਤਰਾ ਅਤੇ ਸੈਰਾਂ** : ਜੇਕਰ ਮਿਰਗੀ ਵਾਲੇ ਬੱਚੇ ਨੂੰ ਕਿਸੇ ਯਾਤਰਾ 'ਤੇ ਨਹੀਂ ਜਾਣ ਦਿੱਤਾ ਜਾਂਦਾ ਤਾਂ ਉਸ ਵਿਚ ਤਣਾਉ ਪੈਦਾ ਹੋ ਸਕਦਾ ਅਤੇ ਉਹ ਸਮਾਜਕ ਤੌਰ 'ਤੇ ਰੱਦ ਮਹਿਸੂਸ ਕਰ ਸਕਦਾ ਹੈ। ਨਾਲ ਜਾਣ ਵਾਲੇ ਅਧਿਆਪਕਾਂ ਨੂੰ ਬੱਚੇ ਦੀ ਸਮੱਸਿਆ ਬਾਰੇ ਅਤੇ ਜੋ ਦਵਾਈਆਂ ਉਹ ਲੈਂਦਾ ਹੈ ਉਸ ਬਾਰੇ ਦੱਸਿਆ ਜਾ ਸਕਦਾ ਹੈ। ਫਸਟ-ਏਡ ਦੇ ਉਪਰਾਲਿਆਂ ਬਾਰੇ ਵੀ ਦੱਸ ਦੇਣਾ ਚਾਹੀਦਾ ਹੈ।
* **ਟੀ.ਵੀ. ਅਤੇ ਵੀਡੀਓ ਖੇਡਾਂ** : ਕਈ ਬੱਚਿਆਂ ਨੂੰ ਝਮਕਦੀਆਂ ਬੱਤੀਆਂ ਕਰਕੇ ਮਿਰਗੀ ਦਾ ਦੌਰਾ ਪੈ ਜਾਂਦਾ ਹੈ। ਸਿਰਫ ਅਜਿਹੇ ਬੱਚਿਆਂ ਨੂੰ ਟੀ.ਵੀ. ਦੇਖਣ ਤੋਂ ਰੋਕਣਾ ਚਾਹੀਦਾ ਹੈ। ਬਾਕੀ ਦੇ ਮਿਰਗੀ ਵਾਲੇ ਬੱਚਿਆਂ ਲਈ ਜੋ ਵੱਧ ਅਹਿਮ ਹੈ ਉਹ ਇਹ ਹੈ ਕਿ ਲੰਮਾਂ ਚਿਰ ਟੀ.ਵੀ. ਦੇਖਣ ਜਾਂ ਵੀਡੀਉ ਗੇਮਾਂ ਖੇਡਣ ਕਰਕੇ ਉਹ ਉਣੀਂਦੇ ਨਾ ਰਹਿਣ।
* **ਇਕੱਲੇ ਸੌਣਾ** : ਬਹੁਤੇ ਮਾਪੇ ਇਸ ਤੋਂ ਡਰਦੇ ਹਨ ਕਿ ਉਨ੍ਹਾਂ ਦੇ ਬੱਚੇ ਨੂੰ ਨੀਂਦ ਵਿਚ ਦੌਰਾ ਨਾ ਪੈ ਜਾਵੇ ਅਤੇ ਨੀਂਦ ਵਿਚ ਹੀ ਨਾ ਮਰ ਜਾਣ। ਇਸ ਕਰਕੇ ਜਦੋਂ ਤੱਕ ਮਿਰਗੀ ਦੇ ਦੌਰਿਆਂ ਉੱਤੇ ਚੰਗਾ ਨਿਯੰਤ੍ਰਣ ਨਹੀਂ ਹੋ ਜਾਂਦਾ ਤਾਂ ਦੋਹਾਂ ਵਿਚੋਂ ਇਕ ਮਾਪੇ ਦਾ ਬੱਚੇ ਦੇ ਕਮਰੇ ਵਿਚ ਸੌਣਾ ਠੀਕ ਰਹੇਗਾ। ਬਹੁਤੇ ਮਾਪੇ ਆਪਣੇ ਮਿਰਗੀ ਵਾਲੇ ਵੱਡੇ ਬੱਚੇ ਨੂੰ ਵੀ ਲਗਾਤਾਰ ਆਪਣੇ ਨਾਲ ਹੀ ਸੁਲਾਉਂਦੇ ਹਨ। ਇਸ ਅਭਿਆਸ ਨੂੰ ਨਿਰਉਤਸ਼ਾਹਿਤ ਕਰਨਾ ਚਾਹੀਦਾ ਹੈ ਕਿਉਂਕਿ ਵਾਧੂ ਸੁਰੱਖਿਆ ਵੀ ਕਰੀਬ ਨਿਸ਼ਚੇ ਹੀ ਬੱਚੇ ਵਿਚ ਹੀਣਤਾ ਦੇ ਭਾਵ ਦਾ ਵਿਕਾਸ ਕਰੇਗੀ।
* **ਜਿਮਨਾਸਟਿਕਸ ਤੇ ਕਸਰਤ** : ਮਿਰਗੀ ਵਾਲੇ ਬੱਚੇ ਲਗਾਤਾਰ ਕਸਰਤ ਕਾਰਜ-ਕ੍ਰਮਾਂ ਵਿਚ ਸ਼ਾਮਲ ਹੋ ਸਕਦੇ ਹਨ। ਦਰਅਸਲ ਦੇਖਿਆ ਗਿਆ

ਹੈ ਕਿ ਅਜਿਹੇ ਬੱਚਿਆਂ ਨੂੰ ਸਗੋਂ ਉਨ੍ਹਾਂ ਬੱਚਿਆਂ ਨਾਲੋਂ ਘੱਟ ਦੌਰੇ ਪੈਂਦੇ ਹਨ ਜਿਹੜੇ ਨਿਸ਼ਚਲ ਜੀਵਨ ਬਿਤਾਉਂਦੇ ਹਨ।

* **ਸਕੂਲ** : ਮਿਰਗੀ ਵਾਲੇ ਬੱਚੇ ਕਈ ਕਾਰਨਾਂ ਕਰਕੇ ਵਿਦਿਅਕ ਤੌਰ ਤੇ ਜੋਖਮ ਵਿਚ ਹੁੰਦੇ ਹਨ :
  - ਦੌਰਿਆਂ ਦਾ ਮਾੜਾ ਨਿਯੰਤ੍ਰਣ।
  - ਮਿਰਗੀ-ਵਿਰੋਧੀ ਦਵਾਈਆਂ ਦੇ ਪਿੱਛਲ ਪ੍ਰਭਾਵ।
  - ਜਮਾਤੀਆਂ ਅਤੇ ਅਧਿਆਪਕਾਂ ਦਾ ਰੱਦਣ, ਮਜ਼ਾਕ ਜਾਂ ਤਰਸ।

ਮਿਰਗੀ ਵਾਲੇ ਬਹੁਤੇ ਬੱਚੇ ਲਗਾਤਾਰ ਸਕੂਲ ਜਾਣ ਦੇ ਯੋਗ ਹੁੰਦੇ ਹਨ। ਬੱਚੇ ਦੀ ਹਾਲਤ ਬਾਰੇ ਅਧਿਆਪਕਾਂ ਅਤੇ ਸਕੂਲ ਪ੍ਰਬੰਧਕ ਨੂੰ ਜਾਣੂ ਕਰਵਾ ਦੇਣਾ ਚਾਹੀਦਾ ਹੈ ਕਿਉਂਕਿ ਨਿਦਾਨ ਨੂੰ ਛੁਪਾਉਣਾ ਅਸਲ ਵਿਚ ਬੱਚੇ ਨੂੰ ਅਤੀ-ਲੋੜੀਂਦੀ ਮਨੋਵਿਗਿਆਨਕ ਹਿਮਾਇਤ ਤੋਂ ਵਾਂਝਾ ਕਰਕੇ ਉਸ ਦਾ ਨੁਕਸਾਨ ਕਰ ਸਕਦਾ ਹੈ।

ਇਹ ਕਰੋ ਅਤੇ ਨਾ ਕਰੋ

* ਦੌਰਾ ਪੈਣ ਨੂੰ ਵਧਾਉਣ ਵਾਲੇ ਪਹਿਲੂਆਂ ਤੋਂ ਬਚੋ : ਮਿਸਾਲ ਵਜੋਂ ਨੀਂਦ ਦੀ ਘਾਟ, ਕਬਜ਼, ਬਹੁਤੀ ਭੁੱਖ ਜਾਂ ਥਕਾਵਟ, ਚਮਕੀਲੀ ਝਮਕਦੀ ਰੋਸ਼ਨੀ ਆਦਿ।
* ਨਿਰਧਾਰਤ ਦਵਾਈਆਂ ਲਗਾਤਾਰ ਅਤੇ ਸਮੇਂ ਤੇ ਦੇਣੀਆਂ ਪੂਰਾ ਜ਼ਰੂਰੀ ਹੈ। ਹੁਣ ਬੜੀਆਂ ਪ੍ਰਭਾਵੀ ਅਤੇ ਮੁਕਾਬਲਤਨ ਸੁਰੱਖਿਅਤ ਮਿਰਗੀ-ਵਿਰੋਧੀ ਦਵਾਈਆਂ ਉਪਲਬਧ ਹਨ।
* ਮਿਰਗੀ-ਵਿਰੋਧੀ ਦਵਾਈਆਂ ਅਚਾਨਕ ਬੰਦ ਕਰਨ ਤੋਂ ਬਚੋ।
* ਟੀ.ਵੀ. ਪੂਰੇ ਚਾਨਣੇ ਕਮਰੇ ਵਿਚ ਘੱਟੋ ਘੱਟ ਦੋ ਮੀਟਰ ਤੋਂ ਦੇਖਣਾ ਚਾਹੀਦਾ ਹੈ।
* ਬਾਹਰ ਜਾਣ ਵੇਲੇ ਕਾਲੀਆਂ ਐਨਕਾਂ ਵਰਤੋ।
* ਦੌਰੇ ਵੇਲੇ ਬੱਚੇ ਨੂੰ ਵੱਖੀ ਪਰਨੇ ਪਾ ਦਿਉ ਅਤੇ ਸਾਹ ਆਉਣ ਵਿਚ ਮੱਦਦ ਕਰਨ ਲਈ ਝੱਗ ਨੂੰ ਪੂੰਝ ਦਿਉ। ਜੀਭ ਟੁੱਕੀ ਜਾਣ ਤੋਂ ਬਚਣ ਲਈ ਮੂੰਹ ਵਿਚ ਕੁਝ ਨਾ ਰੱਖੋ ਕਿਉਂਕਿ ਇਸ ਨਾਲ ਬੱਚੇ ਦਾ ਸਾਹ ਰੁਕ ਸਕਦਾ ਹੈ।
* ਕੰਬਲ, ਚਾਦਰ ਜਾਂ ਵਾਧੂ ਕੱਪੜੇ ਨਹੀਂ ਵਰਤਣੇ ਚਾਹੀਦੇ।

ਮੋਟਾਪਾ

ਕਈ ਅਧਿਐਨਾਂ ਨੇ ਦਰਸਾਇਆ ਹੈ ਕਿ ਮੋਟੇ ਬੱਚਿਆਂ ਵਿਚ ਮਧੂਮੇਹ, ਤਣਾਉ, ਦਿਲ ਦਾ ਰੋਗ ਅਤੇ ਮਗਰਲੇ ਜੀਵਨ ਵਿਚ ਗਠੀਆ ਹੋਣ ਦਾ ਵੱਧ

ਖਤਰਾ ਹੁੰਦਾ ਹੈ। ਨਿਸ਼ਚੇ ਹੀ ਭਵਿੱਖ ਧੁੰਦਲਾ ਦਿਖਾਈ ਦਿੰਦਾ ਹੈ ਅਤੇ ਵਰਤਮਾਨ ਵੀ ਆਨੰਦਦਾਈ ਨਹੀਂ ਹੁੰਦਾ। ਮੋਟੇ ਬੱਚੇ ਅਕਸਰ ਮਜ਼ਾਕ ਦੇ ਪਾਤਰ ਬਣਦੇ ਹਨ ਅਤੇ ਨਿਰਾਦਰੀ ਅਤੇ ਨਿਖੇੜਾ ਝੱਲਦੇ ਹਨ।

ਬਚਪਨ ਦਾ ਮੋਟਾਪਾ ਬੜੀ ਚੁਣੌਤੀਪੂਰਣ ਸਮੱਸਿਆ ਹੈ ਜੋ ਨਾ ਸਿਰਫ ਪੱਛਮੀ ਸੰਸਾਰ ਵਿਚ ਵਧ ਰਹੀ ਹੈ ਬਲਕਿ ਭਾਰਤ ਵਰਗੇ ਵਿਕਾਸਸ਼ੀਲ ਦੇਸ਼ਾਂ ਵਿਚ ਵੀ। 6-18 ਉਮਰ ਵਰਗ ਵਿਚਕਾਰ ਅੰਦਾਜ਼ਨ 10-15 ਫੀਸਦੀ ਬੱਚੇ ਮੋਟੇ ਹੁੰਦੇ ਹਨ। ਬਾਲਿਗਪੁਣੇ ਵਿਚ ਮੋਟਾਪੇ ਲਈ ਬਚਪਨ ਦਾ ਮੋਟਾਪਾ ਇਕ ਚੰਗਾ-ਸਥਾਪਤ ਜੋਖਮ ਪਹਿਲੂ ਹੈ : 80 ਫੀਸਦੀ ਮੋਟੇ ਬੱਚਿਆਂ ਦੀ ਬਾਲਿਗ ਵਜੋਂ ਮੋਟੇ ਰਹਿਣ ਦੀ ਆਸ ਹੁੰਦੀ ਹੈ।

ਮੋਟਾਪੇ ਦੇ ਕਾਰਨ ਜਟਿਲ ਅਤੇ ਬਹੁਤ ਸਾਰੇ ਹਨ। ਬੁਨਿਆਦੀ ਤੌਰ 'ਤੇ ਮੋਟਾਪਾ ਉਦੋਂ ਹੁੰਦਾ ਹੈ ਜਦੋਂ ਵਿਅਕਤੀ ਉਸ ਤੋਂ ਵੱਧ ਕੈਲਰੀਜ਼ ਲੈਂਦਾ ਹੈ ਜਿੰਨੀਆਂ ਜਿਸਮ ਵਰਤਦਾ ਹੈ। ਉਤਪੱਤੀ-ਮੂਲਕ ਪਹਿਲੂ ਵੀ ਮੋਟਾਪਾ ਵਧਣ ਵਿਚ ਮਹੱਤਵਪੂਰਣ ਭੂਮਿਕਾ ਨਿਭਾਉਂਦਾ ਹੈ। ਮੋਟੇ ਮਾਪਿਆਂ ਦੇ ਬੱਚੇ ਵੀ ਮੋਟੇ ਹੁੰਦੇ ਹਨ। ਜੇਕਰ ਇਕ ਮਾਪਾ ਮੋਟਾ ਹੈ ਤਾਂ ਬੱਚੇ ਦੇ ਮੋਟਾ ਹੋਣ ਦੀ 50 ਫੀਸਦੀ ਗੁੰਜਾਇਸ਼ ਹੈ। ਕਈ ਹਾਰਮੋਨਾਂ ਦੇ ਅਤੇ ਦਿਮਾਗੀ ਵਿਗਾੜ ਵੀ ਹੁੰਦੇ ਹਨ ਜੋ ਮੋਟਾਪੇ ਨਾਲ ਜੁੜੇ ਹੁੰਦੇ ਹਨ।

ਨਿਸ਼ਚਲ ਜੀਵਨ ਸ਼ੈਲੀ ਅਤੇ ਵੱਧ ਖਿੰਦਸ, ਵੱਧ ਕੈਲਰੀਜ਼ ਵਾਲਾ ਭੋਜਨ ਅਤੇ ਸਨੈਕਸ ਮੋਟਾਪਾ ਵਧਣ ਲਈ ਵਧੇਰੇ ਜ਼ਿੰਮੇਵਾਰ ਹਨ। ਟੀ.ਵੀ. ਦੇ ਚਲਨ ਨੇ ਇਸ ਬੀਮਾਰੀ ਦੇ ਵਾਧੇ ਵਿਚ ਵੱਡਾ ਯੋਗਦਾਨ ਪਾਇਆ ਹੈ। ਇਹ ਦੇਖਿਆ ਗਿਆ ਹੈ ਕਿ ਹਰ ਇਕ ਘੰਟਾ ਟੀ.ਵੀ. ਦੇਖਣ ਨਾਲ ਮੋਟਾਪੇ ਦਾ ਪ੍ਰਚਲਨ ਕਰੀਬ 2 ਫੀਸਦੀ ਵਧਦਾ ਹੈ। ਹੋਰ ਵੱਧੋ-ਵੱਧ ਬੱਚਿਆਂ ਦੇ ਮੈਦਾਨ ਦੀ ਬਜਾਏ ਕੰਪਿਊਟਰਾਂ ਉਤੇ ਖੇਡਾਂ ਖੇਡਣ ਕਰਕੇ ਮੋਟਾਪੇ ਨੇ ਵਧਣਾ ਹੀ ਵਧਣਾ ਹੈ। ਆਵਾਜਾਈ ਲਈ ਮੋਟਰਾਂ ਉੱਤੇ ਨਿਰਭਰਤਾ ਕਿਸ਼ੋਰਾਂ ਵਿਚ ਬੜੀ ਤੇਜ਼ੀ ਨਾਲ ਵਧ ਰਹੀ ਹੈ ਅਤੇ ਇਹ ਮੋਟਾਪੇ ਦੀ ਸਮੱਸਿਆ ਨੂੰ ਯਕੀਨੀ ਤੌਰ 'ਤੇ ਵਧਾਏਗੀ।

ਮੋਟਾਪੇ ਦਾ ਇੰਤਜ਼ਾਮ :

ਬਚਪਨ ਦਾ ਮੋਟਾਪਾ ਬਾਲਚਕਿਤਸਕ ਲਈ ਇਕ ਵੱਡੀ ਚੁਣੌਤੀ ਹੈ ਤੇ ਇਸ ਨਾਲ ਸਿੱਝਣ ਦਾ ਇਕੋ-ਇਕ ਸਾਧਨ ਇਸ ਦੀ ਰੋਕਥਾਮ ਹੀ ਜਾਪਦਾ ਹੈ। ਚਕਿਤਸਾ ਦੀ ਬੁਨਿਆਦ ਖੁਰਾਕ, ਕਸਰਤ ਅਤੇ ਵਿਹਾਰ ਵਿਚ ਸੁਧਾਰ ਹਨ। ਬੱਚਿਆਂ ਅਤੇ ਕਿਸ਼ੋਰਾਂ ਵਿਚ ਭੁੱਖ ਮਾਰਨ ਵਾਲੀਆਂ ਦਵਾਈਆਂ ਦੀ ਸਿਫਾਰਿਸ਼ ਨਹੀਂ ਕੀਤੀ ਜਾਂਦੀ ਕਿਉਂਕਿ ਉਹ ਬੱਚੇ ਦੇ ਵਾਧੇ 'ਤੇ ਬੁਰਾ ਅਸਰ ਪਾ ਸਕਦੀਆਂ ਹਨ।

ਖੁਰਾਕ : ਸਹੀ ਪੋਸ਼ਣ ਸਬੰਧੀ ਮਾਪਿਆਂ ਅਤੇ ਬੱਚਿਆਂ ਨੂੰ ਸਿੱਖਿਅਤ ਕਰਨਾ ਸਭ ਤੋਂ ਵੱਧ ਮਹੱਤਵ ਰੱਖਦਾ ਹੈ। ਬਹੁਤੀ ਊਰਜਾ, ਵਸਾ ਅਤੇ ਬਹੁਤੀਆਂ ਕੈਲਰੀਜ਼

ਵਾਲੇ ਸਨੈਕਸ ਅਤੇ ਫਾਸਟ ਫੂਡ ਅਤੇ ਮਿਠਾਸ ਵਾਲੇ ਏਅਰੇਟਿਡ ਪੀਣ ਪਦਾਰਥਾਂ ਨੂੰ ਬਹੁਤ ਜ਼ਿਆਦਾ ਘਟਾ ਦੇਣਾ ਚਾਹੀਦਾ ਹੈ ਜੇਕਰ ਵਜ਼ਨ ਨੂੰ ਬਹੁਤ ਜ਼ਿਆਦਾ ਘਟਾਇਆ ਜਾਣਾ ਹੈ। ਇਨ੍ਹਾਂ ਦੀ ਥਾਂ ਫਲ (ਕੇਲੇ ਨੂੰ ਛੱਡਕੇ), ਸਬਜ਼ੀਆਂ, ਮਸਰ ਆਦਿ ਦੇਣੇ ਚਾਹੀਦੇ ਹਨ। ਮੋਟੇ ਬੱਚਿਆਂ ਨੂੰ ਸੰਤੁਲਤ ਘੱਟ ਕੈਲਰੀ ਖੁਰਾਕ, ਜਿਹੜੀ ਰੋਜ਼ਾਨਾ 1200-1800 ਕੈਲਰੀਜ਼ ਦਿੰਦੀ ਹੈ (ਆਮ ਕੈਲਰੀਜ਼ ਨਾਲੋਂ 40 ਫੀਸਦੀ ਘੱਟ) ਅਤੇ ਇਸ ਵਿਚ ਵਸਾ ਘੱਟ ਹੁੰਦਾ ਹੈ, ਰੇਸ਼ੇ ਦੀ ਮਾਤਰਾ ਵੱਧ ਹੁੰਦੀ ਹੈ, ਦੇਣ ਦੀ ਸਿਫਾਰਿਸ਼ ਕੀਤੀ ਜਾਂਦੀ ਹੈ। ਇਸ ਨਾਲ ਬੱਚੇ ਦਾ ਵਜ਼ਨ ਹੌਲੀ-ਹੌਲੀ ਘੱਟਦਾ ਹੈ (0.5 ਕਿਲੋ/ਹਫਤਾ) ਪਰ ਉਨ੍ਹਾਂ ਦਾ ਵਿਕਾਸ ਸਾਧਾਰਣ ਰਹਿੰਦਾ ਹੈ।

ਕਸਰਤ : ਕਸਰਤ ਦੀ ਘਾਟ ਅਤੇ ਨਿਸ਼ਚਲ ਜੀਵਨ ਸ਼ੈਲੀ ਬੱਚਿਆਂ ਵਿਚ ਬਾਲਿਗਾਂ ਦੇ ਮੁਕਾਬਲੇ ਵਜ਼ਨ ਵਧੇਰੇ ਵਧਾਉਂਦੀ ਹੈ। ਬੱਚਿਆਂ ਨੂੰ ਸਾਈਕਲ ਚਲਾਉਣ, ਏਅਰੋਬਿਕਸ, ਕ੍ਰਿਕੇਟ, ਬਾਸਕਟਬਾਲ, ਫੁੱਟਬਾਲ, ਬੈਡਮਿੰਟਨ ਆਦਿ ਖੇਡਣ ਲਈ ਪ੍ਰੇਰਿਤ ਕਰਨਾ ਚਾਹੀਦਾ ਹੈ। ਉਨ੍ਹਾਂ ਨੂੰ ਇਨ੍ਹਾਂ ਗਤੀਵਿਧੀਆਂ ਵਿਚ ਆਨੰਦ ਆਇਗਾ ਅਤੇ ਉਹ ਇਨ੍ਹਾਂ ਨੂੰ ਚਾਲੂ ਰੱਖਣਗੇ। ਸਖਤ, ਅਕਾਊ ਕਸਰਤ ਉਨ੍ਹਾਂ ਨੂੰ ਖਿਝਾਏਗੀ ਅਤੇ ਨਿਰਾਸ ਕਰੇਗੀ ਅਤੇ ਅੰਤਮ ਸਿੱਟੇ ਤੇ ਇਸ ਦਾ ਅਸਰ ਨਕਾਰਾਤਮਕ ਪਏਗਾ। ਮਾਪਿਆਂ ਅਤੇ ਬੱਚਿਆਂ ਨੂੰ ਸਕੂਲ-ਬਾਦ ਦੇ ਵਿਦਿਅਕ ਕੰਮਾਂ ਅਤੇ ਬਾਹਰੀ ਜਿਸਮਾਨੀ ਗਤੀਵਿਧੀਆਂ ਵਿਚਕਾਰ ਸੰਤੁਲਨ ਬਣਾ ਕੇ ਰੱਖਣਾ ਚਾਹੀਦਾ ਹੈ।

ਵਿਹਾਰ ਵਿਚ ਸੋਧ

* ਬੱਚਿਆਂ ਦੀਆਂ ਸਮੱਸਿਆਵਾਂ ਦੀ ਪਛਾਣ ਅਤੇ ਵਿਸ਼ਲੇਸ਼ਣ ਕਰਨ ਦੀ ਕੋਸ਼ਿਸ਼ ਕਰੋ। ਬਾਲ ਚਕਿਤਸਕ ਸਮੇਤ ਸਾਰੇ ਪਰਿਵਾਰ ਨੂੰ ਇਸ ਅਮਲ ਵਿਚ ਸ਼ਾਮਲ ਕੀਤਾ ਜਾਣਾ ਚਾਹੀਦਾ ਹੈ।
* ਹਕੀਕੀ ਟੀਚੇ ਮਿੱਥੋ ਅਤੇ ਖੁਰਾਕ ਡਾਇਰੀ ਅਤੇ ਕਸਰਤ ਸੂਚੀ ਬਣਾ ਕੇ ਉਨ੍ਹਾਂ ਨੂੰ ਪ੍ਰਾਪਤ ਕਰਨ ਦੀ ਕੋਸ਼ਿਸ਼ ਕਰੋ।
* ਆਪਣੇ ਡਾਕਟਰ ਤੋਂ ਆਮ ਭੋਜਨਾਂ ਦੀਆਂ ਕੈਲਰੀਜ਼ ਅਤੇ ਪੋਸ਼ਣ ਸਮਰੱਥਾ ਬਾਰੇ ਜਾਣਕਾਰੀ ਹਾਸਲ ਕਰੋ।
* ਰੋਜ਼ਾਨਾ ਕਸਰਤ ਕਾਰਜ ਸੂਚੀ ਬਣਾਉ।
* ਟੀ.ਵੀ. ਦੇਖਣ ਅਤੇ ਕੰਪਿਊਟਰ ਸਮੇਂ ਨੂੰ ਸੀਮਿਤ ਕਰੋ।
* ਮਿਠਾਈਆਂ ਨਾਲ ਫਰਿਜ ਨੂੰ ਭਰ ਕੇ ਨਾ ਰੱਖੋ। ਬੱਚਿਆਂ ਨੂੰ ਵਰਜਿਤ ਖਾਣਾ ਨਾ ਖਾ ਕੇ ਮਾਪਿਆਂ ਨੂੰ ਮਿਸਾਲ ਕਾਇਮ ਕਰਨੀ ਚਾਹੀਦੀ ਹੈ।
* ਬੱਚਿਆਂ ਵੱਲੋਂ ਚੰਗੀ ਪੇਸ਼ਕਾਰੀ ਲਈ ਉਤਸ਼ਾਹ ਅਤੇ ਇਨਾਮ ਬਹੁਤ ਹੀ ਪ੍ਰਭਾਵੀ ਹੁੰਦੇ ਹਨ।
* ਬੱਚਿਆਂ ਦੀਆਂ ਲੋੜਾਂ ਪ੍ਰਤੀ ਸੰਵੇਦਨਸ਼ੀਲ ਅਤੇ ਸਕਾਰਾਤਮਕ ਨਜ਼ਰੀਏ ਨਾਲ ਉਨ੍ਹਾਂ ਦੇ ਸਵੈ-ਭਰੋਸੇ ਅਤੇ ਸਵੈ-ਮਾਣ ਨੂੰ ਉਸਾਰੋ।

ਦ੍ਰਿਸ਼ਟ ਅਤੇ ਸ੍ਰਵਣੀ ਦੋਸ਼

ਜਿਹੜੇ ਬੱਚੇ ਐਨਕਾਂ ਜਾਂ ਸ੍ਰਵਣ ਯੰਤਰ ਵਰਤਦੇ ਹਨ ਉਨ੍ਹਾਂ ਦੇ ਜਮਾਤੀ ਉਨ੍ਹਾਂ ਨੂੰ ਚਿੜ੍ਹਾਉਂਦੇ ਹਨ। ਉਨ੍ਹਾਂ ਸਾਹਮਣੇ ਨਾ ਸਿਰਫ ਆਪਣੀ ਨਿਰਯੋਗਤਾ ਉੱਤੇ ਕਾਬੂ ਪਾਉਣ ਦਾ ਬਲਕਿ ਹੋਰਾਂ ਦੇ ਨਕਾਰਾਤਮਕ ਰਵੱਈਏ ਨਾਲ ਸਿੱਝਣ ਦਾ ਵੀ ਵੱਡਾ ਕੰਮ ਹੁੰਦਾ ਹੈ। ਨਿਰਯੋਗਤਾ ਨਾਲੋਂ ਵੀ ਵੱਧ ਇਹ ਸਮਾਜ ਦਾ ਵਿਤਕਰਾ ਹੁੰਦਾ ਹੈ ਜੋ ਉਨ੍ਹਾਂ ਦੇ ਮਾਣ ਨੂੰ ਗੰਭੀਰ ਠੇਸ ਲਾ ਸਕਦਾ ਹੈ।

ਭਿੰਨ ਦਰਜੇ ਅਤੇ ਤੀਖਣਤਾ ਦੀਆਂ ਅਪਵਰਤੀ ਉਕਾਈਆਂ ਬਚਪਨ ਵਿਚ ਬੜੀਆਂ ਆਮ ਹਨ। ਹੋ ਸਕਦਾ ਹੈ ਨਿਕਟ ਦ੍ਰਿਸ਼ਟੀ ਵਾਲੇ ਬੱਚੇ ਨੂੰ ਬਲੈਕਬੋਰਡ ਨਾ ਦਿਖ ਰਿਹਾ ਹੋਵੇ ਜਿਸ ਦਾ ਸਿੱਟਾ ਮਾੜੀ ਵਿਦਿਅਕ ਪੇਸ਼ਕਾਰੀ ਵਿਚ ਨਿੱਕਲ ਸਕਦਾ ਹੈ। ਬੱਚਿਆਂ ਵਿਚ ਸਿਰਦਰਦ ਦਾ ਸਭ ਤੋਂ ਆਮ ਕਾਰਨ ਦ੍ਰਿਸ਼ਟੀ-ਮੂਲਕ ਨੁਕਸ ਹੁੰਦੇ ਹਨ ਅਤੇ ਇਨ੍ਹਾਂ ਨਾਲ ਸਹੀ ਐਨਕਾਂ ਵਰਤਕੇ ਨਜਿੱਠਿਆ ਜਾ ਸਕਦਾ ਹੈ। ਕੰਪਿਊਟਰੀਕ੍ਰਿਤ ਆਵਰਤਨ ਦੀ ਖੋਜ ਨਾਲ ਬੱਚਿਆਂ ਵਿਚ ਅੱਖਾਂ ਦੀ ਜਾਂਚ ਅਤੇ ਸੁਧਾਰ ਦਾ ਕੰਮ ਬੜਾ ਸੁਖਾਲਾ ਅਤੇ ਤੇਜ਼ ਹੋ ਗਿਆ ਹੈ।

ਜੇਕਰ ਐਨਕਾਂ ਦੇ ਸ਼ੀਸ਼ੇ ਮੋਟੇ ਅਤੇ ਸੁਵਿਧਾਜਨਕ ਨਾ ਹੋਣ ਤਾਂ ਹੁਣ ਕਾਨਟੈਕਟ ਲੈਂਸ ਵੀ ਉਪਲਬਧ ਹਨ। ਅਜੋਕੇ ਮੁਲਾਇਮ ਕਾਨਟੈਕਟ ਲੈਂਸ ਵਧੀਆ ਵੰਨਗੀ ਦੇ ਹੁੰਦੇ ਹਨ ਅਤੇ ਅੱਖਾਂ ਵਿਚ ਕੋਈ ਖੁਜਲਾਹਟ ਪੈਦਾ ਨਹੀਂ ਕਰਦੇ। ਲੇਸਿਕ ਤਕਨੀਕ (ਲੇਜ਼ਰ ਟ੍ਰੀਟਮੈਂਟ) ਆਵਰਤੀ ਨੁਕਸਾਂ ਦੇ ਇਲਾਜ ਨੂੰ ਨਵੇਂ ਯੁਗ ਵਿਚ ਲੈ ਆਇਆ ਹੈ ਅਤੇ ਇਸ ਨੇ ਕਾਨਟੈਕਟ ਲੈਂਸਾਂ ਦੀ ਵਰਤੋਂ ਵੀ ਖਤਮ ਕਰ ਦਿੱਤੀ ਹੈ। ਕਾਨਟੈਕਟ ਲੈਂਸਾਂ ਰਾਹੀਂ ਜਾਂ ਲੇਸਿਕ ਤੋਂ ਬਾਦ ਪ੍ਰਾਪਤ ਕੀਤੀ ਨਜ਼ਰ ਵੰਨਗੀ ਵਿਚ ਐਨਕਾਂ ਦੇ ਸ਼ੀਸ਼ਿਆਂ ਨਾਲੋਂ ਬਿਹਤਰ ਹੁੰਦੀ ਹੈ।

ਬੱਚੇ ਵਿਚ ਟੀਰ ਦੀ ਮੌਜੂਦਗੀ ਗੰਭੀਰ ਮਹੱਤਵ ਰੱਖਦੀ ਹੈ। ਇਹ ਬੱਚੇ ਦੋ-ਅੱਖੀ ਨਜ਼ਰ ਤੋਂ ਵਿਰਵੇ ਹੁੰਦੇ ਹਨ ਅਤੇ ਟੀਰ ਨਾਲ ਪ੍ਰਭਾਵਤ ਅੱਖ ਦੀ ਨਜ਼ਰ ਕਰੀਬ ਹਮੇਸ਼ਾ ਹੀ ਅਪਨਜ਼ਰੀ ਹੁੰਦੀ ਹੈ। ਇਸ ਦੇ ਨਾਲ ਹੀ ਜਮਾਤੀਆਂ ਦੇ ਲਗਾਤਾਰ ਖਿਝਾਉਣ, ਮਜ਼ਾਕ ਕਰਨ ਜਾਂ ਚੋਭਵੀਆਂ ਟਿੱਪਣੀਆਂ ਬੱਚੇ ਦੀ ਮਨੋਸਥਿਤੀ ਤੇ ਬੁਰਾ ਅਸਰ ਪਾ ਸਕਦੀਆਂ ਹਨ। ਸਰਜਰੀ ਅਤੇ ਚੰਗੇ ਕਾਸਮੈਟਿਕ ਪ੍ਰਭਾਵ ਨਾਲ ਟੀਰ ਨੂੰ ਸੌਖਿਆਂ ਹੀ ਠੀਕ ਕੀਤਾ ਜਾ ਸਕਦਾ ਹੈ ਅਤੇ ਬਹੁਤੇ ਬੱਚਿਆਂ ਦੀ ਨਜ਼ਰ ਅਕਸਰ ਆਮ ਵਰਗੀ ਹੋ ਜਾਂਦੀ ਹੈ।

ਸ੍ਰਵਣੀ ਦੋਸ਼ ਦੀ ਮੌਜੂਦਗੀ ਨੂੰ ਗੰਭੀਰਤਾ ਨਾਲ ਲੈਣਾ ਚਾਹੀਦਾ ਹੈ। ਉੱਚ ਪ੍ਰਭਾਵੀ ਅਤੇ ਸ਼ਿੰਗਾਰਯੁਕਤ ਸ੍ਰਵਣੀ ਯੰਤਰ ਹੁਣ ਆਮ ਉਪਲਬਧ ਹਨ। ਸ੍ਰਵਣ ਵਿਗਿਆਨ ਹੁਣ ਬੜੇ ਹੀ ਥੋੜ੍ਹੇ ਸ੍ਰਵਣ ਨੁਕਸਾਂ ਦਾ ਪਤਾ ਲਾ ਸਕਦਾ ਹੈ ਅਤੇ ਸਹੀ ਸ੍ਰਵਣੀ ਯੰਤਰ ਦੀ ਵਰਤੋਂ ਬੱਚੇ ਦੀ ਸਮਾਜਿਕ ਤੌਰ 'ਤੇ ਅਤੇ ਨਾਲ ਹੀ ਵਿਦਿਅਕ ਤੌਰ 'ਤੇ ਮੱਦਦ ਕਰ ਸਕਦੀ ਹੈ।

ਕਿੱਲ

ਕਿੱਲ ਕਿਸ਼ੋਰ ਅਵਸਥਾ ਦੇ ਸਾਲਾਂ ਦੀ ਇਕ ਆਮ ਚਮੜੀ ਸਮੱਸਿਆ ਹੈ ਅਤੇ ਕਿਸੇ ਨਾ ਕਿਸੇ ਪੜਾਅ ਤੇ ਬਹੁਗਿਣਤੀ ਕਿਸ਼ੋਰ ਭਿੰਨ ਦਰਜੇ ਦੇ ਕਿੱਲਾਂ ਤੋਂ ਪੀੜਤ ਹੁੰਦੇ ਹਨ। ਕਿਸ਼ੋਰਾਂ ਉੱਤੇ ਕਿੱਲਾਂ ਦਾ ਅਸਰ ਬੜਾ ਵੱਡਾ ਹੋ ਸਕਦਾ ਹੈ। ਕਿਸ਼ੋਰ ਹਰ ਤਰ੍ਹਾਂ ਦੇ ਦਾਗ ਨੂੰ ਨਾਪਸੰਦ ਕਰਦੇ ਹਨ : ਉਹ ਇਹ ਮਹਿਸੂਸ ਕਰ ਸਕਦੇ ਹਨ ਕਿ ਕਿੱਲਾਂ ਦੀ ਸਮੱਸਿਆ ਉਨ੍ਹਾਂ ਦੀ ਮਸ਼ਹੂਰੀ ਅਤੇ ਅੰਤਰ ਵਿਅਕਤਿਕ ਸਬੰਧਾਂ 'ਤੇ ਬੁਰਾ ਅਸਰ ਪਾ ਰਹੀ ਹੈ ਜਦੋਂ ਕਿ ਇਹ ਉਨ੍ਹਾਂ ਲਈ ਬਹੁਤ ਮਹੱਤਵ ਰੱਖਦੇ ਹਨ।

ਕਿੱਲਾਂ ਤੋਂ ਪੀੜਤ ਕਿਸ਼ੋਰ ਮੱਦਦ ਲੈ ਜਾਂ ਨਹੀਂ ਵੀ ਲੈ ਸਕਦੇ ਪਰ ਇਹ ਧਿਆਨ ਵਿਚ ਰੱਖਣਾ ਚਾਹੀਦਾ ਹੈ ਕਿ ਉਨ੍ਹਾਂ ਨੂੰ ਲੋੜ ਹੈ ਕਿ ਉਨ੍ਹਾਂ ਦਾ ਸੁਚੇਤਤਾ ਨਾਲ ਧਿਆਨ ਰੱਖਿਆ ਜਾਵੇ। ਕਿਸ਼ੋਰਾਂ ਨੂੰ ਇਹ ਕਹਿਣਾ ਠੀਕ ਨਹੀਂ ਕਿ ਇਲਾਜ ਦੀ ਕੋਈ ਲੋੜ ਨਹੀਂ ਅਤੇ ਇਹ ਬੀਮਾਰੀ ਆਪਣੇ ਆਪ ਹੀ ਚਲੀ ਜਾਵੇਗੀ, ਕਿਉਂਕਿ ਇਲਾਜ਼ ਨਾਲ ਦਾਗਾਂ ਤੋਂ ਬਚਾਉ ਹੋ ਸਕਦਾ ਹੈ। ਕਿੱਲਾਂ ਦੇ ਦਾਗ ਇਕੋ ਜਿਹੇ ਪਰਿਮਾਣ ਵਿਚ ਚਿਹਰੇ ਅਤੇ ਮਨੋਸਥਿਤੀ ਦਾ ਨੁਕਸਾਨ ਕਰਦੇ ਹਨ।

ਪ੍ਰਬੰਧ

ਚਿਹਰਾ ਹਰ ਰੋਜ਼ ਘੱਟੋ-ਘੱਟ ਦੋ ਵਾਰੀ ਹਲਕੀ ਸਾਬਣ ਅਤੇ ਪਾਣੀ ਨਾਲ ਧੋਣਾ ਚਾਹੀਦਾ ਹੈ, ਬਹੁਤ ਜ਼ਿਆਦਾ ਰਗੜਨ ਦੀ ਸਿਫਾਰਿਸ਼ ਨਹੀਂ ਕੀਤੀ ਜਾਂਦੀ ਕਿਉਂਕਿ ਇਹ ਫਾਇਦੇ ਨਾਲੋਂ ਨੁਕਸਾਨ ਬਹੁਤਾ ਕਰਦਾ ਹੈ। ਹਫਤੇ ਵਿਚ ਚਿਹਰੇ ਨੂੰ 2-3 ਮਿੰਟ ਲਈ ਭਾਫ ਦੇਣੀ ਕਿੱਲਾਂ ਵਾਲੇ ਮਰੀਜ਼ਾਂ ਵਾਸਤੇ ਉਪਯੋਗੀ ਹੈ। ਬੈਨਜ਼ੋਇਲ ਪਰਆਕਸਾਈਡ, ਏਰਿਥਰੋਮਾਇਸਿਨ ਜਾਂ ਕਲਿੰਡਾ-ਮਾਇਸੀਨ ਵਾਲੀਆਂ ਮਲ੍ਹਮਾਂ ਅਤੇ ਕ੍ਰੀਮਾਂ ਫਿਨਸੀਆਂ ਤੇ ਕਾਬੂ ਪਾਉਣ ਵਿਚ ਮੱਦਦਗਾਰ ਹਨ। ਇਹ ਕਿੱਲਾਂ ਕਿੱਲ ਕੱਢਣ ਵਾਲੇ ਯੰਤਰ ਨਾਲ ਕੱਢਣਾ ਉਪਯੋਗੀ ਹੈ। ਮੂੰਹ ਦੇ ਐਂਟੀਬਾਇਓਟਿਕਸ ਵਧੇਰੇ ਤੀਖਣ ਅਤੇ ਪ੍ਰਤੀਰੋਧੀ ਮਾਮਲਿਆਂ ਲਈ ਰਾਖਵੇਂ ਹੁੰਦੇ ਹਨ। 1-2 ਮਹੀਨੇ ਲਈ ਡਾਕਸੀਸਾਇਕਲੀਨ 100 ਐਮ.ਜੀ ਹਰ ਰੋਜ਼ ਵਰਤੀ ਜਾਂਦੀ ਆਮ ਦਵਾਈ ਹੈ।

ਕਿੱਲਾਂ ਕਰਕੇ ਚਮੜੀ ਦੀ ਰੰਗਤ ਬਦਲਨਾ ਅਤੇ ਦਾਗ ਕਿਸ਼ੋਰ ਲਈ ਜਿਸਮਾਨੀ ਅਤੇ ਭਾਵਨਾਤਮਕ ਦੋਹਾਂ ਤਰ੍ਹਾਂ ਨਾਲ ਬਹੁਤ ਹੀ ਸਦਮਾਕਾਰੀ ਹਨ। ਰਸਾਇਣੀ ਤਰਾਸ਼ੀ ਅਤੇ ਮਾਈਕ੍ਰੋ-ਡਰਮਾਬ੍ਰੇਜ਼ਨ ਵਰਗੀਆਂ ਵਿਭਿੰਨ ਸਰਜੀਕਲ ਤਕਨੀਕਾਂ ਰੰਗ ਅਤੇ ਹਲਕੇ ਦਾਗਾਂ ਨੂੰ ਘਟਾ ਕੇ ਅਕਸ ਨੂੰ ਸੁਧਾਰ ਸਕਦੇ ਹਨ। ਕਈ ਬੈਠਕਾਂ ਦੀ ਲੋੜ ਪੈਂਦੀ ਹੈ ਇਸ ਕਰਕੇ ਇਲਾਜ ਦੀ ਸਫਲਤਾ ਦੀ ਕੁੰਜੀ ਮਰੀਜ਼ ਹੁੰਦਾ ਹੈ।

ਚਮੜੀ ਦੀ ਸੰਭਾਲ ਬਾਰੇ ਮਿੱਥ ਅਤੇ ਹਕੀਕਤਾਂ

ਮਿੱਥ	ਹਕੀਕਤਾਂ
ਤੇਲੀ ਅਤੇ ਮਸਾਲੇਦਾਰ ਭੋਜਨ ਨਾਲ ਕਿੱਲ ਨਿੱਕਲਦੇ ਹਨ। ਘਰੇਲੂ ਸ਼ਿੰਗਾਰ ਸਮੱਗਰੀਆਂ ਨੁਕਸਾਨ ਰਹਿਤ ਹੁੰਦੀਆਂ ਹਨ।	ਇਹ ਪੂਰੀ ਤਰ੍ਹਾਂ ਸਾਬਤ ਕਰ ਦਿੱਤਾ ਗਿਆ ਹੈ ਕਿ ਕਿੱਲਾਂ ਦੀ ਸਮੱਸਿਆ ਨਾਲ ਭੋਜਨ ਦਾ ਕੋਈ ਸਬੰਧ ਨਹੀਂ। ਉਹ ਜਲਣ, ਲਾਲੀ, ਚਮੜੀ ਅਲਰਜੀਆਂ ਕਰਦੀਆਂ ਹਨ ਅਤੇ ਕਿੱਲ ਨਿੱਕਲਣੇ ਵਧਾ ਸਕਦੀਆਂ ਹਨ।
ਕਲੀਨਜਿੰਗ ਮਿਲਕ ਅਤੇ ਪੈਕ ਡੂੰਘੇ ਮੁਸਾਮਾਂ ਨੂੰ ਸਾਫ ਕਰਨ ਵਿਚ ਵਧੇਰੇ ਪ੍ਰਭਾਵੀ ਹਨ। ਚਮੜੀ ਲਈ ਲਗਾਤਾਰ ਭਾਫ ਦੇਣਾ ਚੰਗਾ ਹੈ।	ਬਹੁਤ ਜ਼ਿਆਦਾ ਭਾਫ ਦੇਣ ਨਾਲ ਮੁਸਾਮਾਂ ਦੇ ਮੂੰਹ ਖੁੱਲ੍ਹ ਜਾਂਦੇ ਹਨ ਅਤੇ ਇਸ ਕਾਰਨ ਚਮੜੀ ਵਧੇਰੇ ਛੇਤੀ ਪੱਕੜ ਹੋ ਸਕਦੀ ਹੈ।
ਵਿਟਾਮਿਨ ਏ. ਈ. ਆਦਿ ਵਰਗੀਆਂ ਚਮੜੀ ਦੀਆਂ ਕ੍ਰੀਮਾਂ ਅਤੇ ਮਾਇਸਚਰਾਈਜ਼ਰ ਆਦਿ ਚਮੜੀ ਦੀ ਹਾਲਤ ਸੁਧਾਰਦੇ ਹਨ।	ਇਨ੍ਹਾਂ ਵਿਚੋਂ ਕਿਸੇ ਨੂੰ ਵੀ ਸੋਖਿਆ ਨਹੀਂ ਜਾਂਦਾ ਇਸ ਕਰਕੇ ਇਨ੍ਹਾਂ ਦਾ ਕੋਈ ਵਾਧੂ ਫਾਇਦਾ ਨਹੀਂ।

ਬਿਸਤਰਾ ਗਿੱਲਾ ਕਰਨਾ

ਬਿਸਤਰਾ ਗਿੱਲਾ ਕਰਨਾ ਜਾਂ ਐਨਿਊਰੇਸਿਸ ਆਮ ਬਚਪਨ ਦੀ ਸਮੱਸਿਆ ਹੈ ਜਿਸ ਵਿਚ ਨੀਂਦ ਵੇਲੇ ਆਪਣੇ ਆਪ ਪੇਸ਼ਾਬ ਨਿੱਕਲ ਜਾਂਦਾ ਹੈ। ਇਸ ਦਾ ਕਾਰਨ ਕਈ ਘਰਾਂ ਵਿਚ ਭਾਵਨਾਤਮਕ ਹਿੱਲਜੁੱਲ ਅਤੇ ਤਣਾਉ ਹੁੰਦੇ ਹਨ। ਬਿਸਤਰਾ ਗਿੱਲਾ ਕਰਨ ਵਾਲੇ ਬੱਚੇ ਘੱਟ ਸਵੈ-ਮਾਣ, ਸ਼ਰਮ ਅਤੇ ਗੁਨਾਹ ਤੋਂ ਪੀੜਤ ਹੁੰਦੇ ਹਨ। ਉਨ੍ਹਾਂ ਨੂੰ ਡਰ ਹੁੰਦਾ ਹੈ ਕਿ ਉਨ੍ਹਾਂ ਦੇ ਜਮਾਤੀਆਂ ਨੂੰ ਪਤਾ ਲੱਗ ਜਾਵੇਗਾ ਅਤੇ ਉਨ੍ਹਾਂ ਦੇ ਆਪਣੇ ਭੈਣ-ਭਰਾ ਅਤੇ ਰਿਸ਼ਤੇਦਾਰ ਉਨ੍ਹਾਂ ਨੂੰ ਜ਼ਲੀਲ ਕਰਨਗੇ। ਉਹ ਸਮਾਜਕ ਗਤੀਵਿਧੀਆਂ ਵਿਚੋਂ ਬਾਹਰ ਨਿੱਕਲ ਜਾਂਦੇ ਹਨ। ਬਿਸਤਰਾ ਗਿੱਲਾ ਕਰਨ ਵਾਲੇ ਬਹੁਤੇ ਬੱਚੇ ਕੈਂਪਾਂ ਵਿਚ ਜਾਂ ਆਪਣੇ ਦੋਸਤਾਂ ਕੋਲ ਸੌਣ ਨਹੀਂ ਜਾਂਦੇ।

ਜੇਕਰ ਲੱਛਣ 5 ਸਾਲ ਦੀ ਉਮਰ ਤੋਂ ਬਾਅਦ ਤੱਕ ਨਾ ਰਹਿਣ ਤਾਂ ਬੱਚੇ ਨੂੰ ਬਿਸਤਰਾ ਗਿੱਲਾ ਕਰਨ ਵਾਲੇ ਦੀ ਚੇਪੀ ਨਾ ਲਾਈ ਜਾਵੇ। ਇਸ ਉਮਰ ਤੋਂ ਪਹਿਲਾਂ ਦਵਾਈਆਂ ਨਾਲ ਇਲਾਜ ਸ਼ੁਰੂ ਕਰਨ ਦੀ ਵੀ ਕੋਈ ਵਾਜਬੀਅਤ ਨਹੀਂ ਬਣਦੀ

ਕਿਉਂ ਜੋ ਬਹੁਤੀ ਵਾਰੀ ਇਸ ਵੇਲੇ ਤੱਕ ਬੱਚਾ ਬਿਲਕੁਲ ਠੀਕ ਹੋ ਜਾਂਦਾ ਹੈ। ਬਿਸਤਰਾ ਗਿੱਲਾ ਕਰਨਾ ਕੁੜੀਆਂ ਦੀ ਬਜਾਏ ਮੁੰਡਿਆਂ ਵਿਚ ਬਹੁਤਾ ਹੁੰਦਾ ਹੈ। ਇਹ ਉਨ੍ਹਾਂ ਦੇ ਦੋਹਾਂ ਵਿਚੋਂ ਕਿਸੇ ਇਕ ਮਾਪੇ ਵਿਚ ਵੀ ਰਿਹਾ ਹੋ ਸਕਦਾ ਹੈ। ਬਿਸਤਰਾ ਗਿੱਲਾ ਕਰਨ ਨੂੰ ਮੋਕਲੇ ਤੌਰ ਤੇ ਦੋ ਕਿਸਮਾਂ ਵਿਚ ਵੰਡਿਆ ਜਾਂਦਾ ਹੈ :

ਲਗਾਤਾਰ ਵਾਲੀ ਕਿਸਮ

ਇਸ ਕਿਸਮ ਵਿਚ ਬੱਚਾ ਰਾਤ ਨੂੰ ਕਦੀ ਵੀ ਸੁੱਕਾ ਨਹੀਂ ਰਹਿੰਦਾ। ਜੇਕਰ ਮਾਪੇ ਬੜੇ ਸਖਤ ਹਨ ਤਾਂ ਇਹ ਬੱਚੇ ਦਾ ਗੁਸੈਲ ਹੁੰਗਾਰਾ ਵੀ ਹੋ ਸਕਦਾ ਹੈ। ਬੱਚਾ ਅਚੇਤ ਰੂਪ ਵਿਚ ਬਿਸਤਰਾ ਗਿੱਲਾ ਕਰਕੇ ਮਾਪਿਆਂ ਦੀ ਅਵੱਗਿਆ ਕਰਦਾ ਹੋ ਸਕਦਾ ਹੈ। ਦੂਜੇ ਪਾਸੇ ਜੇਕਰ ਮਾਪੇ ਟਾਇਲਟ ਸਿਖਲਾਈ ਵਿਚ ਮੱਦਦਗਾਰ ਅਤੇ ਕਾਫੀ ਸ਼ਾਮਲ ਨਹੀਂ ਹੁੰਦੇ ਤਾਂ ਬੱਚਾ ਚੰਗਾ ਬਲੈਡਰ ਨਿਯੰਤ੍ਰਣ ਵਿਕਸਿਤ ਕਰਨ ਵਿਚ ਅਸਫਲ ਰਹਿ ਜਾਂਦਾ ਹੈ ਜਿਸਦੇ ਸਿੱਟੇ ਵਜੋਂ ਉਹ ਬਿਸਤਰਾ ਗਿੱਲਾ ਕਰਨ ਲੱਗ ਜਾਂਦਾ ਹੈ।

ਪ੍ਰਤਿਗਾਮੀ ਕਿਸਮ

ਇਸ ਕਿਸਮ ਵਿਚ ਇਕ ਬੱਚਾ ਜਿਹੜਾ ਪਹਿਲਾਂ ਰਾਤ ਨੂੰ ਸੁੱਕਾ ਰਹਿੰਦਾ ਸੀ ਉਹ ਰਾਤ ਨੂੰ ਬਿਸਤਰਾ ਗਿੱਲਾ ਕਰਨ ਲੱਗਦਾ ਹੈ ਜਦੋਂ ਕੋਈ ਤਣਾਉਭਰੀ ਘਟਨਾ ਹੋ ਜਾਂਦੀ ਹੈ। ਨਵੇਂ ਘਰ ਵਿਚ ਜਾਣਾ, ਵਿਆਹੁਤਾ ਟਕਰਾਉ, ਕਾਮੁਕ ਦੁਰਵਰਤੋਂ, ਹੋਰ ਭੈਣ-ਭਰਾ ਦਾ ਜਨਮ, ਪਰਿਵਾਰ ਵਿਚ ਮੌਤ, ਸਕੂਲ ਨਾਲ ਸਬੰਧਤ ਤਣਾਉ ਇਹ ਸਾਰੇ ਹੀ ਬਿਸਤਰਾ ਗਿੱਲਾ ਕਰਨ ਲਾ ਸਕਦੇ ਹਨ। ਇਸ ਤਰ੍ਹਾਂ ਦਾ ਬਿਸਤਰਾ ਗਿੱਲਾ ਕਰਨਾ ਅਕਸਰ ਕਦੇ-ਕਦਾਈਂ ਦਾ ਅਤੇ ਚੱਲਵਾਂ ਹੁੰਦਾ ਹੈ; ਇਸ ਦੇ ਲੱਛਣ ਜਾਣ ਕੇ ਇਸ ਦਾ ਪ੍ਰਬੰਧ ਕਰਨਾ ਘੱਟ ਔਖਾ ਹੈ ਉਨ੍ਹਾਂ ਬੱਚਿਆਂ ਨਾਲੋਂ ਜਿਹੜੇ ਕਦੀ ਵੀ ਸੁੱਕੇ ਨਹੀਂ ਰਹਿੰਦੇ।

ਦੋਹਾਂ ਕਿਸਮਾਂ ਦੇ ਬਿਸਤਰਾ ਗਿੱਲਾ ਕਰਨ ਵਾਲਿਆਂ ਵਿਚ ਆਮ ਤੌਰ ਤੇ ਕੋਈ ਜਿਸਮਾਨੀ ਅਸਾਧਾਰਣਤਾ ਨਹੀਂ ਮਿਲਦੀ। ਮੂਤਰ ਮਾਰਗ ਛੂਤ ਨੂੰ ਕੱਢਣ ਲਈ ਬਿਸਤਰਾ ਗਿੱਲਾ ਕਰਨ ਵਾਲੇ ਸਾਰੇ ਬੱਚਿਆਂ ਦੇ ਪੇਸ਼ਾਬ ਦੀ ਜਾਂਚ, ਛੂਤ ਦਾ ਇਲਾਜ ਫੌਰੀ ਤੌਰ 'ਤੇ ਸਮੱਸਿਆ ਦਾ ਇਲਾਜ ਕਰ ਦਿੰਦਾ ਹੈ।

ਪ੍ਰਬੰਧ

ਬਿਸਤਰਾ ਗਿੱਲਾ ਕਰਨ ਦੀ ਜਟਿਲ ਸਮੱਸਿਆ ਦਾ ਪ੍ਰਬੰਧ ਕਰਨਾ ਔਖਾ ਹੈ। ਵਧੀਆ ਸਿੱਟੇ ਉਦੋਂ ਪ੍ਰਾਪਤ ਹੁੰਦੇ ਹਨ ਜਦੋਂ ਬੱਚੇ ਨੂੰ ਪ੍ਰੇਰਿਤ ਕੀਤਾ ਜਾਂਦਾ ਹੈ, ਮਾਪਿਆਂ, ਬੱਚੇ ਅਤੇ ਡਾਕਟਰ ਵਿਚਕਾਰ ਨਜ਼ਦੀਕੀ ਸਹਿਯੋਗ ਹੁੰਦਾ ਹੈ ਅਤੇ ਬੱਚੇ ਜਾਂ ਪਰਿਵਾਰ ਵਿਚ ਕਿਸੇ ਗੰਭੀਰ ਮਨੋਰੋਗੀ ਸਮੱਸਿਆ ਦਾ ਪ੍ਰਮਾਣ ਨਹੀਂ ਹੁੰਦਾ।

ਆਮ ਉਪਰਾਲੇ

* ਰਾਤ ਨੂੰ ਸੁੱਕਾ ਰਹਿਣ ਲਈ ਬੱਚੇ ਨੂੰ ਇਨਾਮ ਦੇਣਾ ਇਕ ਉਪਯੋਗੀ ਕਦਮ ਹੈ। ਬੱਚਾ ਉਤਸ਼ਾਹਿਤ ਮਹਿਸੂਸ ਕਰਦਾ ਹੈ ਅਤੇ ਸੰਭਾਵਨਾ ਇਹ ਹੈ ਕਿ ਬਿਸਤਰ ਵਿਚ ਪੇਸ਼ਾਬ ਕਰਨ ਤੋਂ ਬਚਣ ਲਈ ਉਹ ਸੁਹਿਰਦ ਯਤਨ ਕਰੇਗਾ।
* ਮਾਪਿਆਂ ਜਾਂ ਹੋਰਨਾਂ ਵੱਲੋਂ ਬੱਚੇ ਨੂੰ ਸਜਾ ਦੇਣ ਜਾਂ ਜ਼ਲੀਲ ਕਰਨ ਨੂੰ ਸਖਤੀ ਨਾਲ ਨਿਰਉਤਸ਼ਾਹਿਤ ਕੀਤਾ ਜਾਣਾ ਚਾਹੀਦਾ ਹੈ। ਸੰਭਾਵਨਾ ਹੈ ਕਿ ਇਸ ਤਰ੍ਹਾਂ ਬੱਚੇ ਵਿਚੋਂ ਸਵੈ-ਭਰੋਸਾ ਜਾਂਦਾ ਰਹੇਗਾ ਅਤੇ ਉਹ ਅਵੱਗਿਆਕਾਰੀ ਵੀ ਹੋ ਸਕਦਾ ਹੈ ਜਿਸ ਨਾਲ ਸਮੱਸਿਆ ਹੋਰ ਗੰਭੀਰ ਹੋ ਸਕਦੀ ਹੈ।
* ਛੋਟੇ ਬੱਚਿਆਂ ਦੇ ਮਾਮਲੇ ਵਿਚ ਮਾਪਿਆਂ ਨੂੰ ਗਿੱਲੇ ਕੱਪੜੇ ਬਦਲ ਦੇਣੇ ਚਾਹੀਦੇ ਹਨ। ਵੱਡੇ ਬੱਚਿਆਂ ਤੋਂ ਆਸ ਕੀਤੀ ਜਾਵੇ ਕਿ ਉਹ ਆਪਣੇ ਗੰਦੇ ਕੀਤੇ ਕੱਪੜੇ ਆਪ ਧੋਣ। ਪਰ ਮਾਪਿਆਂ ਨੂੰ ਇਹ ਇੱਜਤ ਦਾ ਸਵਾਲ ਨਹੀਂ ਬਣਾ ਲੈਣਾ ਚਾਹੀਦਾ।
* ਬੱਚਿਆਂ ਨੂੰ ਰਾਤ ਦੇ ਖਾਣੇ ਤੋਂ ਬਾਦ ਕੋਈ ਤਰਲ ਨਹੀਂ ਦਿੱਤਾ ਜਾਣਾ ਚਾਹੀਦਾ।
* ਬੱਚੇ ਨੂੰ ਕਿਹਾ ਜਾਣਾ ਚਾਹੀਦਾ ਹੈ ਕਿ ਉਹ ਬਿਸਤਰੇ ਵਿਚ ਜਾਣ ਤੋਂ ਪਹਿਲਾਂ ਪੇਸ਼ਾਬ ਕਰਕੇ ਆਵੇ।
* ਮਾਪੇ ਬਿਸਤਰਿਆਂ ਤੇ ਜਾਣ ਤੋਂ ਪਹਿਲਾਂ ਬੱਚੇ ਨੂੰ ਇਕ ਵਾਰੀ ਜਗਾਕੇ ਬਾਥਰੂਮ ਲਿਜਾ ਸਕਦੇ ਹਨ। ਵਾਰ-ਵਾਰ ਪੇਸ਼ਾਬ ਕਰਨ ਲਈ ਬੱਚੇ ਨੂੰ ਉਠਾਉਣ ਦੀ ਸਲਾਹ ਨਹੀਂ ਦਿੱਤੀ ਜਾਂਦੀ ਕਿਉਂਕਿ ਇਸ ਨਾਲ ਬੱਚੇ ਵਿਚ ਗੁੱਸਾ ਅਤੇ ਵਿਰੋਧ ਪੈਦਾ ਹੋ ਸਕਦਾ ਹੈ।

ਮੂਤਰ-ਸੰਜਮ ਅਲਾਰਮ

ਪੱਛਮੀ ਦੇਸ਼ਾਂ ਵਿਚ ਵਿਭਿੰਨ ਅਲਾਰਮ ਪ੍ਰਣਾਲੀਆਂ ਉਪਲੱਬਧ ਹਨ। ਇਹ ਚਾਦਰ ਦੇ ਹੇਠਾਂ ਰੱਖੇ ਸੈਂਸਰ ਤੇ ਨਿਰਭਰ ਹੁੰਦੀਆਂ ਹਨ ਜਿਹੜਾ ਥੋੜ੍ਹਾ ਜਿਹਾ ਪੇਸ਼ਾਬ ਨਿੱਕਲਣ ਨੂੰ ਵੀ ਤਾੜ ਜਾਂਦਾ ਹੈ ਅਤੇ ਬੱਚੇ ਨੂੰ ਜਗਾਉਣ ਲਈ ਅਲਾਰਮ ਵਜਾ ਦਿੰਦਾ ਹੈ। ਮੂਤਰ-ਸੰਜਮ ਅਲਾਰਮ ਬਿਸਤਰਾ ਗਿੱਲਾ ਕਰਨ ਤੋਂ ਰੋਕਣ ਲਈ ਬੜਾ ਸਾਦਾ, ਸੁਰੱਖਿਅਤ ਅਤੇ ਪ੍ਰਭਾਵੀ ਯੰਤਰ ਹੈ। ਇਨ੍ਹਾਂ ਅਲਾਰਮਾਂ ਨੂੰ ਵਰਤਣ ਪਿੱਛੇ ਸਿਧਾਂਤ ਇਹ ਹੈ ਕਿ ਜਦੋਂ ਉਹ ਬਿਸਤਰਾ ਗਿੱਲਾ ਕਰ ਰਹੇ ਹੋਣ ਉਨ੍ਹਾਂ ਨੂੰ ਜਗਾਉਣ ਲਈ ਇਕ ਬਾਹਰੀ ਅਲਾਰਮ ਪ੍ਰਣਾਲੀ ਵਰਤੀ ਜਾਵੇ ਜਦੋਂ ਤੱਕ ਉਹ ਬਲੈਡਰ ਭਰੇ ਹੋਣ ਦਾ ਆਪਣਾ ਅੰਦਰੂਨੀ ਸੰਕੇਤ ਪਛਾਣਨਾ ਨਾ ਸਿੱਖ ਜਾਣ, ਜਦੋਂ ਉਹ ਡੂੰਘੀ ਨੀਂਦ ਵਿਚ ਹੋਣ, ਅਤੇ ਬਲੈਡਰ ਖਾਲੀ ਕਰਨ ਲਈ ਆਪ ਹੀ ਨਾ ਉੱਠਣ ਲੱਗਣ।

ਦਵਾਈਆਂ

ਬਿਸਤਰਾ ਗਿੱਲਾ ਕਰਨ ਦੇ ਇਲਾਜ ਵਿਚ ਸਭ ਤੋਂ ਪ੍ਰਭਾਵੀ ਦਵਾਈ ਇਮੀਪ੍ਰਾਮਾਈਨ ਹੈ। ਐਪਰ, ਇਸ ਦਵਾਈ ਦੇ ਕੁਝ ਪਿੱਛਲ ਪ੍ਰਭਾਵ ਹੁੰਦੇ ਹਨ ਇਸ ਕਰਕੇ ਇਨ੍ਹਾਂ ਦੀ ਵਰਤੋਂ ਸਖਤ ਡਾਕਟਰੀ ਨਿਗਰਾਨੀ ਹੇਠ ਕਰਨੀ ਚਾਹੀਦੀ ਹੈ। ਕਈ ਬੱਚੇ ਇਹ ਦਵਾਈ ਬੰਦ ਕਰਨ ਤੋਂ ਬਾਅਦ ਮੁੜ ਬਿਸਤਰਾ ਗਿੱਲਾ ਕਰਨਾ ਸ਼ੁਰੂ ਕਰ ਦਿੰਦੇ ਹਨ। ਦੋ ਹੋਰ ਦਵਾਈਆਂ ਅਮਾਂਟੀਡਾਈਨ ਅਤੇ ਆਕਸੀਬੁਟੀਨਿਨ ਵੀ ਸਫਲਤਾ ਦੇ ਭਿੰਨ ਦਰਜਿਆਂ ਨਾਲ ਵਰਤੀਆਂ ਗਈਆਂ ਹਨ।

ਇਕ ਆਯੁਰਵੇਦਿਕ ਦਵਾਈ ਮੇਨਟਾਟ ਬਾਰੇ ਦਾਅਵਾ ਕੀਤਾ ਗਿਆ ਹੈ ਕਿ ਉਹ ਬਿਸਤਰਾ ਗਿੱਲਾ ਕਰਨ ਦੇ ਇਲਾਜ ਵਿਚ ਬੜੀ ਪ੍ਰਭਾਵੀ ਹੈ। ਇਨ੍ਹਾਂ ਦਾਅਵਿਆਂ ਦੀ ਸ਼ਾਹਦੀ ਵਿਚ ਕੋਈ ਸਹੀ ਵਿਗਿਆਨਕ ਆਂਕੜੇ ਉਪਲੱਬਧ ਨਹੀਂ। ਨਾਲੇ, ਇਸ ਦਵਾਈ ਦੀ ਕ੍ਰਿਆ ਦੀ ਐਨ ਸਹੀ ਕਾਰਜ-ਪ੍ਰਣਾਲੀ ਬਾਰੇ ਵੀ ਕੁਝ ਪਤਾ ਨਹੀਂ।

ਪਿੱਛੇ ਜਿਹੇ ਹੀ ਬਿਸਤਰਾ ਗਿੱਲਾ ਕਰਨ ਲਈ ਇਲਾਜ ਦਾ ਇਕ ਨਵਾਂ ਹੀ ਢੰਗ ਉਪਲੱਬਧ ਹੋਇਆ ਹੈ। ਇਹ ਨੇਜ਼ਲ ਸਪਰੇਅ ਅਤੇ ਨੇਜ਼ਲ ਡਰਾਪਸ ਦੇ ਰੂਪ ਵਿਚ ਹੈ, ਜਿਹੜੇ ਸੌਣ ਵੇਲੇ ਬੱਚੇ ਦੇ ਨੱਕ ਵਿਚ ਵਰਤੇ ਜਾਂਦੇ ਹਨ। ਇਸ ਵਿਚ ਡੇਸਮੋਪ੍ਰੈਸਿਨ ਹਾਰਮੋਨ (ਮਿਨਰਿਨ, ਡੀਵਾਇਡ) ਹੁੰਦਾ ਹੈ ਜੋ ਪੇਸ਼ਾਬ ਬਣਨਾ ਘਟਾਉਂਦਾ ਹੈ, ਇਸ ਤਰ੍ਹਾਂ ਬਿਸਤਰਾ ਗਿੱਲਾ ਕਰਨ ਤੋਂ ਫੌਰੀ ਰਾਹਤ ਦਿਵਾਉਂਦਾ ਹੈ। ਇਸ ਦਵਾਈ ਨਾਲ ਇਲਾਜ ਦੀ ਲਾਗਤ ਕਰੀਬ 1000/- ਰੁਪਏ ਮਹੀਨਾ ਹੈ।

ਸਾਰ ਇਹ ਹੈ ਕਿ ਬਿਸਤਰਾ ਗਿੱਲਾ ਕਰਨਾ ਬਹੁਕਾਰਕੀ ਸਮੱਸਿਆ ਹੈ, ਜਿਸ ਵਾਸਤੇ ਬਹੁ-ਵਿਸ਼ਿਅਕ ਪਹੁੰਚ ਦੀ ਲੋੜ ਹੈ। ਸਹੀ ਪ੍ਰਬੰਧ ਨਾਲ ਸਿੱਟੇ ਆਮ ਤੌਰ 'ਤੇ ਚੰਗੇ ਨਿਕਲਦੇ ਹਨ।

ਥਥਲਾਉਣਾ ਜਾਂ ਹਕਲਾਉਣਾ

ਹਕਲਾਉਣਾ ਇਕ ਮਹੱਤਵਪੂਰਣ ਮਨੋ-ਸਰੀਰਕ ਅਵਸਥਾ ਹੈ ਜੋ ਕਿ ਹੀਣਤਾ ਭਾਵ ਦਾ ਕਾਰਨ ਜਾਂ ਪ੍ਰਭਾਵ ਹੋ ਸਕਦੀ ਹੈ। ਜਿਹੜਾ ਬੱਚਾ ਜਮਾਤ ਵਿਚ ਥਥਲਾਉਂਦਾ ਹੈ ਉਹ ਜਮਾਤੀਆਂ ਅਤੇ ਇੱਥੋਂ ਤੱਕ ਕਿ ਅਧਿਆਪਕਾਂ ਦੀ ਲਗਾਤਾਰ ਛੇੜ ਅਤੇ ਮਜ਼ਾਕ ਦਾ ਸ਼ਿਕਾਰ ਬਣ ਜਾਂਦਾ ਹੈ। ਮਾਪਿਆਂ ਵੱਲੋਂ ਠੀਕ ਤਰ੍ਹਾਂ ਨਾ ਸਿੱਝਣਾ ਸਮੱਸਿਆ ਨੂੰ ਹੋਰ ਵਧਾ ਸਕਦਾ ਹੈ। ਬੱਚਾ ਆਪਣੀ ਸਾਰੀ ਉਮਰ ਥਥਲਾਉਂਦਾ ਅਤੇ ਹਕਲਾਉਂਦਾ ਰਹਿ ਸਕਦਾ ਹੈ ਅਤੇ ਇਕ ਤੋਂ ਬਾਦ ਦੂਜੇ ਹੰਭਲੇ ਵਿਚ ਅਸਫਲ ਹੁੰਦਾ ਜਾਂਦਾ ਹੈ।

ਥਥਲਾਉਣਾ, ਦੁਹਰਾਉ, ਲਮਕਾਉ ਜਾਂ ਧੁਨੀਆਂ ਵਿਚ ਅੜਿੱਕੇ ਨਾਲ ਬੋਲਣ ਦੇ ਵਹਿਣ ਦਾ ਮੁੜ-ਮੁੜ ਅੜਿੱਕਾ ਹੁੰਦਾ ਹੈ। 2 ਤੋਂ 4 ਸਾਲ ਦੀ ਉਮਰ ਦੇ ਬੱਚੇ

ਅਕਸਰ ਸ਼ਬਦਾਂ ਜਾਂ ਵਾਕਾਂਸ਼ਾਂ ਦੀਆਂ ਪਹਿਲੀਆਂ ਧੁਨੀਆਂ ਵਿਚ ਝਿਜਕ, ਦੁਹਰਾਉ ਵਾਲੇ ਅਤੇ ਬੋਲਣ ਦੇ ਤਾਲ ਵਿਚ ਅਨਿਯਮਿਤਤਾ ਵਾਲੇ ਹੁੰਦੇ ਹਨ। ਇਸ ਮੁੱਢਲੀ ਥਥਲਾਹਟ ਤੇ ਜਿਨਾਂ ਘੱਟ ਜ਼ੋਰ ਦਿਉ ਸਿੱਟਾ ਉਨਾਂ ਹੀ ਬਿਹਤਰ ਨਿਕਲਦਾ ਹੈ। ਇਸ ਪੜਾਅ ਤੇ ਸਥਿਤੀ ਆਮ ਕਰਕੇ ਆਪਣੇ ਆਪ ਸੁਧਰ ਜਾਂਦੀ ਹੈ ਜੇਕਰ ਬੱਚੇ ਨੂੰ ਬਹੁਤੇ ਤੌਖਲੇ ਵਾਲੇ ਮਾਪਿਆਂ ਵੱਲੋਂ ਸੁਚੇਤ ਨਹੀਂ ਕੀਤਾ ਜਾਂਦਾ। ਬੱਚੇ ਨੂੰ ਸਫਲ ਮਹਿਸੂਸ ਕਰਨ ਵਾਲਾ ਬਣਾਇਆ ਜਾ ਸਕਦਾ ਹੈ ਅਤੇ ਹੋਰ ਖੇਤਰਾਂ ਵਿਚ ਵੀ ਉਸ ਦਾ ਧਿਆਨ ਰੱਖਿਆ ਜਾ ਸਕਦਾ ਹੈ। ਥਥਲਾਹਟ ਦੇ ਕਾਰਨ ਪੂਰੀ ਤਰ੍ਹਾਂ ਨਹੀਂ ਸਮਝੇ ਜਾ ਸਕੇ। ਮਿਸਾਲ ਵੱਜੋਂ ਕਈ ਹਕਲੇ ਬੜੀ ਰਵਾਨੀ ਨਾਲ ਗਾ ਸਕਦੇ ਹਨ ਜਾਂ ਜਦੋਂ ਮੰਚ ਉੱਤੇ ਹੋਣ ਤਾਂ ਸਾਧਾਰਣ ਵਾਂਗ ਬੋਲ ਸਕਦੇ ਹਨ ਪਰ ਆਮ ਗੱਲਬਾਤ ਵਿਚ ਹਕਲਾਉਣ ਲੱਗਦੇ ਹਨ। ਕੁਝ ਬੱਚੇ ਘਰ ਵਿਚ ਪੂਰੀ ਰਵਾਨੀ ਨਾਲ ਬੋਲਦੇ ਹਨ ਪਰ ਸਕੂਲ ਵਿਚ ਹਕਲਾਉਂਦੇ ਹਨ। ਕੁਝ ਉਦੋਂ ਮਾੜੇ ਹੁੰਦੇ ਹਨ ਜਦੋਂ ਤੌਖਲੇ ਵਿਚ ਹੋਣ, ਜਦੋਂ ਕਿ ਹੋਰ ਨਹੀਂ ਹੁੰਦੇ।

ਹਕਲਾਹਟ ਦੀ ਤੀਖਣਤਾ ਬੋਲਣ ਦੀਆਂ ਧੁਨੀਆਂ ਦੇ ਕਦੀ ਕਦਾਈਂ ਦੇ ਦੁਹਰਾਉ ਤੋਂ ਬੋਲਣ ਦੀ ਗੰਭੀਰ ਰੁਕਾਵਟ ਤੱਕ ਹੁੰਦੀ ਹੈ। ਜਦੋਂ ਇਹ ਬੱਚੇ ਬੋਲਣ ਦੀ ਕੋਸ਼ਿਸ ਕਰਦੇ ਹਨ ਤਾਂ ਬੋਲਣ ਦੀਆਂ ਪੇਸ਼ੀਆਂ ਜਿਵੇਂ ਬੁੱਲ੍ਹਾਂ, ਸੰਘ, ਘੰਡੀ ਵਿਚ ਕੜੱਲ ਪੈ ਜਾਂਦੇ ਹਨ ਅਤੇ ਬੋਲਣਾ ਪੂਰੀ ਤਰ੍ਹਾਂ ਰੁਕ ਜਾਂਦਾ ਹੈ। ਹਕਲਾਹਟ ਬੱਚੇ ਦੇ ਜੀਵਨ ਨੂੰ ਬੁਰੀ ਤਰ੍ਹਾਂ ਪ੍ਰਭਾਵਿਤ ਕਰ ਸਕਦੀ ਹੈ। ਸਹੀ ਢੰਗ ਨਾਲ ਸੰਚਾਰ ਕਰਨ ਦੀ ਅਸਫਲਤਾ ਟਲਣ ਵਾਲਾ ਵਿਹਾਰ ਵਿਕਸਿਤ ਕਰਨ ਵੱਲ ਲੈ ਜਾਂਦੀ ਹੈ ਜੋ ਅਖੀਰ ਪੂਰੇ ਹੀਣਤਾ ਭਾਵ ਵਿਚ ਬਦਲ ਜਾਂਦਾ ਹੈ।

ਮਾੜੀ ਵਿਦਿਅਕ ਪ੍ਰਾਪਤੀ ਸਾਧਾਰਣ ਰੂਪ ਵਿਚ ਬੋਲਣ ਦੀ ਅਯੋਗਤਾ ਦਾ ਸਿੱਧਾ ਸਿੱਟਾ ਹੋ ਸਕਦੀ ਹੈ ਜਾਂ ਇਹ ਮਾੜੇ ਸਵੈ-ਮਾਣ ਦਾ ਸਿੱਟਾ ਹੋ ਸਕਦੀ ਹੈ।

ਮਨੋਚਕਿਤਸਾ ਉਨ੍ਹਾਂ ਮਾਮਲਿਆਂ ਵਿਚ ਕਰਵਾਈ ਜਾਣੀ ਚਾਹੀਦੀ ਹੈ ਜਿਨ੍ਹਾਂ ਵਿਚ ਬੱਚੇ ਜਾਂ ਪਰਿਵਾਰ ਵਿਚ ਕੋਈ ਜੁੜਵਾਂ ਭਾਵਨਾਤਮਕ ਵਿਗਾੜ ਹੈ। ਤੌਖਲਾ ਦੂਰ ਕਰਨ, ਆਰਾਮ ਵਧਾਉਣ ਅਤੇ ਸਵੈ-ਵਿਸ਼ਵਾਸ ਨੂੰ ਉਤਸ਼ਾਹਿਤ ਕਰਨ ਲਈ ਬਣਾਈਆਂ ਤਕਨੀਕਾਂ ਮੱਦਦ ਕਰ ਸਕਦੀਆਂ ਹਨ। ਹਕਲਾਹਟ ਦੇ ਇਲਾਜ ਵਿਚ ਯੋਗਨਿੰਦਰਾ ਅਤੇ ਨੀਂਦ ਚਕਿਤਸਾ ਉਪਯੋਗੀ ਸਹਾਇਕ ਹੋ ਸਕਦੇ ਹਨ।

ਬਣਤਰੀ ਫਰਕ

ਹਰੇਕ ਬੱਚਾ ਆਪਣੀ ਰਫਤਾਰ ਨਾਲ ਵਧਦਾ ਅਤੇ ਪ੍ਰੌੜ ਹੁੰਦਾ ਹੈ। ਜਿਸ ਕੁੜੀ ਦੀਆਂ ਚੂਚੀਆਂ ਨੌਂ ਸਾਲ ਦੀ ਉਮਰ ਵਿਚ ਵਿਕਸਿਤ ਹੁੰਦੀਆਂ ਹਨ ਜਾਂ ਜਿਸ ਦੀ ਮਾਂਹਵਾਰੀ ਪੰਦਰਾਂ ਸਾਲ ਦੀ ਉਮਰ ਵਿਚ ਸ਼ੁਰੂ ਹੁੰਦੀ ਹੈ ਉਹ ਵੀ ਆਪਣੇ ਜਮਾਤੀ ਸਮੂਹ ਵਰਗੀਆਂ ਹੀ ਸਾਧਾਰਣ ਹਨ ਜਿਨ੍ਹਾਂ ਦੀਆਂ ਚੂਚੀਆਂ ਦਾ ਵਿਕਾਸ ਅਤੇ ਪਹਿਲੀ ਮਾਂਹਵਾਰੀ ਬਾਰਾਂ ਸਾਲ ਦੀ ਔਸਤ ਉਮਰ ਵਿਚ ਸ਼ੁਰੂ ਹੁੰਦੀ ਹੈ। ਕਈ ਵਾਰੀ ਚੂਚੀਆਂ ਦਾ ਅਸਾਵਾਂ ਵਿਕਾਸ ਹੋ ਜਾਂਦਾ ਹੈ, ਜੋ ਸ਼ੁਰੂ ਵਿਚ ਬੜਾ ਆਮ

ਹੁੰਦਾ ਹੈ, ਜੋ ਮਾਂ ਅਤੇ ਬੱਚੇ ਲਈ ਬੜਾ ਪ੍ਰੇਸ਼ਾਨਕੁੰਨ ਹੋ ਸਕਦਾ ਹੈ। ਇਸੇ ਤਰ੍ਹਾਂ ਮੁੰਡਿਆਂ ਵਿਚ ਗੁਪਤ ਅੰਗ ਕੋਲ ਵਾਲਾਂ ਦੀ ਗੈਰਮੌਜੂਦਗੀ ਅਤੇ ਲਿੰਗ ਦਾ ਆਕਾਰ ਜਾਂ ਸ਼ਕਲ ਵੀ ਚਿੰਤਾ ਦਾ ਆਮ ਕਾਰਨ ਬਣ ਜਾਂਦੇ ਹਨ। ਗਭਰੇਟ ਉਮਰ ਵਿਚ ਛਾਤੀ ਦਾ ਉਭਾਰ ਵੀ ਕਈ ਵਾਰੀ ਪ੍ਰੇਸ਼ਾਨੀ ਦਾ ਮੁੱਦਾ ਬਣ ਜਾਂਦਾ ਹੈ ਜੋ ਮੁੰਡੇ ਅਤੇ ਪਰਿਵਾਰ ਲਈ ਜਿੱਚਤਾ ਦਾ ਤਿੱਖਾ ਸਰੋਤ ਬਣ ਜਾਂਦਾ ਹੈ। ਮੈਂ ਛਾਤੀ ਦੇ ਉਭਾਰਾਂ ਵਾਲੇ ਕਈ ਮੁੰਡਿਆਂ ਦੀ ਜਾਂਚ ਕੀਤੀ ਹੈ ਜਿਹੜੇ ਚਰਮ ਤੌਖਲੇ ਅਤੇ ਮਾੜੇ ਸਵੈ-ਮਾਣ ਦੇ ਅਹਿਸਾਸ ਤੋਂ ਬੁਰੀ ਤਰ੍ਹਾਂ ਗ੍ਰਸਤ ਸਨ। ਉਨ੍ਹਾਂ ਸਾਰਿਆਂ ਵਿਚ ਹੀ ਇਹ ਸਮੱਸਿਆ ਸਮੇਂ ਨਾਲ ਆਪ ਹੀ ਹੱਲ ਹੋ ਗਈ ਸੀ।

ਵਿਕਾਸ ਮਾਪਦੰਡਾਂ ਵਿਚ ਕਈ ਸਾਰੇ ਬਣਤਰੀ ਫਰਕ ਹੁੰਦੇ ਹਨ ਜਿਹੜੇ ਬੱਚਿਆਂ ਵਿਚ ਬਹੁਤ ਜ਼ਿਆਦਾ ਤੌਖਲਾ ਪੈਦਾ ਕਰ ਸਕਦੇ ਹਨ ਅਤੇ ਉਨ੍ਹਾਂ ਦਾ ਸਿੱਟਾ ਹੀਣਤਾ ਭਾਵ ਵਿਚ ਨਿੱਕਲ ਸਕਦਾ ਹੈ। ਇਨ੍ਹਾਂ ਵਿਚੋਂ ਬਹੁਤੀਆਂ ਸਮੱਸਿਆਵਾਂ ਸਕੂਲ ਵਿਚ ਖੇਡਾਂ ਅਤੇ ਹੋਰ ਸਹਿ-ਪਾਠਕ੍ਰਮੀ ਗਤੀਵਿਧੀਆਂ ਦੌਰਾਨ ਸਾਹਮਣੇ ਆਉਂਦੀਆਂ ਹਨ। ਇਸ ਨਾਲ ਸਵੈ-ਨਿਖੇੜ ਹੋ ਜਾਂਦਾ ਹੈ ਅਤੇ ਇਹ ਵਿਕਾਸ ਦੇ ਹੋਰ ਸਾਰੇ ਖੇਤਰਾਂ ਨੂੰ ਪ੍ਰਭਾਵਤ ਕਰ ਸਕਦਾ ਹੈ। ਇਨ੍ਹਾਂ ਵਿਚੋਂ ਬਹੁਤੇ ਮਾਮਲਿਆਂ ਵਿਚ ਇਹ ਭਰੋਸਾ ਦੇਣ ਦੀ ਲੋੜ ਹੁੰਦੀ ਹੈ ਕਿ ਇਹ ਸਮੱਸਿਆਵਾਂ ਆਪਣੇ ਆਪ ਠੀਕ ਹੋ ਜਾਣਗੀਆਂ, ਜਦੋਂ ਹਾਰਮੋਨਾਂ ਦੀਆਂ ਤਬਦੀਲੀਆਂ ਅਖੀਰ ਟਿਕ ਜਾਣਗੀਆਂ।

ਫੁਟਕਲ ਹਾਲਤਾਂ

ਕੁਝ ਬੱਚਿਆਂ ਵਿਚ ਦੁਰਗੰਧ ਦੀ ਇਕ ਖਾਸ ਸਮੱਸਿਆ ਹੁੰਦੀ ਹੈ ਜਿਸ ਕਰਕੇ ਜਮਾਤੀ ਉਸ ਤੋਂ ਦੂਰ ਰਹਿਣ ਲੱਗ ਸਕਦੇ ਹਨ। ਮੂੰਹ ਵਿਚੋਂ ਆਉਂਦੀ ਮੁਸ਼ਕ ਦਾ ਫੌਰਨ ਇਲਾਜ ਕਰਨਾ ਚਾਹੀਦਾ ਹੈ ਕਿਉਂਕਿ ਇਹ ਛੂਤ ਹੋਣਾ ਦੱਸਦੀ ਹੈ। ਤੇਜ ਜਿਸਮਾਨੀ ਵਾਧੇ ਦੇ ਪੜਾਅ ਦੌਰਾਨ ਕਿਸ਼ੋਰਾਂ ਵਿਚ ਦੇਖੀ ਜਾਣ ਵਾਲੀ ਇਕ ਆਮ ਡਾਕਟਰੀ ਸਮੱਸਿਆ ਗਭਰੇਟ ਉਮਰ ਦੇ ਗਿਲ੍ਹੜ ਦੀ ਹੁੰਦੀ ਹੈ। ਇਹ ਗਰਦਨ ਦੇ ਮੂਹਰਲੇ ਹਿੱਸੇ ਵਿਚ ਇਕ ਸੋਜਿਸ਼ ਜਿਹੀ ਹੁੰਦੀ ਹੈ ਅਤੇ ਇਸ ਦਾ ਕਾਰਨ ਗਲ-ਗ੍ਰੰਥੀ ਦਾ ਵਧਣਾ ਹੁੰਦਾ ਹੈ। ਗਭਰੇਟ ਅਵਸਥਾ ਵਿਚ ਵਾਧੇ ਦੀ ਤੇਜੀ ਕਰਕੇ ਗਲ-ਗ੍ਰੰਥੀ ਹਾਰਮੋਨ ਦੀ ਲੋੜ ਵਧ ਜਾਂਦੀ ਹੈ। ਇਸ ਵਧੀ ਮੰਗ ਨੂੰ ਪੂਰਾ ਕਰਨ ਲਈ ਗਲ-ਗ੍ਰੰਥੀ ਵਧ ਜਾਂਦੀ ਹੈ। ਅਕਸਰ ਗਭਰੇਟ ਅਵਸਥਾ ਦੇ ਅੰਤ ਤੇ ਇਹ ਗਲ-ਗ੍ਰੰਥੀ ਦਾ ਵਾਧਾ ਆਪਣੇ ਆਪ ਅਲੋਪ ਹੋ ਜਾਂਦਾ ਹੈ। ਪਰ ਕੁਝ ਮਾਮਲਿਆਂ ਵਿਚ, ਖਾਸ ਤੌਰ 'ਤੇ ਜਦੋਂ 18 ਸਾਲ ਦੀ ਉਮਰ ਤੋਂ ਬਾਦ ਵੀ ਇਹ ਸੋਜ਼ਿਸ਼ ਕਾਇਮ ਰਹੇ, ਤਾਂ ਡਾਕਟਰੀ ਇਲਾਜ ਜ਼ਰੂਰੀ ਹੋ ਸਕਦਾ ਹੈ।

ਕਈ ਹੋਰ ਡਾਕਟਰੀ ਹਾਲਤਾਂ ਵੀ ਬੱਚੇ ਵਿਚ ਹੀਣਤਾ ਭਾਵ ਪੈਦਾ ਕਰ ਸਕਦੀਆਂ ਹਨ। ਬੁੱਲ੍ਹ ਵਿਚ ਚੀਰ, ਬਾਹਾਂ ਅਤੇ ਗੋੜ ਦੀ ਕਰੂਪਤਾ, ਗਿੱਠਾ ਕੱਦ ਸਾਰੇ ਹੀ ਬੱਚੇ ਦੀ ਸ਼ਖਸੀਅਤ ਨੂੰ ਖੋਰ ਸਕਦੇ ਹਨ। ਦਿਲ ਵਿਚ ਛੇਕ, ਬਾਲ

ਮਧੂਮੇਹ, ਹਾਰਮੋਨਾਂ ਦੀ ਕਮੀ ਆਦਿ ਬੱਚੇ ਨੂੰ ਆਪਣੀ ਉੱਚ ਸਮਰੱਥਾ ਦੀ ਪ੍ਰਾਪਤੀ ਤੋਂ ਰੋਕ ਸਕਦੇ ਹਨ।

ਬੀਮਾਰ ਬੱਚਿਆਂ ਨਾਲ ਸਿੱਝਣਾ

ਸਵੈ-ਵਿਸ਼ਵਾਸ ਦੀ ਪ੍ਰਾਪਤੀ, ਭਾਵਨਾਤਮਕ ਸਥਿਰਤਾ ਅਤੇ ਵਿਵੇਕ ਨਾਲ ਸੋਚਣ ਦੀ ਸਮਰੱਥਾ ਬਚਪਨ ਦੇ ਬੜੇ ਹੀ ਅਹਿਮ ਵਿਕਾਸ ਕਾਰਜ ਹਨ। ਜੇਕਰ ਬੀਮਾਰੀ ਕਰਕੇ ਮਨੋਵਿਗਿਆਨਕ ਪ੍ਰੌੜਤਾ ਦੇ ਇਸ ਅਮਲ ਉੱਤੇ ਸਮਝੌਤਾ ਕੀਤਾ ਜਾਂਦਾ ਹੈ ਤਾਂ ਬੱਚਾ ਇਕ ਸੰਤੁਲਿਤ ਢੰਗ ਨਾਲ ਜੀਵਨ ਦੀਆਂ ਚੁਣੌਤੀਆਂ ਅਤੇ ਮਾਯੂਸੀਆਂ ਨਾਲ ਸਿੱਝਣ ਦੇ ਅਯੋਗ ਰਹਿ ਜਾਂਦਾ ਹੈ। ਉਹ ਤਸੱਲੀਬਖਸ਼ ਢੰਗ ਨਾਲ ਕੰਮ ਕਰਨ ਦੇ ਯੋਗ ਨਹੀਂ ਹੋਵੇਗਾ ਜਿਸਦਾ ਸਿੱਟਾ ਦੁਰਅਨੁਕੂਲਣ ਅਤੇ ਅਸਫਲਤਾ ਵਿਚ ਨਿੱਕਲੇਗਾ।

ਇਕ ਪ੍ਰਤੱਖ ਦਿਸਦਾ ਬਹੁਤ ਹੀ ਜ਼ਹੀਨ ਅਤੇ ਕਾਬਿਲ ਬੱਚਾ ਵੀ ਆਪਣੀ ਬੀਮਾਰੀ ਕਰਕੇ ਅਸਫਲ ਹੋ ਸਕਦਾ ਹੈ। ਆਮ ਤੌਰ 'ਤੇ ਇਹ ਅਸਫਲਤਾ ਸਿਰਫ ਬੀਮਾਰੀ ਕਰਕੇ ਹੀ ਨਹੀਂ ਹੁੰਦੀ, ਬੀਮਾਰੀ ਕਾਰਨ ਲੱਗਾ ਮਨੋਵਿਗਿਆਨਕ ਸਦਮਾ ਵੀ ਅਹਿਮ ਭੂਮਿਕਾ ਨਿਭਾਉਂਦਾ ਹੈ। ਮਾਪਿਆਂ ਅਤੇ ਅਧਿਆਪਕਾਂ ਦਾ ਤਰੁੱਠਵਾਂ ਨਜ਼ਰੀਆਂ, ਜਮਾਤੀਆਂ ਵੱਲੋਂ ਰੱਦਣ ਅਤੇ ਗੈਰਢੁਕਵੇਂਪਣ ਅਤੇ ਅਧੂਰੇਪਣ ਦੇ ਬੱਚੇ ਦੇ ਆਪਣੇ ਅਹਿਸਾਸ ਹੀਣਤਾ ਭਾਵ ਦੇ ਵਿਕਾਸ ਦੇ ਰਾਹ ਪਾ ਸਕਦੇ ਹਨ।

ਆਮ ਕਰਕੇ ਸ਼ਖਸੀਅਤ ਅਤੇ ਮਿਜਾਜ਼ ਉੱਤੇ ਵਾਤਾਵਰਣੀ ਪਹਿਲੂ ਅਸਰ ਪਾਉਂਦੇ ਹਨ, ਪਰ ਜੀਨਜ਼ ਵੀ ਬਹੁਤ ਜ਼ਿਆਦਾ ਦੇਣ ਪਾਉਂਦੇ ਹਨ। ਇਹ ਕੁਝ ਬੱਚਿਆਂ ਨੂੰ ਬੀਮਾਰੀ ਨਾਲ ਸਿੱਝਣ ਵਿਚ ਹੋਰਨਾਂ ਨਾਲੋਂ ਵਧੇਰੇ ਲਚਕੀਲਾ ਬਣਾ ਦਿੰਦਾ ਹੈ। ਨਿਸਚੇ ਹੀ ਇਹ ਇਕ ਤੱਥ ਹੈ ਕਿ ਨਿਰਯੋਗਤਾਵਾਂ ਵਾਲੇ ਬਹੁਤ ਸਾਰੇ ਬੱਚੇ ਗੈਰਪ੍ਰਭਾਵਤ ਖੇਤਰਾਂ ਵਿਚ ਹਾਨੀਪੂਰਤੀ ਵਾਲੀਆਂ ਮਜ਼ਬੂਤੀਆਂ ਵਿਕਸਿਤ ਕਰ ਲੈਂਦੇ ਹਨ। ਇਸ ਤਰ੍ਹਾਂ ਇਕ ਨੇਤਰਹੀਣ ਬੱਚੇ ਦੀ ਸੁਣਨ ਸ਼ਕਤੀ ਖਾਸ ਤੌਰ 'ਤੇ ਤਿੱਖੀ ਹੋ ਜਾਂਦੀ ਹੈ ਜਾਂ ਜਿਸਮਾਨੀ ਨਿਰਯੋਗਤਾ ਵਾਲਾ ਬੱਚਾ, ਜਿਸ ਕਰਕੇ ਉਹ ਬਾਹਰੀ ਗਤੀਵਿਧੀਆਂ ਵਿਚ ਸ਼ਮੂਲੀਅਤ ਨਹੀਂ ਕਰ ਸਕਦਾ, ਪੜ੍ਹਾਈ ਵਿਚ ਬੜਾ ਅੱਗੇ ਨਿਕਲ ਸਕਦਾ ਹੈ।

ਬੀਮਾਰੀ ਵਿਚ ਬੱਚੇ ਦੇ ਸਵੈ-ਮਾਣ ਉੱਤੇ ਬੁਰਾ ਅਸਰ ਪਾਉਣ ਦੀ ਬਹੁਤ ਸਮਰੱਥਾ ਹੈ। ਬੱਚਾ ਜੀਵਨ ਵਿਚ ਅਸਫਲ ਜਾਂ ਸਫਲ ਹੁੰਦਾ ਹੈ ਇਹ ਮਾਪਿਆਂ, ਅਧਿਆਪਕਾਂ ਅਤੇ ਬੱਚੇ ਨਾਲ ਨਜ਼ਦੀਕੀ ਸਬੰਧ ਰੱਖਣ ਵਾਲੇ ਹੋਰਨਾ ਦੇ ਨਜ਼ਰੀਆਂ ਤੇ ਨਿਰਭਰ ਕਰਦਾ ਹੈ। ਇਹ ਕਿਤੇ ਵਧੀਆ ਹੈ ਕਿ ਬੱਚਾ ਜੋ ਕਾਬਲੀਅਤਾਂ, ਮਜ਼ਬੂਤੀਆਂ ਅਤੇ ਸਫਲਤਾ ਦਿਖਾਉਂਦਾ ਹੈ ਉਸ ਉਤੇ ਧਿਆਨ ਕੇਂਦਰਤ ਕੀਤਾ ਜਾਵੇ। ਇਕ ਆਮ ਵਧੀਆ ਤਰਜੀਹ ਇਹ ਵੀ ਹੈ ਕਿ ਬੱਚੇ ਨਾਲ ਬੀਮਾਰ ਦੀ ਥਾਂ ਸਾਧਾਰਨ ਬੱਚੇ ਵਾਂਗ ਵਿਹਾਰ ਕੀਤਾ ਜਾਵੇ। ਐਪਰ, ਇਸ ਤਰ੍ਹਾਂ ਬਹੁਤਾ ਹੀ ਨਹੀਂ ਕਰਦੇ ਰਹਿਣਾ ਚਾਹੀਦਾ, ਨਹੀਂ ਤਾਂ ਅਣਜਾਣੇ ਵਿਚ ਹੀ ਬੱਚੇ ਨੂੰ ਲੋੜੀਂਦੀ ਸਿਹਤ ਸੰਭਾਲ ਅਤੇ ਵਿਦਿਅਕ ਅਤੇ ਭਾਵਨਾਤਮਕ ਮੱਦਦ ਨਹੀਂ ਮਿਲੇਗੀ।

9.

ਹੀਣਤਾ ਭਾਵ ਨਾਲ ਝੜੱਪ

ਤੁਹਾਡੀ ਸਹਿਮਤੀ ਤੋਂ ਬਿਨਾਂ ਕੋਈ ਵੀ ਤੁਹਾਨੂੰ
ਹੀਣਾਂ ਮਹਿਸੂਸ ਨਹੀਂ ਕਰਵਾ ਸਕਦਾ।
-ਏਲੀਨੋਰ ਰੂਜ਼ਵੈਲਟ

ਹੀਣਤਾ ਭਾਵ ਜਾਂ ਮਾੜੇ ਸਵੈ-ਮਾਣ ਨੂੰ ਕਈ ਤਰ੍ਹਾਂ ਪਰਿਭਾਸ਼ਿਤ ਕੀਤਾ ਗਿਆ ਹੈ ਜਿਵੇਂ-ਮਾੜਾ ਸਵੈ-ਅਕਸ, ਵੁੱਕਤਹੀਣਤਾ ਦਾ ਅਹਿਸਾਸ, ਅਸੁਰੱਖਿਆ ਦੀ ਭਾਵਨਾ, ਸਵੈ-ਸ਼ੰਕਾ ਦੀ ਅਵਸਥਾ, ਝੇਂਪੂ ਹੋਣਾ ਅਤੇ ਆਦਿ ਆਦਿ। ਇਹ ਸਫਲਤਾ ਅਤੇ ਜਸ ਦੇ ਰਾਹ ਵਿਚ ਵੱਡਾ ਅੜਿੱਕਾ ਹੈ ਅਤੇ ਕਈ ਸੰਭਾਵੀ ਜੇਤੂਆਂ ਦੇ ਰਾਹ ਦੀ ਵੱਡੀ ਰੁਕਾਵਟ ਬਣ ਸਕਦਾ ਹੈ।

ਉੱਚ ਸਵੈ-ਮਾਣ ਆਪਣੇ ਬਾਰੇ ਚੰਗਾ ਮਹਿਸੂਸ ਕਰਨਾ, ਆਪਣੀਆਂ ਮਜ਼ਬੂਤੀਆਂ ਅਤੇ ਕਮਜ਼ੋਰੀਆਂ ਨੂੰ ਜਾਣਨਾ, ਉਨ੍ਹਾਂ ਨੂੰ ਪ੍ਰਵਾਨ ਕਰਨਾ ਅਤੇ ਉਨ੍ਹਾਂ ਅਨੁਸਾਰ ਹਰਕਤ ਕਰਨਾ ਹੈ। ਐਪਰ, ਇਸ ਨੂੰ ਹਉਮੈਂ ਨਾਲ ਰਲਗੱਡ ਨਹੀਂ ਕਰਨਾ ਚਾਹੀਦਾ, ਜੋ ਕਿ ਬਹੁਤ ਸਾਰੇ ਸੰਭਾਵਨਾ ਭਰਪੂਰ ਕਰੀਅਰਾਂ ਦੀ ਸਮਾਂ ਪੂਰਵ ਮੌਤ ਪਿੱਛੇ ਮੁੱਖ ਕਾਰਨ ਹੁੰਦਾ ਹੈ।

ਸਫਲਤਾ ਅਤੇ ਸਵੈ-ਮਾਣ ਦਾ ਨਜ਼ਦੀਕੀ ਅਤੇ ਨਿੱਘਾ ਰਿਸ਼ਤਾ ਹੈ। ਖ਼ੁਦ ਬਾਰੇ ਅਤੇ ਆਪਣੀ ਵੁੱਕਤ ਦੀ ਪੁਸ਼ਟੀ ਬਾਰੇ ਸਕਾਰਾਤਮਕ ਅਹਿਸਾਸ ਦੇ ਵਿਕਾਸ ਲਈ ਸਫਲਤਾ ਅਹਿਮ ਹੈ। ਉੱਚੇ ਸਵੈ-ਮਾਣ ਵਾਲਾ ਬੱਚਾ ਅਸਫਲਤਾ ਨੂੰ ਵੀ ਸਿੱਖਣ ਅਨੁਭਵ ਵਜੋਂ ਵਰਤ ਸਕਦਾ ਹੈ ਜਦੋਂ ਕਿ ਮਾੜੇ ਸਵੈ-ਮਾਣ ਵਾਲਾ ਬੱਚਾ ਢੱਠ ਜਾਂਦਾ ਹੈ। ਅਸੀਂ ਵੀ ਮਾੜੇ ਅਤੇ ਉੱਚੇ ਦਾ ਅਨੁਭਵ ਕਰਦੇ ਹਾਂ। ਕੁਝ ਦਿਨਾਂ ਵਿਚ ਅਸੀਂ ਵਧੇਰੇ ਵਿਸ਼ਵਾਸ ਭਰੇ ਮਹਿਸੂਸ ਕਰਦੇ ਹਾਂ, ਅਤੇ ਦੂਜਿਆਂ ਦਿਨਾਂ ਵਿਚ ਅਸੀਂ ਵਿਸ਼ਵਾਸ ਵਿਚ ਕਮੀ ਮਹਿਸੂਸ ਕਰਦੇ ਹਾਂ। ਸਮੇਂ ਸਮੇਂ ਵਧੇਰੇ ਯਕੀਨੀ

ਮਹਿਸੂਸ ਕਰਨਾ ਅਤੇ ਸ਼ੰਕਾ ਵਿਚ ਘਿਰੇ ਰਹਿਣਾ ਤਾਂ ਠੀਕ ਹੈ, ਪਰ ਹਮੇਸ਼ਾ ਹੀ ਵੁੱਕਤਹੀਣਤਾ ਅਤੇ ਅਸੁਰੱਖਿਆ ਦੇ ਅਹਿਸਾਸ ਨਾਲ ਗ੍ਰਸਤ ਰਹਿਣਾ ਬੜੀ ਚਿੰਤਾ ਵਾਲੀ ਗੱਲ ਹੈ।

ਉੱਚੇ ਸਵੈ-ਮਾਣ ਵਾਲੇ ਬੱਚੇ ਆਪਣੇ ਅਹਿਸਾਸਾਂ ਅਤੇ ਭਾਵਨਾਵਾਂ ਨੂੰ ਨਿਯੰਤ੍ਰਿਤ ਢੰਗ ਨਾਲ ਪ੍ਰਗਟਾਉਣ ਦੇ ਯੋਗ ਹੁੰਦੇ ਹਨ। ਉਹ ਆਮ ਤੌਰ 'ਤੇ ਦੂਜੇ ਲੋਕਾਂ ਦੇ ਵਿਹਾਰ ਨੂੰ ਸਾਕਾਰੀ ਢੰਗ ਨਾਲ ਪ੍ਰਭਾਵਤ ਕਰਨ ਵਿਚ ਸਫਲ ਹੁੰਦੇ ਹਨ। ਇਹ ਬੱਚੇ ਸਵੈ-ਵਿਸ਼ਵਾਸ ਨਾਲ ਨਵੀਆਂ ਚੁਣੌਤੀਆਂ ਵੱਲ ਪਹੁੰਚ ਕਰਦੇ ਹਨ ਅਤੇ ਬਹੁਤ ਜ਼ਿਆਦਾ ਸਵੈ-ਨਿਰਭਰਤਾ ਅਤੇ ਜ਼ਿੰਮੇਵਾਰੀ ਦਰਸਾਉਂਦੇ ਹਨ। ਉਹ ਅਸਫਲਤਾਵਾਂ ਤੋਂ ਸੌਖਿਆ ਹੀ ਮਾਯੂਸ ਨਹੀਂ ਹੁੰਦੇ ਅਤੇ ਉਨ੍ਹਾਂ ਨੂੰ ਸਹੀ ਪਰਿਪੇਖ ਵਿਚ ਦੇਖਦੇ ਹਨ। ਉਹ ਦ੍ਰਿੜ੍ਹਤਾ ਅਤੇ ਨਿਸ਼ਚੇ ਨਾਲ ਅਸਫਲਤਾਵਾਂ ਨੂੰ ਵੱਡੀਆਂ ਸਫਲਤਾਵਾਂ ਵਿਚ ਬਦਲ ਲੈਂਦੇ ਹਨ। ਉੱਚੇ ਸਵੈ-ਮਾਣ ਵਾਲੇ ਬੱਚੇ ਵਿਚਾਰਾਂ ਨਾਲ ਭਰਪੂਰ ਹੁੰਦੇ ਹਨ ਅਤੇ ਆਪਣੀ ਸਾਕਾਰੀ ਪਹੁੰਚ ਰਾਹੀਂ ਆਪਣੇ ਵਾਤਾਵਰਣ ਨੂੰ ਨਿਯੰਤ੍ਰਿਤ ਕਰਨ ਦੇ ਯੋਗ ਹੁੰਦੇ ਹਨ।

ਮਾੜੇ ਸਵੈ-ਮਾਣ ਵਾਲੇ ਬੱਚਿਆਂ ਵਿਚ ਸਵੈ-ਵਿਸ਼ਵਾਸ ਦੀ ਕਮੀ ਹੁੰਦੀ ਹੈ ਅਤੇ ਆਮ ਕਰਕੇ ਉਨ੍ਹਾਂ ਦੀ ਆਪਣੇ ਬਾਰੇ ਟਿੱਪਣੀ ਚੁਭਵੀਂ ਹੁੰਦੀ ਹੈ। ਉਹ ਬੜੀ ਆਸਾਨੀ ਨਾਲ ਸਵੈ ਰੱਖਿਆ ਤੇ ਖੜ੍ਹ ਜਾਂਦੇ ਹਨ ਅਤੇ ਅਜਿਹੀਆਂ ਸਥਿਤੀਆਂ ਤੋਂ ਬਚਦੇ ਹਨ ਜਿਹੜੀਆਂ ਟਕਰਾਉ ਜਾਂ ਤਣਾਉ ਪੈਦਾ ਕਰ ਸਕਦੀਆਂ ਹਨ। ਉਹ ਰਾਏ ਬਣਾਉਣ ਦੇ ਅਯੋਗ ਹੁੰਦੇ ਹਨ ਅਤੇ ਦੂਜਿਆਂ ਦੇ ਫੈਸਲੇ 'ਤੇ ਨਿਰਭਰ ਕਰਦੇ ਹਨ। ਖੁਦ ਬਾਰੇ ਸ਼ੱਕਾਂ ਦੀ ਖਿਲਾਫ਼ਤ ਕਰਨ ਲਈ ਉਹ ਆਪਣੀਆਂ ਸਮੱਸਿਆਵਾਂ ਅਤੇ ਅਸਫਲਤਾਵਾਂ ਲਈ ਲਗਾਤਾਰ ਦੂਜਿਆਂ ਨੂੰ ਦੋਸ਼ ਦਿੰਦੇ ਰਹਿੰਦੇ ਹਨ। ਉਹ ਤਰਕ ਨਹੀਂ ਸਮਝਦੇ ਅਤੇ ਜਦੋਂ ਕੋਈ ਚੁਣੌਤੀ ਭਰਪੂਰ ਸਥਿਤੀ ਆਉਂਦੀ ਹੈ ਤਾਂ ਉਹ ਉਸ ਦਾ ਸਾਹਮਣਾ ਕਰਨ ਵਿਚ ਲਾਚਾਰ ਮਹਿਸੂਸ ਕਰਦੇ ਹਨ। ਉਹ ਨਵੇਂ ਅਨੁਭਵਾਂ ਤੋਂ ਬਚਦੇ ਹਨ ਅਤੇ ਅੰਤਰਕ੍ਰਿਆਵਾਂ ਤੋਂ ਦੂਰ ਰਹਿੰਦੇ ਹਨ। ਮਾੜੇ ਸਵੈ-ਮਾਣ ਵਾਲੇ ਬੱਚਿਆਂ ਵਿਚ ਮਾਯੂਸੀ ਦੀ ਬਰਦਾਸ਼ਤ ਵੀ ਘੱਟ ਹੁੰਦੀ ਹੈ; ਇਸ ਕਰਕੇ ਉਹ ਕੋਈ ਚੰਗਾ ਹੰਭਲਾ ਮਾਰਨ ਤੋਂ ਪਹਿਲਾਂ ਸਭ ਕੁਝ ਛੱਡ-ਛਡਾ ਜਾਂਦੇ ਹਨ। ਅਜਿਹੇ ਬੱਚੇ ਕਿਸਮਤ ਅਤੇ ਹੋਣੀ ਦੀਆਂ ਫੌੜੀਆਂ ਨਾਲ ਅਪਰਿਭਾਸ਼ਿਤ ਰਾਹ ਤੇ ਅੱਗੇ ਵਧਦੇ ਹਨ ਜੋ ਕਿਤੇ ਵੀ ਨਹੀਂ ਲਿਜਾਂਦਾ।

ਹੀਣਤਾ ਭਾਵ ਦਾ 'ਕਿਵੇਂ' ਅਤੇ 'ਕਿਉਂ'

ਹਰ ਬੱਚਾ ਇਕ ਜੇਤੂ ਜੰਮਦਾ ਹੈ ਪਰ ਕੀ ਉਹ ਬਾਦ ਦੇ ਜੀਵਨ ਵਿਚ ਸਫਲ ਰਹੇਗਾ ਇਹ ਕਈ ਸੰਬੰਧਤ ਪਹਿਲੂਆਂ ਦੀ ਜਟਿਲ ਅੰਤਰਕ੍ਰਿਆ ਤੇ ਨਿਰਭਰ ਕਰਦਾ ਹੈ। ਬੱਚੇ ਤਾਂ ਹੀ ਸਾਕਾਰੀ ਸ਼ਖਸੀਅਤਾਂ ਵਿਕਸਿਤ ਕਰਦੇ ਹਨ ਜੇਕਰ ਉਨ੍ਹਾਂ ਨੂੰ ਲੋਕ ਅਤੇ ਹਾਲਾਤ ਉਤਸ਼ਾਹਿਤ ਕਰਦੇ ਹਨ ਜਿਹੜੇ ਇਹ ਯਕੀਨੀ ਬਣਾਉਂਦੇ ਹਨ ਕਿ ਉਨ੍ਹਾਂ ਦਾ ਸਵੈ-ਮਾਣ ਉਨ੍ਹਾਂ ਦੇ ਵਿਕਾਸ ਦੇ ਅਹਿਮ ਸਾਲਾਂ ਦੌਰਾਨ ਧਿਆਨ

ਨਾਲ ਪਾਲਿਆ ਜਾਵੇ। ਉਤਪੱਤੀ-ਮੂਲਕ ਦੇਣ ਜਾਂ ਸਫਲ ਹੋਣ ਦੀ ਸਮਰੱਥਾ ਮੌਜੂਦ ਹੋ ਸਕਦੀ ਹੈ ਪਰ ਘਰ, ਸਕੂਲ ਜਾਂ ਸਮਾਜ ਵਿਚ ਕੰਮ ਕਰ ਰਹੇ ਮਾੜੇ ਵਾਤਾਵਰਣੀ ਪਹਿਲੂ ਇਸ ਦੇ ਰਾਹ ਵਿਚ ਆ ਸਕਦੇ ਹਨ। ਜਦੋਂ ਇਹ ਵਾਪਰਦਾ ਹੈ, ਇਸ ਦਾ ਸਿੱਟਾ ਸਵੈ-ਭਰੋਸੇ ਦੇ ਢਹਿਣ ਅਤੇ ਚੰਗੀ ਪ੍ਰਾਪਤੀ ਪ੍ਰਤੀ ਸੰਘਰਸ਼ ਵਿੱਚੋਂ ਪਿੱਛੇ ਹਟਣ ਵਿਚ ਨਿਕਲਦਾ ਹੈ।

ਪੂਰਵ-ਧਾਰਣਾ ਵਾਲੇ ਪਹਿਲੂ

ਏ. ਮਾਪਿਆਂ ਦੇ ਗਲਤ ਨਜ਼ਰੀਏ

1. ਸੰਚਾਰ ਦੀ ਘਾਟ
2. ਰੱਦਣ
3. ਸਖਤ ਅਨੁਸ਼ਾਸਨ
4. ਗੈਰ ਹਕੀਕੀ ਮੰਗਾਂ
5. ਅਣਲੋੜੀਂਦੀ ਤੁਲਨਾ
6. ਅਤਿ-ਸੁਰੱਖਿਆਤਮਕਤਾ

ਬੀ. ਵਿਗੜੀ ਪਰਿਵਾਰਕ ਸਥਿਤੀ

1. ਮਾਪਿਆਂ ਦਾ ਝਗੜਾ
2. ਅਲਹਿਦਗੀ/ਤਲਾਕ
3. ਪਰਿਵਾਰ ਵਿਚ ਮੌਤ
4. ਲਗਾਤਾਰ ਪ੍ਰਵਾਸ ਕਰਦਾ ਪਰਿਵਾਰ
5. ਮਾਪੇ ਦੀ ਨੌਕਰੀ ਜਾਣੀ
6. ਮਾਪੇ ਦੀ ਗੈਰਸਿਹਤਮੰਦ ਭੈੜੀ ਵਾਦੀ

ਸੀ. ਸਕੂਲ ਵਿਚ ਦੁਰਅਨੁਕੂਲਣ

1. ਜਮਾਤੀਆਂ ਦਾ ਦਬਾਉ
2. ਜਮਾਤੀਆਂ ਦਾ ਰੱਦਣ
3. ਸਜ਼ਾ ਦੇਣ ਵਾਲੇ ਅਧਿਆਪਕ
4. ਅਧਿਆਪਕ ਦੀ ਸ਼ੈਲੀ ਬਨਾਮ ਵਿਦਿਆਰਥੀ ਦੀ ਸ਼ੈਲੀ
5. ਭਾਸ਼ਾ ਦਿੱਕਤਾਂ
6. ਧੀਮਾ ਸਿਖਿਆਰਥੀ

ਡੀ. ਹੋਰ

1. ਭੈਣ-ਭਰਾਵਾਂ ਦੀ ਪੇਸ਼ਕਾਰੀ
2. ਸਿਹਤ ਸਬੰਧਤ ਸਮੱਸਿਆਵਾਂ ਮਿਸਾਲ ਵਜੋਂ ਦਮਾ, ਮੋਟਾਪਾ

3. ਦੁਰਵਰਤੋਂ
4. ਸਿੱਖਣ ਨਿਰਯੋਗਤਾਵਾਂ
5. ਸਦਮਾਕਾਰੀ ਭਾਵਨਾਤਮਕ ਵਿਕਾਸ
6. ਅਜੀਬ ਖਾਨਦਾਨੀ ਨਾਂ, ਕਾਲਾ ਰੰਗ, ਐਨਕਾਂ ਦੀ ਵਰਤੋਂ ਆਦਿ

ਝੇਂਪੂ, ਤੌਖਲੇਭਰੇ ਬੱਚਿਆਂ ਵਿਚ ਉਨ੍ਹਾਂ ਦੀ ਉੱਚ ਜ਼ਹੀਨਤਾ ਦੇ ਬਾਵਜੂਦ ਸਵੈ-ਵਿਸ਼ਵਾਸ ਦੀ ਕਮੀ ਹੁੰਦੀ ਹੈ ਤੇ ਉਨ੍ਹਾਂ ਦੀ ਪ੍ਰਾਪਤੀ ਆਮ ਕਰਕੇ ਘੱਟ ਹੁੰਦੀ ਹੈ। ਉਹ ਆਪਣੀ ਪੂਰਨ ਸਮਰੱਥਾ ਵਰਤਣ ਦੇ ਅਯੋਗ ਹੁੰਦੇ ਹਨ ਅਤੇ ਖੁਦ ਨੂੰ ਅਸਫਲ ਮੰਨਦੇ ਹਨ। ਇਹੀ ਉਨ੍ਹਾਂ ਦੇ ਸਵੈ-ਭਰੋਸੇ ਨੂੰ ਹੋਰ ਖੋਰਾ ਲਾਉਂਦਾ ਹੈ ਅਤੇ ਉਨ੍ਹਾਂ ਦੇ ਸਵੈ-ਮਾਣ ਨੂੰ ਖੋਰਾ ਲਾਉਂਦਾ ਹੈ। ਇਸ ਤਰ੍ਹਾਂ ਇਕ ਭੈੜਾ ਚੱਕਰ ਚੱਲ ਜਾਂਦਾ ਹੈ ਜਿਸ ਨੂੰ ਤੋੜਨਾ ਔਖਾ ਹੈ।

ਹੀਣਤਾ ਭਾਵ ਦਾ ਭੈੜਾ ਚੱਕਰ

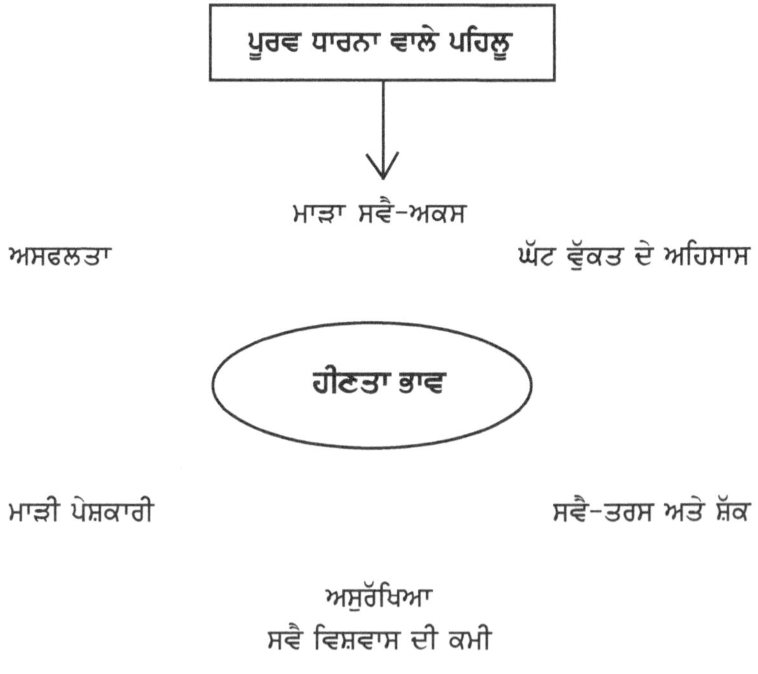

'ਸਾਡੇ ਲਈ ਇਹ ਅਹਿਮ ਹੈ ਕਿ ਅਸੀਂ ਉਹ ਸੁਣੀਏ ਜੋ ਬੱਚੇ ਮਹਿਸੂਸ ਕਰਦੇ ਹਨ ਅਤੇ ਆਪਣੇ ਸੰਸਾਰ ਲਈ ਚਾਹੁੰਦੇ ਹਨ;

-ਰਿਪਨ ਕਪੂਰ

ਜਿਹੜੇ ਮਾਪੇ ਆਪਣੇ ਬੱਚਿਆਂ ਨਾਲ ਸੰਚਾਰ ਅਤੇ ਅੰਤਰਕ੍ਰਿਆ ਨਹੀਂ ਕਰਦੇ ਉਹ ਉਨ੍ਹਾਂ ਨੂੰ ਉਸ ਗਿਆਨ, ਅਨੁਭਵ ਅਤੇ ਸਿਆਣਪ ਤੋਂ ਵਿਰਵੇ ਕਰਦੇ ਹਨ ਜੋ ਉਨ੍ਹਾਂ ਨੇ ਸਾਲਾਂਬੱਧੀ ਹਾਸਲ ਕੀਤੀ ਹੁੰਦੀ ਹੈ। ਸੰਚਾਰ ਦੀ ਕਮੀ ਵਿਚ ਇਹ ਸਮਰੱਥਾ ਹੈ ਕਿ ਉਹ ਬੱਚੇ ਦੀ ਸ਼ਖਸੀਅਤ ਨੂੰ ਖੋਰਾ ਲਾ ਸਕੇ ਅਤੇ ਉਸ ਦੀਆਂ ਤਾਂਘਾਂ ਨੂੰ ਘਟਾ ਸਕੇ।

ਸ਼ਾਇਦ ਅਧਿਆਪਕਾਂ ਵੱਲੋਂ ਬੱਚਿਆਂ ਦੇ ਰਿਪੋਰਟ ਕਾਰਡਾਂ ਵਿਚ ਦਿੱਤੀ ਜਾਣ ਵਾਲੀ ਆਮ ਟਿੱਪਣੀ ਇਹ ਹੈ – 'ਚੰਗਾ ਕਰ ਸਕਦਾ ਸੀ'। ਬਹੁਤ ਸਾਰੇ ਅਧਿਆਪਕ ਅਤੇ ਮਾਪੇ ਇਮਤਿਹਾਨਾਂ ਨਾਲ ਸਿੱਝਣ ਦੀ ਬੱਚੇ ਦੀ ਅਯੋਗਤਾ ਦਾ ਬਤੰਗੜ ਹੀ ਬਣਾ ਲੈਂਦੇ ਹਨ। ਬੱਚੇ ਨੂੰ ਸਕੂਲ ਵਿਚ ਅਤੇ ਘਰ ਵਿਚ ਲਗਾਤਾਰ ਇਹ ਚੇਤਾਵਨੀਆਂ ਦੇਣਾ ਕਿ ਉਹ ਲਾਪ੍ਰਵਾਹ ਹੈ ਅਤੇ ਆਪਣਾ ਕੰਮ ਮਿਹਨਤ ਨਾਲ ਨਹੀਂ ਕਰਦਾ ਬੱਚੇ ਦਾ ਦਿਲ ਹੀ ਢਾਹ ਸਕਦੀਆਂ ਹਨ ਅਤੇ ਉਸਦੇ ਸਵੈ ਬਾਰੇ ਸ਼ੰਕਾ ਪੈਦਾ ਕਰਦੀਆਂ ਹਨ।

ਕੁਝ ਮਾਪੇ ਆਪਣੀਆਂ ਗੈਰ ਹਕੀਕੀ ਮੰਗਾਂ ਰਾਹੀਂ ਵਾਧੂ ਹੀ ਦਬਾਉ ਆਪਣੇ ਬੱਚਿਆਂ ਤੇ ਬਣਾਉਂਦੇ ਰਹਿੰਦੇ ਹਨ। ਜੇਕਰ ਬੱਚੇ ਮਾਪਿਆਂ ਦੀਆਂ ਆਸਾਂ 'ਤੇ ਖਰੇ ਉੱਤਰਨ ਵਿਚ ਅਸਫਲ ਰਹਿ ਜਾਂਦੇ ਹਨ ਤਾਂ ਉਨ੍ਹਾਂ ਦਾ ਆਪਣੀਆਂ ਯੋਗਤਾਵਾਂ ਉਤੇ ਭਰੋਸਾ ਨਹੀਂ ਰਹਿੰਦਾ। ਵਾਰ-ਵਾਰ ਦੀ ਅਸਫਲਤਾ ਸਵੈ-ਵਿਸ਼ਵਾਸ ਨੂੰ ਖੋਰਾ ਲਾਉਂਦੀ ਹੈ ਅਤੇ ਹੌਲੀ-ਹੌਲੀ ਬੱਚੇ ਅੰਦਰ ਸਵੈ-ਮਾਣ ਦੀ ਘਾਟ ਵਾਲੀ ਦੁਰਅਨੁਕੂਲਿਤ ਸ਼ਖਸੀਅਤ ਦਾ ਵਿਕਾਸ ਹੋ ਜਾਂਦਾ ਹੈ।

ਅਣਲੋੜੀਂਦੀ ਤੁਲਨਾ ਮਾਪਿਆਂ ਦੇ ਹੱਥਾਂ ਦਾ ਇਕ ਤਕੜਾ ਹਥਿਆਰ ਬਣ ਜਾਂਦੀ ਹੈ ਜਿਸ ਰਾਹੀਂ ਉਹ ਬੱਚੇ ਦੇ ਸਵੈ-ਮਾਣ ਦਾ ਗੰਭੀਰ ਅਤੇ ਸਦੀਵੀ ਨੁਕਸਾਨ ਕਰ ਸਕਦੇ ਹਨ। ਮਾਪੇ ਉਨ੍ਹਾਂ ਬੱਚਿਆਂ ਦੀਆਂ ਮਿਸਾਲਾਂ ਦਿੰਦੇ ਰਹਿੰਦੇ ਹਨ ਜਿਹੜੇ ਪੜ੍ਹਨ ਵਿਚ ਹੁਸ਼ਿਆਰ ਹਨ ਅਤੇ ਖੇਡਾਂ ਵਿਚ ਸਰਬੋਤਮ ਹਨ। ਉਹ ਇਹ ਕੁਝ ਆਪਣੇ ਬੱਚੇ ਤੋਂ ਬਿਹਤਰ ਕਰਵਾਉਣ ਲਈ ਪ੍ਰੇਰਣਾ ਦੇਣ ਦੀ ਆਸ ਵਿਚ ਕਰਦੇ ਹਨ ਪਰ ਇਸ ਦਾ ਅਸਰ ਆਮ ਕਰਕੇ ਪੁੱਠਾ ਪੈਂਦਾ ਹੈ। ਆਮ ਤੌਰ 'ਤੇ ਬੱਚੇ ਦੀ ਪੇਸ਼ਕਾਰੀ ਹੋਰ ਮਾੜੀ ਹੋ ਜਾਂਦੀ ਹੈ। ਇਸ ਦੇ ਦੋ ਕਾਰਨ ਹੋ ਸਕਦੇ ਹਨ-ਪਹਿਲਾ, ਬੱਚਾ ਮਾਪਿਆਂ ਦੀਆਂ ਹਦਾਇਤਾਂ ਦੇ ਉਲਟ ਵਿਦਰੋਹ ਦਰਸਾਉਣ ਲਈ ਜਾਣ-ਬੁੱਝ ਕੇ ਮਾੜੀ ਪੇਸ਼ਕਾਰੀ ਕਰਦਾ ਹੈ। ਬੱਚਾ ਜਮਾਤੀਆਂ ਦੀ ਦਾਦ ਲਈ ਗੁੱਸਾ ਪ੍ਰਗਟ ਕਰਦਾ ਹੈ, ਖਾਸ ਕਰਕੇ ਜਦੋਂ ਇਹ ਕੁਝ ਉਸਦੇ ਮਾਪਿਆਂ ਵੱਲੋਂ ਕੀਤਾ ਜਾ ਰਿਹਾ ਹੋਵੇ। ਦੂਜਾ, ਹੋ ਸਕਦਾ ਹੈ ਬੱਚਾ ਵਾਕਈ ਮਾਪਿਆਂ ਦੀਆਂ ਉੱਚੀਆਂ ਆਸਾਂ 'ਤੇ ਖਰਾ ਉਤਰਨ ਦੇ ਅਯੋਗ ਹੋਵੇ। ਇਸ ਤਰ੍ਹਾਂ ਅਣਲੋੜੀਂਦੀ ਅਤੇ ਗੈਰਵਾਜਿਬ ਤੁਲਨਾ ਬੱਚੇ ਦੇ ਸਵੈ-ਅਕਸ ਨੂੰ ਸਿਰਫ ਖੋਰਾ ਹੀ ਲਾ ਸਕਦੀ ਹੈ।

ਮਾੜਾ ਅਨੁਸ਼ਾਸਨ ਅਤੇ ਘੱਟ ਸਵੈ-ਮਾਣ ਦਾ ਪ੍ਰਤਿਬਿੰਬੀ ਸਬੰਧ ਹੈ-ਦੋਵੇਂ ਇਕੱਠੇ ਪਲਦੇ ਹਨ। ਭਾਵੇਂ ਇਹ ਵਾਧੂ ਸਖਤ, ਅਸੰਗਤ ਜਾਂ ਵਾਧੂ ਆਗਿਆ

ਸੂਚਕ ਹੋਵੇ-ਨੁਕਸਦਾਰ ਅਨੁਸ਼ਾਸਨ ਬੱਚੇ ਦੀ ਸ਼ਖਸੀਅਤ ਨੂੰ ਖੋਰਾ ਲਾਵੇਗਾ ਹੀ। ਇਹ ਵੇਖਿਆ ਗਿਆ ਹੈ ਕਿ ਲੰਮੇ ਚਿਰ ਬਾਦ ਸਜ਼ਾ ਉਸ ਕਿਸਮ ਦੇ ਵਿਹਾਰ ਨੂੰ ਖਤਮ ਕਰਨ ਲਈ ਇਕ ਗੈਰਪ੍ਰਭਾਵੀ ਤਕਨੀਕ ਹੋ ਨਿੱਬੜਦੀ ਹੈ ਜਿਸ ਦੇ ਖਿਲਾਫ ਇਹ ਸੇਧਤ ਹੁੰਦੀ ਹੈ। ਸਜ਼ਾ ਬੱਚੇ ਨੂੰ ਹਕੀਕਤ ਤੋਂ ਦੂਰ ਲੈ ਜਾਂਦੀ ਹੈ ਅਤੇ ਉਸ ਨੂੰ ਬਾਲਿਗ ਮੋਹ ਅਤੇ ਧਿਆਨ ਉਤੇ ਬਹੁਤਾ ਹੀ ਨਿਰਭਰ ਅਤੇ ਅਸੁਰੱਖਿਅਤ ਬਣਾ ਦਿੰਦੀ ਹੈ। ਅਨੁਸ਼ਾਸਨ ਦੀ ਪ੍ਰਭਾਵੀ ਵਰਤੋਂ ਜੀਵਨ ਵਿਚ ਸਫਲ ਅਨੁਕੂਲਣ ਦੀ ਕੁੰਜੀ ਹੈ।

ਬਹੁਤ ਸਾਰੇ ਬੱਚੇ ਮਾਪਿਆਂ ਦੇ ਲਗਾਤਾਰ ਝਗੜੇ ਦੇ ਸਬੰਧ ਵਿਚ ਬਹੁਤ ਜ਼ਿਆਦਾ ਫਿਕਰਮੰਦੀ ਵਿਕਸਿਤ ਕਰ ਲੈਂਦੇ ਹਨ। ਉਨ੍ਹਾਂ ਨੂੰ ਡਰ ਹੁੰਦਾ ਹੈ ਕਿ ਇਸ ਦਾ ਸਿੱਟਾ ਤਲਾਕ ਜਾਂ ਛੱਡ-ਛਡਾਈ ਵਿਚ ਨਿੱਕਲੇਗਾ। ਆਮ ਤੌਰ 'ਤੇ ਇਹ ਤੌਖਲੇ ਹਕੀਕਤ ਉੱਤੇ ਆਧਾਰਤ ਨਹੀਂ ਹੁੰਦੇ ਪਰ ਇਹ ਅਖੌਤੀ ਟੁੱਟੇ ਘਰਾਂ ਦੇ ਜਮਾਤੀਆਂ ਨਾਲ ਤੁਲਨਾ ਜਾਂ ਟੀ.ਵੀ. ਉਤੇ ਦਿਖਾਏ ਜਾਂਦੇ ਬਹੁਤ ਸਾਰੇ ਪਰਿਵਾਰਕ ਸੀਰੀਅਲਾਂ ਦਾ ਸਿੱਧਾ ਸਿੱਟਾ ਹੋ ਸਕਦੇ ਹਨ। ਮਾਪਿਆਂ ਦੀ ਬੀਮਾਰੀ ਜਾਂ ਬੇਰੁਜ਼ਗਾਰੀ ਅਤੇ ਵਿੱਤੀ ਮੁਸ਼ਕਲਾਂ ਵੀ ਬੱਚੇ ਦੀ ਸ਼ਖਸੀਅਤ ਦੇ ਸਰਵਪੱਖੀ ਵਿਕਾਸ ਨੂੰ ਰੋਕ ਸਕਦੇ ਹਨ।

ਕਿਸੇ ਵੀ ਕਾਰਨ ਕਰਕੇ ਤੌਖਲਾ ਸਵੈ-ਅਕਸ ਉਤੇ ਬੁਰਾ ਅਸਰ ਕਰ ਸਕਦਾ ਹੈ। ਤੌਖਲਾ ਭਰਪੂਰ ਬੱਚੇ ਆਪਣੇ ਮੁੱਲ ਨੂੰ ਘੱਟ ਕਰਕੇ ਅੰਕਦੇ ਹਨ, ਘੱਟ ਸਵੈ-ਵਿਸ਼ਵਾਸ ਵਾਲੇ ਹੁੰਦੇ ਹਨ ਅਤੇ ਦੈਨਿਕ ਚੁਣੌਤੀਆਂ ਦਾ ਸਾਹਮਣਾ ਕਰਨ ਦੇ ਅਯੋਗ ਹੁੰਦੇ ਹਨ। ਉਨ੍ਹਾਂ ਵਿਚ ਜਗਿਆਸਾ ਅਤੇ ਰੋਮਾਂਚਕਤਾ ਦੀ ਘਾਟ ਹੁੰਦੀ ਹੈ ਅਤੇ ਦਿਨੇ ਸੁਪਨੇ ਲੈਣ ਵਿਚ ਹੀ ਆਪਣਾ ਸਮਾਂ ਬਿਤਾਉਂਦੇ ਹਨ। ਇਨ੍ਹਾਂ ਬੱਚਿਆਂ ਨੂੰ ਜਮਾਤੀ ਚਿੜ੍ਹਾਉਂਦੇ ਹਨ ਅਤੇ ਅਧਿਆਪਕ ਨੱਕ-ਮੂੰਹ ਚੜ੍ਹਾਉਂਦੇ ਹਨ। ਇਸ ਤਰ੍ਹਾਂ ਦੇ ਸਰਵੱਤਰ ਨਕਾਰਾਤਮਕ ਮਾਹੌਲ ਨਾਲ ਇਹ ਸਮਝਣਾ ਔਖਾ ਨਹੀਂ ਕਿ ਇਹ ਬੱਚੇ ਹੀਣਤਾ ਭਾਵ ਦੇ ਭੈੜੇ ਚੱਕਰ ਵਿਚ ਕਿਉਂ ਫਸ ਜਾਂਦੇ ਹਨ।

ਮਾਪਿਆਂ ਦੇ ਸੰਦੇਸ਼ ਬੱਚਿਆਂ ਦੇ ਮਨਾਂ ਵਿਚ ਡੂੰਘੀ ਤਰ੍ਹਾਂ ਅੰਕਿਤ ਹੁੰਦੇ ਹਨ ਅਤੇ ਇਨ੍ਹਾਂ ਦਾ ਉਨ੍ਹਾਂ ਦੀ ਭਵਿੱਖੀ ਵਿਦਿਅਕ ਪ੍ਰਾਪਤੀ ਅਤੇ ਸਮਾਜਕ ਅਨੁਕੂਲਣ ਉਤੇ ਬਹੁਤ ਤਕੜਾ ਅਸਰ ਪੈਂਦਾ ਹੈ। ਜੇਕਰ ਬੱਚਿਆਂ ਨੂੰ ਮੁੜ-ਮੁੜ ਕਿਹਾ ਜਾਂਦਾ ਹੈ ਕਿ ਉਹ ਕਾਸੇ ਜੋਗੇ ਨਹੀਂ ਤਾਂ ਉਨ੍ਹਾਂ ਨੂੰ ਲੱਗਦਾ ਹੈ ਕਿ ਉਨ੍ਹਾਂ ਦੀ ਵੁੱਕਤ ਦਾ ਸਹੀ ਮੁਲਾਂਕਣ ਕੀਤਾ ਗਿਆ ਹੈ। ਹੌਲੀ-ਹੌਲੀ ਹੀਣਤਾ ਭਾਵ ਦਾ ਅਹਿਸਾਸ ਜੜ੍ਹ ਫੜ ਜਾਂਦਾ ਹੈ ਅਤੇ ਇਹ ਬੱਚੇ ਮੰਨਣਾ ਸ਼ੁਰੂ ਕਰ ਦਿੰਦੇ ਹਨ ਕਿ ਉਨ੍ਹਾਂ ਦੀ ਕੋਈ ਵੁੱਕਤ ਨਹੀਂ।

ਸਵੈ-ਮਾਣ ਸਿਰਜਣ ਲਈ ਸੱਤ ਕਦਮ

ਜੋ ਸਭ ਤੋਂ ਕੀਮਤੀ ਤੋਹਫਾ ਤੁਸੀਂ ਆਪਣੇ ਬੱਚੇ ਨੂੰ ਦੇ ਸਕਦੇ ਹੋ ਉਹ ਹੈ ਸਵੈ-ਵੁੱਕਤ ਦਾ ਅਹਿਸਾਸ। ਇਹ ਕਰਨ ਲਈ ਤੁਹਾਨੂੰ ਪਹਿਲਾਂ ਸਵੈ-ਮਾਣ ਦੇ

ਆਪਣੇ ਅਹਿਸਾਸਾਂ ਦਾ ਮੁਲਾਂਕਣ ਕਰਨਾ ਚਾਹੀਦਾ ਹੈ। ਜੇਕਰ ਤੁਸੀਂ ਕਮਤਰੀ ਦੇ ਅਹਿਸਾਸ ਤੋਂ ਪੀੜਤ ਹੋ ਤਾਂ ਬੱਚੇ ਦੀ ਮੱਦਦ ਕਰਨੀ ਤੁਹਾਡੇ ਲਈ ਬਹੁਤ ਮੁਸ਼ਕਲ ਹੋਵੇਗੀ। ਤੁਹਾਨੂੰ ਆਪਣੇ ਵਿਚ ਵਿਸ਼ਵਾਸ ਹੋਣਾ ਚਾਹੀਦਾ ਹੈ, ਆਪਦੇ ਬੱਚੇ ਦੀਆਂ ਯੋਗਤਾਵਾਂ ਤੇ ਯਕੀਨ ਹੋਣਾ ਚਾਹੀਦਾ ਹੈ ਅਤੇ ਚੀਜ਼ਾਂ ਨੂੰ ਸਕਾਰਾਤਮਕ ਢੰਗ ਨਾਲ ਦੇਖਣਾ ਚਾਹੀਦਾ ਹੈ।

ਆਪਣੇ ਬੱਚੇ ਦੇ ਸਵੈ-ਮਾਣ ਨੂੰ ਸੁਧਾਰਨ ਲਈ ਹੇਠਲੀਆਂ ਸਿਫਾਰਿਸ਼ਾਂ ਨੂੰ ਸਹਿਜਤਾ ਅਤੇ ਵਿਵੇਕ ਨਾਲ ਲਾਗੂ ਕਰਨਾ ਚਾਹੀਦਾ ਹੈ। ਇਹ ਚੇਤੇ ਰੱਖਣਾ ਚਾਹੀਦਾ ਹੈ ਕਿ ਕੋਈ ਵੀ ਇਕ ਸੁਝਾਉ ਖੁਦ ਵਿਚ ਅਹਿਮ ਅਸਰ ਨਹੀਂ ਪਾ ਸਕਦਾ। ਨਾਲੇ, ਬਾਕੀ ਦੇ ਹੋਰ ਬਹੁਤ ਸਾਰੇ ਪਹਿਲੂ ਤੁਹਾਡੇ ਨਿਯੰਤ੍ਰਣ ਵਿਚ ਨਹੀਂ, ਜਿਵੇਂ ਜਮਾਤੀਆਂ ਦਾ ਦਬਾਉ, ਅਧਿਆਪਕਾਂ ਦੇ ਵਤੀਰੇ ਆਦਿ, ਉਹ ਵੀ ਬੱਚੇ ਦੇ ਸਵੈ-ਮਾਣ ਉਤੇ ਅਸਰ ਪਾਉਣਗੇ। ਐਪਰ, ਬੱਚੇ ਦੀ ਮੱਦਦ ਕਰਨ ਦੀ ਤੁਹਾਡੀ ਸਹੀ ਇੱਛਾ ਹੀ ਉਸ ਦੀ ਕਿਸਮਤ ਦਾ ਫੈਸਲਾ ਕਰੇਗੀ।

ਹੱਲ ਲੱਭੋ, ਨੁਕਸ ਨਹੀਂ

ਜੇ ਤੁਹਾਡਾ ਬੱਚਾ ਗਲਤੀ ਕਰਦਾ ਹੈ ਤਾਂ ਕੀ ਤੁਸੀਂ ਉਸ ਨੂੰ ਕਾਹਲੀ ਨਾਲ ਟੋਕ ਦਿੰਦੇ ਹੋ? ਕੀ ਤੁਸੀਂ ਆਪਣੇ ਬੱਚੇ ਦੇ ਵਿਹਾਰ ਲਈ ਉਸ ਦੀ ਲਗਾਤਾਰ ਨੁਕਤਾਚੀਨੀ ਕਰਦੇ ਹੋ? ਜੇ ਹਾਂ, ਤਾਂ ਤੁਸੀਂ ਆਪਣੇ ਬੱਚੇ ਨੂੰ ਗਲਤ ਸੰਦੇਸ਼ ਦੇ ਰਹੇ ਹੋ। ਜਿਹੜੇ ਮਾਪੇ ਉਸ ਦੀਆਂ ਗਲਤੀਆਂ ਲਈ ਆਪਣੇ ਬੱਚੇ ਨੂੰ ਸਿਰਫ ਦੋਸ਼ ਹੀ ਦਿੰਦੇ ਹਨ ਅਤੇ ਸਹੀ ਵਿਹਾਰ ਸਿਖਾਉਣ ਵਿਚ ਅਸਫਲ ਰਹਿੰਦੇ ਹਨ, ਉਹ ਆਪਣੇ ਬੱਚੇ ਦੇ ਸਵੈ-ਮਾਣ ਦਾ ਅਥਾਹ ਨੁਕਸਾਨ ਕਰਦੇ ਹਨ। ਅਜਿਹੇ ਬੱਚੇ ਕਦੀ ਵੀ ਔਖੀਆਂ ਸਥਿਤੀਆਂ ਨਾਲ ਸਿੱਝਣਾ ਨਹੀਂ ਸਿੱਖਦੇ ਅਤੇ ਛੇਤੀ ਹੀ ਮਾਯੂਸ ਹੋ ਜਾਂਦੇ ਹਨ ਅਤੇ ਦਿਲ ਛੱਡ ਬੈਠਦੇ ਹਨ।

ਨੁਕਸ ਲੱਭਣ ਦੀ ਬਜਾਏ ਮਾਪਿਆਂ ਨੂੰ ਉਨ੍ਹਾਂ ਨੂੰ ਠੀਕ ਕਰਨ ਵਿਚ ਰੁੱਝ ਜਾਣਾ ਚਾਹੀਦਾ ਹੈ। ਉਨ੍ਹਾਂ ਨੂੰ ਇਹ ਯਕੀਨੀ ਬਣਾਉਣਾ ਚਾਹੀਦਾ ਹੈ ਕਿ ਗਲਤੀ ਅਤੇ ਮਾੜਾ ਵਿਹਾਰ ਮੁੜ ਨਾ ਹੋਵੇ, ਅਤੇ ਬੱਚਿਆਂ ਨੂੰ ਮੌਕਾ ਦਿਉ ਕਿ ਉਹ ਆਪਣੀਆਂ ਗਲਤੀਆਂ ਨੂੰ ਮਹਿਸੂਸ ਕਰਨ ਅਤੇ ਉਨ੍ਹਾਂ ਦਾ ਵਿਸ਼ਲੇਸ਼ਣ ਕਰਨ। ਇਹ ਉਨ੍ਹਾਂ ਨੂੰ ਵਧੇਰੇ ਜ਼ਿੰਮੇਵਾਰ ਅਤੇ ਲਚਕੀਲਾ ਬਣਾਉਂਦਾ ਹੈ ਅਤੇ ਹੌਲੀ-ਹੌਲੀ ਉਹ ਸਹੀ ਵਿਹਾਰ ਸਿੱਖ ਜਾਂਦੇ ਹਨ ਅਤੇ ਸਹੀ ਨਜ਼ਰੀਏ ਵਿਕਸਿਤ ਕਰ ਲੈਂਦੇ ਹਨ।

ਇਨਾਮ ਵਰਤੋ, ਸਜ਼ਾ ਤੋਂ ਬਚੋ

ਇਨਾਮ ਇੱਛਿਤ ਵਿਹਾਰ ਨੂੰ ਪਕੇਰਾ ਕਰਦੇ ਹਨ, ਜਦੋਂ ਕਿ ਸਜ਼ਾ ਵੁੱਕਤਹੀਣਤਾ ਦੇ ਅਹਿਸਾਸ ਨੂੰ ਮਜ਼ਬੂਤ ਕਰਦੀ ਹੈ। ਸਾਰੇ ਹੀ ਬੱਚੇ ਮਾਪਿਆਂ ਦੀ ਪ੍ਰਵਾਣਕਤਾ ਜਿੱਤਣਾ ਚਾਹੁੰਦੇ ਹਨ। ਕਈ ਤਾਂ ਆਪਣੇ ਲਗਾਤਾਰ ਹੰਭਲਿਆਂ

ਨਾਲ ਇਸ ਨੂੰ ਕਾਫੀ ਪ੍ਰਤੱਖ ਕਰ ਦਿੰਦੇ ਹਨ; ਪਰ ਹੋਰ ਆਪਣੀ ਬੇਲਾਗਤਾ ਦਿਖਾਉਂਦੇ ਹਨ, ਪਰ ਉਹ ਮਾਪਿਆਂ ਦੀ ਦਾਦ ਪ੍ਰਾਪਤ ਕਰਨ ਲਈ ਆਪਣੇ ਨਿੱਜੀ ਢੰਗ ਨਾਲ ਕੰਮ ਕਰ ਸਕਦੇ ਹਨ। ਬੱਚਿਆਂ ਦੇ ਹੰਭਲਿਆਂ ਨੂੰ ਪਛਾਣਨ, ਦਾਦ ਦੇਣ ਅਤੇ ਇਨਾਮ ਦੇਣ ਦੀ ਜ਼ਿੰਮੇਵਾਰੀ ਮਾਪਿਆ 'ਤੇ ਹੈ।

ਇਸ ਸਾਰੀ ਕਿਤਾਬ ਵਿਚ ਮੈਂ ਇਸ ਆਸ ਨਾਲ ਇਨਾਮ ਪ੍ਰਣਾਲੀ ਦੀ ਉਪਯੋਗਤਾ ਦੀ ਮੁੜ-ਮੁੜ ਪੈਰਵੀ ਕੀਤੀ ਹੈ ਕਿ ਮਾਪੇ ਇਸ ਨੂੰ ਅਪਣਾਉਣਗੇ ਅਤੇ ਅਕਸਰ ਇਸ ਨੂੰ ਵਰਤਣਗੇ। ਇਨਾਮ ਹਮੇਸ਼ਾ ਹੀ ਮਾਇਕ ਜਾਂ ਤੋਹਫੇ ਦੇ ਰੂਪ ਵਿਚ ਹੋਣ ਦੀ ਲੋੜ ਨਹੀਂ। ਮੋਹ ਦਰਸਾਉਣਾ, ਦਾਦ ਦੇਣੀ, ਜਾਂ ਪਿੱਠ ਥਾਪੜਨੀ ਵੀ ਉਨਾਂ ਹੀ ਵਧੀਆ ਕੰਮ ਕਰਦੇ ਹਨ ਅਤੇ ਸਵੈ-ਵੁੱਕਤ ਦਾ ਅਹਿਸਾਸ ਪੈਦਾ ਕਰਨ ਲਈ ਕਾਫੀ ਪ੍ਰਭਾਵੀ ਹਨ।

ਬੱਚਿਆਂ ਨੂੰ ਫੈਸਲੇ ਕਰਨ ਦਿਉ

ਸਾਫ ਸੋਚਣ ਅਤੇ ਫੌਰੀ ਫੈਸਲਾ ਕਰਨ ਦੀ ਯੋਗਤਾ ਸਾਰੇ ਸਫਲ ਲੋਕਾਂ ਦੀ ਖਾਸੀਅਤ ਹੈ। ਬੱਚਿਆਂ ਨੂੰ ਆਪਣੇ ਦੈਨਿਕ ਜੀਵਨ ਨੂੰ ਪ੍ਰਭਾਵਤ ਕਰਨ ਵਾਲੇ ਫੈਸਲੇ ਕਰਨ ਦੇਣਾ ਉਨ੍ਹਾਂ ਨੂੰ ਸਵੈ ਅਨੁਸ਼ਾਸਿਤ ਕਰਨ ਦਾ ਮੌਕਾ ਦਿੰਦਾ ਹੈ ਅਤੇ ਉਨ੍ਹਾਂ ਦਾ ਸਵੈ ਮਾਣ ਵਧਾਉਂਦਾ ਹੈ। ਇਹ ਉਨ੍ਹਾਂ ਨੂੰ ਬਾਦ ਦੇ ਜੀਵਨ ਵਿਚ ਵੱਡੇ ਫੈਸਲੇ ਲੈਣ ਦਾ ਆਦੀ ਬਣਾ ਦਿੰਦਾ ਹੈ। ਪਾਉਣ ਵਾਲੇ ਕੱਪੜਿਆਂ ਬਾਰੇ, ਵਰਤਣ ਵਾਲੇ ਮੰਜਨ ਅਤੇ ਸਾਬਣ ਬਾਰੇ, ਆਪਣੇ ਕਮਰੇ ਨੂੰ ਸਜਾਉਣ ਲਈ ਤਸਵੀਰਾਂ ਬਾਰੇ, ਆਪਣੇ ਜਨਮ ਦਿਨ ਦੀ ਪਾਰਟੀ ਉਤੇ ਦੋਸਤਾਂ ਨੂੰ ਸੱਦਣ ਬਾਰੇ ਅਤੇ ਪਕਵਾਨਾਂ ਦੀ ਚੋਣ ਬਾਰੇ-ਸਾਰੇ ਹੀ ਬੱਚੇ ਵਿਚ ਸਵੈ-ਭਰੋਸਾ ਵਧਾਉਣ ਵਿਚ ਮੱਦਦ ਕਰ ਸਕਦੇ ਹਨ। ਗਲਤੀਆਂ ਤਾਂ ਹੋਣਗੀਆਂ ਹੀ ਪਰ ਉਨ੍ਹਾਂ ਨੂੰ ਸਕਾਰਾਤਮਕ ਢੰਗ ਨਾਲ ਦੇਖਣਾ ਚਾਹੀਦਾ ਹੈ ਅਤੇ ਸਿੱਖਣ ਅਨੁਭਵਾਂ ਦੇ ਤੌਰ ਤੇ ਵਰਤਣਾ ਚਾਹੀਦਾ ਹੈ।

ਬੱਚਿਆਂ ਨਾਲ ਬੱਚਿਆਂ ਦੇ ਢੰਗ ਨਾਲ ਨਾ ਸਿੱਝੋ

ਜਦੋਂ ਵੀ ਤੁਸੀਂ ਆਪਣੇ ਬੱਚੇ ਦੀ ਮੱਦਦ ਲਈ ਭੱਜਦੇ ਹੋ ਤੁਸੀਂ ਉਨ੍ਹਾਂ ਦੀ ਅਸਮਰੱਥਾ ਨੂੰ ਲਕੀਰਦੇ ਹੋ ਅਤੇ ਉਨ੍ਹਾਂ ਦੇ ਸਵੈ-ਵਿਸ਼ਵਾਸ ਨੂੰ ਖੋਰਾ ਲਾਉਂਦੇ ਹੋ। ਮਾਯੂਸੀ ਅਤੇ ਸੰਭਾਵੀ ਅਸਫਲਤਾਵਾਂ ਤੋਂ ਬੱਚਿਆਂ ਨੂੰ ਬਚਾਉਣ ਵਾਸਤੇ ਮਾਪੇ ਮਾਹੌਲ ਨੂੰ ਵਧੇਰੇ ਅਨੁਕੂਲ ਬਣਾਉਣ ਵਾਸਤੇ ਇਸ ਨੂੰ ਬਦਲਣ ਦੀ ਕੋਸ਼ਿਸ ਕਰਦੇ ਹਨ। ਹਰ ਖਤਰੇ ਤੋਂ ਬੱਚਿਆਂ ਨੂੰ ਬਚਾਉਣ ਲਈ ਅਜਿਹੇ ਮਾਪੇ ਹਕੀਕਤ ਦੀ ਪਰਖ ਲਈ ਉਨ੍ਹਾਂ ਨੂੰ ਮੌਕੇ ਨਹੀਂ ਦਿੰਦੇ। ਇਹ ਬੱਚੇ ਸੰਸਾਰ ਦਾ ਵਿਗੜਿਆ ਅਕਸ ਦੇਖਦੇ ਹਨ ਅਤੇ ਬਹੁਤ ਸਾਰੇ ਐਨ ਪਰ-ਨਿਰਭਰ ਹੋ ਜਾਂਦੇ ਹਨ ਕਿ ਉਹ ਬਾਲਿਗ ਦੀ ਮੱਦਦ ਤੋਂ ਬਿਨਾਂ ਕਿਸੇ ਚੁਣੌਤੀ ਦਾ ਸਾਹਮਣਾ ਕਰਨ ਦੇ ਅਯੋਗ ਹੁੰਦੇ ਹਨ।

ਮਾਹੌਲ ਉੱਤੇ ਕਾਬੂ ਰੱਖਣ ਅਤੇ ਸਮੱਸਿਆਵਾਂ ਦੇ ਹੱਲ ਲੱਭਣ ਦੀ ਯੋਗਤਾ ਸਾਕਾਰੀ ਸਵੈ-ਅਕਸ ਦੇ ਵਿਕਾਸ ਲਈ ਬੜੀ ਅਹਿਮ ਹੈ। ਇਸਾਡੋਰਾ ਡੰਕਨ ਨੇ ਕਿਹਾ ਸੀ, 'ਬੱਚੇ ਨੂੰ ਜੋ ਵਧੀਆ ਵਿਰਾਸਤ ਤੁਸੀਂ ਦੇ ਸਕਦੇ ਹੋ ਉਹ ਇਹ ਹੈ ਕਿ ਬੱਚੇ ਨੂੰ ਆਪਣੇ ਖੁਦ ਦੇ ਪੈਰਾਂ ਉਤੇ ਪੂਰੀ ਤਰ੍ਹਾਂ ਖੜ੍ਹਾ ਹੋਣ ਦਿਉ।' ਮਾਪਿਆਂ ਨੂੰ ਬੱਚਿਆਂ ਨੂੰ ਖੋਜ ਅਤੇ ਪ੍ਰਯੋਗ ਦੀ ਇਜਾਜ਼ਤ ਦੇਣੀ ਚਾਹੀਦੀ ਹੈ। ਜਦੋਂ ਬੱਚਿਆਂ ਨੂੰ ਘੱਟੋ-ਘੱਟ ਬਾਲਿਗ ਦਖਲ ਨਾਲ ਆਪਣੀਆਂ ਖੁਦ ਦੀਆਂ ਗਲਤੀਆਂ ਤੋਂ ਫਾਇਦਾ ਉਠਾਉਣ ਦੀ ਇਜ਼ਾਜਤ ਦਿੱਤੀ ਜਾਂਦੀ ਹੈ ਤਾਂ ਉਨ੍ਹਾਂ ਦਾ ਭਰੋਸਾ ਵਧਦਾ ਹੈ, ਬਾਲਿਗਾਂ ਉਤੇ ਘੱਟ ਨਿਰਭਰ ਹੁੰਦੇ ਹਨ ਅਤੇ ਹਕੀਕਤ ਦਾ ਸਾਹਮਣਾ ਕਰਨ ਦੇ ਯੋਗ ਹੋ ਜਾਂਦੇ ਹਨ। ਇਨ੍ਹਾਂ ਬੱਚਿਆਂ ਦਾ ਸਵੈ-ਮਾਣ ਉੱਚਾ ਅਤੇ ਸਵੈ-ਵੁੱਕਤ ਦਾ ਅਹਿਸਾਸ ਮਜ਼ਬੂਤ ਹੁੰਦਾ ਹੈ।

ਅਸਹਿਮਤੀ ਦੀ ਗੁੰਜਾਇਸ਼ ਛੱਡੋ

ਅਸੀਂ ਇਕ ਜਮਹੂਰੀ ਸਮਾਜ ਵਿਚ ਰਹਿੰਦੇ ਹਾਂ ਜੋ ਸਾਨੂੰ ਬੋਲਣ ਦੀ ਆਜ਼ਾਦੀ ਦਿੰਦਾ ਹੈ। ਬਾਲਿਗਾਂ ਵਜੋਂ ਸਾਡੇ ਕੋਲ ਕਿਸੇ ਵੀ ਨੁਕਤਾ-ਨਿਗਾਹ ਨਾਲ ਸਹਿਮਤ ਜਾਂ ਅਸਹਿਮਤ ਹੋਣ ਦੀ ਆਜ਼ਾਦੀ ਹੈ। ਕੀ ਸਾਡੇ ਬੱਚਿਆਂ ਨੂੰ ਇਸ ਬੁਨਿਆਦੀ ਅਧਿਕਾਰ ਤੋਂ ਇਨਕਾਰ ਕੀਤਾ ਜਾਣਾ ਚਾਹੀਦਾ ਹੈ?

ਬੱਚਿਆਂ ਨੂੰ ਖੁਦ ਨੂੰ ਪ੍ਰਗਟਾਉਣ ਅਤੇ ਆਪਣੇ ਵਿਰੋਧ ਦਰਜ ਕਰਵਾਉਣ ਦੇ ਮੌਕੇ ਮਿਲਣੇ ਚਾਹੀਦੇ ਹਨ। ਮਾਪਿਆਂ ਅਤੇ ਅਧਿਆਪਕਾਂ ਨੂੰ ਬੱਚਿਆਂ ਦੇ ਨੁਕਤਾ-ਨਿਗਾਹ ਸੁਣਨ ਲਈ ਤਿਆਰ ਹੋਣਾ ਚਾਹੀਦਾ ਹੈ। ਭਾਵੇਂ ਜੇ ਉਨ੍ਹਾਂ ਦਾ ਨੁਕਤਾ-ਨਿਗਾਹ ਅਨੁਕੂਲ ਹੁੰਗਾਰਾ ਨਾ ਪੈਦਾ ਕਰੇ ਤਾਂ ਵੀ ਇਹ ਜਾਣਕਾਰੀ ਕਿ ਉਨ੍ਹਾਂ ਨੂੰ ਹਮਦਰਦੀ ਅਤੇ ਸੁਹਿਰਦਤਾ ਨਾਲ ਸੁਣਿਆ ਗਿਆ, ਬੱਚਿਆਂ ਨੂੰ ਮਹੱਤਵਪੂਰਨ ਅਤੇ ਵੁੱਕਤ ਰੱਖਣ ਵਾਲੇ ਮਹਿਸੂਸ ਕਰਵਾਉਂਦੀ ਹੈ। ਅਜਿਹੇ ਮੌਕੇ ਬੱਚਿਆਂ ਨੂੰ ਯਕੀਨ ਕਰਵਾ ਦਿੰਦੇ ਹਨ ਕਿ ਆਪਣੇ ਨਾਲ ਸਬੰਧਤ ਮਾਮਲਿਆਂ ਵਿਚ ਉਨ੍ਹਾਂ ਦੀ ਗੱਲ ਦੀ ਵੀ ਵੁੱਕਤ ਹੈ। ਉਹ ਮਹਿਸੂਸ ਕਰਨ ਲੱਗਦੇ ਹਨ ਕਿ ਉਨ੍ਹਾਂ ਅੰਦਰ ਆਪਣੇ ਵਾਤਾਵਰਣ ਨੂੰ ਬਦਲਣ ਅਤੇ ਆਪਣੀ ਹੋਣੀ ਨੂੰ ਸ਼ਕਲ ਦੇਣ ਦੀ ਸ਼ਕਤੀ ਹੈ।

ਸਫਲਤਾ ਨੂੰ ਸਫਲ ਹੋਣ ਦਿਉ

ਇਕ ਵਾਰੀ ਬੱਚਾ ਜਦੋਂ ਸਫਲਤਾ ਨਾਲ ਕੰਮ ਪੂਰਾ ਕਰ ਲਵੇ ਤਾਂ ਇਸ ਨੂੰ ਫੇਰ ਕਰਨ ਲਈ ਉਸ ਨੂੰ ਵਧੇਰੇ ਮੌਕੇ ਦਿਉ। ਮੁੜ ਮੁੜ ਮੌਕੇ ਮਿਲਣ ਅਤੇ ਸਫਲ ਹੋਣ ਨਾਲ ਬੱਚੇ ਦੀ ਲੋੜੀਂਦੀਆਂ ਕੁਸ਼ਲਤਾਵਾਂ ਵਿਚ ਉਸਤਾਦੀ ਹੋ ਜਾਂਦੀ ਹੈ ਅਤੇ ਉਸ ਦਾ ਸਵੈ-ਭਰੋਸਾ ਵਧਦਾ ਹੈ। ਸਰਲ ਕੰਮ ਜਿਵੇਂ ਚਾਹ ਬਣਾਉਣਾ, ਅੰਡੇ ਉਬਾਲਣਾ, ਫੋਨ ਸੰਦੇਸ਼ ਲੈਣਾ, ਘਰ ਵਿਚ ਕੋਈ ਚੀਜ਼ ਲਾਉਣਾ, ਖਰੀਦਣ ਵਾਲੇ ਸਾਮਾਨ ਦੀ ਸੂਚੀ ਬਣਾਉਣੀ ਆਦਿ ਨੂੰ ਸਫਲਤਾ ਦੁਹਰਾਉਣ ਲਈ ਵਰਤਿਆ

ਜਾਣਾ ਚਾਹੀਦਾ ਹੈ। ਸਫਲਤਾ ਦਾ ਸਾਬਿਤ ਸ਼ੁਦਾ ਰਾਹ ਹੀ ਉੱਚ ਸਵੈ-ਮਾਣ ਦਾ ਅੰਤਿਮ ਸਬੂਤ ਹੈ।

ਹਕੀਕੀ ਟੀਚੇ ਮਿੱਥੋ

ਹਕੀਕੀ ਟੀਚੇ ਮਿੱਥਣਾ ਅਤੇ ਉਨ੍ਹਾਂ ਦੀ ਪ੍ਰਾਪਤੀ ਵਿਚ ਬੱਚਿਆਂ ਦੀ ਮੱਦਦ ਕਰਨੀ ਸਵੈ-ਮਾਣ ਵਧਾਉਣ ਦਾ ਇਕ ਅਹਿਮ ਕਾਰਕ ਹੈ। ਉਨ੍ਹਾਂ 'ਤੇ ਹੀ ਛੱਡ ਦੇਣ ਨਾਲ ਬੱਚੇ ਗੈਰ-ਹਕੀਕੀ ਟੀਚੇ ਮਿਥ ਸਕਦੇ ਹਨ, ਉਨ੍ਹਾਂ ਦੀ ਪ੍ਰਾਪਤੀ ਵਿਚ ਅਸਫਲ ਹੋ ਸਕਦੇ ਹਨ ਅਤੇ ਸਵੈ-ਭਰੋਸਾ ਗੁਆ ਸਕਦੇ ਹਨ। ਜਦੋਂ ਇਹ ਵਾਪਰਦਾ ਹੈ ਤਾਂ ਉਹ ਬਾਹਰ ਨਿੱਕਲ ਕੇ ਨਵੀਆਂ ਚੁਣੌਤੀਆਂ ਦਾ ਸਾਹਮਣਾ ਕਰਨ ਦੀ ਇੱਛਾ ਛੱਡ ਜਾਂਦੇ ਹਨ। ਅਜਿਹੇ ਬੱਚੇ ਆਪਣੇ ਅਨੁਭਵ ਵਿਚ ਸੀਮਤ ਹੋ ਜਾਂਦੇ ਹਨ ਅਤੇ ਅਸਫਲਤਾ ਦੇ ਜ਼ੋਖਮ ਵਿਚ ਫਸ ਜਾਂਦੇ ਹਨ। ਮੁੜ-ਮੁੜ ਹੋਣ ਵਾਲੀਆਂ ਅਸਫਲਤਾਵਾਂ ਟਲਣ ਵਾਲੇ ਵਿਹਾਰ ਅਤੇ ਹੀਣਤਾ ਦੇ ਅਹਿਸਾਸਾਂ ਦੇ ਵਿਕਾਸ ਵੱਲ ਲੈ ਜਾਂਦੀਆਂ ਹਨ।

ਆਪਣੇ ਬੱਚਿਆਂ ਦੀਆਂ ਆਪਣੀਆਂ ਤਰਜੀਹਾਂ ਦਾ ਫੈਸਲਾ ਕਰਨ ਅਤੇ ਆਪਣੇ ਟੀਚੇ ਪਰਿਭਾਸ਼ਿਤ ਕਰਨ ਵਿਚ ਮੱਦਦ ਕਰਨੀ ਚਾਹੀਦੀ ਹੈ। ਜਦੋਂ ਤੁਹਾਨੂੰ ਪਤਾ ਲੱਗ ਜਾਵੇ ਕਿ ਤੁਹਾਡਾ ਬੱਚਾ ਕੀ ਪ੍ਰਾਪਤੀ ਕਰਨੀ ਚਾਹੁੰਦਾ ਹੈ, ਇਸ ਨੂੰ ਕਰਨ ਲਈ ਇਕ ਸਮਾਂਬੱਧ ਕਾਰਜ-ਕ੍ਰਮ ਬਣਾਉ। ਟੀਚੇ 'ਤੇ ਪੁੱਜਣ ਲਈ ਲੋੜੀਂਦੇ ਕਦਮਾਂ ਨੂੰ ਸਪੱਸ਼ਟ ਪਰਿਭਾਸ਼ਿਤ ਕਰੋ ਅਤੇ ਹਰੇਕ ਕਦਮ ਨੂੰ ਇਕ ਨਿੱਕੇ ਟੀਚੇ ਦੇ ਰੂਪ ਵਿਚ ਲਉ। ਜੇਕਰ ਬੱਚਾ ਕਿਸੇ ਪੜਾਅ ਤੇ ਅਟਕ ਜਾਂਦਾ ਹੈ ਤਾਂ ਉਸ ਨੂੰ ਕੰਮ ਪੂਰਾ ਕਰਨ ਦੇ ਬਦਲਵੇਂ ਰਾਹ ਦੱਸੋ। ਹੌਲੀ-ਹੌਲੀ ਪਰ ਯਕੀਨੀ ਤੌਰ 'ਤੇ ਬੱਚਾ ਹਰ ਕਦਮ ਤੇ ਪ੍ਰਾਪਤੀ ਦੇ ਅਹਿਸਾਸ ਨਾਲ ਸਿਖਰ ਤੇ ਪਹੁੰਚ ਜਾਵੇਗਾ।

ਨਾ ਵਰਤਣ ਵਾਲੇ ਸ਼ਬਦ

ਜਿਹੜੇ ਮਾਪੇ ਆਪਣੇ ਬੱਚੇ ਦਾ ਸਵੈ-ਮਾਣ ਵਧਾਉਣਾ ਚਾਹੁੰਦੇ ਹਨ ਉਨ੍ਹਾਂ ਨੂੰ ਆਪਣੇ ਸ਼ਬਦ ਕੋਸ਼ ਵਿਚੋਂ ਹੇਠਲੇ ਸੱਤ ਸ਼ਬਦ ਕੱਢ ਦੇਣੇ ਚਾਹੀਦੇ ਹਨ :

* ਨੁਕਤਾਚੀਨੀ
* ਵਿਰੋਧ
* ਟਿੱਚਰ
* ਰੱਦਣ
* ਅਪ੍ਰਵਾਨਗੀ
* ਨਿਰਉਤਸ਼ਾਹਿਤਤਾ
* ਪੱਖਪਾਤ

10.

ਸਾਰੇ ਬੱਚਿਆਂ ਦੇ ਖਦਸ਼ੇ ਹੁੰਦੇ ਹਨ

ਮੈਂ ਆਸ ਕਰਦਾ ਹਾਂ ਕਿ ਜਦੋਂ ਮੈਂ ਬਾਲਿਗ ਹੋ ਜਾਵਾਂ ਤਾਂ ਮੈਂ ਇਹ ਨਹੀਂ ਭੁੱਲਾਂਗਾ ਮੈਂ ਵੀ ਕਦੀ ਬੱਚਾ ਸੀ।

-ਮਿਤੇਸ਼ ਪੀ.

ਇਨਸਾਨ ਭਾਵਨਾਵਾਂ, ਸਨੇਹ, ਅਨੁਰਾਗ, ਉਮਾਹ, ਆਨੰਦ, ਦੁੱਖ, ਉਦਾਸੀ, ਗੁੱਸਾ, ਨਫਰਤ, ਤੈਸ਼, ਡਰ, ਦਲੇਰੀ ਤੇ ਮੌਲਦੇ ਹਨ- ਇਹ ਸਾਰੇ ਹੀ ਜੀਵਨ ਰੂਪੀ ਕੋਲਾਜ ਦੇ ਜ਼ਰੂਰੀ ਹਿੱਸੇ ਹਨ। ਹਰਕੇ ਬੱਚਾ ਭਾਵਨਾਤਮਕ ਵਿਕਾਸ ਦੇ ਆਮ ਪੜਾਵਾਂ ਵਿਚੋਂ ਗੁਜ਼ਰਦਾ ਹੈ। ਜੇਕਰ ਸਥਿਤੀਆਂ ਅਨੁਕੂਲ ਹਨ ਤਾਂ ਉਹ ਇਕ ਭਾਵੁਕ ਤੌਰ ਤੇ ਸੁਰੱਖਿਅਤ, ਸਵੈ-ਭਰੋਸੇ ਵਾਲੇ ਬਾਲਿਗ ਵਿਚ ਵਿਕਸਿਤ ਹੋ ਜਾਂਦਾ ਹੈ।

ਸਾਰੇ ਬੱਚਿਆਂ ਦੇ ਖਦਸ਼ੇ ਹੁੰਦੇ ਹਨ। ਮਾਪਿਆਂ ਨੂੰ ਆਪਣੇ ਬੱਚਿਆਂ ਦੇ ਖਦਸ਼ਿਆਂ ਤੋਂ ਪ੍ਰੇਸ਼ਾਨ ਜਾਂ ਵਾਧੂ ਹੀ ਚਿੰਤਤ ਨਹੀਂ ਹੋਣਾ ਚਾਹੀਦਾ, ਨਹੀਂ ਤਾਂ ਉਹ ਐਵੇਂ ਹੀ ਉਨ੍ਹਾਂ ਦੇ ਡਰ ਨੂੰ ਵਧਾ ਦੇਣਗੇ ਅਤੇ ਸਥਿਤੀ ਨੂੰ ਹੋਰ ਮਾੜਾ ਕਰ ਦੇਣਗੇ। ਕਈ ਖਦਸ਼ੇ ਉਮਰ ਮੁਤਾਬਕ ਹੁੰਦੇ ਹਨ ਅਤੇ ਜਦੋਂ ਬੱਚਾ ਉਨ੍ਹਾਂ ਨੂੰ ਸਮੇਂ ਦੇ ਪੜਾਅ ਨਾਲ ਕਾਬੂ ਕਰਨ ਵਿਚ ਅਫਸਲ ਹੋ ਜਾਂਦਾ ਹੈ ਉਦੋਂ ਹੀ ਸਰਗਰਮ ਦਖਲ ਦੇਣ ਬਾਰੇ ਸੋਚਿਆ ਜਾਣਾ ਚਾਹੀਦਾ ਹੈ।

ਕੁਝ ਮਾਪੇ ਬੱਚਿਆਂ ਦੇ ਖਦਸ਼ਿਆਂ ਨੂੰ ਵੱਡੇ ਹੋਣ ਦੇ ਕੁਦਰਤੀ ਹਿੱਸੇ ਵਜੋਂ ਮੰਨਣ ਜਾਂ ਪ੍ਰਵਾਨ ਕਰਨ ਤੋਂ ਇਨਕਾਰੀ ਹੁੰਦੇ ਹਨ। ਉਹ ਮਹਿਸੂਸ ਕਰਦੇ ਹਨ ਕਿ ਖਦਸ਼ਾ ਭਰਪੂਰ ਬੱਚੇ ਵਿਚ ਕੁਝ ਗਲਤ ਹੈ। ਉਨ੍ਹਾਂ ਵੱਲੋਂ ਬੱਚੇ ਦੇ ਖਦਸ਼ਿਆਂ ਨੂੰ ਸਹੀ ਮੰਨਣ ਤੋਂ ਇਨਕਾਰ ਉਨ੍ਹਾਂ ਨੂੰ ਸੁਹਿਰਦ ਨਹੀਂ ਦਿਖਣ ਦਿੰਦਾ ਪਰ ਸੱਚਾਈ ਇਹ ਹੈ ਕਿ ਉਨ੍ਹਾਂ ਦੇ ਮਨ ਵਿਚ ਕਿਤੇ ਨਾ ਕਿਤੇ ਮਾਪਿਆਂ ਵੱਜੋਂ ਅਸਫਲ ਹੋਣ ਦੀ ਸੋਚ ਹੁੰਦੀ ਹੈ।

ਡਰ ਜ਼ਿੰਦਾ ਰਹਿਣ ਦੀ ਕੁੰਜੀ ਹੈ। ਇਹ ਹਿਫਾਜ਼ਤੀ ਭਾਵਨਾ ਹੈ ਜੋ ਸਾਨੂੰ ਸਾਵਧਾਨੀ ਵਰਤਣ ਲਈ ਤਿਆਰ ਕਰਦੀ ਹੈ, ਸੁਚੇਤ ਅਤੇ ਸਿਆਣਾ ਬਣਨ ਲਈ ਉਕਸਾਉਂਦੀ ਹੈ। ਛੱਤ ਉਤੋਂ ਡਿੱਗਣ ਦਾ ਡਰ ਸਾਨੂੰ ਪੜਛੱਤੀ ਤੋਂ ਦੂਰ ਰੱਖਦਾ ਹੈ। ਜਦੋਂ ਅਸੀਂ ਸੜਕ ਪਾਰ ਕਰਦੇ ਹਾਂ ਤਾਂ ਧਿਆਨ ਨਾਲ ਤੁਰਦੇ ਹਾਂ। ਜਦੋਂ ਅਸੀਂ ਹਨੇਰੇ ਵਿਚ ਬਾਹਰ ਜਾਂਦੇ ਹਾਂ ਤਾਂ ਆਪਣੇ ਕੋਲ ਟਾਰਚ ਰੱਖਦੇ ਹਾਂ-ਇਸ ਤਰ੍ਹਾਂ ਡਰ ਸਾਡੇ ਜ਼ੋਖਮ ਨੂੰ ਘਟਾਉਣ ਵਿਚ ਮੱਦਦ ਕਰਦਾ ਹੈ।

ਡਰ ਇਕ ਸਰਵਵਿਆਪੀ ਭਾਵਨਾ ਹੈ ਜੋ ਸਾਰੇ ਜੀਵਾਂ ਵਿਚ ਮੌਜੂਦ ਹੈ ਅਤੇ ਦਿਖਾਈ ਜਾਂਦੀ ਹੈ। ਆਪਣੇ ਸਰਬੋਚ ਦਿਮਾਗ ਅਤੇ ਬਹੁਤ ਜ਼ਿਆਦਾ ਸੋਝੀ ਕਾਰਨ ਮਨੁੱਖ ਜ਼ੋਖਮ ਭਰਪੂਰ ਉਤੇਜਕ ਦੇ ਵਿਸਤ੍ਰਿਤ ਤਾਣੇ-ਬਾਣੇ ਪ੍ਰਤੀ ਹੁੰਗਾਰਾ ਭਰਦਾ ਹੈ। ਦਰਅਸਲ ਬੱਚੇ ਦੇ ਡਰ ਵੀ ਬਾਲਿਗਾਂ ਵਾਲਿਆਂ ਨਾਲੋਂ ਬਹੁਤੇ ਵੱਖਰੇ ਨਹੀਂ ਹੁੰਦੇ। ਪਰ ਵੱਡਿਆਂ ਕੋਲ ਉਨ੍ਹਾਂ ਦੇ ਵਾਧੇ ਲਈ ਉਨ੍ਹਾਂ ਦਾ ਅਨੁਭਵ ਹੁੰਦਾ ਹੈ। ਉਹ ਜਟਿਲ ਸਥਿਤੀਆਂ ਨਾਲ ਨਜਿੱਠਣਾ ਸਿੱਖ ਚੁੱਕੇ ਹੁੰਦੇ ਹਨ, ਬੱਚੇ ਸਿੱਖੇ ਨਹੀਂ ਹੁੰਦੇ। ਬੱਚਿਆਂ ਨੇ ਅਜੇ ਡਰ ਦੀ ਭਾਵਨਾ ਉਤੇ ਉਸਤਾਦੀ ਹਾਸਲ ਕਰਨੀ ਹੁੰਦੀ ਹੈ।

ਆਮ ਡਰ

ਜਦੋਂ ਬੱਚਾ ਭਾਵਨਾਤਮਕ ਵਿਕਾਸ ਦੇ ਭਿੰਨ ਪੜਾਵਾਂ ਵਿਚੋਂ ਲੰਘਦਾ ਹੈ ਕਈ ਡਰ ਤਾਂ ਬਿਲਕੁਲ ਸਾਧਾਰਣ ਹੁੰਦੇ ਹਨ। ਡਿੱਗਣ ਅਤੇ ਅਚਾਨਕ ਉੱਚੀ ਆਵਾਜ਼ ਦਾ ਡਰ ਸਾਰੇ ਬਾਲਾਂ ਵਿਚ ਹੁੰਦਾ ਹੈ। ਜੇਕਰ ਬੱਚੇ ਨੂੰ ਹੱਥ ਨਾਲ ਫੜ ਉਲਟਾ ਲਟਕਾਇਆ ਹੋਵੇ ਅਤੇ ਹੱਥ ਨੂੰ ਅਚਾਨਕ ਹੇਠਾਂ ਨੂੰ ਲਿਆਂਦਾ ਜਾਵੇ ਤਾਂ ਬੱਚਾ ਡਿੱਗਣ ਤੋਂ ਬਚਣ ਵਾਸਤੇ ਆਪਣੇ ਹੱਥ-ਪੈਰ ਫੈਲਾ ਲੈਂਦਾ ਹੈ। ਇਸ ਨੂੰ ਪੈਰਾਸ਼ੂਟ ਰਿਫਲੈਕਸ ਵੀ ਕਿਹਾ ਜਾਂਦਾ ਹੈ। ਅਤੇ ਇਹ ਡਿੱਗਣ ਦੇ ਖਿਲਾਫ਼ ਹਿਫਾਜ਼ਤੀ ਹੁੰਗਾਰਾ ਹੈ। ਇਸੇ ਤਰ੍ਹਾਂ ਕਿਸੇ ਅਚਾਨਕ ਉੱਚੀ ਆਵਾਜ਼ ਪ੍ਰਤੀ ਨਿੱਕੇ ਬਾਲ ਇਕ ਤ੍ਰਭਕਣ ਵਾਲਾ ਪ੍ਰਤਿਕ੍ਰਿਆ ਭਰਦੇ ਹਨ। ਉਹ ਆਪਣੀਆਂ ਬਾਹਾਂ ਅਤੇ ਜਿਸਮ ਨੂੰ ਅਚਾਨਕ ਝਟਕੇ ਮਾਰਦੇ ਹਨ ਅਤੇ ਸ਼ਾਂਤ ਹੋਣ ਤੋਂ ਪਹਿਲਾਂ ਥੋੜ੍ਹੀ ਹਿੱਲ-ਜੁੱਲ ਕਰਦੇ ਹਨ। ਇਹ ਪ੍ਰਤੀਕ੍ਰਿਆ ਬਾਲਿਗ ਜੀਵਨ ਵਿਚ ਵੀ ਕਾਇਮ ਰਹਿੰਦੀ ਹੈ, ਹਾਲਾਂਕਿ ਇਹ ਬੜੀ ਹਲਕੀ ਹੁੰਦੀ ਹੈ।

ਛੇ ਕੁ ਮਹੀਨੇ ਦੇ ਬੱਚਿਆਂ ਤੋਂ ਅਜਨਬੀਆਂ ਤੋਂ ਡਰਨ ਦੀ ਆਸ ਕੀਤੀ ਜਾ ਸਕਦੀ ਹੈ। ਹੁਣ ਉਹ ਆਪਣੇ ਪਰਿਵਾਰ ਦੇ ਜੀਆਂ ਨੂੰ ਪਛਾਣਨ ਜੋਗੇ ਹੋ ਗਏ ਹੁੰਦੇ ਹਨ ਅਤੇ ਅਣਜਾਣੇ ਚਿਹਰਿਆਂ ਤੋਂ ਖਤਰਾ ਮਹਿਸੂਸ ਕਰਦੇ ਹਨ। ਅਜਨਬੀ ਉਨ੍ਹਾਂ ਦੀ ਸੁਰੱਖਿਆ ਅਤੇ ਜੀਵਨ ਲਈ ਸੰਭਾਵੀ ਖਤਰੇ ਦਾ ਨਿਰੂਪਣ ਹੁੰਦੇ ਹਨ।

ਦਸ ਕੁ ਮਹੀਨੇ ਵਿਚ ਛੱਡ ਦਿੱਤੇ ਜਾਣ ਦਾ ਡਰ ਵਿਕਸਿਤ ਹੋ ਜਾਂਦਾ ਹੈ ਅਤੇ ਇਕ ਅਤੇ ਦੋ ਸਾਲ ਦੀ ਉਮਰ ਵਿਚਕਾਰ ਇਹ ਬੜਾ ਮਜ਼ਬੂਤ ਹੁੰਦਾ ਹੈ। ਜਦੋਂ ਵੀ ਮਾਂ ਕੁਝ ਸਮੇਂ ਲਈ ਨਜ਼ਰੋਂ ਉਝਲ ਹੁੰਦੀ ਹੈ ਤਾਂ ਬੱਚਾ ਮਹਿਸੂਸ ਕਰਦਾ ਹੈ

ਕਿ ਉਹ ਹਮੇਸ਼ਾਂ ਲਈ ਦੂਰ ਚਲੀ ਗਈ ਹੈ। ਇਸ ਨਾਲ ਉਸ ਦਾ ਤੌਖਲਾ ਬਹੁਤ ਵਧ ਜਾਂਦਾ ਹੈ ਜੋ ਕਿ ਉਦੋਂ ਹੀ ਹਟਦਾ ਹੈ ਜਦੋਂ ਉਹ ਪਰਤ ਆਉਂਦੀ ਹੈ। ਇਸ ਪੜਾਅ ਦੌਰਾਨ ਮਾਪਿਆਂ ਨੂੰ ਬੱਚੇ ਤੋਂ ਲੰਬੇ ਚਿਰ ਲਈ ਜਾਂ ਵਾਰ-ਵਾਰ ਦੂਰ ਜਾਣ ਤੋਂ ਬਚਣਾ ਚਾਹੀਦਾ ਹੈ। ਹੌਲੀ ਹੌਲੀ ਬੱਚਾ ਆਪਣੇ ਮਾਪਿਆਂ ਦੇ ਦੂਰ ਜਾਣ ਨਾਲ ਨਜਿੱਠਣਾ ਸਿੱਖ ਜਾਂਦਾ ਹੈ ਅਤੇ ਉਸ ਵਿਚ ਸੁਰੱਖਿਆ ਦੀ ਭਾਵਨਾ ਵਿਕਸਿਤ ਹੋ ਜਾਂਦੀ ਹੈ।

ਹਨੇਰੇ ਦਾ ਡਰ ਦੋ ਤੋਂ ਤਿੰਨ ਸਾਲ ਦੀ ਉਮਰ ਵਿਚ ਹਾਵੀ ਹੁੰਦਾ ਹੈ ਅਤੇ ਉਹ ਬਚਪਨ ਤੋਂ ਕਾਫੀ ਬਾਦ ਤੱਕ ਵੀ ਜਾ ਸਕਦਾ ਹੈ। ਬਾਲਿਗ ਤੱਕ ਵੀ ਰਾਤ ਤੋਂ ਡਰਦੇ ਹਨ ਕਿਉਂਕਿ ਹਨੇਰਾ ਚੋਰੀਆਂ, ਕਤਲਾਂ ਅਤੇ ਹੋਰ ਖਤਰਨਾਕ ਕੰਮਾਂ ਨਾਲ ਜੁੜਿਆ ਹੁੰਦਾ ਹੈ। ਜਦੋਂ ਬੱਚੇ ਆਪਣੀ ਕਿਸ਼ੋਰ ਅਵਸਥਾ ਵਿਚ ਦਾਖਲ ਹੁੰਦੇ ਹਨ ਮੌਤ ਦੇ ਸੰਕਲਪ ਬਾਰੇ ਉਨ੍ਹਾਂ ਨੂੰ ਸਪੱਸ਼ਟ ਹੋ ਜਾਂਦਾ ਹੈ। ਉਹ ਇਕ ਮਾਪੇ ਦੀ ਮੌਤ ਬਾਰੇ ਸਭ ਤੋਂ ਵੱਧ ਤੌਖਲਾ ਅਨੁਭਵ ਕਰਦੇ ਹਨ। ਕੁਝ ਬੱਚਿਆਂ ਅੰਦਰ ਅੰਨ੍ਹੇ ਹੋਣ ਜਾਂ ਕਿਸੇ ਹੋਰ ਮਾਰੂ ਬੀਮਾਰੀ ਤੋਂ ਗ੍ਰਸਤ ਹੋਣ ਦਾ ਡਰ ਪੈਦਾ ਹੋ ਜਾਂਦਾ ਹੈ।

ਡਰਾਉਣੇ ਸੁਪਨੇ :

ਤਿੰਨ ਤੋਂ ਅੱਠ ਸਾਲ ਦੀ ਉਮਰ ਵਿਚਕਾਰ ਬੱਚਿਆਂ ਨੂੰ ਆਮ ਹੀ ਡਰਾਉਣੇ ਸੁਪਨੇ ਆਉਂਦੇ ਰਹਿੰਦੇ ਹਨ। ਸਹੀ ਕਾਰਨ ਤਾਂ ਨਹੀਂ ਪਤਾ ਪਰ ਮੰਨਿਆ ਇਹ ਜਾਂਦਾ ਹੈ ਕਿ ਉਨ੍ਹਾਂ ਦਾ ਸਬੰਧ ਆਮ ਤੌਖਲੇ ਅਤੇ ਤਣਾਉ ਨਾਲ ਹੁੰਦਾ ਹੈ ਜਿਹੜੇ ਵਧਦੇ ਬੱਚਿਆਂ ਦੇ ਜੀਵਨਾਂ ਦਾ ਹਿੱਸਾ ਹੁੰਦੇ ਹਨ।

ਡਰਾਉਣੇ ਸੁਪਨੇ ਦੌਰਾਨ ਬੱਚਾ ਆਪਣੇ ਮਾਪਿਆਂ ਤੋਂ ਤਸੱਲੀ ਅਤੇ ਸਹਾਰਾ ਚਾਹੁੰਦਾ ਹੈ। ਜਿੰਨੀ ਛੇਤੀ ਹੋ ਸਕੇ ਬੱਚੇ ਕੋਲ ਪਹੁੰਚੋ ਅਤੇ ਉਦੋਂ ਤੱਕ ਉਸ ਕੋਲ ਰਹੋ ਜਦੋਂ ਤੱਕ ਉਹ ਡਰਾਉਣੇ ਸੁਪਨੇ ਵਿਚੋਂ ਬਾਹਰ ਨਹੀਂ ਨਿੱਕਲ ਆਉਂਦਾ ਅਤੇ ਮੁੜ ਕੇ ਠੀਕ ਤਰ੍ਹਾਂ ਨੀਂਦ ਦੇ ਚੱਕਰ ਵਿਚ ਨਹੀਂ ਪੈ ਜਾਂਦਾ। ਕੁਝ ਦੇਰ ਉਸ ਦਾ ਸਿਰ ਪਲੋਸ ਕੇ ਉਸ ਨੂੰ ਤਸੱਲੀ ਦਿਉ। ਕਈ ਬੱਚੇ ਆਪਣੇ ਸੁਪਨੇ ਅਗਲੇ ਦਿਨ ਵੀ ਯਾਦ ਰੱਖਦੇ ਹਨ। ਸਵੇਰੇ ਉਨ੍ਹਾਂ ਨੂੰ ਆਪਣੇ ਸੁਪਨਿਆਂ ਬਾਰੇ ਗੱਲ ਕਰਨ ਲਈ ਉਤਸ਼ਾਹਿਤ ਕਰੋ। ਜਿਹੜੀਆਂ ਚੀਜ਼ਾਂ ਸੁਪਨੇ ਵਿਚ ਡਰਾਉਣੀਆਂ ਸਨ ਉਨ੍ਹਾਂ ਉੱਤੇ ਕਾਬੂ ਪਾਉਣ ਲਈ ਚਰਚਾ ਕਰੋ ਅਤੇ ਤਰੀਕੇ ਸੁਝਾਉ।

ਜਦੋਂ ਬੱਚਾ ਖੋ ਜਾਂਦਾ ਹੈ :

ਮਾਪਿਆਂ ਦੀ ਪੂਰੀ ਚੌਕਸੀ ਦੇ ਬਾਵਜੂਦ ਵੀ ਬੱਚੇ ਖੁਦ ਨੂੰ ਕਿਵੇਂ ਨਾ ਕਿਵੇਂ ਗੁਆ ਹੀ ਲੈਂਦੇ ਹਨ। ਆਮ ਕਰਕੇ ਇਨ੍ਹਾਂ ਹਾਦਸਿਆਂ ਲਈ ਦੋਸ਼ ਮਾਪਿਆਂ ਨੂੰ ਨਹੀਂ ਦਿੱਤਾ ਜਾ ਸਕਦਾ। ਮੰਨਿਆ ਕਿ ਕਈ ਮਾਪੇ ਲਾਪ੍ਰਵਾਹ ਹੁੰਦੇ ਹਨ ਪਰ ਬੱਚੇ ਨੂੰ ਗੁਆ ਲੈਣ ਦੇ ਖਤਰੇ ਤੱਕ ਵੀ ਨਹੀਂ।

ਜਦੋਂ ਬੱਚੇ ਖੋ ਜਾਂਦੇ ਹਨ - ਭੀੜ-ਭੜੱਕੇ ਵਾਲੇ ਬਾਜ਼ਾਰ ਵਿਚ ਜਾਂ ਮੇਲੇ

ਵਿਚ ਅਤੇ ਕਾਫੀ ਚਿਰ ਤੱਕ ਮਾਪਿਆਂ ਤੋਂ ਦੂਰ ਰਹਿੰਦੇ ਹਨ, ਉਨ੍ਹਾਂ ਵਿਚ ਤਿੱਖਾ ਤੌਖਲਾ ਪੈਦਾ ਹੋ ਜਾਂਦਾ ਹੈ ਅਤੇ ਉਨ੍ਹਾਂ ਵਿਚ ਗੁਆਚਣ ਦਾ ਸਥਾਈ ਡਰ ਵੀ ਪੈਦਾ ਹੋ ਜਾਂਦਾ ਹੈ। ਇਹ ਬੱਚੇ ਇਕੱਲੇ ਬਾਹਰ ਜਾਣ ਤੋਂ ਡਰਨ ਲੱਗਦੇ ਹਨ ਅਤੇ ਬਹੁਤਾ ਕਰਕੇ ਆਪਣੇ ਮਾਪਿਆਂ ਨਾਲ ਜਾਂ ਆਪਣੇ ਜਾਣੂ ਹੋਰ ਬਾਲਿਗਾਂ ਨਾਲ ਚਿਪਕੇ ਰਹਿੰਦੇ ਹਨ।

ਅਜਿਹੇ ਬੱਚੇ ਸਕੂਲ ਸ਼ੁਰੂ ਹੋਣ ਵੇਲੇ ਵਿਛੜਨ ਦਾ ਬਹੁਤ ਜ਼ਿਆਦਾ ਤੌਖਲਾ ਦਰਸਾਉਂਦੇ ਹਨ ਅਤੇ ਉਹ ਜਮਾਤੀਆਂ ਅਤੇ ਅਧਿਆਪਕਾਂ ਨਾਲ ਅਰਥ ਭਰਪੂਰ ਰਿਸ਼ਤੇ ਸਥਾਪਤ ਕਰਨ ਵਿਚ ਅਸਫਲ ਰਹਿ ਜਾਂਦੇ ਹਨ। ਇਨ੍ਹਾਂ ਬੱਚਿਆਂ ਨਾਲ ਸਿੱਝਣ ਵੇਲੇ ਮਾਪਿਆਂ ਅਤੇ ਅਧਿਆਪਕਾਂ ਨੂੰ ਬੱਚੇ ਦੇ ਡਰ ਨੂੰ ਉਨ੍ਹਾਂ ਦੇ ਖੋ ਜਾਣ ਦੇ ਸਦਮਾਕਾਰੀ ਅਨੁਭਵ ਦੇ ਕੁਦਰਤੀ ਸਿੱਟੇ ਵਜੋਂ ਪ੍ਰਵਾਨ ਕਰਨਾ ਚਾਹੀਦਾ ਹੈ। ਤਸੱਲੀ ਦੇਣ ਨਾਲ ਬਹੁਤੇ ਬੱਚੇ ਆਪਣੇ ਡਰ 'ਤੇ ਕਾਬੂ ਪਾ ਜਾਂਦੇ ਹਨ ਅਤੇ ਸਵੈ-ਭਰੋਸਾ ਪੈਦਾ ਕਰ ਲੈਂਦੇ ਹਨ।

ਟੀ.ਵੀ. ਹਿੰਸਾ :

ਅੱਜ ਕੱਲ੍ਹ ਬੱਚਿਆਂ ਦੇ ਸਾਹਮਣੇ ਤੌਖਲਾ ਪੈਦਾ ਕਰਨ ਵਾਲੇ ਕਈ ਤਰ੍ਹਾਂ ਦੇ ਅਨੁਭਵ ਆਉਂਦੇ ਹਨ-ਟੀ.ਵੀ. ਹਿੰਸਾ ਇਨ੍ਹਾਂ ਵਿਚੋਂ ਇਕ ਵੱਡਾ ਗੁਨਾਹਗਾਰ ਹੈ। ਨੌਂ ਸਾਲਾ ਤੁਸ਼ਾਰ ਵਧੀਆ ਅਨੁਕੂਲਿਤ, ਹੁਸ਼ਿਆਰ ਅਤੇ ਪ੍ਰਸੰਨ ਬੱਚਾ ਸੀ। ਉਹ ਆਪਣੇ ਮਾਪਿਆਂ ਦੇ ਨਾਲ ਦੇ ਕਮਰੇ ਵਿਚ ਬੜੇ ਆਰਾਮ ਨਾਲ ਸੌਂ ਜਾਂਦਾ ਸੀ। ਇਕ ਸ਼ਾਮ ਜਦੋਂ ਉਸ ਦੇ ਮਾਪੇ ਕਿਤੇ ਗਏ ਹੋਏ ਸਨ ਤਾਂ ਉਸ ਨੇ ਇਕ ਸੀਰੀਅਲ ਬਾਲ ਕਾਤਲ ਬਾਰੇ ਟੀ.ਵੀ. ਉਤੇ ਇਕ ਪ੍ਰੋਗਰਾਮ ਦੇਖਿਆ। ਉਹ ਰਾਤ ਨੂੰ ਡਰ ਕਰਕੇ ਸੌਂ ਨਾ ਸਕਿਆ ਅਤੇ ਕਾਤਲ ਦੀ ਚੌਕਸੀ ਕਰਦਾ ਰਿਹਾ। ਜਦੋਂ ਉਸ ਦੇ ਮਾਪਿਆਂ ਦੇ ਕਮਰੇ ਦੀ ਬੱਤੀ ਬੁਝ ਗਈ ਤਾਂ ਉਹ ਉਨ੍ਹਾਂ ਦੇ ਕਮਰੇ ਵਿਚ ਜਾ ਕੇ ਫਰਸ਼ 'ਤੇ ਸੌਂ ਗਿਆ।

ਤੁਸ਼ਾਰ ਪ੍ਰੋਗਰਾਮ ਵਿਚ ਦਿਖਾਏ ਭਿਆਨਕ ਦ੍ਰਿਸ਼ਾਂ ਤੋਂ ਐਨਾ ਪ੍ਰੇਸ਼ਾਨ ਸੀ ਕਿ ਉਸ ਦੀ ਆਪਣੇ ਕਮਰੇ ਵਿਚ ਇਕੱਲਾ ਸੌਣ ਦੀ ਹਿੰਮਤ ਹੀ ਜਾਂਦੀ ਰਹੀ। ਹਰ ਰਾਤ ਉਸ ਨੇ ਆਪਣੇ ਮਾਪਿਆਂ ਦੇ ਬਿਸਤਰੇ ਵਿਚ ਵੜ ਕੇ ਸੌਣਾ ਸ਼ੁਰੂ ਕਰ ਦਿੱਤਾ। ਇਸ ਨਵੇਂ ਵਾਧੇ ਤੋਂ ਉਸ ਦੇ ਮਾਪੇ ਵੀ ਬੜੇ ਪ੍ਰੇਸ਼ਾਨ ਸਨ।

ਰੋਧੀ ਪਾਲਣ-ਪੋਸ਼ਣ ਭਾਵੇਂ ਨਵੀਂ ਅਤੇ ਕਾਲਪਨਿਕ ਘਾੜਤ ਲੱਗੇ ਪਰ ਇਹ ਇਕ ਬੜਾ ਹੀ ਪੁਰਾਣਾ ਅਤੇ ਸਮੇਂ ਤੇ ਖਰਾ ਉਤਰਿਆ ਅਭਿਆਸ ਹੈ। ਮਾਪਿਆਂ ਨੂੰ ਸਰਗਰਮੀ ਨਾਲ ਇਸ ਦਾ ਨਿਰੀਖਣ ਕਰਨਾ ਚਾਹੀਦਾ ਹੈ ਕਿ ਜੋ ਬੱਚੇ ਦੇ ਦਿਮਾਗ ਵਿਚ ਚੱਲ ਰਿਹਾ ਹੈ ਉਹ ਸਿਹਤਮੰਦ ਹੈ ਜਾਂ ਗੈਰਸਿਹਤਮੰਦ। ਤੁਸ਼ਾਰ ਦੇ ਮਾਪਿਆਂ ਨੂੰ ਉਸ ਦੀ ਸਮੱਸਿਆ ਬਾਰੇ ਤੁਸ਼ਾਰ ਨਾਲ ਗੱਲ ਕਰਨ ਦੀ ਅਤੇ ਉਸ ਨੂੰ ਤਸੱਲੀ ਦੇਣ ਦੀ ਲੋੜ ਸੀ। ਉਨ੍ਹਾਂ ਨੂੰ ਕੁਝ ਚਿਰ ਲਈ ਤੁਸ਼ਾਰ ਨੂੰ ਆਪਣੇ ਨਾਲ

ਸੌਣ ਦੀ ਇਜਾਜ਼ਤ ਦੇ ਦੇਣੀ ਚਾਹੀਦੀ ਸੀ। ਉਨ੍ਹਾਂ ਨੂੰ ਉਸ ਦੇ ਦਿਮਾਗ ਵਿਚ ਭਰਨ ਲਈ ਖੁਸ਼ੀ ਵਾਲੇ ਅਨੁਭਵ ਵਿਉਂਤਣੇ ਚਾਹੀਦੇ ਸੀ। ਹੌਲੀ-ਹੌਲੀ ਅਗਲੇ ਕੁਝ ਦਿਨਾਂ ਵਿਚ ਉਹ ਉਸ ਨੂੰ ਨਾਈਟ ਲੈਂਪ ਜਲਾਕੇ ਵਿਚਲਾ ਬੂਹਾ ਖੋਲ੍ਹ ਕੇ ਉਸਦੇ ਆਪਣੇ ਕਮਰੇ ਵਿਚ ਸੌਣ ਲਈ ਤਿਆਰ ਕਰ ਸਕਦੇ ਹਨ।

ਉਨ੍ਹਾਂ ਨੂੰ ਰਾਹ ਦਿਖਾਉ :

ਬੱਚੇ ਆਪਣਾ ਵਿਹਾਰ ਆਪਣੇ ਮਾਪਿਆਂ ਨੂੰ ਦੇਖਕੇ ਬਣਾਉਂਦੇ ਹਨ। ਜਿਹੜੀਆਂ ਸਥਿਤੀਆਂ ਨਾਲ ਮਾਪੇ ਸਵੈ-ਭਰੋਸੇ ਨਾਲ ਨਜਿੱਠਦੇ ਹਨ ਜਿਨ੍ਹਾਂ ਤੋਂ ਬੱਚਾ ਜਕਦਾ ਹੁੰਦਾ ਹੈ ਤਾਂ ਉਹ ਇਕ ਸਾਕਾਰੀ ਮਿਸਾਲ ਸਥਾਪਤ ਕਰਦੇ ਹਨ।

ਮੇਰੀ ਧੀ ਦੇ ਦੰਦਾਂ ਦੀ ਇਕ ਜਾਂਚ ਦੌਰਾਨ ਦੰਦਾਂ ਦੇ ਡਾਕਟਰ ਨੇ ਸਲਾਹ ਦਿੱਤੀ ਕਿ ਦੰਦਾਂ ਦੀ ਸਹੀ ਸੋਧ ਲਈ ਚਾਰ ਦੰਦ ਕੱਢਣੇ ਪੈਣਗੇ। ਕੁਦਰਤੀ ਹੈ ਕਿ ਉਹ ਦਹਿਲ ਗਈ। ਦੰਦਾਂ ਦੇ ਔਜ਼ਾਰ ਦੇਖਕੇ ਮੈਂ ਵੀ ਬਹੁਤ ਘਬਰਾ ਗਿਆ ਸੀ। ਮੈਂ ਸਾਲਾਂ ਤੋਂ ਆਪਣਾ ਦੁਖਦਾ ਦੰਦ ਕਢਾਉਣਾ ਅੱਗੇ ਪਾਉਂਦਾ ਜਾ ਰਿਹਾ ਸੀ। ਮੈਂ ਉਸ ਲਈ ਮਿਸਾਲ ਬਣਨ ਦਾ ਫੈਸਲਾ ਕੀਤਾ ਅਤੇ ਮੈਂ ਆਪਣਾ ਦੰਦ ਕਢਾਉਣ ਲਈ ਤਿਆਰ ਹੋ ਗਿਆ।

ਕੁਝ ਦਿਨਾਂ ਬਾਦ ਉਹ ਦੰਦਾਂ ਦੇ ਡਾਕਟਰ ਕੋਲ ਮੇਰੇ ਨਾਲ ਗਈ ਤੇ ਉਸਨੇ ਬੜੇ ਆਰਾਮ ਨਾਲ ਮੇਰਾ ਦੰਦ ਨਿਕਲਦਾ ਦੇਖਿਆ। ਮੈਨੂੰ ਧੀਰਜ ਅਤੇ ਸ਼ਾਂਤੀ ਨਾਲ ਦੰਦ ਕਢਵਾਉਂਦਾ ਦੇਖਕੇ ਉਸ ਵਿਚ ਵੀ ਸਵੈ-ਭਰੋਸਾ ਵਧ ਗਿਆ ਅਤੇ ਹਿੰਮਤ ਆ ਗਈ। ਫੇਰ ਉਸ ਨੇ ਆਪਣਾ ਵੀ ਦੰਦਾਂ ਦੀ ਸੋਧ ਕਰਨ ਵਾਲਾ ਕੰਮ ਬਿਨਾਂ ਡਰੇ ਪੂਰਾ ਕਰ ਲਿਆ। ਦਰਅਸਲ ਜੋ ਹਿੰਮਤ ਉਸ ਨੇ ਇਸ ਸਾਰੇ ਅਮਲ ਦੌਰਾਨ ਦਿਖਾਈ ਉਹ ਬੜੀ ਮਾਅਰਕੇ ਦੀ ਸੀ।

ਇਹ ਜ਼ਰੂਰੀ ਨਹੀਂ ਕਿ ਹਰ ਵੇਲੇ ਦਲੇਰੀ ਹੀ ਦਿਖਾਈ ਜਾਂਦੀ ਰਹੇ, ਕਈ ਵਾਰੀ ਆਪਣੇ ਡਰ ਨੂੰ ਮੰਨ ਲੈਣਾ ਵੀ ਮੱਦਦ ਕਰਦਾ ਹੈ। ਜਦੋਂ ਤੁਸੀਂ ਆਪਣੇ ਬੱਚੇ ਨੂੰ ਦੱਸਦੇ ਹੋ ਕਿ ਤੁਸੀਂ ਵੀ ਡਰਦੇ ਹੁੰਦੇ ਸੀ ਤਾਂ ਉਹ ਇਹ ਮਹਿਸੂਸ ਕਰਨਗੇ ਕਿ ਉਹੀ ਇਕੱਲੇ ਨਹੀਂ ਜਿਹੜੇ ਡਰਦੇ ਹਨ। ਇਹ ਦੇਖਕੇ ਕਿ ਹੁਣ ਤੁਸੀਂ ਹਨੇਰੇ ਤੋਂ ਨਹੀਂ ਡਰਦੇ ਤਾਂ ਉਨ੍ਹਾਂ ਨੂੰ ਇਕ ਬੜਾ ਮਹੱਤਵਪੂਰਣ ਸਬਕ ਮਿਲੇਗਾ-ਕਿ ਡਰ ਉਤੇ ਕਾਬੂ ਪਾਇਆ ਜਾ ਸਕਦਾ ਹੈ।

ਬੱਚੇ ਨੂੰ ਕਦੀ ਡਰਾਉ ਨਾ :

ਅਸੀਂ ਆਪਣੇ ਬਚਪਨ ਦੇ ਡਰ ਅਤੇ ਖਦਸ਼ੇ ਆਪਣੇ ਬਾਲਿਗ ਜੀਵਨ ਵਿਚ ਲੈ ਆਉਂਦੇ ਹਾਂ। ਬੱਚੇ ਨੂੰ ਛਿਪਕਲੀ ਜਾਂ ਦਾੜ੍ਹੀ ਵਾਲੇ ਤੋਂ ਡਰਾਉਣ ਨਾਲ ਉਸ ਦੇ ਮਨ ਵਿਚ ਇਕ ਸਦੀਵੀ ਡਰ ਬੈਠ ਜਾਵੇਗਾ। ਉਹ ਬੜਾ ਸੁਖਾਲਾ ਹੀ ਦਿਲ ਛੱਡ ਸਕਦਾ ਹੈ ਅਤੇ ਲੜਨ ਤੋਂ ਪਹਿਲਾਂ ਹੀ ਹਥਿਆਰ ਸੁੱਟ ਸਕਦਾ ਹੈ। ਅਜਿਹੇ ਬੱਚੇ ਵਿਚ ਕਈ ਤਰ੍ਹਾਂ ਦੇ ਉਲਝਾਉ ਪੈਦਾ ਹੋ ਸਕਦੇ ਹਨ।

ਇਹ ਦੇਖਿਆ ਗਿਆ ਹੈ ਕਿ ਤਿੰਨ ਸਾਲ ਦੀ ਉਮਰ ਤੱਕ ਡਰ ਦਾ ਭਾਵ ਡੂੰਘਾ ਨਹੀਂ ਗਿਆ ਹੁੰਦਾ ਅਤੇ ਮਾਪਿਆਂ ਦੀ ਸਰਗਰਮ ਸ਼ਮੂਲੀਅਤ ਨਾਲ ਇਹ ਸੌਖਿਆਂ ਹੀ ਖਤਮ ਕੀਤਾ ਜਾ ਸਕਦਾ ਹੈ। ਪਰ ਪੰਜ ਸਾਲ ਦੇ ਦੁਆਲੇ ਡਰ ਬੱਚੇ ਦੇ ਮਨ ਵਿਚ ਮਜ਼ਬੂਤ ਅਸਰ ਛੱਡ ਜਾਂਦਾ ਹੈ ਅਤੇ ਇਸ ਦੇ ਅਸਰ ਨੂੰ ਖਤਮ ਕਰਨਾ ਸਗੋਂ ਵਧੇਰੇ ਔਖਾ ਹੋ ਜਾਂਦਾ ਹੈ।

ਜਦੋਂ ਤੁਸੀਂ ਆਪਣੇ ਬੱਚੇ ਨੂੰ ਇਹ ਕਹਿ ਕੇ ਡਰਾਉਂਦੇ ਹੋ ਕੇ ਤੂੰ ਪੜ੍ਹੇਂਗਾ ਨਹੀਂ ਤਾਂ ਸ਼ੇਰ ਤੈਨੂੰ ਖਾ ਜਾਵੇਗਾ ਤਾਂ ਤੁਸੀਂ ਬੱਚੇ ਦੇ ਮਨ ਵਿਚ ਭੈਅ ਪੈਦਾ ਕਰ ਰਹੇ ਹੋਵੋਗੇ। ਮਗਰੋਂ ਜੇਕਰ ਤੁਸੀਂ ਉਸ ਨੂੰ ਚਿੜੀਆ ਘਰ ਜਾਂ ਸਰਕਸ ਲੈ ਕੇ ਜਾਉਗੇ ਤਾਂ ਉਹ ਸ਼ੇਰ ਨੂੰ ਦੇਖਕੇ ਬੁਰੀ ਤਰ੍ਹਾਂ ਡਰ ਜਾਵੇਗਾ। ਇਸ ਤਰ੍ਹਾਂ ਜੋ ਚੀਜ਼ ਇਕ ਆਨੰਦਮਈ ਸੈਰ ਹੋਣੀ ਸੀ ਉਹ ਤੁਹਾਡੇ ਲਈ ਜਿੱਚ ਕਰਨ ਵਾਲੀ ਚੀਜ਼ ਹੋ ਜਾਵੇਗੀ ਅਤੇ ਬੱਚੇ ਲਈ ਡਰਾਉਣਾ ਸੁਪਨਾ।

ਮਾਪੇ ਆਪਣੇ ਬੱਚਿਆਂ ਨੂੰ ਕਾਬੂ ਵਿਚ ਰੱਖਣ ਲਈ ਭੈਅ ਦਾ ਇਕ ਸੁਖਾਲਾ ਹਥਿਆਰ ਵਰਤਦੇ ਹਨ।

* ਜੇ ਤੂੰ ਠੀਕ ਤਰ੍ਹਾਂ ਨਹੀਂ ਖਾਏਂਗਾ ਤਾਂ ਬੋਰੀ ਵਾਲਾ ਭਾਈ ਤੈਨੂੰ ਫੜ ਕੇ ਲੈ ਜਾਵੇਗਾ।
* ਜੇ ਤੂੰ ਰੋਣਾ ਬੰਦ ਨਾ ਕੀਤਾ ਤਾਂ ਤੈਨੂੰ ਸਿਪਾਹੀ ਨੂੰ ਫੜਾ ਦਿਆਂਗੇ।
* ਜੇ ਤੂੰ ਦੁੱਧ ਨਾ ਪੀਤਾ ਤਾਂ ਅਸੀਂ ਡਾਕਟਰ ਨੂੰ ਕਹਾਂਗੇ ਕਿ ਉਹ ਦੁੱਧ ਦਾ ਸੂਆ ਭਰਕੇ ਤੇਰੇ ਢਿੱਡ ਵਿਚ ਲਾ ਦੇਵੇ।

ਮੇਰੇ ਕਲੀਨਿਕ ਵਿਚ ਆਉਣ ਵਾਲੇ ਬਹੁਤੇ ਬੱਚਿਆਂ ਨੂੰ ਕਰੀਬ ਹਰ ਰੋਜ਼ ਹੀ ਕਿਸੇ ਨਾ ਕਿਸੇ ਗੱਲ ਤੇ ਉਨ੍ਹਾਂ ਦੇ ਮਾਪਿਆਂ ਨੇ ਧਮਕਾਇਆ ਹੁੰਦਾ ਹੈ। ਜਦੋਂ ਕੋਈ ਚੀਜ਼ ਕੰਮ ਨਹੀਂ ਆਉਂਦੀ ਤਾਂ ਉਹ ਆਖਰੀ ਧਮਕੀ ਇਹ ਦਿੰਦੇ ਹਨ, ਠਹਿਰ ਜਾ! ਅਸੀਂ ਤੇਰੇ ਟੀਕਾ ਲਵਾਉਣ ਲਈ ਡਾ. ਕਪੂਰ ਦੇ ਕਲੀਨਿਕ ਲੈ ਜਾਵਾਂਗੇ। ਇਸ ਦਾ ਸਿੱਟਾ ਇਹ ਨਿਕਲਦਾ ਹੈ ਕਿ ਜਦੋਂ ਇਹ ਬੱਚੇ ਮੇਰੇ ਕਲੀਨਿਕ ਵਿਚ ਦਾਖਲ ਹੁੰਦੇ ਹਨ ਤਾਂ ਉਨ੍ਹਾਂ ਨੂੰ ਆਸ ਹੁੰਦੀ ਹੈ ਕਿ ਮੈਂ ਟੀਕਾ ਹੱਥ ਵਿਚ ਲੈ ਕੇ ਉਨ੍ਹਾਂ ਉਤੇ ਝਪਟ ਪਵਾਂਗਾ। ਇਸ ਤੋਂ ਬਿਲਕੁਲ ਬਚਿਆ ਜਾ ਸਕਦਾ ਸੀ ਕਿਉਂਕਿ ਇਕ ਡਰੇ ਹੋਏ, ਰੋਂਦੇ ਬੱਚੇ ਦੀ ਸਹੀ ਜਾਂਚ ਕਰਨੀ ਕਰੀਬ ਅਸੰਭਵ ਹੀ ਹੋ ਜਾਂਦੀ ਹੈ।

ਡਰਨ ਕਰਕੇ ਬੱਚੇ ਨੂੰ ਸਜ਼ਾ ਨਾ ਦਿਉ ਜਾਂ ਮਜ਼ਾਕ ਨਾ ਉਡਾਉ :

ਡਰੇ ਹੋਏ ਬੱਚੇ ਤੇ ਚੀਕਣ ਜਾਂ ਉਸ ਨੂੰ ਸਜ਼ਾ ਦੇਣ ਦੀ ਕੋਈ ਤੁਕ ਨਹੀਂ ਬਣਦੀ। ਇਸ ਨਾਲ ਸਗੋਂ ਉਸ ਦੇ ਡਰ ਹੋਰ ਵਧਣਗੇ। ਬੱਚੇ ਨੂੰ ਡਰਪੋਕ, ਰੋਂਦੂ, ਮੁਰਗੀ ਦਾ ਚੂਚਾ ਆਦਿ ਕਹਿ ਕੇ ਉਸ ਦਾ ਮਜ਼ਾਕ ਉਡਾਉਣਾ ਪ੍ਰਤੀ ਪੈਦਾਵਾਰੀ ਹੁੰਦਾ ਹੈ। ਬੱਚੇ ਦੇ ਡਰ ਨੂੰ ਉਸੇ ਦੇ ਨੁਕਤਾ-ਨਿਗਾਹ ਨਾਲ ਵੇਖੋ ਨਾ ਕਿ ਬਾਲਿਗ ਦੇ।

ਬੱਚੇ ਨੂੰ ਭੂਤ ਬਿਲਕੁਲ ਅਸਲੀ ਲੱਗ ਸਕਦਾ ਹੈ। ਉਸ ਦਾ ਮਜ਼ਾਕ ਉਡਾਉਣਾ ਅਤੇ ਕਹਿਣਾ ਕਿ ਇਹ ਤਾਂ ਹੁੰਦਾ ਹੀ ਨਹੀਂ ਕਿਸੇ ਵੀ ਤਰ੍ਹਾਂ ਉਸ ਦੀ ਮੱਦਦ ਨਹੀਂ ਕਰੇਗਾ। ਬਲਕਿ ਇਸ ਦੀ ਬਜਾਏ ਉਸ ਨੂੰ ਕਹੋ : ਤੁਹਾਡੀ ਉਮਰ ਦੇ ਬਹੁਤ ਸਾਰੇ ਬੱਚੇ ਭੂਤਾਂ ਤੋਂ ਡਰਦੇ ਹੁੰਦੇ ਹਨ, ਇਸ ਤਰ੍ਹਾਂ ਮਹਿਸੂਸ ਹੁੰਦਾ ਹੀ ਹੈ। ਇਸ ਦੇ ਨਾਲ ਹੀ ਇਹ ਦੇਖਣ ਦੀ ਕੋਸ਼ਿਸ਼ ਕਰੋ ਕਿ ਬੱਚੇ ਦਾ ਵਿਸ਼ਵਾਸ ਭੂਤਾਂ ਵਿਚ ਪੈਦਾ ਕਰਨ ਵਾਲੀ ਕਿਹੜੀ ਚੀਜ਼ ਹੈ ਅਤੇ ਇਸ ਦੇ ਵਿਹਾਰਕ ਹੱਲ ਤਲਾਸ਼ ਕਰੋ। ਜਦੋਂ ਉਨ੍ਹਾਂ ਦੇ ਡਰਾਂ ਦਾ ਤਾਰਕਿਕ ਸਪੱਸ਼ਟੀਕਰਨ ਪੇਸ਼ ਕੀਤਾ ਜਾਂਦਾ ਹੈ ਤਾਂ ਸਾਰੇ ਬੱਚੇ ਵਧੇਰੇ ਸੁਰੱਖਿਅਤ ਮਹਿਸੂਸ ਕਰਨ ਲੱਗ ਪੈਂਦੇ ਹਨ ਭਾਵੇਂ ਕਿ ਇਹ ਉਨ੍ਹਾਂ ਨੂੰ ਪੂਰੀ ਤਰ੍ਹਾਂ ਸਮਝ ਨਾ ਵੀ ਆਇਆ ਹੋਵੇ।

ਸੰਤੁਲਨਕਾਰੀ ਕਾਰਵਾਈ :

ਬੱਚੇ ਦੇ ਡਰਾਂ ਨੂੰ ਨਜ਼ਰਅੰਦਾਜ਼ ਨਾ ਕਰੋ ਭਾਵੇਂ ਤਕਲੀਫ ਤੁਹਾਨੂੰ ਵੀ ਸਹਿਣੀ ਪਏ। ਤੁਸੀਂ ਉਸ ਨਾਲ ਆਪਣਾ ਬਿਸਤਰਾ ਸਾਂਝਾ ਕਰ ਲਉ। ਕੁਝ ਬੱਚੇ ਆਪਣੇ ਮਾਪਿਆਂ ਨੂੰ ਆਪਣੇ ਬਿਸਤਰਿਆਂ ਵਿਚ ਸੌਣ ਦੀ ਇਜਾਜ਼ਤ ਦੇਣ ਲਈ ਕਈ ਵਾਰੀ ਡਰੇ ਹੋਣ ਦਾ ਪਖੰਡ ਵੀ ਕਰਦੇ ਹਨ ਤਾਂ ਕਿ ਉਨ੍ਹਾਂ ਦਾ ਬਹੁਤਾ ਧਿਆਨ ਖਿੱਚ ਸਕਣ ਜਾਂ ਸਕੂਲ ਜਾਣ ਤੋਂ ਬਚ ਸਕਣ। ਮਾਪਿਆਂ ਨੂੰ ਇਸ ਵਿਚਕਾਰ ਸੰਤੁਲਨ ਬਣਾ ਕੇ ਰੱਖਣਾ ਚਾਹੀਦਾ ਹੈ ਕਿ ਉਹ ਨਾ ਤਾਂ ਵਧੇਰੇ ਚਿੰਤਿਤ ਹੋਣ ਅਤੇ ਨਾ ਹੀ ਲਾਪ੍ਰਵਾਹ ਹੋਣ। ਬਹੁਤੀ ਚਿੰਤਾ ਅਤੇ ਅਣਗੌਲਣਾ ਦੋਵੇਂ ਹੀ ਬੱਚੇ ਦੇ ਡਰਾਂ ਨੂੰ ਮਜ਼ਬੂਤ ਕਰ ਸਕਦੇ ਹਨ। ਜੇਕਰ ਬੱਚਿਆਂ ਨੂੰ ਨਾ ਡਰਨ ਦਾ ਇਨਾਮ ਦਿੱਤਾ ਜਾਵੇ ਤਾਂ ਉਹ ਛੇਤੀ ਹੀ ਆਪਣੇ ਡਰਾਂ 'ਤੇ ਕਾਬੂ ਪਾ ਲੈਣਗੇ ਭਾਵੇਂ ਦਿਖਾਵਾ ਹੋਵੇ ਜਾਂ ਅਸਲੀ ਹੋਣ।

ਡਰ ਨੂੰ ਖਤਮ ਕਰਨਾ :

ਬੱਚਿਆਂ ਨੂੰ ਹਰ ਸਮੇਂ ਸੁਰੱਖਿਅਤ ਮਹਿਸੂਸ ਕਰਨਾ ਚਾਹੀਦਾ ਹੈ। ਜੇਕਰ ਉਹ ਪ੍ਰੇਸ਼ਾਨ ਲੱਗਣ ਤਾਂ ਉਨ੍ਹਾਂ ਦੇ ਡਰਾਂ ਬਾਰੇ ਉਨ੍ਹਾਂ ਨਾਲ ਗੱਲ ਕਰੋ। ਡਰਾਂ ਬਾਰੇ ਗੱਲ ਕਰਨ ਨਾਲ ਬੱਚਿਆਂ ਨੂੰ ਆਪਣੇ ਡਰ ਬਿਨਾਂ ਕਿਸੇ ਸ਼ਰਮ ਦੇ ਦੱਸਣ ਦਾ ਮੌਕਾ ਮਿਲਦਾ ਹੈ। ਉਨ੍ਹਾਂ ਨੂੰ ਭਰੋਸਾ ਦਿਉ ਕਿ ਡਰ ਹੌਲੀ-ਹੌਲੀ ਘਟ ਕੇ ਖਤਮ ਹੋ ਜਾਣਗੇ। ਕਿਸੇ ਵੀ ਕਾਰਨ ਕਰਕੇ ਤਣਾਉ ਡਰਾਂ ਨੂੰ ਵਧਾਉਂਦਾ ਅਤੇ ਤਿੱਖੇ ਕਰਦਾ ਹੈ। ਪਰਿਵਾਰ ਦਾ ਕਿਤੇ ਦੂਜੀ ਥਾਂ ਜਾਣਾ, ਸਕੂਲ ਬਦਲਣਾ, ਪਰਿਵਾਰ ਵਿਚ ਮੌਤ ਬੱਚੇ ਨੂੰ ਅਤਿ ਤੌਖਲਾ ਭਰਪੂਰ ਕਰ ਸਕਦੇ ਹਨ। ਜੇਕਰ ਮਾਪੇ ਸਮਝਦਾਰ ਅਤੇ ਸਹਾਰਾ ਦੇਣ ਵਾਲੇ ਹਨ ਤਾਂ ਉਹ ਨਵੇਂ ਅਨੁਕੂਲਣ ਬਾਰੇ ਬੱਚਿਆਂ ਦੇ ਤੌਖਲੇ ਨੂੰ ਘਟਾ ਸਕਦੇ ਹਨ ਅਤੇ ਉਨ੍ਹਾਂ ਦੇ ਡਰਾਂ ਨੂੰ ਵੀ ਘਟਾ ਸਕਦੇ ਹਨ।

ਪੇਸ਼ਾਵਰਾਨਾ ਮੱਦਦ ਕਦੋਂ ਲਈਏ

1. ਜੇਕਰ ਤੁਹਾਡੇ ਬੱਚੇ ਦੇ ਡਰ ਉਸ ਦੀ ਉਮਰ ਲਈ ਢੁਕਵੇਂ ਨਹੀਂ।
2. ਜੇਕਰ ਉਹ ਲੰਮੇ ਸਮੇਂ ਤੋਂ ਕਾਇਮ ਹਨ।
3. ਜੇਕਰ ਤੁਹਾਡਾ ਬੱਚਾ ਮੁੜ ਪਿਛਲੇ ਖਤਮ ਹੋਏ ਡਰਾਂ ਵਿਚ ਜਾ ਫਸਦਾ ਹੈ।
4. ਜੇਕਰ ਬੱਚਾ ਐਨਾ ਡਰਿਆ ਹੋਇਆ ਹੈ ਕਿ ਉਹ ਸਕੂਲ ਹੀ ਨਹੀਂ ਜਾਂਦਾ, ਸੌਂ ਨਹੀਂ ਸਕਦਾ ਜਾਂ ਮਾਪਿਆਂ ਨੂੰ ਅੱਖੋਂ ਉਝਲ ਹੀ ਨਹੀਂ ਹੋਣ ਦਿੰਦਾ।

ਕੇਸ ਅਧਿਐਨ

ਤੇਰਾਂ ਸਾਲਾ ਅਭਿਲਾਸ਼ਾ ਕਾਕਰੋਚਾਂ ਤੋਂ ਬੜੀ ਡਰਦੀ ਸੀ। ਉਹ ਇਨ੍ਹਾਂ ਭੂਰੇ ਜੀਵਾਂ ਨੂੰ ਦੇਖਕੇ ਪਾਗਲ ਜਿਹੀ ਹੋ ਜਾਂਦੀ ਸੀ। ਜਦੋਂ ਉਹ ਛੋਟੀ ਸੀ ਤਾਂ ਉਸ ਨੂੰ ਮੁੜ-ਮੁੜ ਧਮਕਾਇਆ ਜਾਂਦਾ ਸੀ ਕਿ ਜੇ ਉਸ ਨੇ ਦੁੱਧ ਨਾ ਪੀਤਾ, ਰੋਟੀ ਨਾ ਖਾਧੀ ਜਾਂ ਆਪਣਾ ਘਰ ਦਾ ਕੰਮ ਪੂਰਾ ਨਾ ਕੀਤਾ ਤਾਂ ਕਾਕਰੋਚ ਉਸ ਦੇ ਬਿਸਤਰੇ ਤੇ ਚੜ੍ਹ ਕੇ ਉਸ ਨੂੰ ਕੱਟ ਲੈਣਗੇ। ਹੌਲੀ-ਹੌਲੀ ਝੀਥਾਂ ਵਿਚ ਰਹਿਣ ਦੀ ਥਾਂ ਕਾਕਰੋਚ ਉਸ ਦੇ ਮਨ ਵਿਚ ਵੱਸ ਗਏ।

ਉਸ ਦਾ ਡਰ ਹਟਾਉਣ ਲਈ ਉਸ ਨੂੰ ਦਿਖਾਇਆ ਗਿਆ ਕਿ ਦਵਾਈ ਦੀਆਂ ਦੋ ਫੁਹਾਰਾਂ ਹੀ ਕਾਕਰੋਚਾਂ ਨੂੰ ਮਾਰਨ ਲਈ ਕਾਫੀ ਹਨ। ਉਸ ਨੇ ਖੁਦ ਦੇਖਿਆ ਕਿ ਜਦੋਂ ਕਾਕਰੋਚ ਨੂੰ ਕਿਸੇ ਛਟੀ ਨਾਲ ਛੇੜਿਆ ਜਾਂਦਾ ਸੀ ਤਾਂ ਉਹ ਫੌਰਨ ਭੱਜ ਜਾਂਦਾ ਸੀ। ਇਸ ਨੂੰ ਕੁਝ ਸਮਾਂ ਤਾਂ ਲੱਗਾ ਪਰ ਅਖੀਰ ਅਭਿਲਾਸ਼ਾ ਨੂੰ ਸਮਝ ਆ ਗਿਆ ਕਿ ਕਾਕਰੋਚ ਵੀ ਬਾਕੀ ਹੋਰ ਕੀੜੇ-ਮਕੌੜਿਆਂ ਵਰਗੇ ਹੀ ਹਨ ਅਤੇ ਉਸ ਵਰਗੀ ਤਕੜੀ ਕੁੜੀ ਨੂੰ ਇਨ੍ਹਾਂ ਤੋਂ ਡਰਨ ਦੀ ਕੋਈ ਲੋੜ ਨਹੀਂ।

ਸੱਤ ਸਾਲਾ ਪਿੰਟੂ ਕੁੱਤਿਆਂ ਤੋਂ ਬੜਾ ਡਰਦਾ ਸੀ ਅਤੇ ਜਦੋਂ ਵੀ ਉਸ ਨੂੰ ਕੁੱਤਾ ਨੇੜੇ ਦਿਸ ਜਾਂਦਾ ਤਾਂ ਉਹ ਚੀਕਾਂ ਮਾਰਨ ਲੱਗਦਾ। ਇਕ ਵਾਰੀ ਉਸ ਨੂੰ ਆਵਾਰਾ ਕੁੱਤੇ ਨੇ ਵੱਢ ਲਿਆ ਸੀ ਅਤੇ ਉਸ ਨੂੰ ਕੁੱਤੇ ਦੇ ਵੱਢਣ ਦੇ ਟੀਕੇ ਲਾਏ ਗਏ ਸਨ। ਉਸ ਦਾ ਵੱਡਾ ਭਰਾ ਮਿੰਟੂ ਖਤਰਨਾਕ ਕੁੱਤਿਆਂ ਦੀਆਂ ਭਿਆਨਕ ਕਹਾਣੀਆਂ ਸੁਣਾ ਕੇ ਪਿੰਟੂ ਨੂੰ ਹੋਰ ਡਰਾਉਂਦਾ ਰਹਿੰਦਾ ਸੀ।

ਕੁੱਤਿਆਂ ਦਾ ਡਰ ਭਜਾਉਣ ਲਈ (ਜਾਂ ਕਿਸੇ ਵੀ ਜਾਨਵਰ ਦਾ) ਇਹ ਜ਼ਰੂਰੀ ਹੈ ਕਿ ਇਕ ਇਸ ਤਰ੍ਹਾਂ ਦਾ ਮਾਹੌਲ ਸਿਰਜਿਆ ਜਾਵੇ ਜੋ ਕੁੱਤੇ ਨੂੰ ਇਕ ਦੋਸਤਾਨਾ ਅਤੇ ਵਫ਼ਾਦਾਰ ਜਾਨਵਰ ਵਜੋਂ ਦਿਖਾਵੇ। ਪਿੰਟੂ ਵੱਲੋਂ ਕੁੱਤਿਆਂ ਦੇ ਡਰ ਨੂੰ ਕਾਬੂ ਕਰਨ ਵਿਚ ਉਸ ਦੇ ਮਾਪਿਆਂ ਨੇ ਇਸ ਤਰ੍ਹਾਂ ਮੱਦਦ ਕੀਤੀ :

* ਮਿੰਟੂ ਨੂੰ ਬੁਰੀ ਤਰ੍ਹਾਂ ਝਾੜਿਆ ਗਿਆ ਅਤੇ ਉਸ ਨੂੰ ਸਖਤੀ ਨਾਲ ਵਰਜਿਆ ਗਿਆ ਕਿ ਪਿੰਟੂ ਨੂੰ ਨਾ ਡਰਾਏ।

* ਬੱਚਿਆਂ ਦੇ ਕਮਰੇ ਵਿਚ ਇਕ ਫਰੇਮ ਜੜੀ ਤਸਵੀਰ ਲਾਈ ਗਈ ਜਿਸ ਵਿਚ ਇਕ ਛੋਟਾ ਬੱਚਾ ਕੁੱਤੇ ਨਾਲ ਖੇਡ ਰਿਹਾ ਸੀ ਅਤੇ ਆਪਣੀ ਚੁੰਘਣੀ ਨਾਲ ਕੁੱਤੇ ਨੂੰ ਪਾਣੀ ਪਿਲਾ ਰਿਹਾ ਸੀ।
* ਪਿੰਟੂ ਨੂੰ ਖੇਡਣ ਲਈ ਕੁੱਤੇ ਦਾ ਇਕ ਨਰਮ ਖਿਡਾਉਣਾ ਦਿੱਤਾ ਗਿਆ।
* ਉਸ ਨੂੰ ਇਕ ਦੋਸਤਾਨਾ, ਵਫ਼ਾਦਾਰ ਅਤੇ ਬਹਾਦਰ ਕੁੱਤੇ ਦੀ ਕਹਾਣੀਆਂ ਦੀ ਕਿਤਾਬ ਦਿੱਤੀ ਗਈ ਤੇ ਉਸ ਨੂੰ ਪੜ੍ਹ ਕੇ ਸੁਣਾਈ ਗਈ।
* ਪਿੰਟੂ ਨੂੰ ਨੇੜੇ ਦੇ ਪਾਰਕ ਵਿਚ ਲਿਜਾਇਆ ਗਿਆ ਜਿੱਥੇ ਉਹ ਅਕਸਰ ਬੱਚਿਆਂ ਨੂੰ ਆਪਣੇ ਪਾਲਤੂਆਂ ਨਾਲ ਖੇਡਦੇ ਦੇਖਦਾ।

ਨੌਂ ਸਾਲਾ ਦੇਵਯਾਨੀ ਹਨੇਰੇ ਤੋਂ ਬੜਾ ਡਰਦੀ ਸੀ। ਨੇੜੇ ਦੇ ਰੁੱਖ ਦਾ ਪਰਛਾਵਾਂ ਉਸ ਦੇ ਸੌਣ ਦੇ ਕਮਰੇ ਤੇ ਪੈਂਦਾ ਸੀ ਅਤੇ ਹਲਕੀ ਹਵਾ ਵਿਚ ਫੜਫੜਾਉਂਦੇ ਪਰਦੇ ਰਲਕੇ ਬੜਾ ਭਿਆਨਕ ਭਰਮ ਪੈਦਾ ਕਰਦੇ ਸਨ। ਉਸ ਨੂੰ ਨੀਂਦ ਨਾ ਆਉਂਦੀ ਅਤੇ ਉਹ ਆਪਣੇ ਕਮਰੇ ਦੀ ਬੱਤੀ ਜਲਾ ਕੇ ਰੱਖਦੀ ਜਾਂ ਆਪਣੇ ਮਾਪਿਆਂ ਨੂੰ ਕਹਿੰਦੀ ਕਿ ਉਸ ਨੂੰ ਆਪਣੇ ਨਾਲ ਕਮਰੇ ਵਿਚ ਸੌਣ ਦੇਣ।

ਉਸ ਦੇ ਮਾਪੇ ਉਸ ਦੇ ਡਰ ਨੂੰ ਨਹੀਂ ਸਮਝ ਸਕੇ ਤੇ ਕਹਿੰਦੇ ਉੱਥੇ ਡਰਨ ਵਾਲੀ ਕੋਈ ਗੱਲ ਨਹੀਂ, ਜਾਹ ਆਪਣੇ ਕਮਰੇ ਵਿਚ ਜਾ ਕੇ ਸੌਂ ਜਾ। ਉਨ੍ਹਾਂ ਨੂੰ ਅਹਿਸਾਸ ਹੋਣਾ ਚਾਹੀਦਾ ਸੀ ਕਿ ਉਥੇ ਪਰਛਾਵੇਂ ਅਤੇ ਫੜਫੜਾਉਂਦੇ ਪਰਦੇ ਅਸਲੀ ਸਨ। ਇਹ ਖਾਸ ਕਰਕੇ ਬੱਚੇ ਲਈ ਬੜਾ ਹੀ ਡਰਾਉਣਾ ਹੋ ਸਕਦਾ ਸੀ।

ਸਹੀ ਪਹੁੰਚ

1. ਬੱਚੇ ਦੇ ਡਰ ਨੂੰ ਸਹੀ ਮੰਨੋ ਅਤੇ ਉਸ ਨੂੰ ਤਸੱਲੀ ਦਿਉ। ਜਦੋਂ ਤੁਸੀਂ ਮੰਨ ਲਵੋਗੇ ਕਿ ਪਰਛਾਵੇਂ ਡਰਾਉਣੇ ਲੱਗਦੇ ਹਨ ਤਾਂ ਇਸ ਦੀ ਸੰਭਾਵਨਾ ਵੱਧ ਹੈ ਕਿ ਬੱਚਾ ਤੁਹਾਡੀ ਇਸ ਤਸੱਲੀ ਤੇ ਵੱਧ ਵਿਸ਼ਵਾਸ ਕਰੇਗਾ ਕਿ ਉਹ ਨੁਕਸਾਨ ਰਹਿਤ ਹਨ।
2. ਬੱਚੇ ਨੂੰ ਸੁਰੱਖਿਅਤ ਮਹਿਸੂਸ ਕਰਵਾਉਣ ਲਈ ਤੁਸੀਂ ਖਿੜਕੀਆਂ ਬੰਦ ਕਰਕੇ ਪਰਦੇ ਪਾਸੇ ਖਿੱਚ ਸਕਦੇ ਹੋ। ਇਸ ਤਰ੍ਹਾਂ ਨਾ ਤਾਂ ਪਰਦੇ ਫੜਫੜਾਉਣਗੇ ਤੇ ਨਾ ਹੀ ਉਨ੍ਹਾਂ ਵਿਚ ਪਰਛਾਵੇਂ ਬਣਨਗੇ।
3. ਬੱਚੇ ਦੇ ਬਿਸਤਰੇ ਤੇ ਬੈਠ ਕੇ ਉਦੋਂ ਤੱਕ ਉਸ ਦੇ ਹੱਥ ਫੜ ਕੇ ਰੱਖੋ ਜਦੋਂ ਤੱਕ ਉਹ ਝਪਕੀਆਂ ਨਾ ਲੈਣ ਲੱਗੇ। ਕੁਝ ਦਿਨ ਬਾਦ ਬੱਚੇ ਦਾ ਸਵੈ-ਵਿਸ਼ਵਾਸ ਵਧ ਜਾਵੇਗਾ ਅਤੇ ਜੋ ਕੁਝ ਕਰਨ ਦੀ ਤੁਹਾਨੂੰ ਲੋੜ ਬਾਕੀ ਰਹਿ ਜਾਵੇਗੀ ਉਹ ਇਹ ਕਿ ਉਸ ਨੂੰ ਥਾਪੜ ਕੇ ਕਮਰੇ ਤੋਂ ਬਾਹਰ ਆ ਜਾਉ।
4. ਰਾਤ ਨੂੰ ਬਲਦੀ ਬੱਤੀ ਬਹੁਤੇ ਬੱਚਿਆਂ ਦੀ ਮੱਦਦ ਕਰਦੀ ਹੈ।

5. ਵਿਚਲਾ ਦਰਵਾਜਾ ਖੁੱਲ੍ਹਾ ਰੱਖੋ।

6. ਉਸ ਨਾਲ ਬਿਸਤਰੇ ਵਿਚ ਪਈਆਂ ਬੱਚੇ ਦੀਆਂ ਜਾਣੀਆਂ-ਪਛਾਣੀਆਂ ਗੁੱਡੀਆਂ ਅਤੇ ਖਿਡਾਉਣਿਆਂ ਨਾਲ ਬੱਚਾ ਸ਼ਾਂਤ ਅਤੇ ਖ਼ੁਸ਼ ਰਹਿੰਦਾ ਹੈ। ਬੱਚਿਆਂ ਵਿਚ ਡਰ ਤਾਂ ਹੋਣਗੇ ਹੀ ਪਰ ਮਾਪਿਆਂ ਦੇ ਤੌਰ ਤੇ ਇਹ ਤੁਹਾਡਾ ਕੰਮ ਹੈ ਕਿ ਉਨ੍ਹਾਂ ਦੀ ਆਪਣੇ ਡਰ ਤੇ ਕਾਬੂ ਪਾਉਣ ਵਿਚ ਮੱਦਦ ਕਰੋ। ਤੁਹਾਨੂੰ ਉਨ੍ਹਾਂ ਨੂੰ ਦੱਸਣਾ ਚਾਹੀਦਾ ਹੈ ਕਿ ਡਰਨਾ ਕੋਈ ਮਾੜੀ ਗੱਲ ਨਹੀਂ ਤੇ ਨਾ ਹੀ ਪ੍ਰੇਸ਼ਾਨ ਹੋ ਜਾਣਾ ਪਰ ਡਰ 'ਤੇ ਕਾਬੂ ਪਾਉਣਾ ਪੂਰੀ ਤਰ੍ਹਾਂ ਸੰਭਵ ਹੈ।

11.

ਹਰੇਕ ਬੱਚਾ ਨਿਵੇਕਲਾ ਹੈ

ਉਦੋਂ ਬੱਚਿਆਂ ਦਾ ਵਿਕਾਸ ਬੜਾ ਤਸੱਲੀਬਖਸ਼ ਹੁੰਦਾ ਹੈ ਜਦੋਂ ਉਨ੍ਹਾਂ ਨੂੰ ਉਸ ਲਈ ਪਿਆਰਿਆ ਜਾਂਦਾ ਹੈ ਜੋ ਉਹ ਹਨ, ਨਾ ਕਿ ਉਸ ਲਈ ਜੋ ਕੋਈ ਸੋਚਦਾ ਹੈ ਕਿ ਉਹ ਹਨ।

- ਐਂਥਨੀ ਸਟਾਰ

ਇਸ ਸੰਸਾਰ ਵਿਚ ਕੋਈ ਵੀ ਦੋ ਮਨੁੱਖ ਬਿਲਕੁਲ ਇਕੋ ਜਿਹੇ ਨਹੀਂ, ਇਥੋਂ ਤੱਕ ਕਿ ਪ੍ਰਤੱਖ ਤੌਰ ਤੇ ਉਸੇ ਉਤਪੱਤੀ-ਮੂਲਕ ਪ੍ਰਾਪਤੀ ਦੇ ਬਾਵਜੂਦ ਜੌੜੇ ਵੀ ਭਿੰਨ ਤਰ੍ਹਾਂ ਵਿਹਾਰ ਕਰਦੇ ਹਨ। ਹਰੇਕ ਬੱਚਾ ਕਈ ਤਰ੍ਹਾਂ ਨਾਲ ਹੋਰ ਸਾਰੇ ਬੱਚਿਆਂ ਵਰਗਾ ਹੀ ਹੈ, ਪਰ ਕੁਝ ਤਰ੍ਹਾਂ ਉਹ ਕਿਸੇ ਹੋਰ ਵਰਗਾ ਨਹੀਂ। ਸਾਰੇ ਬੱਚਿਆਂ ਵਿਚ ਕਈ ਸਾਂਝੇ ਲੱਛਣ ਹੋਣਗੇ ਪਰ ਕੁਝ ਨਿਵੇਕਲੇ ਗੁਣ ਵੀ ਹੁੰਦੇ ਹਨ। ਹਰੇਕ ਬੱਚੇ ਦੇ ਨਿਵੇਕਲੇਪਣ ਨੂੰ ਸਮਝਣਾ ਅਤੇ ਉਸਦਾ ਆਦਰ ਕਰਨਾ ਸਫਲ ਪਾਲਣ-ਪੋਸ਼ਣ ਦੀ ਕੁੰਜੀ ਹੈ।

ਕੁਝ ਬੱਚੇ ਬਹੁਤ ਜ਼ਿਆਦਾ ਨਿਯੋਜਿਤ, ਸੁਘੜ ਅਤੇ ਸਵੈ-ਵਿਸ਼ਵਾਸੀ ਹੁੰਦੇ ਹਨ, ਜਦੋਂ ਕਿ ਹੋਰ ਬਹੁਤ ਹੀ ਜ਼ਿਆਦਾ ਅਨਿਯੋਜਿਤ, ਲਾਪ੍ਰਵਾਹ ਅਤੇ ਜਕਣ ਵਾਲੇ ਹੁੰਦੇ ਹਨ। ਪਹਿਲਾ ਸਮੂਹ ਪ੍ਰੀਖਿਆਵਾਂ, ਜਨਤਕ ਪੇਸ਼ਕਾਰੀਆਂ ਆਦਿ ਨਾਲ ਬੜਾ ਸੁਖਾਲਾ ਸਿੱਝਣ ਦੇ ਯੋਗ ਹੁੰਦਾ ਹੈ। ਦੂਜਾ ਸਮੂਹ ਛੋਟੇ-ਮੋਟੇ ਤਣਾਉ ਝੱਲਣ ਜੋਗਾ ਵੀ ਨਹੀਂ ਹੁੰਦਾ। ਇਸ ਤਰ੍ਹਾਂ ਪ੍ਰੀਖਿਆ ਵੇਲੇ ਉਹ ਐਨੇ ਤਣਾਉ ਭਰਪੂਰ ਹੋ ਸਕਦੇ ਹਨ ਕਿ ਉਹ ਅਜਿਹੇ ਪ੍ਰਸ਼ਨਾਂ ਤੱਕ ਨੂੰ ਵੀ ਰੋਲ-ਘਚੋਲੇ ਵਿਚ ਪਾ ਲੈਂਦੇ ਹਨ ਜਿਨ੍ਹਾਂ ਦੇ ਜਵਾਬ ਉਨ੍ਹਾਂ ਨੂੰ ਯਾਦ ਵੀ ਹੁੰਦੇ ਹਨ।

ਇਸ ਦੂਜੇ ਸਮੂਹ ਨੂੰ ਧਿਆਨ ਨਾਲ ਸੰਭਾਲਣ ਅਤੇ ਭਾਵਨਾਤਮਕ ਟੇਕ ਦੀ ਲੋੜ ਹੁੰਦੀ ਹੈ। ਇਕ ਵਿਸਤ੍ਰਿਤ ਸਹਾਇਤਾ ਪ੍ਰਣਾਲੀ ਵਿਕਸਿਤ ਕੀਤੀ ਜਾਣੀ ਚਾਹੀਦੀ ਹੈ ਅਤੇ ਇਸ ਢੰਗ ਨਾਲ ਵਰਤੀ ਜਾਣੀ ਚਾਹੀਦੀ ਹੈ ਕਿ ਉਹ ਲਾਚਾਰ

ਮਹਿਸੂਸ ਨਾ ਕਰਨ ਅਤੇ ਨਾਲ ਹੀ ਮਨ ਦੇ ਸਾਕਾਰੀ ਚੌਖਟੇ ਨਾਲ ਵਿਭਿੰਨ ਚੁਣੌਤੀਆਂ ਦਾ ਸਾਹਮਣਾ ਕਰਨ ਦੇ ਯੋਗ ਹੋਣ।

ਜੇਕਰ ਮਾਪੇ ਮਨ ਵਿਚ ਨਿਵੇਕਲੇਪਣ ਦੀ ਧਾਰਨਾ ਰੱਖ ਲੈਣ ਤਾਂ ਬੱਚਿਆਂ ਵਿਚਕਾਰ ਬੇਲੋੜੀਆਂ ਅਤੇ ਗੈਰ ਵਾਜਿਬ ਤੁਲਨਾਵਾਂ ਤੋਂ ਪੈਦਾ ਹੋਈਆਂ ਬਹੁਤ ਸਾਰੀਆਂ ਸਮੱਸਿਆਵਾਂ ਤੋਂ ਬਚਿਆ ਜਾ ਸਕਦਾ ਹੈ। ਬੇਲੋੜੀ ਤੁਲਨਾ ਵਿਚ ਬੱਚੇ ਦੀ ਸ਼ਖਸੀਅਤ ਨੂੰ ਵਿਗਾੜਨ ਦੀ ਸਮਰੱਥਾ ਮੌਜੂਦ ਹੁੰਦੀ ਹੈ-ਗੰਭੀਰ ਰੂਪ ਵਿਚ ਅਤੇ ਸਦੀਵੀ ਤੌਰ 'ਤੇ। ਇਸ ਨੂੰ ਮਹਿਸੂਸ ਤੱਕ ਵੀ ਕੀਤੇ ਬਿਨਾਂ ਮਾਪੇ ਉਸ ਦੇ ਭਰਾ-ਭੈਣਾਂ ਨੂੰ ਦਾਦ ਦੇ ਕੇ ਬੱਚੇ ਨੂੰ ਹੀਣਾ ਅਤੇ ਅਣਚਾਹਿਆ ਮਹਿਸੂਸ ਕਰਨ ਵੀ ਲਾ ਸਕਦੇ ਹਨ। ਇਹ ਉਦੋਂ ਖਾਸ ਤੌਰ ਤੇ ਨੁਕਸਾਨਦੇਹ ਹੈ ਜਦੋਂ ਇਹ ਬੱਚੇ ਦੀ ਲਗਾਤਾਰ ਨੁਕਤਾਚੀਨੀ ਦੇ ਪਿਛੋਕੜ ਵਿਚ ਕੀਤਾ ਜਾਂਦਾ ਹੈ।

ਮਾਪੇ ਉਨ੍ਹਾਂ ਬੱਚਿਆਂ ਦੀ ਮਿਸਾਲ ਪੇਸ਼ ਕਰਦੇ ਹਨ ਜਿਹੜੇ ਪੜ੍ਹਾਈ ਵਿਚ ਚੰਗੇ ਜਾਂ ਖੇਡਾਂ ਵਿਚ ਸਫਲ ਹੁੰਦੇ ਹਨ, ਅਤੇ ਇਹ ਥੋਥੀ ਆਸ ਰੱਖਦੇ ਹਨ ਕਿ ਉਨ੍ਹਾਂ ਦੇ ਬੱਚੇ ਵੀ ਬਿਹਤਰ ਪੇਸ਼ਕਾਰੀ ਲਈ ਪ੍ਰੇਰਿਤ ਹੋ ਜਾਣਗੇ। ਜੇਕਰ ਇਹ ਠੀਕ ਢੰਗ ਨਾਲ ਅਤੇ ਕੁਸ਼ਲਤਾਪੂਰਵਕ ਕੀਤਾ ਜਾਵੇ ਤਾਂ ਇਹ ਸ਼ਾਇਦ ਬੱਚੇ ਦੀ ਮੱਦਦ ਕਰ ਦੇਵੇ ਪਰ ਮਾਪਿਆਂ ਦੇ ਪੱਖੋਂ ਅਸੰਵੇਦਨਸ਼ੀਲਤਾ ਬੱਚੇ ਦੇ ਸਵੈ-ਮਾਣ ਨੂੰ ਫੱਟੜ ਕਰ ਸਕਦੀ ਹੈ ਤੇ ਉਸ ਵਿਚ ਹੀਣ ਭਾਵਨਾ ਪੈਦਾ ਕਰ ਸਕਦੀ ਹੈ। ਸਿੱਟੇ ਵਜੋਂ ਸੁਧਰਨ ਦੀ ਬਜਾਏ ਬੱਚੇ ਦੀ ਪੇਸ਼ਕਾਰੀ ਸਗੋਂ ਹੋਰ ਵਿਗੜ ਜਾਂਦੀ ਹੈ।

ਸਮਰੱਥਾ ਅਤੇ ਅਨੁਕੂਲ ਸਥਿਤੀਆਂ ਹੁੰਦੇ ਹੋਏ ਵੀ ਕੁਝ ਬੱਚੇ ਕਿਉਂ ਅਸਫਲ ਹੋ ਜਾਂਦੇ ਹਨ ਜਦੋਂ ਕਿ ਹੋਰ ਸਫਲ ਹੋਣ ਲਈ ਸਾਰੀਆਂ ਰੁਕਾਵਟਾਂ ਸਰ ਕਰ ਜਾਂਦੇ ਹਨ? ਇਹ ਪ੍ਰਤੱਖ ਹੈ ਕਿ ਉਨ੍ਹਾਂ ਦੀ ਜਿਸਮਾਨੀ, ਮਿਜਾਜ਼ੀ ਅਤੇ ਮਨੋਵਿਗਿਆਨਕ ਬਣਤਰ ਵਿਚ ਮਜਬੂਤੀਆਂ ਅਤੇ ਸੁਰੱਖਿਆਤਮਕ ਪਹਿਲੂ ਹੁੰਦੇ ਹਨ ਜਿਹੜੇ ਇਨ੍ਹਾਂ ਬੱਚਿਆਂ ਨੂੰ ਸਫਲਤਾ ਪ੍ਰਾਪਤ ਕਰਨ ਦੇ ਰਾਹ ਪਾਉਂਦੇ ਹਨ। ਇਹ ਬੱਚੇ ਬਹੁਤ ਜ਼ਿਆਦਾ ਲਚਕੀਲੇ ਲੱਗਦੇ ਹਨ ਅਤੇ ਅਜਿਹੇ ਢੰਗ ਨਾਲ ਮਾੜੇ ਹਾਲਾਤ ਨੂੰ ਫਤਹਿ ਕਰਨ ਦੇ ਯੋਗ ਹੁੰਦੇ ਹਨ ਕਿ ਸਾਨੂੰ ਹੈਰਤ ਵਿਚ ਪਾ ਸਕਦੇ ਹਨ। ਚਾਰਲੀ ਚੈਪਲਿਨ ਨੂੰ ਉਸਦੀ ਮਾਂ ਨੇ ਛੱਡ ਦਿੱਤਾ ਸੀ ਤੇ ਯਤੀਮਖਾਨੇ ਵਿਚ ਭਰਤੀ ਕਰ ਦਿੱਤਾ ਸੀ ਜਦੋਂ ਉਹ ਅਜੇ ਨਿੱਕਾ ਬਾਲ ਹੀ ਸੀ। ਉਸ ਨੇ ਇਕ ਸਫਲ ਅਦਾਕਾਰ ਬਣਨ ਲਈ ਆਪਣੇ ਭਾਵਨਾਤਮਕ ਸਦਮੇ 'ਤੇ ਕਾਬੂ ਪਾ ਲਿਆ ਸੀ। ਇੰਝ ਲੱਗਦਾ ਹੈ ਕਿ ਉਸਨੇ ਪੈਰ ਘਸੀਟ ਕੇ ਚੱਲਣ ਨੂੰ ਆਪਣੇ ਫਾਇਦੇ ਵਿਚ ਵਰਤ ਕੇ ਸਵੈ-ਮਾਣ ਦੀ ਆਪਣੀ ਸਮੱਸਿਆ ਨੂੰ ਪੁੱਠਾ ਗੇੜਾ ਦੇ ਦਿੱਤਾ ਸੀ।

ਬੱਚਿਆਂ ਦੀਆਂ ਲੋੜਾਂ ਭਿੰਨ ਹੁੰਦੀਆਂ ਹਨ। ਮਾਪਿਆਂ ਦੇ ਸਾਹਮਣੇ ਖਾਣੇ ਦੀ ਮੇਜ਼ 'ਤੇ ਇਕ ਸਦੀਵੀ ਦੁਚਿੱਤੀ ਬਣੀ ਰਹਿੰਦੀ ਹੈ ਕਿਉਂਕਿ ਅਕਸਰ ਇਕ ਬੱਚਾ ਉਹ ਪਸੰਦ ਕਰਦਾ ਹੈ ਜਿਸਨੂੰ ਦੂਜੇ ਨਫਰਤ ਕਰਦੇ ਹਨ। ਭਿੰਡੀ ਹੀ ਸ਼ਾਇਦ ਇਕੱਲੀ ਅਜਿਹੀ ਸਬਜ਼ੀ ਹੈ ਜੋ ਸਾਰੇ ਬੱਚਿਆਂ ਨੂੰ ਇਕੋ ਜਿਹੀ ਪਸੰਦ ਹੈ। ਮੇਰੀ ਵੱਡੀ ਧੀ ਨੂੰ ਉਹ ਲੰਬੇ ਰੁਖ ਕੱਟੀਆਂ ਹੋਈਆਂ ਚੰਗੀਆਂ ਲੱਗਦੀਆਂ ਹਨ ਜਦੋਂ ਕਿ

ਛੋਟੀ ਨੂੰ ਇਸ ਦੇ ਛੋਟੇ-ਛੋਟੇ ਕੱਟੇ ਹੋਏ ਟੁਕੜੇ। ਜੇਕਰ ਤੁਹਾਡੇ ਦੋਵੇਂ ਬੱਚੇ ਇਕੋ ਜਿਹੇ ਭੜਮੱਲ ਹੋਣ ਅਤੇ ਰੌਂਅ ਅਤੇ ਜਿਸਮਾਨੀ ਤੌਰ ਤੇ ਇਕੋ ਜਿਹੇ ਹੋਣ ਫੇਰ ਤਾਂ ਤੁਹਾਨੂੰ ਖਾਣੇ ਦੀ ਸੂਚੀ ਬਣਾਉਣ ਵਿਚ ਪਸੀਨੇ ਹੀ ਆ ਜਾਣਗੇ। ਪਰ ਫੇਰ ਇਹ ਵੀ ਤੁਹਾਡਾ ਆਪਣਾ ਹੀ ਫੈਸਲਾ ਸੀ ਕਿ ਦੋ ਬੱਚੇ ਹੋਣ।

ਹੁਣ ਇਹ ਪੂਰੀ ਤਰ੍ਹਾਂ ਸਥਾਪਤ ਹੈ ਕਿ ਨਿਵੇਕਲੇਪਣ ਦੀ ਸੋਝੀ ਸਵੈ-ਮਾਣ ਸਿਰਜਦੀ ਹੈ। ਮਾਪਿਆਂ ਨੂੰ ਇਹ ਸਮਝ ਲੈਣਾ ਚਾਹੀਦਾ ਹੈ ਕਿ ਨਿਵੇਕਲਾਪਣ ਅਤੇ ਉਚ ਸਵੈ-ਮਾਣ ਆਪਸ ਵਿਚ ਜੁੜੇ ਵੀ ਹਨ ਅਤੇ ਅੰਤਰ-ਨਿਰਭਰ ਵੀ ਹਨ। ਜੇਕਰ ਉਹ ਬੱਚੇ ਨੂੰ ਨਿਵੇਕਲਾ ਅਤੇ ਖਾਸ ਮਹਿਸੂਸ ਕਰਵਾ ਸਕਦੇ ਹਨ ਤਾਂ ਇਹ ਉਨ੍ਹਾਂ ਦੀ ਵੱਡੀ ਜਿੱਤ ਹੈ।

ਨਿਵੇਕਲੇਪਣ ਦੀ ਸੋਝੀ ਪੈਦਾ ਕਰਨ ਲਈ ਬੱਚਿਆਂ ਨੂੰ ਇਹ ਜਾਣਨ ਦੀ ਲੋੜ ਹੈ ਕਿ ਉਨ੍ਹਾਂ ਵਿਚ ਕੁਝ ਖਾਸ ਹੈ ਅਤੇ ਦੂਜੇ ਵੀ ਉਨ੍ਹਾਂ ਨੂੰ ਖਾਸ ਸਮਝਦੇ ਹਨ। ਉਨ੍ਹਾਂ ਨੂੰ ਇਹ ਪਤਾ ਹੋਣ ਦੀ ਅਤੇ ਉਹ ਚੀਜਾਂ ਕਰਨ ਦੀ ਲੋੜ ਹੈ ਜੋ ਹੋਰ ਕੋਈ ਨਹੀਂ ਕਰ ਸਕਦਾ। ਜੇਕਰ ਬੱਚਿਆਂ ਨੂੰ ਆਪਣੀ ਕਲਪਨਾ ਅਤੇ ਰਚਨਾਤਮਕਤਾ ਵਰਤਣ ਦੇ ਮੌਕੇ ਦਿੱਤੇ ਜਾਣ ਅਤੇ ਉਨ੍ਹਾਂ ਨੂੰ ਖੁਦ ਨੂੰ ਆਪਣੇ ਢੰਗ ਨਾਲ ਪ੍ਰਗਟਾਉਣ ਦਿੱਤਾ ਜਾਵੇ ਤਾਂ ਉਨ੍ਹਾਂ ਦਾ ਸਵੈ-ਮਾਣ ਵਧੇਗਾ। ਜਿਹੜੇ ਬੱਚੇ ਆਪਣੇ ਜ਼ਾਤੀ ਗੁਣਾਂ ਬਾਰੇ ਚੰਗਾ ਮਹਿਸੂਸ ਕਰਦੇ ਹਨ ਉਨ੍ਹਾਂ ਦਾ ਸਵੈ-ਭਰੋਸਾ ਵਧਦਾ ਹੈ ਅਤੇ ਉਹ ਚੀਜ਼ਾਂ ਵੱਲ ਵਧੇਰੇ ਸਾਕਾਰੀ ਢੰਗ ਨਾਲ ਪਹੁੰਚ ਕਰਦੇ ਹਨ। ਇਹ ਬੱਚੇ ਆਪਣੇ ਆਪ ਨੂੰ ਸੁਧਾਰਨ ਦੇ ਹੰਭਲੇ ਸ਼ੁਰੂ ਕਰਦੇ ਹਨ ਅਤੇ ਆਪਣੀਆਂ ਪ੍ਰਾਪਤੀਆਂ ਲਈ ਹੋਰਾਂ ਤੋਂ ਵੀ ਪ੍ਰਵਾਣਕਤਾ ਅਤੇ ਸਤਿਕਾਰ ਪ੍ਰਾਪਤ ਕਰਨ ਵਿਚ ਸਫਲ ਹੁੰਦੇ ਹਨ।

ਜਦੋਂ ਬੱਚਾ ਆਪਣੀਆਂ ਸਮਰੱਥਾਵਾਂ ਨੂੰ ਸਮਝਣ ਲੱਗ ਜਾਂਦਾ ਹੈ ਅਤੇ ਵੱਖਰੇ ਹੋਣ ਦਾ ਆਨੰਦ ਲੈਣਾ ਸਿੱਖ ਜਾਂਦਾ ਹੈ ਫੇਰ ਉਸ ਦੀ ਕਿਸਮਤ ਵਿਚ ਸਫਲਤਾ ਲਿਖ ਹੋ ਜਾਂਦੀ ਹੈ।

ਆਪਣੇ ਬੱਚੇ ਦੀ ਨਿਵੇਕਲੇਪਣ ਦੀ ਸੋਝੀ ਉਸਾਰਨ ਲਈ ਸੱਤ ਕਦਮ

ਆਪਣੇ ਬੱਚੇ ਨੂੰ ਪ੍ਰਵਾਣਕਤਾ ਦਿਉ

ਆਪਣੇ ਬੱਚੇ ਨੂੰ ਸਮੇਤ ਉਸ ਦੀਆਂ ਚੰਗਿਆਈਆਂ ਅਤੇ ਬੁਰਾਈਆਂ ਦੇ ਪੂਰੇ ਦਾ ਪੂਰਾ ਪ੍ਰਵਾਨ ਕਰਨਾ ਇਹ ਮੰਨਣ ਵੱਲ ਪਹਿਲਾ ਕਦਮ ਹੈ ਕਿ ਹਰੇਕ ਬੱਚਾ ਨਿਵੇਕਲਾ ਹੁੰਦਾ ਹੈ। ਹਾਲਾਂਕਿ ਮਾਪੇ ਮਾੜੇ ਵਿਹਾਰ ਨੂੰ ਬਦਲਣ ਤੇ ਧਿਆਨ ਕੇਂਦਰਤ ਕਰ ਸਕਦੇ ਹਨ, ਉਨ੍ਹਾਂ ਨੂੰ ਆਪਣੇ ਵਿਵਰਣਾਂ ਅਨੁਸਾਰ ਸੂਤ ਬਿਠਾਉਣ ਲਈ ਬੱਚੇ ਦਾ ਸਭ ਕੁਝ ਬਦਲਣ 'ਤੇ ਜ਼ੋਰ ਨਹੀਂ ਦੇਣਾ ਚਾਹੀਦਾ।

ਇਹ ਬੜਾ ਅਹਿਮ ਹੈ ਕਿ ਤੁਸੀਂ ਉਨ੍ਹਾਂ ਦੇ ਅਸਾਸਿਆਂ ਦਾ ਮੁਲਾਂਕਣ ਕਰਕੇ ਅਤੇ ਉਨ੍ਹਾਂ ਦੀਆਂ ਪ੍ਰਾਪਤੀਆਂ ਦੀ ਦਾਦ ਦੇ ਕੇ ਆਪਣੀ ਪ੍ਰਵਾਣਕਤਾ ਬਾਰੇ ਬੱਚਿਆਂ ਨੂੰ ਜਾਣਕਾਰੀ ਦਿੰਦੇ ਹੋ। ਤੁਹਾਨੂੰ ਬੱਚਿਆਂ ਨੂੰ ਆਪਣੇ ਅਹਿਸਾਸ, ਨਜ਼ਰੀਏ,

ਮਤ ਅਤੇ ਕ੍ਰਿਆਵਾਂ ਨੂੰ ਸਪੱਸ਼ਟ ਕਰਨ ਦੇ ਮੌਕੇ ਦੇਣੇ ਚਾਹੀਦੇ ਹਨ। ਇਹ ਮਾਪਿਆਂ ਅਤੇ ਬੱਚਿਆਂ ਵਿਚਕਾਰ ਕਈ ਸ਼ੱਕ ਅਤੇ ਭੁਲੇਖੇ ਦੂਰ ਕਰ ਸਕਦਾ ਹੈ। ਚੇਤੇ ਰੱਖੋ ਕਿ ਨਿਵੇਕਲੇਪਣ ਦੀ ਪ੍ਰਵਾਣਕਤਾ ਸਵੈ-ਮਾਣ ਦੀ ਕੁੰਜੀ ਹੈ।

ਸਮਰੱਥਾ ਬਾਰੇ ਦੱਸੋ

ਮਾਪਿਆਂ ਨੂੰ ਖੁਦ ਨੂੰ ਆਪਣੇ ਬੱਚਿਆਂ ਦੀਆਂ ਵਿਲੱਖਣ ਕਾਬਲੀਅਤਾਂ ਅਤੇ ਯੋਗਤਾਵਾਂ ਨੂੰ ਪਛਾਣਨ ਲਈ ਸਿੱਖਿਅਤ ਕਰਨਾ ਚਾਹੀਦਾ ਹੈ। ਉਨ੍ਹਾਂ ਨੂੰ ਆਪਣੇ ਬੱਚਿਆਂ ਨੂੰ ਉਹ ਚੀਜ਼ਾਂ ਦੱਸਣੀਆਂ ਚਾਹੀਦੀਆਂ ਹਨ ਜੋ ਉਨ੍ਹਾਂ ਵਿਚ ਖਾਸ ਜਾਂ ਭਿੰਨ ਹਨ। ਜੇਕਰ ਤੁਸੀਂ ਦੇਖਦੇ ਹੋ ਕਿ ਤੁਹਾਡੀ ਧੀ ਸੋਹਣਾ ਗਾਉਂਦੀ ਹੈ ਤਾਂ ਉਸ ਨੂੰ ਉਸ ਦੀ ਦਾਤ ਬਾਰੇ ਦੱਸੋ ਅਤੇ ਉਸ ਦੀ ਕਾਬਲੀਅਤ ਨੂੰ ਤਰਾਸ਼ਣ ਦੀ ਕੋਸ਼ਿਸ਼ ਕਰੋ। ਇਸੇ ਤਰ੍ਹਾਂ ਬੱਚਿਆਂ ਨੂੰ ਸ਼ਤਰੰਜ, ਕੰਪਿਊਟਰ, ਗਣਿਤ, ਟੈਨਿਸ ਜਾਂ ਕ੍ਰਿਕਟ ਵਿਚ ਚੰਗਾ ਕਰ ਦਿਖਾਉਣ ਦੀ ਦਾਤ ਮਿਲੀ ਹੋ ਸਕਦੀ ਹੈ। ਉਹ ਆਪਣੀਆਂ ਨਿਵੇਕਲੀਆਂ ਕਾਬਲੀਅਤਾਂ ਨੂੰ ਵਿਕਸਿਤ ਕਰਕੇ ਬਹੁਤ ਹੀ ਫਾਇਦੇਮੰਦ ਪੇਸ਼ੇ ਵਿਚ ਬਦਲ ਸਕਦੇ ਹਨ ਬਸ਼ਰਤੇ ਕਿ ਉਨ੍ਹਾਂ ਨੂੰ ਆਪਣੇ ਮਾਪਿਆਂ ਤੋਂ ਸਹੀ ਅਗਵਾਈ ਅਤੇ ਲੋੜੀਂਦੀ ਸਹਾਇਤਾ ਮਿਲੇ।

ਬੱਚਿਆਂ ਨੂੰ ਆਪਣੇ ਢੰਗ ਨਾਲ ਕੰਮ ਕਰਨ ਦਿਉ

ਬਹੁਤੇ ਮਾਪੇ ਜਦੋਂ ਆਪਣੇ ਬੱਚੇ ਨੂੰ ਖੱਬੇ ਹੱਥ ਨਾਲ ਲਿਖਦਾ ਦੇਖਦੇ ਹਨ ਤਾਂ ਉਹ ਉਸਨੂੰ ਸੱਜਾ ਹੱਥ ਵਰਤਣ ਲਈ ਮਜਬੂਰ ਕਰਦੇ ਹਨ। ਇਸ ਅਮਲ ਲਈ ਗਲਤ ਵਿਸ਼ਵਾਸ ਅਤੇ ਵਰਜਣਾਵਾਂ ਜ਼ਿੰਮੇਵਾਰ ਹਨ। ਕੁਦਰਤੀ ਖੱਬਚੂ ਬੱਚੇ ਨੂੰ ਸੱਜੂ ਬਣਾਉਣ ਲਈ ਉਕਸਾ ਕੇ ਮਾਪੇ ਬੱਚੇ ਨੂੰ ਅਤੇ ਉਸ ਦੇ ਦਿਮਾਗ ਨੂੰ ਦੁਚਿੱਤੀ ਵਿਚ ਪਾਉਂਦੇ ਹਨ।

ਹਰੇਕ ਬੱਚੇ ਦਾ ਕੰਮ ਕਰਨ ਦਾ ਵੱਖਰਾ ਢੰਗ ਹੁੰਦਾ ਹੈ। ਗਿਆਰਾਂ ਸਾਲਾ ਨਮਰਤਾ ਦਵਾਈ ਗੋਲੀਆਂ ਦੇ ਰੂਪ ਵਿਚ ਲੈਣ ਨੂੰ ਤਰਜੀਹ ਦਿੰਦੀ ਹੈ। ਜਦੋਂ ਉਹ ਤਿੰਨ ਸਾਲਾਂ ਦੀ ਬੱਚੀ ਹੁੰਦੀ ਸੀ ਉਹ ਹਰ ਆਕਾਰ ਦੀਆਂ ਗੋਲੀਆਂ ਅੰਦਰ ਨਿਘਾਰ ਲੈਂਦੀ ਸੀ। ਉਸ ਦੀ ਵੱਡੀ ਭੈਣ ਤੇਰਾਂ ਸਾਲਾ ਅਪਰਾਜਿਤਾ ਦਾ ਅੱਜ ਵੀ ਗੋਲੀ ਦੇਖਕੇ ਸਾਹ ਰੁਕ ਜਾਂਦਾ ਹੈ। ਉਹ ਦਵਾਈ ਦਾ ਘੋਲ ਹੀ ਪੀਂਦੀ ਹੈ ਜਿਹੜਾ ਉਸ ਨੂੰ ਵੱਡੀ ਮਾਤਰਾ ਵਿਚ ਦੇਣਾ ਪੈਂਦਾ ਹੈ ਕਿਉਂਕਿ ਉਸ ਦਾ ਵਜ਼ਨ ਚਾਲੀ ਕਿਲੋ ਤੋਂ ਵੀ ਵੱਧ ਹੈ।

ਸੰਦੇਸ਼ ਸਪੱਸ਼ਟ ਹੈ-ਬੱਚੇ ਦੇ ਬੁਨਿਆਦੀ ਮਿਜਾਜ਼ ਨਾਲ ਛੇੜ-ਛਾੜ ਨਾ ਕਰੋ। ਸ਼ਖਸੀਅਤ ਦੇ ਖਾਸੇ ਦੀ ਸੋਧ ਦੀ ਲੋੜ ਉਦੋਂ ਹੀ ਹੁੰਦੀ ਹੈ ਜਦੋਂ ਇਸ ਦੀ ਬੱਚੇ ਦੇ ਭਵਿੱਖੀ ਆਸਾਰਾਂ ਨੂੰ ਨੁਕਸਾਨ ਕਰਨ ਦੀ ਸੰਭਾਵਨਾ ਹੋਵੇ।

ਬੱਚਿਆਂ ਨੂੰ ਖੁਦ ਨੂੰ ਰਚਨਾਤਮਕ ਰੂਪ ਵਿਚ ਪ੍ਰਗਟਾਉਣ ਦਿਉ

ਕਈ ਕਾਰਨਾਂ ਕਰਕੇ ਬੱਚਿਆਂ ਦੀ ਆਪਣੇ ਨਿਵੇਕਲੇਪਣ ਲਈ ਸੋਝੀ ਬੜੀ

ਘੱਟ ਹੁੰਦੀ ਹੈ। ਉਹ ਅਕਸਰ ਕਹਿੰਦੇ ਹਨ ਕਿ ਉਹ ਕਾਸੇ ਵਿਚ ਵੀ ਚੰਗੇ ਨਹੀਂ ਜਾਂ ਉਹ ਕੋਈ ਸਫਲਤਾ ਪ੍ਰਾਪਤ ਹੀ ਨਹੀਂ ਕਰ ਸਕਦੇ। ਮਾਪਿਆਂ ਨੂੰ ਇਹ ਕਥਨ ਥੋਥੇ ਨਹੀਂ ਸਮਝਣੇ ਚਾਹੀਦੇ ਕਿਉਂ ਜੋ ਇਹ ਦੱਸਦਾ ਹੈ ਕਿ ਬੱਚਾ ਆਪਣੇ ਸਵੈ-ਮਾਣ ਪ੍ਰਤੀ ਗੰਭੀਰ ਸਮੱਸਿਆ ਦਾ ਸਾਹਮਣਾ ਕਰ ਰਿਹਾ ਹੈ। ਇਸ ਤੋਂ ਪਹਿਲਾਂ ਕਿ ਇਹ ਅਹਿਸਾਸ ਪੂਰੀ ਹੀਣ ਭਾਵਨਾ ਵਿਚ ਬਦਲ ਜਾਣ ਉਨ੍ਹਾਂ ਨੂੰ ਉਨ੍ਹਾਂ ਖੇਤਰਾਂ ਦੀ ਪਛਾਣ ਕਰਨੀ ਚਾਹੀਦੀ ਹੈ ਜਿਨ੍ਹਾਂ ਵਿਚ ਬੱਚੇ ਦੀ ਰੁਚੀ ਹੈ। ਜੇਕਰ ਬੱਚਾ ਪੇਂਟ ਕਰ ਸਕਦਾ ਹੈ, ਫੁੱਲਾਂ ਨੂੰ ਸਜਾ ਸਕਦਾ ਹੈ, ਗਾ ਜਾਂ ਕੋਈ ਸਾਜ ਵਜਾ ਸਕਦਾ ਹੈ- ਉਸ ਨੂੰ ਪ੍ਰੇਰਿਤ ਕੀਤਾ ਜਾਣਾ ਚਾਹੀਦਾ ਹੈ ਕਿ ਇਨ੍ਹਾਂ ਨੂੰ ਸ਼ੌਕ ਬਣਾ ਲਵੇ। ਇਸ ਦੇ ਨਾਲ ਹੀ ਮਾਪਿਆਂ ਨੂੰ ਬੱਚੇ ਦੀ ਦਾਦ ਦੇ ਕੇ ਉਸ ਦੀ ਨਿਵੇਕਲੇਪਣ ਦੀ ਸੋਝੀ ਨੂੰ ਮਜ਼ਬੂਤ ਕਰਨਾ ਚਾਹੀਦਾ ਹੈ।

ਹਰੇਕ ਬੱਚੇ ਨਾਲ ਇਕ ਵਿਅਕਤੀ ਵਾਂਗ ਨਿਭਾਉ

ਅਜਿਹੇ ਅਣਗਿਣਤ ਮਾਪੇ ਹਨ ਜਿਨ੍ਹਾਂ ਦੇ ਦੋ ਬੱਚੇ ਹਰ ਤਰ੍ਹਾਂ ਨਾਲ ਬਿਲਕੁਲ ਹੀ ਉਲਟ ਹਨ। ਸਪੱਸ਼ਟ ਹੈ ਉਨ੍ਹਾਂ ਨੂੰ ਉਵੇਂ ਦੇ ਹੀ ਜੀਨਜ਼ ਮਿਲੇ ਹਨ ਜਿਹੜੇ ਉਸੇ ਤਰ੍ਹਾਂ ਦੇ ਵਾਤਾਵਰਣੀ ਢਾਂਚੇ ਨਾਲ ਅੰਤਰਕ੍ਰਿਆ ਕਰਦੇ ਹਨ। ਫੇਰ ਇਹ ਫਰਕ ਕਿਉਂ ਹੈ? ਇਹ ਦੇਖਿਆ ਗਿਆ ਹੈ ਕਿ ਜੀਨ ਤਾਣੇ-ਬਾਣਿਆਂ ਵਿਚ ਬੜੇ ਗੁੱਝੇ ਫਰਕ ਵੀ ਉਨ੍ਹਾਂ ਦੇ ਵਿਹਾਰ ਤਾਣੇ-ਬਾਣੇ ਵਿਚ ਵੱਡਾ ਫਰਕ ਪਾ ਸਕਦੇ ਹਨ।

ਇਸ ਤੱਥ ਨੂੰ ਧਿਆਨ ਵਿਚ ਰੱਖਦੇ ਹੋਏ ਮਾਪਿਆਂ ਨੂੰ ਇਕੋ ਰੁੱਖ ਉਤੇ ਸੇਬ ਅਤੇ ਸੰਤਰੇ ਲੱਗੇ ਦੇਖਣ ਲਈ ਖੁਦ ਨੂੰ ਤਿਆਰ ਕਰਨਾ ਚਾਹੀਦਾ ਹੈ। ਜੇਕਰ ਮਾਪੇ ਸੇਬਾਂ ਨੂੰ ਸੇਬਾਂ ਵਾਂਗ ਸਮਝਣ ਅਤੇ ਸੰਤਰਿਆਂ ਦਾ ਸੰਤਰੇ ਹੋਣ ਵਜੋਂ ਆਨੰਦ ਮਾਣਨ ਤਾਂ ਉਨ੍ਹਾਂ ਦੇ ਹੱਥ ਵਧੀਆ ਫਸਲ ਲੱਗੇਗੀ।

ਬੱਚੇ ਦੀ ਸਿੱਖਣ ਸ਼ੈਲੀ ਖੁਦ ਬਣਨ ਦਿਉ

ਕੁਝ ਬੱਚੇ ਪੜ੍ਹਨ ਵੇਲੇ ਸੰਗੀਤ ਲਾ ਲੈਂਦੇ ਹਨ ਅਤੇ ਹੋਰ ਪੂਰੀ ਖਾਮੋਸ਼ੀ ਵਿਚ ਪੜ੍ਹਨਾ ਚਾਹੁੰਦੇ ਹਨ। ਕੁਝ ਤੜਕੇ ਛੇਤੀ ਉਠ ਜਾਂਦੇ ਹਨ ਜਦੋਂ ਕਿ ਹੋਰ ਰਾਤ ਨੂੰ ਦੇਰ ਤੱਕ ਪੜ੍ਹਦੇ ਹਨ। ਮਾਪਿਆਂ ਨੂੰ ਬੱਚੇ ਦੀ ਸਿੱਖਣ ਸ਼ੈਲੀ ਨੂੰ ਪਛਾਣਨਾ ਅਤੇ ਉਸ ਨੂੰ ਸਹਾਇਤਾ ਦੇਣੀ ਚਾਹੀਦੀ ਹੈ ਬਸ਼ਰਤੇ ਕਿ ਇਸ ਦੇ ਸਿੱਟੇ ਇੱਛਿਤ ਨਿੱਕਲ ਰਹੇ ਹੋਣ। ਬੱਚੇ ਦੇ ਸਿੱਖਣ ਦੇ ਢੰਗ ਨੂੰ ਬਦਲਣ ਦੀ ਕੋਸ਼ਿਸ਼ ਉਸ ਦੀ ਵਿਦਿਅਕ ਪੇਸ਼ਕਾਰੀ ਨੂੰ ਪ੍ਰਭਾਵਿਤ ਕਰ ਸਕਦੀ ਹੈ।

ਮੈਂ ਮਾਪਿਆਂ ਨੂੰ ਬੱਚਿਆਂ ਨੂੰ ਚੁੱਪਚਾਪ ਪੜ੍ਹਨ ਲਈ ਕਹਿੰਦੇ/ਮਜਬੂਰ ਕਰਦੇ ਦੇਖਿਆ ਹੈ, ਜਦੋਂ ਕਿ ਉਹ ਉੱਚੀ ਪੜ੍ਹਨਾ ਚਾਹੁੰਦਾ ਹੈ ਅਤੇ ਤੱਥਾਂ ਨੂੰ ਆਪਣੇ ਢੰਗ ਨਾਲ ਵਧੇਰੇ ਚੰਗੀ ਤਰ੍ਹਾਂ ਯਾਦ ਕਰ ਸਕਦਾ ਹੈ। ਮਾਪਿਆਂ ਨੂੰ ਸਮਝਣਾ ਚਾਹੀਦਾ ਹੈ ਕਿ ਇਨ੍ਹਾਂ ਬੱਚਿਆਂ ਨੂੰ ਯਾਦ ਰੱਖਣ ਲਈ ਦ੍ਰਿਸ਼ਟ ਅਤੇ ਸ਼੍ਰਵਣੀ ਦੋਹਾਂ ਇਨਪੁਟਸ ਦੀ ਲੋੜ ਹੈ।

ਹਰੇਕ ਬੱਚੇ ਨੂੰ ਪੂਰਾ ਪਿਆਰ ਕਰੋ

ਸ੍ਰੀਮਤੀ ਗਰੋਵਰ ਚੇਤੇ ਕਰਦੀ ਹੈ ਜਦੋਂ ਉਹ ਕਰੀਬ ਤਿੰਨ ਸਾਲ ਦਾ ਸੀ ਯਸ਼ ਨਾਲ ਕੀਤੀ ਜਾਣ ਵਾਲੀ ਹਰ ਚੀਜ਼ ਇਕ ਘੋਲ ਹੀ ਹੁੰਦਾ ਸੀ। ਜਿਹੜਾ ਪਹਿਲਾ ਅੱਖਰ ਉਸ ਨੇ ਕਦੀ ਨਹੀਂ ਬੋਲਿਆ ਉਹ ਨਹੀਂ ਸੀ, ਅਤੇ ਉਹ ਅਜੇ ਵੀ ਇਸੇ ਨੂੰ ਚਿੰਬੜਿਆ ਹੋਇਆ ਹੈ। ਅਜੇ ਪਹਿਲਾ ਤੋਹਫ਼ਾ ਦਿੱਤਾ ਵੀ ਨਹੀਂ ਹੁੰਦਾ ਸੀ ਕਿ ਉਹ ਅਗਲੇ ਦੀ ਗੱਲ ਕਰਨ ਲੱਗਦਾ ਸੀ। ਜਦੋਂ ਪੜ੍ਹਨ ਦਾ ਸਮਾਂ ਹੁੰਦਾ ਉਹ ਆਲ-ਮਾਲ ਹੋ ਜਾਂਦਾ, ਜਦੋਂ ਖਾਣ ਦਾ ਸਮਾਂ ਹੁੰਦਾ ਉਸ ਦੀ ਭੁੱਖ ਮਰ ਜਾਂਦੀ, ਜਦੋਂ ਪਾਰਟੀ ਤੇ ਜਾਣਾ ਹੁੰਦਾ ਤਾਂ ਉਸ ਨੂੰ ਪਾਉਣ ਨੂੰ ਚੰਗੇ ਕੱਪੜੇ ਹੀ ਨਾ ਮਿਲਦੇ। ਮੈਨੂੰ ਦੌਰਾ ਜਿਹਾ ਪਾ ਦੇਣ ਦੀ ਆਪਣੀ ਸਮਰੱਥਾ ਤੇ ਉਹ ਮਾਣ ਕਰਦਾ ਲੱਗਦਾ ਸੀ।

ਉਸ ਦਾ ਅੱਗੇ ਕਹਿਣਾ ਹੈ, ਯਸ਼ ਰੌਲਾ ਪਾਉਣ ਦਾ ਕੋਈ ਵੀ ਮੌਕਾ ਨਹੀਂ ਛੱਡਦਾ। ਜੇਕਰ ਉਸ ਦੇ ਛੋਟੇ ਭਰਾ ਰਿਸ਼ੀ ਨੂੰ ਚਾਕਲੇਟ ਦਾ ਵੱਡਾ ਟੁਕੜਾ ਮਿਲ ਜਾਂਦਾ ਤਾਂ ਉਹ ਇਸ ਨੂੰ ਫੁਟੇ ਨਾਲ ਮਿਣਨ ਤੱਕ ਜਾਂਦਾ। ਉਸਦੇ ਅਧਿਆਪਕ ਹਮੇਸ਼ਾ ਦੂਜੇ ਜਮਾਤੀਆਂ ਨਾਲ ਚੰਗੇ ਹਨ। ਉਸ ਦੀ ਨਜ਼ਰ ਹਮੇਸ਼ਾ ਛੋਟੇ ਤੋਂ ਛੋਟੇ ਅਨਿਆਂ ਪ੍ਰਤੀ ਚੌਕਸ ਰਹਿੰਦੀ ਭਾਵੇਂ ਇਹ ਕਿੰਨਾ ਵੀ ਛੋਟਾ ਜਾਂ ਬੇਇਰਾਦਾ ਹੋਵੇ। ਦੂਜੇ ਪਾਸੇ ਰਿਸ਼ੀ ਦਾ ਧਿਆਨ ਰੱਖਣਾ ਉਨਾਂ ਹੀ ਸੁਖਾਲਾ ਹੈ ਜਿਨਾਂ ਯਸ਼ ਦਾ ਔਖਾ ਹੈ। ਉਹ ਨਿਯੋਜਿਤ ਹੈ, ਸਵੈ-ਸੰਤੁਸ਼ਟ ਹੈ, ਜ਼ਿੰਮੇਵਾਰ ਅਤੇ ਮੱਦਦਗਾਰ ਹੈ। ਯਸ਼ ਦੇ ਉਲਟ ਉਸ ਨੂੰ ਨਹਾਉਣ, ਨਾਸ਼ਤਾ ਕਰਨ, ਘਰ ਦਾ ਕੰਮ ਮੁਕਾਉਣ ਆਦਿ ਲਈ ਵਾਰ-ਵਾਰ ਨਹੀਂ ਕਹਿਣਾ ਪੈਂਦਾ।

ਸ੍ਰੀਮਤੀ ਗਰੋਵਰ ਦਾ ਕਹਿਣਾ ਹੈ ਕਿ ਮੈਂ ਕਈ ਵਾਰੀ ਸੋਚਦੀ ਹਾਂ ਕਿ ਮੈਨੂੰ ਰਿਸ਼ੀ ਨਾਲ ਵੱਧ ਪਿਆਰ ਹੈ? ਮੈਂ ਚੰਗੀ ਮਾਂ ਨਾ ਬਣ ਸਕਣ ਕਰਕੇ, ਯਸ਼ ਦੀਆਂ ਲੋੜਾਂ ਦਾ ਵਧੇਰੇ ਖਿਆਲ ਨਾ ਰੱਖਣ ਅਤੇ ਪੂਰਾ ਨਾ ਕਰਨ ਲਈ ਖੁਦ ਨੂੰ ਹੀ ਦੋਸ਼ ਦਿੰਦੀ ਹਾਂ। ਮੈਂ ਬਹੁਤ ਵਾਰੀ ਖੁਦ ਨਾਲ ਇਹ ਵਾਅਦਾ ਕੀਤਾ ਹੈ ਕਿ ਮੈਂ ਫੇਰ ਯਸ਼ ਨੂੰ ਨਹੀਂ ਝਿੜਕਾਂਗੀ; ਮੈਂ ਸ਼ਾਂਤ ਰਹਿਣ ਦੀ ਕੋਸ਼ਿਸ਼ ਕਰਾਂਗੀ! ਪਰ ਕੁਝ ਹੀ ਪਲਾਂ ਬਾਦ ਮੈਂ ਉਸ ਤੇ ਟੁੱਟ ਕੇ ਪੈ ਜਾਂਦੀ ਹਾਂ ਤੇ ਸਾਹੋ-ਸਾਹ ਹੋ ਜਾਂਦੀ ਹਾਂ।

ਬਹੁਤ ਸਾਰੇ ਮਾਪੇ ਇਸੇ ਤਰ੍ਹਾਂ ਦੀ ਹਾਲਤ ਨਾਲ ਜੂਝਦੇ ਹਨ ਪਰ ਇਸ ਬਾਰੇ ਕਸੂਰਵਾਰ ਮੰਨਣ ਜਾਂ ਦੁਖੀ ਹੋਣ ਦੀ ਕੋਈ ਲੋੜ ਨਹੀਂ। ਤੁਸੀਂ ਆਪਣੇ ਬੱਚਿਆਂ ਨੂੰ ਪੂਰਾ ਪਿਆਰ ਕਰਦੇ ਹੋ, ਹਰੇਕ ਨੂੰ ਹੀ ਭਿੰਨ ਕਾਰਨਾਂ ਕਰਕੇ। ਜੇਕਰ ਤੁਹਾਡਾ ਇਕ ਬੱਚਾ ਆਰਾਮ ਨਾਲ ਨਿਭਦਾ ਹੈ ਤਾਂ ਮਾਪਿਆਂ ਤੇ ਜੋ ਕਿਰਪਾ ਪ੍ਰਮਾਤਮਾ ਨੇ ਕੀਤੀ ਹੈ ਉਸ ਬਾਰੇ ਖੁਸ਼ੀ ਮਹਿਸੂਸ ਕਰੋ। ਦੂਜਾ ਔਖੀ ਤਰ੍ਹਾਂ ਨਿਭਣ ਵਾਲਾ ਤੁਹਾਡੇ ਕੋਲ ਇਸ ਲਈ ਭੇਜਿਆ ਗਿਆ ਹੈ ਕਿ ਤੁਸੀਂ ਐਵੇਂ ਹੀ ਭੁਲੇਖੇ ਵਿਚ ਨਾ ਰਹੋ ਕਿ ਬੱਚੇ ਪਾਲਣਾ ਐਨਾ ਮੁਸ਼ਕਿਲ ਵੀ ਨਹੀਂ।

12.

ਕੀ ਤੁਸੀਂ ਬਹੁਤਾ ਹੀ ਚੀਕਦੇ ਹੋ ?

ਮੰਨਦੇ ਕਰੀਬ ਸਾਰੇ ਹੀ ਆਪ ਹਨ ਕਿ ਉਹ ਆਪਣੇ ਬੱਚਿਆਂ 'ਤੇ ਚੀਕਦੇ ਹਨ ਪਰ ਕੋਈ ਵੀ ਇਹ ਨਹੀਂ ਸੋਚਦਾ ਕਿ ਇਸ ਦਾ ਕੋਈ ਫਾਇਦਾ ਵੀ ਹੁੰਦਾ ਹੈ।

– ਪੀ.ਕੇ.

ਆਪਣੇ ਬੱਚਿਆਂ ਤੇ ਕਹਿਣਾ ਮੰਨਣ ਲਈ ਚੀਕਣਾ ਇਸੇ ਤਰ੍ਹਾਂ ਹੈ ਜਿਵੇਂ ਮੱਝਾਂ ਨੂੰ ਸੜਕ ਤੋਂ ਹੇਠਾਂ ਲਾਹੁਣ ਲਈ ਹਾਰਨ ਵਜਾਉਣਾ-ਇਸ ਦਾ ਇਹੀ ਸਿੱਟਾ ਨਿਕਲਦਾ ਹੈ। ਆਪਣੇ ਬੱਚਿਆਂ 'ਤੇ ਚੀਕਣਾ ਭਾਵੇਂ ਚੰਗੇ ਪਾਲਣ-ਪੋਸ਼ਣ ਦੇ ਨਾਅਰਿਆਂ ਦੇ ਉਲਟ ਹੋਵੇ ਪਰ ਇਸ ਤੇ ਯਕੀਨ ਕਰੋ ਕਿ ਹਰ ਮਾਪਾ ਇਹ ਕਰਦਾ ਹੈ, ਅਤੇ ਮੰਨਦਾ ਹੈ ਕਿ ਇਸ ਦਾ ਕੋਈ ਫਾਇਦਾ ਨਹੀਂ। ਪਰਿਵਾਰਕ ਜੀਵਨ ਭਾਵਨਾਵਾਂ ਦਾ ਇਕ ਅਜਿਹਾ ਰੋਲ-ਘਚੋਲਾ ਹੈ ਕਿ ਚੀਕਣ ਦੀ ਇੱਛਾ ਨੂੰ ਦਬਾਉਣ ਲਈ ਤੁਹਾਨੂੰ ਇਕ ਸੰਤ ਬਣਨਾ ਪਏਗਾ। ਪਰ ਫੇਰ ਸੰਤ ਤਾਂ ਵਿਆਹ ਹੀ ਨਹੀਂ ਕਰਵਾਉਂਦੇ, ਬੱਚੇ ਹੀ ਨਹੀਂ ਪਾਲਦੇ ਤੇ ਪਰਿਵਾਰ ਖੜ੍ਹੇ ਨਹੀਂ ਕਰਦੇ।

ਕੀ ਆਪਣੇ ਬੱਚੇ ਤੇ ਚੀਕਣਾ ਕੋਈ ਮਾਪਿਆਂ ਦੀ ਅੰਤਿਮ ਵਰਜਣਾ ਹੈ ? ਕੀ ਮਾਪਿਆਂ ਨੂੰ ਆਪਣੇ ਬੱਚਿਆਂ ਤੇ ਚੀਕਣ ਲਈ ਨਿੰਦਣ ਦੀ ਲੋੜ ਹੈ ? ਬਹੁਤ ਲੋਕ ਇਸ ਤਰ੍ਹਾਂ ਸੋਚਦੇ ਨਹੀਂ ਲੱਗਦੇ।

ਜਦੋਂ ਗੁੱਸਾ ਆਵੇ ਚਾਰ ਤੱਕ ਗਿਣੋ : ਜਦੋਂ ਬਹੁਤਾ ਗੁੱਸਾ ਆਵੇ ਤਾਂ ਸਹੁੰ ਪਾਉ, ਮਾਰਕ ਟਵੇਨ ਕਹਿੰਦਾ ਸੀ। ਅਤੇ ਕਰੀਬ ਸਾਰੇ ਹੀ ਚੀਕਣ ਵਾਲੇ ਪ੍ਰੱਤਖ ਤੌਰ 'ਤੇ ਇਹ ਮੰਨਦੇ ਹਨ ਕਿ ਚੰਗੀ ਝਿੜਕ ਗੁੱਸਾ ਕੱਢ ਦਿੰਦੀ ਹੈ ਅਤੇ ਮੁੜ ਨਵੀਂ ਜਾਨ ਪਾ ਦਿੰਦੀ ਹੈ। ਉਹ ਸੁਹਿਰਦਤਾ ਨਾਲ ਇਹ ਮੰਨਦੇ ਹਨ ਕਿ ਉਨ੍ਹਾਂ ਨੂੰ ਮਜ਼ਬੂਤ ਬਣਾਉਣ ਲਈ ਬੱਚਿਆਂ 'ਤੇ ਚੀਕਣਾ ਚਾਹੀਦਾ ਹੈ। ਉਨ੍ਹਾਂ ਦੀ ਦਲੀਲ

ਇਹ ਹੈ : ਅਸੀਂ ਆਪਣੇ ਬੱਚਿਆਂ ਨੂੰ ਨਾਜ਼ੁਕ ਫੁੱਲ ਨਹੀਂ ਬਣਾਉਣਾ ਚਾਹੁੰਦੇ ਜਿਹੜੇ ਥੋੜ੍ਹੀ ਜਿਹੀ ਗਰਮੀ ਲੱਗਣ ਨਾਲ ਹੀ ਮੁਰਝਾ ਜਾਣ।

ਤੁਸੀਂ ਆਪਣੇ ਬੱਚਿਆਂ ਤੇ ਇਸ ਕਰਕੇ ਨਹੀਂ ਚੀਕਦੇ ਕਿਉਂਕਿ ਤੁਸੀਂ ਇਸ ਨੂੰ ਬਿਹਤਰ ਤਰਜੀਹ ਸਮਝਦੇ ਹੋ, ਬਲਕਿ ਇਸ ਲਈ ਕਿ ਤੁਸੀਂ ਖ਼ੁਦ ਨੂੰ ਊਣੇ, ਦਬਾਏ ਹੋਏ, ਸ਼ੋਸ਼ਿਤ, ਨੁਕਤਾਚੀਨੀ ਕੀਤੇ ਹੋਏ ਅਤੇ ਜ਼ਲੀਲ ਕੀਤੇ ਤੱਕ ਮਹਿਸੂਸ ਕਰਦੇ ਹੋ। ਅਜੋਕੇ ਜੀਵਨ ਦੇ ਤਣਾਉ ਅਤੇ ਦਬਾਉ ਜੀਵਨ ਦਾ ਬੜਾ ਕੁਝ ਲੈ ਜਾਂਦੇ ਹਨ ਅਤੇ ਮਾਪੇ ਲਗਾਤਾਰ ਭੜਕ ਜਾਣ ਦੇ ਕੰਢੇ ਤੇ ਖੜ੍ਹੇ ਹੁੰਦੇ ਹਨ। ਬੱਚੇ ਦੇ ਪੱਖੋਂ ਅਵਿਵੇਕ ਦੀ ਕੋਈ ਵੀ ਕਾਰਵਾਈ ਐਵੇਂ ਇਕ ਵਿਸਫੋਟ ਜਿਹਾ ਕਰਵਾ ਦਿੰਦੀ ਹੈ।

ਚੀਕਣ ਦੀ ਕੋਈ ਵੀ ਮਾਪਿਆਂ ਦਾ ਢੁਕਵਾਂ ਵਿਹਾਰ ਹੋਣ ਦੀ ਵਕਾਲਤ ਨਹੀਂ ਕਰੇਗਾ ਪਰ ਇਹ ਚੇਤੇ ਰੱਖਣਾ ਜ਼ਰੂਰੀ ਹੈ ਕਿ ਪਾਲਣ-ਪੋਸ਼ਣ ਕੋਈ ਪ੍ਰਸਿੱਧੀ ਦਾ ਮੁਕਾਬਲਾ ਨਹੀਂ ਜਿਹੜਾ ਕਿਸੇ ਵੀ ਕੀਮਤ ’ਤੇ ਜਿੱਤਿਆ ਜਾਣਾ ਚਾਹੀਦਾ ਹੈ। ਮਾਪਿਆਂ ਨੇ ਆਪਣੇ ਬੱਚਿਆਂ ਵਿਚ ਕਦਰਾਂ-ਕੀਮਤਾਂ ਭਰਨੀਆਂ ਹੁੰਦੀਆਂ ਹਨ, ਸਹੀ ਵਿਹਾਰ ਸਿਖਾਉਣਾ ਹੁੰਦਾ ਹੈ ਤੇ ਸਿੱਖਿਅਤ ਕਰਨਾ ਹੁੰਦਾ ਹੈ। ਇਹ ਕੋਈ ਸੁਖਾਲਾ ਕੰਮ ਨਹੀਂ, ਕਈ ਵਾਰੀ ਤਾਂ ਉਨ੍ਹਾਂ ਦੇ ਧੀਰਜ ਦੀ ਅੰਤਮ ਸੀਮਾ ਤੱਕ ਪਰਖ ਹੁੰਦੀ ਹੈ।

ਜੇਕਰ ਤੁਹਾਡੇ ਕੋਲ ਹੋਰ ਕੋਈ ਚਾਰਾ ਹੀ ਨਾ ਰਹੇ ਤਾਂ ਚੀਕੋ, ਪਰ ਇਹ ਵੀ ਸੋਚੋ ਕਿ ਕੀ ਤੁਸੀਂ ਚੀਕੇ ਬਿਨਾਂ ਇਸ ਸਥਿਤੀ ਨੂੰ ਨਹੀਂ ਸੰਭਾਲ ਸਕਦੇ ਸੀ? ਕਲਾ ਇਹ ਹੈ ਕਿ ਪ੍ਰਭਾਵੀ ਤੌਰ ਤੇ ਅਤੇ ਸਹੀ ਚੀਕੋ।

ਜਦੋਂ ਬੱਚੇ ਹੱਥੋਂ ਬਾਹਰ ਹੋ ਜਾਣ ਤਾਂ ਉਨ੍ਹਾਂ ’ਤੇ ਚੀਕਣ ਦਾ ਅਸਿੱਧਾ ਮਤਲਬ ਇਹ ਹੈ ਕਿ ਤੁਸੀਂ ਵੀ ਆਪਣੀਆਂ ਭਾਵਨਾਵਾਂ ’ਤੇ ਨਿਯੰਤ੍ਰਣ ਖੋ ਬੈਠੇ ਹੋ। ਕਦੀ ਕਦਾਈਂ ਝਿੜਕਣਾ ਭਾਵੇਂ ਪ੍ਰਵਾਨ ਹੈ, ਪਰ ਹਰ ਵੇਲੇ ਝਿਕੜਦੇ ਰਹਿਣਾ, ਖਾਸ ਕਰਕੇ ਜਦੋਂ ਮਾਪੇ-ਬਾਲ ਸਬੰਧ ਆਪਸੀ ਪਿਆਰ ਤੋਂ ਊਣਾ ਹੋਵੇ ਬੱਚੇ ਦੀ ਸ਼ਖਸੀਅਤ ਲਈ ਬੜਾ ਤਬਾਹਕਾਰੀ ਹੋ ਸਕਦਾ ਹੈ।

ਹਾਵਰਡ ਮੈਡੀਕਲ ਸਕੂਲ ਨਾਲ ਜੁੜੇ ਹਸਪਤਾਲ ਵਿਚ ਮਨੋਚਕਿਤਸਕਾਂ ਵੱਲੋਂ ਇਕ ਤਾਜ਼ਾ ਅਧਿਐਨ ਅਨੁਸਾਰ ਚੀਕਣਾ ਬੱਚਿਆਂ ਦੇ ਦਿਮਾਗਾਂ ਦੇ ਢਾਂਚੇ ਨੂੰ ਬਹੁਤ ਜ਼ਿਆਦਾ ਅਤੇ ਸਥਾਈ ਤੌਰ ਤੇ ਬਦਲ ਸਕਦਾ ਹੈ। ਜੇਕਰ ਇਹ ਖੋਜ ਪੂਰੀ ਤਰ੍ਹਾਂ ਭਿਆਨਕ ਨਹੀਂ ਤਾਂ ਡਰਾਉਣੀ ਜ਼ਰੂਰ ਹੈ, ਪਰ ਇਨ੍ਹਾਂ ਪਿਛਲੀਆਂ ਖੋਜਾਂ ਨੂੰ ਸਹੀ ਸਾਬਤ ਕਰਨ ਲਈ ਹੋਰ ਖੋਜ ਦੀ ਲੋੜ ਹੈ।

ਇਸ ਤੋਂ ਪਹਿਲਾਂ ਕਿ ਤੁਸੀਂ ਇਹ ਫਿਕਰ ਕਰਨਾ ਸ਼ੁਰੂ ਕਰੋ ਕਿ ਆਪਣੇ ਬੱਚਿਆਂ ਤੇ ਚੀਕਣਾ ਉਨ੍ਹਾਂ ਦੇ ਦਿਮਾਗਾਂ ਨੂੰ ਤਬਾਹ ਕਰੇਗਾ ਅਤੇ ਉਨ੍ਹਾਂ ਦੇ ਦਿਮਾਗਾਂ ਨੂੰ ਸਕੈਨ ਕਰਨ ਤੋਂ ਪਹਿਲਾਂ ਮੈਂ ਤੁਹਾਨੂੰ ਇਕ ਚੰਗੀ ਖਬਰ ਦੇ ਦਿਆਂ। ਬਹੁਤੇ ਬੱਚੇ ਮਾਪਿਆਂ ਦੀਆਂ ਬਹੁਤੀਆਂ ਝਿੜਕਾਂ ਪ੍ਰਤੀ ਅਸੰਵੇਦਨਸ਼ੀਲ ਹੋ ਜਾਂਦੇ

ਹਨ ਤੇ ਉਹ ਸੁਣਨਾ ਹੀ ਬੰਦ ਕਰ ਦਿੰਦੇ ਹਨ। ਚੀਕਣ ਵਾਲੇ ਮਾਪਿਆਂ ਦੇ ਬੱਚੇ ਸੁਣਨਾ ਬੰਦ ਕਰਨ ਜਾਂ ਆਪਣੇ ਸੁਣਨ ਯੰਤਰਾਂ ਨੂੰ ਬੰਦ ਕਰ ਦੇਣ ਦੀ ਤਕਨੀਕ ਵਿਕਸਿਤ ਕਰ ਲੈਂਦੇ ਹਨ ਜਦੋਂ ਉਨ੍ਹਾਂ ਦੇ ਮਾਪਿਆਂ ਦਾ ਰੋਜ਼ਾਨਾ ਦੂਰ-ਸੰਚਾਰ ਦਾ ਰੇਡੀਓ ਚਾਲੂ ਹੁੰਦਾ ਹੈ। ਇਸ ਤਰ੍ਹਾਂ ਕੀ ਇਹ ਮਾਪੇ ਨਹੀਂ ਜਿਹੜੇ ਚੀਕਣ ਕਰਕੇ ਆਪਣੇ ਬੱਚਿਆਂ ਤੋਂ ਵੱਧ ਖੁਦ ਨੂੰ ਦੁੱਖ ਦਿੰਦੇ ਹਨ?

ਲਗਾਤਾਰ ਚੀਕਣਾ ਜਿਹੜਾ ਕਿ ਸਦੀਵੀ ਨੁਕਸਾਨ ਕਰ ਸਕਦਾ ਹੈ ਉਹ ਇਹ ਹੈ ਕਿ ਇਹ ਬੱਚੇ ਖੁਦ ਵੀ ਚੀਕਣ ਦੇ ਆਦੀ ਹੋ ਜਾਂਦੇ ਹਨ ਅਤੇ ਧੱਕੜ ਸ਼ਖਸੀਅਤਾਂ ਵਿਕਸਿਤ ਕਰ ਲੈਂਦੇ ਹਨ। ਇਸ ਪ੍ਰਸੰਗ ਵਿਚ ਬੱਚੇ ਦੀ ਉਮਰ ਵੀ ਬੜਾ ਮਹੱਤਵ ਰੱਖਦੀ ਹੈ। ਇਕ ਛੋਟਾ ਬੱਚਾ ਚੀਕਣ ਅਤੇ ਨਫਰਤ ਕਰਨ ਵਿਚਕਾਰ ਫਰਕ ਨਹੀਂ ਸਮਝਦਾ ਅਤੇ ਮਾਪਿਆਂ ਦੀਆਂ ਝਿੜਕਾਂ ਨੂੰ ਨਫਰਤ ਅਤੇ ਖੁਦ ਲਈ ਨਾਪਸੰਦਗੀ ਦੇ ਸੰਕੇਤ ਸਮਝ ਸਕਦਾ ਹੈ। ਇਕ ਕਿਸ਼ੋਰ ਨਾਲ ਇਹ ਗੱਲ ਵੱਖਰੀ ਹੈ ਕਿਉਂਕਿ ਉਹ ਇਹ ਤਰਕ ਕਰਨ ਦੀ ਬਿਹਤਰ ਸਥਿਤੀ ਵਿਚ ਹੈ ਕਿ ਤੁਹਾਡਾ ਚੀਕਣਾ ਤੁਹਾਡੇ ਆਰਜ਼ੀ ਤੌਖਲੇ ਦਾ ਪ੍ਰਗਟਾਵਾ ਹੈ ਅਤੇ ਅਸਲ ਵਿਚ ਤੁਸੀਂ ਉਸ ਨੂੰ ਬੜਾ ਪਿਆਰ ਕਰਦੇ ਹੋ।

ਇਕ ਕੰਮਕਾਰੀ ਮਾਂ ਸ੍ਰੀਮਤੀ ਨੀਤੀ ਮਹਿਰਾ ਦਾ ਕਹਿਣਾ ਹੈ : ਮੈਂ ਦਿਨ ਦੇ ਅਖੀਰ ਵਿਚ ਬਹੁਤਾ ਚੀਕਦੀ ਹਾਂ ਜਦੋਂ ਮੈਂ ਥੱਕੀ ਹੁੰਦੀ ਹਾਂ ਜਾਂ ਜਦੋਂ ਮੈਨੂੰ ਪਹਿਲਾਂ ਹੀ ਭਰੀ ਸੂਚੀ ਵਿਚ ਹੋਰ ਬੜੀ ਹੀ ਲੰਬੀ ਸੂਚੀ ਘਸੋੜਨੀ ਪੈ ਜਾਂਦੀ ਹੈ। ਮੈਂ ਉਦੋਂ ਵੀ ਚੀਕਦੀ ਹਾਂ ਜਦੋਂ ਮੇਰੇ ਬੱਚੇ ਮੇਰੇ ਨਿੱਜੀ ਸਮੇਂ ਅਤੇ ਸਥਾਨ ਦੀ ਰਹਿੰਦ-ਖੂੰਹਦ ਵਿਚ ਵੀ ਘੁਸਪੈਠ ਕਰਨ ਲੱਗਦੇ ਹਨ। ਹੋਰ ਵੀ ਬੜਾ ਕੁਝ ਅਤੇ ਭਿੰਨ ਕਿਸਮ ਦਾ ਹੁੰਦਾ ਹੈ ਪਰ ਤਣਾਉ ਅਤੇ ਥਕਾਨ ਸੂਚੀ ਦੇ ਸਭ ਤੋਂ ਉਪਰ ਰਹਿੰਦੀ ਹੈ। ਸ਼ਾਇਦ ਘੱਟ ਰਕਤ ਸ਼ੂਗਰ ਪੱਧਰ ਦਾ ਸਬੰਧ ਵੀ ਕਿਤੇ ਨਾ ਕਿਤੇ ਬਹੁਤਾ ਚੀਕਣ ਨਾਲ ਹੀ ਹੈ।

ਚੀਕਣਾ ਬਹੁਤੇ ਮਾਪਿਆਂ ਦੇ ਮਨਾਂ ਵਿਚ ਟਕਰਾਉ ਨੂੰ ਉਕਸਾਉਂਦਾ ਹੈ। ਇਕੋ ਸਮੇਂ ਬੱਚੇ ਨੂੰ ਪਿਆਰ ਕਰਨ ਅਤੇ ਨਫਰਤ ਕਰਨ ਦੇ ਘੜਮੱਸ ਨਾਲ ਉਨ੍ਹਾਂ ਲਈ ਸਿੱਝਣਾ ਔਖਾ ਹੋ ਜਾਂਦਾ ਹੈ। ਜਦੋਂ ਪਾਲਣ-ਪੋਸ਼ਣ ਦੀਆਂ ਹਕੀਕਤਾਂ ਅਤੇ ਲਾਚਾਰੀਆਂ ਇਕ ਆਦਰਸ਼ ਮਾਪਾ ਬਣਨ ਦੇ ਸੁਪਨਿਆਂ ਨੂੰ ਚੂਰ-ਚੂਰ ਕਰਦੀਆਂ ਹਨ ਤਾਂ ਇਸ ਦਾ ਨਿਰੋਲ ਸਿੱਟਾ ਤੌਖਲੇ ਅਤੇ ਕਸੂਰਵਾਰ ਹੋਣ ਵਿਚ ਨਿਕਲਦਾ ਹੈ।

ਇਹ ਦੁਚਿੱਤੀ ਕਿ ਕੀ ਚੀਕਿਆ ਜਾਵੇ ਕਿ ਨਾ, ਇਸ ਦਾ ਕੋਈ ਸਰਲ ਹੱਲ ਨਹੀਂ। ਜੇ ਮਾਪੇ ਚੀਕਦੇ ਹਨ ਤਾਂ ਉਹ ਦੋਸ਼ੀ ਮਹਿਸੂਸ ਕਰਦੇ ਹਨ ਤੇ ਜਦੋਂ ਆਪਣੀ ਇਹ ਇੱਛਾ ਦਬਾਉਂਦੇ ਹਨ ਤਾਂ ਮਾਯੂਸ ਹੋ ਜਾਂਦੇ ਹਨ। ਕਈ ਚੀਕਣ ਵਾਲੇ ਤਾਂ ਖੁਦ ਨੂੰ ਸਜ਼ਾ-ਯਾਫਤਾ ਅਪਰਾਧੀਆਂ ਵਾਂਗ ਸਮਝਣ ਲੱਗਦੇ ਹਨ ਜੋ ਕਿ ਮੇਰੇ ਖਿਆਲ ਵਿਚ ਸਵੈ-ਨਿਖੇਧੀ ਦੀ ਚਰਮ ਮਿਸਾਲ ਹੈ।

ਆਪਣੀਆਂ ਆਵਾਜ਼ ਗ੍ਰੰਥੀਆਂ ਨੂੰ ਆਰਾਮ ਦੇਣ ਦੇ ਪੰਜ ਕਦਮ

1. ਆਪਣੇ ਪਰਿਵਾਰ ਲਈ ਇਕ ਵਧੀਆ ਅਨੁਸ਼ਾਸਨੀ ਨਮੂਨਾ ਤਿਆਰ ਕਰੋ ਅਤੇ ਮਜ਼ਬੂਤੀ ਨਾਲ ਇਸ 'ਤੇ ਚੱਲੋ।
2. ਜੇਕਰ ਤੁਹਾਡਾ ਬੱਚਾ ਪ੍ਰੇਸ਼ਾਨ, ਰੁੱਸਿਆ ਹੋਇਆ ਜਾਂ ਮਾਯੂਸ ਹੈ ਤਾਂ ਉਸ ਦੇ ਮਾੜੇ ਰੌਂਅ ਵਿਚ ਉਸ ਨਾਲ ਉਲਝਣ ਤੋਂ ਬਚੋ। ਕੋਈ ਫਿਜ਼ੂਲ ਦਲੀਲ ਦੇਣ ਤੋਂ ਬਚੋ ਕਿਉਂਕਿ ਇਸ ਦੀ ਪੂਰੀ ਸੰਭਾਵਨਾ ਹੈ ਕਿ ਇਹ ਪੂਰੀ ਤਰ੍ਹਾਂ ਚੀਕਣ ਤੋਂ ਬਚੇ ਜਾ ਸਕਣ ਵਾਲੇ ਮੁਕਾਬਲੇ ਵੱਲ ਲੈ ਤੁਰੇਗਾ।
3. ਕੁਝ ਦੇਰ ਲਈ ਸੋਚੋ ਕਿ ਤੁਸੀਂ ਇਹ ਐਵੇਂ ਵਾਧੂ ਤਾਂ ਨਹੀਂ ਕਰ ਰਹੇ। ਜੇਕਰ ਹਾਂ ਤਾਂ ਚੁੱਪ ਕਰ ਜਾਣ ਅਤੇ ਆਪਣੇ ਬੱਚੇ ਨਾਲ ਸਮਝੌਤਾ ਕਰ ਲੈਣ ਵਿਚ ਕੋਈ ਹਰਜ ਨਹੀਂ।
4. ਵਿਰੋਧੀ ਧਿਰਾਂ ਵਿਚਕਾਰ ਗੱਲਬਾਤ ਚਲਾਉਣ ਲਈ ਰਾਤ ਦੇ ਖਾਣੇ ਨੂੰ ਵਰਤਿਆ ਜਾ ਸਕਦਾ ਹੈ। ਇਸ ਤੋਂ ਸੁਚੇਤ ਰਹੋ ਕਿ ਬਿਹਤਰ ਗੱਲਬਾਤ ਉਪਦੇਸ਼ ਦੇਣਾ ਨਹੀਂ ਹੁੰਦੀ। ਖਾਣੇ ਦੀ ਮੇਜ 'ਤੇ ਬੱਚੇ ਨੂੰ ਭਾਸ਼ਣ ਦੇਣ ਤੋਂ ਬਚੋ; ਬਲਕਿ ਇਸ ਦੀ ਬਜਾਏ ਉਸ ਦੇ ਨੁਕਤਾ-ਨਿਗਾਹ ਨੂੰ ਸੁਣੋ।
5. ਜੇਕਰ ਚੀਕਣਾ ਅਨਿਵਾਰੀ ਹੀ ਹੋ ਜਾਵੇ ਤਾਂ ਬਿਹਤਰ ਹੈ ਕਿ ਸਭ ਕੁਝ ਸਹਿਜ ਰੱਖੋ ਅਤੇ ਬਿਨਾਂ ਜਜ਼ਬਾਤੀ ਹੋਏ ਇਮਾਨਦਾਰੀ ਨਾਲ ਬੋਲੋ। ਜੇਕਰ ਤੁਸੀਂ ਬੱਚੇ ਨੂੰ ਇਹ ਕਹਿੰਦੇ ਹੋ; ਤੂੰ ਮੈਨੂੰ ਬੜਾ ਨਾਰਾਜ਼ ਕੀਤਾ ਹੈ, ਤਾਂ ਇਸ ਦਾ ਅਸਰ ਉਸ ਨੂੰ ਮੂਰਖ ਕਹਿਣ ਨਾਲੋਂ ਕਿਤੇ ਵੱਧ ਸਾਕਾਰੀ ਹੋਵੇਗਾ।

ਬਿਹਤਰ ਅਨੁਸ਼ਾਸਨ-ਘੱਟ ਚੀਕਣਬਾਜ਼ੀ

ਪ੍ਰਚਲਿਤ ਅੰਗਰੇਜ਼ੀ ਦੀ ਆਕਸਫੋਰਡ ਡਿਕਸ਼ਨਰੀ ਅਨੁਸ਼ਾਸਨ ਨੂੰ ਇਸ ਤਰ੍ਹਾਂ ਬਿਆਨ ਕਰਦੀ ਹੈ : 1. ਸਵੈ-ਨਿਯੰਤ੍ਰਣ ਅਤੇ ਅਗਿਆਕਾਰਤਾ ਦੇ ਉਦੇਸ਼ ਨਾਲ ਸਿਖਲਾਈ ਜਾਂ ਜੀਵਨ ਜਾਚ। 2. ਲੋਕਾਂ ਜਾਂ ਜਾਨਵਰਾਂ ਉਤੇ ਵਰਤਿਆ ਜਾਂਦਾ ਨਿਯੰਤ੍ਰਣ ਜਾਂ ਵਿਵਸਥਾ।

ਕੋਈ ਵੀ ਪਸੂ ਸਿੱਖਿਅਕ ਤੁਹਾਨੂੰ ਦੱਸ ਦੇਵੇਗਾ ਕਿ ਪਸ਼ੂਆਂ ਨੂੰ ਸਿਖਾਉਣਾ ਮੁਕਾਬਲਤਨ ਸੁਖਾਲਾ ਹੈ ਕਿਉਂਕਿ ਤੁਸੀਂ ਉਨ੍ਹਾਂ ਨੂੰ ਭੁੱਖਾ ਰੱਖ ਸਕਦੇ ਹੋ ਜਾਂ ਡੰਡਾ ਵਰਤ ਸਕਦੇ ਹੋ। ਬੱਚਿਆਂ ਨਾਲ ਨਜਿੱਠਣ ਦਾ ਢੰਗ ਬਿਲਕੁਲ ਵੱਖਰਾ ਹੀ ਹੈ। ਤੁਸੀਂ ਉਨ੍ਹਾਂ ਨੂੰ ਭੁੱਖਾ ਨਹੀਂ ਰੱਖ ਸਕਦੇ ਅਤੇ ਅਨੁਸ਼ਾਸਨੀ ਤਕਨੀਕ ਵਜੋਂ ਡੰਡਾ ਤਾਂ ਕਦੀ ਵਰਤਣਾ ਹੀ ਨਹੀਂ ਚਾਹੀਦਾ। ਜਦੋਂ ਤੁਸੀਂ ਆਪਣੇ ਬੱਚੇ ਨੂੰ ਅਨੁਸ਼ਾਸਿਤ ਕਰਨ ਦੀ ਕੋਸ਼ਿਸ਼ ਕਰਦੇ ਹੋ ਤਾਂ ਤੁਸੀਂ ਬੜੇ ਹੀ ਪ੍ਰਬੁੱਧ ਅਤੇ ਸੰਵੇਦਨਸ਼ੀਲ ਦਿਮਾਗ ਨਾਲ ਨਿਭ ਰਹੇ ਹੁੰਦੇ ਹੋ ਜੋ ਤਰਕ ਕਰਨ ਅਤੇ ਨਿਰਣੇਕਾਰੀ ਦੇ ਸਮਰੱਥ ਹੈ। ਇਸ ਕਰਕੇ ਇਹ ਜ਼ਿੰਮੇਵਾਰੀ ਤੁਹਾਡੇ 'ਤੇ ਵੀ ਹੈ ਕਿ ਤੁਸੀਂ ਵੀ ਉਵੇਂ ਦੇ ਹੀ ਵਿਹਾਰਕ,

ਕਲਪਨਾਸ਼ੀਲ ਅਤੇ ਨਿਮਰ ਰਹੋ।

ਅਨੁਸ਼ਾਸਨ ਸਬੰਧੀ ਬਹੁਤੇ ਮਾਪੇ ਵੀ ਭੰਬਲਭੂਸੇ ਵਿਚ ਰਹਿੰਦੇ ਹਨ ਕਿ ਸਖਤ ਅਤੇ ਨਰਮ ਵਤੀਰੇ ਕੀ ਹੁੰਦੇ ਹਨ। ਬੜੀ ਹੀ ਸਖਤ ਪਹੁੰਚ ਦੇ ਟਕਰਾਉ ਵੱਲ ਲੈ ਜਾਣ ਦੀ ਸੰਭਾਵਨਾ ਹੁੰਦੀ ਹੈ। ਬਹੁਤ ਹੀ ਨਰਮ ਵਤੀਰਾ ਅਵੱਗਿਆ, ਲਾਪ੍ਰਵਾਹੀ ਅਤੇ ਅਪਰਾਧੀਪੁਣੇ ਵੱਲ ਲੈਜਾ ਸਕਦਾ ਹੈ। ਪ੍ਰਭਾਵੀ ਅਨੁਸ਼ਾਸਨ ਲਈ ਤਿੰਨ ਮੁੱਖ ਨਿਯਮ ਹਨ :

* ਅਸਲੀਅਤਵਾਦੀ ਰਹੋ
* ਸਹਿਜ ਰਹੋ
* ਮੱਦਦਗਾਰ ਰਹੋ

ਬਿਹਤਰ ਅਨੁਸ਼ਾਸਨ ਵੱਲ ਪੇਸ਼ਕਦਮੀ

1. ਅਗਵਾਈ ਲੀਹਾਂ ਬਣਾਉ ਅਤੇ ਉਨ੍ਹਾਂ ਨੂੰ ਇਕਸਾਰਤਾ ਨਾਲ ਲਾਗੂ ਕਰੋ

ਢੁਕਵੇਂ ਵਿਹਾਰ ਲਈ ਅਗਵਾਈ ਲੀਹਾਂ ਬਣਾਉਣਾ ਅਨੁਚਿਤਤਾ ਨੂੰ ਨਿਯੰਤ੍ਰਣ ਵਿਚ ਰੱਖਣ ਦੀ ਦਿਸ਼ਾ ਵੱਲ ਪਹਿਲਾ ਕਦਮ ਹੈ। ਜੇਕਰ ਬੱਚੇ ਸੁਪਰਿਭਾਸ਼ਿਤ ਸੀਮਾਵਾਂ ਵਿਚ ਬੰਨ੍ਹੇ ਹੋਣਗੇ ਤਾਂ ਇਸ ਦੀ ਪੂਰੀ ਗੁੰਜਾਇਸ਼ ਹੈ ਕਿ ਉਹ ਉਵੇਂ ਚੱਲਦੇ ਰਹਿਣਗੇ। ਇਨ੍ਹਾਂ ਨਿਯਮਾਂ ਨੂੰ ਲਾਗੂ ਕਰਨ ਵਿਚ ਢਿੱਲ ਦਾ ਸਿੱਟਾ ਬੇਲੋੜੇ ਤਣਾਉ ਅਤੇ ਨਿਰੰਤਰ ਅਢੁਕਵੇਂ ਵਿਹਾਰ ਵਿਚ ਨਿਕਲਣ ਦੀ ਸੰਭਾਵਨਾ ਹੈ। ਇਹ ਅਹਿਮ ਹੈ ਕਿ ਢੁਕਵੇਂ ਵਿਹਾਰ ਦਾ ਇਨਾਮ ਦਿੱਤਾ ਜਾਵੇ ਅਤੇ ਨਕਾਰਾਤਮਕ ਵਿਹਾਰ ਲਈ ਸਜ਼ਾ, ਪਰ ਸਭ ਤੋਂ ਅਹਿਮ ਅਜਿਹੇ ਇਨਾਮਾਂ ਅਤੇ ਸਜਾਵਾਂ ਦੀ ਇਕਸਾਰਤਾ ਹੈ। ਅਨੁਸ਼ਾਸਨ ਦੀ ਇਕਸਾਰਤਾ ਬੱਚੇ ਦੀ ਇਕ ਸੰਦਰਭ ਦਾ ਚੌਖਟਾ ਵਿਕਸਿਤ ਕਰਨ ਵਿਚ ਮੱਦਦ ਕਰਦੀ ਹੈ ਜੋ ਕਿ ਉਸ ਨੂੰ ਉਸਦੇ ਵਿਹਾਰ ਤਾਣੇ-ਬਾਣੇ ਵਿਚ ਇਕਸੁਰਤਾ ਦੇ ਇਕ ਚੰਗੇ ਦਰਜੇ ਵੱਲ ਲੈ ਜਾਂਦੀ ਹੈ।

2. ਇਨਾਮ ਅਤੇ ਸਜ਼ਾ

ਇਨਾਮ : ਕਿਹੜਾ ਹੈ ਜੋ ਚੰਗੇ ਕਾਰਜ ਜਾਂ ਕਰਮ ਲਈ ਮਾਨਤਾ ਨਹੀਂ ਚਾਹੁੰਦਾ? ਵਿਹਾਰ ਦੇ ਨਿਰਧਾਰਤ ਨਿਯਮਾਂ ਦੇ ਅਨੁਸਾਰ ਚੱਲਣ ਲਈ ਬੱਚੇ ਖਾਸ ਤੌਰ ਤੇ ਥਾਪੀ ਚਾਹੁੰਦੇ ਹਨ। ਸਜ਼ਾ ਸਿਰਫ ਵਰਜਕ ਵਜੋਂ ਹੀ ਕੰਮ ਕਰਦੀ ਹੈ, ਇਹ ਬੱਚੇ ਨੂੰ ਦੱਸਦੀ ਹੈ ਕਿ ਕੀ ਨਹੀਂ ਕਰਨਾ, ਪਰ ਇਨਾਮ ਪ੍ਰਵਾਣਤ ਅਤੇ ਇੱਛਿਤ ਵਿਹਾਰ ਸਿਖਾਉਂਦਾ ਹੈ। ਉਹ ਅਜਿਹੇ ਵਿਹਾਰ ਨੂੰ ਵੀ ਮਜ਼ਬੂਤ ਕਰਦਾ ਹੈ ਅਤੇ ਇਹ ਬਹੁਤ ਜ਼ਰੂਰੀ ਹਨ ਜੇਕਰ ਇੱਛਾ ਦੀਰਘਕਾਲੀ ਤਬਦੀਲੀਆਂ ਦੀ ਹੋਵੇ।

ਮਾਪੇ ਇਹ ਮਹਿਸੂਸ ਕਰ ਸਕਦੇ ਹਨ ਕਿ ਜੇ ਬੱਚੇ ਉਹੀ ਕਰ ਰਹੇ ਹਨ ਜਿਸ ਦੀ ਉਨ੍ਹਾਂ ਤੋਂ ਆਸ ਸੀ ਫੇਰ ਇਲਾਮ ਦੇਣ ਦੀ ਕੋਈ ਲੋੜ ਨਹੀਂ। ਪਰ ਉਨ੍ਹਾਂ ਨੂੰ ਇਹ ਅਹਿਸਾਸ ਜ਼ਰੂਰ ਹੋਣਾ ਚਾਹੀਦਾ ਹੈ ਕਿ ਬੱਚਿਆਂ ਨੂੰ ਇਸ ਦਾ ਧੁੰਦਲਾ ਜਿਹਾ

ਹੀ ਪਤਾ ਹੁੰਦਾ ਹੈ ਜੋ ਉਨ੍ਹਾਂ ਤੋਂ ਚਾਹਿਆ ਜਾਂਦਾ ਹੈ ਤੇ ਜੋ ਨਹੀਂ। ਜੋ ਚਾਹਿਆ ਜਾਂਦਾ ਹੈ ਉਹ ਕਰਨ ਲਈ ਬੱਚਾ ਵਿਸ਼ੇਸ਼ ਯਤਨ ਕਰ ਰਿਹਾ ਹੁੰਦਾ ਹੈ ਅਤੇ ਇਸ ਦੀ ਜ਼ਰੂਰ ਦਾਦ ਦੇਣੀ ਚਾਹੀਦੀ ਹੈ। ਬਿਨਾਂ ਕਹੇ ਰਾਤ ਨੂੰ ਆਪਣੇ ਬੱਚੇ ਨੂੰ ਦੰਦ ਸਾਫ ਕਰਨ ਲਈ ਇਨਾਮ ਦੇਣਾ ਆਦਤ ਨੂੰ ਮਜ਼ਬੂਤ ਕਰਦਾ ਹੈ। ਇਨਾਮ ਹੇਠਾਂ ਲਿਖੇ ਵਿਚੋਂ ਕਿਸੇ ਵੀ ਰੂਪ ਵਿਚ ਹੋ ਸਕਦੇ ਹਨ :

* ਮਾਇਕ
* ਜੁਬਾਨੀ ਪ੍ਰਸੰਸਾ
* ਧੰਨਵਾਦ ਦੇ ਲਿਖਤੀ ਰੁੱਕੇ
* ਖੇਡਣ ਜਾਂ ਟੀ.ਵੀ. ਦੇਖਣ ਲਈ ਵਾਧੂ ਸਮਾਂ
* ਕੋਈ ਨਿੱਕਾ ਤੋਹਫਾ
* ਦੇਰ ਨਾਲ ਸੌਣ ਦੇਣਾ
* ਜੱਫੀ ਵਿਚ ਲੈਂਦੇ ਰਹਿਣਾ

ਸਜ਼ਾ : ਗਲਤ ਵਿਹਾਰ ਲਈ ਢੁਕਵੀਂ ਸਜ਼ਾ ਚੁਣਨਾ ਨਿਸ਼ਚੇ ਹੀ ਇਨਾਮ ਦੇਣ ਨਾਲੋਂ ਵਧੇਰੇ ਔਖਾ ਹੈ। ਮਾਪਿਆਂ ਨੂੰ ਸਖਤ ਅਤੇ ਗੈਰ ਵਿਹਾਰਕ ਸਜ਼ਾਵਾਂ ਤੋਂ ਬਚਣਾ ਚਾਹੀਦਾ ਹੈ ਜਿਵੇਂ ਉਦੋਂ ਤੱਕ ਕੋਈ ਪਿਕਨਿਕ ਜਾਂ ਬਾਹਰ ਜਾ ਕੇ ਖਾਣ ਦਾ ਕੋਈ ਪ੍ਰੋਗਰਾਮ ਨਹੀਂ ਜਦੋਂ ਤੱਕ ਤੂੰ ਆਪਣਾ ਦਰਜਾ ਨਹੀਂ ਸੁਧਾਰ ਲੈਂਦਾ। ਇਹ ਬੱਚੇ ਦਾ ਦਿਲ ਤੋੜ ਸਕਦੀ ਹੈ ਅਤੇ ਬਗਾਵਤ ਪੈਦਾ ਕਰ ਸਕਦੀ ਹੈ। ਇਸ ਤੋਂ ਵੀ ਮਾੜਾ ਇਹ ਕਿ ਤੁਹਾਨੂੰ ਵੀ ਹਫਤੇ ਦੇ ਅਖੀਰ ਵਿਚ ਘਰ ਬੈਠਣਾ ਪਏਗਾ ਅਤੇ ਪਕਾ ਕੇ ਆਪਣੇ ਕੈਦੀ ਨੂੰ ਖਵਾਉਣਾ ਪਏਗਾ।

ਬੱਚੇ ਨੂੰ ਦਸ ਮਿੰਟ ਕੋਨੇ ਵਿਚ ਖੜ੍ਹਾ ਹੋਣ ਲਈ ਕਹਿਣਾ ਤਾਂ ਨਿਯੰਤ੍ਰਣ ਵਿਚ ਰਹਿ ਸਕਦਾ ਹੈ ਪਰ ਉਸ ਨੂੰ ਪੂਰੇ ਸੱਠ ਮਿੰਟ ਖੜ੍ਹੇ ਰਹਿਣ ਲਈ ਕਹਿਣਾ ਲਾਗੂ ਕਰਨਾ ਔਖਾ ਹੈ। ਤੁਹਾਨੂੰ ਕਿਸੇ ਜ਼ਰੂਰੀ ਕੰਮ 'ਤੇ ਫੌਰਨ ਧਿਆਨ ਦੇਣ ਦੀ ਲੋੜ ਹੋ ਸਕਦੀ ਹੈ ਅਤੇ ਇਸ ਦੌਰਾਨ ਬੱਚਾ ਖਿਸਕ ਜਾਵੇਗਾ। ਸਜ਼ਾ ਨੂੰ ਅਧੂਰੀ ਰਹਿਣ ਦੇਣ ਦਾ ਲੋੜੀਂਦਾ ਅਸਰ ਨਹੀਂ ਪਏਗਾ; ਇਸ ਦੇ ਉਲਟ ਇਹ ਬੱਚੇ ਨੂੰ ਹੋਰ ਅੱਖੜ ਅਤੇ ਉਸ ਨਾਲ ਸਿੱਝਣਾ ਔਖਾ ਬਣਾ ਸਕਦਾ ਹੈ।

ਡੀ.ਐਸ.ਈ. (ਡਿਸਿਪਲਿਨਰੀ ਸਟਾਕ ਐਕਸਚੇਂਜ) ਵਿਚ ਕਿਸੇ ਇਨਾਮ ਲਈ ਸਜ਼ਾ ਦਾ ਵਪਾਰ ਨਾ ਕਰੋ। ਗਲਤ ਕਰਮ ਲਈ ਸਜ਼ਾ ਨੂੰ ਚੰਗੇ ਵਿਹਾਰ ਲਈ ਇਨਾਮ ਨਾਲ ਖਤਮ ਨਹੀਂ ਕਰਨਾ ਚਾਹੀਦਾ; ਦੋਹਾਂ ਨਾਲ ਵੱਖਰਾ ਨਜਿੱਠਿਆ ਜਾਣਾ ਚਾਹੀਦਾ ਹੈ। ਤੁਸੀਂ ਉਦੋਂ ਕੀ ਕਰਦੇ ਹੋ ਜਦੋਂ ਤੁਹਾਡਾ ਬੱਚਾ ਘਰ ਦਾ ਕੰਮ ਤਾਂ ਪੂਰਾ ਕਰ ਲੈਂਦਾ ਹੈ ਪਰ ਕਿਤਾਬਾਂ ਪੜ੍ਹਨ ਵਾਲੀ ਮੇਜ 'ਤੇ ਖਿੰਡੀਆਂ ਛੱਡ ਦਿੰਦਾ ਹੈ? ਬੱਚੇ ਨੂੰ ਕੰਮ ਖਤਮ ਕਰਨ ਲਈ ਦਾਦ ਦਿਉ, ਪਰ ਨਾਲ ਹੀ ਉਸ ਨੂੰ ਮੇਜ਼ ਸਾਫ ਨਾ ਕਰਨ ਲਈ ਝਾੜੋ ਵੀ। ਜੇਕਰ ਤੁਸੀਂ ਅਨੁਸ਼ਾਸਨ ਵਿਚ ਵਪਾਰ ਸ਼ੁਰੂ ਕਰ ਦਿੱਤਾ ਤਾਂ ਤੁਹਾਡਾ ਬੱਚਾ ਵੀ ਬੜੀ ਛੇਤੀ ਵਪਾਰ ਕਰਨਾ ਸਿੱਖ ਜਾਵੇਗਾ।

ਉਹ ਸੌਦੇਬਾਜ਼ੀ ਕਰਨੀ ਸਿੱਖ ਕੇ ਖੁਦ ਨੂੰ ਇਕ ਚੰਗਾ ਵਪਾਰੀ ਸਾਬਿਤ ਕਰਨ ਦੀ ਕੋਸ਼ਿਸ਼ ਕਰੇਗਾ, ਪਰ ਬਦਲੇ ਵਿਚ ਅਨੁਸ਼ਾਸਨਹੀਣ ਹੋ ਜਾਵੇਗਾ।

3. ਯੂ.ਪੀ.ਐਫ-ਸਾਂਝਾ ਮਾਪਾ ਮੋਰਚਾ

ਬੱਚੇ ਨੂੰ ਅਨੁਸ਼ਾਸਿਤ ਕਰਨ ਵੇਲੇ ਮਾਪਿਆਂ ਨੂੰ ਸਾਂਝਾ ਮੋਰਚਾ ਬਣਾ ਲੈਣਾ ਚਾਹੀਦਾ ਹੈ। ਜੇਕਰ ਇਕ ਮਾਪਾ ਦੂਜੇ ਦੇ ਦਾਅਪੇਚਾਂ ਨਾਲ ਸਹਿਮਤ ਨਾ ਹੋਵੇ ਤਾਂ ਇਸ ਨੂੰ ਨਿੱਜੀ ਸਮੇਂ ਵਿਚ ਵਿਚਾਰਿਆ ਜਾਣਾ ਚਾਹੀਦਾ ਹੈ। ਅਨੁਸ਼ਾਸਨੀ ਕਾਰਵਾਈ ਉੱਤੇ ਖੁੱਲ੍ਹੀ ਅਸਹਿਮਤੀ ਨਾ ਸਿਰਫ ਬੱਚੇ ਨੂੰ ਦੁਚਿੱਤੀ ਵਿਚ ਪਾਉਂਦੀ ਹੈ ਬਲਕਿ ਉਸ ਵਿਚ ਗਲਤ ਲੱਗਦੇ ਮਾਪੇ ਬਾਰੇ ਕੜਵਾਹਟ ਵੀ ਭਰਦੀ ਹੈ। ਜਿਵੇਂ ਪਹਿਲਾਂ ਦੱਸਿਆ ਗਿਆ ਹੈ ਜੇਕਰ ਤੁਹਾਡੇ ਕੋਲ ਪ੍ਰਵਾਣਤ/ਅਪ੍ਰਵਾਣਤ ਵਿਹਾਰ ਬਾਰੇ ਸਪੱਸਟ ਅਗਵਾਈ ਲੀਹਾਂ ਹੋਣ ਤਾਂ ਇਹ ਹਾਲਤ ਪੈਦਾ ਹੀ ਨਾ ਹੋਵੇ।

ਅਨੁਸ਼ਾਸ਼ਿਤ ਕਰਨ ਦੀ ਜ਼ਿੰਮੇਵਾਰੀ ਕਦੀ ਵੀ ਆਪਣੇ ਜੀਵਨ ਸਾਥੀ ਤੇ ਨਾ ਪਾਉ। ਆਪਣੇ ਪਿਤਾ ਦੇ ਘਰ ਆਉਣ ਤੱਕ ਇੰਤਜ਼ਾਰ ਕਰੋ-ਬਹੁਤੀਆਂ ਮਾਵਾਂ ਆਮ ਇਹੀ ਗੱਲ ਕਹਿੰਦੀਆਂ ਹਨ। ਇਸ ਤੋਂ ਹਰ ਕੀਮਤ 'ਤੇ ਬਚਿਆ ਜਾਣਾ ਚਾਹੀਦਾ ਹੈ ਕਿਉਂਕਿ ਇਹ ਬੱਚੇ ਨੂੰ ਨਕਾਰਾਤਮਕ ਸੰਦੇਸ਼ ਦਿੰਦਾ ਹੈ। ਇਸ ਦਾ ਅਰਥ ਇਹ ਹੈ ਕਿ ਤੁਸੀਂ ਸਥਿਤੀ 'ਤੇ ਕਾਬੂ ਪਾਉਣ ਵਿਚ ਅਸਮਰੱਥ ਹੋ ਅਤੇ ਬੱਚਾ ਹੋਰ ਵਧੇਰੇ ਹੱਥੋਂ ਬਾਹਰ ਹੋ ਸਕਦਾ ਹੈ। ਅਨੁਸ਼ਾਸਨੀ ਸ਼ਕਤੀਆਂ ਆਪਣੇ ਪਤੀ 'ਤੇ ਛੱਡਕੇ ਤੁਸੀਂ ਉਸ ਨੂੰ ਇਕ ਰਸ਼ਕਹੀਣ ਸਥਿਤੀ ਵਿਚ ਰੱਖ ਦਿੰਦੇ ਹੋ। ਉਸ ਦੀ ਸ਼ਖਸੀਅਤ ਬੱਚੇ ਲਈ ਭੈਦਾਈ ਪਰਿਮਾਣ ਹਾਸਲ ਕਰ ਜਾਂਦੀ ਹੈ।

ਅਨੁਸ਼ਾਸਿਤ ਕਰਨਾ ਜਿਸਮਾਨੀ ਅਤੇ ਮਾਨਸਿਕ ਤੌਰ 'ਤੇ ਥਕਾਊ ਕੰਮ ਹੈ। ਤੁਸੀਂ ਇਕ ਤਿਲ੍ਹਕਵੀਂ ਸਥਿਤੀ ਨਾਲ ਸਫਲਤਾ ਨਾਲ ਅਜੇ ਨਜਿੱਠੇ ਵੀ ਨਹੀਂ ਹੁੰਦੇ ਕਿ ਤਾਜ਼ਾ ਸੰਕਟ ਖੜ੍ਹਾ ਹੋ ਜਾਂਦਾ ਹੈ। ਆਪਣੇ ਬੱਚੇ ਦੀ ਅਨੁਸ਼ਾਸਨਹੀਣਤਾ ਨਾਲ ਨਜਿੱਠਣ ਲਈ ਤੁਹਾਡੇ ਕੋਲ ਜੁਗਤਾਂ ਅਤੇ ਤਕਨੀਕਾਂ ਮੁੱਕ ਸਕਦੀਆਂ ਹਨ ਅਤੇ ਮਾਯੂਸੀ ਦੇ ਤੁਹਾਡੇ ਪੱਧਰ ਵਧ ਸਕਦੇ ਹਨ। ਅਜਿਹੇ ਹਾਲਾਤ ਵਿਚ ਬੱਚਿਆਂ ਨਾਲ ਫੌਰੀ ਨਜਿੱਠਣ ਵਿਚ ਦੇਰ ਹੋ ਜਾਂਦੀ ਹੈ। ਉਨ੍ਹਾਂ ਨੂੰ ਕਹੋ ਕਿ ਉਹ ਆਪਣੇ ਕਮਰੇ ਵਿਚ ਜਾਣ ਅਤੇ ਤੁਸੀਂ ਉਨ੍ਹਾਂ ਨਾਲ ਬਾਦ ਵਿਚ ਨਜਿੱਠੋਗੇ। ਢਿੱਲ ਤੁਹਾਨੂੰ ਆਪਣੇ 'ਤੇ ਨਿਯੰਤ੍ਰਣ ਕਰਨ ਦਾ ਸਮਾਂ ਦਿੰਦੀ ਹੈ ਅਤੇ ਤੁਹਾਨੂੰ ਮੁੜ ਊਰਜਾਵਾਨ ਕਰਦੀ ਹੈ। ਢਿੱਲ ਗੈਰਵਿਹਾਰਕ ਸਿੱਟਿਆਂ ਨੂੰ ਵੀ ਘਟਾਉਂਦੀ ਹੈ ਕਿਉਂ ਜੋ ਤੁਹਾਨੂੰ ਉਸ ਤੋਂ ਭਿੰਨ ਪਰਿਪੇਖ ਵਿਚ ਦੇਖਣ ਦਿੰਦੀ ਹੈ ਜੋ ਤੁਸੀਂ ਪੂਰੇ ਗੁੱਸੇ ਵਿਚ ਦੇਖ ਰਹੇ ਸੀ।

ਕਈ ਵਾਰੀ ਇਕ ਮਾਪਾ ਬੱਚੇ ਦੀ ਅਨੁਸ਼ਾਸਨਹੀਣਤਾ ਦੂਜੇ ਤੋਂ ਛੁਪਾਉਂਦਾ ਹੈ। ਇਹ ਉਦੋਂ ਠੀਕ ਵੀ ਹੋ ਸਕਦਾ ਹੈ ਜਦੋਂ ਇਹ ਇਕ ਹਿੰਸਕ ਅਤੇ ਦੁਰਵਿਹਾਰ ਵਾਲੇ ਮਾਪੇ ਤੋਂ ਬੱਚੇ ਨੂੰ ਬਚਾਉਣ ਲਈ ਹੋਵੇ। ਅਜਿਹੀ ਸੁਰੱਖਿਆ ਬੱਚੇ ਦੀ ਸ਼ਖਸੀਅਤ ਨੂੰ ਪੂਰੀ ਤਰ੍ਹਾਂ ਤਬਾਹ ਹੋਣ ਤੋਂ ਬਚਾ ਸਕਦੀ ਹੈ। ਐਪਰ, ਬੱਚੇ ਦੇ

ਗਲਤ ਵਿਹਾਰ ਨੂੰ ਛੁਪਾਉਣਾ ਉਨ੍ਹਾਂ ਵਿਚ ਅਸਲ ਵਿਚ ਤੌਖਲੇ ਨੂੰ ਵਧਾਉਂਦਾ ਹੈ ਅਤੇ ਉਨ੍ਹਾਂ ਨੂੰ ਇਹ ਸੰਦੇਸ਼ ਜਾਂਦਾ ਹੈ ਕਿ ਦੂਜੇ ਮਾਪੇ ਤੋਂ ਡਰ ਕੇ ਰਿਹਾ ਜਾਵੇ। ਉਹ ਉਸ ਸਥਿਤੀ ਦੇ ਮਾੜੇ ਸਿੱਟਿਆਂ ਦੀ ਕਲਪਨਾ ਕਰਨ ਲੱਗ ਪੈਂਦੇ ਹਨ ਜਿਹੜੇ ਸਖਤ ਮਾਪੇ ਨੂੰ ਉਨ੍ਹਾਂ ਦੇ ਗਲਤ ਵਿਹਾਰ ਦਾ ਪਤਾ ਲੱਗਣ ਨਾਲ ਨਿੱਕਲ ਸਕਦੇ ਹਨ। ਬਹੁਤੇ ਮਾਮਲਿਆਂ ਵਿਚ ਇਹ ਵਧੇਰੇ ਚੰਗਾ ਹੁੰਦਾ ਹੈ ਕਿ ਬੱਚੇ ਨੂੰ ਦੋਹਾਂ ਮਾਪਿਆਂ ਵੱਲੋਂ ਝਾੜ ਪੈ ਜਾਵੇ।

4. ਤੂਫਾਨ ਨੂੰ ਠੱਲ੍ਹ ਪਾਉਣੀ

ਜੇਕਰ ਇਕ ਬੱਚਾ ਪ੍ਰੇਸ਼ਾਨ ਜਾਂ ਗੁੱਸੇ ਵਿਚ ਹੈ ਅਤੇ ਆਪਣੀ ਗੱਲ ਬਿਨਾਂ ਬੁਰਾ-ਭਲਾ ਕਹੇ ਜਾਂ ਮਾੜੀ ਤਰ੍ਹਾਂ ਨਹੀਂ ਕਹਿੰਦਾ ਤਾਂ ਉਸ ਨੂੰ ਇੰਝ ਕਰਨ ਦਿਉ। ਮਾਯੂਸੀ ਜਾਂ ਗੁੱਸਾ ਬੋਲ ਕੇ ਕੱਢ ਦੇਣ ਨਾਲ ਬੱਚੇ ਦਾ ਤਣਾਉ ਘਟਦਾ ਹੈ ਅਤੇ ਮਾਪਿਆਂ ਨੂੰ ਇਹ ਬਰਦਾਸ਼ਤ ਕਰਨਾ ਚਾਹੀਦਾ ਹੈ। ਐਪਰ, ਚੀਕਣ ਜਾਂ ਬੁਰਾ-ਭਲਾ ਕਹਿਣ ਦੀ ਇਜਾਜ਼ਤ ਨਹੀਂ ਦੇਣੀ ਚਾਹੀਦੀ ਖਾਸ ਕਰਕੇ ਜੇ ਇਹ ਮਾਪਿਆਂ ਵੱਲ ਸੇਧਤ ਹੋਵੇ। ਸੀਮਾਵਾਂ ਜ਼ਰੂਰ ਮਿੱਥੀਆਂ ਜਾਣ ਅਤੇ ਬੱਚੇ ਨੂੰ ਆਪਣੇ ਅਹਿਸਾਸ ਦੱਸਣ ਦੇ ਸਹੀ ਢੰਗ ਸਿਖਾਏ ਜਾਣੇ ਚਾਹੀਦੇ ਹਨ। ਬੱਚੇ ਨੂੰ ਜ਼ੁਬਾਨੀ ਗਾਲੀ-ਗਲੋਚ ਤੋਂ ਬਾਅਦ ਜਾਣ ਦੇਣਾ ਲੰਮੇ ਸਮੇਂ ਲਈ ਉਸ ਲਈ ਨੁਕਸਾਨਦੇਹ ਹੋਵੇਗਾ।

5. ਬੱਚਿਆਂ ਦੀ ਜ਼ਿਦ ਰੋਕਣੀ :

ਬੱਚਿਆਂ ਨੂੰ ਜ਼ਿੱਦ ਤੋਂ ਹਟਾਉਣ ਲਈ ਬੜੇ ਧੀਰਜ, ਥੋੜ੍ਹੀ ਪਕਿਆਈ ਅਤੇ ਥੋੜ੍ਹੀ ਦੂਰ-ਦ੍ਰਿਸ਼ਟੀ ਦੀ ਲੋੜ ਹੁੰਦੀ ਹੈ। ਬੱਚਿਆਂ ਨੂੰ ਗਲਤ ਥਾਂ ਅਤੇ ਸਮੇਂ ਤੇ ਜ਼ਿੱਦ ਕਰਨ ਦਾ ਝੱਸ ਹੁੰਦਾ ਹੈ, ਜਿਵੇਂ ਕਿਸੇ ਰਿਸ਼ਤੇਦਾਰ ਦੇ ਘਰ, ਭੀੜ ਭਰੇ ਬਾਜ਼ਾਰ ਵਿਚ, ਆਈਸ ਕ੍ਰੀਮ ਦੀ ਦੁਕਾਨ ਤੇ ਅਤੇ ਆਦਿ ਆਦਿ। ਜੇਕਰ ਬੱਚਾ ਘਰ ਵਿਚ ਜ਼ਿੱਦ ਕਰ ਰਿਹਾ ਹੈ ਤਾਂ ਧੀਰਜ ਰੱਖੋ ਅਤੇ ਬੱਚੇ ਨੂੰ ਸ਼ਾਂਤ ਹੋਣ ਦਿਉ। ਜੇਕਰ ਇਹ ਕਿਸੇ ਰਿਸ਼ਤੇਦਾਰ ਦੇ ਜਾਂ ਦੋਸਤ ਦੇ ਘਰ ਹੈ ਤਾਂ ਤੁਹਾਨੂੰ ਦ੍ਰਿੜ ਰਹਿ ਕੇ ਉਸ ਨੂੰ ਨਿਯੰਤ੍ਰਿਤ ਕਰਨਾ ਚਾਹੀਦਾ ਹੈ। ਅੰਤ ਵਿਚ, ਤੁਹਾਡੇ ਕੋਲ ਇਹ ਦੂਰ-ਦ੍ਰਿਸ਼ਟੀ ਹੋਣੀ ਚਾਹੀਦੀ ਹੈ ਕਿ ਜਦੋਂ ਤੁਸੀਂ ਆਪਣੇ ਬੱਚੇ ਨਾਲ ਬਾਜ਼ਾਰ ਜਾਉ ਤਾਂ ਜਿੱਥੋਂ ਤੱਕ ਸੰਭਵ ਹੋ ਸਕੇ ਖਿਡੌਣਿਆਂ ਅਤੇ ਆਈਸ ਕ੍ਰੀਮ ਦੀਆਂ ਦੁਕਾਨਾਂ ਤੋਂ ਬਚੋ।

ਜ਼ਿੱਦੀ ਬੱਚਿਆਂ ਨਾਲ ਨਜਿੱਠਣ ਲਈ ਇਹ ਨਾ ਕਰੋ

* ਆਪਣੀ ਜ਼ਿੱਦ ਦਿਖਾਉਣ ਵਾਸਤੇ ਬੱਚੇ ਕੋਲ ਕੋਈ ਦਰਸ਼ਕ ਨਹੀਂ ਹੋਣੇ ਚਾਹੀਦੇ। ਉਸ ਨੂੰ ਕਿਸੇ ਕਮਰੇ ਜਾਂ ਇਕਾਂਤ ਥਾਂ 'ਤੇ ਲੈ ਜਾਉ।
* ਜਦੋਂ ਉਹ ਇਸ ਹਾਲਤ ਵਿਚ ਹੋਵੇ ਤਾਂ ਆਪਣੇ ਬੱਚੇ ਨਾਲ ਤਰਕ ਵਿਚ ਪੈਣ ਦੀ ਕੋਸ਼ਿਸ਼ ਨਾ ਕਰੋ।
* ਬੱਚੇ ਨੂੰ ਇਹ ਦੱਸਣ ਲਈ ਨਾ ਝਿਜਕੋ ਕਿ ਬਾਦ ਵਿਚ ਤੈਨੂੰ ਇਸ ਮਾੜੇ ਵਿਹਾਰ ਦੇ ਸਿੱਟੇ ਭੁਗਤਣੇ ਪੈਣਗੇ।

* ਬੱਚੇ ਨੂੰ ਇਨਾਮ ਦੇਣ ਵਿਚ ਢਿੱਲ ਨਾ ਕਰੋ ਜਿਹੜਾ ਤੁਹਾਡੇ ਨਾਲ ਗੱਲਬਾਤ ਵਿਚ ਪੈਣ ਲਈ ਫੌਰਨ ਆਪਣੀ ਜ਼ਿੱਦ ਛੱਡਣ ਨੂੰ ਤਿਆਰ ਹੋ ਜਾਵੇ।

ਬਹੁਤ ਸਾਰੇ ਮਾਪਿਆਂ ਵਾਸਤੇ ਇਨਾਮ ਅਤੇ ਅਨੁਸ਼ਾਸਨ ਦੀ ਵਰਤੋਂ ਇਕ ਗੁੰਝਲਦਾਰ ਸਮੱਸਿਆ ਬਣੀ ਰਹਿੰਦੀ ਹੈ। ਗਲਤ ਵਿਹਾਰ ਨਾਲ ਨਜਿੱਠਣ ਵਿਚ ਇਕਸਾਰਤਾ ਦੀ ਘਾਟ ਮਾਮਲੇ ਨੂੰ ਹੋਰ ਉਲਝਾ ਦਿੰਦੀ ਹੈ। ਅਗਵਾਈ ਲੀਹਾਂ ਹੋਣੀਆਂ ਅਤੇ ਉਨ੍ਹਾਂ ਨੂੰ ਇਕਸਾਰਤਾ ਨਾਲ ਲਾਗੂ ਕਰਨਾ ਸਥਿਤੀ ਨੂੰ ਹੱਥ ਵਿਚੋਂ ਨਿੱਕਲਣ ਤੋਂ ਬਚਾ ਸਕਦਾ ਹੈ। ਅਨੁਸ਼ਾਸਨ ਚਾਰਟ ਇਕ ਮਹੱਤਵਪੂਰਨ ਸਾਧਨ ਹੈ ਇਕ ਸਕਾਰਾਤਮਕ ਅਤੇ ਨਕਾਰਾਤਮਕ ਸਿੱਟਿਆਂ ਵਾਲਾ ਜੋ ਬੱਚੇ ਨੂੰ ਪਾਲਣ ਦੇ ਮੁਸ਼ਕਿਲ ਪਰ ਇਨਾਮੀ ਕੰਮ ਨੂੰ ਸੁਖਾਲਾ ਬਣਾ ਸਕਦਾ ਹੈ।

ਹਫ਼ਤਾਵਾਰੀ ਅਨੁਸ਼ਾਸਨ ਚਾਰਟ

ਨਾਂ ਕੁਲ ਜੋੜ ਦਰਜਾਬੰਦੀ

ਲੜੀ ਨੰ.	ਨਿਯਮ	ਸੋਮ, ਮੰਗਲ, ਬੁੱਧ, ਵੀਰ, ਸ਼ੁੱਕਰ, ਸ਼ਨੀ
1.	ਸਮੇਂ ਤੇ ਜਾਗਣਾ	
2.	ਸਵੇਰੇ ਦੰਦ ਸਾਫ ਕਰਨੇ	
3.	ਸਕੂਲ ਵਿਚ ਸਮੇਂ ਦੀ ਪਾਬੰਦੀ	
4.	ਦਿੱਤਾ ਕੰਮ ਪੂਰਾ ਕਰਨਾ	
5.	ਕਮਰਾ ਸਾਫ ਰੱਖਣਾ	
6.	ਸਹੀ ਖੁਰਾਕ ਖਾਣੀ	
7.	ਅਖਬਾਰ ਪੜ੍ਹਨਾ (ਘੱਟੋ-ਘੱਟ ਸੁਰਖੀਆਂ)	
8.	ਫਿਜ਼ੂਲ ਟੈਲੀਫੋਨ ਨਾ ਵਰਤਣਾ	
9.	ਇਜਾਜ਼ਤ ਅਨੁਸਾਰ ਟੀ.ਵੀ. ਦੇਖਣਾ	
10.	ਘਰ ਦੇ ਕੰਮਾਂ ਵਿਚ ਮੱਦਦ ਕਰਨੀ	
11.	ਬੁਰਾ-ਭਲਾ ਨਾ ਕਹਿਣਾ	
12.	ਬਾਹਰੀ ਗਤੀਵਿਧੀਆਂ/ਖੇਡਾਂ ਵਿਚ ਸ਼ਾਮਲ ਹੋਣਾ	
13.	ਰਾਤ ਨੂੰ ਚਾਕਲੇਟ ਨਾ ਖਾਣਾ	
14.	ਸੌਣ ਲੱਗੇ ਦੰਦ ਸਾਫ ਕਰਨੇ	
15.	ਮਿੱਥੇ ਸਮੇਂ ਤੇ ਸੌਂ ਜਾਣਾ	
	ਕੁੱਲ	

* ਤੁਸੀਂ ਆਪਣੀਆਂ ਖਾਸ ਲੋੜਾਂ ਮੁਤਾਬਕ ਮੱਦਾਂ ਬਦਲ ਸਕਦੇ ਹੋ।
* ਹਰੇਕ ਮੱਦ ਦੀ ਪਾਲਣਾ ਲਈ 1 ਅਤੇ ਪਾਲਣਾ ਨਾ ਕਰਨ ਲਈ 0 ਦਿਉ।
* ਵੱਧੋ-ਵੱਧ ਪ੍ਰਾਪਤੀ ਕਰਨ ਵਾਲਿਆਂ ਦੇ ਅੰਕ 90 ਹੁੰਦੇ ਹਨ।
* ਪ੍ਰਾਪਤ ਕੀਤੇ ਦਰਜੇ ਮੁਤਾਬਕ ਇਨਾਮ/ਫਲ ਦਿੱਤਾ ਜਾਣਾ ਚਾਹੀਦਾ ਹੈ।
* ਦਰਜਾਬੰਦੀ

75 ਤੋਂ ਉਪਰ	: ਚੰਗਾ
50-75 ਵਿਚਕਾਰ	: ਠੀਕ-ਠੀਕ
50 ਤੋਂ ਹੇਠਾਂ	: ਮਾੜਾ

13.

ਚੰਗੇ ਮਾਪਿਆਂ ਦਾ ਸੰਚਾਰ ਬਿਹਤਰ ਹੁੰਦਾ ਹੈ

ਪ੍ਰਭਾਵੀ ਸੰਚਾਰ ਕਰਨ ਦੀ ਯੋਗਤਾ ਨੇ ਧਰਤੀ ਉੱਤੇ ਮਨੁੱਖ ਨੂੰ ਇਕ ਬੜੀ ਸਫਲ ਨਸਲ ਬਣਾਇਆ ਹੈ।

-ਪੀ.ਕੇ.

ਬੱਚਿਆਂ ਨਾਲ ਸੰਚਾਰ ਦੇ ਦੋ ਵਿਲੱਖਣ ਪਹਿਲੂ ਹੁੰਦੇ ਹਨ ਗਿਣਾਤਮਕਤਾ ਅਤੇ ਗੁਣਾਤਮਕਤਾ। ਇਕ ਸੰਤੁਲਿਤ ਸ਼ਖਸੀਅਤ ਦੇ ਵਿਕਾਸ ਲਈ ਦੋਵੇਂ ਹੀ ਮਹੱਤਵਪੂਰਣ ਹਨ। ਸੰਚਾਰ ਦੀ ਘਾਟ ਜਾਂ ਨੁਕਸਦਾਰ ਸੰਚਾਰ ਦੋਵੇਂ ਹੀ ਬੱਚੇ ਦੀ ਮਨੋਸਥਿਤੀ ਤੇ ਬੁਰਾ ਪ੍ਰਭਾਵ ਪਾ ਸਕਦੇ ਹਨ।

ਸੰਚਾਰ ਦੀ ਘਾਟ : ਬੱਚੇ ਐਨੀ ਛੇਤੀ ਵਧਦੇ ਹਨ ਕਿ ਜਿਹੜੇ ਮਾਪੇ ਛੋਟੇ ਹੁੰਦੇ ਆਪਣੇ ਬੱਚਿਆਂ ਨਾਲ ਸੰਚਾਰ ਦੇ ਮੌਕੇ ਤੋਂ ਉੱਕ ਜਾਂਦੇ ਹਨ ਉਨ੍ਹਾਂ ਦੇ ਬੱਚੇ ਕਦੀ ਵੀ ਉਨ੍ਹਾਂ ਨਾਲ ਬਾਦ ਦੇ ਜੀਵਨ ਵਿਚ ਅਰਥਭਰਪੂਰ ਅਤੇ ਨਿੱਘੇ ਰਿਸ਼ਤੇ ਵਿਕਸਿਤ ਨਹੀਂ ਕਰਦੇ। ਮਾਪਿਆਂ ਅਤੇ ਬੱਚਿਆਂ ਵਿਚਕਾਰ ਸੰਚਾਰ ਦੀ ਘਾਟ ਆਧੁਨਿਕ ਸਮਾਜ ਦਾ ਵਿਹੁ ਹੈ। ਮਾਪੇ ਜਿੰਨੇ ਹੀ ਵੱਧ ਸਫਲ ਹਨ ਉਹ ਉਨੇ ਹੀ ਮਸ਼ਰੂਫ ਹੁੰਦੇ ਹਨ- ਆਪਣੇ ਕਿੱਤਿਆਂ ਨਾਲ ਅਤੇ ਆਪਣੀਆਂ ਉਲਝਣਾਂ ਵਿਚ। ਕੁਦਰਤੀ ਹੈ ਕਿ ਆਪਣੇ ਸੁਹਿਰਦ ਹੰਭਲਿਆਂ ਦੇ ਬਾਵਜੂਦ ਵੀ ਉਹ ਆਪਣੇ ਬੱਚਿਆਂ ਲਈ ਕਾਫੀ ਵਕਤ ਕੱਢਣ ਵਿਚ ਅਸਮਰੱਥ ਰਹਿੰਦੇ ਹਨ।

ਪਰਿਵਾਰ ਦੇ ਅੰਦਰ ਸੰਚਾਰ ਘਟਾਉਣ ਵਿਚ ਟੀ.ਵੀ. ਇਕ ਮਹੱਤਵਪੂਰਣ ਤੱਤ ਹੈ। ਬਹੁਤੇ ਮੱਧ-ਵਰਗੀ ਪਰਿਵਾਰ ਆਪਣੀਆਂ ਸਾਰੀਆਂ ਸ਼ਾਮਾਂ ਕਦੀ ਨਾ ਮੁੱਕਣ ਵਾਲੇ ਧਾਰਾਵਾਹਕ ਦੇਖਣ ਵਿਚ ਬਿਤਾਉਂਦੇ ਹਨ ਅਤੇ ਬੱਚੇ ਵੀ ਅਖੌਤੀ ਸ਼ਾਰਟ-ਬ੍ਰੇਕਾਂ ਦੀ ਇੰਤਜਾਰ ਵਿਚ ਸਕ੍ਰੀਨ ਨਾਲ ਚਿਪਕੇ ਬੈਠੇ ਰਹਿੰਦੇ ਹਨ ਜਦੋਂ ਇਸ਼ਤਿਹਾਰ ਦਿਖਾਏ ਜਾਂਦੇ ਹਨ।

ਸੰਚਾਰ ਵਿਹੂਣੇ ਬੱਚੇ ਚਿਰੋਕਣੇ ਬੋਲਣ ਵਿਕਾਸ ਤੋਂ ਪੀੜਤ ਰਹਿੰਦੇ ਹਨ ਅਤੇ ਮਾੜੇ ਸਮਾਜਕ ਅਨੁਕੂਲਣ ਦਰਸਾਉਂਦੇ ਹਨ। ਉਨ੍ਹਾਂ ਦੀ ਵਿਦਿਅਕ ਪੇਸ਼ਕਾਰੀ ਵੀ ਮਾੜੀ ਹੁੰਦੀ ਹੈ। ਤੁਸੀਂ ਆਪਣੇ ਬੱਚੇ ਨਾਲ ਜਿੰਨੀ ਵੱਧ ਗੱਲਬਾਤ ਅਤੇ ਅੰਤਰਕ੍ਰਿਆ ਕਰਦੇ ਹੋ ਉਂਨੀ ਤੇਜੀ ਨਾਲ ਉਸ ਦਾ ਦਿਮਾਗ ਪ੍ਰੌੜ੍ਹ ਹੁੰਦਾ ਹੈ। ਜਿਹੜੇ ਬੱਚਿਆਂ ਦਾ ਆਪਣੇ ਮਾਪਿਆਂ ਨਾਲ ਲੰਮਾਂ, ਲਗਾਤਾਰ ਸੰਪਰਕ ਰਹਿੰਦਾ ਹੈ ਉਨ੍ਹਾਂ ਦਾ ਆਈ. ਕਿਊ. ਵੱਧ ਹੁੰਦਾ ਹੈ, ਉਹ ਭਾਵਨਾਤਮਕ ਤੌਰ 'ਤੇ ਵੀ ਵਧੇਰੇ ਸਥਿਰ ਹੁੰਦੇ ਹਨ ਅਤੇ ਸਮਾਜਕ ਤੌਰ 'ਤੇ ਵਧੇਰੇ ਸਫਲ ਵੀ।

ਨੁਕਸਦਾਰ ਸੰਚਾਰ :

ਇਹ ਸ਼ਾਇਦ ਸੰਚਾਰ ਦੀ ਘਾਟ ਨਾਲੋਂ ਵੀ ਬੱਚੇ ਦੇ ਮਨੋਵਿਗਿਆਨਕ ਵਿਕਾਸ ਤੇ ਵੱਧ ਮਾੜਾ ਅਸਰ ਪਾਉਂਦਾ ਹੈ। ਮਾਪੇ ਆਪਣੇ ਅਣਸੋਚੇ-ਸਮਝੇ ਸ਼ਬਦਾਂ ਨਾਲ ਆਪਣੇ ਬੱਚੇ ਨੂੰ ਨਿਖੇੜ ਸਕਦੇ ਹਨ ਅਤੇ ਇਸ ਤਰ੍ਹਾਂ ਭਵਿੱਖੀ ਸੰਚਾਰ ਦੇ ਸਾਰੇ ਰਾਹ ਬੰਦ ਕਰ ਲੈਂਦੇ ਹਨ। ਬਦਕਿਸਮਤੀ ਨਾਲ ਬਹੁਤੇ ਮਾਪੇ ਆਪਣੇ ਬੱਚਿਆਂ ਨਾਲ ਸਹੀ ਸੰਚਾਰ ਦੇ ਮਹੱਤਵ ਨੂੰ ਹੀ ਨਹੀਂ ਸਮਝਦੇ। ਆਪਣੇ ਬੱਚਿਆਂ ਨਾਲ ਉਨ੍ਹਾਂ ਦਾ ਸੰਚਾਰ ਦਾ ਸਮਾਂ ਆਮ ਕਰਕੇ ਉਪਦੇਸ਼ਾਂ ਜਾਂ ਦਲੀਲਾਂ ਵਿਚ ਹੀ ਨਿੱਕਲ ਜਾਂਦਾ ਹੈ। ਇਸ ਦੇ ਸਭ ਤੋਂ ਵੱਧ ਕਸੂਰਵਾਰ ਮਾਪੇ ਹਨ ਜਿਨ੍ਹਾਂ ਦੀ ਆਪਣੇ ਬੱਚਿਆਂ ਨਾਲ ਅੰਤਰਕ੍ਰਿਆ ਨਾਕਾਫੀ ਅਤੇ ਗੈਰਢੁਕਵੀਂ ਹੁੰਦੀ ਹੈ।

ਬਿਹਤਰ ਸੰਚਾਰ ਲਈ ਦਸ ਨੁਕਤੇ

ਬਿਹਤਰ ਸੰਚਾਰ ਕੁਸ਼ਲਤਾਵਾਂ ਕਿਸੇ ਵੀ ਸਫਲ ਰਿਸ਼ਤੇ ਦਾ ਆਧਾਰ ਹਨ, ਭਾਵੇਂ ਇਹ ਪਤੀ-ਪਤਨੀ ਵਿਚਕਾਰ ਹੋਵੇ ਜਾਂ ਮਾਪਿਆਂ ਅਤੇ ਬੱਚਿਆਂ ਵਿਚਕਾਰ। ਕਈ ਮਾਪੇ ਆਪਣੇ ਬੱਚਿਆਂ ਨਾਲ ਸੰਚਾਰ ਵਿਚ ਸਮੱਸਿਆਵਾਂ ਦਾ ਸਾਹਮਣਾ ਕਰਦੇ ਹਨ। ਮੈਨੂੰ ਆਸ ਹੈ ਕਿ ਹੇਠਲੇ ਨੁਕਤੇ ਆਪਣੇ ਬੱਚਿਆਂ ਨਾਲ ਬਿਹਤਰ ਸੰਚਾਰ ਕਰਨ ਵਿਚ ਮਾਪਿਆਂ ਦੀ ਮੱਦਦ ਕਰਨਗੇ।

1. ਕਹਿਣਾ+ਸੁਣਨਾ : ਸੰਚਾਰ

ਜਿਹੜੀ ਬੁਨਿਆਦੀ ਗਲਤੀ ਮਾਪੇ ਕਰਦੇ ਹਨ ਉਹ ਇਹ ਹੈ ਕਿ ਉਹ ਕਹਿੰਦੇ ਹੀ ਹਨ ਪਰ ਸੁਣਦੇ ਕਦੀ ਨਹੀਂ। ਸੰਚਾਰ ਕਰਨ ਵੇਲੇ ਵਿਚਾਰਾਂ ਅਤੇ ਸੋਚ ਦਾ ਪ੍ਰਵਾਹ ਜ਼ਰੂਰੀ ਤੌਰ 'ਤੇ ਦੋ ਦਿਸ਼ਾਵੀ ਹੋਣਾ ਚਾਹੀਦਾ ਹੈ ਨਹੀਂ ਤਾਂ ਇਹ ਤਕਰੀਰ ਹੀ ਬਣ ਜਾਂਦਾ ਹੈ। ਬੱਚੇ ਨੂੰ ਇਹ ਪਤਾ ਹੋਣਾ ਚਾਹੀਦਾ ਹੈ ਕਿ ਤੁਸੀਂ ਕਹਿਣਾ ਕਦੋਂ ਖਤਮ ਕਰ ਰਹੇ ਹੋ ਤੇ ਉਸ ਨੂੰ ਬੋਲਣ ਦਾ ਮੌਕਾ ਮਿਲੇਗਾ। ਉਤਸ਼ਾਹਿਤ ਕਰਨ ਵਾਲੇ ਸੰਕੇਤ ਅਤੇ ਆਵਾਜ਼ਾਂ ਵਰਤੋ, ਆਪਣਾ ਸਿਰ ਹਿਲਾਉ, ਹਾਂ, ਠੀਕ ਹੈ, ਬਹੁਤ ਵਧੀਆ, ਕਹੋ।

ਇਹ ਨਾ ਕਹੋ-ਮੇਰੀ ਗੱਲ ਸੁਣ ਪਹਿਲਾਂ।

ਇਹ ਕਹਿਣ ਦੀ ਕੋਸ਼ਿਸ਼ ਕਰੋ - ਮੈਂ ਚਾਹੁੰਦਾ ਹਾਂ ਕਿ ਤੂੰ ਮੇਰੀ ਗੱਲ ਸੁਣੇਂ ਤੇ ਫੇਰ ਤੂੰ ਬੋਲੇਂਗਾ ਤੇ ਮੈਂ ਸੁਣਾਂਗਾ।

2. ਦੋਸ਼ ਮੜ੍ਹਨ ਤੋਂ ਸ਼ੁਰੂ ਨਾ ਕਰੋ

ਜੇਕਰ ਤੁਸੀਂ ਦੋਸ਼ ਮੜ੍ਹਨ ਨਾਲ ਗੱਲਬਾਤ ਸ਼ੁਰੂ ਕਰੋਗੇ ਤਾਂ ਬੱਚਾ ਛੇਤੀ ਹੀ ਸੁਣਨੋਂ ਮੁੱਕਰ ਜਾਵੇਗਾ। ਜੇ ਤੁਹਾਡੀ ਸ਼ੁਰੂਆਤੀ ਸਤਰ ਇਹ ਹੈ, ਦੀਵਾਰ ਘੜੀ ਕਿਉਂ ਤੋੜੀ? ਬਹੁਤੀ ਸੰਭਾਵਨਾ ਤੁਹਾਨੂੰ ਇਹੀ ਜਵਾਬ ਮਿਲਣ ਦੀ ਹੈ : ਮੈਂ ਨਹੀਂ ਤੋੜੀ।

ਪੁੱਛਣ ਦੀ ਬਿਹਤਰ ਪਹੁੰਚ ਇਹ ਹੋਵੇਗੀ, ਇਹ ਘੜੀ ਕਿਵੇਂ ਟੁੱਟ ਗਈ? ਇਸ ਨਾਲ ਗੱਲਬਾਤ ਤੁਰੇਗੀ ਅਤੇ ਤੁਹਾਨੂੰ ਘੜੀ ਟੁੱਟਣ ਦੇ ਕਾਰਨ ਦਾ ਵਿਸਤ੍ਰਿਤ ਵੇਰਵਾ ਮਿਲ ਜਾਵੇਗਾ। ਤੁਸੀਂ ਇਹ ਮੌਕਾ ਬੱਚੇ ਨੂੰ ਇਹ ਸਿਖਾਉਣ ਲਈ ਵੀ ਵਰਤ ਸਕਦੇ ਹੋ ਕਿ ਉਹ ਭਵਿੱਖ ਵਿਚ ਹੋਰ ਵਧੇਰੇ ਜ਼ਿੰਮੇਵਾਰ ਬਣੇ।

ਇਹ ਨਾ ਕਹੋ-ਮੈਨੂੰ ਤੇਰੇ ਤੇ ਵਿਸ਼ਵਾਸ ਨਹੀਂ।

ਇਹ ਕਹਿਣ ਦੀ ਕੋਸ਼ਿਸ਼ ਕਰੋ-ਝੂਠ ਨਾ ਬੋਲਣ ਦਾ ਵਾਅਦਾ ਕਰ ਤੇ ਮੈਂ ਤੇਰਾ ਭਰੋਸਾ ਕਰ ਲਵਾਂਗਾ।

3. ਸ਼ਿੰਗਾਰੀ ਭਾਸ਼ਾ ਨਾ ਵਰਤੋ

ਆਪਣੀ ਸ਼ਿੰਗਾਰੀ ਭਾਸ਼ਾ ਬੋਰਡ ਦੇ ਕਮਰੇ ਦੀਆਂ ਮਿਲਣੀਆਂ, ਅਲਵਿਦਾ ਪਾਰਟੀਆਂ ਅਤੇ ਹੋਰ ਅਜਿਹੇ ਕੰਮਾਂ ਲਈ ਸਾਂਭ ਕੇ ਰੱਖੋ। ਬੱਚਿਆਂ ਨਾਲ ਗੱਲਬਾਤ ਕਰਦੇ ਸਮੇਂ ਇਹ ਬਿਹਤਰ ਹੈ ਕਿ ਸਭ ਕੁਝ ਸਿੱਧਾ ਸਾਦਾ ਰੱਖੋ। ਇਹ ਉਦੋਂ ਖਾਸ ਤੌਰ 'ਤੇ ਮਹੱਤਵਪੂਰਣ ਹੈ ਕਿ ਜਦੋਂ ਮੁਕਾਬਲਤਨ ਛੋਟੇ ਬੱਚਿਆਂ ਨਾਲ ਨਜਿੱਠ ਰਹੇ ਹੋਵੋ ਕਿਉਂਕਿ ਬਹੁਤੀ ਵਾਰੀ ਬੱਚਾ ਜਾਂ ਤਾਂ ਇਸ ਨੁਕਤੇ ਤੋਂ ਉੱਕ ਜਾਂਦਾ ਹੈ ਜਾਂ ਗਲਤ ਅਰਥ ਕੱਢ ਲੈਂਦਾ ਹੈ। ਵੱਡੇ ਬੱਚਿਆਂ ਦੇ ਮਾਮਲੇ ਵਿਚ ਸ਼ਿੰਗਾਰੀ ਭਾਸ਼ਾ ਦੀ ਵਰਤੋਂ ਉਨ੍ਹਾਂ ਦੇ ਮਾਣ ਨੂੰ ਸੱਟ ਮਾਰ ਸਕਦੀ ਹੈ ਅਤੇ ਉਨ੍ਹਾਂ ਵਿਚ ਹੀਣਤਾ ਭਾਵ ਪੈਦਾ ਕਰ ਸਕਦੀ ਹੈ।

ਇਹ ਨਾ ਕਹੋ - ਤੂੰ ਤਾਂ ਬਹੁਤ ਵੱਡਾ ਮੂਰਖ ਹੈਂ।

ਇਹ ਕੋਸ਼ਿਸ਼ ਕਰੋ - ਤੈਨੂੰ ਹੋਰ ਚੰਗੀ ਤਰ੍ਹਾਂ ਸਮਝਣ ਦੀ ਲੋੜ ਹੈ।

ਇਹ ਨਾ ਕਹੋ - ਤੇਰਾ ਕਮਰਾ ਤਾਂ ਸੂਰਾਂ ਦੇ ਅਹਾਤੇ ਤੋਂ ਵੀ ਗੰਦਾ ਹੈ।

ਇਹ ਕੋਸ਼ਿਸ਼ ਕਰੋ - ਤੇਰਾ ਕਮਰਾ ਫੌਰੀ ਸਫਾਈ ਮੰਗਦਾ ਹੈ।

4. ਸ਼ਬਦ ਗੋਲੀਆਂ ਵਰਗੇ ਹੁੰਦੇ ਹਨ

ਬੋਲੇ ਗਏ ਸ਼ਬਦਾਂ ਦੀ ਤਾਕਤ ਤੋਂ ਕੋਈ ਇਨਕਾਰ ਨਹੀਂ ਕਰ ਸਕਦਾ : ਉਹ ਗੋਲੀਆਂ ਨਾਲੋਂ ਵੀ ਵੱਧ ਤਾਕਤਵਰ ਹੁੰਦੇ ਹਨ। ਤੁਸੀਂ ਉਨ੍ਹਾਂ ਨੂੰ ਆਪਣੇ ਬੱਚੇ ਦੀ ਸ਼ਖਸੀਅਤ 'ਤੇ ਹਮਲਾ ਕਰਨ ਲਈ ਜਾਂ ਉਸ ਨੂੰ ਬਚਾਉਣ ਲਈ ਵੀ ਵਰਤ

ਸਕਦੇ ਹੋ। ਜੇ ਬੱਚੇ ਮਹਿਸੂਸ ਕਰਦੇ ਹਨ ਕਿ ਉਨ੍ਹਾਂ 'ਤੇ ਹਮਲਾ ਹੋ ਰਿਹਾ ਹੈ ਤਾਂ ਉਹ :

* ਸੁੰਗੜ ਜਿਹੇ ਜਾਣਗੇ।
* ਬਹਿਸ ਵਿਚ ਪੈ ਜਾਣਗੇ।
* ਉਲਟੇ ਦੋਸ਼ ਮੜ੍ਹਨ ਲੱਗਣਗੇ।

ਇਹ ਤਿੰਨੇ ਹੀ ਸਥਿਤੀਆਂ ਗੱਲਬਾਤ ਦੇ ਵਹਿਣ ਵਿਚ ਅੜਿੱਕਾ ਪਾਉਣਗੀਆਂ ਅਤੇ ਬੱਚੇ ਨੂੰ ਨਿਖੇੜ ਸਕਦੀਆਂ ਹਨ। ਨਿਯਮ ਵਜੋਂ ਗੱਲਬਾਤ ਵਿਚ ਵਿਗਾੜ ਪੈਦਾ ਹੋ ਜਾਂਦਾ ਹੈ ਜੇ ਤੁਸੀਂ ਬੁਰੀ ਭਾਸ਼ਾ ਵਰਤਦੇ ਹੋ। ਜਿਹੜੇ ਮਾਪੇ ਆਪਣੇ ਬੱਚਿਆਂ 'ਤੇ ਹਮੇਸ਼ਾਂ ਟੁੱਟ ਕੇ ਪੈਂਦੇ ਰਹਿੰਦੇ ਹਨ, ਉਹ ਸ਼ੁਰੂ ਵਿਚ ਤਾਂ ਭਾਵੇਂ ਸਫਲ ਰਹਿਣ ਪਰ ਹੌਲੀ-ਹੌਲੀ ਬੱਚੇ ਉਵੇਂ ਹੀ ਜਵਾਬ ਦੇਣਾ ਸ਼ੁਰੂ ਕਰ ਦੇਣਗੇ। ਬੱਚਿਆਂ ਨਾਲ ਨਜਿੱਠਣ ਵੇਲੇ ਨਰਮ ਵਤੀਰਾ ਅਤੇ ਨਰਮ ਸ਼ਬਦਾਵਲੀ ਹੀ ਅਕਸਰ ਇੱਛਿਤ ਸਿੱਟੇ ਪੈਦਾ ਕਰਦੀ ਹੈ।

ਇਹ ਨਾ ਕਹੋ- ਹੁਣੇ ਇਥੇ ਆ।

ਇਹ ਕੋਸ਼ਿਸ਼ ਕਰੋ- ਆਪਾਂ ਪੰਜ ਕੁ ਮਿੰਟ ਇਕੱਠੇ ਬੈਠੀਏ।

ਇਹ ਨਾ ਕਹੋ - ਮੈਂ ਤੈਨੂੰ ਹਰ ਹਾਲਤ ਵਿਚ ਛੇ ਵਜੇ ਘਰ ਦੇਖਣਾ ਚਾਹੁੰਦਾ ਹਾਂ।

ਇਹ ਕੋਸ਼ਿਸ਼ ਕਰੋ - ਕਿਰਪਾ ਕਰਕੇ ਛੇ ਸਾਢੇ ਛੇ ਵਜੇ ਵਿਚਕਾਰ ਘਰ ਰਹੀਂ।

5. ਗਲਤ ਵਿਆਖਿਆ ਨਾ ਹੋਣ ਦਿਉ

ਚੇਤੇ ਰੱਖੋ ਕਿ ਬੱਚੇ ਚਿਹਰਾ ਪੜ੍ਹਨ ਦੇ ਮਾਹਿਰ ਨਹੀਂ ਹੁੰਦੇ ਇਸ ਕਰਕੇ ਉਹ ਤੁਹਾਡੇ ਗੰਭੀਰ ਮੁਹਾਂਦਰੇ ਦੇ ਪਿੱਛੇ ਦਾ ਅਸਲੀ ਕਾਰਨ ਨਹੀਂ ਸਮਝ ਸਕਦੇ। ਬਹੁਤੇ ਮਾਮਲਿਆਂ ਵਿਚ ਉਹ ਆਪਣੇ ਮਾਪੇ ਦੇ ਚਿਹਰੇ ਦੀ ਤੱਕਣੀ ਨੂੰ ਗਲਤ ਪੜ੍ਹ ਸਕਦੇ ਹਨ ਅਤੇ ਇਹ ਸੋਚ ਸਕਦੇ ਹਨ ਕਿ ਉਨ੍ਹਾਂ ਨੇ ਕੁਝ ਗਲਤ ਕਰ ਲਿਆ ਹੈ।

ਜੇਕਰ ਮਾਪੇ ਪ੍ਰੇਸ਼ਾਨ ਜਾਂ ਨਰਾਜ਼ ਹਨ, ਨੌਕਰੀ ਨਾਲ ਸਬੰਧਤ ਕਿਸੇ ਸਮੱਸਿਆ ਨਾਲ ਜਾਂ ਕਿਸੇ ਹੋਰ ਕਾਰਨ ਕਰਕੇ, ਤਾਂ ਬੱਚਿਆਂ ਨੂੰ ਇਸ ਬਾਰੇ ਬੋਲ ਕੇ ਦੱਸਣਾ ਚਾਹੀਦਾ ਹੈ। ਵੇਰਵਿਆਂ ਵਿਚ ਪੈਣ ਦੀ ਕੋਈ ਲੋੜ ਨਹੀਂ, ਬੱਸ ਬੱਚੇ ਨੂੰ ਇਹੀ ਕਹੋ : ਕਿਸੇ ਚੀਜ਼ ਨੇ/ਕਿਸੇ ਨੇ ਮੈਨੂੰ ਬਹੁਤ ਗੁੱਸਾ ਦਿਵਾਇਆ ਹੈ, ਪਰ ਇਸ ਦਾ ਤੇਰੇ ਨਾਲ ਕੋਈ ਸਬੰਧ ਨਹੀਂ।

ਮੈਂ ਚਾਹ ਪੀਕੇ ਥੋੜ੍ਹਾ ਆਰਾਮ ਕਰ ਲਵਾਂ ਫੇਰ ਮੈਂ ਕੁਝ ਠੀਕ ਮਹਿਸੂਸ ਕਰਾਂਗਾ।

ਗੱਲਬਾਤ ਦਾ ਇਹ ਨਿੱਕਾ ਸੋਚਿਆ ਵਿਚਾਰਿਆ ਟੁਕੜਾ ਨਾ ਸਿਰਫ ਬੱਚੇ ਦਾ ਤੌਖਲਾ ਦੂਰ ਕਰੇਗਾ; ਇਹ ਉਸ ਨੂੰ ਤੁਹਾਡੇ ਪ੍ਰਤੀ ਵਧੇਰੇ ਅਪਣੱਤ ਨਾਲ ਭਰ ਦਏਗਾ।

6. ਲਿਖਤੀ ਰੁੱਕੇ ਬਹੁਤ ਵਧੀਆ ਹਨ

ਕਈ ਵਾਰੀ ਅਜਿਹੇ ਮੌਕੇ ਹੁੰਦੇ ਹਨ ਜਦੋਂ ਤੁਹਾਨੂੰ ਆਪਣੇ ਅਹਿਸਾਸ ਲਿਖਕੇ ਦੱਸਣ ਦੀ ਲੋੜ ਹੁੰਦੀ ਹੈ। ਮਾਪਿਆਂ ਅਤੇ ਬੱਚਿਆਂ ਨੂੰ ਇਹ ਵਿਧੀ ਵਧੇਰੇ ਕਰਕੇ ਵਰਤਣੀ ਚਾਹੀਦੀ ਹੈ ਕਿਉਂ ਜੋ ਲਿਖਤੀ ਸੰਚਾਰ ਤੁਹਾਨੂੰ ਵਿਚਾਰਾਂ ਨੂੰ ਵਧੇਰੇ ਇਕਸੁਰ ਰੂਪ ਵਿਚ ਪ੍ਰਗਟਾਉਣ ਦਾ ਮੌਕਾ ਦਿੰਦਾ ਹੈ। ਬੱਚਿਆਂ ਦੇ ਚੰਗੇ ਵਿਹਾਰ ਲਈ, ਘਰ ਦੇ ਕੰਮ ਵਿਚ ਮੱਦਦ ਲਈ ਜਾਂ ਪੜ੍ਹਾਈ ਵਿਚ ਵਧੀਆ ਕਰਨ ਲਈ ਸ਼ਲਾਘਾ ਦੇ ਰੁੱਕੇ ਮਨੋਬਲ ਨੂੰ ਬਹੁਤ ਜ਼ਿਆਦਾ ਵਧਾਉਣ ਵਾਲੇ ਹੁੰਦੇ ਹਨ। ਮਾਪੇ ਸੰਦੇਸ਼ ਉਨ੍ਹਾਂ ਦੇ ਪੈਨਸਿਲ ਬਾਕਸ ਜਾਂ ਨੋਟ ਬੁੱਕ ਵਿਚ ਰੱਖਕੇ ਇਹ ਕਹਿ ਕੇ ਕਿ ਉਹ ਉਨ੍ਹਾਂ ਨੂੰ ਬੜਾ ਪਿਆਰ ਕਰਦੇ ਹਨ ਜਾਂ ਉਨ੍ਹਾਂ ਨੂੰ ਉਨ੍ਹਾਂ 'ਤੇ ਮਾਣ ਹੈ, ਬੱਚਿਆਂ ਨੂੰ ਹੈਰਾਨੀ ਭਰੀ ਖੁਸ਼ੀ ਦੇ ਸਕਦੇ ਹਨ।

ਬਿਨਾਂ ਕਿਸੇ ਦੁਫੇੜ ਦੇ ਕੋਈ ਸ਼ਿਕਾਇਤ ਦੱਸਣ ਲਈ ਵੀ ਰੁੱਕੇ ਵਰਤੇ ਜਾ ਸਕਦੇ ਹਨ। ਜਦੋਂ ਤੁਹਾਨੂੰ ਲੱਗਦਾ ਹੈ ਕਿ ਗੱਲ ਜਾਂ ਬਹਿਸਬਾਜ਼ੀ ਵਧ ਸਕਦੀ ਹੈ ਤਾਂ ਆਪਣੀ ਨਾਖੁਸ਼ੀ ਪ੍ਰਗਟਾਉਣ ਲਈ ਲਿਖਤੀ ਰੁੱਕੇ ਬਹੁਤ ਵਧੀਆ ਤਰੀਕਾ ਹਨ।

7. ਨਿਰਸ਼ਬਦ ਸੰਚਾਰ

ਬੱਚਿਆਂ ਨਾਲ ਸੰਚਾਰ ਕਰਨ ਦਾ ਇਕ ਮਹੱਤਵਪੂਰਣ ਸਾਧਨ ਨੇਤਰ ਸੰਪਰਕ ਅਤੇ ਚਿਹਰੇ ਦੇ ਭਾਵ ਦੀ ਤਬਦੀਲੀ ਹੈ। ਜਦੋਂ ਤੁਸੀਂ ਮਿਲਣਸਾਰੀ ਦਿਖਾ ਰਹੇ ਹੋਵੋ ਜਾਂ ਅਜਿਹੇ ਮਾਹੌਲ ਵਿਚ ਹੋਵੋ ਜਿੱਥੇ ਜ਼ੁਬਾਨੀ ਹੁਕਮ ਦੇਣਾ ਸੰਭਵ ਨਾ ਹੋਵੇ ਤਾਂ ਤੁਸੀਂ ਆਪਣੀ ਪ੍ਰਵਾਣਕਤਾ ਜਾਂ ਅਪ੍ਰਵਾਣਕਤਾ ਉਤਸ਼ਾਹਿਤ ਕਰਨ ਜਾਂ ਸਖਤ ਨਜ਼ਰ ਨਾਲ ਦਿਖਾ ਸਕਦੇ ਹੋ। ਇਸ ਕਿਸਮ ਦੇ ਸੰਚਾਰ ਦੀ ਸਫਲਤਾ ਬੱਚੇ ਦੇ ਪਿਛਲੇ ਅਨੁਕੂਲਣ 'ਤੇ ਨਿਰਭਰ ਕਰਦੀ ਹੈ। ਤੁਹਾਡੀ ਬਿਹਤਰੀਨ ਸਿਖਲਾਈ ਦੇ ਬਾਵਜੂਦ ਵੀ ਕਈ ਵਾਰੀ ਬੱਚਾ ਆਪਣੀ ਮਰਜ਼ੀ ਨਾਲ ਕੰਮ ਕਰਦੇ ਰਹਿਣ ਲਈ ਤੁਹਾਡੇ ਕੋਲੋਂ ਅੱਖਾਂ ਚੁਰਾ ਸਕਦਾ ਹੈ। ਪ੍ਰੇਸ਼ਾਨ ਨਾ ਹੋਵੋ, ਬੱਚੇ ਆਖਰ ਬੱਚੇ ਹੁੰਦੇ ਹਨ।

8. ਪ੍ਰਦਰਸ਼ਨਕਾਰੀ ਸੰਚਾਰ

ਸਾਰੇ ਮਨੁੱਖ ਪਿਆਰੇ ਜਾਣ ਦੀ ਲੋੜ ਨਾਲ ਪੈਦਾ ਹੁੰਦੇ ਹਨ ਅਤੇ ਕਦੀ ਵੀ ਇਸ ਲੋੜ ਨੂੰ ਛੱਡਦੇ ਨਹੀਂ। ਜਦੋਂ ਗੱਲ ਪਿਆਰ ਅਤੇ ਧਿਆਨ ਰੱਖਣ ਦੀ ਭਾਵਨਾ ਦੇ ਸੰਚਾਰ 'ਤੇ ਆਉਂਦੀ ਹੈ ਤਾਂ ਬਹੁਤ ਸਾਰੇ ਮਾਪੇ ਕੋਰੇ ਰਹਿ ਜਾਂਦੇ ਹਨ। ਸਾਡੇ ਵਿਚੋਂ ਬਹੁਤਿਆਂ ਨੂੰ ਮਾਪਿਆਂ ਦੇ ਪਿਆਰ ਦਾ ਪਹਿਲਾ ਸਬੂਤ ਉਦੋਂ ਮਿਲਿਆ ਜਦੋਂ ਅਸੀਂ ਬੀਮਾਰ ਹੋ ਗਏ ਸੀ। ਇਸ ਦਾ ਮਤਲਬ ਇਹ ਲੱਗਦਾ ਹੈ ਕਿ ਬੀਮਾਰੀ ਸੱਟ ਅਤੇ ਹੋਰ ਮਾੜੇ ਹਾਲਾਤ ਪਿਆਰ ਅਤੇ ਧਿਆਨ ਪ੍ਰਾਪਤ ਕਰਨ ਦੀਆਂ ਪੂਰਵ-

ਸ਼ਰਤਾਂ ਹਨ। ਮਾਪਿਆਂ ਨੂੰ ਇਹ ਧਿਆਨ ਰੱਖਣਾ ਚਾਹੀਦਾ ਹੈ ਕਿ ਬੱਚੇ ਮਾਪਾ-ਬੱਚਾ ਰਿਸ਼ਤਿਆਂ ਦੀ ਅਜਿਹੀ ਵਿਗੜੀ ਹੋਈ ਤਸਵੀਰ ਨਾ ਲੈਣ। ਇਹ ਸਤਰ : 'ਜੇ ਤੁਸੀਂ ਕਿਸੇ ਨੂੰ ਪਿਆਰ ਕਰਦੇ ਹੋ ਤਾਂ ਦਰਸਾਉ ਵੀ,' ਐਵੇਂ ਕਹਿਣ ਦੀ ਗੱਲ ਲੱਗ ਸਕਦੀ ਹੈ ਪਰ ਤਾਂ ਵੀ ਇਹ ਕਮਾਲ ਕਰ ਦਿੰਦੀ ਹੈ। ਇਸ ਕਰਕੇ ਆਪਣਾ ਪਿਆਰ ਪ੍ਰਦਰਸ਼ਿਤ ਕਰਨ ਦੀ ਕੋਸ਼ਿਸ਼ ਕਰੋ, ਦਰਸਾਉ ਕਿ ਤੁਸੀਂ ਧਿਆਨ ਰੱਖਦੇ ਹੋ ਅਤੇ ਆਪਣੇ ਅਹਿਸਾਸ ਪ੍ਰਗਟਾਉਂਦੇ ਹੋ।

ਪ੍ਰਦਰਸ਼ਨਕਾਰੀ ਸੰਚਾਰ ਜ਼ੁਬਾਨੀ ਜਾਂ ਜਿਸਮਾਨੀ ਹੋ ਸਕਦਾ ਹੈ। ਜਿਹੜੇ ਕੁਝ ਜ਼ੁਬਾਨੀ ਕਥਨ ਤੁਸੀਂ ਵਰਤ ਸਕਦੇ ਹੋ ਉਹ ਇਹ ਹਨ :

* ਮੈਨੂੰ ਤੇਰੇ ਵਰਗਾ ਬੱਚਾ ਪਾ ਕੇ ਬੜਾ ਮਾਣ ਹੈ।
* ਜੇ ਮੈ ਤੈਨੂੰ ਘੂਰਦਾ ਹਾਂ ਇਸ ਦਾ ਮਤਲਬ ਇਹ ਨਹੀਂ ਕਿ ਮੈਂ ਤੈਨੂੰ ਪਿਆਰ ਨਹੀਂ ਕਰਦਾ।
* ਮੈਂ ਤੇਰੇ ਵਰਗਾ ਚੇਤਨ/ਨਿਰਭਰਤਾਯੋਗ/ਸੁਘੜ ਬੱਚਾ ਪਾ ਕੇ ਬੜਾ ਖੁਸ਼ਕਿਸਮਤ ਹਾਂ।

ਇਹ ਨਾ ਮੰਨ ਲਉ ਕਿ ਤੁਹਾਡਾ ਬੱਚਾ ਸਮਝਦਾ ਹੈ ਕਿ ਤੁਸੀਂ ਇਸ ਤਰ੍ਹਾਂ ਮਹਿਸੂਸ ਕਰਦੇ ਹੋ, ਉਸ ਨੂੰ ਇਹ ਗੱਲ ਆਪਣੇ ਸ਼ਬਦਾਂ ਵਿਚ ਦੱਸੋ।

ਭਾਵਨਾਵਾਂ ਦਾ ਜਿਸਮਾਨੀ ਪ੍ਰਦਰਸ਼ਨ ਵੀ ਨਿੱਘੇ ਅਤੇ ਸਨੇਹ ਭਰੇ ਮਾਪਾ-ਬੱਚੇ ਰਿਸ਼ਤੇ ਦੇ ਵਿਕਾਸ ਵਿਚ ਬੜਾ ਮਹੱਤਵਪੂਰਣ ਹੈ। ਆਪਣੇ ਬੱਚੇ ਨੂੰ ਜੱਫੀ ਪਾਉਣ, ਚੁੰਮਣ ਜਾਂ ਕਲੋਲ ਕਰਨ ਦਾ ਕੋਈ ਮੌਕਾ ਨਾ ਉਕਣ ਦਿਉ। ਜੇਕਰ ਤੁਸੀਂ ਅੱਜ ਪਿਆਰ ਨਹੀਂ ਦਿੰਦੇ, ਤੁਹਾਡਾ ਬੱਚਾ ਇਸ ਨੂੰ ਫੇਰ ਪ੍ਰਾਪਤ ਕਰਨਾ ਨਹੀਂ ਸਿੱਖੇਗਾ-ਨਾ ਤੁਹਾਡੇ ਤੋਂ ਅਤੇ ਨਾ ਕਿਸੇ ਹੋਰ ਕੋਲੋਂ। ਇਹ ਦੇਖਿਆ ਗਿਆ ਹੈ ਕਿ ਅਜਿਹੇ ਬੱਚੇ ਖੁਦ ਗੈਰ ਪ੍ਰਦਰਸ਼ਨਕਾਰੀ ਹੁੰਦੇ ਹਨ ਅਤੇ ਇਨ੍ਹਾਂ ਦੇ ਮਗਰਲੇ ਜੀਵਨ ਵਿਚ ਰਿਸ਼ਤੇ ਗੈਰ ਪੈਦਾਵਾਰੀ ਹੋ ਸਕਦੇ ਹਨ। ਜਿਨ੍ਹਾਂ ਬੱਚਿਆਂ ਦਾ ਮਾਪਿਆਂ ਨਾਲ ਬਹੁਤ ਸਾਰਾ ਭਾਵਨਾਤਮਕ ਅਤੇ ਜਿਸਮਾਨੀ ਸੰਪਰਕ ਹੁੰਦਾ ਹੈ ਉਹ ਪਿਆਰ ਦੇਣਾ ਅਤੇ ਲੈਣਾ ਸੁਖਾਲਾ ਸਮਝਦੇ ਹਨ।

9. ਮੱਦਦਗਾਰ ਸੰਚਾਰ

ਭਾਵਨਾ ਦੇ ਸਹੀ ਪ੍ਰਗਟਾਵੇ ਅਤੇ ਸੰਚਾਰ ਨੂੰ ਕਾਇਮ ਰੱਖਣ ਲਈ ਚੰਗੀ ਸ਼ਬਦਾਵਲੀ ਬੜੀ ਜ਼ਰੂਰੀ ਹੈ। ਸੰਚਾਰ ਕਰਨ ਵੇਲੇ ਬੱਚਿਆਂ ਨੂੰ ਸਮੱਸਿਆ ਹੋ ਸਕਦੀ ਹੈ ਕਿਉਂਕਿ ਉਨ੍ਹਾਂ ਨੂੰ ਆਪਣੀਆਂ ਭਾਵਨਾਵਾਂ ਨੂੰ ਨਾਂ ਦੇਣ ਦਾ ਅਨੁਭਵ ਨਹੀਂ ਹੁੰਦਾ। ਜਦੋਂ ਬੱਚੇ ਢੁਕਵੇਂ ਸ਼ਬਦ ਲੱਭਣ ਵਿਚ ਅਸਫਲ ਹੁੰਦੇ ਹਨ ਅਤੇ ਆਪਣੀਆਂ ਅੰਦਰੂਨੀ ਭਾਵਨਾਵਾਂ ਨੂੰ ਸਹੀ ਤਰ੍ਹਾਂ ਸ਼ਬਦਾਂ ਵਿਚ ਨਹੀਂ ਢਾਲ ਸਕਦੇ ਤਾਂ ਉਨ੍ਹਾਂ ਦੇ ਮਾਯੂਸ ਹੋ ਜਾਣ ਦੀ ਸੰਭਾਵਨਾ ਹੁੰਦੀ ਹੈ। ਲਾਚਾਰੀ ਵਿਹਾਰਕ ਸਮੱਸਿਆਵਾਂ ਅਤੇ ਤਬਾਹਕਾਰੀ ਪ੍ਰਵਿਰਤੀਆਂ ਪੈਦਾ ਕਰ ਸਕਦੀ ਹੈ। ਕਈ ਵਾਰੀ ਆਪਣੀ

ਕਾਹਲੀ ਵਿਚ ਉਹ ਗਲਤ ਸ਼ਬਦ ਚੁਣ ਸਕਦੇ ਹਨ ਅਤੇ ਆਪਣੇ ਮਾਪਿਆਂ 'ਤੇ ਸੱਟ ਮਾਰ ਸਕਦੇ ਹਨ। ਇਸ ਤਰ੍ਹਾਂ ਸੰਚਾਰ ਦਾ ਅਮਲ ਵਿਗੜ ਕੇ ਬਹਿਸਬਾਜ਼ੀ ਵਿਚ ਪੈ ਸਕਦਾ ਹੈ।

ਆਪਣੇ ਬੱਚਿਆਂ ਨੂੰ ਆਪਣੇ ਅਹਿਸਾਸ ਜਾਂ ਭਾਵਨਾ ਨੂੰ ਸਹੀ ਨਾਂ ਦੇਣ ਵਿਚ ਮਾਪਿਆਂ ਨੂੰ ਮੱਦਦ ਕਰਨੀ ਚਾਹੀਦੀ ਹੈ। ਇਥੇ ਕੁਝ ਮਿਸਾਲਾਂ ਹਨ, ਜਿਹੜੀਆਂ ਬੱਚੇ ਦੀ ਸਹਾਇਤਾ ਕਰਨ ਲਈ ਵਰਤੀਆਂ ਜਾ ਸਕਦੀਆਂ ਹਨ:

* ਤੇਰੇ ਵਿਹਾਰ ਤੋਂ ਮੈਂ ਮਹਿਸੂਸ ਕਰਦਾ ਹਾਂ ਕਿ ਤੂੰ ਕਹਿਣਾ ਚਾਹੁੰਦਾ ਹੈਂ ਕਿ....।
* ਭਾਵੇਂ ਤੂੰ ਗੁੱਸੇ ਲੱਗਦਾ ਹੈਂ, ਅਸਲ ਵਿਚ ਇਹ .... ਬਾਰੇ ਤੇਰੀ ਪ੍ਰੇਸ਼ਾਨੀ ਕਰਕੇ ਹੈ।
* ਮੇਰਾ ਖਿਆਲ ਹੈ ਤੂੰ ਇਹ ਦੱਸਣਾ ਚਾਹੁੰਦਾ ਹੈਂ ਕਿ ....।

10. ਅਗਾਊਂ ਸੰਚਾਰ

ਇਕ ਚੰਗਾ ਮਾਪਾ ਬੱਚੇ ਦੇ ਰੌਂਅ ਅਤੇ ਕਿਸੇ ਸਥਿਤੀ ਪ੍ਰਤੀ ਉਸ ਦੀ ਪ੍ਰਤੀਕ੍ਰਿਆ ਬਾਰੇ ਪਹਿਲਾਂ ਹੀ ਜਾਣ ਸਕਦਾ ਹੈ। ਜੇਕਰ ਤੁਸੀਂ ਕੁਝ ਧਿਆਨ ਦੇਣ ਵਾਲੇ ਹੋ ਤਾਂ ਤੁਸੀਂ ਕੁਝ ਮੂਕ ਪ੍ਰਤਿਕ੍ਰਿਆ, ਸੁਸਤ ਦੇਖਣੀ, ਉਦਾਸ ਚਿਹਰਾ, ਸੁੰਗੜੀਆਂ ਅੱਖਾਂ ਜਾਂ ਡੂੰਘੀ ਨਾਫਰਮਾਬਰਦਾਰੀ ਨੂੰ ਭਾਂਪ ਸਕਦੇ ਹੋ। ਜੇਕਰ ਤੁਸੀਂ ਇਨ੍ਹਾਂ ਪ੍ਰਗਟਾਵਿਆਂ ਨੂੰ ਸਮਝਣ ਦੀ ਕੋਸ਼ਿਸ਼ ਕਰੋ ਤਾਂ ਬੱਚੇ ਅੰਦਰਲੀ ਭਾਵਨਾਤਮਕ ਗੜਬੜ ਨੂੰ ਤੁਸੀਂ ਫੌਰਨ ਸਮਝ ਸਕਦੇ ਹੋ। ਬੱਚੇ ਨੂੰ ਵੀ ਤੁਹਾਡੇ ਨਾਲ ਗੱਲਬਾਤ ਕਰਨ ਦਾ ਸੁਖਾਲਾ ਵਕਤ ਮਿਲ ਜਾਵੇਗਾ ਕਿਉਂਕਿ ਉਹ ਤੁਹਾਡੀ ਫਿਕਰਮੰਦੀ ਨੂੰ ਤਾੜ ਸਕਦਾ ਹੈ। ਜਿਹੜੇ ਮਾਪੇ ਅਗਾਊਂ ਸੰਚਾਰ ਵਿਚ ਚੰਗੇ ਹੁੰਦੇ ਹਨ ਉਨ੍ਹਾਂ ਲਈ ਬੱਚੇ ਦੀਆਂ ਸਮੱਸਿਆਵਾਂ ਨੂੰ ਪਛਾਣਨ ਅਤੇ ਨਜਿੱਠਣ ਦੀ ਬੜੀ ਵਧੀਆ ਗੁੰਜਾਇਸ਼ ਹੁੰਦੀ ਹੈ।

14.

ਇਕ ਜਮਾਂਦਰੂ ਆਗੂ

ਅਸਲੀ ਆਗੂ ਅਸਾਧਾਰਣ ਦ੍ਰਿੜ੍ਹਤਾ ਵਾਲੇ ਸਾਧਾਰਣ ਲੋਕ ਹੁੰਦੇ ਹਨ।
– ਹਿਊਜ਼ ਐਮ

ਇਹ ਆਮ ਵਿਸ਼ਵਾਸ ਹੈ ਕਿ ਲੀਡਰਸ਼ਿਪ ਇਕ ਅੰਤਰ ਸਿਰਜਿਤ ਗੁਣ ਹੈ। ਅਸੀਂ ਇਹ ਸੋਚਦੇ ਲੱਗਦੇ ਹਾਂ ਕਿ ਲੋਕ ਜਮਾਂਦਰੂ ਲੀਡਰ ਹੁੰਦੇ ਹਨ, ਜਦੋਂ ਕਿ ਬਾਕੀਆਂ ਦੀ ਕਿਸਮਤ ਵਿਚ ਉਨ੍ਹਾਂ ਦੇ ਪਿੱਛੇ ਚੱਲਣਾ ਲਿਖਿਆ ਹੁੰਦਾ ਹੈ। ਪੇਸ਼ਕਾਰੀ ਨੂੰ ਨਿਰਧਾਰਤ ਕਰਨ ਵਿਚ ਜੀਨਜ਼ ਨੂੰ ਗਿਣਿਆ ਜਾਂਦਾ ਹੈ ਪਰ ਉਨ੍ਹਾਂ ਨੂੰ ਹਰ ਪੇਸ਼ਕਾਰੀ ਲਈ ਨਹੀਂ ਗਿਣਿਆ ਜਾ ਸਕਦਾ। ਇਸ ਤਰ੍ਹਾਂ ਦੀਆਂ ਅਣਗਿਣਤ ਮਿਸਾਲਾਂ ਹਨ ਜਿੱਥੇ ਪ੍ਰਤੱਖ ਦਿਸਦੇ ਆਮ ਵਿਅਕਤੀ ਮਹਾਨ ਉਚਾਈਆਂ ਨੂੰ ਛੋਹ ਗਏ ਅਤੇ ਲੋਕਾਂ ਦੀ, ਬਿਰਾਦਰੀਆਂ ਦੀ ਅਤੇ ਦੇਸ਼ ਦੀ ਅਗਵਾਈ ਸ਼ਾਨ ਵਧਾਉਣ ਵਿਚ ਕੀਤੀ।

ਲੀਡਰ ਜੰਮਦੇ ਨਹੀਂ, ਉਹ ਬਣਾਏ ਜਾਂਦੇ ਹਨ। ਜਿਹੜੇ ਬੱਚੇ ਮੁਖੀ ਬਣਦੇ ਹਨ, ਨੌਜਵਾਨ ਮਰਦ ਤੇ ਔਰਤਾਂ ਜਿਹੜੇ ਖੇਡਾਂ ਦੀਆਂ ਟੀਮਾਂ ਦੀ ਕਪਤਾਨੀ ਕਰਦੇ ਹਨ, ਸੀਨੀਅਰ ਐਗਜੈਕਟਿਵਜ਼ ਜਿਹੜੇ ਸੰਗਠਨ ਚਲਾਉਂਦੇ ਹਨ ਉਹ ਸਾਰੇ ਹੀ ਚੇਤਨ ਮਾਪਿਆਂ ਦੀ ਪੈਦਾਵਾਰ ਹੁੰਦੇ ਹਨ ਜਿਨ੍ਹਾਂ ਨੇ ਆਪਣੇ ਬੱਚਿਆਂ ਵਿਚ ਲੀਡਰਸ਼ਿਪ ਦੇ ਗੁਣ ਪੈਦਾ ਕਰਨ ਲਈ ਮਿਹਨਤ ਕੀਤੀ।

ਲੀਡਰਸ਼ਿਪ ਮਾਨਸਿਕਤਾ ਕੀ ਹੁੰਦੀ ਹੈ?

1. ਸੁਤੰਤਰ ਸੋਚ ਦੀ ਯੋਗਤਾ।
2. ਔਖੀਆਂ ਸਥਿਤੀਆਂ ਨਾਲ ਸਿੱਝਣ ਦੀ ਮਾਨਸਿਕ ਯੋਗਤਾ।
3. ਮਾੜੇ ਹਾਲਾਤ 'ਤੇ ਕਾਬੂ ਪਾਉਣ ਲਈ ਸਾਕਾਰੀ ਨਜ਼ਰੀਆ।
4. ਰਣਨੀਤੀ ਵਿਉਂਤਣ ਦੀ ਸਮਰੱਥਾ।

6. ਸਾਂਝ ਪਾਉਣ ਦੀ ਤਤਪਰਤਾ।
7. ਨਵੇਂ ਉਦਮ ਸ਼ੁਰੂ ਕਰਨ ਦੀ ਪੇਸ਼ਕਦਮੀ।
8. ਖੁਦ ਬਾਰੇ ਚੰਗਾ ਮਹਿਸੂਸ ਕਰਨ ਅਤੇ ਹੋਰਾਂ ਨੂੰ ਖੁਸ਼ ਕਰਨ ਦੀ ਯੋਗਤਾ।
9. ਜੀਵਨ ਪ੍ਰਤੀ ਕੁਦਰਤੀ ਜਗਿਆਸਾ ਅਤੇ ਜੋਸ਼।

ਲੀਡਰਸ਼ਿਪ ਸਮੀਕਰਨ

ਆਰ 3 + ਡੀ3 = ਲੀਡਰ

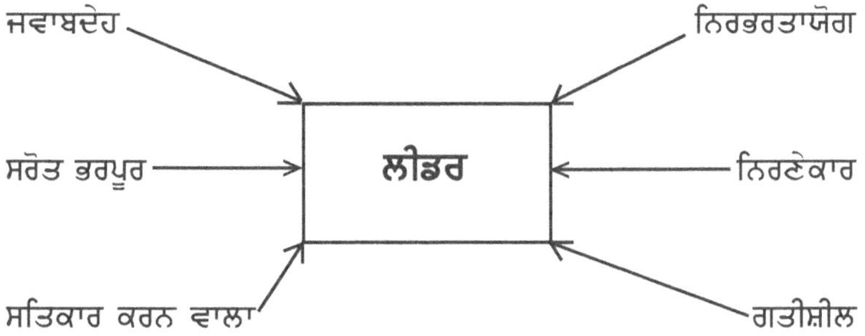

ਤੁਸੀਂ ਵੀ ਆਪਣੇ ਬੱਚੇ ਨੂੰ ਲੀਡਰ ਬਣਾ ਸਕਦੇ ਹੋ

ਸਾਰੇ ਬੱਚੇ ਕ੍ਰੋਮੋਸੋਮਾਂ ਦੀ ਉਹੀ ਗਿਣਤੀ ਲੈ ਕੇ ਪੈਦਾ ਹੁੰਦੇ ਹਨ, ਉਨ੍ਹਾਂ ਦਾ ਦਿਮਾਗੀ ਢਾਂਚਾ ਉਵੇਂ ਦਾ ਹੀ ਹੁੰਦਾ ਹੈ ਅਤੇ ਸਰੀਰ ਦੇ ਕੰਮ ਵੀ ਉਵੇਂ ਦੇ ਹੁੰਦੇ ਹਨ। ਇਸ ਦਾ ਤਿੱਖਾਪਣ ਮਾਨਸਿਕ ਨਜ਼ਰੀਏ, ਚਰਿੱਤਰ ਅਤੇ ਰਣਨੀਤੀ ਨਾਲ ਆਉਂਦਾ ਹੈ। ਇਹ ਉਹ ਅਹਿਮ ਖੇਤਰ ਹਨ ਜਿੱਥੇ ਮਾਪਿਆਂ ਨੇ ਆਪਣੇ ਬੱਚਿਆਂ ਦੀ ਮੱਦਦ ਕਰਨੀ ਹੁੰਦੀ ਹੈ ਤਾਂ ਕਿ ਉਹ ਨਾ ਸਿਰਫ ਆਪਣੀ ਸਮਰੱਥਾ ਹੀ ਹਾਸਲ ਕਰ ਲੈਣ ਬਲਕਿ ਇਸ ਨੂੰ ਹੋਰ ਵਧਾ ਲੈਣ। ਇਕ ਆਮ ਵਿਅਕਤੀ ਤੋਂ ਲੀਡਰ ਬਣਾਉਣ ਲਈ ਸਫਲਤਾ ਅਤੇ ਸਵੈ-ਭਰੋਸਾ ਇਕਜੁਟ ਹੋ ਜਾਂਦੇ ਹਨ। ਆਉ ਮੈਂ ਤੁਹਾਡੇ ਨਾਲ ਕੁਝ ਭੇਤ ਸਾਂਝੇ ਕਰਾਂ ਕਿ ਲੀਡਰਸ਼ਿਪ ਮਾਨਸਿਕਤਾ ਕਿਵੇਂ ਵਿਕਸਿਤ ਕੀਤੀ ਜਾਂਦੀ ਹੈ।

1. **ਛੇਤੀ ਸ਼ੁਰੂ ਕਰੋ** :ਲੀਡਰਸ਼ਿਪ ਮਾਨਸਿਕਤਾ ਬੱਚੇ ਨੂੰ ਉਸਦੇ ਜੀਵਨ ਦੇ ਹਰ ਪੜਾਅ 'ਤੇ ਫਾਇਦਾ ਦੇਵੇਗੀ। ਇਹ ਦੇਖਿਆ ਗਿਆ ਹੈ ਕਿ ਸਕੂਲ ਦੇ ਸਾਲਾਂ ਵਿਚ ਲੀਡਰਸ਼ਿਪ ਅਤੇ ਪਾਠਕ੍ਰਮ ਬਾਹਰੀ ਗਤੀਵਿਧੀਆਂ ਆਈ. ਕਿਊ. ਜਾਂ ਪ੍ਰੀਖਿਆ ਪ੍ਰਤੀਸ਼ਤਤਾ ਨਾਲੋਂ ਬਾਲਗ ਸਫਲਤਾ ਦੇ ਵਧੇਰੇ ਦਰੁਸਤ ਪੂਰਵ ਸੂਚਕ ਹਨ। ਸਿਖਰ ਦੀ ਪੇਸ਼ਕਾਰੀ ਲਈ ਬੱਚੇ ਨੂੰ ਪ੍ਰੇਰਿਤ ਕਰਨ ਵਿਚ ਸਵੈ-ਮਾਣ ਦੀ

ਸਿਰਜਣਾ ਬੜੀ ਅਹਿਮ ਹੈ ਅਤੇ ਇਹ ਤੁਸੀਂ ਬਹੁਤਾ ਹੀ ਛੇਤੀ ਸ਼ੁਰੂ ਨਹੀਂ ਕਰ ਸਕਦੇ ਕਿਉਂਕਿ ਇਕ ਵਾਰੀ ਜਦੋਂ ਅਸਮਰੱਥਾ/ਘਾਟ ਦੇ ਅਹਿਸਾਸ ਜੜ ਫੜ ਜਾਣ, ਉਹ ਦੂਰ ਕਰਨੇ ਬੜੇ ਮੁਸ਼ਕਿਲ ਹੋ ਜਾਂਦੇ ਹਨ।

2. **ਜੋ ਤੁਸੀਂ ਬੀਜਦੇ ਹੋ ਉਹੀ ਵੱਢਦੇ ਹੋ** : ਅਸੀਂ ਸਾਰੇ ਜਾਣਦੇ ਹਾਂ ਕਿ ਜੇ ਅਸੀਂ ਪੋਸ਼ਕ ਖੁਰਾਕ ਦੇਈਏ ਤਾਂ ਸਾਡਾ ਬੱਚਾ ਤੰਦਰੁਸਤ ਹੋਵੇਗਾ। ਇਹ ਚਰਿਤਰ ਵਿਕਾਸ ਤੇ ਵੀ ਲਾਗੂ ਹੁੰਦਾ ਹੈ। ਸਹੀ ਕਦਰਾਂ-ਕੀਮਤਾਂ ਭਰਨਾ ਬੱਚੇ ਦੀਆਂ ਅੰਦਰੂਨੀ ਤਾਕਤਾਂ ਨੂੰ ਵਧਾਏਗਾ। ਇਸ ਨਾਲ ਜੁੜਿਆ ਸਵੈ-ਵਿਸ਼ਵਾਸ ਉਸ ਨੂੰ ਲੀਡਰ ਵਿਚ ਬਦਲ ਦਏਗਾ।

3. **ਆਪਣੇ ਬੱਚੇ ਦੀ ਸਮਰੱਥਾ ਦਾ ਅੰਦਾਜ਼ਾ ਲਾਉ** : ਬੱਚੇ ਦੀ ਸਮਰੱਥਾ ਦਾ ਗਲਤ ਅੰਦਾਜ਼ਾ ਅਤੇ ਉਸ ਨੂੰ ਉਸ ਦੀ ਕੁਦਰਤੀ ਯੋਗਤਾ ਦੇ ਉਲਟ ਮੋੜਨ ਦੀ ਕੋਸ਼ਿਸ਼ ਤਬਾਹੀ ਵੱਲ ਲਿਜਾ ਸਕਦੀ ਹੈ। ਹਾਲਾਂਕਿ ਬੱਚੇ ਦੇ ਵਿਚਾਰ ਸੁਣਨ ਦੀ ਸਿਫਾਰਿਸ਼ ਕੀਤੀ ਜਾਂਦੀ ਹੈ, ਉਸ ਦਾ ਸਵੈ-ਮੁਲਾਂਕਣ ਗੈਰ ਅਨੁਭਵ ਤੋਂ ਗ੍ਰਸਤ ਹੋ ਸਕਦਾ ਹੈ। ਆਪਣੇ ਬੱਚੇ ਦੇ ਭਵਿੱਖ ਨੂੰ ਸ਼ਕਲ ਦੇਣ ਲਈ ਬਾਹਰੀ ਮਾਹਿਰ ਦੀ ਮੱਦਦ ਲੈਣ ਵਿਚ ਕੋਈ ਹਰਜ ਨਹੀਂ।

ਇਕ ਅਖਬਾਰ ਦੀ ਖਬਰ ਅਨੁਸਾਰ ਆਧੁਨਿਕ ਕ੍ਰਿਕੇਟ ਦਾ ਲੋਕ ਨਾਇਕ ਸਚਿਨ ਤੇਂਦੁਲਕਰ, ਮਹਾਨ ਆਸਟ੍ਰੇਲੀਆਈ ਤੇਜ਼ ਗੇਂਦਬਾਜ਼ ਡੇਨਿਸ ਲਿਲੀ ਕੋਲ ਤੇਜ਼ ਗੇਂਦਬਾਜ਼ੀ ਦੀ ਕਲਾਂ ਸਿੱਖਣ ਗਿਆ ਸੀ। ਲਿਲੀ ਨੌਜਵਾਨ ਮੁੰਡੇ ਤੋਂ ਬਿਲਕੁਲ ਵੀ ਪ੍ਰਭਾਵਿਤ ਨਾ ਹੋਇਆ। ਕੁਝ ਸਾਲ ਬਾਦ ਲਿਲੀ ਨੇ ਤੇਂਦੁਲਕਰ ਨੂੰ ਬੱਲਾ ਚਲਾਉਂਦੇ ਵੇਖਿਆ ਅਤੇ ਇਸ ਵਾਰੀ ਉਹ ਨੌਜਵਾਨ ਮੁੰਡੇ ਦੇ ਬੱਲੇ ਦੇ ਸ਼ਾਟ ਦੇਖਕੇ ਬੜਾ ਹੀ ਪ੍ਰਭਾਵਿਤ ਹੋਇਆ। ਸਚਿਨ ਦੇ ਕੋਚ ਰਮਾਕਾਂਤ ਅਚਰੇਕਰ ਨੇ ਉਸ ਨੂੰ ਇਕ ਧੂੰਆਂਧਾਰ, ਉੱਚ ਦਰਜੇ ਦੇ ਬੱਲੇਬਾਜ਼ ਵਿਚ ਬਦਲ ਦਿੱਤਾ ਸੀ। ਅੱਜ ਸਚਿਨ ਹਰ ਉੱਭਰਦੇ ਭਾਰਤੀ ਕ੍ਰਿਕੇਟਰ ਲਈ ਪ੍ਰੇਰਨਾ ਸਰੋਤ ਹੈ ਅਤੇ ਉਸ ਨੂੰ ਸੰਸਾਰ ਵਿਚ ਬਿਹਤਰੀਨ ਬੱਲੇਬਾਜ਼ ਮੰਨਿਆ ਜਾਂਦਾ ਹੈ।

4. **ਸ਼ਖਸੀਅਤ ਨਹੀਂ ਗੈਰ ਢੁਕਵੇਂ ਵਿਹਾਰ ਤੇ ਧਿਆਨ ਦਿਉ** : ਬਦਕਿਸਮਤੀ ਨਾਲ ਬਹੁਤੇ ਮਾਪੇ ਅਪ੍ਰਵਾਨਤ ਵਿਹਾਰ ਦੱਸਣ ਦੀ ਬਜਾਏ ਬੱਚੇ ਤੇ ਉਂਗਲ ਉਠਾਉਂਦੇ ਹਨ। ਤੂੰ ਬੜਾ ਬੁੱਧੂ ਹੈਂ। ਇਹ ਗੱਲ ਤੇਰੇ ਮੋਟੇ ਦਿਮਾਗ ਵਿਚ ਕਿਉਂ ਨਹੀਂ ਪੈਂਦੀ? ਹੇ ਪ੍ਰਮਾਤਮਾ ਤੂੰ ਕਿੰਨਾ ਵੱਡਾ ਮੂਰਖ ਹੈਂ। ਵਿਹਾਰ ਦੀ ਨੁਕਤਾਚੀਨੀ ਕਰੋ, ਬੱਚੇ ਦੀ ਨਹੀਂ। ਇਹ ਦੱਸਣ ਤੋਂ ਬਾਦ ਕਿ ਇਹ ਗਲਤ ਹੈ, ਉਸ ਨੂੰ ਇਹ ਵੀ ਸਪੱਸ਼ਟ ਕਰੋ ਕਿ ਠੀਕ ਕੀ ਹੈ। ਤੁਹਾਨੂੰ ਆਪਣੇ ਬੱਚਿਆਂ ਨੂੰ ਪਤਾ ਲੱਗਣ ਦੇਣਾ ਚਾਹੀਦਾ ਹੈ ਕਿ ਤੁਸੀਂ ਉਨ੍ਹਾਂ ਤੋਂ ਕੀ ਚਾਹੁੰਦੇ ਹੋ, ਸਿਰਫ ਇਹ ਨਹੀਂ ਕਿ ਜੋ ਤੁਸੀਂ ਉਨ੍ਹਾਂ ਵੱਲੋਂ ਕੀਤਾ ਜਾਣਾ ਨਹੀਂ ਚਾਹੁੰਦੇ।

ਚੇਤੇ ਰੱਖੋ ਕਿ ਤੁਹਾਡਾ ਬੱਚਾ ਬੁੱਧੂ ਨਹੀਂ! ਜੇਕਰ ਉਹ ਤੁਹਾਡੇ ਸਰਬੋਤਮ ਦੇ ਗਜ਼ਾਂ 'ਤੇ ਖਰਾ ਉਤਰਨ ਵਿਚ ਅਸਫਲ ਹੁੰਦਾ ਹੈ-ਉਨ੍ਹਾਂ ਨੂੰ ਛੋਟੇ ਕਰ ਲਉ ਜਾਂ

ਬੱਚੇ ਦਾ ਮਿਆਰ ਚੁੱਕਣ ਲਈ ਲਗਾਤਾਰ ਹੰਭਲੇ ਮਾਰੋ। ਜਿਹੜੇ ਬੱਚੇ ਉਨ੍ਹਾਂ ਘਰਾਂ ਵਿਚ ਪਲਦੇ ਹਨ ਜਿੱਥੇ ਸ਼ਖਸੀਅਤਾਂ ਤੇ ਹਮਲੇ ਹੁੰਦੇ ਹਨ ਉਨ੍ਹਾਂ ਅੰਦਰ ਹੀਣ ਭਾਵਨਾ ਵਿਕਸਿਤ ਹੋ ਹੀ ਜਾਂਦੀ ਹੈ।

ਜਦੋਂ ਬੱਚੇ ਦੇ ਕੀਤੇ ਨਾਲ ਸਾਹਮਣਾ ਹੋਵੇ ਤਾਂ ਇਸ ਤਰ੍ਹਾਂ ਦੇ ਵਾਕਾਂਸ਼ ਵਰਤਣ ਦੀ ਕੋਸ਼ਿਸ਼ ਕਰੋ, 'ਅੰਦਾਜ਼ਾ ਬੜਾ ਮਾੜਾ ਸੀ', 'ਇਹ ਇਸ ਤਰ੍ਹਾਂ ਨਹੀਂ ਕੀਤਾ ਜਾਂਦਾ', ਤੇਰਾ ਵਿਹਾਰ ਠੀਕ ਨਹੀਂ ਸੀ।'

ਕੰਮ ਉੱਤੇ ਧਿਆਨ ਕੇਂਦਰਤ ਕਰਨ ਨਾਲ ਬੱਚੇ ਨੂੰ ਗਲਤੀ ਸੁਧਾਰਨ ਦਾ ਮੌਕਾ ਮਿਲੇਗਾ। ਇਸ ਨਾਲ ਉਸ ਨੂੰ ਬਿਹਤਰ ਤਰੀਕੇ ਨਾਲ ਸਮਝਣ ਅਤੇ ਅਗਲੀ ਵਾਰੀ ਲਈ ਵਧੇਰੇ ਢੁਕਵੀਂਆਂ ਤਰਜੀਹਾਂ ਪ੍ਰਵਾਨ ਕਰਨ ਦਾ ਵੀ ਮੌਕਾ ਮਿਲੇਗਾ। ਇਸ ਨਾਲ ਨਿਸ਼ਚੇ ਹੀ ਉਨ੍ਹਾਂ ਦੀ ਸਾਖ਼ ਵਿਚ ਸੁਧਾਰ ਹੋਵੇਗਾ, ਖਾਸ ਕਰਕੇ ਆਪਣੇ ਜਮਾਤੀਆਂ ਵਿਚਕਾਰ। ਜਮਾਤੀ ਸਮੂਹ ਵਿਚ ਪ੍ਰਵਾਣਕਤਾ ਪ੍ਰਾਪਤ ਹੋਣਾ ਬੱਚਿਆਂ ਨੂੰ ਹੋਰ ਬੱਚਿਆਂ ਨਾਲ ਪ੍ਰਤੀਕ੍ਰਿਆ ਕਰਨ, ਉਨ੍ਹਾਂ ਨੂੰ ਪ੍ਰਭਾਵਿਤ ਕਰਨ ਅਤੇ ਉਨ੍ਹਾਂ ਦੀ ਅਗਵਾਈ ਕਰਨ ਦੇ ਮੌਕੇ ਦੇਵੇਗਾ।

5. **ਦਾਦ ਦੇਣ ਵਿਚ ਕੰਜੂਸੀ ਨਾ ਵਰਤੋ** : ਦਾਦ ਸਵੈ-ਮਾਣ ਵਧਾਉਣ ਦੀ ਵਧੀਆ ਔਸ਼ਧੀ ਹੈ; ਸ਼ਲਾਘਾ ਸਵੈ-ਵਿਸ਼ਵਾਸ ਨੂੰ ਵਧਾਉਣ ਲਈ ਤਾਕਤਵਰ ਸਾਧਨ ਹੈ। ਜਦੋਂ ਤੁਹਾਡਾ ਨਿੱਕਚੂ ਤੁਹਾਡੇ ਵੱਲ ਆਪਣੇ ਪਹਿਲੇ ਡਗਮਗਾਉਂਦੇ ਕਦਮ ਵਧਾਉਂਦਾ ਹੈ ਜਾਂ ਜਦੋਂ ਉਹ ਪੌੜੀਆਂ ਚੜ੍ਹਦਾ ਹੈ ਅਤੇ ਉਤਲੀ ਪੌੜੀ 'ਤੇ ਖੜ੍ਹ ਕੇ ਜੇਤੂ ਆਵਾਜ਼ ਵਿਚ ਕਹਿੰਦਾ ਹੈ-ਮੈਂ ਸਭ ਤੋਂ ਲੰਮਾ ਹਾਂ, ਤਾਂ ਤੁਹਾਡੀ ਅਸਲ ਖੁਸ਼ੀ ਅਤੇ ਪ੍ਰਵਾਨਗੀ ਉਸ ਦੇ ਸਵੈ-ਮਾਣ ਨੂੰ ਵਧਾਉਂਦੀ ਹੈ।

ਇਕ ਝਿਜਕਦਾ ਬੱਚਾ ਇਹ ਕੰਮ ਉਦੋਂ ਕਰ ਸਕਦਾ ਹੈ ਜਦੋਂ ਉਸ ਨੂੰ ਕਿਹਾ ਜਾਵੇ, ਮੈਨੂੰ ਪਤਾ ਹੈ ਤੂੰ ਇਹ ਕਰ ਸਕਦਾ ਹੈਂ! ਅਤੇ ਜੇਕਰ ਮਾਪੇ ਇਸ ਤੋਂ ਬਾਦ ਇਹ ਵੀ ਕਹਿਣ, 'ਤੂੰ ਤਾਂ ਕਮਾਲ ਕਰ ਦਿੱਤਾ, ਤਾਂ ਬੱਚੇ ਦੇ ਸਵੈ-ਵਿਸ਼ਵਾਸ ਨੂੰ ਸਦੀਵੀ ਤਾਕਤ ਮਿਲਦੀ ਹੈ।

ਬਹੁਤ ਸਾਰੇ ਖਿਡਾਰੀ, ਗਾਇਕ, ਸੰਗੀਤਕਾਰ ਅਤੇ ਵਿਦਿਅਕ ਮਾਹਿਰ ਫੌਰਨ ਇਹ ਮੰਨ ਜਾਂਦੇ ਹਨ ਕਿ ਉਨ੍ਹਾਂ ਦੇ ਮੁੱਢਲੇ ਕੈਰੀਅਰ ਉੱਤੇ ਉਨ੍ਹਾਂ ਦਾ ਬੁਨਿਆਦੀ ਅਸਰ ਉਨ੍ਹਾਂ ਦੇ ਮਾਪਿਆਂ ਦੀ ਸਹਾਇਤਾ ਅਤੇ ਸ਼ਲਾਘਾ ਦਾ ਸੀ। ਬੱਚਿਆਂ ਦੀਆਂ ਪ੍ਰਾਪਤੀਆਂ ਅਤੇ ਉਨ੍ਹਾਂ ਬਾਰੇ ਸਾਕਾਰੀ ਗੱਲ ਕਰਨਾ ਸਵੈ-ਅਕਸ ਨੂੰ ਮਜ਼ਬੂਤ ਕਰਦਾ ਹੈ ਅਤੇ ਉਨ੍ਹਾਂ ਨੂੰ ਹੋਰ ਵਧੇਰੇ ਸ਼ਾਨਦਾਰ ਕਰਨ ਦੇ ਰਾਹ ਪਾਉਂਦਾ ਹੈ। ਇਹ ਮਿਸਾਲੀ ਪੇਸ਼ਕਾਰੀ ਰਾਹੀਂ ਹੀ ਹੁੰਦਾ ਹੈ ਕਿ ਬੰਦੇ ਨੂੰ ਲੀਡਰਸ਼ਿਪ ਮਿਲ ਜਾਂਦੀ ਹੈ।

ਸਫਲਤਾ ਭਾਵੇਂ ਕਿੰਨੀ ਵੀ ਨਿੱਕੀ ਹੋਵੇ ਇਹ ਦਾਦ ਦੀ ਹੱਕਦਾਰ ਹੁੰਦੀ ਹੈ ਪਰ ਸ਼ਲਾਘਾ ਐਵੇਂ ਵੱਧ ਹੀ ਵੀ ਨਹੀਂ ਕਰੀ ਜਾਣੀ ਚਾਹੀਦੀ। ਇਸ ਦਾ ਜੇਤੂ ਫਾਰਮੂਲਾ ਇਹ ਹੈ ਕਿ ਥੋੜ੍ਹੀ ਉਸਾਰੂ ਨੁਕਤਾਚੀਨੀ ਨਾਲ ਸੁਹਿਰਦ ਦਿਲੀ ਸ਼ਲਾਘਾ ਵੀ ਸ਼ਾਮਲ ਹੋਣੀ ਚਾਹੀਦੀ ਹੈ। ਗੈਰ ਦਿਆਨਤਦਾਰ ਅਤੇ ਵਾਧੂ ਸ਼ਲਾਘਾ ਬੱਚੇ ਦੇ

ਹਉਮੈਂ ਨੂੰ ਬੇਲੋੜਾ ਹੀ ਵਧਾ ਸਕਦੀ ਹੈ ਅਤੇ ਇਹ ਅਸਫਲਤਾ ਦਾ ਪੱਕਾ ਨੁਸਖਾ ਹੈ।

6. ਸਫਲਤਾ ਬਾਰੇ ਸੋਚੋ, ਅੜਿੱਕਿਆਂ ਬਾਰੇ ਨਹੀਂ

'ਕੀ ਹੋਵੇਗਾ ਜੇ ਮੈਂ ਫੇਲ ਹੋ ਗਿਆ :' (ਟੈਸਟ ਵਿਚ)

'ਕੀ ਹੋਵੇਗਾ ਜੇ ਮੈਂ ਭੁੱਲ ਗਿਆ ?' (ਤਕਰੀਰ)

'ਕੀ ਹੋਵੇਗਾ ਜੇ ਮੈਂ ਉੱਕ ਗਿਆ ?' (ਟੀਚਾ)

ਜਿਹੜੇ ਵਿਅਕਤੀ ਇਸ ਉਤੇ ਧਿਆਨ ਕੇਂਦਰਤ ਕਰਨ ਦੀ ਬਜਾਏ ਕਿ ਸਫਲ ਕਿਵੇਂ ਹੋਣਾ ਹੈ, ਅਸਫਲਤਾ ਤੋਂ ਬਚਣ ਦਾ ਹੀ ਫਿਕਰ ਕਰਦੇ ਰਹਿੰਦੇ ਹਨ ਉਨ੍ਹਾਂ ਦੇ ਆਮ ਤੌਰ 'ਤੇ ਨਿਰਾਸ਼ਾ ਹੀ ਪੱਲੇ ਪੈਂਦੀ ਹੈ। ਮਾਪਿਆਂ ਨੂੰ ਆਪਣੇ ਬੱਚਿਆਂ ਵਿਚ ਸਹੀ ਕਦਰਾਂ-ਕੀਮਤਾਂ ਅਤੇ ਸਾਕਾਰੀ ਨਜ਼ਰੀਏ ਵਿਕਸਿਤ ਕਰਨੇ ਚਾਹੀਦੇ ਹਨ। ਉਨ੍ਹਾਂ ਨੂੰ ਬੱਚਿਆਂ ਨੂੰ ਪ੍ਰੇਰਿਤ ਕਰਨਾ ਚਾਹੀਦਾ ਹੈ ਕਿ ਉਹ ਸਫਲਤਾ ਤੇ ਹੀ ਕੇਂਦਰਿਤ ਹੋਣ ਅਤੇ ਅਸਫਲਤਾ ਬਾਰੇ ਬੜੇ ਵਿਹਾਰਕ ਰਹਿਣ ਅਤੇ ਉਸ ਨੂੰ ਆਰਜ਼ੀ ਧੱਕੇ ਸਮਝਣ। ਜਿਹੜਾ ਬੰਦਾ ਸਫਲਤਾ ਵਿਚ ਵਿਸ਼ਵਾਸ ਰੱਖਦਾ ਹੈ ਉਹੀ ਉਹ ਹੈ ਜੋ ਦੂਜਿਆਂ ਨੂੰ ਪਿੱਛੇ ਲੱਗਣ ਲਈ ਪ੍ਰੇਰਿਤ ਕਰਦਾ ਹੈ।

7. **ਪਿਛਲੀਆਂ ਪ੍ਰਾਪਤੀਆਂ ਉਤੇ ਉਸਾਰੀ ਕਰੋ** : ਜੇਕਰ ਤੁਹਾਡੇ ਬੱਚੇ ਨੇ ਵਾਦ-ਵਿਵਾਦ ਮੁਕਾਬਲੇ ਵਿਚ ਮੈਡਲ, ਖੇਡਾਂ ਵਿਚ ਕੱਪ ਜਾਂ ਪੜ੍ਹਾਈ ਵਿਚ ਮੈਰਿਟ ਸਰਟੀਫਿਕੇਟ ਜਿੱਤਿਆ ਹੈ ਇਸ ਨੂੰ ਘਰ ਵਿਚ ਸਾਹਮਣੇ ਦਿਸਣ ਵਾਲੀ ਥਾਂ 'ਤੇ ਲਟਕਾਉ। ਬੱਚਾ ਜਦੋਂ ਵੀ ਉਸ ਨੂੰ ਦੇਖਦਾ ਹੈ ਉਸ ਵਿਚ ਹੋਰ ਵਧੀਆ ਕਰਨ ਦੀ ਇੱਛਾ ਪੈਦਾ ਹੋਵੇਗੀ। ਪਿਛਲੀਆਂ ਜਿੱਤਾਂ ਤੱਕ ਹੀ ਸੀਮਤ ਰਹਿਣਾ ਚੰਗਾ ਨਹੀਂ, ਬਲਕਿ ਉਨ੍ਹਾਂ ਨੂੰ ਵਾਧੂ ਸਫਲਤਾ ਲਈ ਪ੍ਰੇਰਣਾ ਦੇ ਤੌਰ ਤੇ ਵਰਤਣ ਦੀ ਸਿਫਾਰਿਸ਼ ਕੀਤੀ ਜਾਂਦੀ ਹੈ। ਪਿਛਲੀਆਂ ਜਿੱਤੀਆਂ ਟਰਾਫੀਆਂ ਅਤੇ ਮੈਡਲਾਂ ਨੂੰ ਦੇਖਕੇ ਬੱਚੇ ਨੂੰ ਇਹ ਸੰਦੇਸ਼ ਜਾਂਦਾ ਹੈ, 'ਮੈਂ ਪਹਿਲਾਂ ਇਹ ਕੀਤਾ ਸੀ, ਮੈਂ ਇਹ ਫਿਰ ਵੀ ਕਰ ਸਕਦਾ ਹਾਂ।' ਇਹ 'ਕਰ ਸਕਦਾ ਹਾਂ' ਵਾਲੀ ਪਹੁੰਚ ਤੁਹਾਡੇ ਬੱਚੇ ਨੂੰ ਲੀਡਰ ਬਣਾ ਸਕਦੀ ਹੈ।

8. **ਬੱਚੇ ਨੂੰ ਸ਼ਾਂਤ ਰਹਿਣਾ ਸਿਖਾਉ** :ਸੰਕਟ ਵਿਚ ਸ਼ਾਂਤ ਰਹਿਣਾ ਤਾਸ਼ ਦੇ ਇੱਕੇ ਵਾਂਗ ਹੈ। ਆਪਣੇ ਬੱਚੇ ਨੂੰ ਸ਼ਾਂਤ ਰਹਿਣਾ ਸਿਖਾਉ ਕਿਉਂਕਿ ਤੌਖਲੇ ਨਾਲ ਇਕਾਗਰਤਾ ਭੰਗ ਹੁੰਦੀ ਹੈ ਜੋ ਕਿ ਮਾੜੀ ਪੇਸ਼ਕਾਰੀ ਦਾ ਮੂਲ ਕਾਰਨ ਹੈ। ਇਕ ਸ਼ਾਂਤ ਮਨ ਬਿਹਤਰੀਨ ਤਰ੍ਹਾਂ ਸੋਚ ਅਤੇ ਕ੍ਰਿਆ ਕਰ ਸਕਦਾ ਹੈ ਜਿਸ ਨਾਲ ਵਿਅਕਤੀ ਦੀ ਕੁਸ਼ਲਤਾ ਵਿਚ ਸੁਧਾਰ ਹੁੰਦਾ ਹੈ।

ਸ਼ਾਂਤ ਰਹਿਣ ਦੀ ਇਕ ਬਹੁਤ ਹੀ ਪ੍ਰਭਾਵੀ ਤਕਨੀਕ ਡੂੰਘਾ ਅਤੇ ਇਕਸੁਰ ਸਾਹ ਲੈਣਾ ਹੈ। ਬੱਚੇ ਨੂੰ ਹਰੇਕ ਸਾਹ ਲੈਣ ਅਤੇ ਛੱਡਣ ਉੱਤੇ ਇਕਾਗਰ ਹੋਣਾ ਸਿਖਾਉ ਅਤੇ ਉਸ ਨੂੰ ਕਹੋ ਕਿ ਕੁਝ ਪਲਾਂ ਲਈ ਉਹ ਆਪਣੇ ਮਨ ਨੂੰ ਖਾਲੀ ਰੱਖੇ। ਮਨਭਾਉਂਦੇ ਗਾਣੇ ਬਾਰੇ ਸੋਚਣਾ, ਵਗਦੀ ਨਦੀ, ਜਾਂ ਰੁਕਮਦੀ ਠੰਢੀ ਪੌਣ ਦੇ

ਵਗਣ ਦੀ ਕਲਪਨਾ ਕਰਨਾ ਬੱਚੇ ਨੂੰ ਸ਼ਾਂਤ ਰੌਂਅ ਵਿਚ ਰੱਖਣ ਲਈ ਵਰਤਿਆ ਜਾ ਸਕਦਾ ਹੈ।

9. ਬੱਚਿਆਂ ਨੂੰ ਪ੍ਰਯੋਗ ਕਰਨ ਦਿਉ : ਜੋ ਪ੍ਰਯੋਗ ਕਰਨ ਲਈ ਇੱਛੁਕ, ਚੁਣੌਤੀਆਂ ਦਾ ਸਾਹਮਣਾ ਕਰਨ ਲਈ ਖੜ੍ਹਾ ਹੁੰਦਾ ਹੈ ਅਸੀਂ ਉਸ ਦੀ ਪ੍ਰਸੰਸਾ ਕਰਦੇ ਹਾਂ ਤੇ ਉਸ ਦੇ ਪਿੱਛੇ ਚਲਦੇ ਹਾਂ। ਪਰ ਜਦੋਂ ਗੱਲ ਸਾਡੇ ਆਪਣੇ ਬੱਚਿਆਂ ਤੇ ਆਉਂਦੀ ਹੈ ਤਾਂ ਅਸੀਂ ਚਾਹੁੰਦੇ ਹਾਂ ਕਿ ਉਹ ਸੁਰੱਖਿਅਤ ਰਹਿ ਕੇ ਚੱਲਣ। ਬਹੁਤੀ ਵਾਰੀ ਅਸੀਂ ਖੁਦ ਦਖਲ ਦੇ ਕੇ ਬੱਚੇ ਦੀਆਂ ਕੀਤੀਆਂ ਗਲਤੀਆਂ ਤੋਂ ਉਸ ਨੂੰ ਬਚਾਉਣ ਦੀ ਕੋਸ਼ਿਸ਼ ਕਰਦੇ ਹਾਂ। ਇਸ ਅਮਲ ਵਿਚ ਅਸੀਂ ਉਸ ਨੂੰ ਮਹੱਤਵਪੂਰਣ ਸਿੱਖਣ ਅਨੁਭਵਾਂ ਤੋਂ ਵਾਂਝੇ ਕਰ ਦਿੰਦੇ ਹਾਂ।

ਮਾਪਿਆਂ ਨੂੰ ਬੱਚੇ ਨੂੰ ਪਹਿਲਕਦਮੀ ਕਰਨ ਅਤੇ ਨਵੀਆਂ ਚੁਣੌਤੀਆਂ ਨਾਲ ਸਿੱਝਣ ਲਈ ਪ੍ਰੇਰਿਤ ਕਰਨਾ ਚਾਹੀਦਾ ਹੈ। ਜਿਹੜਾ ਕੋਸ਼ਿਸ਼ ਕਰਦਾ ਹੈ, ਅਸਫਲ ਹੁੰਦਾ ਹੈ, ਆਪਣੀਆਂ ਗਲਤੀਆਂ ਸੁਧਾਰਦਾ ਹੈ ਅਤੇ ਤਾਜ਼ਾ ਯਤਨ ਕਰਨ ਲਈ ਉੱਠਦਾ ਹੈ ਅਖੀਰ ਸਫਲ ਹੁੰਦਾ ਹੈ। ਰੋਮਾਂਚ ਦਾ ਇਹ ਰੌਂਅ ਅਤੇ ਦ੍ਰਿੜ ਨਿਸ਼ਚਾ ਲੀਡਰ ਨੂੰ ਵੱਖਰਾ ਖੜ੍ਹਾ ਕਰ ਦਿੰਦਾ ਹੈ। ਅਸਲੀ ਲੀਡਰ ਉਹੀ ਹੈ ਜੋ ਅਸਫਲਤਾ ਦੇ ਡਰ ਤੋਂ ਬਿਨਾਂ ਉਸ ਮੌਕੇ ਨਾਲ ਆਢਾ ਲਾਉਂਦਾ ਹੈ ਅਤੇ ਆਪਣੇ ਜੋਸ਼ ਨਾਲ ਦੂਜਿਆਂ ਨੂੰ ਪ੍ਰੇਰਿਤ ਕਰਨ ਦੇ ਯੋਗ ਹੈ।

10. ਲੀਡਰ ਸੁਪਨਸ਼ਾਜ਼ ਹੁੰਦੇ ਹਨ : ਜੇਕਰ ਤੁਹਾਡਾ ਪੁੱਤਰ ਜੰਗੀ ਜਹਾਜ ਦਾ ਚਾਲਕ ਬਣਨਾ ਚਾਹੁੰਦਾ ਹੈ ਜਾਂ ਤੁਹਾਡੀ ਧੀ ਕ੍ਰਾਈਮ ਰਿਪੋਰਟਰ ਬਣਨਾ ਚਾਹੁੰਦੀ ਹੈ, ਤਾਂ ਤੁਹਾਡਾ ਜਵਾਬ ਕੀ ਹੋਵੇਗਾ? 'ਇਹ ਬੜਾ ਖਤਰੇ ਵਾਲਾ ਕੰਮ ਹੈ! ਤੂੰ ਕਿਸੇ ਹੋਰ ਘੱਟ ਖਤਰਨਾਕ ਬਾਰੇ ਕਿਉਂ ਨਹੀਂ ਸੋਚਦਾ/ਸੋਚਦੀ?'

ਗੁੰਜਾਇਸ਼ ਇਹ ਹੈ ਕਿ ਤੁਹਾਡਾ ਪੁੱਤਰ ਜਹਾਜ ਨਿਰਮਾਣ ਵੱਲ ਜਾ ਸਕਦਾ ਹੈ ਅਤੇ ਤੁਹਾਡੀ ਧੀ ਕੰਪਿਊਟਰ ਪ੍ਰੋਗਰਾਮਰ ਬਣ ਸਕਦੀ ਹੈ। ਵਾਧੂ ਪ੍ਰਤੀਕ੍ਰਿਆ ਨਾ ਦਿਖਾਉ ਆਪਣੇ ਬੱਚਿਆਂ ਨੂੰ ਆਪਣੇ ਬਾਰੇ ਸੁਪਨੇ ਦੇਖਣ ਦਿਉ। ਕੌਣ ਜਾਣਦਾ ਹੈ ਕਿ ਉਹ ਆਪਣੇ ਸੁਪਨਿਆਂ ਨੂੰ ਸੱਚ ਕਰਨ ਲਈ ਸਾਧਨ ਅਤੇ ਰਾਹ ਲੱਭ ਹੀ ਲੈਣ।

ਚੀਜ਼ਾਂ ਨੂੰ ਦੇਖਣ ਲਈ ਤੁਹਾਡੇ ਕੋਲ ਦੂਰ-ਦ੍ਰਿਸ਼ਟੀ ਦੀ ਲੋੜ ਹੈ ਅਤੇ ਭਵਿੱਖ ਨੂੰ ਦੇਖਣ ਲਈ ਤੁਹਾਡੇ ਕੋਲ ਸੁਪਨੇ ਜ਼ਰੂਰ ਹੋਣੇ ਚਾਹੀਦੇ ਹਨ। ਲੀਡਰਾਂ ਕੋਲ ਦੂਰ-ਦ੍ਰਿਸ਼ਟੀ ਹੁੰਦੀ ਹੈ ਅਤੇ ਉਹ ਸੁਪਨਾ ਲੈ ਸਕਦੇ ਹਨ। ਉਹ ਚੀਜ਼ਾਂ ਨੂੰ ਵੱਖਰੀ ਤਰ੍ਹਾਂ ਦੇਖਦੇ ਹਨ ਅਤੇ ਉਨ੍ਹਾਂ ਬਾਰੇ ਲੋਕਾਂ ਨੂੰ ਸਪੱਸ਼ਟ ਕਰ ਸਕਦੇ ਹਨ। ਉਹ ਲੋਕਾਂ ਨੂੰ ਆਪਣੇ ਰਾਹ ਤੇ ਚੱਲਣ ਲਈ ਪ੍ਰਭਾਵਤ ਕਰ ਸਕਦੇ ਹਨ। ਇਸ ਕਰਕੇ ਬੱਚਿਆਂ ਨੂੰ ਸੁਪਨੇ ਲੈਣ ਦਿਉ ਪਰ ਉਨ੍ਹਾਂ ਨੂੰ ਦੱਸ ਦਿਉ ਕਿ ਆਪਣੇ ਸੁਪਨੇ ਪੂਰੇ ਕਰਨ ਦਾ ਵਧੀਆ ਤਰੀਕਾ ਇਹੀ ਹੈ ਕਿ ਜਾਗੋ ਅਤੇ ਕੰਮ ਕਰੋ।

11. ਬੱਚਿਆਂ ਨੂੰ ਅਗਵਾਈ ਕਰਨ ਦੇ ਮੌਕੇ ਦਿਉ : ਹੋਰ ਸਾਰੀਆਂ ਕੁਸ਼ਲਤਾਵਾਂ

ਵਾਂਗ ਲੀਡਰਸ਼ਿਪ ਵੀ ਸਿੱਖਣੀ ਪੈਂਦੀ ਹੈ, ਅਭਿਆਸ ਕਰਨਾ ਪੈਂਦਾ ਹੈ ਅਤੇ ਇਸ ਦੀ ਮੁਹਾਰਤ ਹਾਸਲ ਕਰਨੀ ਪੈਂਦੀ ਹੈ। ਜਿਵੇਂ ਕਿ ਟੈਨਿਸ ਖਿਡਾਰੀ ਨੂੰ ਖੇਡ ਵਿਚ ਪੂਰਨਤਾ ਪ੍ਰਾਪਤ ਕਰਨ ਲਈ ਸਖਤ ਮਿਹਨਤ ਕਰਨੀ ਪੈਂਦੀ ਹੈ, ਬਣਨ ਵਾਲੇ ਲੀਡਰ ਨੂੰ ਵੀ ਲੀਡਰਸ਼ਿਪ ਦੀਆਂ ਕੁਸ਼ਲਤਾਵਾਂ ਗ੍ਰਹਿਣ ਕਰਨ ਲਈ ਖੁੱਲ੍ਹੇ ਮੌਕੇ ਦਿੱਤੇ ਜਾਣੇ ਚਾਹੀਦੇ ਹਨ।

ਬੱਚੇ ਨੂੰ ਐਨ.ਸੀ.ਸੀ., ਐਨ.ਐਸ.ਐਸ., ਸਕਾਊਟਸ ਜਾਂ ਹੋਰ ਅਜਿਹੇ ਸਮੂਹਾਂ ਦਾ ਮੈਂਬਰ ਬਣਨ ਲਈ ਪ੍ਰੇਰਿਤ ਕਰੋ, ਜਿਹੜੇ ਹੋਰ ਬੱਚਿਆਂ ਨਾਲ ਅੰਤਰਕ੍ਰਿਆ ਅਤੇ ਉਨ੍ਹਾਂ ਦੀ ਅਗਵਾਈ ਕਰਨ ਲਈ ਮੰਚ ਮੁਹੱਈਆ ਕਰਦੇ ਹਨ। ਸਕੂਲ ਦੀ ਫੁੱਟਬਾਲ ਟੀਮ ਦਾ ਕਪਤਾਨ, ਜਮਾਤ ਦਾ ਮੌਨੀਟਰ ਜਾਂ ਸਕੂਲ ਦਾ ਪਰਿਫੈਕਟ ਸਾਰੇ ਹੀ ਲੀਡਰਸ਼ਿੱਪ ਦੀ ਕਲਾ ਸਿੱਖ ਰਹੇ ਹਨ। ਮਾਪਿਆਂ ਨੂੰ ਇਸ ਮੁੱਢਲੇ ਸਿਖਾਂਦਰੂਪੁਣੇ ਨੂੰ ਉਤਸ਼ਾਹਿਤ ਕਰਨਾ ਚਾਹੀਦਾ ਹੈ ਪਰ ਬੱਚੇ ਨੂੰ ਆਪਣੇ ਖੁਦ ਦੇ ਦਿਲਚਸਪੀ ਦੇ ਖੇਤਰ ਵਿਚ ਕੰਮ ਕਰਨ ਦੇਣਾ ਚਾਹੀਦਾ ਹੈ। ਕੁਝ ਬੱਚੇ ਮੰਚ ਤੇ ਵਧੀਆ ਹੁੰਦੇ ਹਨ, ਕੁਝ ਖੇਡ ਦੇ ਮੈਦਾਨ ਵਿਚ ਚਮਕਦੇ ਹਨ ਜਦੋਂ ਕਿ ਕੁਝ ਹੋਰ ਜਮਾਤ ਵਿਚ ਸ਼ਾਨਦਾਰ ਹੁੰਦੇ ਹਨ। ਉਨ੍ਹਾਂ ਦੇ ਮਨਭਾਉਂਦੇ ਖੇਤਰ ਵਿਚ ਉਨ੍ਹਾਂ ਨੂੰ ਕੰਮ ਕਰਨ ਦੇਣਾ ਉਨ੍ਹਾਂ ਦਾ ਸਵੈ-ਭਰੋਸਾ ਬਣਾਉਂਦਾ ਹੈ ਅਤੇ ਲੀਡਰਸ਼ਿਪ ਦੀ ਬੁਨਿਆਦ ਰੱਖਦਾ ਹੈ।

ਲੀਡਰਸ਼ਿਪ ਦੇ ਖੋਜ ਕਰਨ ਵਾਲੇ ਕੁਝ ਖੇਤਰ

ਸਕੂਲ ਮੈਗਜ਼ੀਨ ਦਾ ਸੰਪਾਦਨ	ਜੇਕਰ ਬੱਚੇ ਦੀ ਲਿਖਣ ਵਿਚ ਰੁਚੀ ਹੈ
ਸਕੂਲ ਕੁਇਜ਼ ਟੀਮ ਦੀ ਮੈਂਬਰੀ	ਜੇਕਰ ਬੱਚਾ ਤੱਥਾਂ ਨੂੰ ਸੁਖਲਾ ਯਾਦ ਰੱਖਦਾ ਹੈ
ਭਾਸ਼ਣ ਕਲਾ ਅਤੇ ਵਾਦ-ਵਿਵਾਦ	ਜੇਕਰ ਬੱਚੇ ਕੋਲ ਭਾਸ਼ਾ ਤੇ ਚੰਗੀ ਪਕੜ ਹੈ।
ਮੁਕਾਬਲਿਆਂ ਵਿਚ ਸ਼ਮੂਲੀਅਤ ਸਮੂਹਕ ਚਰਚਾ ਵਿਚ ਸ਼ਮੂਲੀਅਤ	ਜੇਕਰ ਬੱਚੇ ਕੋਲ ਸਮਝਣ ਦੀ ਅਤੇ ਪ੍ਰਗਟਾਉਣ ਦੀ ਚੰਗੀ ਸ਼ਕਤੀ ਹੈ।

ਬਹੁਤੇ ਤਾਂਘਵਾਨ ਲੀਡਰਾਂ ਵਾਸਤੇ ਅਧਿਐਨ, ਖੇਡ ਅਤੇ ਮੰਚ ਸਭ ਤੋਂ ਵੱਡੇ ਆਕ੍ਰਸ਼ਣ ਰਹਿੰਦੇ ਹਨ।

12. ਇਕ ਮੁਸਕਾਨ ਤੁਹਾਨੂੰ ਮੀਲ ਅੱਗੇ ਲੈ ਜਾਂਦੀ ਹੈ : ਮੈਂ ਕਿਤੇ ਪੜ੍ਹਿਆ ਸੀ ਕਿ ਘੂਰਨ ਲਈ ਚਿਹਰੇ ਦੀਆਂ ਚੌਂਹਟ ਮਾਸਪੇਸ਼ੀਆਂ ਨੂੰ ਹਿਲਾਉਣ ਦੀ ਲੋੜ ਹੈ ਅਤੇ ਮੁਸਕਰਾਉਣ ਲਈ ਸਿਰਫ ਚੌਦਾਂ ਨੂੰ। ਇਸ ਕਰਕੇ ਚਿਹਰੇ ਨੂੰ ਕਿਉਂ ਥਕਾਇਆ ਜਾਵੇ? ਇਕ ਦੋਸਤਾਨਾ ਹੈਲੋ ਅਤੇ ਇਕ ਖੁਸ਼ਗਵਾਰ ਮੁਸਕਾਨ ਬਹੁਤ ਸਾਰੀਆਂ ਲੜਾਈਆਂ ਜਿੱਤ ਸਕਦੀ ਹੈ। ਆਪਣੇ ਬੱਚੇ ਨੂੰ ਸਿਖਾਉ ਕਿ ਉਹ ਨਾ ਸਿਰਫ

ਆਪਣੇ ਦਾਇਰੇ ਵਾਲਿਆਂ ਨੂੰ ਹੀ ਜੀ ਆਇਆਂ ਕਹੇ ਬਲਕਿ ਹੋਰਾਂ ਨੂੰ ਵੀ। ਉਸ ਅੰਦਰ ਮਨੁੱਖੀ ਕਦਰਾਂ ਕੀਮਤਾਂ ਅਤੇ ਵੱਡਿਆਂ ਲਈ ਆਦਰ ਭਰਨਾ ਚਾਹੀਦਾ ਹੈ। ਜਿਸ ਬੰਦੇ ਵਿਚ ਕੁਦਰਤੀ ਨਿੱਘ ਅਤੇ ਖਰੀ ਹਮਦਰਦੀ ਹੁੰਦੀ ਹੈ ਉਹ ਸੰਭਾਵੀ ਲੀਡਰ ਵਜੋਂ ਫੌਰਨ ਪਛਾਣਿਆ ਜਾਂਦਾ ਹੈ।

13. **ਤੁਹਾਡੀ ਮਿਸਾਲ ਮਾਅਨੇ ਰੱਖਦੀ ਹੈ** : ਇਹ ਦੇਖਿਆ ਗਿਆ ਹੈ ਕਿ ਜਦੋਂ ਮਾਪੇ ਲੀਡਰਸ਼ਿਪ ਵਾਲੇ ਗੁਣ ਦਰਸਾਉਂਦੇ ਹਨ ਤਾਂ ਬੱਚਿਆਂ ਨੂੰ ਵੀ ਇਸੇ ਤਰ੍ਹਾਂ ਦੇ ਗੁਣ ਵਿਕਸਿਤ ਕਰਨੇ ਸੁਖਾਲੇ ਲੱਗਦੇ ਹਨ। ਜਿਹੜੇ ਮਾਪੇ ਇਖਲਾਕੀ ਅਤੇ ਨੈਤਿਕ ਆਚਰਣ ਦੇ ਉੱਚੇ ਮਿਆਰ ਨਿਰਧਾਰਤ ਕਰਦੇ ਹਨ ਉਹ ਆਮ ਤੌਰ ਤੇ ਇਹੀ ਆਪਣੇ ਬੱਚਿਆਂ ਨੂੰ ਸਿਖਾਉਣ ਵਿਚ ਸਫਲ ਰਹਿੰਦੇ ਹਨ। ਪਸੰਦ ਪਸੰਦ ਪੈਦਾ ਕਰਦੀ ਹੈ। ਇਕ ਚੋਰ ਇਹ ਆਸ ਨਹੀਂ ਕਰ ਸਕਦਾ ਕਿ ਉਸ ਦਾ ਪੁੱਤਰ ਨੇਕ, ਕਾਨੂੰਨ ਦਾ ਪਾਲਣ ਕਰਨ ਵਾਲਾ ਨਾਗਰਿਕ ਹੋਵੇਗਾ। ਇਕ ਇਮਾਨਦਾਰ, ਸਰੋਤ ਭਰਪੂਰ ਪਿਤਾ ਦੇ ਪੁੱਤਰ ਦੀ ਸਕਿਤਾਰਯੋਗ, ਜ਼ਿੰਮੇਵਾਰ ਪੁੱਤਰ ਬਣਨ ਦੀ ਪੂਰੀ ਸੰਭਾਵਨਾ ਹੈ।

ਸਫਲਤਾ ਲਈ ਕੋਈ ਵਿਚਲਾ ਰਾਹ ਅਜੇ ਸਫਲਤਾ ਨਾਲ ਵਿਕਸਿਤ ਨਹੀਂ ਹੋ ਸਕਿਆ। ਲੀਡਰ ਬਣਾਉਣਾ ਇਕ ਹੌਲੀ-ਹੌਲੀ ਚੱਲਣ ਵਾਲਾ ਅਮਲ ਹੈ ਜਿਸ ਲਈ ਮਾਪਿਆਂ ਦੀ ਹਮਾਇਤ, ਉਤਸ਼ਾਹ ਅਤੇ ਸਖਤ ਮਿਹਨਤ ਦੀ ਲੋੜ ਹੈ। ਇਹ ਹੰਭਲੇ ਦੂੱਗਣਾ ਫਾਇਦਾ ਕਰਦੇ ਹਨ, ਪਹਿਲਾ ਬੱਚੇ ਵਿਚ ਲੀਡਰਸ਼ਿਪ ਦੇ ਗੁਣਾਂ ਦੇ ਵਿਕਾਸ ਦੇ ਰੂਪ ਵਿਚ ਅਤੇ ਵਧੇਰੇ ਮਹੱਤਵਪੂਰਣ ਤੌਰ 'ਤੇ ਮਾਪਿਆਂ ਅਤੇ ਬੱਚੇ ਵਿਚਕਾਰ ਇਕ ਨਜ਼ਦੀਕੀ, ਨਿੱਘਾ ਰਿਸ਼ਤਾ ਬਣਾਉਣ ਵਿਚ।

15.

ਘਰ ਦੇ ਕੰਮ ਦੇ ਨਾਂ ਦਾ ਹਊਆ

ਪਿਤਾ : ਤੇਰੇ ਘਰ ਦੇ ਕੰਮ ਦਾ ਕੀ ਬਣਿਆ ?

ਪੁੱਤਰ : ਮੈਂ ਇਸ ਦਾ ਜਹਾਜ ਬਣਾਇਆ ਸੀ ਤੇ ਕਿਸੇ ਨੇ ਇਹ ਅਗਵਾ ਕਰ ਲਿਆ।

ਇਹ ਦਸੰਬਰ ਦੀ ਯੱਖ ਰਾਤ ਹੈ-ਸਮਾਂ ਰਾਤ ਦੇ 9 ਵਜੇ ਦਾ। ਸਾਹੋ-ਸਾਹ ਹੋਈ ਸ੍ਰੀਮਤੀ ਜੈਨ ਅਤੇ ਉਸ ਦੀ ਥੱਕੀ-ਹਾਰੀ ਗਿਆਰਾਂ ਸਾਲਾ ਧੀ ਦੀਕਸ਼ਾ ਕਦੀ ਨਾ ਮੁੱਕਣ ਵਾਲੇ ਘਰ ਦੇ ਕੰਮ ਨੂੰ ਮੁਕਾਉਣ ਲਈ ਘੁਲ ਰਹੀਆਂ ਸਨ। ਉਹ ਸਾਰੀ ਸ਼ਾਮ ਲੱਗੀਆਂ ਰਹੀਆਂ, ਉਨ੍ਹਾਂ ਨੇ ਰਾਤ ਦੀ ਰੋਟੀ ਵੀ ਨਹੀਂ ਖਾਧੀ, ਅਤੇ ਗਣਿਤ ਦਾ ਕੰਮ ਅਜੇ ਵੀ ਨਹੀਂ ਮੁੱਕਿਆ। ਇਸ ਤੋਂ ਵੀ ਵੱਧ ਇਹ ਕਿ ਅਜੇ ਕ੍ਰਾਫਟ-ਵਰਕ ਵੀ ਕਰਨ ਨੂੰ ਪਿਆ ਸੀ ਜੋ ਸਵੇਰੇ ਦਿਖਾਉਣਾ ਸੀ।

ਹਰ ਰਾਤ ਦੇਸ਼ ਦੇ ਲੱਖਾਂ ਘਰਾਂ ਵਿਚ ਬੜੀ ਖਤਰਨਾਕ ਨਿਰੰਤਰਤਾ ਨਾਲ ਇਹੀ ਕੁਝ ਨਾਟਕ ਹੁੰਦਾ ਹੈ। ਭਾਵੇਂ ਅਦਾਕਾਰ ਵੱਖਰੇ ਹੋਣ ਪਰ ਕਹਾਣੀ ਅਕਸਰ ਇਹੀ ਹੁੰਦੀ ਹੈ। ਹਾਲਾਂਕਿ ਘਰ ਦੇ ਕੰਮ ਦੀ ਸਮੱਸਿਆ ਸਦੀਆਂ ਪੁਰਾਣੀ ਹੈ ਪਰ ਮੌਜੂਦਾ ਵਿਦਿਅਕ ਪ੍ਰਣਾਲੀ ਦੇ ਦਬਾਉ ਨੇ ਇਸ ਨੂੰ ਬਹੁਤੇ ਪਰਿਵਾਰਾਂ ਲਈ ਮੁੜ-ਮੁੜ ਡਰਾਉਣੇ-ਸੁਪਨਿਆਂ ਵਿਚ ਬਦਲ ਦਿੱਤਾ ਹੈ। ਘਰ ਦਾ ਕੰਮ ਵਿਗੜ ਕੇ ਇਕ ਤਰ੍ਹਾਂ ਦੀ ਬੇਗਾਰ ਦਾ ਰੂਪ ਧਾਰ ਗਿਆ ਹੈ ਜਿਸ ਵਿਚ ਕੰਮ ਦੇ ਪੰਨਿਆਂ ਦੇ ਢੇਰ ਬੱਚੇ ਉੱਤੇ ਲੱਦ ਦਿੱਤੇ ਜਾਂਦੇ ਹਨ। ਬੱਚੇ ਤੋਂ ਗੁਲਾਮ ਵਾਂਗ ਕੰਮ ਕਰਨ ਦੀ ਆਸ ਕੀਤੀ ਜਾਂਦੀ ਹੈ ਅਤੇ ਤਤਕਾਲੀ ਵਿਉਂਤ, ਪ੍ਰਬੀਨਤਾ ਜਾਂ ਮੌਲਿਕਤਾ ਲਈ ਉਸ ਵਾਸਤੇ ਬਿਲਕੁਲ ਵੀ ਕੋਈ ਗੁੰਜਾਇਸ਼ ਨਹੀਂ ਛੱਡੀ ਜਾਂਦੀ।

ਦੀਕਸ਼ਾ ਦਾ ਰੋਜ਼ਾਨਾ ਕਾਰਜ-ਕ੍ਰਮ

6.00 ਵਜੇ ਸਵੇਰੇ	-	ਸਕੂਲ ਲਈ ਉੱਠਦੀ ਹੈ
6.30 ਵਜੇ ਸਵੇਰੇ	-	ਸਕੂਲ ਬੱਸ 'ਤੇ ਸਕੂਲ ਜਾਂਦੀ ਹੈ
2.30 ਵਜੇ ਦੁਪਹਿਰੇ	-	ਘਰ ਪਰਤਦੀ ਹੈ
3.30 ਵਜੇ ਦੁਪਹਿਰੇ	-	ਸਾਇੰਸ ਦੀ ਟਿਊਸ਼ਨ ਲਈ ਜਾਂਦੀ ਹੈ
5.00 ਵਜੇ ਸ਼ਾਮ	-	ਘਰ ਪਰਤਦੀ ਹੈ
5.30 ਵਜੇ ਸ਼ਾਮ	-	ਗਣਿਤ ਦੀ ਟਿਊਸ਼ਨ ਲਈ ਜਾਂਦੀ ਹੈ
7.00 ਵਜੇ ਸ਼ਾਮ	-	ਘਰ ਪਰਤਦੀ ਹੈ
7.30 ਤੋਂ 9 ਵਜੇ ਰਾਤ	-	ਘਰ ਦਾ ਕੰਮ ਕਰਦੀ ਹੈ

ਇਸ ਦੇ ਨਾਲ ਇਨ੍ਹਾਂ ਦਾ ਵੀ ਦਬਾਊ ਹੈ :

* ਯੂਨਿਟ ਟੈਸਟਸ, ਟਰਮੀਨਲਜ਼, ਫਾਈਨਲਜ਼
* ਪ੍ਰਾਜੈਕਟਸ
* ਸਮਾਜਕ ਦਬਾਉ- ਜਨਮਦਿਨ ਪਾਰਟੀਆਂ, ਮਾਪਿਆਂ ਵੱਲੋਂ ਸਮਾਜੀਕਰਨ।

ਦੀਕਸ਼ਾ ਵਰਗੇ ਅਜਿਹੇ ਅਣਗਿਣਤ ਬੱਚੇ ਹਨ ਜਿਹੜੇ ਦਿਨ-ਰਾਤ ਅਜਿਹੇ ਨਿਰਵਿਘਨ ਦਬਾਉ ਦਾ ਸਾਹਮਣਾ ਕਰਦੇ ਹਨ। ਜ਼ਰਾ ਉਸ ਬੱਚੇ ਦੀ ਹਾਲਤ ਦੀ ਕਲਪਨਾ ਕਰੋ ਜਿਹੜਾ ਇਸ ਲੱਕ-ਤੋੜ ਕਾਰਜ-ਕ੍ਰਮ ਦੇ ਬਾਵਜੂਦ ਵੀ ਵਧੀਆ ਨਹੀਂ ਨਿਭਦਾ। ਉਨ੍ਹਾਂ ਮਾਪਿਆਂ ਬਾਰੇ ਸੋਚੋ ਜਿਹੜੇ ਸਾਰਾ ਦਿਨ ਕੰਮ ਕਰਦੇ ਹਨ ਅਤੇ ਘਰ ਆ ਕੇ ਘੰਟਿਆਂ ਬੱਧੀ ਬੱਚਿਆਂ ਨਾਲ ਬਹਿ ਕੇ ਉਨ੍ਹਾਂ ਦੇ ਘਰ ਦੇ ਕੰਮ ਵਿਚ ਉਨ੍ਹਾਂ ਦੀ ਮੱਦਦ ਕਰਦੇ ਹਨ। ਉੱਚ ਸਿੱਖਿਅਤ ਮਾਪਿਆਂ ਦੀ ਪ੍ਰੇਸ਼ਾਨੀ ਸਮਝਣੀ ਬਹੁਤੀ ਔਖੀ ਨਹੀਂ ਜਿਹੜੇ ਦਿਨ ਵਿਚ ਤਾਂ ਨਿਊਕਲੀਅਰ ਫਿਜ਼ਿਕਸ ਅਤੇ ਜੈਨੇਟਿਕਸ ਪੜ੍ਹਾਉਂਦੇ ਹਨ ਅਤੇ ਸ਼ਾਮ ਨੂੰ ਇਹ ਪੜ੍ਹਾਉਣ ਤੇ ਮੁੜ ਆਉਂਦੇ ਹਨ ਕਿ ਗਾਂ ਦੀਆਂ ਚਾਰ ਲੱਤਾਂ ਹੁੰਦੀਆਂ ਹਨ। ਜੋ ਸਮਝਣਾ ਔਖਾ ਹੈ ਉਹ ਇਹ ਹੈ ਕਿ ਉਹ ਪਾਗਲ ਕਿਉਂ ਨਹੀਂ ਹੁੰਦੇ!

ਬਹੁਤੇ ਮਾਪਿਆਂ ਦੇ ਹੱਕ ਵਿਚ ਇਹ ਗੱਲ ਕਹਿਣੀ ਬਣਦੀ ਹੈ ਕਿ ਉਹ ਹਮੇਸ਼ਾ ਹੀ ਆਪਣੇ ਬੱਚਿਆਂ ਨਾਲ ਬਹਿ ਕੇ ਉਨ੍ਹਾਂ ਦੇ ਘਰ ਦੇ ਕੰਮ ਵਿਚ ਉਨ੍ਹਾਂ ਦੀ ਸਹਾਇਤਾ ਕਰਦੇ ਹਨ। ਪਹੁੰਚ ਅਤੇ ਵਿਧੀਆਂ ਵੱਖਰੀਆਂ ਹੋ ਸਕਦੀਆਂ ਹਨ। ਕੁਝ ਮਾਪੇ ਤਾਂ ਖੁਦ ਨੂੰ ਕਦੀ-ਕਦਾਈਂ ਦੇ ਸਪੱਸ਼ਟੀਕਰਨਾਂ ਤੱਕ ਸੀਮਤ ਰੱਖਦੇ ਹਨ ਅਤੇ ਹੋਰ ਕੰਮ ਨੂੰ ਖੁਦ ਪੂਰਾ ਕਰਨ ਦੀ ਹੱਦ ਤੱਕ ਜਾ ਸਕਦੇ ਹਨ। ਮਾਪਿਆਂ ਦੀ ਇਸ ਪਹੁੰਚ ਵਿਚ ਫਰਕ ਲਈ ਬੁਨਿਆਦੀ ਤੌਰ ਤੇ ਬੱਚੇ ਹੀ ਜ਼ਿੰਮੇਵਾਰ ਹਨ। ਕੁਝ ਬੱਚੇ ਸੁਭਾਵਕ ਹੀ ਇਮਾਨਦਾਰ ਅਤੇ ਸਖਤ ਮਿਹਨਤ ਕਰਨ ਵਾਲੇ ਹੁੰਦੇ ਹਨ ਅਤੇ

ਉਹ ਬਹੁਤੀ ਨਿਗਰਾਨੀ ਜਾਂ ਮੱਦਦ ਤੋਂ ਬਿਨਾਂ ਕੰਮ ਨਿਪਟਾਉਣ ਦੇ ਯੋਗ ਹੁੰਦੇ ਹਨ। ਇਸ ਦੇ ਉਲਟ ਬਹੁਤ ਸਾਰੇ ਬੱਚਿਆਂ ਦੇ ਏਜੰਡੇ ਵਿਚ ਪੜ੍ਹਾਈ ਸਭ ਤੋਂ ਅਖੀਰ ਵਿਚ ਹੁੰਦੀ ਹੈ, ਜੇ ਹੋਵੇ ਵੀ। ਉਹ ਮਾਪਿਆਂ ਦੇ ਪਲੋਸਣ ਜਾਂ ਦਲੀਲ ਦੀ ਕੋਈ ਪ੍ਰਵਾਹ ਨਹੀਂ ਕਰਦੇ ਅਤੇ ਅਕਸਰ ਧਮਕੀ ਅਤੇ ਰਿਸ਼ਵਤ ਵੀ ਉਨ੍ਹਾਂ ਨੂੰ ਪੜ੍ਹਾਈ ਲਈ ਤਿਆਰ ਕਰਨ ਵਿਚ ਅਸਫਲ ਰਹਿ ਜਾਂਦੇ ਹਨ। ਇਨ੍ਹਾਂ ਬੱਚਿਆਂ ਤੋਂ ਘਰ ਦਾ ਕੰਮ ਕਰਵਾਉਣ ਦੀ ਕੋਸ਼ਿਸ਼ ਵਿਚ ਮਾਪਿਆਂ ਨੂੰ ਧਿਆਨ ਰੱਖਣਾ ਚਾਹੀਦਾ ਹੈ ਉਹ ਖਿਝਣ ਨਾ, ਗੁੱਸਾ ਨਾ ਕਰਨ ਜਾਂ ਨਿਰਾਸ਼ ਨਾ ਹੋਣ।

ਘਰ ਦੇ ਕੰਮ ਨੂੰ ਸਫਲਤਾ ਨਾਲ ਨਜਿੱਠਣ ਦੇ ਨੁਕਤੇ

1. **ਕਾਰਜ ਕ੍ਰਮ ਨਿਸ਼ਚਿਤ ਕਰੋ** : ਬੱਚਿਆਂ ਨੂੰ ਨਿੱਤ ਦਿਨ ਬਹੁਤ ਸਾਰਾ ਘਰ ਦਾ ਕੰਮ ਦਿੱਤਾ ਜਾਂਦਾ ਹੈ। ਜੇਕਰ ਘਰ ਦਾ ਕੰਮ ਕਰਨ ਦਾ ਕੋਈ ਦੈਨਿਕ ਰੋਜ਼ਨਾਮਚਾ ਨਹੀਂ ਤਾਂ ਇਹ ਜਾਂ ਤਾਂ ਅਧੂਰਾ ਰਹਿ ਜਾਵੇਗਾ ਜਾਂ ਅਖੀਰਲੇ ਪਲ ਤੱਤ-ਫੱਟ ਕੀਤਾ ਜਾਵੇਗਾ। ਜਿਸ ਕਰਕੇ ਬੱਚੇ ਅਤੇ ਮਾਪੇ ਲਈ ਬਹੁਤ ਸਾਰਾ ਤਣਾਉ ਅਤੇ ਤੌਖਲਾ ਪੈਦਾ ਹੋ ਜਾਵੇਗਾ। ਜਿੱਥੋਂ ਤੱਕ ਸਮਾਂ ਨਿਸ਼ਚਿਤ ਕਰਨ ਦਾ ਸਬੰਧ ਹੈ ਇਸ ਦਾ ਫੈਸਲਾ ਕਰਨ ਦੀ ਆਜ਼ਾਦੀ ਬੱਚੇ ਨੂੰ ਦਿਉ। ਕਈ ਬੱਚੇ ਆਪਣਾ ਘਰ ਦਾ ਕੰਮ ਸਕੂਲ ਤੋਂ ਵਾਪਸ ਆਉਣ ਸਾਰ ਹੀ ਕਰਨ ਨੂੰ ਤਰਜੀਹ ਦਿੰਦੇ ਹਨ ਅਤੇ ਹੋਰ ਇਹ ਸ਼ਾਮ ਨੂੰ ਦੇਰ ਨਾਲ ਕਰਨਾ ਚੁਣ ਸਕਦੇ ਹਨ। ਐਪਰ, ਜਦੋਂ ਇਕ ਵਾਰੀ ਸਮਾਂ ਨਿਸ਼ਚਿਤ ਹੋ ਜਾਂਦਾ ਹੈ ਤਾਂ ਇਸ ਦਾ ਜਿੱਥੋਂ ਤੱਕ ਸੰਭਵ ਹੋਵੇ ਪੂਰਾ ਪਾਲਣ ਕੀਤਾ ਜਾਣਾ ਚਾਹੀਦਾ ਹੈ। ਮਾਪਿਆਂ ਨੂੰ ਇਹ ਯਕੀਨੀ ਬਣਾਉਣਾ ਚਾਹੀਦਾ ਹੈ ਕਿ ਇਸ ਅਰਸੇ ਦੌਰਾਨ ਟੈਲੀਫੋਨਾਂ, ਟੀ.ਵੀ. ਆਦਿ ਦੇ ਰੂਪ ਵਿਚ ਕਿਸੇ ਵਿਘਨ ਦੀ ਇਜਾਜ਼ਤ ਨਹੀਂ ਦਿੱਤੀ ਜਾਣੀ ਚਾਹੀਦੀ।

ਸ਼ੁਰੂ ਵਿਚ ਮਾਪਿਆਂ ਨੂੰ ਬੱਚੇ ਨੂੰ ਪੜ੍ਹਾਈ ਲਈ ਬੈਠਣ ਵਾਸਤੇ ਯਾਦ ਕਰਵਾਉਣਾ ਪੈ ਸਕਦਾ ਹੈ ਪਰ ਹੌਲੀ-ਹੌਲੀ ਇਹ ਉਨ੍ਹਾਂ ਦੀ ਆਦਤ ਬਣ ਜਾਵੇਗੀ। ਜਦੋਂ ਇਕ ਵਾਰੀ ਇਹ ਹੋ ਜਾਂਦਾ ਹੈ ਫੇਰ ਪੜ੍ਹਨ ਲਈ ਰੋਜ਼ਾਨਾ ਪਲੋਸਾ-ਪਲਾਸੀ, ਕਹਾ-ਸੁਣੀ ਅਤੇ ਧਮਕੀਆਂ ਦੀ ਲੋੜ ਨਹੀਂ ਰਹਿੰਦੀ ਅਤੇ ਇਸ ਨਾਲ ਮਾਪਾ-ਬੱਚਾ ਰਿਸ਼ਤੇ ਸੁਧਰ ਸਕਦੇ ਹਨ।

2. **ਸਭ ਤੋਂ ਔਖੇ ਕੰਮ ਤੋਂ ਸ਼ੁਰੂ ਨਾ ਕਰੋ** : ਜੇਕਰ ਬੱਚੇ ਨੇ ਚਾਰ ਚੀਜ਼ਾਂ ਕਰਨੀਆਂ ਹੋਣ ਤਾਂ ਉਨ੍ਹਾਂ ਨੂੰ ਤਿੰਨ ਸੁਖਾਲੀਆਂ ਪਹਿਲਾਂ ਕਰਨ ਦਿਉ। ਇਸ ਨਾਲ ਉਹ ਖੁਸ਼ ਅਤੇ ਆਰਾਮਦੇਹ ਮਹਿਸੂਸ ਕਰਨਗੇ ਕਿਉਂਕਿ ਹੁਣ ਉਨ੍ਹਾਂ ਕੋਲ ਕਰਨ ਵਾਲਾ ਇਕ ਹੀ ਕੰਮ ਰਹਿ ਜਾਵੇਗਾ ਭਾਵੇਂ ਕਿ ਇਹ ਵਧੇਰੇ ਔਖਾ ਕੰਮ ਵੀ ਹੋਵੇ। ਇਸ ਨਾਲ ਉਨ੍ਹਾਂ ਦਾ ਸਵੈ-ਭਰੋਸਾ ਵੀ ਵਧਦਾ ਹੈ ਅਤੇ ਉਹ ਔਖੇ ਕੰਮ ਨੂੰ ਵੀ ਬਹੁਤੇ ਯਕੀਨ ਨਾਲ ਕਰਨ ਦੇ ਯੋਗ ਹੋ ਜਾਣਗੇ। ਇਸ ਦੇ ਉਲਟ ਜੇਕਰ ਬੱਚਾ

ਔਖੇ ਕੰਮ ਤੋਂ ਸ਼ੁਰੂ ਕਰਦਾ ਹੈ ਤਾਂ ਜਾਂ ਤਾਂ ਉਹ ਉਲਝ ਜਾਵੇਗਾ ਤੇ ਜਾਂ ਇਕੋ ਕੰਮ ਮੁਕਾਉਣ ਵਿਚ ਸਾਰਾ ਵਕਤ ਲਾ ਦੇਵੇਗਾ। ਇਸ ਨਾਲ ਪ੍ਰੇਸ਼ਾਨੀ ਅਤੇ ਊਣਾ ਹੋਣ ਦਾ ਅਹਿਸਾਸ ਪੈਦਾ ਹੋ ਸਕਦਾ ਹੈ।

3. **ਬਦਲਵੀਂ ਰਣਨੀਤੀ** : ਬਹੁਤੇ ਅਧਿਆਪਕ ਅਤੇ ਮਾਪੇ ਸਵਾਲ ਕਰਨ ਤੋਂ ਪਹਿਲਾਂ ਅਧਿਆਇ ਪੜ੍ਹਨ ਦੀ ਸਿਫਾਰਿਸ਼ ਕਰਦੇ ਹਨ। ਮੇਰਾ ਖਿਆਲ ਹੈ ਕਿ ਇਹ ਚੰਗਾ ਤਰੀਕਾ ਹੈ ਕਿ ਅਧਿਆਏ ਪੜ੍ਹਨ ਤੋਂ ਪਹਿਲਾਂ ਸਵਾਲ ਪੜ੍ਹੇ ਜਾਣ। ਇਹ ਰਣਨੀਤੀ ਵਰਤਕੇ ਬੱਚੇ ਨੂੰ ਇਹ ਅੰਦਾਜ਼ਾ ਲੱਗ ਜਾਵੇਗਾ ਕਿ ਉਸ ਨੇ ਕੀ ਦੇਖਣਾ ਹੈ ਅਤੇ ਉਹ ਅਧਿਆਇ ਪੜ੍ਹਨ ਵੇਲੇ ਉਸੇ ਤੇ ਧਿਆਨ ਇਕਾਗਰ ਕਰੇਗਾ। ਬੱਚੇ ਨੂੰ ਇਕ ਪੈਨਸ਼ਿਲ ਦਿਉ ਅਤੇ ਸੁਝਾਉ ਕਿ ਉਹ ਉਨ੍ਹਾਂ ਪੈਰਿਆਂ ਤੇ ਨਿਸ਼ਾਨੀ ਲਾ ਲਵੇ ਜਿਨ੍ਹਾਂ ਦਾ ਸਬੰਧ ਸਵਾਲਾਂ ਨਾਲ ਲੱਗੇ ਜੋ ਅਧਿਆਇ ਦੇ ਅਖੀਰ ਵਿਚ ਦਿੱਤੇ ਹੋਏ ਹਨ। ਇਸ ਤਰ੍ਹਾਂ ਬੱਚਾ ਪਹਿਲੀ ਹੀ ਪੜ੍ਹਤ ਵਿਚ ਪ੍ਰਸੰਗਿਕ; ਮਹੱਤਵਪੂਰਣ ਜਾਣਕਾਰੀ ਨੂੰ ਨਿਸ਼ਚਿਤ ਕਰਨ ਦੇ ਯੋਗ ਹੋ ਜਾਵੇਗਾ। ਜਦੋਂ ਬੱਚੇ ਨੂੰ ਜਵਾਬਾਂ ਦੀ ਭਾਲ ਵਿਚ ਅਧਿਆਇ ਵਿਚੋਂ ਕਈ ਪੰਨਿਆਂ ਤੋਂ ਹਵਾਲਾ ਲੈਣਾ ਪਏਗਾ ਤਾਂ ਇਸ ਨਾਲ ਉਸ ਦੀ ਮੱਦਦ ਹੋਵੇਗੀ।

4. **ਆਪਣੇ ਆਪ ਕੰਮ ਕਰਨ ਦਿਉ** : ਜਦੋਂ ਬੱਚਾ ਘਰ ਦਾ ਕੰਮ ਕਰ ਰਿਹਾ ਹੋਵੇ ਤਾਂ ਮਾਪਿਆਂ ਨੂੰ ਉਸ ਦੇ ਨਾਲ ਬੈਠੇ ਰਹਿਣ ਤੋਂ ਬਚਣ ਦੀ ਕੋਸ਼ਿਸ਼ ਕਰਨੀ ਚਾਹੀਦੀ ਹੈ। ਇਹ ਕਹਿਣਾ ਸੁਖਾਲਾ ਹੈ ਪਰ ਕਰਨਾ ਨਹੀਂ ਕਿਉਂਕਿ ਬਹੁਤੇ ਬੱਚੇ ਜਦੋਂ ਦੇਖਦੇ ਹਨ ਕਿ ਉਨ੍ਹਾਂ ਦੇ ਮਾਪਿਆਂ ਦਾ ਧਿਆਨ ਉਨ੍ਹਾਂ ਵੱਲ ਨਹੀਂ ਤਾਂ ਉਹ ਕੰਮ ਕਰਨਾ ਛੱਡ ਦਿੰਦੇ ਹਨ। ਇਹ ਨਹੀਂ ਕਿ ਉਹ ਕੰਮ ਨਹੀਂ ਕਰ ਸਕਦੇ ਬਲਕਿ ਉਹ ਕੰਮ ਕਰਨਾ ਹੀ ਨਹੀਂ ਚਾਹੁੰਦੇ। ਜਦੋਂ ਬੱਚਾ ਇਸ ਤਰ੍ਹਾਂ ਦੀ ਨਿਰਭਰਤਾ ਦਾ ਆਦੀ ਹੋ ਜਾਂਦਾ ਹੈ ਤਾਂ ਉਸ ਤੋਂ ਜਮਾਤ ਵਿਚ ਵੀ ਆਪਣੇ ਆਪ ਕੰਮ ਨਹੀਂ ਹੁੰਦਾ ਤੇ ਉਹ ਜਮਾਤ ਦਾ ਅਧੂਰਾ ਕੰਮ ਵੀ ਘਰ ਲਿਆਉਣ ਲੱਗ ਪੈਂਦਾ ਹੈ। ਸਾਰਾ ਦਿਨ ਰੁਝੇਵੇਂ ਅਤੇ ਥਕਾਨ ਭਰੇ ਦਿਨ ਤੋਂ ਬਾਦ ਜਦੋਂ ਮਾਪਿਆਂ ਨੂੰ ਘੰਟਿਆਂ ਬੱਧੀ ਬੱਚੇ ਨਾਲ ਬਹਿ ਕੇ ਘਰ ਦਾ ਕੰਮ ਕਰਵਾਉਣਾ ਪੈਂਦਾ ਹੈ ਤਾਂ ਉਹ ਪ੍ਰੇਸ਼ਾਨ ਹੋ ਜਾਂਦੇ ਹਨ ਅਤੇ ਉਨ੍ਹਾਂ ਨੂੰ ਗੁੱਸਾ ਆਉਂਦਾ ਹੈ।

ਜੇਕਰ ਤੁਸੀਂ ਵੀ ਅਜਿਹੀ ਸਥਿਤੀ ਵਿਚ ਫਸੇ ਹੋਏ ਹੋ ਜਿੱਥੇ ਬੱਚਾ ਤੁਹਾਡੀ ਮੌਜੂਦਗੀ ਅਤੇ ਸਹਾਇਤਾ ਬਿਨਾਂ ਕੰਮ ਨਹੀਂ ਕਰਦਾ ਤਾਂ ਤੁਹਾਨੂੰ ਫੌਰਨ ਹੀ ਇਸ ਤੋਂ ਹੱਥ ਨਹੀਂ ਖਿਚ ਲੈਣਾ ਚਾਹੀਦਾ। ਬੱਚੇ ਨੂੰ ਹੌਲੀ-ਹੌਲੀ ਆਪਣੀ ਗੈਰ ਮੌਜੂਦਗੀ ਵਿਚ ਇਕੱਲੇ ਨੂੰ ਕੰਮ ਕਰਨ ਦੀ ਆਦਤ ਪਾਉਣ ਦੀ ਕੋਸ਼ਿਸ਼ ਕਰੋ। ਸ਼ੁਰੂ ਵਿਚ ਕੁਝ ਦਿਨ ਕਮਰੇ ਦੇ ਦੂਜੇ ਸਿਰੇ ਤੇ ਬੈਠੇ ਰਹੋ। ਫੇਰ ਥੋੜ੍ਹੀ-ਥੌੜ੍ਹੀ ਦੇਰ ਲਈ ਕਮਰੇ ਤੋਂ ਆਪਣੀ ਗੈਰ ਮੌਜੂਦਗੀ ਦਾ ਸਮਾਂ ਵਧਾਉਂਦੇ ਰਹੋ ਜਦੋਂ ਤੱਕ ਕਿ ਬੱਚਾ ਇਕੱਲਾ ਕੰਮ ਨਹੀਂ ਕਰਨ ਲੱਗ ਪੈਂਦਾ।

ਇਸ ਦੀ ਕੋਈ ਨਿਸ਼ਚਿਤ ਉਮਰ ਨਹੀਂ ਜਦੋਂ ਮਾਪਿਆਂ ਨੂੰ ਆਪਣੇ ਬੱਚਿਆਂ ਨੂੰ ਖੁਦ ਪੜ੍ਹਨ ਦੀ ਜ਼ਿੰਮੇਵਾਰੀ ਦੇਣੀ ਚਾਹੀਦੀ ਹੈ। ਇਹ ਤਾਂ ਸਿਰਫ ਕਰਵਾ ਕੇ ਦੇਖਣ ਵਾਲੀ ਵਿਧੀ ਰਾਹੀਂ ਹੀ ਹੋ ਸਕਦਾ ਹੈ ਕਿ ਕੀ ਬੱਚਾ ਆਪਣੀ ਜ਼ਿੰਮੇਵਾਰੀ ਚੁੱਕਣ ਲਈ ਤਿਆਰ ਹੈ। ਪਰ ਇਸ ਦਾ ਇਹ ਮਤਲਬ ਨਹੀਂ ਕਿ ਮਾਪਿਆਂ ਨੂੰ ਬੱਚੇ ਦੀ ਪੜ੍ਹਾਈ ਦੇ ਕਾਰਜ-ਕ੍ਰਮ ਦੀ ਸੂਹ ਨਹੀਂ ਰੱਖਣੀ ਚਾਹੀਦੀ। ਹਕੀਕਤ ਤਾਂ ਇਹ ਹੈ ਕਿ ਬੱਚੇ ਨੂੰ ਆਪਣੇ ਸਾਰੇ ਵਿਦਿਅਕ ਕੈਰੀਅਰ ਦੌਰਾਨ ਸੁਝਾਵਾਂ, ਨਿਗਰਾਨੀ ਅਤੇ ਸਹਾਇਤਾ ਦੀ ਲੋੜ ਪੈਂਦੀ ਹੀ ਰਹੇਗੀ।

5. **ਪਹਿਲਾਂ ਸਹੀ ਸਵਾਲਾਂ ਤੇ ਧਿਆਨ ਦਿਉ** : ਬੱਚੇ ਦੇ ਘਰ ਦੇ ਕੰਮ ਦੀ ਜਾਂਚ ਕਰਨ ਵੇਲੇ ਪਹਿਲਾਂ ਉਸ ਦੀ ਸਹੀ ਹੱਲ ਕੀਤੇ ਸਵਾਲਾਂ ਲਈ ਜਾਂ ਔਖੇ ਸ਼ਬਦਾਂ ਦੇ ਸ਼ਬਦ-ਜੋੜ ਸਹੀ ਕਰਨ ਲਈ ਪ੍ਰਸੰਸਾ ਕਰੋ। ਗਲਤ ਸਵਾਲਾਂ ਲਈ ਵੀ ਨੁਕਤਾਚੀਨੀ ਨਾ ਕਰੋ ਬਲਕਿ ਇਹ ਕਹੋ,' ਇਨ੍ਹਾਂ ਨੂੰ ਦੁਬਾਰਾ ਦੇਖ ਲੈ, ਮੈਨੂੰ ਯਕੀਨ ਹੈ ਕਿ ਤੈਨੂੰ ਸਹੀ ਜਵਾਬ ਲੱਭ ਪੈਣਗੇ। ਬੱਚੇ ਨੂੰ ਇਹ ਬੁਰਾ ਨਹੀਂ ਲੱਗੇਗਾ ਅਤੇ ਉਹ ਅਭਿਆਸ਼ਾਂ ਨੂੰ ਸਵੈ-ਵਿਸ਼ਵਾਸ ਨਾਲ ਫੇਰ ਕਰ ਲਵੇਗਾ।

ਕਈ ਮਾਪਿਆਂ ਦੀ ਆਦਤ ਹੁੰਦੀ ਹੈ ਕਿ ਪਹਿਲਾਂ ਉਹ ਗਲਤ ਸਵਾਲਾਂ ਨੂੰ ਫੜਦੇ ਹਨ। ਇਸ ਨਾਲ ਉਨ੍ਹਾਂ ਨੂੰ ਗੁੱਸਾ ਆ ਜਾਂਦਾ ਹੈ ਅਤੇ ਝਿੜਕਣ ਕਰਕੇ ਬੱਚਾ ਬੜਾ ਪ੍ਰੇਸ਼ਾਨ ਹੋ ਜਾਂਦਾ ਹੈ। ਬੱਚੇ ਵਿਚ ਵੈਰ ਜਾਂ ਲਾਚਾਰੀ ਦੀ ਭਾਵਨਾ ਪੈਦਾ ਹੋ ਸਕਦੀ ਹੈ ਅਤੇ ਉਸਦਾ ਕੰਮ ਸੁਧਰਨ ਦੀ ਬਜਾਏ ਹੋਰ ਮਾੜਾ ਹੋ ਸਕਦਾ ਹੈ।

6. **ਕੰਮ ਦੇ ਹਿੱਸੇ ਕਰ ਲਉ** : ਬਹੁਤੇ ਬੱਚਿਆਂ ਨੂੰ ਇਸ ਦਾ ਫਾਇਦਾ ਹੁੰਦਾ ਹੈ ਜੇਕਰ ਕੰਮ ਦੇ ਛੋਟੇ ਹਿੱਸੇ ਕਰ ਲਏ ਜਾਣ ਅਤੇ ਫੌਰੀ ਪਰਤਵੀਂ ਜਾਣਕਾਰੀ ਵੀ ਦਿੱਤੀ ਜਾਵੇ। ਬੱਚੇ ਨੂੰ ਪਹਿਲਾਂ ਤਿੰਨ ਸਵਾਲ ਕਰਨ ਦਿਉ ਅਤੇ ਜਾਂਚ ਲਈ ਤੁਹਾਡੇ ਕੋਲ ਲਿਆਉਣ ਦਿਉ। ਸਹੀ ਜਵਾਬਾਂ ਲਈ ਉਤਸ਼ਾਹਿਤ ਕਰੋ ਅਤੇ ਬੱਚੇ ਨੂੰ ਅਗਲੇ ਤਿੰਨ ਸਵਾਲ ਕਰਕੇ ਲਿਆਉਣ ਲਈ ਕਹੋ। ਬੱਚੇ ਨੂੰ ਫੌਰੀ ਪਰਤਵੀਂ ਜਾਣਕਾਰੀ ਅਤੇ ਪ੍ਰਵਾਣਕਤਾ ਦੇ ਕੇ ਤੁਸੀਂ ਉਸ ਨੂੰ ਪ੍ਰੇਰਿਤ ਕਰ ਦਿੰਦੇ ਹੋ ਕਿ ਉਹ ਅਗਲੇ ਸਵਾਲ ਦੁੱਗਣੀ ਤਾਕਤ ਨਾਲ ਕਰੇ। ਹੋਰ ਫਾਇਦਾ ਇਹ ਹੈ ਕਿ ਜੇਕਰ ਬੱਚਾ ਕੰਮ ਗਲਤ ਕਰ ਰਿਹਾ ਹੈ ਤਾਂ ਉਕਾਈ ਫੜੀ ਜਾ ਸਕਦੀ ਹੈ ਅਤੇ ਸ਼ੁਰੂ ਵਿਚ ਹੀ ਇਹ ਸਪੱਸ਼ਟ ਕੀਤੀ ਜਾ ਸਕਦੀ ਹੈ ਜਿਸ ਕਰਕੇ ਬੱਚੇ ਦਾ ਪੂਰੇ ਅਭਿਆਸ ਨੂੰ ਦੁਹਰਾਉਣ ਤੋਂ ਬਚਾ ਹੋ ਜਾਂਦਾ ਹੈ।

ਜਦੋਂ ਬੱਚੇ ਦਾ ਘਰ ਦਾ ਕੰਮ ਜਾਂਚ ਲਿਆ ਜਾਂਦਾ ਹੈ ਅਤੇ ਤਿਆਰ ਹੋ ਜਾਂਦਾ ਹੈ ਤਾਂ ਉਸ ਅੰਦਰ ਪ੍ਰਾਪਤੀ ਦਾ ਅਹਿਸਾਸ ਅਤੇ ਸੁਰੱਖਿਆ ਦੀ ਭਾਵਨਾ ਆ ਜਾਂਦੀ ਹੈ ਕਿ ਕੰਮ ਠੀਕ ਹੈ। ਇਹ ਬੱਚੇ ਨੂੰ ਜਮਾਤ ਵਿਚ ਵਧੇਰੇ ਸਵੈ-ਭਰੋਸੇ ਵਾਲਾ ਬਣਾਉਂਦਾ ਹੈ ਅਤੇ ਉਸ ਦੀ ਵਿਦਿਅਕ ਪੇਸ਼ਕਾਰੀ ਵਿਚ ਵੀ ਕਾਫੀ ਸੁਧਾਰ ਹੁੰਦਾ ਹੈ।

7. **ਇਕ+ਇਕ=ਗਿਆਰਾਂ** : ਜੇਕਰ ਬੱਚੇ ਨੂੰ ਜਾਣਕਾਰੀ ਬਹੁਵਿਧ ਸੰਵੇਦਨੀ ਇਨਪੁਟਸ ਨਾਲ ਦਿੱਤੀ ਜਾਵੇ ਤਾਂ ਉਹ ਇਸ ਨੂੰ ਬਿਹਤਰ ਢੰਗ ਨਾਲ ਯਾਦ ਰੱਖ ਸਕਦਾ ਹੈ। ਇਹ ਦੇਖਿਆ ਗਿਆ ਹੈ ਕਿ ਸ਼੍ਰਵਣੀ ਅਤੇ ਦ੍ਰਿਸ਼ਟ ਇਨਪੁਟਸ ਦਾ ਮਿਸ਼ਰਣ ਕਿਸੇ ਇਕੱਲੇ ਨਾਲੋਂ ਵੱਧ ਪ੍ਰਭਾਵੀ ਹੁੰਦਾ ਹੈ। ਮਾਪੇ ਕੁਝ ਖਾਸ ਤੌਰ 'ਤੇ ਔਖੇ ਅਧਿਆਇਆਂ ਨੂੰ ਟੇਪ ਰਿਕਾਰਡ ਕਰ ਸਕਦੇ ਹਨ ਤਾਂ ਕਿ ਬੱਚਾ ਪੜ੍ਹਨ ਦੇ ਨਾਲ-ਨਾਲ ਸੁਣ ਵੀ ਸਕੇ। ਉਹ ਵਿਚ ਵਿਚਾਲੇ ਬੱਚੇ ਨੂੰ ਖੁਸ਼ ਕਰਨ ਲਈ ਕੋਈ ਮਨਭਾਉਂਦਾ ਗਾਣਾ ਜਾਂ ਲਤੀਫਾ ਵੀ ਰਿਕਾਰਡ ਕਰ ਸਕਦੇ ਹਨ।

8. **ਮੰਚ-ਮੁਦਰਾਵਾਂ ਤੋਂ ਬਚੋ** : ਕਈ ਮਾਪੇ ਬੱਚੇ ਦੇ ਘਰ ਦੇ ਕੰਮ ਵਿਚ ਮੱਦਦ ਕਰਨ ਦੀ ਬਜਾਏ ਇਸ ਤਰ੍ਹਾਂ ਮੂੰਹ ਬਣਾਉਂਦੇ, ਹੌਕੇ ਲੈਂਦੇ, ਭਵਾਂ ਸਿਕੋੜਦੇ ਅਤੇ ਹੱਥ ਹਿਲਾਉਂਦੇ ਹਨ ਜਿਵੇਂ ਉਹ ਮੰਚ ਉਤੇ ਕਿਸੇ ਦੁਖਾਂਤ ਦ੍ਰਿਸ਼ ਦੀ ਪੇਸ਼ਕਾਰੀ ਕਰ ਰਹੇ ਹੋਣ। ਨਕਾਰਾਤਮਕ ਜਿਸਮਾਨੀ ਭਾਸ਼ਾ ਤੋਂ ਬਚਣਾ ਚਾਹੀਦਾ ਹੈ ਕਿਉਂਕਿ ਇਸ ਨਾਲ ਘਰ ਦਾ ਕੰਮ ਕਰਨ ਦੇ ਤਣਾਉ ਵਿਚ ਵਾਧਾ ਹੀ ਹੁੰਦਾ ਹੈ। ਜੇਕਰ ਮਾਪੇ ਖਿਝਦੇ ਰਹਿਣਗੇ ਤਾਂ ਉਹ ਬੱਚੇ ਨੂੰ ਤੌਖਲੇ ਵਿਚ ਪਾ ਦੇਣਗੇ ਅਤੇ ਤਸੱਲੀਬਖਸ਼ ਢੰਗ ਨਾਲ ਕੰਮ ਕਰਨ ਦੀ ਉਸ ਦੀ ਯੋਗਤਾ ਨੂੰ ਖੋਰਾ ਲਾਉਣਗੇ।

9. **ਆਪਣੇ ਬੱਚੇ ਦਾ ਘਰ ਦਾ ਕੰਮ ਨਾ ਕਰੋ** : ਜਦੋਂ ਬੱਚਾ ਘਰ ਦਾ ਕੰਮ ਕਰਦਾ ਹੈ ਤਾਂ ਕੁਝ ਮਾਪਿਆਂ ਕੋਲ ਘੰਟਿਆਂਬੱਧੀ ਉਸ ਕੋਲ ਬੈਠੇ ਰਹਿਣ ਦਾ ਸਮਾਂ ਜਾਂ ਧੀਰਜ ਨਹੀਂ ਹੁੰਦਾ। ਕਈ ਹੋਰ ਇਹ ਸਮਝਦੇ ਹਨ ਕਿ ਬੱਚੇ ਵਾਸਤੇ ਇਹ ਕੰਮ ਕਰਨਾ ਬੜਾ ਔਖਾ ਹੈ। ਕਾਰਨ ਕੋਈ ਵੀ ਹੋਵੇ, ਜਦੋਂ ਮਾਪੇ ਬੱਚੇ ਦਾ ਘਰ ਦਾ ਕੰਮ ਕਰਦੇ ਹਨ ਤਾਂ ਇਸ ਦਾ ਹਮੇਸ਼ਾ ਨੁਕਸਾਨ ਹੀ ਹੁੰਦਾ ਹੈ। ਬੱਚੇ ਵਿਚ ਘਾਟ ਅਤੇ ਅਸਫਲਤਾ ਦਾ ਅਹਿਸਾਸ ਪੈਦਾ ਹੋ ਜਾਂਦਾ ਹੈ ਅਤੇ ਉਹ ਵਿਦਿਅਕ ਕੰਮ ਲਈ ਮਾਪਿਆਂ 'ਤੇ ਹੋਰ ਵੱਧ ਨਿਰਭਰ ਹੋ ਜਾਂਦਾ ਹੈ।

10. **ਕਲੇਸ਼ ਨੂੰ ਮੁਕਾਉਣਾ ਬਿਹਤਰ ਹੈ** : ਜੇਕਰ ਬੱਚਾ ਕਿਸੇ ਚੰਗੀ ਪ੍ਰਗਤੀ ਤੋਂ ਬਿਨਾਂ ਕਾਫੀ ਸਮੇਂ ਤੋਂ ਆਪਣਾ ਕੰਮ ਕਰ ਰਿਹਾ ਹੈ ਤਾਂ ਉਸ ਨੂੰ ਕੰਮ ਤੋਂ ਰੋਕ ਕੇ ਕਲੇਸ਼ ਤੋਂ ਬਚਾਉਣਾ ਬਿਹਤਰ ਹੈ। ਜੋ ਕੁਝ ਬੱਚਾ ਅੱਧੇ ਘੰਟੇ ਵਿਚ ਨਹੀਂ ਕਰ ਸਕਿਆ ਉਹ ਉਸ ਤੋਂ ਅਗਲੇ ਸਾਢੇ ਤਿੰਨ ਘੰਟੇ ਵਿਚ ਵੀ ਨਹੀਂ ਹੋਣਾ। ਬੱਚੇ ਨੂੰ ਅਨਿਸ਼ਚਿਤ ਸਮੇਂ ਤੱਕ ਬੈਠੇ ਰਹਿਣ ਦੇਣਾ ਉਸ ਅੰਦਰ ਸਿਰਫ ਅਸਮਰੱਥਾ ਅਤੇ ਅਯੋਗਤਾ ਦਾ ਅਹਿਸਾਸ ਹੀ ਪੈਦਾ ਕਰੇਗਾ। ਜੇਕਰ ਬੱਚਾ ਆਪਣਾ ਘਰ ਦਾ ਕੰਮ ਕਰਨ ਵਿਚ ਕਦੀ ਕਦਾਈਂ ਅਯੋਗ ਰਹਿੰਦਾ ਹੈ ਤਾਂ ਤੁਹਾਨੂੰ ਚਿੰਤਾ ਨਹੀਂ ਕਰਨੀ ਚਾਹੀਦੀ, ਪਰ ਜੇ ਇਹ ਹਮੇਸ਼ਾ ਦਾ ਹੀ ਕੰਮ ਹੈ ਤਾਂ ਇਸ ਦਾ ਕਾਰਨ ਲੱਭਣਾ ਚਾਹੀਦਾ ਹੈ ਅਤੇ ਉਪਚਾਰਕ ਉਪਰਾਲੇ ਕਰਨੇ ਚਾਹੀਦੇ ਹਨ।

ਘਰ ਦਾ ਕੰਮ ਕਰਨ ਵਿਚ ਅਯੋਗਤਾ

ਲੜੀ ਨੰ.	ਸੰਭਾਵੀ ਕਾਰਨ	ਉਪਚਾਰ
1.	ਬੱਚੇ ਨੂੰ ਜਮਾਤ ਵਿਚ ਸੰਕਲਪ ਸਮਝ ਨਹੀਂ ਆਇਆ ਹੋਣਾ ਇਸ ਕਰਕੇ ਉਹ ਘਰ ਵਿਚ ਕੰਮ ਮੁਕਾਉਣ ਦੇ ਯੋਗ ਨਹੀਂ ਹੋ ਸਕਦਾ।	ਅਧਿਆਪਕ ਨੂੰ ਇਕ ਰੁੱਕਾ ਲਿਖੋ ਤੇ ਸਥਿਤੀ ਬਾਰੇ ਸਪੱਸ਼ਟ ਕਰੋ। ਅਧਿਆਪਕ ਨਾਲ ਤੁਹਾਡੀ ਮੁਲਾਕਾਤ ਬੱਚੇ ਦੀ ਮੱਦਦ ਕਰ ਸਕਦੀ ਹੈ।
2.	ਬੱਚੇ ਵਿਚ ਪਹਿਲਾਂ ਹੀ ਲਾਚਾਰੀ ਅਤੇ ਨਿਰਭਰਤਾ ਦਾ ਅਹਿਸਾਸ ਪੈਦਾ ਹੋ ਚੁੱਕਾ ਹੋ ਸਕਦਾ ਹੈ ਤੇ ਉਹ ਕੰਮ ਤੁਹਾਡੇ ਵੱਲੋਂ ਪੂਰਾ ਕਰਨ ਦੇ ਇੰਤਜਾਰ ਵਿਚ ਹੋ ਸਕਦਾ ਹੈ।	ਉਸ ਨੂੰ ਆਪਣੇ ਆਪ ਕੰਮ ਕਰਨ ਦਿਉ। ਬੱਚੇ ਦਾ ਸਵੈ-ਭਰੋਸਾ ਉਸਾਰਨ ਅਤੇ ਉਸ ਦਾ ਵਿਦਿਅਕ ਸਵੈ-ਸੰਕਲਪ ਸੁਧਾਰਨ ਲਈ ਕੰਮ ਕਰੋ।
3.	ਬੱਚਾ ਸਿੱਖਣ ਨਿਰਯੋਗਤਾ ਤੋਂ ਪੀੜਤ ਹੋ ਸਕਦਾ ਹੈ।	ਹਵਾਲੇ ਲਈ ਸਮੱਸਿਆ ਬਾਲਕ ਵਾਲਾ ਅਧਿਆਇ ਦੇਖੋ।

ਸਾਡੇ ਉੱਚ ਪ੍ਰਤੀਯੋਗੀ ਸਮਾਜ ਵਿਚ ਜਿੱਥੇ ਅਸੀਂ ਕਰੀਬ ਹਰ ਚੀਜ਼ ਲਈ ਮੁਕਾਬਲਾ ਕਰਦੇ ਰਹਿੰਦੇ ਹਾਂ, ਬੱਚੇ ਵੱਲੋਂ ਚੰਗੇ ਵਿਦਿਅਕ ਦਰਜੇ ਪ੍ਰਾਪਤ ਕਰਨੇ ਹਰੇਕ ਮਾਪੇ ਦੀ ਤਰਜੀਹੀ ਸੂਚੀ ਵਿਚ ਸਭ ਤੋਂ ਉੱਤੇ ਰਹਿੰਦੇ ਹਨ। ਬਿਹਤਰੀਨ ਬੱਚੇ ਚੰਗੀਆਂ ਸੰਸਥਾਵਾਂ ਅਤੇ ਚੰਗੀਆਂ ਨੌਕਰੀਆਂ ਤੇ ਜਾਂਦੇ ਹਨ। ਇਹੀ ਸਾਰੇ ਮਾਪਿਆਂ ਦਾ ਸੁਪਨਾ ਅਤੇ ਮਨੋਰਥ ਹੁੰਦਾ ਹੈ। ਐਪਰ, ਇਹੀ ਉਹ ਇੱਛਾ ਹੈ ਜੋ ਤੌਖਲੇ, ਤਣਾਉ ਅਤੇ ਅਸਫਲਤਾ ਵੱਲ ਲੈ ਜਾਂਦੀ ਹੈ, ਜੇਕਰ ਬੱਚੇ ਦੇ ਵਿਦਿਅਕ ਕਰੀਅਰ ਦੇ ਸ਼ੁਰੂ ਤੋਂ ਹੀ ਇਹ ਗਲਤ ਪਹੁੰਚ ਅਤੇ ਤਕਨੀਕਾਂ ਅਪਣਾਅ ਲਈਆਂ ਜਾਂਦੀਆਂ ਹਨ। ਮਾਪਿਆਂ ਨੂੰ ਆਪਣੇ ਬੱਚਿਆਂ ਵਿਚ ਨਿਰੰਤਰ ਅਤੇ ਆਜ਼ਾਦ ਅਧਿਐਨ ਆਦਤਾਂ ਬਣਾਉਣ ਦੀ ਕੋਸ਼ਿਸ਼ ਕਰਨੀ ਚਾਹੀਦੀ ਹੈ। ਇਸ ਦੇ ਨਾਲ ਹੀ ਉਨ੍ਹਾਂ ਨੂੰ ਬਹੁਤੇ ਤਾਂਘਵਾਨ ਹੋਣ ਤੋਂ ਵੀ ਬਚਣਾ ਚਾਹੀਦਾ ਹੈ ਨਹੀਂ ਤਾਂ ਬੱਚਾ ਅਧਿਐਨ ਬਾਰੇ ਪ੍ਰਤੀ-ਉਤੇਜਨ ਵਿਕਸਿਤ ਕਰ ਸਕਦਾ ਹੈ।

16.

ਦੋਸਤ ਅਹਿਮ ਹਨ

ਜੇਕਰ ਤੁਹਾਡੇ ਕੋਲ ਛੜ੍ਹ ਮਾਰਨ ਲਈ ਪੰਜ ਘਰ ਹਨ ਪਰ ਉਨ੍ਹਾਂ ਵਿਚ ਆਉਣ ਲਈ ਪੰਜ ਦੋਸਤ ਨਹੀਂ ਤਾਂ ਤੁਹਾਡਾ ਨਿਵੇਸ਼ ਵਾਕਈ ਮਾੜਾ ਹੈ।

- ਪੀ.ਕੇ.

ਜੀਵਨ ਦੀਆਂ ਨਿੱਘੀਆਂ ਅਤੇ ਸਦਾਬਹਾਰ ਦੋਸਤੀਆਂ ਬਚਪਨ ਵਿਚ ਪੈਂਦੀਆਂ ਹਨ। ਇਕੱਠੇ ਵੱਡੇ ਹੋਣ ਦੀਆਂ ਖੁਸ਼ੀਆਂ ਅਤੇ ਗਮੀਆਂ ਇਕ ਅਟੁੱਟ ਬੰਧਨ ਬਣਾ ਦਿੰਦੀਆਂ ਹਨ ਜਿਹੜਾ ਬੱਚਿਆਂ ਨੂੰ ਸਾਰੇ ਜੀਵਨ ਲਈ ਭਾਵਨਾਤਮਕ ਸੁਰੱਖਿਆ ਅਤੇ ਅਪਣੱਤ ਦੀ ਭਾਵਨਾ ਦਿੰਦਾ ਹੈ।

ਅੱਠ ਸਾਲਾ ਮੇਹੁਲ ਖੰਨਾ ਕੱਲਮ-ਕੱਲਾ ਮੈਦਾਨ ਦੇ ਸਿਰੇ 'ਤੇ ਖੜ੍ਹਾ ਬੱਚਿਆਂ ਨੂੰ ਕ੍ਰਿਕੇਟ ਖੇਡਦੇ ਵੇਖ ਰਿਹਾ ਸੀ। ਉਸ ਦਾ ਪਰਿਵਾਰ ਇਸ ਇਲਾਕੇ ਵਿਚ ਕੁਝ ਦਿਨ ਪਹਿਲਾਂ ਹੀ ਆਇਆ ਸੀ ਅਤੇ ਉਸ ਨੂੰ ਨਵੇਂ ਦੋਸਤ ਬਣਾਉਣ ਵਿਚ ਮੁਸ਼ਕਿਲ ਆ ਰਹੀ ਸੀ। ਉਸ ਨੂੰ ਪਤਾ ਨਹੀਂ ਲੱਗਾ ਕਿ ਉਸਦਾ ਪਿਤਾ ਆ ਕੇ ਕਦੋਂ ਉਸ ਦੇ ਕੋਲ ਖੜ੍ਹ ਗਿਆ ਸੀ, ਪਰ ਉਸਦੇ ਪਿਤਾ ਨੇ ਆਪਣੇ ਬੱਚੇ ਦੀ ਇਕੱਲਤਾ ਭਾਂਪ ਲਈ ਸੀ ਅਤੇ ਉਸ ਨੇ ਉਸਦੀ ਮੱਦਦ ਕਰਨ ਦਾ ਫੈਸਲਾ ਕਰ ਲਿਆ। ਖੇਡ ਦੇ ਅਖੀਰ ਵਿਚ ਉਹ ਮੇਹੁਲ ਨੂੰ ਆਪਣੇ ਸਹਿਯੋਗੀ ਸ੍ਰੀ ਵਰਮਾ ਦੇ ਘਰ ਲੈ ਗਿਆ ਜੋ ਉਸੇ ਇਲਾਕੇ ਵਿਚ ਸੀ। ਸ੍ਰੀ ਵਰਮਾ ਦਾ ਪੁੱਤਰ ਉਦਿਤ ਕਰੀਬ ਮੇਹੁਲ ਦੀ ਹੀ ਉਮਰ ਦਾ ਸੀ। ਦੋਹਾਂ ਨੇ ਛੇਤੀ ਹੀ ਆਪਣੇ ਮਨਭਾਉਂਦੇ ਕ੍ਰਿਕੇਟਰਾਂ ਦੀਆਂ ਗੱਲਾਂ ਕਰਨੀਆਂ ਸ਼ੁਰੂ ਕਰ ਦਿੱਤੀਆਂ ਅਤੇ ਉਦਿਤ ਨੇ ਮੇਹੁਲ ਨੂੰ ਆਪਣੀ ਟੀਮ ਵਿਚ ਸ਼ਾਮਲ ਹੋ ਜਾਣ ਲਈ ਕਿਹਾ।

ਬਹੁਤ ਸਾਰੇ ਵੱਡੇ ਅਤੇ ਛੋਟੇ ਤੂਫਾਨਾਂ ਨੂੰ ਝੱਲਦੇ ਹੋਏ ਉਨ੍ਹਾਂ ਦੀ ਦੋਸਤੀ

ਸਾਲਾਂਬੱਧੀ ਵਧਦੀ ਗਈ। ਉਹ ਵੱਖਰੇ ਕਾਲਜਾਂ ਵਿਚ ਵੀ ਗਏ ਅਤੇ ਵੱਖਰੇ ਸ਼ਹਿਰਾਂ ਵਿਚ ਨੌਕਰੀਆਂ ਕੀਤੀਆਂ ਪਰ ਹਮੇਸ਼ਾ ਸੰਪਰਕ ਵਿਚ ਰਹੇ। ਹਾਲਾਂਕਿ ਮੇਹੁਲ ਦਾ ਵਿਆਹ ਪਹਿਲਾਂ ਹੋ ਗਿਆ, ਪਰ ਬੱਚਾ ਪਹਿਲਾਂ ਉਦਿਤ ਦੇ ਹੋਇਆ।

ਜਦੋਂ ਢਿੱਡ ਦੇ ਕੈਂਸਰ ਨਾਲ ਮੇਹੁਲ ਦੇ ਪਿਤਾ ਦੀ ਮੌਤ ਹੋ ਗਈ ਤਾਂ ਹਸਪਤਾਲ ਵਿਚ ਵੀ ਅਤੇ ਸਸਕਾਰ ਵੇਲੇ ਵੀ ਉਦਿਤ ਉਸ ਦੇ ਨਾਲ ਰਿਹਾ। ਦੋ ਸਾਲ ਬਾਦ ਉਦਿਤ ਨਾਲ ਦੁਖਾਂਤ ਵਾਪਰਿਆ, ਹੈਪੇਟਾਈਟਸ ਬੀ ਨਾਲ ਉਸ ਦੀ ਧੀ ਦੀ ਮੌਤ ਹੋ ਗਈ। ਇਸ ਦੇ ਨਾਲ ਹੀ ਸ਼ੇਅਰ ਬਾਜ਼ਾਰ ਵਿਚ ਉਸ ਦਾ ਵੱਡਾ ਨੁਕਸਾਨ ਹੋ ਗਿਆ ਅਤੇ ਜਿਹੜੀ ਕੰਪਨੀ ਉਸ ਨੇ ਕੁਝ ਸਾਲ ਪਹਿਲਾਂ ਖੜ੍ਹੀ ਕੀਤੀ ਸੀ ਉਹ ਦੀਵਾਲੀਆ ਹੋਣ ਦੇ ਕੰਢੇ 'ਤੇ ਪਹੁੰਚ ਗਈ। ਮੇਹੁਲ ਨੇ ਉਸ ਨੂੰ ਭਾਵਨਾਤਮਕ ਅਤੇ ਨਾਲ ਦੀ ਨਾਲ ਮਾਲੀ ਸਹਾਇਤਾ ਵੀ ਦਿੱਤੀ। ਮੇਹੁਲ ਨੇ ਉਸ ਨੂੰ ਯਾਦ ਕਰਵਾਇਆ ਕਿ ਆਪਾਂ ਚੰਗੇ-ਮਾੜੇ ਦਿਨਾਂ ਵਿਚ ਇਕੱਠੇ ਰਹੇ ਹਾਂ। ਅਤੇ ਤੂੰ ਹਮੇਸ਼ਾਂ ਹੀ ਇਕ ਮਜ਼ਬੂਤ ਵਿਅਕਤੀ ਰਿਹਾ ਹੈਂ। ਪ੍ਰਮਾਤਮਾ ਉਨ੍ਹਾਂ ਦੀ ਹੀ ਪ੍ਰੀਖਿਆ ਲੈਂਦਾ ਹੈ ਜਿਨ੍ਹਾਂ ਕੋਲ ਇਸ ਤਰ੍ਹਾਂ ਦੇ ਦੁੱਖ ਸਹਿਣ ਦੀ ਤਾਕਤ ਹੁੰਦੀ ਹੈ।

ਆਪਣੇ ਦੋਸਤ ਦੀ ਸਹਾਇਤਾ ਸਦਕਾ ਉਦਿਤ ਨੇ ਆਪਣਾ ਜੀਵਨ ਅਤੇ ਆਪਣਾ ਕਾਰੋਬਾਰ ਮੁੜ ਸੰਭਾਲ ਲਿਆ। ਸਾਲ ਦੇ ਅੰਦਰ ਹੀ ਉਦਿਤ ਵਰਮਾ ਮੁੜ ਮੁੰਬਈ ਸਟਾਕ ਐਕਸਚੇਂਜ ਤੇ ਚੋਟੀ ਦਾ ਸ਼ੇਅਰ ਬ੍ਰੋਕਰ ਬਣ ਗਿਆ। ਇਕ ਦੋਸਤ ਉਹੀ ਹੈ ਜੋ ਮਾੜੇ ਵਕਤ ਵਿਚ ਵੀ ਤੁਹਾਡੇ ਨਾਲ ਖੜ੍ਹਾ ਰਹੇ। ਜੀਵਨ ਉਤਰਾ-ਚੜ੍ਹਾਉ ਨਾਲ ਭਰਪੂਰ ਹੈ, ਜੋ ਤੁਹਾਨੂੰ ਡੋਲਣ ਲਾਉਣ ਲਈ ਕਾਫੀ ਹੁੰਦੇ ਹਨ। ਦੋਸਤ ਖੁਦ ਵਿਚ ਤੁਹਾਡੇ ਭਰੋਸੇ ਨੂੰ ਮੁੜ ਸਥਾਪਤ ਕਰਨ ਵਿਚ ਮੱਦਦ ਕਰਦਾ ਹੈ।

ਦੋਸਤ ਪਰਿਵਾਰ ਅਤੇ ਬਾਹਰੀ ਦੁਨੀਆ ਵਿਚਕਾਰ ਇਕ ਪੁਲ ਹੁੰਦਾ ਹੈ। ਉਹ ਬਾਦ ਦੇ ਜੀਵਨ ਵਿਚ ਵਿਭਿੰਨ ਗੂੜ੍ਹੇ ਰਿਸ਼ਤਿਆਂ ਵਿਚ ਸਫਲ ਹੋਣ ਲਈ ਕੁਸ਼ਲਤਾਵਾਂ ਨੂੰ ਨਿਖਾਰਨ ਅਤੇ ਵਰਤਣ ਦੇ ਮੌਕੇ ਦਿੰਦਾ ਹੈ। ਪਰਿਵਾਰਕ ਜਾਂ ਸਮਾਜਕ ਮਾਹੌਲ ਕੋਈ ਵੀ ਹੋਵੇ, ਦੋਸਤਾਂ ਦਾ ਬੱਚੇ ਦੀ ਸ਼ਖਸੀਅਤ ਅਤੇ ਜੀਵਨ ਪ੍ਰਤੀ ਪਹੁੰਚ ਉਤੇ ਮਹੱਤਵਪੂਰਣ ਅਸਰ ਹੁੰਦਾ ਹੈ - ਉਸ ਦੇ ਕੰਮਕਾਰ ਦੀ ਸ਼ੈਲੀ, ਪ੍ਰਾਪਤੀਆਂ, ਸੋਚ, ਵਰਜਣਾਵਾਂ, ਕੱਪੜਿਆਂ, ਖਾਣ ਦੀਆਂ ਆਦਤਾਂ ਆਦਿ ਉੱਤੇ।

ਸਾਰੇ ਬੱਚੇ ਚਾਹੁੰਦੇ ਹਨ ਕਿ ਉਨ੍ਹਾਂ ਦੇ ਜਮਾਤੀ ਉਨ੍ਹਾਂ ਨੂੰ ਪ੍ਰਵਾਨ ਕਰਨ, ਸਵੀਕਾਰ ਕਰਨ ਅਤੇ ਹਮਾਇਤ ਕਰਨ। ਜਦੋਂ ਉਹ ਹੋਰ ਬੱਚਿਆਂ ਨਾਲ ਇਕਸੁਰ ਰਿਸ਼ਤੇ ਵਿਕਸਿਤ ਕਰਨ ਵਿਚ ਅਸਫਲ ਹੁੰਦੇ ਹਨ ਜਾਂ ਰੱਦਣ ਦਾ ਸਾਹਮਣਾ ਕਰਦੇ ਹਨ ਤਾਂ ਆਪਣੇ ਖੋਲ ਵਿਚ ਸੁੰਗੜ ਸਕਦੇ ਹਨ। ਇਹ ਇਕੱਲਤਾ ਹੌਲੀ-ਹੌਲੀ ਪਰ ਯਕੀਨੀ ਤੌਰ 'ਤੇ ਹੀਣਤਾ ਭਾਵਨਾ ਦੇ ਵਿਕਾਸ ਵੱਲ ਲੈ ਜਾਂਦੀ ਹੈ।

ਕਈ ਬੱਚੇ ਜਮਾਤੀਆਂ ਨਾਲ ਅੰਤਰਕ੍ਰਿਆ ਕਰਨ ਵੇਲੇ ਸਮੱਸਿਆਵਾਂ ਦਾ ਸਾਹਮਣਾ ਕਰਦੇ ਹਨ ਅਤੇ ਉਹ ਆਸਾਨੀ ਨਾਲ ਦੋਸਤ ਬਣਾਉਣ ਦੇ ਅਯੋਗ ਹੁੰਦੇ ਹਨ। ਮਾਪਿਆਂ ਵੱਲੋਂ ਸਹੀ ਅਗਵਾਈ ਅਤੇ ਸਹਾਇਤਾ ਉਨ੍ਹਾਂ ਦੇ ਝਾਕੇ ਨੂੰ ਕਾਬੂ ਕਰਨ ਵਿਚ ਮੱਦਦ ਕਰ ਸਕਦੀ ਹੈ। ਹਾਲਾਂਕਿ ਮਾਪੇ ਆਪਣੇ ਬੱਚੇ ਦੇ ਸਮਾਜਿਕ

ਜੀਵਨ ਨੂੰ ਸਿੱਧਾ ਨਿਯੰਤ੍ਰਣ ਵਿਚ ਨਹੀਂ ਰੱਖ ਸਕਦੇ ਪਰ ਉਹ ਨਿਸ਼ਚੇ ਹੀ ਦੋਸਤਾਂ ਅਤੇ ਦੋਸਤੀਆਂ ਪ੍ਰਤੀ ਸਹੀ ਨਜ਼ਰੀਆ ਵਿਕਸਿਤ ਕਰਨ ਵਿਚ ਉਨ੍ਹਾਂ ਦੀ ਮੱਦਦ ਕਰ ਸਕਦੇ ਹਨ।

ਦੋਸਤ ਬਣਾਉਣ ਵਿਚ ਤੁਸੀਂ ਆਪਣੇ ਬੱਚੇ ਦੀ ਮੱਦਦ ਕਿਵੇਂ ਕਰ ਸਕਦੇ ਹੋ

1. ਸਹਾਇਕ ਵਜੋਂ ਕੰਮ ਕਰੋ

ਮਾਪਿਆਂ ਨੂੰ ਆਪਣੇ ਬੱਚੇ ਦੇ ਦੋਸਤਾਂ ਨਾਲ ਨੇੜਿਉਂ ਪਰ ਸੋਚ ਸਮਝ ਕੇ ਰਾਬਤਾ ਰੱਖਣਾ ਚਾਹੀਦਾ ਹੈ। ਬਹੁਤੇ ਮਾਪੇ ਇਹ ਮੰਨ ਲੈਂਦੇ ਹਨ ਕਿ ਉਨ੍ਹਾਂ ਦੇ ਬੱਚੇ ਆਪ ਹੀ ਦੋਸਤ ਬਣਾ ਲੈਣਗੇ। ਇਹ ਗਲਤ ਧਾਰਨਾ ਹੈ। ਬੱਚੇ ਇਕ-ਦੂਜੇ ਨੂੰ ਕਦੀ-ਕਦਾਈਂ ਦੀਆਂ ਮਿਲਣੀਆਂ ਰਾਹੀਂ ਹੀ ਜਾਣਨ ਲੱਗਦੇ ਹਨ ਪਰ ਸੱਚੀ ਦੋਸਤੀ ਉਦੋਂ ਹੀ ਵਿਕਸਿਤ ਹੁੰਦੀ ਹੈ ਜਦੋਂ ਬੱਚੇ ਇਕ ਦੂਜੇ ਨੂੰ ਲਗਾਤਾਰ ਮਿਲਦੇ ਹਨ।

ਮਾਪਿਆਂ ਨੂੰ ਆਪਣੀ-ਆਪਣੀ ਸਹਾਇਕ ਦੀ ਭੂਮਿਕਾ ਗੰਭੀਰਤਾ ਅਤੇ ਸੁਹਿਰਦਤਾ ਨਾਲ ਨਿਭਾਉਣੀ ਚਾਹੀਦੀ ਹੈ। ਜੇਕਰ ਉਨ੍ਹਾਂ ਨੂੰ ਲੱਗੇ ਕਿ ਉਨ੍ਹਾਂ ਦਾ ਬੱਚਾ ਆਪਣੇ ਕਿਸੇ ਦੋਸਤ ਨਾਲ ਖਾਸ ਬੰਧਨ ਵਿਕਸਿਤ ਕਰਨ ਦੇ ਅਮਲ ਵਿਚ ਹੈ, ਤਾਂ ਜਿਸ ਢੰਗ ਨਾਲ ਵੀ ਉਹ ਮੱਦਦ ਕਰ ਸਕਣ ਉਨ੍ਹਾਂ ਨੂੰ ਕਰਨੀ ਚਾਹੀਦੀ ਹੈ। ਬੱਚੇ ਨੂੰ ਦੋਸਤ ਦੇ ਘਰ ਛੱਡਣਾ ਅਤੇ ਉਥੋਂ ਲਿਆਉਣਾ ਵੀ ਇਕ ਅਜਿਹਾ ਹੀ ਨਿੱਕਾ ਜਿਹਾ ਯੋਗਦਾਨ ਹੈ ਜੋ ਉਹ ਕਰ ਸਕਦੇ ਹਨ।

ਅਰਪਿਤਾ ਦੇ ਮਾਪਿਆਂ ਨੇ ਉਸਦੇ ਇਤਰਾਜ਼ ਨਹੀਂ ਸੁਣੇ ਅਤੇ ਉਸਨੂੰ ਸਮਰ ਕੈਂਪ ਵਿਚ ਭੇਜ ਦਿੱਤਾ ਜਿੱਥੇ ਮੰਚਕਾਰੀ, ਤੈਰਾਕੀ, ਘੁੜ ਸਵਾਰੀ ਆਦਿ ਸਿਖਾਈ ਜਾਂਦੀ ਸੀ। ਕੈਂਪ ਵਿਚ ਅਰਪਿਤਾ ਦੀ ਮੁਲਾਕਾਤ ਭਾਵਨਾ ਨਾਲ ਹੋਈ ਜਿੱਥੇ ਮੰਚਕਾਰੀ ਵਿਚ ਸਾਂਝੀ ਦਿਲਚਸਪੀ ਕਾਰਨ ਉਹ ਦੋਸਤ ਬਣ ਗਈਆਂ। ਉਹ ਕੈਂਪ ਉਨ੍ਹਾਂ ਲਈ ਮੰਚ ਬਣ ਗਿਆ ਜਿੱਥੇ ਉਨ੍ਹਾਂ ਨੇ ਅਦਾਕਾਰੀ ਦੀਆਂ ਕੁਸ਼ਲਤਾਵਾਂ ਅਤੇ ਆਪਣੀ ਦੋਸਤੀ ਵਿਕਸਿਤ ਕਰ ਲਈ। ਮਾਪਿਆਂ ਨੂੰ ਬੱਚਿਆਂ ਨੂੰ ਮਿਲਣ, ਅੰਤਰਕ੍ਰਿਆ ਕਰਨ ਅਤੇ ਦੋਸਤਾਂ ਵਜੋਂ ਉੱਭਰਨ ਲਈ ਖੁੱਲ੍ਹੇ ਮੌਕੇ ਦੇਣੇ ਚਾਹੀਦੇ ਹਨ।

2. ਸਹੀ ਪਰਿਪੇਖ ਦਿਉ

ਜਦੋਂ ਪਰਿਵਾਰ ਨਵੇਂ ਸ਼ਹਿਰ ਵਿਚ ਜਾਂਦਾ ਹੈ ਤਾਂ ਬੱਚਾ ਦੋਸਤ ਗੁਆ ਲੈਂਦਾ ਹੈ। ਪੁਰਾਣੇ ਦੋਸਤਾਂ ਦਾ ਗੁਆਚਣਾ ਅਤੇ ਨਵੇਂ ਭਾਲਣ ਦਾ ਸੰਘਰਸ਼ ਉਦਾਸੀ, ਖਿਝ ਅਤੇ ਤੌਖਲਾ ਪੈਦਾ ਕਰ ਸਕਦਾ ਹੈ। ਬੱਚਾ ਇਕੱਲਾ ਮਹਿਸੂਸ ਕਰਦਾ ਹੈ ਪਰ ਉਸ ਦਾ ਘਮੰਡ ਇਸ ਬਾਰੇ ਗੱਲ ਕਰਨੀ ਉਸ ਲਈ ਮੁਸ਼ਕਿਲ ਕਰ ਦਿੰਦਾ ਹੈ। ਮਾਪਿਆਂ ਨੂੰ ਬੱਚੇ ਦੇ ਸਨਮਾਨ ਨੂੰ ਚੋਟ ਪੁਚਾਏ ਬਿਨਾਂ ਉਸ ਨੂੰ ਭਾਵਨਾਤਮਕ ਹਮਾਇਤ ਦੇਣ ਦੇ ਰਾਹ ਲੱਭਣੇ ਚਾਹੀਦੇ ਹਨ।

ਇਹੀ ਧਰੁਵ ਨਾਲ ਵਾਪਰਿਆ ਸੀ ਜਦੋਂ ਉਸ ਦੇ ਪਿਤਾ ਨੇ ਨਵੇਂ ਸ਼ਹਿਰ ਵਿਚ ਨਵੀਂ ਨੌਕਰੀ ਕਰ ਲਈ। ਉਹ ਇਕਲਾਪਾ ਅਤੇ ਤੌਖਲੇ ਭਰਿਆ ਹੋ ਗਿਆ ਪਰ ਇਸ ਬਾਰੇ ਗੱਲ ਨਾ ਕਰ ਸਕਿਆ-ਆਖਰ ਉਹ ਹੁਣ 13 ਸਾਲ ਦਾ ਹੋ ਚੁੱਕਾ ਸੀ। ਧਰੁਵ ਦੀ ਮਾਂ ਨੇ ਆਪਣੇ ਪੁੱਤਰ ਦੀ ਗੜਬੜ ਭਾਂਪ ਲਈ ਤੇ ਉਸ ਦੀ ਮੱਦਦ ਕਰਨ ਦਾ ਫੈਸਲਾ ਕੀਤਾ। ਉਸ ਨੇ ਕੁਝ ਪੁਰਾਣੇ ਖਤ ਲੱਭੇ ਅਤੇ ਧਰੁਵ ਨੂੰ ਦਿਖਾਏ। ਇਹ ਉਸ ਨੂੰ ਆਪਣੀਆਂ ਬਚਪਨ ਦੀਆਂ ਸਹੇਲੀਆਂ ਤੋਂ ਆਏ ਸੀ ਜਿਨ੍ਹਾਂ ਵਿਚੋਂ ਕੁਝ ਨਾਲ ਉਹ ਅਜੇ ਵੀ ਸੰਪਰਕ ਵਿਚ ਸੀ। ਉਸ ਨੇ ਉਸਨੂੰ ਕਿਹਾ, ਇਸ ਤਰ੍ਹਾਂ ਦੀਆਂ ਸਮੱਸਿਆਵਾਂ ਕਦੇ ਨਾ ਕਦੇ ਹਰੇਕ ਦੇ ਸਾਹਮਣੇ ਆਉਂਦੀਆਂ ਹਨ। ਮੈਨੂੰ ਵੀ ਤਕਲੀਫ ਹੋਈ ਸੀ ਜਦੋਂ ਮੈਂ ਆਪਣੀਆਂ ਪੁਰਾਣੀਆਂ ਸਹੇਲੀਆਂ ਖੋ ਲਈਆਂ ਸਨ, ਪਰ ਮੈਂ ਉਨ੍ਹਾਂ ਨਾਲ ਖਤਾਂ ਰਾਹੀਂ ਸੰਪਰਕ ਕਾਇਮ ਰੱਖਿਆ। ਤੂੰ ਵੀ ਆਪਣੇ ਦੋਸਤਾਂ ਨੂੰ ਲਿਖ ਸਕਦਾ ਹੈਂ ਅਤੇ ਆਪਣੇ ਅਨੁਭਵ ਸਾਂਝੇ ਕਰ ਸਕਦਾ ਹੈਂ। ਤੈਨੂੰ ਪੁਰਾਣੇ ਰਿਸ਼ਤੇ ਕਾਇਮ ਰੱਖਣੇ ਚਾਹੀਦੇ ਹਨ ਅਤੇ ਨਵੇਂ ਬਣਾਉਣ ਦੀ ਕੋਸ਼ਿਸ਼ ਕਰਦੇ ਰਹਿਣਾ ਚਾਹੀਦਾ ਹੈ। ਸਭ ਕੁਝ ਸਹੀ ਪਰਿਪੇਖ ਵਿਚ ਪੈ ਗਿਆ ਅਤੇ ਧਰੁਵ ਪੁਰਾਣੀਆਂ ਦੋਸਤੀਆਂ ਕਾਇਮ ਰੱਖਦੇ ਹੋਏ ਨਵੀਆਂ ਦੋਸਤੀਆਂ ਉਸਾਰਨ ਲਈ ਕੰਮ ਕਰਦਾ ਰਿਹਾ।

3. ਖੁਦ ਨੂੰ ਥੋਪੋ ਨਾ

ਭਾਵੇਂ ਬੱਚੇ ਅਤੇ ਉਸਦੇ ਦੋਸਤਾਂ ਨਾਲ ਘੁਲਣ-ਮਿਲਣ ਦੀ ਆਸ ਅਤੇ ਸਿਫਾਰਿਸ਼ ਕੀਤੀ ਜਾਂਦੀ ਹੈ, ਮਾਪਿਆਂ ਨੂੰ ਦੋਸਤਾਂ ਬਾਰੇ ਆਪਣੀ ਇੱਛਾ ਨਹੀਂ ਥੋਪਣੀ ਚਾਹੀਦੀ ਕਿ ਕਿਹੜੇ ਰੱਖੇ ਜਾਣ ਤੇ ਕਿਹੜੇ ਨਾ ਰੱਖੇ ਜਾਣ। ਹਾਲਾਂਕਿ ਬੱਚਿਆਂ ਨੂੰ ਅਗਵਾਈ ਦੀ ਲੋੜ ਹੁੰਦੀ ਹੈ ਪਰ ਆਪਣੇ ਫੈਸਲੇ ਖੁਦ ਲੈਣ ਦੀ ਉਨ੍ਹਾਂ ਨੂੰ ਇਜਾਜ਼ਤ ਵੀ ਹੋਣੀ ਚਾਹੀਦੀ ਹੈ। ਮਾਪਿਆਂ ਨੂੰ ਉਨ੍ਹਾਂ ਨੂੰ ਪ੍ਰਯੋਗ ਕਰਨ ਦੀ ਕਾਫੀ ਖੁੱਲ੍ਹ ਦੇਣੀ ਚਾਹੀਦੀ ਹੈ ਅਤੇ ਆਪ ਇਹ ਦੇਖਣ ਦੇਣਾ ਚਾਹੀਦਾ ਹੈ ਕਿ ਕਿਹੜੀ ਦੋਸਤੀ ਠੀਕ ਹੈ ਤੇ ਕਿਹੜੀ ਨਹੀਂ।

ਇਕੋ ਤਰ੍ਹਾਂ ਦਾ ਉਮਰ ਵਰਗ ਅਤੇ ਸਮਾਜੀ ਆਰਥਿਕ ਰੁਤਬਾ ਵੀ ਭੂਮਿਕਾ ਨਿਭਾਉਂਦਾ ਹੈ। ਐਪਰ, ਜਿਨ੍ਹਾਂ ਬੱਚਿਆਂ ਦੀ ਸੋਚ ਇਕੋ ਜਿਹੀ ਹੁੰਦੀ ਹੈ ਉਨ੍ਹਾਂ ਦਾ ਇਕ ਖਾਸ ਬੰਧਨ ਬਣ ਜਾਂਦਾ ਹੈ। ਬਹੁਤੇ ਮਾਮਲਿਆਂ ਵਿਚ ਜੋ ਕੁਝ ਮਾਪਿਆਂ ਨੂੰ ਕਰਨਾ ਚਾਹੀਦਾ ਹੈ ਉਹ ਇਹ ਹੈ ਕਿ ਉਹ ਮੁਸ਼ਕਲ ਅਤੇ ਟਕਰਾਉ ਵਾਲੇ ਮੁੱਦਿਆਂ ਦਾ ਹੱਲ ਕੱਢਣ ਜਿਹੜੇ ਦੋਸਤੀ ਨੂੰ ਖਤਰਾ ਬਣ ਰਹੇ ਹੋਣ।

ਮਾਪਿਆਂ ਲਈ ਇਹ ਚਾਹੁੰਣਾ ਕੁਦਰਤੀ ਹੈ ਕਿ ਉਨ੍ਹਾਂ ਦੇ ਬੱਚੇ ਗਲਤ ਦੋਸਤ ਨਾ ਬਣਾਉਣ ਜਾਂ ਗਲਤ/ਅਪਰਾਧੀ ਜੁੰਡਲੀ ਦਾ ਹਿੱਸਾ ਨਾ ਬਣਨ। ਜੇਕਰ ਉਹ ਮਹਿਸੂਸ ਕਰਨ ਕਿ ਬੱਚੇ ਦੇ ਦੋਸਤ ਉਸ ਦੇ ਭਵਿੱਖ ਤੇ ਬੁਰਾ ਅਸਰ ਪਾ ਸਕਦੇ ਹਨ ਤਾਂ ਮਾਪਿਆਂ ਨੂੰ ਸਖਤ ਫੈਸਲੇ ਵੀ ਲੈਣੇ ਪੈ ਸਕਦੇ ਹਨ। ਜੇਕਰ ਮਾਪੇ ਇਸ ਖਤਰੇ ਨੂੰ ਪਹਿਲਾਂ ਹੀ ਭਾਂਪ ਲੈਂਦੇ ਹਨ ਤਾਂ ਉਨ੍ਹਾਂ ਨੂੰ ਬਿਨਾਂ ਕੋਈ ਸ਼ੋਰ-ਸ਼ਰਾਬਾ ਕਰੇ

ਦ੍ਰਿੜ੍ਹਤਾ ਨਾਲ ਦਖਲ ਦੇਣਾ ਚਾਹੀਦਾ ਹੈ। ਜਿਹੜੇ ਮਾਪੇ ਸਹੀ ਕਦਰਾਂ-ਕੀਮਤਾਂ ਅਤੇ ਸਾਕਾਰੀ ਸਵੈ-ਅਕਸ ਸਿਰਜਣ ਵਿਚ ਸਫਲ ਹੁੰਦੇ ਹਨ ਉਹ ਬੱਚੇ ਅੰਦਰ ਚੰਗੇ ਅਤੇ ਮਾੜੇ ਦੋਸਤਾਂ ਵਿਚਕਾਰ ਫਰਕ ਕਰਨ ਦਾ ਲੋੜੀਂਦਾ ਵਿਸ਼ਵਾਸ ਪੈਦਾ ਕਰਦੇ ਹਨ।

4. ਜੇ ਲੀਹ ਪਾਉਣ ਵਾਲੇ ਨਹੀਂ ਤਾਂ ਬੱਚਿਆਂ ਨੂੰ ਫੈਸ਼ਨੇਬਲ ਹੋਣ ਦਿਉ

ਮਾਪੇ ਅਕਸਰ ਬੱਚਿਆਂ ਦੀ ਕੱਪੜਿਆਂ, ਵਾਲਾਂ ਦੇ ਸਟਾਈਲ, ਟੈਟੂਆਂ, ਮੁਰਕੀਆਂ, ਬੈਲਟਾਂ ਆਦਿ ਲਈ ਨੁਕਤਾਚੀਨੀ ਕਰਦੇ ਰਹਿੰਦੇ ਹਨ। ਜੋ ਤੁਹਾਨੂੰ ਅਪ੍ਰਚਲਿਤ ਲੱਗ ਸਕਦਾ ਹੈ ਉਹ ਉਸ ਵੇਲੇ ਬੱਚਿਆਂ ਵਿਚ ਆਮ ਫੈਸ਼ਨ ਹੋ ਸਕਦਾ ਹੈ। ਇਹ ਉਚਿਤ ਹੈ ਕਿ ਬੱਚਿਆਂ ਨੂੰ ਅਨੁਭਵ ਲੈਣ ਦਿੱਤਾ ਜਾਵੇ ਪਰ ਇਕ ਹੱਦ ਦੇ ਅੰਦਰ। ਤੁਸੀਂ ਬੱਚੇ ਨੂੰ ਵਰਜ ਸਕਦੇ ਹੋ ਕਿ ਉਹ ਵਾਲਾਂ ਨੂੰ ਪੀਲੇ, ਹਰੇ ਜਾਂ ਲਾਲ ਨਾ ਰੰਗੇ ਪਰ ਉਸ ਦੇ ਇਨ੍ਹਾਂ ਰੰਗਾਂ ਵਾਲੀ ਵੱਡੇ ਫੁੱਲਾਂ ਵਾਲੀ ਕਮੀਜ਼ ਪਹਿਨਣ ਤੇ ਕੋਈ ਇਤਰਾਜ਼ ਨਹੀਂ ਹੋਣਾ ਚਾਹੀਦਾ।

ਵੱਧੋ-ਵੱਧ ਸ਼ਖਸੀਅਤ ਅਤੇ ਸਮਾਜਕ ਵਿਕਾਸ ਲਈ ਬੱਚਿਆਂ ਨੂੰ ਇਕ ਸਮੂਹ ਦਾ ਹਿੱਸਾ ਹੋਣ ਦੀ ਲੋੜ ਹੈ। ਸਮੂਹ ਅੰਦਰ ਉਨ੍ਹਾਂ ਦੀ ਪ੍ਰਵਾਣਕਤਾ ਸੁਖਾਲੀ ਹੋਵੇਗੀ ਜੇਕਰ ਉਹ ਬਾਕੀ ਮੈਂਬਰਾਂ ਵਾਂਗ ਦਿਸਣ, ਕੱਪੜੇ ਪਾਉਣ ਅਤੇ ਵਿਹਾਰ ਕਰਨ। ਜੇਕਰ ਸਮੂਹ ਵਿਚ ਉਹ ਬੱਚੇ ਹਨ ਜਿਹੜੇ ਆਮ ਤੌਰ 'ਤੇ ਪਾਕ ਸਾਫ ਹਨ ਅਤੇ ਬੁਰਾਈਆਂ ਜਾਂ ਸਮਾਜ ਵਿਰੋਧੀ ਗਤੀਵਿਧੀਆਂ ਵਿਚ ਸ਼ਾਮਲ ਨਹੀਂ ਹੁੰਦੇ, ਤੁਹਾਡਾ ਇਹੀ ਹੰਭਲਾ ਹੋਣਾ ਚਾਹੀਦਾ ਹੈ ਕਿ ਬੱਚਾ ਇਸੇ ਦਾ ਹਿੱਸਾ ਬਣੇ। ਸਮੂਹ ਦੇ ਅੰਦਰ ਮਿਲਣਾ-ਗਿਲਣਾ ਅਤੇ ਅਨੁਭਵ ਬਾਦ ਦੇ ਜੀਵਨ ਲਈ ਉਪਯੋਗੀ ਸਿੱਖਣ ਅਨੁਭਵ ਸਾਬਿਤ ਹੋਣਗੇ।

5. ਪ੍ਰਾਪਤੀ ਜੋੜੋ-ਦੋਸਤ ਬਣਾਉ

ਜਿਹੜੇ ਬੱਚੇ ਤੈਰਾਕੀ, ਨਾਚ, ਵਾਦ-ਵਿਵਾਦ ਅਤੇ ਮੰਚਕਾਰੀ ਵਿਚ ਚੰਗੇ ਹਨ ਉਨ੍ਹਾਂ ਨੂੰ ਆਮ ਤੌਰ ਤੇ ਆਪਣੀਆਂ ਕਾਬਲੀਅਤਾਂ ਦਿਖਾਉਣ ਲਈ ਮੰਚ ਮਿਲ ਜਾਂਦਾ ਹੈ। ਇਨ੍ਹਾਂ ਸਾਰੀਆਂ ਗੀਤੀਵਿਧੀਆਂ ਵਿਚ ਕਈ ਹੋਰ ਬੱਚੇ ਸ਼ਾਮਲ ਹੁੰਦੇ ਹਨ ਅਤੇ ਇਕ ਦੂਜੇ ਨਾਲ ਅੰਤਰਕ੍ਰਿਆ ਦੇ ਮੌਕੇ ਮੁਹੱਈਆ ਕਰਦੇ ਹਨ। ਜਿਨ੍ਹਾਂ ਬੱਚਿਆਂ ਦੀਆਂ ਰੁਚੀਆਂ ਸਾਂਝੀਆਂ ਹੁੰਦੀਆਂ ਹਨ ਉਹ ਖਾਸ ਦੋਸਤ ਬਣ ਜਾਂਦੇ ਹਨ। ਉਹ ਟੀਮ ਵਰਕ ਦੇ ਗੁਣ ਸਿੱਖ ਜਾਂਦੇ ਹਨ ਅਤੇ ਹਰ ਨਵੀਂ ਸਫਲਤਾ ਨਾਲ ਉਨ੍ਹਾਂ ਦਾ ਸਵੈ ਭਰੋਸਾ ਵਧਦਾ ਹੈ।

ਫੁਟਬਾਲ, ਬਾਸਕਿਟਬਾਲ, ਗਾਉਣ ਜਾਂ ਕੋਈ ਸਾਜ਼ ਵਜਾਉਣ ਵੱਲ ਝੁਕਾਉ ਉਦੋਂ ਤੱਕ ਪੈਦਾ ਨਹੀਂ ਹੁੰਦਾ ਜਦੋਂ ਤੱਕ ਬੱਚੇ ਨੂੰ ਕੋਸ਼ਿਸ਼ ਕਰਨ ਦਾ ਮੌਕਾ ਨਹੀਂ ਮਿਲਦਾ। ਮਾਪਿਆਂ ਨੂੰ ਆਪਣੇ ਬੱਚਿਆਂ ਨੂੰ ਅਜਿਹੇ ਕਈ ਮੌਕੇ ਦੇਣੇ ਚਾਹੀਦੇ ਹਨ ਅਤੇ ਫੇਰ ਉਨ੍ਹਾਂ ਨੂੰ ਉਨ੍ਹਾਂ 'ਤੇ ਚੱਲਣ ਦਿੱਤਾ ਜਾਵੇ ਜਿਨ੍ਹਾਂ ਲਈ ਉਨ੍ਹਾਂ ਵਿਚ ਉਮੰਗ ਹੋਵੇ। ਬੱਚਾ ਜੋ ਵੀ ਸ਼ੌਕ ਸ਼ੁਰੂ ਕਰਦਾ ਹੈ ਇਹ ਉਸ ਲਈ ਦੋਸਤੀ ਦੇ ਨਵੇਂ

ਰਾਹ ਖੋਲ੍ਹਦਾ ਹੈ। ਪ੍ਰਾਪਤੀਆਂ ਦੋਸਤ ਲੱਭਣ ਅਤੇ ਦੋਸਤੀਆਂ ਵਧਾਉਣ ਵਿਚ ਮੱਦਦ ਕਰਦੀਆਂ ਹਨ।

6. ਪਰਿਵਾਰਕ ਰਵਾਇਤਾਂ ਵੀ ਅਰਥ ਰੱਖਦੀਆਂ ਹਨ

ਬਹੁਤ ਸਾਰੇ ਪਰਿਵਾਰਾਂ ਵਿਚ ਦੋਸਤਾਂ ਅਤੇ ਦੋਸਤੀਆਂ ਦੀ ਸਿਰਫ ਕਦਰ ਹੀ ਨਹੀਂ ਹੁੰਦੀ ਬਲਕਿ ਸਤਿਕਾਰ ਕੀਤਾ ਜਾਂਦਾ ਹੈ। ਇਹ ਦੋਸਤੀਆਂ ਪੀੜ੍ਹੀਆਂ ਤੱਕ ਚਲਦੀਆਂ ਹਨ ਅਤੇ ਪਰਿਵਾਰਾਂ ਵਿਚਕਾਰ ਸਬੰਧ ਪੀਡੇ ਹੁੰਦੇ ਰਹਿੰਦੇ ਹਨ। ਜਦੋਂ ਮੇਹੁਲ ਖੰਨਾ ਦੇ ਪੁੱਤਰ ਮਧੁਰ ਨੇ ਮੁੰਬਈ ਵਿਚ ਨੌਕਰੀ ਕਰ ਲਈ, ਉਸ ਨੇ ਆਪਣੇ ਦੋਸਤ ਉਦਿਤ ਸ਼ਰਮਾ ਨੂੰ ਮਧੁਰ ਲਈ ਰਿਹਾਇਸ਼ ਲੱਭਣ ਵਿਚ ਉਸ ਦੀ ਮੱਦਦ ਕਰਨ ਲਈ ਕਿਹਾ। ਉਦਿਤ ਨੇ ਜੋਰ ਦਿੱਤਾ ਕਿ ਜਦੋਂ ਤੱਕ ਸਹੀ ਰਿਹਾਇਸ਼ ਨਾ ਮਿਲੇ ਤਾਂ ਮੁੰਡਾ ਉਸ ਦੇ ਘਰ ਰਹਿੰਦਾ ਰਹੇ। ਇਸੇ ਦੌਰਾਨ ਉਸਦੀ ਅਤੇ ਉਦਿਤ ਦੇ ਪੁੱਤਰ ਉਤਕਰਸ਼ ਦੀ ਚੰਗੀ ਨਿਭਣ ਲੱਗੀ ਅਤੇ ਪਰਿਵਾਰਕ ਰਵਾਇਤ ਕਾਇਮ ਰਹੀ।

7. ਬੱਚੇ ਮਿਸਾਲਾਂ ਚਾਹੁੰਦੇ ਹਨ

ਦੋਸਤਾਂ ਦੇ ਜਨਮ ਦਿਨ ਅਤੇ ਵਰ੍ਹੇਗੰਢਾਂ ਯਾਦ ਰੱਖ ਕੇ ਮਾਪਿਆਂ ਨੂੰ ਮਿਸਾਲਾਂ ਸਥਾਪਤ ਕਰਨੀਆਂ ਚਾਹੀਦੀਆਂ ਹਨ। ਜਿਹੜੇ ਮਾਪੇ ਦੋਸਤਾਂ ਨਾਲ ਮਿਲਦੇ-ਗਿਲਦੇ ਤੇ ਬਾਹਰ ਜਾਂਦੇ ਰਹਿੰਦੇ ਹਨ ਉਹ ਆਪਣੇ ਬੱਚਿਆਂ ਨੂੰ ਇਹ ਸੰਦੇਸ਼ ਦਿੰਦੇ ਹਨ ਕਿ ਦੋਸਤੀਆਂ ਮਹੱਤਵ ਰੱਖਦੀਆਂ ਹਨ। ਬੱਚੇ ਆਮ ਤੌਰ ਤੇ ਆਪਣੇ ਮਾਪਿਆਂ ਵਾਲੇ ਰਾਹ ਹੀ ਚੁਣਦੇ ਹਨ ਅਤੇ ਉਨ੍ਹਾਂ ਦੀ ਵੀ ਆਪਣੀਆਂ ਦੋਸਤੀਆਂ ਵਿਚ ਸਫਲ ਹੋਣ ਦੀ ਸੰਭਾਵਨਾ ਹੁੰਦੀ ਹੈ। ਉਨ੍ਹਾਂ ਕੋਲ ਵੀ ਸੰਕਟ ਦੀ ਘੜੀ ਵਿਚ ਸਹਾਇਤਾ ਕਰਨ ਵਾਲੇ ਨਜ਼ਦੀਕੀ, ਨਿਰਭਰਤਾਯੋਗ ਦੋਸਤਾਂ ਦਾ ਸਮੂਹ ਰਹੇਗਾ।

8. ਜਬਰਦਸਤੀ ਨਾ ਕਰੋ

ਮਾਪਿਆਂ ਨੂੰ ਸਮਝਣਾ ਚਾਹੀਦਾ ਹੈ ਕਿ ਬੱਚਿਆਂ ਦੀਆਂ ਸਮਾਜਕ ਲੋੜਾਂ ਵੱਖਰੀਆਂ ਹੁੰਦੀਆਂ ਹਨ। ਕੁਝ ਬੱਚੇ ਇਕ ਜਾਂ ਦੋ ਨਜ਼ਦੀਕੀ ਦੋਸਤ ਹੋਣ ਨਾਲ ਹੀ ਖੁਸ ਹੁੰਦੇ ਹਨ ਜਦੋਂ ਕਿ ਹੋਰ ਦੋਸਤਾਂ ਨਾਲ ਘਿਰੇ ਰਹਿੰਦੇ ਹਨ। ਇਕ ਹੁਸ਼ਿਆਰ, ਰਚਨਾਤਮਕ ਬੱਚਾ ਜੋ ਪੜ੍ਹਨ ਜਾਂ ਸੰਗੀਤ ਨੂੰ ਪਿਆਰ ਕਰਦਾ ਹੈ ਉਸ ਨੂੰ ਬਹੁਤੇ ਦੋਸਤ ਪ੍ਰੇਸ਼ਾਨੀ ਲੱਗ ਸਕਦੇ ਹਨ। ਅਜਿਹੇ ਬੱਚੇ ਨੂੰ ਹੋਰ ਦੋਸਤ ਬਣਾਉਣ ਲਈ ਕਹਿੰਦੇ ਰਹਿਣਾ ਉਸ ਅੰਦਰ ਬੇਲੋੜਾ ਤਣਾਉ ਪੈਦਾ ਕਰ ਸਕਦਾ ਹੈ। ਸਮੂਹਕ ਗਤੀਵਿਧੀਆਂ ਵਿਚ ਬਾਹਰ ਜਾ ਕੇ ਸ਼ਾਮਲ ਹੋਣ ਵਾਲੇ ਬੱਚੇ ਦੇ ਬਹੁਤ ਸਾਰੇ ਰੁਝੇਵੇਂ ਹੋ ਸਕਦੇ ਹਨ ਕਿ ਮਾਪਿਆਂ ਨੂੰ ਉਸ ਨੂੰ ਘਰ ਵਿਚ ਰਹਿਣ ਲਈ ਮਜਬੂਰ ਕਰਨਾ ਪਏਗਾ। ਇਸ ਨਾਲ ਫੇਰ ਟਕਰਾਉ ਪੈਦਾ ਹੋ ਸਕਦਾ ਹੈ। ਭਾਵੇਂ ਤੁਹਾਡੀ ਸਥਿਤੀ ਕਿਸੇ ਵੀ ਤਰ੍ਹਾਂ ਦੀ ਨਿਵੇਕਲੀ ਹੋਵੇ ਜਬਰਦਸਤੀ ਨਾ ਕਰੋ- ਪ੍ਰੇਰਣਾ ਇਸ ਖਾਤਰ ਕਿਤੇ ਵਧੀਆ ਤਰਜੀਹ ਹੈ।

9. ਮਾਪੇ ਤੋਂ ਦੋਸਤ ਵੱਲ

ਸਮੇਂ ਨਾਲ ਹਰੇਕ ਮਾਪਾ-ਬੱਚਾ ਰਿਸ਼ਤਾ ਨਿੱਘੀ ਦੋਸਤੀ ਵਿਚ ਫਲਣਾ ਚਾਹੀਦਾ ਹੈ ਜਿਸ ਵਿਚ ਮੁੱਖ ਪਾਤਰ ਬਰਾਬਰੀ ਉਤੇ ਅੰਤਰਕ੍ਰਿਆ ਕਰਨਗੇ। ਦੋਸਤ ਬਣ ਕੇ ਮਾਪੇ ਬੱਚੇ ਦੇ ਵਿਹਾਰ ਨੂੰ ਵਧੇਰੇ ਪ੍ਰਭਾਵੀ ਅਤੇ ਸਾਕਾਰੀ ਢੰਗ ਨਾਲ ਪ੍ਰਭਾਵਿਤ ਅਤੇ ਸੂਤਰਬੱਧ ਕਰ ਸਕਦੇ ਹਨ।

ਪੁੱਤਰ ਦੇ ਫੀਤੇ ਬੰਨ੍ਹਣ ਤੋਂ ਲੈ ਕੇ ਉਸ ਨੂੰ ਆਪਣੇ ਫੀਤੇ ਬੰਨ੍ਹਣ ਦੇਣ ਦਾ ਸਫਰ ਬੜਾ ਲੰਮਾਂ ਅਤੇ ਔਖਾ ਹੈ, ਪਰ ਇਹ ਇਕ ਬਹੁਤ ਸੋਹਣਾ ਅਤੇ ਖ਼ੁਸ਼ੀ ਭਰਪੂਰ ਅਨੁਭਵ ਹੈ। ਅਖੀਰ ਵਿਚ ਮਾਵਾਂ ਅਤੇ ਧੀਆਂ ਲਈ ਇਕ ਸੋਚ :

'ਸਟਿਕ ਪਾਸੇ ਰੱਖ ਦਿਉ, ਲਿਪਸਟਿਕ ਸਾਂਝੀ ਕਰੋ।'

ਕੁਝ ਦੋਸਤਾਨਾ ਸੁਝਾਉ

1. ਆਪਣੇ ਬੱਚਿਆਂ ਅਤੇ ਉਨ੍ਹਾਂ ਦੇ ਦੋਸਤਾਂ ਉਤੇ ਬੇਲੋੜੀਆਂ ਅਤੇ ਨਾਜਾਇਜ਼ ਪਾਬੰਦੀਆਂ ਨਾ ਥੋਪੋ। ਉਨ੍ਹਾਂ ਨੂੰ ਆਜ਼ਾਦ ਫੈਸਲੇ ਲੈਣ ਦੀ ਆਜ਼ਾਦੀ ਦਿਉ।
2. ਆਪਣੇ ਬੱਚੇ ਦੇ ਦੋਸਤਾਂ ਦੀਆਂ ਪਸੰਦਾਂ ਅਤੇ ਨਾਪਸੰਦੀਆਂ ਬਾਰੇ ਜਾਣੋ। ਉਨ੍ਹਾਂ ਦੀ ਪਸੰਦ ਅਤੇ ਭਾਵਨਾਵਾਂ ਤੋਂ ਜਾਣੂ ਹੋਣਾ ਤੁਹਾਡੇ ਲਈ ਉਨ੍ਹਾਂ ਦਾ ਵਿਸ਼ਵਾਸ ਅਤੇ ਸਤਿਕਾਰ ਜਿੱਤੇਗਾ।
3. ਬੱਚੇ ਅਤੇ ਉਸਦੇ ਦੋਸਤਾਂ ਦੀਆਂ ਪ੍ਰਾਪਤੀਆਂ ਦੀ ਦਾਦ ਦੇਣੀ ਚੇਤੇ ਰੱਖੋ।
4. ਬੱਚਿਆਂ ਨੂੰ ਸਿਖਾਇਆ ਜਾਣਾ ਚਾਹੀਦਾ ਹੈ ਕਿ ਉਹ ਬਾਹਰ ਜਾਣ ਵੇਲੇ ਮਾਪਿਆਂ ਨੂੰ ਦੱਸਣ ਕਿ ਉਹ ਕਿੱਥੇ ਜਾ ਰਹੇ ਹਨ ਅਤੇ ਕਦੋਂ ਮੁੜਨਗੇ। ਇਕ ਵਾਰੀ ਜਦੋਂ ਇਹ ਆਦਤ ਪੈ ਜਾਵੇ ਤਾਂ ਬਹੁਤ ਸਾਰੀ ਦੁਚਿੱਤੀ, ਤੌਖਲੇ ਅਤੇ ਟਕਰਾਉ ਤੋਂ ਬਚਿਆ ਜਾ ਸਕਦਾ ਹੈ।
5. ਜੇਕਰ ਤੁਹਾਡਾ ਕਿਸ਼ੋਰ ਪੁੱਤਰ ਜਾਂ ਧੀ ਦੇਰ ਨਾਲ ਘਰ ਆਉਣਾ ਸ਼ੁਰੂ ਕਰਦੇ ਹਨ, ਸਵੇਰੇ ਦੇਰ ਨਾਲ ਉੱਠਦੇ ਹਨ, ਠੀਕ ਤਰ੍ਹਾਂ ਨਹੀਂ ਖਾਂਦੇ, ਬਹਿਸਬਾਜ਼ੀ ਬਹੁਤੀ ਕਰਦੇ ਹਨ, ਤਾਂ ਉਨ੍ਹਾਂ ਦੇ ਇਸ ਵਿਹਾਰ ਨੂੰ ਗੰਭੀਰਤਾ ਨਾਲ ਲਉ, ਕਿਉਂਕਿ ਇਸ ਤੋਂ ਪਤਾ ਲੱਗਦਾ ਹੈ ਕਿ ਸ਼ਾਇਦ ਉਨ੍ਹਾਂ ਦੀ ਸੰਗਤ ਗਲਤ ਮੁੰਡਿਆਂ ਨਾਲ ਹੈ ਅਤੇ ਨਸ਼ੇ ਕਰਨ ਦੀ ਸੰਭਾਵਨਾ ਵੀ ਹੋ ਸਕਦੀ ਹੈ। ਸਥਿਤੀ ਦਾ ਵਿਸ਼ੇਲਸ਼ਣ ਕਰਨ ਅਤੇ ਫੈਸਲੇ ਲੈਣ ਵਿਚ ਅਧਿਆਪਕਾਂ ਅਤੇ ਜਮਾਤੀਆਂ ਦੀ ਮੱਦਦ ਲਿਉ।
6. ਬੱਚੇ ਦਾ ਉਸ ਦੇ ਦੋਸਤਾਂ ਸਾਹਮਣੇ ਕਦੀ ਮਜ਼ਾਕ ਨਾ ਉਡਾਉ।
7. ਬੱਚਿਆਂ ਨਾਲ ਖੁੱਲ੍ਹ ਕੇ ਗੱਲ ਕਰੋ। ਜੇਕਰ ਤੁਸੀਂ ਸੂਚਨਾ ਨਹੀਂ ਦਿਉਗੇ ਤਾਂ ਉਹ ਗਲਤ ਸੂਚਨਾ ਹਾਸਲ ਕਰਨਗੇ।

17.

ਸਮਾਰਟ ਪਾਲਣ ਪੋਸਣ

ਬੱਚੇ ਨੂੰ ਪਾਲਣਾ ਇਕ ਉੱਚੀ ਇਮਾਰਤ ਬਣਾਉਣ ਦੇ ਸਮਾਨ ਹੈ। ਜੇਕਰ ਪਹਿਲੀਆਂ ਕੁਝ ਮੰਜ਼ਿਲਾਂ ਸੇਧ ਵਿਚ ਨਹੀਂ ਤਾਂ ਕਿਸੇ ਨੂੰ ਵੀ ਪਤਾ ਨਹੀਂ ਲੱਗੇਗਾ। ਪਰ ਜਦੋਂ ਇਮਾਰਤ 18-20 ਮੰਜ਼ਿਲਾਂ ਦੀ ਹੋ ਜਾਵੇਗੀ ਤਾਂ ਸਭ ਦੇਖ ਲੈਣਗੇ ਕਿ ਇਹ ਟੇਢੀ ਹੈ।

– ਜਿਮ ਬਿਸ਼ਪ

ਤੁਹਾਡਾ ਬੱਚਾ ਕਿਵੇਂ ਵੱਡਾ ਹੁੰਦਾ ਹੈ ਇਹ ਇਸ ਤੇ ਹੀ ਨਿਰਭਰ ਨਹੀਂ ਕਿ ਤੁਸੀਂ ਉਸ ਦਾ ਕਿੰਨਾ ਖਿਆਲ ਰੱਖਦੇ ਹੋ ਜਾਂ ਉਨ੍ਹਾਂ ਉਤੇ ਕਿੰਨਾ ਪੈਸਾ ਖਰਚਦੇ ਹੋ, ਬਲਕਿ ਇਸ ਤੇ ਹੈ ਕਿ ਤੁਸੀਂ ਕਿੰਨੇ ਸਮਾਰਟ ਮਾਪਾ ਹੋ। ਮਾਪਿਆਂ ਦਾ ਸਿੱਖਿਅਤ ਰੁਤਬਾ ਅਤੇ ਦੈਨਿਕ ਸਥਿਤੀਆਂ ਨਾਲ ਨਜਿੱਠਣ ਦੀ ਉਨ੍ਹਾਂ ਦੀ ਕੁਸ਼ਲਤਾ ਬੱਚੇ ਦੀ ਸਫਲਤਾ ਦੇ ਮੁੱਖ ਨਿਰਧਾਰਕ ਹਨ।

ਜੇ ਤੁਸੀਂ ਚਾਹੁੰਦੇ ਹੋ ਕਿ ਤੁਹਾਡੇ ਬੱਚੇ ਜੀਵਨ ਵਿਚ ਸਫਲ ਹੋਣ ਤਾਂ ਤੁਹਾਨੂੰ ਜ਼ਿੰਮੇਵਾਰੀ, ਸੰਜਮ, ਟਿਕਾਉ ਅਤੇ ਧੀਰਜ ਨਾਲ ਕੰਮ ਕਰਨਾ ਪੈਣਾ ਹੈ। ਜਦੋਂ ਤੁਸੀਂ ਆਪਣੇ ਬੱਚਿਆਂ ਨਾਲ ਨਿਭਾ ਰਹੇ ਹੋਵੋ ਤਾਂ ਤੁਹਾਨੂੰ ਸਪੱਸ਼ਟ ਅਤੇ ਦ੍ਰਿੜ ਹੋਣਾ ਚਾਹੀਦਾ ਹੈ ਪਰ ਇਹ ਨਿੱਘੇ, ਸਨੇਹਭਰਪੂਰ ਅਤੇ ਆਪਸੀ ਸੰਤੁਸ਼ਟੀਦਾਈ ਰਿਸ਼ਤਿਆਂ ਦੀ ਕੀਮਤ ਤੇ ਨਹੀਂ ਹੋਣਾ ਚਾਹੀਦਾ।

ਆਪਣੀ ਊਰਜਾ ਬਚਾ ਕੇ ਰੱਖੋ

ਦੈਨਿਕ ਗਤੀਵਿਧੀਆਂ ਅਤੇ ਜੀਵਨ ਦੇ ਤਣਾਉਆਂ ਨਾਲ ਨਜਿੱਠਣ ਵਿਚ ਵਰਤਣ ਲਈ ਸਾਡੇ ਸਾਰਿਆਂ ਕੋਲ ਇਕ ਖਾਸ ਮਾਤਰਾ ਵਿਚ ਜਿਸਮਾਨੀ ਅਤੇ ਮਾਨਸਿਕ ਊਰਜਾ ਹੁੰਦੀ ਹੈ। ਬੇਲੋੜੇ ਟਕਰਾਉ ਸਾਡੀ ਊਰਜਾ ਦਾ ਨਾਸ਼ ਕਰਦੇ ਹਨ।

ਇਸ ਦਾ ਮਤਲਬ ਹੈ ਕਿ ਤੁਹਾਨੂੰ ਆਪਣੇ ਮੈਦਾਨੇ-ਜੰਗ ਸਿਆਣਪ ਨਾਲ ਚੁਣਨੇ ਚਾਹੀਦੇ ਹਨ। ਆਪਣੇ ਬੱਚੇ ਨਾਲ ਬੈਠੋ ਅਤੇ ਜੋ ਤੁਸੀਂ ਮੁੱਖ ਮੁੱਦੇ ਮਹਿਸੂਸ ਕਰਦੇ ਹੋ ਉਨ੍ਹਾਂ ਬਾਰੇ ਵਿਚਾਰ-ਚਰਚਾ ਕਰੋ। ਇਕ ਵਾਰੀ ਜਦੋਂ ਤੁਸੀਂ ਉਨ੍ਹਾਂ ਦੀ ਸ਼ਨਾਖਤ ਕਰ ਲੈਂਦੇ ਹੋ ਤਾਂ ਅਗਵਾਈ ਲੀਹਾਂ ਦਾ ਇਕ ਚੌਖਟਾ ਤਿਆਰ ਕਰੋ ਅਤੇ ਇਹ ਦੇਖਣ ਲਈ ਆਪਣੀ ਊਰਜਾ ਨੂੰ ਸੁਰਬੱਧ ਕਰੋ ਕਿ ਉਨ੍ਹਾਂ ਦੀ ਪਾਲਣਾ ਹੋ ਰਹੀ ਹੈ। ਜੇਕਰ ਤੁਸੀਂ ਛੋਟੇ-ਮੋਟੇ ਮੁੱਦਿਆਂ 'ਤੇ ਪ੍ਰਤੀਕ੍ਰਿਆ ਕਰਦੇ ਰਹੋਗੇ ਤਾਂ ਤੁਹਾਡੇ ਕੋਲ ਵਧੇਰੇ ਅਹਿਮ ਸਮੱਸਿਆਵਾਂ ਨਾਲ ਸਿੱਝਣ ਲਈ ਊਰਜਾ ਹੀ ਨਹੀਂ ਰਹੇਗੀ।

ਮੈਂ ਊਰਜਾ ਨੂੰ ਪੈਸੇ ਦੇ ਬਰਾਬਰ ਮੰਨ ਕੇ ਇਸ ਨੂੰ ਸਪੱਸ਼ਟ ਕਰਨ ਦੀ ਕੋਸ਼ਿਸ਼ ਕਰਾਂਗਾ। ਇਹ ਫੈਸਲਾ ਕਰੋ ਕਿ ਕੀ ਮੁੱਦੇ ਦਾ ਮੁੱਲ 10/-ਰੁ., 100/-ਰੁਪਏ ਜਾਂ 1000/-ਰੁ. ਹੈ ਫੇਰ ਮੁੱਦੇ ਦੇ ਮਹੱਤਵ ਦੇ ਅਨੁਸਾਰ ਆਪਣੀ ਊਰਜਾ ਖਰਚ ਕਰੋ। ਬਹੁਤੀ ਊਰਜਾ ਖਰਚਣ ਦਾ ਸਿੱਟਾ ਟੁੱਟ ਜਾਣ ਵਿਚ ਨਿੱਕਲੇਗਾ।

ਜੇਕਰ ਤੁਹਾਡਾ ਬੱਚਾ ਦੁੱਧ ਦਾ ਗਿਲਾਸ ਰੋੜ੍ਹ ਦਿੰਦਾ ਹੈ ਤਾਂ ਉਸ ਉੱਤੇ ਟੁੱਟ ਕੇ ਪੈ ਜਾਣ ਦੀ ਬਜਾਏ ਹੇਠਲੇ ਨੁਕਤਿਆਂ ਬਾਰੇ ਸੋਚੋ :

1. ਕੀ ਇਹ ਗਲਤੀ ਸੀ? ਜੇ ਹਾਂ ਤਾਂ ਤੁਹਾਡਾ ਚੀਕਣ ਦਾ ਕੋਈ ਹੱਕ ਨਹੀਂ ਬਣਦਾ, ਗਲਤੀ ਤਾਂ ਤੁਸੀਂ ਵੀ ਕਰ ਸਕਦੇ ਹੋ।
2. ਕੀ ਇਹ ਜਾਣ-ਬੁੱਝ ਕੇ ਸੀ? ਜੇ ਹਾਂ ਤਾਂ ਇਸਦੀ 5/-ਰੁ. ਦੀ ਲਾਗਤ ਬਾਰੇ ਸੋਚੋ ਜੋ ਨਿਗੂਣੀ ਜਿਹੀ ਹੈ। ਮੁੱਦਾ ਸਿਰਫ ਬੱਚੇ ਦੀ ਅਨੁਸ਼ਾਸਨਹੀਣਤਾ ਨਾਲ ਨਜਿੱਠਣ ਦਾ ਰਹਿ ਜਾਂਦਾ ਹੈ। ਉਸ ਨਾਲ ਗੱਲ ਕਰੋ ਅਤੇ ਉਸ ਦੇ ਗਲਤ ਵਿਹਾਰ ਬਾਰੇ ਸਪੱਸ਼ਟ ਕਰੋ, ਨਾਲ ਹੀ ਭਵਿੱਖ ਵਿਚ ਇਸਦੇ ਨਾ ਖੁਸ਼ਗਵਾਰ ਸਿੱਟਿਆਂ ਤੋਂ ਚੇਤੰਨ ਕਰੋ।

ਨਾਂਹ ਕਹਿਣ ਦਾ ਮਹੱਤਵ

ਮੈਂ ਰਾਤ ਦੇ ਖਾਣੇ ਲਈ ਇਕ ਪਰਿਵਾਰ ਨਾਲ ਗਿਆ ਸੀ ਜਿਸ ਨੂੰ ਮੈਂ ਚੰਗੀ ਤਰ੍ਹਾਂ ਜਾਣਦਾ ਸੀ। ਜਦੋਂ ਅਸੀਂ ਰੇਸਤਰਾਂ ਤੋਂ ਬਾਹਰ ਆਏ ਤਾਂ ਉਨ੍ਹਾਂ ਦੇ ਪੰਜ ਸਾਲਾ ਪੁੱਤਰ ਪਰਿਅਮ ਨੇ ਇਕ ਖਾਸ ਕਾਰ ਦੀ ਮੰਗ ਕੀਤੀ ਅਤੇ ਜਦੋਂ ਨਾਂਹ ਕਰ ਦਿੱਤੀ ਗਈ ਤਾਂ ਉਹ ਠੁਣ-ਠੁਣ ਕਰਨ ਲੱਗਾ, ਫੇਰ ਉੱਚੀ ਰੋਣ ਲੱਗਾ ਤੇ ਫੇਰ ਤਾਂ ਗੁੱਸੇ ਨਾਲ ਚੀਕਣ ਹੀ ਲੱਗ ਪਿਆ। ਉਸ ਦੇ ਮਾਪੇ ਉਸ ਲਈ ਕਾਰ ਖਰੀਦਣ ਲਈ ਤਿਆਰ ਜਿਹੇ ਹੀ ਹੋ ਗਏ ਸਨ, ਪਰ ਉਨ੍ਹਾਂ ਦੀ ਘੜੀ ਦੀ ਘੜੀ ਦੀ ਝਿਜਕ ਨੇ ਮੇਰੀ ਇਕ ਸ਼ੁਰੂਆਤ ਕਰਵਾ ਦਿੱਤੀ ਜਿਸ ਦੀ ਭਾਲ ਵਿਚ ਮੈਂ ਸੀ। ਮੈਂ ਉਨ੍ਹਾਂ ਨੂੰ ਕਿਹਾ ਕਿ ਉਹ ਸਥਿਤੀ ਨਾਲ ਦ੍ਰਿੜ੍ਹਤਾ ਨਾਲ ਨਜਿੱਠਣ ਅਤੇ ਆਪਣੇ ਬੱਚੇ ਦੀ ਗਲਤ ਮੰਗ ਸਾਹਮਣੇ ਨਾ ਝੁਕਣ।

ਵਾਪਸੀ ਤੇ ਪਰਿਅਮ ਦੀਆਂ ਚੀਕਾਂ ਕਾਰ ਦੇ ਸਟੀਰੀਓ ਤੋਂ ਵੀ ਕਿੱਧਰੇ ਉੱਚੀਆਂ ਸਨ। ਜਦੋਂ ਮੈਂ ਉਨ੍ਹਾਂ ਨੂੰ ਉਨ੍ਹਾਂ ਦੇ ਗੇਟ ਤੇ ਲਾਹਿਆ ਤਾਂ ਉਸ ਦੀਆਂ

ਚੀਕਾਂ ਰੋਊਂ-ਰੋਊਂ ਕਰਨ ਤੇ ਹੀ ਆ ਗਈਆਂ ਸਨ। ਮੈਨੂੰ ਮਗਰੋਂ ਦੱਸਿਆ ਗਿਆ ਕਿ ਜਦੋਂ ਪਰਿਅਮ ਨੂੰ ਬਿਸਤਰੇ ਤੇ ਪਾਇਆ ਗਿਆ ਉਹ ਉਦੋਂ ਹੀ ਸੌਂ ਗਿਆ ਤੇ ਜਦੋਂ ਉਹ ਸਵੇਰੇ ਉੱਠਿਆ ਤਾਂ ਉਹ ਕਾਰ ਬਾਰੇ ਸਭ ਕੁਝ ਭੁੱਲ-ਭੁਲਾ ਚੁੱਕਾ ਸੀ।

ਬੱਚੇ ਦੀਆਂ ਮੰਗਾਂ ਸਾਹਮਣੇ ਝੁਕ ਜਾਣਾ ਸਭ ਤੋਂ ਸੁਖਾਲਾ ਢੰਗ ਹੈ-ਘੱਟੋ ਘੱਟ ਵਿਰੋਧ ਦਾ ਰਾਹ। ਪਰ ਜੇ ਤੁਸੀਂ ਇਹ ਹਰ ਵੇਲੇ ਕਰਦੇ ਰਹੋ ਤਾਂ ਤੁਸੀਂ ਆਪਣੇ ਬੱਚੇ ਨੂੰ ਵਿਗਾੜ ਲਉਗੇ। ਉਸ ਦੀਆਂ ਸਿਰਫ ਮੰਗਾਂ ਹੀ ਨਹੀਂ ਵਧ ਜਾਣਗੀਆਂ; ਉਹ ਵੱਧੋ-ਵੱਧ ਗਲਤ ਵੀ ਹੁੰਦੀਆਂ ਜਾਣਗੀਆਂ।

ਟੀ.ਵੀ. ਇਸ਼ਤਿਹਾਰਾਂ ਦੇ ਤੂਫਾਨੀ ਹੱਲੇ ਦੇ ਸਭ ਤੋਂ ਭੈੜੇ ਸ਼ਿਕਾਰ ਬੱਚੇ ਹਨ। ਨਵੇਂ ਖਿਡੌਣਿਆਂ, ਗੁੜੀਆਂ, ਚਾਕਲੇਟਾਂ, ਇਲੈਕਟ੍ਰਾਨਿਕ ਖੇਡਾਂ ਅਤੇ ਸਾਈਕਲਾਂ ਦੇ ਇਸ਼ਤਿਹਾਰ ਉਨ੍ਹਾਂ ਦੀ ਕਲਪਨਾ ਨੂੰ ਤੱਤਾ ਕਰਦੇ ਹਨ ਅਤੇ ਉਨ੍ਹਾਂ ਦੀ ਚਾਹਤ ਵਧਾਉਂਦੇ ਹਨ। ਨਵੇਂ ਵਿਚਾਰਾਂ ਅਤੇ ਚੀਜਾਂ ਲਈ ਉਨ੍ਹਾਂ ਦੀ ਇੱਛਾ ਫੌਰੀ ਵਧ ਜਾਂਦੀ ਹੈ ਅਤੇ ਜਦੋਂ ਉਹ ਇਨ੍ਹਾਂ ਨੂੰ ਪਾਉਣ ਵਿਚ ਅਸਫਲ ਰਹਿੰਦੇ ਹਨ ਤਾਂ ਉਹ ਮਾਯੂਸ ਹੋ ਜਾਂਦੇ ਹਨ। ਮਾਪਿਆਂ ਨੂੰ ਬੱਚਿਆਂ ਨੂੰ ਗਲਤ ਮੰਗਾਂ ਅਤੇ ਠੀਕ ਮੰਗਾਂ ਵਿਚਕਾਰ ਸੰਤੁਲਨ ਬਣਾਉਣਾ ਸਿਖਾਉਣਾ ਚਾਹੀਦਾ ਹੈ। ਇੱਥੇ ਦਿੱਤਾ ਜਾਂਦਾ ਹੈ ਜੋ ਤੁਹਾਨੂੰ ਕਰਨਾ ਚਾਹੀਦਾ ਹੈ :

ਮਾਇਕ ਮਾਮਲੇ

ਐਵੇਂ ਹੀ ਬਿਨਾਂ ਸੋਚੇ-ਸਮਝੇ ਮਹਿੰਗੀਆਂ ਚੀਜਾਂ ਨਾ ਖਰੀਦੋ। ਜੇਕਰ ਤੁਹਾਡਾ ਬੱਚਾ ਨਵਾਂ ਸਾਈਕਲ ਚਾਹੁੰਦਾ ਹੈ ਤੇ ਤੁਸੀਂ ਸਮਝਦੇ ਹੋ ਕਿ ਉਸ ਦੀ ਮੰਗ ਜਾਇਜ਼ ਹੈ ਤਾਂ ਤੁਹਾਨੂੰ ਕਹਿਣਾ ਚਾਹੀਦਾ ਹੈ : ਹਾਲਾਂਕਿ ਤੈਨੂੰ ਨਵੇਂ ਸਾਈਕਲ ਦੀ ਲੋੜ ਹੈ ਪਰ ਆਪਾਂ ਨੂੰ ਇਸ ਬਾਰੇ ਵਿਚਾਰਨਾ ਚਾਹੀਦਾ ਹੈ। ਇਹ ਨਹੀਂ ਹੋ ਸਕਦਾ ਕਿ ਤੁਸੀਂ ਐਵੇਂ ਹੀ ਬਾਜ਼ਾਰ ਜਾ ਵੜੋ ਅਤੇ ਸਾਈਕਲ ਖਰੀਦ ਲਿਆਉ।

ਸ਼ੁਰੂ ਤੋਂ ਹੀ ਆਪਣੇ ਬੱਚਿਆਂ ਨੂੰ ਇਹ ਸਪੱਸ਼ਟ ਕਰ ਦਿਉ ਕਿ ਜੋ ਕੁਝ ਵੀ ਤੁਸੀਂ ਉਨ੍ਹਾਂ ਲਈ ਜਾਂ ਆਪਣੇ ਲਈ ਖਰੀਦਦੇ ਹੋ ਇਸ ਵਿਚ ਗੰਭੀਰ ਨਿਰਣੇਕਾਰੀ ਸ਼ਾਮਲ ਹੁੰਦੀ ਹੈ। ਉਨ੍ਹਾਂ ਨੂੰ ਇਹ ਵੀ ਦੱਸ ਦਿਉ ਕਿ ਬਹੁਤ ਸਾਰੀਆਂ ਚੀਜ਼ਾਂ ਬੇਕਾਰ ਹੁੰਦੀਆਂ ਹਨ ਅਤੇ ਖਰੀਦਣ ਜੋਗੀਆਂ ਨਹੀਂ ਹੁੰਦੀਆਂ। ਉਨ੍ਹਾਂ ਨੂੰ ਇਹ ਸੰਦੇਸ਼ ਜਾਣਾ ਹੀ ਚਾਹੀਦਾ ਹੈ ਕਿ ਪੈਸਾ ਕੋਈ ਅਸੀਮ ਜਿਨਸ ਨਹੀਂ ਹੈ ਅਤੇ ਇਹ ਸਿਆਣਪ ਨਾਲ ਖਰਚਿਆ ਜਾਣਾ ਚਾਹੀਦਾ ਹੈ। ਜੇਕਰ ਤੁਸੀਂ ਇਸ ਵਿਚ ਸਿਆਣਪ ਵਰਤਦੇ ਹੋ ਤਾਂ ਇਸ ਦਾ ਨੁਕਸਾਨ ਤੁਹਾਡੇ ਬੱਚੇ ਨੂੰ ਨਹੀਂ ਹੋਵੇਗਾ।

ਕਸੂਰਵਾਰ ਮਹਿਸੂਸ ਨਾ ਕਰੋ

ਕੰਮਕਾਰੀ ਮਾਪੇ ਇਹ ਮਹਿਸੂਸ ਕਰਦੇ ਹਨ ਕਿ ਕਿਉਂਕਿ ਉਹ ਆਪਣੇ ਬੱਚਿਆਂ ਨੂੰ ਕਾਫੀ ਸਮਾਂ ਦੇਣ ਦੇ ਅਯੋਗ ਹਨ ਇਸ ਕਰਕੇ ਉਨ੍ਹਾਂ ਨੂੰ ਆਪਣੀ ਗੈਰਮੌਜੂਦਗੀ ਦੀ ਭਰਪਾਈ ਕਿਵੇਂ ਨਾ ਕਿਵੇਂ ਕਰਨੀ ਚਾਹੀਦੀ ਹੈ। ਉਨ੍ਹਾਂ ਨੂੰ ਆਪਣੇ ਗੁਨਾਹ ਦੇ

ਅਹਿਸਾਸ 'ਤੇ ਕਾਬੂ ਪਾਉਣ ਲਈ ਕੋਈ ਨਾ ਕੋਈ ਤੋਹਫਾ ਖਰੀਦਣ ਦੀ ਆਦਤ ਪੈ ਜਾਂਦੀ ਹੈ। ਭਾਵੇਂ ਮਾਪੇ ਇਸ ਨੂੰ ਖੁੱਲ੍ਹ-ਦਿਲੀ ਮਹਿਸੂਸ ਕਰਦੇ ਹੋਣ, ਪਰ ਇਹ ਬੱਚਿਆਂ ਲਈ ਨੁਕਸਾਨਦੇਹ ਹੈ ਕਿਉਂ ਜੋ ਉਹ ਹਰ ਸਮੇਂ ਤੋਹਫੇ ਅਤੇ ਖਾਣ ਨੂੰ ਮੰਗਣਾ ਸ਼ੁਰੂ ਕਰ ਦਿੰਦੇ ਹਨ।

ਕਸੂਰਵਾਰ ਮਹਿਸੂਸ ਨਾ ਕਰੋ! ਕੰਮ ਕਰਕੇ ਤੁਸੀਂ ਇਸ ਸਥਿਤੀ ਵਿਚ ਹੁੰਦੇ ਹੋ ਕਿ ਆਪਣੇ ਬੱਚਿਆਂ ਨੂੰ ਚੰਗਾ ਜੀਵਨ ਮਿਆਰ, ਬਿਹਤਰ ਮਨੋਰੰਜਨ ਅਤੇ ਵਧੀਆ ਸਿੱਖਿਆ ਦੇ ਸਕੋ। ਇਸ ਦੀ ਬਜਾਏ ਆਪਣੇ ਬੱਚੇ ਲਈ ਸਮਾਂ ਕੱਢਣ ਦੀ ਕੋਸ਼ਿਸ਼ ਕਰੋ ਅਤੇ ਉਸ ਦੀਆਂ ਰੁਚੀਆਂ ਵਿਚ ਦਿਲਚਸਪੀ ਲਉ। ਦਫ਼ਤਰ ਦੀਆਂ ਫਾਈਲਾਂ ਅਤੇ ਪ੍ਰੇਸ਼ਾਨੀਆਂ ਆਪਣੇ ਘਰ ਲਿਆਉਣ ਤੋਂ ਬਚੋ।

ਆਪਣੇ ਇਰਾਦੇ ਤੇ ਕਾਇਮ ਰਹੋ

ਮਾਪੇ ਆਪਣੇ ਬੱਚਿਆਂ ਦੀਆਂ ਗਲਤ ਮੰਗਾਂ ਸਾਹਮਣੇ ਕਿਉਂ ਝੁਕ ਜਾਂਦੇ ਹਨ ਇਸ ਦਾ ਬੁਨਿਆਦੀ ਕਾਰਨ ਝਗੜੇ ਤੋਂ ਬਚਣਾ ਹੈ। ਇਕ ਵਾਰੀ ਜਦੋਂ ਤੁਸੀਂ ਨਾਂਹ ਕਹਿ ਦਿਉ ਤਾਂ ਇਹ ਨਾਂਹ ਹੀ ਰਹਿਣੀ ਚਾਹੀਦੀ ਹੈ। ਜਦੋਂ ਤੁਸੀਂ ਦ੍ਰਿੜਤਾ ਨਾਲ ਨਾਂਹ ਕਹਿ ਦਿੰਦੇ ਹੋ ਤਾਂ ਬੱਚੇ ਨੂੰ ਇਹ ਸੰਦੇਸ਼ ਜਾਂਦਾ ਹੈ ਕਿ ਰੋਣ ਜਾਂ ਚਾਪਲੂਸੀ ਕਰਨ ਨਾਲ ਕੁਝ ਵੀ ਨਹੀਂ ਹੋਣਾ। ਨਾਂਹ ਕਹਿੰਦੇ ਹੋਏ ਤੁਹਾਨੂੰ ਆਪਣੇ ਇਨਕਾਰ ਲਈ ਸਰਲਤਮ ਸਪੱਸ਼ਟੀਕਰਨ ਪੇਸ਼ ਕਰਨ ਦੀ ਕੋਸ਼ਿਸ਼ ਕਰਨੀ ਚਾਹੀਦੀ ਹੈ।

ਜੇਕਰ ਤੁਹਾਡੀ ਧੀ ਪਾਰਟੀ ਤੇ ਜਾਣ ਵਾਲੀਆਂ ਨਵੀਆਂ ਜੁੱਤੀਆਂ ਮੰਗਦੀ ਹੈ ਤੇ ਤੁਹਾਨੂੰ ਪਤਾ ਹੈ ਕਿ ਉਸ ਨੂੰ ਇਨ੍ਹਾਂ ਦੀ ਲੋੜ ਨਹੀਂ ਫੇਰ ਤੁਹਾਨੂੰ ਇਹ ਕਹਿਕੇ ਲੱਲੇ-ਭੱਭੇ ਨਹੀਂ ਕਰਨੇ ਚਾਹੀਦੇ, ਉਹ ਤਾਂ ਐਵੇਂ ਦਿਖਾਵਟੀ ਜਿਹੀਆਂ ਲੱਗਦੀਆਂ ਹਨ ਜਾਂ ਉਹ ਐਨੇ ਦੀਆਂ ਲੱਗਦੀਆਂ ਨਹੀਂ ਜਾਂ ਐਨੀਆਂ ਜੁੱਤੀਆਂ ਦੀ ਕੋਈ ਤੁਕ ਨਹੀਂ ਬਣਦੀ।' ਇਸ ਤਰ੍ਹਾਂ ਦੀ ਦਲੀਲ ਇਕ ਬਾਲਿਗ ਨੂੰ ਤਾਂ ਠੀਕ ਲੱਗ ਸਕਦੀ ਹੈ ਪਰ ਇਹ ਬੱਚਿਆਂ ਦੀ ਸਮਝ ਤੋਂ ਪਰੇ ਦੀ ਗੱਲ ਹੈ। ਉਸ ਨੂੰ ਬੱਸ ਇਹੀ ਕਹੋ, 'ਤੈਨੂੰ ਹੋਰ ਜੁੱਤੀਆਂ ਦੀ ਲੋੜ ਨਹੀਂ।'

ਜੇਕਰ ਤੁਹਾਡਾ ਬੱਚਾ ਫੇਰ ਵੀ ਰੋ ਕੇ, ਬਹਿਸ ਵਿਚ ਪੈ ਕੇ ਜਾਂ ਚਾਪਲੂਸੀ ਕਰਕੇ ਆਪਣਾ ਕੰਮ ਕਢਵਾ ਲੈਂਦਾ ਹੈ ਤਾਂ ਛੇਤੀ ਹੀ ਉਹ ਇਸ ਤਕਨੀਕ ਦਾ ਉਸਤਾਦ ਬਣ ਜਾਵੇਗਾ ਤੇ ਤੁਹਾਡਾ ਜੀਣਾ ਦੁੱਭਰ ਕਰ ਦੇਵੇਗਾ। ਜਦੋਂ ਬੱਚਾ ਦੁਕਾਨ ਦੇ ਅੰਦਰ ਰੇੜਕਾ ਖੜ੍ਹਾ ਕਰ ਰਿਹਾ ਹੋਵੇ ਤਾਂ ਬਿਹਤਰ ਹੈ ਕਿ ਇਹ ਹੋਣ ਦਿੱਤਾ ਜਾਵੇ। ਆਪਣੇ ਫੈਸਲੇ ਤੇ ਅੜੇ ਰਹੋ ਭਾਵੇਂ ਕਿ ਬੱਚੇ ਦੇ ਰੋਣ ਨਾਲ ਤੁਹਾਡਾ ਦਿਲ ਘਟ ਰਿਹਾ ਹੋਵੇ। ਜੇ ਜ਼ਰੂਰੀ ਹੋਵੇ ਤਾਂ ਬੱਚੇ ਨੂੰ ਫੜੋ ਅਤੇ ਦੁਕਾਨ ਤੋਂ ਬਾਹਰ ਆ ਜਾਉ-ਕਈ ਵਾਰੀ ਆਪਣਾ ਨੁਕਤਾ ਸਾਬਤ ਕਰਨ ਲਈ ਤੁਹਾਨੂੰ ਸਖਤ ਵੀ ਹੋਣਾ ਪੈ ਸਕਦਾ ਹੈ।

ਮਾਪਿਆਂ ਦੇ ਤੌਰ ’ਤੇ ਤੁਹਾਡਾ ਕੰਮ ਬੱਚੇ ਦੀ ਫੈਸਲਾ ਕਰਨ ਵਿਚ ਮੱਦਦ ਕਰਨਾ ਹੈ ਕਿ ਕੀ ਲੈਣਯੋਗ ਹੈ ਤੇ ਕੀ ਨਹੀਂ। ਤੁਹਾਨੂੰ ਉਨ੍ਹਾਂ ਨੂੰ ਸਿਖਾਉਣਾ ਚਾਹੀਦਾ ਹੈ ਕਿ ਮੰਗ ਚੁੱਕਣ ਅਤੇ ਉਸ ਨੂੰ ਪੂਰੀ ਕਰਵਾਉਣ ਦੇ ਹੋਰ ਵੀ ਬਿਹਤਰ ਢੰਗ ਹਨ। ਉਨ੍ਹਾਂ ਨੂੰ ਸਿੱਖਣਾ ਚਾਹੀਦਾ ਹੈ ਕਿ ਫਰਸ਼ ਉੱਤੇ ਲਿਟਣ ਨਾਲ ਜਾਂ ਰੋਣ ਨਾਲ ਕੁਝ ਨਹੀਂ ਹੋਣਾ।

ਸਾਕਾਰਾਤਮਕ ਬਣੋ : ਆਸ਼ਾਵਾਦੀ ਰਹੋ

ਜਿਹੜੇ ਮਾਪੇ ਨੁਕਤਾਚੀਨੀ ਅਤੇ ਸਜ਼ਾ ਦੀ ਬਜਾਏ ਪ੍ਰਸੰਸਾ ਅਤੇ ਇਨਾਮ ਵਰਤਦੇ ਹਨ ਉਹ ਆਮ ਤੌਰ ਤੇ ਸਕਾਰਾਤਮਕ ਸਿੱਟੇ ਪ੍ਰਾਪਤ ਕਰਦੇ ਹਨ। ਉਹ ਆਪਦੇ ਬੱਚਿਆਂ ਵਿਚੋਂ ਗਲਤ ਵਿਹਾਰ ਕੱਢਣ ਅਤੇ ਸਹੀ ਵਿਹਾਰ ਮਜ਼ਬੂਤ ਕਰਨ ਦੇ ਯੋਗ ਹੁੰਦੇ ਹਨ। ਮਾਪਿਆਂ ਨੂੰ ਬੱਚੇ ਦੇ ਉੱਜਲ ਪੱਖ ਨੂੰ ਦੇਖਣਾ ਚਾਹੀਦਾ ਹੈ ਅਤੇ ਉਨ੍ਹਾਂ ਦੀਆਂ ਸਮਰੱਥਾਵਾਂ ਅਤੇ ਪ੍ਰਾਪਤੀਆਂ ਨੂੰ ਉਚਿਆਉਣਾ ਚਾਹੀਦਾ ਹੈ। ਕਮਜ਼ੋਰੀਆਂ ਤੇ ਧਿਆਨ ਦੇਣਾ ਅਤੇ ਛੋਟੀਆਂ-ਮੋਟੀਆਂ ਕਮੀਆਂ ਲਈ ਬੱਚੇ ਨੂੰ ਦੋਸ਼ ਦੇਣਾ ਪ੍ਰਤੀ ਪੈਦਾਵਾਰੀ ਹੋ ਸਕਦਾ ਹੈ।

ਤੇਰਾਂ ਸਾਲਾ ਯੋਗਿਤਾ ਆਮ ਕਮਜ਼ੋਰੀ ਅਤੇ ਮਾੜੀ ਯਾਦਾਸ਼ਤ ਦੀਆਂ ਸ਼ਿਕਾਇਤਾਂ ਨਾਲ ਮੇਰੇ ਕਲੀਨਿਕ ਲਿਆਂਦੀ ਗਈ। ਉਸ ਦੇ ਕੁਝ ਵੀ ਯਾਦ ਨਹੀਂ ਰਹਿੰਦਾ ਸੀ ਅਤੇ ਪੜ੍ਹਾਈ ਵਿਚ ਉਸ ਦੀ ਪੇਸ਼ਕਾਰੀ ਬੜੀ ਮਾੜੀ ਸੀ। ਉਸ ਦੇ ਮਾਪੇ ਉਸ ਨੂੰ ਪਹਿਲਾਂ ਹੀ ਕਈ ਤਰ੍ਹਾਂ ਦੇ ਅਖੌਤੀ ਯਾਦਾਸ਼ਤ ਵਰਧਕ ਟਾਨਿਕ ਦੇ ਚੁੱਕੇ ਸਨ ਪਰ ਕੋਈ ਅਸਰ ਨਹੀਂ ਹੋਇਆ ਸੀ। ਉਸ ਨਾਲ ਗੱਲ ਕਰਦਿਆਂ ਮੈਨੂੰ ਉਸ ਦੀ ਬੋਲਚਾਲ ਨੇ ਬੜੀ ਖੁਸ਼ਗਵਾਰ ਹੈਰਾਨੀ ਦਿੱਤੀ। ਉਸ ਦੇ ਮਾਪਿਆਂ ਨੇ ਵੀ ਪੁਸ਼ਟੀ ਕੀਤੀ ਕਿ ਉਹ ਹਮੇਸ਼ਾ ਹੀ ਬੜੇ ਸਹੀ ਉਚਾਰਣ ਨਾਲ ਬੜਾ ਸਾਫ ਬੋਲਦੀ ਹੈ, ਉਦੋਂ ਤੋਂ ਹੀ ਜਦੋਂ ਉਹ ਅਜੇ ਛੋਟੀ ਬੱਚੀ ਸੀ।

ਮੈਂ ਸਹਿਜ ਹੀ ਉਸ ਨੂੰ ਪੁੱਛਿਆ ਕਿ ਕੀ ਉਸਨੇ ਕਦੀ ਤਕਰੀਰ ਜਾਂ ਵਾਦ-ਵਿਵਾਦ ਵਿਚ ਹਿਸਾ ਲਿਆ ਹੈ-ਜਵਾਬ ਨਾਂਹ ਵਿਚ ਸੀ। ਮੈਂ ਉਸ ਨੂੰ ਸੁਝਾਇਆ ਕਿ ਜਦੋਂ ਮੌਕਾ ਆਵੇ ਤਾਂ ਉਹ ਆਪਣਾ ਨਾਂ ਜ਼ਰੂਰ ਲਿਖਵਾਏ।

ਸਲਾਹਕਾਰੀ ਦੇ ਅੰਤ ਵਿਚ ਮੈਂ ਦੋ ਨੁਸਖੇ ਲਿਖੇ। 1. ਯੋਗਿਤਾ ਦੇ ਨੁਸਖੇ ਵਿਚ ਲੋਹ ਟਾਨਿਕ ਸੀ ਕਿਉਂਕਿ ਉਸ ਅੰਦਰ ਥੋੜ੍ਹੀ ਰਕਤ-ਅਲਪਤਾ ਸੀ। ਉਸ ਦੇ ਮਾਪਿਆਂ ਲਈ ਨੁਸਖਾ ਸੀ ਯੋਗਿਤਾ ਨੂੰ ਤਕਰੀਰ/ਵਾਦ-ਵਿਵਾਦ ਮੁਕਾਬਲੇ ਵਿਚ ਸ਼ਾਮਲ ਹੋਣ ਲਈ ਪ੍ਰੇਰਿਤ ਕੀਤਾ ਜਾਵੇ। 2. ਉਸ ਨੂੰ 100 ਫੀਸਦੀ ਭਾਵਨਾਤਮਕ ਅਤੇ ਨਾਲ ਹੀ ਪਦਾਰਥਕ ਹਮਾਇਤ ਦਿੱਤੀ ਜਾਵੇ ਜਦੋਂ ਉਹ ਸ਼ਾਮਲ ਹੋਣ ਦਾ ਫੈਸਲਾ ਕਰੇ।

ਦੋ ਮਹੀਨੇ ਬਾਦ ਯੋਗਿਤਾ ਹੁਮਹੁਮਾਉਂਦੀ ਹੋਈ ਆਪਣੇ ਮਾਪਿਆਂ ਨਾਲ ਮੇਰੇ ਕਲੀਨਿਕ ਆਈ। ਉਸ ਦੇ ਹੱਥਾਂ ਵਿਚ ਬੜੀ ਪ੍ਰਭਾਵਸ਼ਾਲੀ ਟਰਾਫੀ ਫੜੀ ਹੋਈ ਸੀ

ਜੋ ਉਸ ਨੇ ਅੰਤਰ-ਸਕੂਲ ਭਾਸ਼ਣ ਮੁਕਾਬਲੇ ਵਿਚ ਜਿੱਤੀ ਸੀ। ਉਹ ਸ਼ਹਿਰ ਦੇ 18 ਮੋਹਰੀ ਸਕੂਲਾਂ ਤੋਂ ਕਰੀਬ 50 ਬੱਚਿਆਂ ਵਿਚੋਂ ਫਸਟ ਆਈ ਸੀ। ਵਿਸ਼ਾ ਸੀ ਬਾਲ ਮਜ਼ਦੂਰੀ ਦਾ ਖਾਤਮਾ। ਇਸ ਵਿਚ ਸ਼ੱਕ ਨਹੀਂ ਕਿ ਉਸਦੇ ਮਾਪਿਆਂ ਨੇ ਭਾਸ਼ਣ ਲਿਖਣ ਵਿਚ ਉਸ ਦੀ ਮੱਦਦ ਕੀਤੀ ਸੀ ਪਰ ਇਹ ਭਾਸ਼ਣ ਦਿੱਤਾ ਤਾਂ ਹਿੰਮਤ ਨਾਲ ਯੋਗਿਤਾ ਨੇ ਹੀ ਸੀ।

ਜਿੱਤ ਨੇ ਯੋਗਿਤਾ ਦੇ ਸਵੈ-ਭਰੋਸੇ ਨੂੰ ਵੱਡਾ ਹੁਲਾਰਾ ਦਿੱਤਾ ਅਤੇ ਉਸ ਦਾ ਆਪਣੀਆਂ ਯੋਗਤਾਵਾਂ ਤੇ ਵਿਸ਼ਵਾਸ ਹੋਰ ਵਧ ਗਿਆ। ਇਹ ਉਸ ਦੀ ਸੁਧਰੀ ਹੋਈ ਵਿਦਿਅਕ ਪੇਸ਼ਕਾਰੀ ਵਿਚ ਵੀ ਝਲਕਣਾ ਸ਼ੁਰੂ ਹੋ ਗਿਆ ਅਤੇ ਉਸ ਦੀ ਯਾਦਾਸ਼ਤ ਦੀ ਸਮੱਸਿਆ ਬੀਤੇ ਦੀ ਗੱਲ ਹੋ ਗਈ।

ਬੱਚਿਆਂ ਨੂੰ ਹੀ ਕਰਨ ਦਿਉ

ਤੁਸੀਂ ਜ਼ਿੰਮੇਵਾਰੀ ਨਹੀਂ ਸਿਖਾ ਸਕਦੇ ਪਰ ਤੁਸੀਂ ਬੱਚੇ ਨੂੰ ਜ਼ਿੰਮੇਵਾਰ ਬਣਾ ਸਕਦੇ ਹੋ। ਬਾਰਾਂ ਸਾਲਾ ਆਯੂਸ਼ ਅਸਾਧ ਨਿੱਕਾ ਸ਼ੈਤੂਗੜਾ ਸੀ-ਸੁਸਤ, ਖਿਝਿਆ ਹੋਇਆ ਅਤੇ ਆਮ ਕਰਕੇ ਬੇਲਾਗ। ਉਸ ਨੂੰ ਟੀ.ਵੀ. ਉਤੇ ਜੋ ਕੁਝ ਵੀ ਆਵੇ ਦੇਖਣਾ ਪਸੰਦ ਸੀ ਅਤੇ ਘਰ ਵਾਸਤੇ ਉਸ ਦਾ ਇਕੋ ਯੋਗਦਾਨ ਸੀ ਕਿ ਉਹ ਇਸ ਨੂੰ ਸਦੀਵੀ ਘੜਮੱਸ ਵਿਚ ਪਾ ਕੇ ਰੱਖਦਾ ਸੀ।

ਅਖੀਰ ਉਸ ਦੇ ਮਾਪਿਆਂ ਨੇ ਉਸਨੂੰ ਘਰ ਨੂੰ ਚਲਾਉਣ ਵਿਚ ਸ਼ਾਮਲ ਕਰਨ ਦਾ ਫੈਸਲਾ ਕੀਤਾ। ਆਯੂਸ਼ ਨੂੰ ਮਾਸਿਕ ਰਾਸ਼ਨ ਖਰੀਦਣ ਦੀ ਜ਼ਿੰਮੇਵਾਰੀ ਦਿੱਤੀ ਗਈ। ਇਸ ਹੰਭਲੇ ਵਿਚ ਉਸ ਦੀ ਅਗਵਾਈ ਉਸਦੇ ਮਾਪਿਆਂ ਨੇ ਕਰਨੀ ਸੀ। ਉਸ ਨੂੰ ਮਹੀਨੇ ਦੇ ਰਾਸ਼ਨ ਦੇ ਔਸਤ ਖਰਚੇ ਦੇ ਬਰਾਬਰ ਇਕ ਖਾਸ ਰਕਮ ਮਹੀਨੇ ਦੇ ਸ਼ੁਰੂ ਵਿਚ ਦੇ ਦਿੱਤੀ ਗਈ। ਖਰੀਦ ਦਾ ਰਿਕਾਰਡ ਰੱਖਣ ਲਈ ਉਸ ਨੂੰ ਇਕ ਡਾਇਰੀ ਵੀ ਦੇ ਦਿੱਤੀ ਗਈ। ਜੇਕਰ ਮਹੀਨੇ ਦੇ ਅਖੀਰ ਵਿਚ ਪੈਸੇ ਬਚ ਜਾਂਦੇ ਤਾਂ ਇਹ ਉਸਦੀ ਕਿੱਟੀ ਵਿਚ ਚਲੇ ਜਾਂਦੇ।

ਅੱਜ ਆਯੂਸ਼ ਕੋਲ ਟੀ.ਵੀ. ਲਈ ਕੋਈ ਸਮਾਂ ਨਹੀਂ-ਉਹ ਰੁੱਝਿਆ ਹੋਇਆ ਨੌਜਵਾਨ ਵਪਾਰੀ ਹੈ। ਉਸ ਨੇ ਸਿਆਣਪ ਨਾਲ ਬਚਾਉਣਾ ਅਤੇ ਖਰਚਣਾ ਸਿੱਖ ਲਿਆ ਹੈ। ਗਣਿਤ ਵਿਚ ਉਸਦੇ ਅੰਕ ਅਤੇ ਬੈਂਕ ਬਚਤ ਦੋਵੇਂ ਹੀ ਬਹੁਤ ਜ਼ਿਆਦਾ ਸੁਧਰ ਗਏ ਹਨ।

ਜੋ ਉਪਦੇਸ਼ ਤੁਸੀਂ ਦਿੰਦੇ ਹੋ ਉਸ ਤੇ ਅਮਲ ਕਰੋ।

ਕੀ ਕਰਨਾ ਹੈ ਅਤੇ ਕੀ ਨਹੀਂ ਕਰਨਾ ਬੱਚਿਆਂ ਦੇ ਇਹ ਸਿੱਖਣ ਦਾ ਇਕ ਸਭ ਤੋਂ ਮਹੱਤਵਪੂਰਣ ਤਰੀਕਾ ਆਪਣੇ ਮਾਪਿਆਂ ਨੂੰ ਦੇਖਕੇ ਸਿੱਖਣਾ ਹੈ। ਇਸ ਕਰਕੇ ਸੁਚੇਤ ਰਹੋ ਤੁਸੀਂ ਉਨ੍ਹਾਂ ਦੇ ਪਹਿਲੇ ਅਤੇ ਸਭ ਤੋਂ ਮੁੱਖ ਰੋਲ ਮਾਡਲ ਹੋ-ਦੇਰ-ਸਵੇਰ ਉਹ ਤੁਹਾਡੀਆਂ ਹਰਕਤਾਂ ਅਤੇ ਵਿਹਾਰ ਦੀ ਨਕਲ ਕਰਨਗੇ।

ਜੇ ਤੁਸੀਂ ਆਪਣੇ ਹਿਸਾਬ ਨਾਲ ਕਰਨ ਲਈ ਚੀਕਦੇ ਹੋ ਤਾਂ ਆਸ ਰੱਖੋ ਕਿ

ਤੁਹਾਡੇ ਬੱਚੇ ਵੀ ਇਹੀ ਕਰਨਗੇ। ਜੇਕਰ ਤੁਸੀਂ ਘਰ ਦੇ ਜ਼ਰੂਰੀ ਕੰਮ ਨਿਪਟਾਉਣ ਦੀ ਬਜਾਏ ਸੋਫੇ ਤੇ ਪਸਰ ਕੇ ਟੀ.ਵੀ. ਦੇਖਦੇ ਰਹਿੰਦੇ ਹੋ, ਤੁਹਾਡੇ ਬੱਚੇ ਵੀ ਘਰ ਦਾ ਕੰਮ ਕਰਨਾ ਅੱਗੇ ਪਾਉਣਾ ਸਿੱਖ ਜਾਣਗੇ। ਜੇਕਰ ਤੁਸੀਂ ਆਪਣੇ ਬੱਚੇ ਵਿਚ ਪੜ੍ਹਨ ਦੀਆਂ ਆਦਤਾਂ ਪਾਉਣਾ ਚਾਹੁੰਦੇ ਹੋ ਤਾਂ ਖੁਦ ਪੜ੍ਹਨਾ ਸ਼ੁਰੂ ਕਰੋ। ਜੇਕਰ ਤੁਸੀਂ ਚਾਹੁੰਦੇ ਹੋ ਕਿ ਤੁਹਾਡਾ ਬੱਚਾ ਖੇਦ ਹੈ ਜਾਂ ਧੰਨਵਾਦ ਕਹੇ, ਬਿਹਤਰ ਹੈ ਕਿ ਇਹ ਸ਼ਬਦ ਖੁਦ ਵਰਤਣੇ ਸ਼ੁਰੂ ਕਰੋ। ਜਦੋਂ ਬੱਚਾ ਤੁਹਾਨੂੰ ਆਪਣੀ ਗਲਤੀ ਲਈ ਮਾਫੀ ਮੰਗਦੇ ਦੇਖਦਾ ਹੈ ਉਹ ਬੜੀ ਛੇਤੀ ਇਹੀ ਕਰਨਾ ਸਿੱਖ ਜਾਵੇਗਾ।

ਸਿੱਧਾ ਮੈਂ ਜਿੱਤਦਾ ਹਾਂ, ਪੁੱਠਾ ਤੂੰ ਹਾਰਦਾ ਹੈਂ

ਦੋ ਤਰਜੀਹਾਂ ਚੁਣੋ ਜਿਹੜੀਆਂ ਦੋਵੇਂ ਤੁਹਾਨੂੰ ਮਨਜ਼ੂਰ ਹਨ, ਫੇਰ ਬੱਚੇ ਨੂੰ ਕਹੋ ਕਿ ਉਹ ਫੈਸਲਾ ਕਰੇ ਦੋਹਾਂ ਵਿਚੋਂ ਕਿਹੜੀ ਇਕ ਨੂੰ ਉਹ ਤਰਜੀਹ ਦਿੰਦਾ ਹੈ। ਬੱਚੇ ਦਾ ਫੈਸਲਾ ਕੋਈ ਵੀ ਹੋਵੇ ਇਸ ਨਾਲ ਤੁਸੀਂ ਖੁਸ਼ ਹੀ ਹੋਵੋਗੇ। ਮਿਸਾਲ ਵਜੋਂ, ਬੱਚੇ ਨੂੰ ਪੁੱਛੋ ਕਿ ਕੀ ਉਹ ਪ੍ਰੀਖਿਆ ਲਈ ਰਾਤ ਨੂੰ ਪੜ੍ਹਨਾ ਪਸੰਦ ਕਰੇਗਾ ਜਾਂ ਕਿ ਉਹ ਸਵੇਰੇ ਜਲਦੀ ਉੱਠਿਆ ਕਰੇਗਾ। ਢੰਗ ਕੋਈ ਵੀ ਹੋਵੇ ਤੁਸੀਂ ਇਹ ਯਕੀਨੀ ਬਣਾ ਲਉਗੇ ਕਿ ਤੁਹਾਡਾ ਬੱਚਾ ਪ੍ਰੀਖਿਆ ਦੀ ਤਿਆਰੀ ਕਰੇਗਾ। ਜੇਕਰ ਬੱਚਾ ਕਿਸੇ ਇਕ ਦੀ ਬਜਾਏ ਦੋਹਾਂ ਤੋਂ ਹੀ ਨਾਂਹ ਕਰਦਾ ਹੈ ਤਾਂ ਬੱਚੇ ਨੂੰ ਚੇਤੇ ਕਰਵਾਉ ਕਿ ਨਾਂਹ ਦੀ ਤਾਂ ਤਰਜੀਹ ਹੀ ਨਹੀਂ ਹੈ ਤੇ ਉਸ ਨੇ ਸਿਰਫ ਦਿੱਤੀਆਂ ਤਰਜੀਹਾਂ ਵਿਚੋਂ ਇਕ ਚੁਣਨੀ ਹੈ। ਤੁਸੀਂ ਬੱਸ ਇਸੇ ਤੇ ਅੜੇ ਰਹੋ ਅਤੇ ਤੁਹਾਡਾ ਬੱਚਾ ਕੁਝ ਮਿੰਟਾਂ ਵਿਚ ਹੀ ਦੋਹਾਂ ਵਿਚੋਂ ਇਕ ਚੁਣ ਲਵੇਗਾ।

ਜੇਕਰ ਤੁਸੀਂ ਖੁਲ੍ਹਾ ਰੱਖਣ ਦੀ ਪਹੁੰਚ ਅਪਣਾਉਂਦੇ ਹੋ ਅਤੇ ਬੱਚੇ ਨੂੰ ਪੁੱਛਦੇ ਹੋ : ਤੂੰ ਆਪਣੀ ਪ੍ਰੀਖਿਆ ਲਈ ਕਦੋਂ ਪੜ੍ਹਨਾ ਪਸੰਦ ਕਰੇਂਗਾ ਤਾਂ ਤੁਹਾਨੂੰ ਜਾਂ ਤਾਂ ਕੋਈ ਜਵਾਬ ਹੀ ਨਹੀਂ ਮਿਲੇਗਾ ਜਾਂ ਇਕ ਅਜਿਹਾ ਜਿਹੜਾ ਤੁਹਾਨੂੰ ਪ੍ਰਵਾਨ ਨਹੀਂ ਹੋਵੇਗਾ। ਸਮਾਰਟ ਮਾਪੇ ਇਸ ਨੂੰ ਇਸ ਤਰ੍ਹਾਂ ਦਾ ਦਿਖਾਉਂਦੇ ਹਨ ਜਿਵੇਂ ਕਿ ਚੋਣ ਬੱਚਾ ਹੀ ਕਰ ਰਿਹਾ ਹੈ।

ਬਹੁਤੀ ਚੁਸਤੀ ਨਾ ਦਿਖਾਓ

ਤੁਸੀਂ ਕੰਮ ਤੋਂ ਘਰ ਮੁੜਦੇ ਹੋ ਅਤੇ ਤਾਜ਼ਾ ਖਬਰਾਂ ਲਈ ਟੀ.ਵੀ. ਲਾ ਲੈਂਦੇ ਹੋ-ਟੀ.ਵੀ. ਚੱਲਦਾ ਨਹੀਂ। ਤੁਹਾਡੇ ਵੱਲੋਂ ਹੁਣੇ ਹੀ ਖਰੀਦਿਆ ਗਿਆ 29" ਫਲੈਟ ਸਕਰੀਨ ਟੀ.ਵੀ. ਸੈਟ, ਜੋ ਤੁਸੀਂ ਸਵੇਰੇ ਜਾਂਦੇ ਹੋਏ ਬਿਲਕੁਲ ਸਹੀ ਹਾਲਤ ਵਿਚ ਛੱਡਿਆ ਸੀ, ਹੁਣ ਕੰਮ ਨਹੀਂ ਕਰ ਰਿਹਾ। ਤੁਸੀਂ ਆਪਣੇ ਬੱਚਿਆਂ ਨੂੰ ਬੁਲਾਉਂਦੇ ਹੋ ਤੇ ਟੀ.ਵੀ. ਵੱਲ ਇਸ਼ਾਰਾ ਕਰਦੇ ਹੋਏ ਉਨ੍ਹਾਂ ਨੂੰ ਟੁੱਟ ਕੇ ਪੈ ਜਾਂਦੇ ਹੋ। ਇਹ ਕਿਸ ਨੇ ਕੀਤਾ ਹੈ? ਤੁਹਾਡੇ ਬੱਚੇ ਝਟਕੇ ਇਨਕਾਰ ਕਰਨਗੇ ਕਿ ਉਹ ਤਾਂ ਟੀ.ਵੀ. ਦੇ ਨੇੜੇ ਵੀ ਨਹੀਂ ਆਏ। ਕਿਉਂ ਜੋ ਉਹ ਇਕ ਦੂਜੇ ਤੇ ਦੋਸ਼ ਲਾਉਂਦੇ ਰਹਿਣਗੇ, ਇਸ ਕਰਕੇ ਇਹ ਪਤਾ ਕਰਨਾ ਅਸੰਭਵ ਹੋ ਜਾਵੇਗਾ ਕਿ ਇਹ ਕਿਸਨੇ ਕੀਤਾ।

ਬੱਚਿਆਂ ਨੂੰ ਜਗਿਆਸਾ ਅਤੇ ਰੋਮਾਂਚ ਦੀ ਭਾਵਨਾ ਅੱਗੇ ਤੁਰਨ ਲਈ ਪ੍ਰੇਰਿਤ ਕਰਦੀ ਹੈ। ਜੇਕਰ ਅਤੇ ਜਦੋਂ ਇਸ ਨਾਲ ਕੁਝ ਗਲਤ ਹੋ ਜਾਂਦਾ ਹੈ ਤਾਂ ਸਿਰਫ ਤੁਹਾਡੀ ਮਾੜੀ ਕਿਸਮਤ ਹੈ। ਇਹ ਸਵਾਲ ਕਿ 'ਇਹ ਕਿਸਨੇ ਕੀਤਾ' ਅਜਿਹੀ ਸਥਿਤੀ ਪੈਦਾ ਕਰਦਾ ਹੈ ਜਿੱਥੇ ਬੱਚੇ ਨੂੰ ਚਿੰਤਾ ਹੋ ਜਾਂਦੀ ਹੈ ਅਤੇ ਸਜ਼ਾ ਦਾ ਡਰ ਉਸ ਨੂੰ ਆਪਣੇ ਕਿਸੇ ਭੈਣ-ਭਰਾ ਜਾਂ ਨੌਕਰ ਤੇ ਦੋਸ਼ ਲਾਉਣ ਲਈ ਤਿਆਰ ਕਰਦਾ ਹੈ। ਕਿਸਨੇ ਕਹਿ ਕੇ ਤੁਸੀਂ ਇਹ ਸੰਕੇਤ ਕਰਦੇ ਹੋ ਕਿ ਤੁਹਾਡੀ ਮਨਸ਼ਾ ਦੋਸ਼ੀ ਨੂੰ ਲੱਭ ਕੇ ਸਜ਼ਾ ਦੇਣ ਦੀ ਹੈ। ਬੱਚੇ ਨੇ ਇਹ ਕੀਤਾ ਹੈ ਜਾਂ ਨਹੀਂ ਉਹ ਅਕਸਰ ਇਹੀ ਜਵਾਬ ਦਏਗਾ, ਮੈਂ ਨਹੀਂ ਕੀਤਾ, ਅਤੇ ਦੋਸ਼ ਦੂਜਿਆਂ 'ਤੇ ਲਾਉਣ ਦੀ ਕੋਸ਼ਿਸ਼ ਕਰੇਗਾ।

ਜੇਕਰ ਇਹ ਕਿਸਨੇ ਕੀਤਾ ਪੁੱਛਣ ਦੀ ਬਜਾਏ ਤੁਸੀਂ ਇਹ ਕਹੋ ਕਿ ਇਹ ਕਿਵੇਂ ਹੋ ਗਿਆ ਤਾਂ ਤੁਹਾਨੂੰ ਜਵਾਬ ਮਿਲਣ ਦੀ ਬਿਹਤਰ ਗੁੰਜਾਇਸ਼ ਹੈ। ਆਪਣੇ ਬੱਚਿਆਂ ਨੂੰ ਬੁਲਾਉ ਅਤੇ ਸਮੱਸਿਆ ਬਾਰੇ ਦੱਸੋ। ਜੇਕਰ ਉਹ ਆਪਸ ਵਿਚ ਇਕ-ਦੂਜੇ ਤੇ ਦੋਸ਼ ਲਾਉਣ ਤਾਂ ਉਨ੍ਹਾਂ ਨੂੰ ਦੱਸ ਕਿਉਂ ਕਿ ਤੁਹਾਡੀ ਦਿਲਚਸਪੀ ਇਹ ਜਾਣਨ ਵਿਚ ਨਹੀਂ ਕਿ ਇਹ ਕਿਸਨੇ ਕੀਤਾ ਬਲਕਿ ਇਸ ਵਿਚ ਹੈ ਕਿ ਟੀ.ਵੀ. ਚੱਲ ਕਿਉਂ ਨਹੀਂ ਰਿਹਾ। ਤੁਹਾਡੇ ਬੱਚੇ ਨਿਸ਼ਚੇ ਹੀ ਟੀ.ਵੀ. ਖਰਾਬ ਹੋ ਜਾਣ ਬਾਰੇ ਬੁਰਾ ਮਹਿਸੂਸ ਕਰਨਗੇ, ਅਤੇ ਸੰਭਾਵਨਾ ਹੈ ਕਿ ਭਵਿੱਖ ਵਿਚ ਉਹ ਵਧੇਰੇ ਜ਼ਿੰਮੇਵਾਰ ਬਣਨਗੇ। ਅਖੀਰ ਵਿਚ ਇਹ ਪਤਾ ਲੱਗ ਸਕਦਾ ਹੈ ਕਿ ਤੁਹਾਡੇ ਟੀ.ਵੀ. ਦਾ ਫਿਊਜ਼ ਉੱਡ ਗਿਆ ਹੈ ਅਤੇ ਇਸ ਦੀ ਬਿਲਕੁਲ ਕੋਈ ਲੋੜ ਨਹੀਂ ਸੀ ਕਿ ਤੁਸੀਂ ਆਪਣਾ ਫਿਊਜ਼ ਉਡਾਉਂਦੇ ਫਿਰੋ।

ਸੁਪਰ ਮਾਪਾ ਬਣਨ ਤੋਂ ਬਚੋ

ਜਿਸ ਘੜੀ ਅਪੂਰਵ ਦਾ ਨਾੜੂਆ ਕੱਟਿਆ ਗਿਆ ਸੀ ਉਦੋਂ ਹੀ ਉਸ ਨੂੰ ਸਫਲਤਾ ਦੇ ਰਾਹ ਤੋਰ ਦਿੱਤਾ ਗਿਆ ਸੀ। ਜਦੋਂ ਉਹ ਨਿੱਕਾ ਬਾਲ ਸੀ ਉਸ ਦੇ ਪਿਤਾ ਨੇ ਉਸ ਦੇ ਦੁਆਲੇ ਮਲਟੀ ਵਿਟਾਮਿਨ ਸਿਰਪ ਚਿਣ ਦਿੱਤੇ ਸਨ ਜਦੋਂ ਕਿ ਮੈਂ ਖਾਲਿਸ ਜੈਤੂਨ ਤੇਲ ਨਾਲ ਉਸਦੀ ਮਾਲਿਸ਼ ਕਰਕੇ ਉਸਦੇ ਸਰੀਰ ਨੂੰ ਮਜ਼ਬੂਤ ਬਣਾਉਣ ਵਿਚ ਜੁਟ ਗਈ ਸੀ।

ਹੁਣ ਉਸਦੇ ਮਾਪੇ ਸਖਤ ਮਿਹਨਤ ਕਰਦੇ ਹਨ ਕਿ ਉਹ ਫਸਟ ਆਵੇ, ਭਾਵੇਂ ਇਹ ਪੜ੍ਹਾਈ ਵਿਚ ਹੋਵੇ, ਭਾਵੇਂ ਖੇਡਾਂ, ਨਾਚ, ਚਿੱਤਰਕਲਾ, ਗਾਉਣ ਜਾਂ ਵਾਦ-ਵਿਵਾਦ ਵਿਚ। ਅਪੂਰਵ ਨਾਲ ਗੱਲ ਕਰਦੇ ਹੋਏ ਉਨ੍ਹਾਂ ਦੇ ਮਨਭਾਉਂਦੇ ਸ਼ਬਦ ਦਿਨ ਦੇ ਅਖੀਰ ਵਿਚ ਇਹੀ ਹੁੰਦੇ ਹਨ : ਅਹਿਮ, ਫੌਰੀ, ਮਹੱਤਵਪੂਰਣ, ਵਿਲੱਖਣ। ਉਹ ਸਾਰਾ ਦਿਨ ਉਸ ਨੂੰ ਅੰਤਹੀਣ ਟਿਊਸ਼ਨਾਂ ਅਤੇ ਕੋਚਿੰਗਾਂ ਕਰਾਉਂਦੇ ਰਹਿੰਦੇ ਹਨ। ਸ਼ਾਮਾਂ ਫੇਰ ਵਿਦਿਅਕ ਉੱਤਮਤਾ ਪ੍ਰਾਪਤ ਕਰਨ ਨੂੰ ਸਮਰਪਿਤ ਹੁੰਦੀਆਂ ਹਨ।

ਹਾਂ! ਅਪੂਰਵ ਦੇ ਮਾਪੇ ਸੁਪਰ ਮਾਪੇ ਹਨ ਅਤੇ ਉਹ ਚਾਹੁੰਦੇ ਹਨ ਕਿ ਉਹ ਵੀ ਸੁਪਰ ਬਾਲ ਹੋਵੇ। ਉਨ੍ਹਾਂ ਕੋਲ ਅਸੀਮ ਊਰਜਾ ਹੈ ਤੇ ਉਹ ਐਨੇ ਜੋਸ਼ ਵਿਚ ਰਹਿੰਦੇ ਹਨ ਕਿ ਉਹ ਆਰਾਮ ਕਰ ਹੀ ਨਹੀਂ ਸਕਦੇ। ਆਪਣੇ ਬੱਚੇ ਦੀ ਸਫਲਤਾ ਪ੍ਰਤੀ ਉਨ੍ਹਾਂ ਦਾ ਸਮਰਪਣ ਸਾਡੇ ਆਮ ਸਾਧਾਰਣ ਮਾਪਿਆਂ ਅੰਦਰ ਹੀਣ ਭਾਵਨਾ ਪੈਦਾ ਕਰ ਸਕਦਾ ਹੈ। ਉਨ੍ਹਾਂ ਨੂੰ ਹਮੇਸ਼ਾ ਪੂਰੀ ਤੇਜ਼ੀ ਨਾਲ ਕੰਮ ਕਰਦੇ ਦੇਖ ਕੇ ਸਾਨੂੰ ਕਈ ਵਾਰੀ ਚੰਗੇ ਮਾਪਿਆਂ ਵਜੋਂ ਆਪਣਾ ਪਿਛੋਕੜ ਅਤੇ ਸਨਦਾਂ ਦੀ ਪੁਸ਼ਟੀ ਕਰਨੀ ਪੈ ਜਾਂਦੀ ਹੈ।

ਸੁਪਰ ਮਾਪੇ ਆਪਣੇ ਬੱਚਿਆਂ ਲਈ ਭੱਜੇ ਫਿਰ ਕੇ ਸਭ ਕੁਝ ਕਰਨ ਵਿਚ ਐਨੇ ਰੁੱਝੇ ਹੁੰਦੇ ਹਨ ਕਿ ਉਹ ਆਪਣੇ ਬੱਚਿਆਂ ਦੇ ਨਾਲ ਰਹਿਣ ਤੋਂ ਉੱਕ ਹੀ ਜਾਂਦੇ ਹਨ। ਆਪਣੇ ਨਿਸ਼ਚਿਤ ਮਿਆਰਾਂ ਅਤੇ ਪੂਰਨਤਾ ਲਈ ਮੰਗ ਨਾਲ ਉਹ ਆਪਣੇ ਬੱਚਿਆਂ ਤੇ ਅੱਤ ਦਾ ਦਬਾਉ ਬਣਾਉਂਦੇ ਹਨ ਕਿ ਜੇ ਉਹ ਆਪਣੇ ਸੁਪਰ ਮਾਪਿਆਂ ਦੀਆਂ ਸੁਪਰ ਆਸਾਂ ਤੇ ਖਰਾ ਉਤਰਨ ਤੋਂ ਉੱਕ ਜਾਂਦੇ ਹਨ ਤਾਂ ਉਹ ਖੁਦ ਨੂੰ ਕਸੂਰਵਾਰ ਅਤੇ ਬੇਕਾਰ ਸਮਝਣਾ ਸ਼ੁਰੂ ਕਰ ਦਿੰਦੇ ਹਨ। ਇਸ ਤਰ੍ਹਾਂ ਅਣਜਾਣੇ ਵਿਚ ਹੀ ਉਹ ਆਪਣੇ ਬੱਚਿਆਂ ਨੂੰ ਤੌਖਲਾ ਭਰਪੂਰ ਅਤੇ ਦੁਖੀ ਬਣਾ ਦਿੰਦੇ ਹਨ।

ਕੁਝ ਲੋਕ ਸੁਪਰ ਮਾਪਿਆਂ ਦੇ ਪੱਖ ਵਿਚ ਦਲੀਲ ਦੇ ਸਕਦੇ ਹਨ ਪਰ ਉਨ੍ਹਾਂ ਨੂੰ ਕੁਝ ਦੇਰ ਟਿਕ ਕੇ ਬੈਠਣ ਅਤੇ ਸੋਚਣ ਦੀ ਲੋੜ ਹੈ। ਇਨ੍ਹਾਂ ਸਾਰੇ ਹੰਭਲਿਆਂ ਤੋਂ ਫਾਇਦਾ ਕਿਸ ਦਾ ਹੋ ਰਿਹਾ ਹੈ? ਕੀ ਤੁਸੀਂ ਸੋਭਾ ਖੱਟਣ ਦੀ ਆਪਣੀ ਹੀ ਲੋੜ ਕਰਕੇ ਤਾਂ ਆਪਣੇ ਬੱਚੇ ਨੂੰ ਦੁਖੀ ਨਹੀਂ ਕਰ ਰਹੇ? ਕੀ ਉਹ ਤੁਹਾਡੇ ਹਉਮੈਂ ਦੀ ਵੇਦੀ ਤੇ ਬਲੀ ਤਾਂ ਨਹੀਂ ਕੀਤਾ ਜਾ ਰਿਹਾ? ਜੇ ਹਾਂ, ਸ਼ਾਇਦ ਇਹੀ ਸਮਾਂ ਹੈ ਕਿ ਤੁਸੀਂ ਸੁਪਰ ਮਾਪਾ ਬਣਨ ਦੇ ਪਖੰਡ ਨੂੰ ਇੱਥੇ ਹੀ ਬੰਦ ਕਰ ਦਿਉ ਅਤੇ ਆਮ ਮਾਪਾ ਬਣਨ ਲਈ ਸੁਹਿਰਦ ਹੰਭਲੇ ਮਾਰਨੇ ਸ਼ੁਰੂ ਕਰ ਦਿਉ।

ਸਾਹ ਸੁਖਾਲਾ ਲੈਣਾ ਸਿੱਖੋ

ਬੱਚੇ ਗਲਤੀਆਂ ਕਰਨਗੇ ਹੀ : ਉਹ ਮੂਰਖਤਾਵਾਂ, ਸ਼ਰਾਰਤਾਂ ਜਾਂ ਬੇਸਮਝੀਆਂ ਕਰਨਗੇ। ਮਾਪਿਆਂ ਨੂੰ ਠੰਢਾ ਰਹਿਣਾ ਚਾਹੀਦਾ ਹੈ। ਜਦੋਂ ਮਾਪੇ ਆਪਣਾ ਖੁਦ ਦਾ ਬਚਪਨ ਭੁਲਾਉਣ ਲੱਗਦੇ ਹਨ - ਇਸ ਦੇ ਦੁੱਖ ਸੁਖ, ਤਾਂ ਸਭ ਕੁਝ ਉਲਝ ਜਾਂਦਾ ਹੈ। ਕੁਝ ਡੂੰਘੇ ਸਾਹ ਲਉ ਅਤੇ ਸ਼ਾਂਤ ਹੋਣ ਦੀ ਕੋਸ਼ਿਸ਼ ਕਰੋ। ਜਦੋਂ ਤੁਸੀਂ ਗੁੱਸੇ ਵਿਚ ਹੋਵੋ ਤਾਂ ਸਾਫ ਤੌਰ 'ਤੇ ਸੋਚਣਾ ਔਖਾ ਹੈ ਅਤੇ ਤੁਹਾਨੂੰ ਚੰਗੇ ਪਾਲਣ-ਪੋਸ਼ਣ ਬਾਰੇ ਜਿਹੜੀ ਵੀ ਚੰਗੀ ਗੱਲ ਦਾ ਪਤਾ ਹੁੰਦਾ ਹੈ ਤੁਸੀਂ ਉਹ ਵੀ ਭੁੱਲ ਜਾਂਦੇ ਹੋ। ਬਿਹਤਰ ਮਾਪੇ ਬਣਨ ਦਾ ਇਕ ਵਧੀਆ ਤਰੀਕਾ ਇਹ ਹੈ ਕਿ ਆਪਣੇ ਗੁੱਸੇ ਨੂੰ ਮਾਰੋ ਆਪਣੇ ਬੱਚੇ ਨੂੰ ਨਹੀਂ।

18.

ਕੀ ਤੁਸੀਂ ਚੰਗੇ ਪਿਤਾ ਹੋ ?

ਪਿਤਾ ਦੇ ਬੱਚੇ ਹੋਣੇ ਸੁਖਾਲੇ ਹਨ ਪਰ ਬੱਚਿਆਂ ਲਈ ਅਸਲੀ ਪਿਤਾ ਮਿਲਣਾ ਔਖਾ ਹੈ।

– ਪੋਪ ਜਾਨ XXIII

ਹਾਲਾਂਕਿ ਮਾਵਾਂ ਬੱਚਿਆਂ ਨਾਲ ਵਧੇਰੇ ਅੰਤਰਕ੍ਰਿਆ ਕਰਦੀਆਂ ਹਨ ਪਰ ਸਮਾਜਕ ਵਿਕਾਸ ਅਤੇ ਬੱਚੇ ਦੇ ਵਿਹਾਰ ਤੇ ਪਿਤਾ ਦਾ ਪ੍ਰਭਾਵ ਬਹੁਤ ਜ਼ਿਆਦਾ ਹੁੰਦਾ ਹੈ। ਪਿਤਾ ਆਪਣੇ ਬੱਚਿਆਂ ਦੇ ਵਿਹਾਰ ਨੂੰ ਕਈ ਤਰ੍ਹਾਂ ਦੇ ਸਿੱਧੇ ਅਤੇ ਅਸਿੱਧੇ ਢੰਗ ਨਾਲ ਪ੍ਰਭਾਵਤ ਕਰਦਾ ਹੈ। ਉਸਦੀਆਂ ਜ਼ਾਤੀ ਕਦਰਾਂ-ਕੀਮਤਾਂ ਬੱਚਿਆਂ ਨੂੰ ਉਹ ਬੁਨਿਆਦ ਪ੍ਰਦਾਨ ਕਰਦੀਆਂ ਹਨ ਜਿਸ ਉੱਤੇ ਬੱਚੇ ਆਪਣਾ ਭਵਿੱਖੀ ਜੀਵਨ ਸਿਰਜਦੇ ਹਨ। ਉਹ ਘਰ ਅਤੇ ਬਾਲ ਪ੍ਰਬੰਧਨ ਪ੍ਰਤੀ ਮਾਂ ਦੇ ਵਤੀਰਿਆਂ ਨੂੰ ਪ੍ਰਭਾਵਿਤ ਕਰਦਾ ਹੈ।

ਬਹੁਤੇ ਘਰਾਂ ਵਿਚ ਜਦੋਂ ਵੀ ਕੋਈ ਅਨੁਸ਼ਾਸਨੀ ਸੰਕਟ ਪੈਦਾ ਹੁੰਦਾ ਹੈ ਤਾਂ ਪਿਤਾ ਹੀ ਉੱਚਤਮ ਅਪੀਲੀ ਅਦਾਲਤ ਹੁੰਦਾ ਹੈ। ਉਸ ਦੀ ਗੈਰਮੌਜੂਦਗੀ ਵਿਚ ਵੀ ਉਸਦਾ ਜੀਵਨ ਤੋਂ ਵੀ ਵੱਡਾ ਅਕਸ ਮਾਂ ਨੂੰ ਨਿਯੰਤ੍ਰਣ ਰੱਖਣ ਵਿਚ ਮੱਦਦ ਕਰਦਾ ਹੈ। ਵਾਕ ਇਸ ਤਰ੍ਹਾਂ ਸ਼ੁਰੂ ਹੁੰਦੇ ਹਨ, 'ਆ ਲੈਣ ਦਿਉ ਤੁਹਾਡੇ ਪਿਤਾ ਨੂੰ ਘਰ ਫੇਰ....' ਜਾਂ 'ਮੈਂ ਤੇਰੇ ਪਿਤਾ ਨੂੰ ਦੱਸਾਂਗੀ....' ਇਹ ਇੱਕੀਵੀਂ ਸਦੀ ਵਿਚ ਵੀ ਮਾਂ ਦੇ ਅਸਲਾ ਖਾਨੇ ਵਿਚ ਬਹੁਤ ਮਸ਼ਹੂਰ ਹਥਿਆਰ ਬਣੇ ਰਹਿੰਦੇ ਹਨ।

ਜਿੱਥੋਂ ਤੱਕ ਮੁੰਡਿਆਂ ਦਾ ਸਬੰਧ ਹੈ ਪਿਤਾ ਨਾ ਸਿਰਫ ਰੋਲ ਮਾਡਲ ਵਜੋਂ ਕੰਮ ਕਰਦਾ ਹੈ ਬਲਕਿ ਅਨੁਸ਼ਾਸਨੀ ਨਿਯੰਤ੍ਰਣ ਦੇ ਮੁੱਖ ਸਰੋਤ ਦਾ ਵੀ। ਇਹ ਅਨਿਵਾਰਤਾ ਪ੍ਰੇਸ਼ਾਨੀ ਵੱਲ ਲੈ ਜਾਂਦੀ ਹੈ ਜਿਸਦਾ ਸਿੱਟਾ ਭੈਣ-ਭਰਾਵਾਂ ਅਤੇ ਜਮਾਤੀਆਂ ਪ੍ਰਤੀ ਹਮਲਾਕੁੰਨ ਰੁਝਾਨਾਂ ਵਿਚ ਨਿੱਕਲਦਾ ਹੈ। ਦੂਜੇ ਪਾਸੇ ਕੁੜੀਆਂ ਦਾ ਆਪਣੇ ਪਿਤਾ

ਨਾਲ ਕੋਈ ਟਕਰਾਉ ਨਹੀਂ ਲੱਗਦਾ। ਉਨ੍ਹਾਂ ਦੇ ਝਗੜੇ ਅਤੇ ਮੁਕਾਬਲੇ ਉਨ੍ਹਾਂ ਦੀਆਂ ਮਾਵਾਂ ਨਾਲ ਹੁੰਦੇ ਹਨ। ਐਪਰ, ਇਸ ਦਾ ਮਤਲਬ ਇਹ ਨਹੀਂ ਕਿ ਉਸਦੀ ਕੁੜੀ ਦੇ ਮਨੋਵਿਗਿਆਨਕ ਵਿਕਾਸ ਲਈ ਪਿਤਾ ਦਾ ਵਿਹਾਰ ਮਹੱਤਵ ਨਹੀਂ ਰੱਖਦਾ। ਅਸਲ ਵਿਚ ਬਹੁਤੇ ਪਿਤਾ ਆਪਣੀਆਂ ਧੀਆਂ ਅਤੇ ਪੁੱਤਰਾਂ ਦੋਹਾਂ ਨੂੰ ਹੀ ਉਨ੍ਹਾਂ ਦੇ ਮਨੋਵਿਗਿਆਨਕ ਅਨੁਕੂਲਣ ਵਿਚ ਇਕੋ ਜਿੰਨਾ ਹੀ ਪ੍ਰਭਾਵਿਤ ਕਰਦੇ ਹਨ।

ਇਹ ਵੇਖਿਆ ਗਿਆ ਹੈ ਕਿ ਪਿਤਾ ਤੋਂ ਵੱਖ ਕੀਤੇ ਗਏ ਬੱਚਿਆਂ ਵਿਚ ਉੱਚੀ ਪੱਧਰ ਦਾ ਤੌਖਲਾ ਹੁੰਦਾ ਹੈ। ਇਹ ਉਨ੍ਹਾਂ ਦੇ ਡਰਾਂ ਅਤੇ ਡਰਾਉਣੇ ਸੁਪਨਿਆਂ ਵਿਚ ਪ੍ਰਤੱਖ ਹੁੰਦਾ ਹੈ। ਜਮਾਤੀਆਂ ਨਾਲ ਆਪਣੇ ਟਕਰਾਉ ਵਿਚ ਅਤੇ ਮਾੜੀ ਵਿਦਿਅਕ ਪੇਸ਼ਕਾਰੀ ਵਿਚ। ਇਨ੍ਹਾਂ ਬੱਚਿਆਂ ਵਿਚ ਕਿਸੇ ਲਈ ਵੀ ਨਿੱਘ ਅਤੇ ਮੋਹ ਦੀ ਘਾਟ ਹੁੰਦੀ ਹੈ ਆਪਣੀ ਮਾਂ ਨੂੰ ਛੱਡਕੇ। ਹੋਰਾਂ ਲਈ ਉਨ੍ਹਾਂ ਅੰਦਰ ਵੈਰ ਭਾਵਨਾਵਾਂ ਹੁੰਦੀਆਂ ਹਨ ਪਰ ਉਹ ਇਨ੍ਹਾਂ ਨੂੰ ਖੁੱਲ੍ਹੀਆਂ ਹਮਲਾਵਰ ਹਰਕਤਾਂ ਵਿਚ ਨਹੀਂ ਵੀ ਪ੍ਰਗਟਾ ਸਕਦੇ। ਵਿਰੋਧ ਦਾ ਦਮਨ ਉਨ੍ਹਾਂ ਨੂੰ ਮਾਯੂਸੀ ਵੱਲ ਲਿਜਾ ਸਕਦਾ ਹੈ ਅਤੇ ਤੌਖਲੇ ਦੇ ਪੱਧਰ ਨੂੰ ਹੋਰ ਵਧਾ ਸਕਦਾ ਹੈ।

ਵਧੀਆ ਇਹ ਹੈ ਕਿ ਦੋਵੇਂ ਮਾਪਿਆਂ ਨੂੰ ਘਰ ਚਲਾਉਣ ਵਿਚ ਇਕੋ ਜਿਹਾ ਯੋਗਦਾਨ ਪਾਉਣਾ ਚਾਹੀਦਾ ਹੈ ਪਰ ਇੰਝ ਆਮ ਕਰਕੇ ਹੁੰਦਾ ਨਹੀਂ। ਘਰ ਜਾਂ ਤਾਂ ਮਾਂ ਜਾਂ ਪਿਤਾ ਦੇ ਦਬਦਸੇ ਵਾਲੇ ਹੁੰਦੇ ਹਨ। ਮਾਤਰੀਤਵੀ ਘਰਾਂ ਵਿਚ ਪਿਤਾ ਦੀ ਭੂਮਿਕਾ ਹਾਸ਼ੀਏ ਤੇ ਹੁੰਦੀ ਹੈ ਅਤੇ ਉਸ ਦੀ ਮੌਜੂਦਗੀ-ਇਤਫਾਕੀਆ। ਇਹ ਮੰਨਿਆ ਜਾ ਸਕਦਾ ਹੈ ਕਿ ਬੱਚੇ ਦੇ ਸ਼ਖਸੀਅਤ ਵਿਕਾਸ ਅਤੇ ਸਮਾਜਕ ਵਿਕਾਸ ਉਤੇ ਉਸਦਾ ਪ੍ਰਭਾਵ ਨਿਗੁਣਾ ਜਿਹਾ ਹੀ ਹੁੰਦਾ ਹੈ। ਪਿਤਰੀਤਵੀ ਘਰਾਂ ਵਿਚ ਇਕ ਦਬਦਬੇ ਵਾਲਾ ਪਿਤਾ ਬੱਚੇ ਦੀ ਸ਼ਖਸੀਅਤ ਅਤੇ ਪ੍ਰਾਪਤੀਆਂ ਤੇ ਮਾੜਾ ਪ੍ਰਭਾਵ ਪਾਏਗਾ। ਪਿਤਾ ਜਿਹੜੇ ਆਪਣੇ ਬੱਚਿਆਂ ਨਾਲ ਗਲਬਾ-ਰਹਿਤ ਅਤੇ ਗੈਰ-ਦਖਲੀ ਢੰਗ ਨਾਲ ਜੁੜੇ ਰਹਿੰਦੇ ਹਨ ਉਹ ਅਕਸਰ ਆਪਣੇ ਬੱਚਿਆਂ ਨੂੰ ਇੱਛਿਤ ਟੀਚੇ ਪ੍ਰਾਪਤ ਕਰਨ ਲਈ ਪ੍ਰੇਰਿਤ ਕਰਨ ਵਿਚ ਸਫਲ ਰਹਿੰਦੇ ਹਨ।

ਘਰ ਦੇ ਅੰਦਰ ਪਿਤਾ ਦਾ ਪ੍ਰਭਾਵ ਬੱਚੇ ਨੂੰ ਪਾਲਣ ਦੇ ਬਹੁਤ ਸਾਰੇ ਪੱਖਾਂ ਤੇ ਨਿਰਣੇਕਾਰੀ ਹੁੰਦਾ ਹੈ। ਬਹੁਤੇ ਪਿਤਾਵਾਂ ਦੀਆਂ ਆਪਣੇ ਪੁੱਤਰਾਂ ਅਤੇ ਧੀਆਂ ਦੇ ਵਿਹਾਰ ਸਬੰਧੀ ਬੜੀਆਂ ਨਿਸ਼ਚਿਤ ਤਾਂਘਾਂ ਅਤੇ ਆਸਾਂ ਹੁੰਦੀਆਂ ਹਨ। ਉਹ ਚਾਹੁੰਦੇ ਹਨ ਕਿ ਉਨ੍ਹਾਂ ਦੇ ਪੁੱਤਰ ਆਗਿਆਕਾਰੀ, ਜ਼ਿੰਮੇਵਾਰ ਅਤੇ ਮਰਦਾਨਗੀ ਵਾਲੇ ਹੋਣ। ਉਨ੍ਹਾਂ ਨੂੰ ਆਸ ਹੁੰਦੀ ਹੈ ਕਿ ਉਨ੍ਹਾਂ ਦੇ ਪੁੱਤਰ ਪੇਸ਼ਕਦਮੀ ਦਿਖਾਉਣ ਵਾਲੇ, ਕੁਝ ਦਰਜੇ ਤੱਕ ਤੇਜ਼ ਤਰਾਰ, ਚੰਗੀ ਵਿਦਿਅਕ ਪੇਸ਼ਕਾਰੀ ਵਾਲੇ ਅਤੇ ਵਧੀਆ ਤਸੱਲੀਬਖਸ਼ ਅਤੇ ਉਪਯੋਗੀ ਪੇਸ਼ੇ ਵੱਲ ਜਾਣ। ਜਿੱਥੋਂ ਤੱਕ ਧੀਆਂ ਦਾ ਸਬੰਧ ਹੈ ਉਹ ਚਾਹੁਣਗੇ ਕਿ ਉਹ ਸਾਊ, ਮੋਹ-ਭਿੰਨੀਆਂ ਅਤੇ ਵਿਆਹ-ਯੋਗ ਬਣਨ। ਸਮੇਂ ਦੇ ਬਦਲਣ ਨਾਲ ਪੁੱਤਰਾਂ ਅਤੇ ਧੀਆਂ ਨਾਲ ਨਿਭਾਉ ਦਾ ਫਰਕ ਬਹੁਤ ਜ਼ਿਆਦਾ

ਘਟ ਗਿਆ ਹੈ, ਖਾਸ ਕਰਕੇ ਪੜ੍ਹੇ-ਲਿਖੇ ਮੱਧ-ਵਰਗੀ ਘਰਾਂ ਵਿਚ। ਹੁਣ ਕੁੜੀਆਂ ਨੂੰ ਪੜ੍ਹਾਈ ਅਤੇ ਪੇਸ਼ੇ ਵਿਚ ਜੇ ਵੱਧ ਨਹੀਂ ਤਾਂ ਮੁੰਡਿਆਂ ਜਿੰਨਾ ਹੀ ਮਹੱਤਵ ਦਿੱਤਾ ਜਾ ਰਿਹਾ ਹੈ।

ਚੰਗਾ ਪਿਤਾ ਕਿਵੇਂ ਬਣੀਏ

1. ਆਪਣਾ ਪਿਆਰ ਪ੍ਰਗਟਾਉ

ਜਦੋਂ ਅਲੀਸ਼ਾ ਦੇ ਮਾਪੇ ਕੰਮ ਤੋਂ ਘਰ ਆਏ ਤਾਂ ਉਨ੍ਹਾਂ ਨੇ ਦੇਖਿਆ ਕਿ ਉਨ੍ਹਾਂ ਦੀ ਨੌਂ ਸਾਲਾ ਧੀ ਪਹਿਲਾਂ ਵਾਂਗ ਚਹਿਕ ਨਹੀਂ ਰਹੀ ਸੀ। ਉਹ ਬੜੀ ਉਦਾਸ, ਨਿਰਾਸ਼ ਅਤੇ ਮਾੜੇ ਰੌਂਅ ਵਿਚ ਲੱਗਦੀ ਸੀ ਅਤੇ ਘਰ ਵਿਚ ਐਵੇਂ ਹੀ ਘੁੰਮ ਰਹੀ ਸੀ। ਜਦੋਂ ਉਸ ਦੇ ਚਿੰਤਿਤ ਮਾਪਿਆਂ ਨੇ ਉਸ ਨੂੰ ਪੁੱਛਿਆ ਤਾਂ ਉਹ ਰੋ ਪਈ ਪਰ ਨਾਲ ਹੀ ਆਪਣਾ ਸਿਰ ਹਿਲਾਕੇ ਕਹਿੰਦੀ ਰਹੀ, 'ਨਹੀਂ ਕੋਈ ਗੱਲ ਨਹੀਂ।'

ਅਖੀਰ ਉਸ ਦਾ ਪਿਤਾ ਉਸ ਕੋਲ ਬਹਿ ਗਿਆ ਅਤੇ ਉਸ ਦਾ ਹੱਥ ਫੜਕੇ ਉਸ ਨੂੰ ਪਿਆਰ ਨਾਲ ਪੁੱਛਣ ਲੱਗਾ ਜਦੋਂ ਤੱਕ ਕਿ ਉਸ ਨੂੰ ਉਸ ਦੀ ਉਦਾਸੀ ਦਾ ਕਾਰਨ ਨਾ ਪਤਾ ਚੱਲ ਗਿਆ। ਅਲੀਸ਼ਾ ਨੇ ਸਖਤ ਮਿਹਨਤ ਕੀਤੀ ਸੀ : ਉਸ ਨੇ ਆਪਣੀਆਂ ਸਾਰੀਆਂ ਸਤਰਾਂ ਯਾਦ ਕਰ ਲਈਆਂ ਸਨ। ਪਰ ਫੇਰ ਵੀ ਉਸ ਦੀ ਅਧਿਆਪਕ ਨੇ ਐਨੁਅਲ ਡੇ ਤੇ ਸਟੇਜ ਕੀਤੇ ਜਾ ਰਹੇ ਨਾਟਕ ਵਿਚੋਂ ਉਸ ਨੂੰ ਕੱਢ ਦਿੱਤਾ। ਅਲੀਸ਼ਾ ਦੇ ਪਿਤਾ ਨੇ ਉਸ ਨੂੰ ਪਿਆਰ ਨਾਲ ਜੀਵਨ, ਮੌਕੇ, ਯਤਨ ਅਤੇ ਸਫਲਤਾ ਬਾਰੇ ਸਮਝਾਇਆ। ਉਸ ਨੇ ਉਸ ਨੂੰ ਪਲੋਸਿਆ। ਉਸਨੇ ਘਟਨਾ ਨੂੰ ਐਵੇਂ ਕਹਿਕੇ ਪਾਸੇ ਨਹੀਂ ਸੁੱਟ ਦਿੱਤਾ ਬਲਕਿ ਉਸ ਲਈ ਮਾਣ ਅਤੇ ਚਿੰਤਾ ਨਾਲ ਇਸ ਨੂੰ ਨਿਭਾਇਆ।

ਅਲੀਸ਼ਾ ਦਾ ਪਿਤਾ ਆਪਣੀ ਧੀ ਲਈ ਸਨੇਹ ਪ੍ਰਗਟ ਕਰ ਰਿਹਾ ਸੀ, ਆਪਣਾ ਸਮਾਂ ਉਸ ਨੂੰ ਦੇ ਰਿਹਾ ਸੀ ਅਤੇ ਸੰਸਾਰ ਨੂੰ ਉਸ ਦੀ ਨਜ਼ਰ ਨਾਲ ਅਤੇ ਉਸ ਦੀ ਸੋਚ ਨਾਲ ਦੇਖ ਰਿਹਾ ਸੀ।

ਇਸ ਵਿਚ ਕੋਈ ਸ਼ੱਕ ਨਹੀਂ ਕਿ ਤੁਸੀਂ ਆਪਣੇ ਬੱਚੇ ਨੂੰ ਪਿਆਰ ਕਰਦੇ ਹੋ ਪਰ ਇਸ ਨੂੰ ਦਿਖਾਉਣਾ ਔਖਾ ਸਮਝਦੇ ਹੋ। ਦਿਲ ਨਾ ਛੱਡੋ, ਪਿਤਾਵਾਂ ਵਿਚ ਇਹ ਬੀਮਾਰੀ ਆਮ ਹੁੰਦੀ ਹੈ। ਜੇ ਤੁਹਾਨੂੰ ਮਹਿਸੂਸ ਹੁੰਦਾ ਹੈ ਕਿ ਤੁਹਾਨੂੰ ਮੋਹ ਪ੍ਰਗਟਾਉਣ ਵਿਚ ਕੋਈ ਮੁਸ਼ਕਿਲ ਹੈ ਤਾਂ ਖਾਸ ਯਤਨ ਕਰੋ : ਇਹ ਖ਼ਤ ਵਿਚ ਲਿਖ ਦਿਉ ਜਾਂ ਕਾਰਡ ਦੇ ਦਿਉ ਜਿਸ ਵਿਚ ਉਹ ਹੋਵੇ ਜੋ ਤੁਸੀਂ ਹਮੇਸ਼ਾ ਉਸ ਨੂੰ ਕਹਿਣਾ ਚਾਹੁੰਦੇ ਹੋ ਪਰ ਆਪਣੀ ਝਿਜਕ ਕਾਰਨ ਕਹਿ ਨਹੀਂ ਸਕੇ। ਤੁਸੀਂ ਆਪਣੇ ਬੱਚੇ ਦੀ ਡਰਾਈਂਗ ਤੇ ਪ੍ਰਸ਼ੰਸਾਮਈ ਨੋਟ ਲਿਖ ਸਕਦੇ ਹੋ। ਮੈਂ ਵੀ ਕੋਈ ਬਹੁਤਾ ਖੁੱਲ੍ਹ ਕੇ ਕਹਿਣ ਵਾਲਾ ਪਿਤਾ ਨਹੀਂ ਮੰਨਿਆ ਜਾਂਦਾ ਪਰ ਕਵਿਤਾ ਲਿਖਣ ਵਿਚ ਮੇਰੀ ਕੁਸ਼ਲਤਾ ਨੇ ਮੈਨੂੰ ਕਾਰੋਬਾਰ ਵਿਚ ਰੱਖਿਆ ਹੈ। ਮੇਰੀਆਂ ਧੀਆਂ ਭਾਵੇਂ ਨਾ ਮੰਨਣ ਕਿ ਮੈਂ ਕੋਈ ਵੱਡਾ ਕਵੀ ਹਾਂ ਪਰ ਉਹ ਇਹ ਮਹਿਸੂਸ ਕਰਦੀਆਂ ਹਨ ਕਿ ਜਿਹੜੀਆਂ ਕਵਿਤਾਵਾਂ ਮੈਂ

ਉਨ੍ਹਾਂ ਲਈ ਲਿਖਦਾ ਹਾਂ ਉਹ ਮੇਰੇ ਪਿਆਰ ਦਾ ਸਹੀ ਪ੍ਰਗਟਾਵਾ ਹਨ।

ਬਹੁਤੇ ਬੱਚੇ ਇਹ ਚਾਹੁੰਦੇ ਹਨ ਕਿ ਉਨ੍ਹਾਂ ਦੇ ਪਿਤਾ ਉਨ੍ਹਾਂ ਨੂੰ ਕਿਸੇ ਢੰਗ ਨਾਲ ਦੱਸਣ ਜਾਂ ਪ੍ਰਗਟਾਉਣ ਕਿ ਉਹ ਉਨ੍ਹਾਂ ਨੂੰ ਵਾਕਈ ਪਿਆਰ ਕਰਦੇ ਹਨ। ਬਹੁਤ ਸਾਰੇ ਬਾਲਿਗ ਮੰਨਦੇ ਹਨ ਕਿ ਉਨ੍ਹਾਂ ਦੇ ਇਹ ਚੇਤੇ ਹੀ ਨਹੀਂ ਕਿ ਉਨ੍ਹਾਂ ਦੇ ਪਿਤਾ ਨੇ ਉਨ੍ਹਾਂ ਨੂੰ ਜੱਫੀ ਵਿਚ ਘੁਟਿਆ ਹੋਵੇ ਜਾਂ ਉਨ੍ਹਾਂ ਨੂੰ ਚੁੰਮਿਆ ਹੋਵੇ ਤੇ ਕਿਹਾ ਹੋਵੇ ਕਿ ਉਹ ਉਸ ਨੂੰ ਪਿਆਰ ਕਰਦੇ ਹਨ। ਸ਼ਾਇਦ ਬੀਮਾਰੀ ਹੀ ਇਕ ਅਜਿਹਾ ਮੌਕਾ ਹੁੰਦਾ ਹੈ ਜਦੋਂ ਬੇਲਾਗਪੁਣੇ ਦੇ ਬੱਦਲਾਂ ਨੂੰ ਸਾਫ ਹੋਣ ਦਿੰਦੇ ਹਨ ਅਤੇ ਉਨ੍ਹਾਂ ਲਈ ਆਪਣੀ ਚਿੰਤਾ ਸਪਸ਼ਟ ਝਲਕਾਉਂਦੇ ਹਨ।

ਕਈ ਬੱਚੇ ਸਾਰਿਆਂ ਦੇ ਸਾਹਮਣੇ ਮੋਹ ਪ੍ਰਗਟਾਉਣ ਨਾਲ ਬੇਚੈਨੀ ਮਹਿਸੂਸ ਕਰਦੇ ਹਨ, ਖਾਸ ਤੌਰ ਤੇ ਜਦੋਂ ਦੋਸਤ ਕੋਲ ਹੋਣ। ਅਜਿਹੀ ਗਲਤੀ ਨਾ ਕਰੋ, ਉਹ ਤੁਹਾਡਾ ਸਨੇਹ ਅਤੇ ਉਤਸ਼ਾਹ ਚਾਹੁੰਦੇ ਹਨ ਪਰ ਗੁੱਝੇ ਅਤੇ ਲੁਕਵੇਂ ਰੂਪ ਵਿਚ। ਜਦੋਂ ਤੁਹਾਡਾ ਬੱਚਾ ਕਿਸੇ ਖੇਡ ਗਤੀਵਿਧੀ ਵਿਚ ਜਾਂ ਸਟੇਜ ਉਤੇ ਪੇਸ਼ਕਾਰੀ ਕਰਨ ਵਾਲਾ ਹੋਵੇ ਤਾਂ ਤੁਸੀਂ ਉਸ ਦੀਆਂ ਸਮਰੱਥਾਵਾਂ ਵਿਚ ਭਰੋਸਾ ਅਤੇ ਆਪਣੀ ਹਮਾਇਤ ਪ੍ਰਗਟ ਕਰਨ ਲਈ ਅੰਗੂਠਾ ਖੜ੍ਹਾ ਕਰਕੇ ਸੰਕੇਤ ਕਰ ਸਕਦੇ ਹੋ।

ਆਮ ਤੌਰ ਤੇ ਬੱਚੇ ਆਪਣਾ ਪਿਆਰ ਦਿਖਾਉਣ ਵਿਚ ਬੜੇ ਪ੍ਰਗਟਾਵਾਕਾਰੀ ਅਤੇ ਖੁੱਲ੍ਹੇ ਹੁੰਦੇ ਹਨ। ਉਹ ਤੁਹਾਡੇ ਨਾਲ ਲਿਪਟ ਸਕਦੇ ਹਨ, ਤੁਹਾਡੇ ਗਲੇ ਵਿਚ ਬਾਹਾਂ ਪਾ ਸਕਦੇ ਹਨ ਜਾਂ ਤੁਹਾਡੀ ਪਿੱਠ ਤੇ ਚੜ੍ਹ ਸਕਦੇ ਹਨ ਜਿਵੇਂ ਕਿ ਉਹ ਦੋਹਾਂ ਦੀ ਪਰਖ ਕਰ ਰਹੇ ਹੋਣ- ਤੁਹਾਡੀ ਪਿੱਠ ਦੀ ਅਤੇ ਤੁਹਾਡੇ ਪਿਆਰ ਦੀ ਤਾਕਤ ਦੀ। ਜਦੋਂ ਤੁਹਾਡਾ ਬੱਚਾ ਕਹਿੰਦਾ ਹੈ, 'ਮੈਂ ਤੁਹਾਨੂੰ ਪਿਆਰ ਕਰਦਾ ਹਾਂ, ਡੈਡ,' ਤੁਸੀਂ ਵਾਕਈ ਖੁਦ ਨੂੰ ਦੁਨੀਆ ਤੋਂ ਉੱਚੇ ਸਮਝਦੇ ਹੋ। ਫੇਰ ਤੁਸੀਂ ਕਿਉਂ ਨਹੀਂ ਆਪਣਾ ਪਿਆਰ ਪ੍ਰਗਟਾਉਂਦੇ ਅਤੇ ਬੱਚੇ ਦੀ ਸੰਸਾਰ ਜਿੱਤਣ ਵਿਚ ਮੱਦਦ ਕਰਦੇ।

ਇਕ ਪਿਤਾ ਦੇ ਤੌਰ 'ਤੇ ਤੁਸੀਂ ਆਪਣਾ ਪਿਆਰ ਕਈ ਤਰੀਕਿਆਂ ਨਾਲ ਦਿਖਾ ਸਕਦੇ ਹੋ। ਜੇ ਤੁਸੀਂ ਆਪਣੀ ਪਤਨੀ ਲਈ ਸਤਿਕਾਰ, ਮੋਹ ਅਤੇ ਚਿੰਤਾ ਦਿਖਾਉਂਦੇ ਹੋ ਤਾਂ ਤੁਸੀਂ ਅਸਿੱਧੇ ਤੌਰ 'ਤੇ ਇਹੀ ਸੰਦੇਸ਼ ਆਪਣੇ ਬੱਚਿਆਂ ਨੂੰ ਦਿੰਦੇ ਹੋ। ਮਾਪਿਆਂ ਵਿਚਕਾਰ ਪ੍ਰਤੱਖ ਮੋਹ ਅਤੇ ਇਕਸੁਰਤਾ ਬੱਚਿਆਂ ਲਈ ਇਕ ਬਹੁਤ ਜ਼ਿਆਦਾ ਭਰੋਸਾ ਪੈਦਾ ਕਰਨ ਵਾਲਾ ਦ੍ਰਿਸ਼ ਹੈ।

ਆਪਣੇ ਬੱਚਿਆਂ ਲਈ ਸਮਾਂ ਕੱਢੋ

ਤੁਸੀਂ ਵੱਡੇ ਸੌਦੇ ਕਰਨ, ਵੱਡੇ ਪ੍ਰਾਜੈਕਟ ਤਿਆਰ ਕਰਨ ਅਤੇ ਲਾਗੂ ਕਰਨ ਲਈ ਬਹੁਤੇ ਹੀ ਰੁੱਝੇ ਰਹਿੰਦੇ ਹੋ ਸਕਦੇ ਹੋ ਪਰ ਇੰਝ ਕਦੀ ਵੀ ਆਪਣੇ ਬੱਚਿਆਂ ਨੂੰ ਨਜ਼ਰ-ਅੰਦਾਜ਼ ਕਰਨ ਦੀ ਕੀਮਤ ਤੇ ਨਾ ਕਰੋ। ਜਦੋਂ ਤੁਸੀਂ ਘਰ ਆਉਂਦੇ ਹੋ ਬੱਚਿਆਂ ਨੂੰ ਇਹ ਕਹਿ ਕੇ ਪਾਸੇ ਨਾ ਕਰੋ, 'ਮੈਨੂੰ ਇਕੱਲਾ ਛੱਡ ਦਿਉ।' ਭਵਿੱਖ

ਲਈ ਇਸ ਤੋਂ ਮਾੜਾ ਨਿਵੇਸ਼ ਤੁਹਾਡਾ ਹੋਰ ਕੋਈ ਨਹੀਂ ਹੋ ਸਕਦਾ। ਚੇਤੇ ਰੱਖੋ ਕਿ ਸਮਾਂ ਅਤੇ ਪਿਆਰ ਹੀ ਦੋ ਅਜਿਹੀਆਂ ਮਹੱਤਵਪੂਰਣ ਚੀਜ਼ਾਂ ਹਨ ਜਿਨ੍ਹਾਂ ਦੀ ਤੁਹਾਡੇ ਬੱਚਿਆਂ ਨੂੰ ਲੋੜ ਹੈ ਤੇ ਤੁਹਾਡੇ ਕੋਲੋਂ ਚਾਹੁੰਦੇ ਹਨ। ਜ਼ਰੂਰੀ ਨਹੀਂ ਕਿ ਤੁਸੀਂ ਹਮੇਸ਼ਾ ਹੀ ਗੱਲ ਕਰੋ, ਤੁਹਾਡੀ ਸਿਰਫ ਹਾਜ਼ਰੀ ਅਤੇ ਉਨ੍ਹਾਂ ਦੇ ਸਵਾਲਾਂ ਦੇ ਹਾਂ/ਨਾਂਹ ਵਿਚ ਜਵਾਬ ਹੀ ਤੁਹਾਨੂੰ ਉਨ੍ਹਾਂ ਕੋਲ ਆਪਣੀ ਹਾਜ਼ਰੀ ਮਹਿਸੂਸ ਕਰਵਾਉਣ ਲਈ ਕਾਫੀ ਹਨ।

ਜੇਕਰ ਤੁਸੀਂ ਬਗੀਚੇ ਵਿਚ ਕੰਮ ਕਰ ਰਹੇ ਹੋ ਆਪਣੇ ਬੱਚਿਆਂ ਨੂੰ ਬੁਲਾਉ-ਮੱਦਦ ਕਰਨ ਲਈ ਨਹੀਂ ਬਲਕਿ ਉਨ੍ਹਾਂ ਦੀਆਂ ਸ਼ਿਕਾਇਤਾਂ ਸੁਣਨ ਲਈ ਅਤੇ ਆਪਣਾ ਦਿਲ ਉਨ੍ਹਾਂ ਨਾਲ ਸਾਂਝਾ ਕਰਨ ਲਈ। ਜੇਕਰ ਤੁਸੀਂ ਕੰਪਿਊਟਰ 'ਤੇ ਕੰਮ ਕਰ ਰਹੇ ਹੋ ਅਤੇ ਕੰਮ ਮੁਕਾਉਣ ਦਾ ਕੋਈ ਮਿੱਥਿਆ ਹੋਇਆ ਸਮਾਂ ਨਹੀਂ ਤਾਂ ਥੋੜ੍ਹੀ ਦੇਰ ਵਾਸਤੇ ਆਪਣੇ ਬੱਚੇ ਨੂੰ ਮਾਊਸ ਚਲਾਉਣ ਦਿਉ ਅਤੇ ਮਗਰੋਂ ਉਸ ਦੀ ਇਸ ਮੱਦਦ ਲਈ ਉਸ ਨੂੰ ਦਾਦ ਦਿਉ। ਕਈ ਵਾਰੀ ਮੈਂ ਲਿਖਣ ਲਈ ਖਾਣੇ ਦੀ ਮੇਜ ਤੇ ਬਹਿ ਜਾਂਦਾ ਹਾਂ ਅਤੇ ਆਪਣੀਆਂ ਧੀਆਂ ਨੂੰ ਕਹਿੰਦਾ ਹਾਂ ਕਿ ਉਹ ਮੇਰੇ ਕੋਲ ਆਕੇ ਬੈਠ ਜਾਣ ਤੇ ਆਪਣਾ ਘਰ ਦਾ ਕੰਮ ਮੁਕਾ ਲੈਣ। ਇਸ ਨਾਲ ਪ੍ਰੇਸ਼ਾਨੀ ਤਾਂ ਹੋ ਸਕਦੀ ਹੈ ਪਰ ਉਨ੍ਹਾਂ ਦੇ ਸਾਥ ਅਤੇ ਇਕ ਚੰਗੇ ਪਿਤਾ ਦੀ ਚੇਪੀ ਲਵਾਉਣ ਲਈ ਇਹ ਕੀਮਤ ਬਹੁਤੀ ਨਹੀਂ।

ਅਜਿਹੀਆਂ ਬਹੁਤ ਸਾਰੀਆਂ ਗਤੀਵਿਧੀਆਂ ਹਨ ਜਿਨ੍ਹਾਂ ਵਿਚ ਉਨ੍ਹਾਂ ਨੂੰ ਸ਼ਾਮਿਲ ਕੀਤਾ ਜਾ ਸਕਦਾ ਹੈ। ਤੁਸੀਂ ਉਨ੍ਹਾਂ ਨਾਲ ਇਨਡੋਰ/ਆਊਟਡੋਰ ਗੇਮਾਂ ਖੇਡ ਸਕਦੇ ਹੋ ਜਾਂ ਸਾਈਕਲ ਚਲਾਉਣ, ਘੁੰਮਣ ਜਾਂ ਮੱਛੀਆਂ ਫੜਨ ਜਾ ਸਕਦੇ ਹੋ। ਸਾਰੇ ਬੱਚੇ ਪਤੰਗ ਉਡਾਉਂਦੇ ਹਨ, ਬੱਚੇ ਨਾਲ ਆਪਣੀ ਟੀਮ ਬਣਾਉਣ ਲਈ ਇਸ ਮੌਕੇ ਨੂੰ ਵਰਤੋ। ਜੇਕਰ ਦੋਵੇਂ ਮਾਪੇ ਕੰਮਕਾਰੀ ਹਨ ਤਾਂ ਪਰਿਵਾਰ ਨੂੰ ਰਾਤ ਦਾ ਖਾਣਾ ਘੱਟੋ ਘੱਟ ਇਕੱਠੇ ਖਾਣਾ ਚਾਹੀਦਾ ਹੈ।

ਜਿਨ੍ਹਾਂ ਪਿਤਾਵਾਂ ਨੂੰ ਨੌਕਰੀ ਤੇ ਬਹੁਤ ਜ਼ਿਆਦਾ ਸਫਰ ਕਰਨਾ ਪੈਂਦਾ ਹੈ ਜਾਂ ਜੋ ਫੌਜ ਵਿਚ/ਮਰਚੈਂਟ ਨੇਵੀ ਵਿਚ ਹਨ ਅਤੇ ਜਿਨ੍ਹਾਂ ਨੂੰ ਲੰਮੇ ਸਮੇਂ ਘਰ ਤੋਂ ਦੂਰ ਰਹਿਣਾ ਪੈਂਦਾ ਹੈ ਉਨ੍ਹਾਂ ਨੂੰ ਕੋਸ਼ਿਸ਼ ਕਰਨੀ ਚਾਹੀਦੀ ਹੈ ਕਿ ਉਹ ਆਪਣੇ ਬੱਚਿਆਂ ਨਾਲ ਲਗਾਤਾਰ ਸੰਪਰਕ ਬਣਾ ਕੇ ਰੱਖਣ। ਰਿਸ਼ਤੇ ਨੂੰ ਟਹਿਕਦਾ ਰੱਖਣ ਲਈ ਉਹ ਟੈਲੀਫੋਨ ਕਰ ਸਕਦੇ ਹਨ ਜਾਂ ਲਗਾਤਾਰ ਖਤ ਲਿਖ ਸਕਦੇ ਹਨ।

ਮਾਪਿਆਂ ਦੀ ਨਿਗਰਾਨੀ ਦੀ ਘਾਟ ਦਾ ਸਬੰਧ ਘੱਟ ਆਈ. ਕਿਊ. ਅਤੇ ਮਾੜੀ ਵਿਦਿਅਕ ਪੇਸ਼ਕਾਰੀ ਨਾਲ ਹੁੰਦਾ ਹੈ। ਅਜਿਹੇ ਘਰਾਂ ਦੇ ਬੱਚੇ ਹਿੰਸਕ ਵਿਹਾਰ ਅਤੇ ਅਪਰਾਧਿਕਤਾ ਦੀ ਉਚੀ ਦਰ ਦਰਸਾਉਂਦੇ ਹਨ। ਉਹ ਨਸ਼ੀਲੇ ਪਦਾਰਥਾਂ ਤੋਂ ਗ੍ਰਸਤ ਹੋਣ ਦੇ ਜੋਖਮ ਵਿਚ ਵੀ ਵਧੇਰੇ ਹੁੰਦੇ ਹਨ। ਬੱਚੇ ਦੇ ਸਰਵਪੱਖੀ ਸ਼ਖਸੀਅਤ ਵਿਕਾਸ ਲਈ ਮਾਪਿਆਂ ਦੀ ਸ਼ਮੂਲੀਅਤ ਬੜੀ ਅਹਿਮ ਹੈ।

ਕੁਝ ਸਾਲ ਪਹਿਲਾਂ ਮਾਪਿਆਂ ਨੂੰ ਸਿਫਤੀ ਸਮੇਂ ਦਾ ਸੰਕਲਪ ਵੇਚਿਆ ਜਾਂਦਾ

ਸੀ। ਉਨ੍ਹਾਂ ਨੂੰ ਕਿਹਾ ਜਾਂਦਾ ਸੀ ਤੀਹ ਮਿੰਟ ਲਈ ਬੱਚੇ ਨਾਲ ਪੂਰੀ ਧਿਆਨ ਕੇਂਦਰਤ, ਨਿਰਵਿਘਨ ਅੰਤਰਕ੍ਰਿਆ ਪੂਰੀ ਇਕ ਬੇਕਾਰ ਸ਼ਾਮ ਇਕੱਠੇ ਬਿਤਾਉਣ ਨਾਲੋਂ ਕਿਤੇ ਬਿਹਤਰ ਹੈ। ਇਹ ਸੰਕਲਪ ਸ਼ਾਇਦ ਉਨ੍ਹਾਂ ਲੋਕਾਂ ਦੇ ਦਿਮਾਗ ਦੀ ਉਪਜ ਸੀ ਜਿਨ੍ਹਾਂ ਕੋਲ ਉਂਝ ਉਨ੍ਹਾਂ ਦੇ ਬੱਚਿਆਂ ਲਈ ਬਹੁਤ ਸਮਾਂ ਨਹੀਂ ਹੁੰਦਾ। ਹੁਣ ਫੇਰ ਹੌਲੀ-ਹੌਲੀ ਇਸ ਨੂੰ ਮਾਨਤਾ ਦਿੱਤੀ ਜਾ ਰਹੀ ਹੈ ਕਿ ਮਾਤਰਾ ਕੋਈ ਵੁਕਤ ਨਹੀਂ ਰੱਖਦੀ। ਅਤੇ ਨਾ ਹੀ ਤੁਸੀਂ ਸਿਫਤੀ ਸਮਾਂ ਵਿਉਂਤ ਸਕਦੇ ਹੋ ਤੇ ਆਪਣੇ ਬੱਚੇ ਨੂੰ ਕਹਿ ਸਕਦੇ ਹੋ : 'ਠੀਕ ਹੈ, ਟਿਕ ਕੇ ਬੈਠੋ ਅਤੇ ਮੁਸਕਰਾਉ, ਤੁਹਾਡਾ ਸਿਫਤੀ ਸਮਾਂ ਸ਼ੁਰੂ ਹੁੰਦਾ ਹੈ ਹੁਣ!'

ਦਰਅਸਲ ਇਹ ਰੋਜ਼ਮੱਰਾ ਕੰਮ ਹਨ ਜਿਵੇਂ ਬੱਚਿਆਂ ਨੂੰ ਸਕੂਲ ਛੱਡਣਾ, ਉਨ੍ਹਾਂ ਦੇ ਕੰਮ ਵਿਚ ਉਨ੍ਹਾਂ ਦੀ ਮੱਦਦ ਕਰਨੀ ਜਾਂ ਉਨ੍ਹਾਂ ਨੂੰ ਬਿਸਤਰ ਤੇ ਪਾਉਣਾ ਜਿਨ੍ਹਾਂ ਨੂੰ ਵਿਸ਼ੇਸ਼ ਪਲਾਂ ਵਿਚ ਬਦਲਿਆ ਜਾਣਾ ਚਾਹੀਦਾ ਹੈ।

ਬੱਚੇ ਦੇ ਪਰਿਪੇਖ ਨਾਲ ਚੀਜ਼ਾਂ ਦੇਖੋ

ਬੱਚੇ ਤੋਂ ਬਾਲਿਗ ਵਾਂਗ ਸੋਚਣ ਅਤੇ ਵਿਹਾਰ ਕਰਨ ਦੀ ਆਸ ਕਦੀ ਨਾ ਰੱਖੋ। ਆਪਣਾ ਬਚਪਨ ਯਾਦ ਕਰੋ ਅਤੇ ਦੇਖਣ ਦੀ ਕੋਸ਼ਿਸ਼ ਕਰੋ ਕਿ ਤੁਹਾਨੂੰ ਕੀ ਪਸੰਦ ਸੀ ਅਤੇ ਕੀ ਨਹੀਂ। ਜਿਹੜੇ ਪਿਤਾ ਬੱਚੇ ਦੇ ਨੁਕਤਾ-ਨਿਗਾਹ ਨੂੰ ਨਜ਼ਰਅੰਦਾਜ਼ ਕਰਦੇ ਹਨ ਉਹ ਆਮ ਕਰਕੇ ਆਪਸੀ ਵਿਸ਼ਵਾਸ ਅਤੇ ਸਮਝ ਦਾ ਬੰਧਨ ਸਿਰਜਣ ਵਿਚ ਅਸਫਲ ਰਹਿ ਜਾਂਦੇ ਹਨ।

ਇਕ ਈ.ਐਨ.ਟੀ. ਸਰਜਨ ਡਾ. ਮਿਸ਼ਰਾ ਆਪਣੇ ਸੱਤ ਸਾਲਾ ਬੱਚੇ ਪਿਯੂਸ਼ ਨੂੰ ਕ੍ਰਿਕੇਟ ਮੈਚ ਤੇ ਲਿਜਾਣ ਨੂੰ ਚੇਤੇ ਕਰਦਾ ਹੈ। ਆਸ ਸੀ ਕਿ ਇਹ ਇਕ ਵਧੀਆ ਪਿਤਾ-ਪੁੱਤਰ ਅਨੁਭਵ ਹੋਵੇਗਾ ਕਿਉਂਕਿ ਉਹ ਦੋਵੇਂ ਇਕੱਠੇ ਮੈਚ ਦੇਖ ਰਹੇ ਸਨ। ਤੀਹ ਮਿੰਟ ਦੀ ਖੇਡ ਤੋਂ ਬਾਦ ਪਿਯੂਸ਼ ਕਹਿਣ ਲੱਗਾ, 'ਮੈਂ ਤਾਂ ਬੋਰ ਹੋ ਰਿਹਾ ਹਾਂ। ਚਲੋਂ ਹੁਣੇ ਘਰ ਚੱਲੀਏ।' ਡਾ. ਮਿਸ਼ਰਾ ਨੂੰ ਇਹ ਸੁੱਝਿਆ ਹੀ ਨਹੀਂ ਸੀ ਕਿ ਇਕ ਸੱਤ ਸਾਲਾ ਬੱਚਾ ਇਕ ਮਹਾਨ ਭਾਰਤੀ ਮਨੋਰੰਜਨ ਨੂੰ ਜੋਸ਼ ਨਾਲ ਨਹੀਂ ਦੇਖ ਸਕੇਗਾ। ਉਸ ਨੇ ਕ੍ਰਿਕੇਟ ਦੀ ਖੇਡ ਦੀਆਂ ਮਨੋਰੰਜਕ ਕਹਾਣੀਆਂ ਸੁਣਾਕੇ ਪੁੱਤਰ ਵਿਚ ਦਿਲਚਸਪੀ ਪੈਦਾ ਕਰਨ ਦੀ ਕੋਸ਼ਿਸ਼ ਕੀਤੀ। ਉਸ ਨੇ ਥਰਮੋਸ ਕੱਢੀ ਅਤੇ ਉਸ ਨੂੰ ਚਾਹ ਪੇਸ਼ ਕੀਤੀ ਪਰ ਕੁਝ ਵੀ ਕੰਮ ਨਾ ਆਇਆ। ਛੇਤੀ ਹੀ ਖਿਝਿਆ ਹੋਇਆ ਪਿਤਾ ਅਤੇ ਬੋਰ ਹੋਇਆ ਪੁੱਤਰ ਸਟੇਡੀਅਮ ਵਿਚੋਂ ਬਾਹਰ ਆ ਗਏ।

ਘਰ ਨੂੰ ਕਾਰ ਚਲਾਕੇ ਜਾਂਦੇ ਹੋਏ ਡਾ. ਮਿਸ਼ਰਾ ਕੁਝ ਠੰਢਾ ਪੈ ਗਿਆ ਸ਼ਾਇਦ ਇਹ ਮੱਦਦ ਠੰਢੀ ਹਵਾ ਨੇ ਕੀਤੀ ਸੀ। ਅਚਾਨਕ ਹੀ ਉਸ ਨੇ ਰਾਹ ਬਦਲਿਆ ਅਤੇ ਕਾਰ ਨੇਸ਼ਨਲ ਸਾਇੰਸ ਮਿਊਜ਼ੀਅਮ ਦੀ ਇਮਾਰਤ ਸਾਹਮਣੇ ਜਾ ਖੜ੍ਹੀ ਕੀਤੀ। ਪਿਯੂਸ਼ ਇਸ ਮਿਊਜ਼ੀਅਮ ਵਿਚ ਆਪਣੀ ਜਮਾਤ ਨਾਲ ਪਹਿਲਾਂ ਵੀ ਇਕ ਵਾਰੀ

ਆਇਆ ਸੀ ਅਤੇ ਫੇਰ ਉੱਥੇ ਜਾਣ ਲਈ ਕਾਹਲਾ ਸੀ। ਪਿਤਾ ਅਤੇ ਪੁੱਤਰ ਇਕ ਪ੍ਰਦਰਸ਼ਨੀ ਤੋਂ ਦੂਜੀ ਵੱਲ ਗਏ ਅਤੇ ਹਰ ਵਾਰੀ ਪਿਯੂਸ਼ ਨੇ ਕੋਈ ਨਾ ਕੋਈ ਚੀਜ ਲੱਭੀ ਅਤੇ ਖੁਸ਼ੀ ਨਾਲ ਆਪਣੇ ਪਿਤਾ ਨਾਲ ਸਾਂਝੀ ਕੀਤੀ। ਇਹ ਦਿਨ ਡਾ. ਮਿਸ਼ਰਾ ਦੀ ਯਾਦ ਵਿਚ ਡੂੰਘੀ ਤਰ੍ਹਾਂ ਖੁਣਿਆ ਹੋਇਆ ਹੈ ਕਿਉਂਕਿ ਇਸ ਦਿਨ ਉਸ ਨੂੰ ਇਹ ਸਬਕ ਮਿਲਿਆ-ਆਪਣੇ ਬੱਚੇ ਦੀਆਂ ਨਜ਼ਰਾਂ ਨਾਲ ਦੁਨੀਆ ਦੇਖਣ ਵਿਚ ਕਿੰਨਾ ਆਨੰਦ ਆਉਂਦਾ ਹੈ।

ਸਮੇਂ ਨਾਲ ਚੱਲੋ

ਮਾਵਾਂ ਦੇ ਮੁਕਾਬਲੇ ਪਿਤਾ ਆਮ ਤੌਰ 'ਤੇ ਛੇਤੀ ਸਮਾਂ ਵਿਹਾਏ ਹੋ ਜਾਂਦੇ ਹਨ। ਇਸ ਕਰਕੇ ਤੁਸੀਂ ਤਬਦੀਲੀ ਲਈ ਆਪਣੀਆਂ ਅੱਖਾਂ ਪੂਰੀ ਤਰ੍ਹਾਂ ਖੁੱਲ੍ਹੀਆਂ ਰੱਖੋ ਅਤੇ ਕੰਨ ਇਸ ਤੇ ਗੱਡ ਕੇ ਰੱਖੋ। ਨਿੱਕੇ ਬਾਲ ਤੋਂ ਇਕ ਕਿਸ਼ੋਰ ਬਣਦਾ ਹੋਇਆ ਬੱਚਾ ਤੇਜ਼ ਪ੍ਰਗਤੀ ਕਰਦਾ ਹੈ। ਤੁਹਾਨੂੰ ਵੀ ਸਮੇਂ ਨਾਲ ਚੱਲਣਾ ਚਾਹੀਦਾ ਹੈ ਅਤੇ ਬੱਚੇ ਦੀਆਂ ਬਦਲਦੀਆਂ ਰੁਚੀਆਂ ਦੇ ਨਾਲ ਜੁੜੇ ਰਹਿਣਾ ਚਾਹੀਦਾ ਹੈ। ਤੁਹਾਨੂੰ ਕੱਪੜਿਆਂ, ਖਾਣ-ਪੀਣ ਅਤੇ ਕਿਸ਼ੋਰਾਂ ਦੀ ਬੋਲ-ਚਾਲ ਦੇ ਨਵੇਂ ਸ਼ਬਦਾਂ ਦੇ ਨਵੇਂ ਰੁਝਾਨ ਬਾਰੇ ਵੀ ਪੂਰਾ ਪਤਾ ਹੋਣਾ ਚਾਹੀਦਾ ਹੈ। ਚੇਤੇ ਰੱਖੋ, ਬੱਚੇ ਆਪਣੇ ਪਿਤਾਵਾਂ ਉਤੇ ਪੁਰਾਣੇ/ਪ੍ਰਾਚੀਨ ਦੀ ਚੇਪੀ ਲਾਉਣ ਵਿਚ ਬੜੇ ਤੇਜ਼ ਹੁੰਦੇ ਹਨ।

ਮੇਰਾ ਇਕ ਪ੍ਰਾਚੀਨਵਾਦੀ ਡਾਕਟਰ ਦੋਸਤ ਆਪਣੀ ਕਿਸ਼ੋਰ ਧੀ ਦੀ ਪੋਸ਼ਾਕ ਨੂੰ ਲੈ ਕੇ ਬੜਾ ਉੱਖੜਿਆ ਹੋਇਆ ਸੀ। ਉਸ ਦੇ ਸਰੀਰ ਨੂੰ ਮਸਾਂ ਕੱਜਦੇ ਕੱਪੜੇ ਅਤੇ ਭੜਕੀਲਾ ਮੇਕਅਪ ਕਿਸੇ ਵੀ ਮਾਪੇ ਨੂੰ ਗੁੱਸੇ ਨਾਲ ਅੰਨ੍ਹਾਂ ਕਰਨ ਲਈ ਕਾਫੀ ਸੀ। ਜਦੋਂ ਉਸ ਨੇ ਆਲੇ-ਦੁਆਲੇ ਨਜ਼ਰ ਮਾਰੀ ਤਾਂ ਉਸ ਨੇ ਦੇਖਿਆ ਕਿ ਉਸ ਦੀ ਉਮਰ ਦੀਆਂ ਸਾਰੀਆਂ ਕੁੜੀਆਂ ਦੇ ਕੱਪੜੇ ਉਸੇ ਤਰ੍ਹਾਂ ਦੇ ਸਨ। ਮੇਰੇ ਦੋਸਤ ਨੂੰ ਉਸ ਨੂੰ ਝਾੜਨ ਦੀ ਬਜਾਏ ਇਹ ਸਮਝ ਪੈ ਗਈ ਕਿ ਉਸਦੀ ਧੀ ਵੀ ਤਾਂ ਬੱਸ ਨਕਲ ਕਰਕੇ ਆਪਣੇ ਜਮਾਤੀ ਸਮੂਹ ਦਾ ਹਿੱਸਾ ਬਣਨ ਦੀ ਹੀ ਕੋਸ਼ਿਸ਼ ਕਰ ਰਹੀ ਸੀ। ਉਨ੍ਹਾਂ ਵਰਗਾ ਫੈਸ਼ਨ ਅਪਣਾ ਕੇ ਉਹ ਨਾ ਸਿਰਫ ਉਸ ਸਮੂਹ ਦਾ ਇਕ ਹਿੱਸਾ ਹੀ ਬਣ ਗਈ ਸੀ ਬਲਕਿ ਉਨ੍ਹਾਂ ਦੀ ਮੋਹਰੀ ਵੀ ਬਣ ਗਈ ਸੀ।

ਸਾਲਾਨਾ ਕਲੱਬ ਡਿਨਰ ਦੌਰਾਨ ਸਾਡੇ ਪਰਿਵਾਰਾਂ ਨੂੰ ਇਕ ਮੇਜ 'ਤੇ ਹੀ ਬੈਠਣ ਲਈ ਜਗ੍ਹਾ ਮਿਲੀ। ਹਾਲਾਂਕਿ ਮੇਰੇ ਦੋਸਤ ਦੀ ਧੀ ਨੇ ਉਹ ਆਮ ਕਾਲੀ ਘੁਟਵੀਂ ਪੋਸ਼ਾਕ ਅਤੇ ਚਮਕੀਲਾ ਆਈ ਸ਼ੈਡੋ ਲਾਇਆ ਹੋਇਆ ਸੀ ਪਰ ਉਸ ਦਾ ਵਿਹਾਰ ਬੜਾ ਮਿਸਾਲੀ ਸੀ। ਉਹ ਸਾਡੇ ਨਾਲ ਬੜੇ ਸਵੈ-ਭਰੋਸੇ ਨਾਲ ਗੱਲਬਾਤ ਕਰਦੀ ਰਹੀ ਬਲਕਿ ਉਸ ਨੇ ਉਸ ਸ਼ਾਮ ਦੇ ਬਿਹਤਰੀਨ ਨੱਚਣ ਵਾਲੇ ਜੋੜੇ ਬਾਰੇ ਮਜ਼ਾਕੀਆ ਟਿੱਪਣੀਆਂ ਨਾਲ ਸਾਡਾ ਮਨੋਰੰਜਨ ਵੀ ਕੀਤਾ।

ਮੈਨੂੰ ਯਕੀਨ ਹੈ ਕਿ ਕੁਝ ਹੋਰ ਸਾਲਾਂ ਵਿਚ ਉਹ ਵਧੇਰੇ ਜ਼ਿੰਮੇਵਾਰ ਬਣ ਜਾਵੇਗੀ ਅਤੇ ਇਕ ਸਫਲ ਨੌਜਵਾਨ ਔਰਤ ਸਾਬਿਤ ਹੋਵੇਗੀ। ਉਸ ਵਿਚ ਉਸ

ਦੇ ਪਿਤਾ ਦੇ ਵਿਸ਼ਵਾਸ ਅਤੇ ਜਿਵੇਂ ਦੀ ਉਹ ਸੀ ਉਵੇਂ ਪ੍ਰਵਾਨ ਕਰਨਾ ਉਹ ਦੋ ਸਭ ਤੋਂ ਅਹਿਮ ਕਾਰਕ ਸਨ ਜਿਨ੍ਹਾਂ ਨੇ ਉਸ ਅੰਦਰ ਸਵੈ-ਵਿਸ਼ਵਾਸ ਅਤੇ ਸਵੈ-ਮਾਣ ਉਸਾਰਿਆ। ਉਸ ਦੇ ਪਿਤਾ ਦੀ ਨੁਕਤਾਚੀਨੀ ਅਤੇ ਰੱਦਣ ਉਸ ਨੂੰ ਬਿਲਕੁਲ ਹੀ ਨਿਖੇੜ ਦਿੰਦੇ, ਉਸ ਦੀ ਸ਼ਖ਼ਸੀਅਤ ਨੂੰ ਨੁਕਸਾਨ ਪੁਚਾਉਂਦੇ ਅਤੇ ਉਸ ਅੰਦਰ ਹੀਣ ਭਾਵਨਾ ਪੈਦਾ ਕਰ ਦਿੰਦੇ।

ਦਾਦ ਦੇਣ ਵਾਲਾ ਪਿਤਾ

ਭਾਵੇਂ ਵੱਡੀ ਹੋਵੇ ਜਾਂ ਛੋਟੀ ਹਰੇਕ ਪ੍ਰਾਪਤੀ ਜਾਂ ਜਿੱਤ ਨੂੰ ਮਾਨਤਾ ਅਤੇ ਖੁੱਲ੍ਹਦਿਲੀ ਦਾਦ ਦੀ ਲੋੜ ਹੁੰਦੀ ਹੈ। ਮੇਰੇ ਅਜੇ ਵੀ ਚੇਤੇ ਹੈ ਕਿ ਜਦੋਂ ਬੋਰਡ ਦੇ ਇਮਤਿਹਾਨਾਂ ਵਿਚ ਮੇਰੇ ਚੰਗੇ ਗ੍ਰੇਡ ਆਉਂਦੇ ਸੀ ਤਾਂ ਮੇਰੇ ਪਿਤਾ ਇਸ ਦੀ ਮਾਨਤਾ ਵਿਚ ਇਕ ਵੱਡੀ ਪਾਰਟੀ ਕਰਦੇ ਹੁੰਦੇ ਸਨ। ਪਾਰਟੀ ਦੌਰਾਨ ਉਹ ਆਪਣੇ ਸਾਰੇ ਦੋਸਤਾਂ ਨਾਲ ਮੇਰੀ ਮੁਲਾਕਾਤ ਕਰਵਾਉਂਦੇ- ਉਨ੍ਹਾਂ ਦੀ ਮੁਸਕਾਨ ਉਨ੍ਹਾਂ ਦੀਆਂ ਅੱਖਾਂ ਵਿਚ ਹੁੰਦੀ ਅਤੇ ਲਗਾਤਾਰ ਮੇਰੀ ਪਿੱਠ ਥਾਪੜਦੇ ਰਹਿੰਦੇ। ਮੈਨੂੰ ਬਹੁਤ ਵਧੀਆ ਲੱਗਦਾ। ਮੇਰੇ ਪਿਤਾ ਨੇ ਮੈਨੂੰ ਸਵੈ-ਵਿਸ਼ਵਾਸ ਦੀ ਇਕ ਅਜਿਹੀ ਭਾਵਨਾ ਦਿੱਤੀ ਜੋ ਕਦੀ ਵੀ ਮੇਰੇ ਕੋਲੋਂ ਦੂਰ ਨਾ ਗਈ। ਇਕ ਪਿਤਾ ਦੇ ਉਤਸ਼ਾਹਿਤ ਕਰਨ ਵਾਲੇ ਸ਼ਬਦਾਂ ਦੀ ਸ਼ਕਤੀ ਨਿਸ਼ਚੇ ਹੀ ਬਹੁਤ ਵਿਸ਼ਾਲ ਹੈ।

ਪਿਤਾਵਾਂ ਲਈ ਇਹ ਕੁਦਰਤੀ ਹੈ ਕਿ ਉਹ ਆਪਣੇ ਪੁੱਤਰਾਂ ਦੀ ਸਫਲਤਾ ਦੀ ਸ਼ਲਾਘਾ ਕਰਨ ਪਰ ਉਨ੍ਹਾਂ ਦੀਆਂ ਧੀਆਂ ਦੀ ਸਫਲਤਾ ਪ੍ਰਤੀ ਉਨ੍ਹਾਂ ਦੀ ਹਮਾਇਤ ਅਤੇ ਦਰਦ ਸਗੋਂ ਵਧੇਰੇ ਅਹਿਮ ਹੈ। ਇਹ ਦੇਖਿਆ ਗਿਆ ਹੈ ਕਿ ਸਫਲ ਔਰਤਾਂ ਦੇ ਪਿਤਾ ਅਕਸਰ ਉਨ੍ਹਾਂ ਦੇ ਹਰੇਕ ਹੰਭਲੇ ਵਿਚ ਉਨ੍ਹਾਂ ਦੀ ਪਿੱਠ ਪਿੱਛੇ ਖੜ੍ਹਦੇ ਤੇ ਉਨ੍ਹਾਂ ਨੂੰ ਉਤਸ਼ਾਹਿਤ ਕਰਦੇ ਹਨ। ਉਹ ਆਪਣੀਆਂ ਧੀਆਂ ਨੂੰ ਭਵਿੱਖੀ ਪ੍ਰਾਪਤੀਕਾਰਾਂ ਵਜੋਂ ਦੇਖਦੇ ਹਨ ਅਤੇ ਉਨ੍ਹਾਂ ਨੂੰ ਕਦੀ ਮਹਿਸੂਸ ਨਹੀਂ ਹੋਣ ਦਿੰਦੇ ਕਿ ਉਹ ਇਸ ਕਰਕੇ ਕੁਝ ਖਾਸ ਚੀਜ਼ਾਂ ਨਹੀਂ ਕਰ ਸਕਦੀਆਂ ਕਿਉਂਕਿ ਉਹ ਕੁੜੀਆਂ ਹਨ।

ਭਰੋਸੇਯੋਗ ਪਿਤਾ

* ਇਕ ਚੰਗਾ ਪਿਤਾ ਉਹ ਵਾਅਦੇ ਨਹੀਂ ਕਰਦਾ ਜਿਹੜੇ ਕਿ ਉਹ ਪੂਰੇ ਨਾ ਕਰ ਸਕੇ।
* ਇਕ ਭਰੋਸੇਯੋਗ ਪਿਤਾ ਉਦੋਂ ਵੀ ਦਿੰਦਾ ਹੀ ਹੈ ਜੇ ਉਸ ਨੇ ਵਾਅਦਾ ਨਾ ਵੀ ਕੀਤਾ ਹੋਵੇ।

ਸਿਰਫ ਇਕ ਮੁਹੱਈਆਕਾਰ ਵਜੋਂ ਪਿਤਾ ਦੀ ਭੂਮਿਕਾ ਹੁਣ ਨਹੀਂ ਸਵੀਕਾਰੀ ਜਾਂਦੀ। ਹਾਲਾਂਕਿ ਵਿੱਤੀ ਸੁਰੱਖਿਆ ਦੇਣੀ ਅਜੇ ਵੀ ਉਸ ਦੀ ਬੁਨਿਆਦੀ ਜ਼ਿੰਮੇਵਾਰੀ ਹੈ, ਬੱਚਿਆਂ ਦੇ ਦੈਨਿਕ ਮਾਮਲਿਆਂ ਵਿਚ ਉਸ ਦੀ ਸਰਗਰਮ ਸ਼ਮੂਲੀਅਤ ਚੰਗੇ ਪਿਤਾ ਦੀ ਚੋਪੀ ਹੈ।

ਜੇਕਰ ਬੱਚਾ ਚਾਹੇ ਕਿ ਤੁਸੀਂ ਸਕੂਲ ਨਾਟਕ, ਖੇਡ ਜਾਂ ਕਿਸੇ ਹੋਰ ਮਹੱਤਵਪੂਰਣ ਈਵੈਂਟ ਤੇ ਮੌਜੂਦ ਰਹੋ ਜੋ ਉਸ ਲਈ ਬਹੁਤ ਮਹੱਤਵਪੂਰਣ ਹੈ - ਜੇ ਤੁਸੀਂ ਵਾਅਦਾ ਕੀਤਾ ਹੈ ਤਾਂ ਉੱਥੇ ਜ਼ਰੂਰ ਜਾਉ। ਨਿਰਸੰਦੇਹ ਤੁਸੀਂ ਇਨ੍ਹਾਂ ਸਾਰੇ ਹੀ ਮੌਕਿਆਂ 'ਤੇ ਹਾਜ਼ਰ ਨਹੀਂ ਹੋ ਸਕਦੇ ਪਰ ਉੱਥੇ ਹਾਜ਼ਰ ਨਾ ਹੋ ਸਕਣ ਦੀ ਅਯੋਗਤਾ ਲਈ ਬੱਚੇ ਨੂੰ ਕੋਈ ਪੁਖ਼ਤਾ ਜਵਾਬ ਦਿਉ। ਇਕ ਸੀਨੀਅਰ ਵਿਕਰੀ ਐਗਜ਼ੈਕਟਿਵ ਦੀ ਧੀ ਚਾਹੁੰਦੀ ਸੀ ਕਿ ਉਸ ਦਾ ਪਿਤਾ ਉਸ ਦੇ ਸਕੂਲ ਦੇ ਇਨਾਮ ਵੰਡ ਸਮਾਰੋਹ ਵਿਚ ਹਾਜ਼ਰ ਰਹੇ ਕਿਉਂਕਿ ਉਸ ਨੂੰ ਉਥੋਂ ਬਿਹਤਰੀਨ ਤੈਰਾਕ ਦਾ ਪੁਰਸਕਾਰ ਮਿਲਣਾ ਸੀ। ਉਸ ਦੇ ਪਿਤਾ ਨੇ ਆਪਣੀ ਕਾਰੋਬਾਰ ਦੀ ਅਹਿਮ ਮੀਟਿੰਗ ਸਮਾਰੋਹ ਤੇ ਮੌਜੂਦ ਰਹਿਣ ਲਈ ਅੱਗੇ ਪਾ ਦਿੱਤੀ, ਹਾਲਾਂਕਿ ਉਸ ਨੇ ਆਉਣ ਦਾ ਵਾਅਦਾ ਕੋਈ ਨਹੀਂ ਕੀਤਾ ਸੀ। ਜਦੋਂ ਉਸ ਨੂੰ ਟਰਾਫੀ ਲੈਣ ਲਈ ਮੰਚ 'ਤੇ ਸੱਦਿਆ ਗਿਆ ਅਤੇ ਉਸ ਨੇ ਆਪਣੇ ਪਿਤਾ ਨੂੰ ਮੰਚ ਦੇ ਨੇੜੇ ਖੜ੍ਹੇ ਤਾੜੀਆਂ ਵਜਾਉਂਦੇ ਦੇਖਿਆ ਤਾਂ ਉਸ ਦਾ ਚਿਹਰਾ ਚਮਕ ਉੱਠਿਆ ਅਤੇ ਉਸ ਦੀ ਟਰਾਫੀ ਵੀ ਹੋਰ ਲਿਸ਼ਕਣ ਲੱਗੀ।

ਸੂਝਵਾਨ ਪਿਤਾ

ਜਿਹੜੇ ਪਿਤਾ ਖੁੱਲ੍ਹੇ ਮਨ ਅਤੇ ਲਚਕੀਲੇ ਨਜ਼ਰੀਏ ਨਾਲ ਟਕਰਾਉ ਵੱਲ ਪਹੁੰਚ ਕਰਦੇ ਹਨ ਉਹ ਆਮ ਤੌਰ 'ਤੇ ਸੁਹਿਰਦ ਹੱਲ ਪੇਸ਼ ਕਰਦੇ ਹਨ। ਜਿਨ੍ਹਾਂ ਕੋਲ ਧੀਰਜ ਦਾ ਵਾਧੂ ਗੁਣ ਹੁੰਦਾ ਹੈ ਉਹ ਹੱਲ ਲੱਭਣ ਦੇ ਇਸ ਅਮਲ ਨੂੰ ਉਨ੍ਹਾਂ ਨਾਲ ਰਿਸ਼ਤੇ ਮਜ਼ਬੂਤ ਕਰਨ ਦੇ ਅਭਿਆਸ ਵਿਚ ਬਦਲ ਦਿੰਦੇ ਹਨ ਜਿਨ੍ਹਾਂ ਨੂੰ ਉਹ ਪਿਆਰ ਕਰਦੇ ਹਨ।

ਇਕ ਦੋਸਤ ਦੀ ਧੀ ਟ੍ਰੇਨਿੰਗ ਟਰਿਪ ਤੇ ਜਾਣਾ ਚਾਹੁੰਦੀ ਸੀ ਜਿਸ ਵਿਚ ਪਹਾੜਾਂ ਤੇ ਚੜ੍ਹਨਾ ਵੀ ਸ਼ਾਮਲ ਸੀ। ਉਸ ਨੇ ਇਹ ਕਹਿਕੇ ਨਾਂਹ ਕਰ ਦਿੱਤੀ, "ਤੂੰ ਅਜੇ ਬਹੁਤ ਛੋਟੀ ਹੈਂ ਤੇ ਇਹ ਖਤਰਨਾਕ ਹੋ ਸਕਦਾ ਹੈ।' ਕੁਝ ਦੇਰ ਦੇ ਅੜਿੱਕੇ ਮਗਰੋਂ ਟਕਰਾਉ ਹੱਲ ਕਰ ਲਿਆ ਗਿਆ ਅਤੇ ਪਿਤਾ ਟਰਿਪ ਆਯੋਜਿਤ ਕਰਨ ਵਾਲਿਆਂ ਨਾਲ ਗੱਲ ਕਰਨ ਲਈ ਸਹਿਮਤ ਹੋ ਗਿਆ। ਉਹ ਉਥੋਂ ਪੂਰੇ ਯਕੀਨ ਨਾਲ ਪਰਤਿਆ ਕਿ ਟ੍ਰੈੱਕ ਆਯੋਜਿਤ ਕਰਨ ਵਾਲੇ ਪੇਸ਼ਾਵਰ ਲੋਕ ਸਨ ਅਤੇ ਉਸਦੀ ਪਿਆਰੀ ਧੀ ਉਨ੍ਹਾਂ ਨਾਲ ਸੁਰੱਖਿਅਤ ਰਹੇਗੀ। ਧੀ ਨੂੰ ਟ੍ਰੈੱਕਿੰਗ ਦਾ ਸਰਟੀਫਿਕੇਟ ਮਿਲ ਗਿਆ ਅਤੇ ਪਿਤਾ ਨੇ ਸਦੀਵੀ ਪਿਆਰ ਅਤੇ ਸਮਝ ਦਾ ਇਕ ਬੰਧਨ ਖੱਟ ਲਿਆ।

ਕੁਝ ਪਿਆਰੀਆਂ ਰੀਤਾਂ ਤੇ ਚੱਲੋ

ਬੱਚੇ ਆਪਣੇ ਪਿਤਾਵਾਂ ਨਾਲ ਪਿਕਨਿਕਾਂ ਅਤੇ ਬਾਹਰ ਦੀਆਂ ਸੈਰਾਂ ਨੂੰ ਬੜਾ ਪਸੰਦ ਕਰਦੇ ਹਨ, ਪਰ ਉਹ ਉਨ੍ਹਾਂ ਨਾਲ ਘਰ ਦੇ ਕੰਮ ਕਰਕੇ ਵੀ ਉਨੇ ਹੀ ਖੁਸ਼ ਹੁੰਦੇ ਹਨ। ਪਿਤਾ ਕੁਝ ਸਾਦੀਆਂ ਰੀਤਾਂ ਤੇ ਚੱਲਕੇ ਆਪਣੇ ਬੱਚਿਆਂ ਨੂੰ ਖਾਸ

ਮਹਿਸੂਸ ਕਰਵਾ ਸਕਦੇ ਹਨ। ਸੌਣ ਵੇਲੇ ਕਹਾਣੀਆਂ ਸੁਣਾਉਣਾ, ਤਾਸ਼ ਦੀ ਖੇਡ ਜਾਂ ਸੌਣ ਤੋਂ ਪਹਿਲਾਂ ਮਿਲਕੇ ਗੱਲਾਂ ਕਰਨੀਆਂ ਤੇ ਹੱਸਣਾ ਇਹ ਸਭ ਹੀ ਬੱਚਿਆਂ ਅੰਦਰ ਚੰਗੇ ਹੋਣ ਦੀ ਇਕ ਹੈਰਤ ਅੰਗੇਜ਼ ਭਾਵਨਾ ਭਰਦੇ ਹਨ। ਉਹ ਪਿਆਰ ਅਤੇ ਸਾਥ ਦੇ ਨਾਲ ਇਨ੍ਹਾਂ ਦਾ ਆਨੰਦ ਮਾਣਦੇ ਹਨ।

ਕਈ ਮਾਪਿਆਂ ਨੂੰ ਕਹਾਣੀਆਂ ਸੁਣਾਉਣ ਵਿਚ ਦਿੱਕਤ ਆਉਂਦੀ ਹੈ। ਕਰਨ ਵਾਲੀ ਸਭ ਤੋਂ ਸਾਦੀ ਅਤੇ ਵਧੀਆ ਚੀਜ਼ ਇਹ ਹੈ ਕਿ ਪਰਿਵਾਰ ਦੇ ਅਤੀਤ ਬਾਰੇ ਗੱਲ ਕਰੋ। ਇਹ ਪਰਿਵਾਰਕ ਇਕਜੁੱਟਤਾ ਦੇ ਅਹਿਸਾਸ ਨੂੰ ਵਿਕਸਿਤ ਕਰਨ ਵਿਚ ਮੱਦਦ ਕਰਦਾ ਹੈ। ਸਾਰੇ ਬੱਚੇ ਇਹ ਸੁਣਨਾ ਪਸੰਦ ਕਰਦੇ ਹਨ ਕਿ ਜਦੋਂ ਉਹ ਛੋਟੇ ਬੱਚੇ ਸੀ ਤਾਂ ਕਿਹੋ ਜਿਹੇ ਸੀ। ਉਹ ਸ਼ਰਾਰਤੀ ਸੀ ਜਾਂ ਕਿ ਚੰਗੇ। ਉਨ੍ਹਾਂ ਦਾ ਧਿਆਨ ਕੌਣ ਰੱਖਦਾ ਸੀ, ਕੌਣ ਉਨ੍ਹਾਂ ਨੂੰ ਖਵਾਉਂਦਾ ਸੀ, ਉਹ ਕੀ ਖਾਂਦੇ ਸੀ, ਹਰੇਕ ਘਰ ਵਿਚ ਕਹਾਣੀਆਂ ਲਈ ਬਹੁਤ ਸਾਰਾ ਮਸਾਲਾ ਹੁੰਦਾ ਹੈ।

ਅਨੁਸ਼ਾਸਣ ਰੱਖਣ ਦੀ ਹਿੰਮਤ ਕਰੋ

ਅਜਿਹੇ ਬਹੁਤ ਸਾਰੇ ਮੌਕੇ ਆਉਂਦੇ ਹਨ ਜਦੋਂ ਮਾਂ ਦੀ ਪ੍ਰਭਾਵਸ਼ਾਲੀ ਹਾਜ਼ਰੀ ਦੇ ਬਾਵਜੂਦ ਪਿਤਾ ਨੂੰ ਬੱਚੇ ਨੂੰ ਅਨੁਸ਼ਾਸਨ ਦੀ ਕੌੜੀ ਗੋਲੀ ਦੇਣੀ ਪੈਂਦੀ ਹੈ। ਕਰੀਬ ਸਾਰੇ ਹੀ ਮਾਪੇ ਇਹ ਮੰਨਦੇ ਹਨ ਕਿ ਬੱਚਿਆਂ ਨੂੰ ਅਨੁਸ਼ਾਸਿਤ ਕਰਨ ਵੇਲੇ ਉਨ੍ਹਾਂ ਨੂੰ ਕਿਸੇ ਨਾ ਕਿਸੇ ਰੂਪ ਵਿਚ ਜਿਸਮਾਨੀ ਸਜ਼ਾ ਵਰਤਣੀ ਪਈ ਹੈ। ਇਸ ਨੇ ਉਨ੍ਹਾਂ ਵਿਚਕਾਰ ਕਦੀ ਖਿਚਾਉ ਨਹੀਂ ਪੈਦਾ ਕੀਤਾ। ਸਮੱਸਿਆ ਉਦੋਂ ਹੀ ਪੈਦਾ ਹੁੰਦੀ ਹੈ ਜਦੋਂ ਬੱਚਿਆਂ ਨੂੰ ਆਪਹੁਦਰੇ ਢੰਗ ਨਾਲ ਸਜ਼ਾ ਦਿੱਤੀ ਜਾਂਦੀ ਹੈ ਜਾਂ ਦੁਰਵਿਹਾਰ ਕੀਤਾ ਜਾਂਦਾ ਹੈ।

ਇਕ ਪਿਤਾ ਬਾਰੇ ਇਕ ਪੁਰਾਣੀ ਚੀਨੀ ਕਹਾਣੀ ਹੈ ਜਿਸ ਦਾ ਪੁੱਤਰ ਝੂਠ ਬੋਲਦਾ ਹੁੰਦਾ ਸੀ। ਹਰ ਵਾਰੀ ਜਦੋਂ ਉਹ ਇੰਝ ਕਰਦਾ ਫੜਿਆ ਜਾਂਦਾ, ਉਹ ਵਾਅਦਾ ਕਰਦਾ ਕਿ ਅੱਗੋਂ ਕਦੀ ਝੂਠ ਨਹੀਂ ਬੋਲੇਗਾ ਪਰ ਹਰ ਲੰਘਦੇ ਦਿਨ ਨਾਲ ਉਹ ਹੋਰ ਵੱਧ ਝੂਠ ਬੋਲਦਾ ਜਦੋਂ ਤੱਕ ਕਿ ਇਕ ਦਿਨ ਉਸਦੇ ਪਿਤਾ ਨੇ ਉਸਨੂੰ ਅਨੁਸ਼ਾਸਿਤ ਕਰਨ ਦਾ ਫੈਸਲਾ ਨਾ ਕਰ ਲਿਆ। ਪਿਤਾ ਨੇ ਪੁੱਤਰ ਨੂੰ ਚੁੱਕਿਆ ਤੇ ਲੱਕੜ ਦੀ ਉੱਚੀ ਸਾਗੀ ਅਲਮਾਰੀ ਦੇ ਉੱਤੇ ਖੜ੍ਹਾ ਕਰ ਦਿੱਤਾ। ਉਸ ਨੇ ਆਪਣੇ ਪੁੱਤਰ ਨੂੰ ਇਹ ਵਾਅਦਾ ਕਰਨ ਲਈ ਕਿਹਾ ਕਿ ਉਹ ਅੱਗੇ ਤੋਂ ਕਦੀ ਝੂਠ ਨਹੀਂ ਬੋਲੇਗਾ ਜਾਂ ਫੇਰ ਅਲਮਾਰੀ ਉੱਤੇ ਹੀ ਬੈਠਾ ਰਹੇ। ਜਿਵੇਂ ਉਸ ਦੀ ਆਦਤ ਸੀ ਪੁੱਤਰ ਨੇ ਫੌਰਨ ਵਾਅਦਾ ਕਰ ਲਿਆ ਕਿ ਉਹ ਅੱਗੋਂ ਤੋਂ ਝੂਠ ਨਹੀਂ ਬੋਲੇਗਾ ਹਾਲਾਂਕਿ ਉਸ ਦੀ ਇਹ ਕਰਨ ਦੀ ਮਨਸ਼ਾ ਬਿਲਕੁਲ ਨਹੀਂ ਸੀ। ਉਸ ਦੇ ਪਿਤਾ ਨੇ ਕਿਹਾ, 'ਠੀਕ ਹੈ, ਮਾਰ ਛਾਲ। ਮੈਂ ਵਾਅਦਾ ਕਰਦਾ ਹਾਂ ਕਿ ਮੈਂ ਤੈਨੂੰ ਬੋਚ ਲਵਾਂਗਾ। ਬੱਚਾ ਕੁਝ ਪਲ ਝਿਜਕਿਆ ਪਰ ਜਦੋਂ ਉਸ ਦੇ ਪਿਤਾ ਨੇ ਆਪਣਾ ਵਾਅਦਾ ਦੋਹਰਾਇਆ ਤਾਂ ਉਸ ਨੇ ਛਾਲ ਮਾਰ ਦਿੱਤੀ। ਪਿਤਾ ਪਿੱਛੇ ਹਟ ਗਿਆ ਅਤੇ ਪੁੱਤਰ ਜੋਰ ਦੀ ਫਰਸ਼ 'ਤੇ ਵੱਜਿਆ।

ਪਿਤਾ ਨੇ ਪੁੱਛਿਆ,'ਕੀ ਤੂੰ ਚਾਹੁੰਦਾ ਹੈ ਕਿ ਮੈਂ ਫੇਰ ਵੀ ਕਦੀ ਤੈਨੂੰ ਝੂਠ ਕਹਾਂ?

ਪੁੱਤਰ ਨੇ ਜਵਾਬ ਦਿੱਤਾ, 'ਨਹੀਂ ਪਿਤਾ ਜੀ।' ਕਹਾਣੀ ਅਨੁਸਾਰ ਪੁੱਤਰ ਫੇਰ ਕਦੀ ਝੂਠ ਨਾ ਬੋਲਿਆ, ਨਾ ਹੀ ਪਿਤਾ ਕੋਲ ਅਤੇ ਨਾ ਹੀ ਕਿਸੇ ਹੋਰ ਕੋਲ।

ਆਪਣੀ ਪਤਨੀ ਨਾਲ ਟੀਮ ਬਣਾਉਣਾ

ਘਰ ਨੂੰ ਸਫਲਤਾ ਨਾਲ ਚਲਾਉਣਾ ਪਤੀ ਅਤੇ ਪਤਨੀ ਵਿਚਕਾਰ ਵਧੀਆ ਟੀਮ ਵਰਕ ਉੱਤੇ ਨਿਰਭਰ ਹੈ। ਲੋੜ ਹੈ ਕਿ ਉਹ ਘਰ ਦੇ ਕੁਝ ਨਿਯਮਾਂ ਤੇ ਸਹਿਮਤ ਹੋਣ ਅਤੇ ਫੇਰ ਯਕੀਨੀ ਬਣਾਉਣ ਕਿ ਉਨ੍ਹਾਂ ਤੇ ਚੱਲਿਆ ਜਾਵੇ। ਅਨੁਸ਼ਾਸਨਹੀਣਤਾ ਨਾਲ ਨਜਿੱਠਣ ਵੇਲੇ ਪਤੀ ਨੂੰ ਹਮੇਸ਼ਾ ਪਤਨੀ ਨੂੰ ਹੱਲਾਸ਼ੇਰੀ ਦੇਣੀ ਚਾਹੀਦੀ ਹੈ।

ਕਈ ਪਿਤਾ ਆਪਣੇ ਬੱਚਿਆਂ ਨੂੰ ਆਪਣੀਆਂ ਪਤਨੀਆਂ ਦੀ ਗੈਰ ਹਾਜ਼ਰੀ ਵਿਚ ਨਾ ਕੀਤੀਆਂ ਜਾਣ ਵਾਲੀਆਂ ਗੱਲਾਂ ਕਰਨ ਦੀ ਖੁੱਲ੍ਹ ਦੇ ਕੇ ਉਨ੍ਹਾਂ ਦੀ ਨਜ਼ਰ ਵਿਚ ਚੰਗੇ ਬਣਨ ਦੀ ਕੋਸ਼ਿਸ਼ ਕਰਦੇ ਹਨ। ਕਈ ਤਾਂ ਆਪਣੀਆਂ ਪਤਨੀਆਂ ਦਾ ਮਜ਼ਾਕ ਉਡਾਉਣ ਅਤੇ ਉਨ੍ਹਾਂ ਨੂੰ ਮਾੜਾ ਦੱਸਣ ਦੀ ਹੱਦ ਤੱਕ ਚਲੇ ਜਾਂਦੇ ਹਨ। ਜਿਹੜੇ ਮਾਪੇ ਆਪਣੀ ਹੀ ਹੈਂਕੜ ਵਿਚ ਇਹ ਖੇਡ ਖੇਡਦੇ ਹਨ ਆਮ ਤੌਰ ਤੇ ਉਹ ਹਾਰਦੇ ਹੀ ਹਨ। ਇਹੀ ਗੱਲ ਮਾਵਾਂ ਲਈ ਵੀ ਸਹੀ ਹੈ। ਜੇ ਕੋਈ ਮਾਂ ਸੋਚਦੀ ਹੈ ਕਿ ਉਸਦਾ ਪਤੀ ਵਧੀਆ ਨਹੀਂ ਤਾਂ ਉਸਦੇ ਬੱਚੇ ਵੀ ਇਸੇ ਤਰ੍ਹਾਂ ਮਹਿਸੂਸ ਕਰਨਗੇ। ਇਸ ਦੇ ਉਲਟ ਮਾਂ ਵੱਲੋਂ ਅੱਵਲ ਦਰਜੇ ਦੇ ਮੰਨੇ ਜਾਂਦੇ ਪਿਤਾ ਨੂੰ ਆਮ ਤੌਰ 'ਤੇ ਉਸ ਦੇ ਬੱਚੇ ਵੀ ਉਹੀ ਦਰਜਾ ਦਿੰਦੇ ਹਨ।

ਘਰ ਦੇ ਕੰਮ ਤੋਂ ਨਾ ਕਤਰਾਉ

ਘਰ ਦੇ ਕੰਮ ਵਿਚ ਪਿਤਾ ਦਾ ਯੋਗਦਾਨ ਹਮੇਸ਼ਾ ਹੀ ਵਿਵਾਦੀ ਰਿਹਾ ਹੈ ਤੇ ਅਜੇ ਵੀ ਹੈ। ਆਮ ਤੌਰ 'ਤੇ ਘਰ ਚਲਾਉਣ ਦੀ ਸਾਰੀ ਜ਼ਿੰਮੇਵਾਰੀ ਮਾਂ ਤੇ ਹੀ ਹੁੰਦੀ ਹੈ, ਭਾਵੇਂ ਕਿ ਉਹ ਵੀ ਕੁਲਵਕਤੀ ਨੌਕਰੀ ਕਰਦੀ ਹੋਵੇ। ਤਬਦੀਲੀ ਦੀਆਂ ਹਵਾਵਾਂ ਤੇਜ਼ ਹੋ ਰਹੀਆਂ ਹਨ ਅਤੇ ਇਸ ਬਾਰੇ ਨਵੀਂ ਪੀੜ੍ਹੀ ਦੇ ਨਜ਼ਰੀਏ ਵਿਚ ਪ੍ਰਤੱਖ ਫਰਕ ਨਜ਼ਰ ਆ ਰਿਹਾ ਹੈ।

ਅੱਜ ਬਹੁਤ ਸਾਰੇ ਮਰਦ ਆਪਣੀ ਬੀਵੀਆਂ ਨਾਲ ਮਾਪੇਪੁਣੇ ਦੀਆਂ ਜ਼ਿੰਮੇਵਾਰੀਆਂ ਸਰਗਰਮੀ ਨਾਲ ਸਾਂਝੀਆਂ ਕਰ ਰਹੇ ਹਨ। ਉਨ੍ਹਾਂ ਲਈ ਬੱਚੇ ਦੇ ਖਾਣ ਵਾਸਤੇ ਕੁਝ ਤਿਆਰ ਕਰਨਾ ਉਨ੍ਹਾਂ ਵਾਸਤੇ ਪ੍ਰਾਜੈਕਟ ਰਿਪੋਰਟ ਤਿਆਰ ਕਰਨ ਜਿੰਨਾਂ ਹੀ ਮਹੱਤਵਪੂਰਣ ਹੈ। ਮੈਨੂੰ ਪੂਰਾ ਯਕੀਨ ਹੈ ਕਿ ਮੇਰੇ ਪਿਤਾ ਨੇ ਆਪਣੇ ਸਮੁੱਚੇ ਪਿਤਾਪੁਣੇ ਦੌਰਾਨ ਇਕ ਪੋਤੜਾ ਤੱਕ ਵੀ ਨਹੀਂ ਬਦਲਿਆ ਸੀ, ਪਰ ਮੈਂ ਇਸ ਵਿਚ ਪੂਰਾ ਮਾਹਿਰ ਹਾਂ। ਮੈਂ ਆਪਣੀਆਂ ਦੋਹਾਂ ਧੀਆਂ ਦੇ ਕਰੀਬ ਸੈਂਕੜੇ ਪੋਤੜੇ ਬਦਲੇ ਹੋਣੇ ਹਨ। ਮੇਰੀ ਪਤਨੀ ਹਮੇਸ਼ਾ ਇਸ ਦੀ ਦਾਦ ਦਿੰਦੀ ਰਹੀ

ਹੈ ਅਤੇ ਉਸ ਨੂੰ ਪੱਕਾ ਵਿਸ਼ਵਾਸ ਹੈ ਕਿ ਸਾਰੀਆਂ ਹੀ ਔਰਤਾਂ ਨੂੰ ਤਰਜੀਹੀ ਤੌਰ 'ਤੇ ਬਾਲ ਚਕਿਤਸਕਾਂ ਨਾਲ ਵਿਆਹ ਕਰਵਾਉਣਾ ਚਾਹੀਦਾ ਹੈ।

ਜਿਹੜਾ ਪਤੀ ਇਕ ਚੰਗਾ ਰਸੋਈਆ ਹੈ ਉਹ ਤਾਂ ਇਕ ਜੰਗੀ ਵਰਦੀ ਵਾਲੇ ਸਰਦਾਰ ਵਰਗਾ ਹੈ। ਜਦੋਂ ਉਹ ਕੋਈ ਵਧੀਆ ਪਕਵਾਨ ਬਣਾਉਂਦਾ ਹੋਇਆ ਰਸੋਈ ਵਿਚ ਹੁੰਦਾ ਹੈ ਤਾਂ ਪੂਰਾ ਪਰਿਵਾਰ ਉਸ ਨਾਲ ਸ਼ਾਮਲ ਹੁੰਦਾ ਹੈ। ਪਰਿਵਾਰ ਨੂੰ ਇਕੱਠਾ ਬੰਨ੍ਹ ਕੇ ਰੱਖਣ ਲਈ ਕੀ ਇਸ ਤੋਂ ਵੀ ਮਜ਼ਬੂਤ ਗੂੰਦ ਕੋਈ ਹੋ ਸਕਦਾ ਹੈ? ਅਜਿਹੇ ਪਿਤਾਵਾਂ ਦੇ ਪੁੱਤਰ ਅਜਿਹੀਆਂ ਕੁਸ਼ਲਤਾਵਾਂ ਦੇ ਮਾਹਿਰ ਖੁਦ ਵੀ ਹੋ ਜਾਂਦੇ ਹਨ ਤੇ ਖੁਦ ਵੀ ਖਾਸ ਪਿਤਾ ਬਣ ਜਾਂਦੇ ਹਨ।

ਚੰਗਾ ਪਿਤਾ ਬਣਨ ਲਈ ਜ਼ਰੂਰੀ ਨਹੀਂ ਕਿ ਤੁਸੀਂ ਪਾਕ ਵਿਦਿਆ ਵਿਚ ਮਾਹਿਰ ਹੋਵੋ। ਤੁਸੀਂ ਆਂਡੇ ਉਬਾਲਣ ਤੋਂ ਸ਼ੁਰੂ ਕਰ ਸਕਦੇ ਹੋ ਤੇ ਫੇਰ ਆਮਲੇਟ, ਸੈਂਡਵਿਚ ਅਤੇ ਸ਼ੇਕਸ ਬਣਾਉਣੇ ਸਿੱਖ ਸਕਦੇ ਹੋ। ਜੇਕਰ ਤੁਸੀਂ ਇਹ ਕੰਮ ਨਹੀਂ ਕਰ ਸਕਦੇ ਤਾਂ ਦਿਲ ਨਾ ਛੱਡੋ ਆਪਣੀ ਕੁਸ਼ਲਤਾ ਦਿਖਾਉਣ ਲਈ ਹੋਰ ਵੀ ਬੜੇ ਖੇਤਰ ਹਨ। ਤੁਸੀਂ ਮੇਜ ਸਾਫ ਕਰ ਸਕਦੇ ਹੋ ਜਾਂ ਠੀਕ ਕਰ ਸਕਦੇ ਹੋ, ਫਰਿਜ 'ਚੋਂ ਚੀਜ਼ਾਂ ਕੱਢਕੇ ਗਰਮ ਕਰ ਸਕਦੇ ਹੋ, ਪਾਣੀ ਦੀਆਂ ਬੋਤਲਾਂ ਤੇ ਬਰਫ ਦੀਆਂ ਟਰੇ ਭਰ ਸਕਦੇ ਹੋ-ਇਹ ਸੂਚੀ ਬੜੀ ਲੰਬੀ ਹੈ। ਤੁਹਾਨੂੰ ਰਸੋਈ ਵਿਚ ਆਪਣੀ ਪਤਨੀ ਦੀ ਮੱਦਦ ਕਰਦੇ ਦੇਖਕੇ ਤੁਹਾਡੇ ਬੱਚੇ ਵੀ ਘਰ ਦੇ ਕੰਮ ਸਿੱਖਣ ਲਈ ਪ੍ਰੇਰਿਤ ਹੋ ਜਾਣਗੇ।

ਕਈ ਪਿਤਾਵਾਂ ਦਾ ਰੁਝਾਨ ਤਕਨੀਕੀ ਕੰਮਾਂ ਵੱਲ ਹੁੰਦਾ ਹੈ ਅਤੇ ਚੀਜ਼ਾਂ ਜੜਨ ਦਾ ਸੁਭਾਉ ਹੁੰਦਾ ਹੈ। ਜਦੋਂ ਤੁਸੀਂ ਚੋਂਦੀ ਟੂਟੀ ਜਾਂ ਉੱਡਿਆ ਫਿਊਜ਼ ਲਾ ਰਹੇ ਹੋਵੋਗੇ ਤਾਂ ਤੁਹਾਡੇ ਬੱਚੇ ਤੁਹਾਡੇ ਨਾਲ ਲੱਗ ਕੇ ਖੁਸ਼ ਹੋਣਗੇ। ਮੈਂ ਸਲਾਹ ਦਿਆਂਗਾ ਕਿ ਤੁਸੀਂ ਹਰ ਹਫਤੇ ਦੇ ਅਖੀਰ ਵਿਚ ਆਪਣੇ ਬੱਚੇ ਦੇ ਸਾਈਕਲ ਨੂੰ ਗ੍ਰੀਸ ਕਰਨ ਵਾਸਤੇ ਪੰਜ ਮਿੰਟ ਜ਼ਰੂਰ ਲਾਉ। ਉਸ ਨੂੰ ਇਹ ਬੜਾ ਚੰਗਾ ਲੱਗੇਗਾ।

ਆਪਣੀਆਂ ਸਮੱਸਿਆਵਾਂ ਸਾਂਝੀਆਂ ਕਰੋ

ਇਸ ਪ੍ਰਤੀਯੋਗੀ, ਪਦਾਰਥਵਾਦੀ ਸੰਸਾਰ ਵਿਚ ਤਣਾਉ ਅਤੇ ਤੌਖਲਾ ਦੋ ਅਜਿਹੇ ਸਭ ਤੋਂ ਆਮ ਬੋਝ ਹਨ ਜਿਹੜੇ ਕਿਸੇ ਵੀ ਸਫਲ ਵਿਅਕਤੀ ਨੂੰ ਢੋਣੇ ਪੈਂਦੇ ਹਨ। ਜੇ ਤੁਹਾਨੂੰ ਕੋਈ ਸਮੱਸਿਆ ਹੈ ਜੇ ਤੁਹਾਡੀ ਬਦਲੀ ਹੋ ਰਹੀ ਹੈ ਜਾਂ ਤੁਹਾਨੂੰ ਨੌਕਰੀ ਜਾਣ ਦਾ ਕੋਈ ਖਤਰਾ ਹੈ, ਤਾਂ ਇਸ ਨੂੰ ਆਪਣੇ ਪਰਿਵਾਰ ਕੋਲੋਂ ਛੁਪਾਉ ਨਾ। ਜਦੋਂ ਮਾਪਿਆਂ ਨੂੰ ਕੋਈ ਤਕਲੀਫ ਹੁੰਦੀ ਹੈ ਤਾਂ ਬੱਚੇ ਬੜੀ ਛੇਤੀ ਸੁੰਘ ਲੈਂਦੇ ਹਨ ਅਤੇ ਇਹ ਖਦਸ਼ਾ ਅਤੇ ਤੌਖਲਾ ਪੈਦਾ ਕਰ ਸਕਦਾ ਹੈ। ਇਸ ਮੌਕੇ ਨੂੰ ਪਰਿਵਾਰ ਨੂੰ ਜੋੜਨ ਲਈ ਵਰਤੋ। ਬੱਚਿਆਂ ਨੂੰ ਪਤਾ ਲੱਗਣ ਦਿਉ ਕਿ ਪਰਿਵਾਰ ਐਨਾ ਕੁ ਮਜ਼ਬੂਤ ਹੈ ਕਿ ਸੰਕਟ ਵਿਚੋਂ ਉੱਭਰ ਜਾਏਗਾ। ਤੁਸੀਂ ਉਨ੍ਹਾਂ ਦੀ ਲਚਕ ਅਤੇ ਇਸ ਨਾਲ ਸਿੱਝਣ ਦੀ ਸਮਰੱਥਾ ਦੇਖਕੇ ਹੈਰਾਨ ਰਹਿ ਜਾਉਗੇ।

ਕੋਈ ਵੀ ਪਿਤਾ ਪੂਰਨ ਨਹੀਂ ਹੁੰਦਾ। ਚੰਗੇ ਪਿਤਾ ਉਹ ਹੁੰਦੇ ਹਨ ਜਿਹੜੇ ਉਨ੍ਹਾਂ ਗੁਣਾਂ ਨੂੰ ਵਿਕਸਿਤ ਕਰਨ ਲਈ ਸਖਤ ਮਿਹਨਤ ਕਰਦੇ ਹਨ ਜੋ ਪਰਿਵਾਰਕ ਜੀਵਨ ਨੂੰ ਮਜ਼ਬੂਤ ਕਰਦੇ ਹਨ। ਉਹ ਦੋਹਾਂ ਨੂੰ ਇਕੋ ਜਿੰਨਾ ਸਮਾਂ ਦਿੰਦੇ ਹਨ-ਆਪਣਾ ਕਰੀਅਰ ਬਣਾਉਣ ਨੂੰ ਅਤੇ ਰਿਸ਼ਤੇ ਉਸਾਰਨ ਨੂੰ ਖਾਸ ਕਰਕੇ ਆਪਣੇ ਬੱਚਿਆਂ ਨਾਲ। ਮੈਂ ਘਰ ਨੂੰ ਬੁਨਿਆਦੀ ਕੈਂਪ ਦੱਸਿਆ ਹੈ ਅਤੇ ਮਾਂ ਇਸ ਦੀ ਨਿਰਵਿਵਾਦ ਬੇਸ-ਕਮਾਂਡਰ ਹੁੰਦੀ ਹੈ ਅਤੇ ਪਿਤਾ ਸੈਕੰਡ ਇਨ ਕਮਾਂਡ ਹੁੰਦਾ ਹੈ। ਖੁਦ ਪਿਤਾ ਹੋਣ ਦੇ ਨਾਤੇ ਮੈਂ ਜਾਣਦਾ ਹਾਂ ਕਿ ਅਸੀਂ ਮਾਵਾਂ ਦੀ ਥਾਂ ਨਹੀਂ ਲੈ ਸਕਦੇ।

19.

ਅਧਿਆਪਕ ਪੜ੍ਹਾਉਂਦੇ ਹਨ - ਸ਼ੌਕ ਸਿਖਾਉਂਦੇ ਹਨ

ਮੈਂ ਆਪਣੀ ਸਕੂਲਿੰਗ ਨੂੰ ਆਪਣੀ ਸਿੱਖਿਆ ਵਿਚ ਦਖਲ ਨਹੀਂ ਦੇਣ ਦਿੰਦਾ।

-ਮਾਰਕ ਟਵੇਨ

ਹਰੇਕ ਬੱਚੇ ਅੰਦਰ ਅਨੰਤ ਸਮਰੱਥਾ ਅਤੇ ਕਈ ਗੁੱਝੀਆਂ ਕਾਬਲੀਅਤਾਂ ਹੁੰਦੀਆਂ ਹਨ। ਮੌਕੇ ਜਾਂ ਉਨ੍ਹਾਂ ਦੀ ਘਾਟ ਬੱਚੇ ਦੇ ਭਵਿੱਖੀ ਆਸਾਰਾਂ ਨੂੰ ਬਣਾ ਜਾਂ ਵਿਗਾੜ ਸਕਦੇ ਹਨ। ਹਾਲਾਂਕਿ ਰਸਮੀ ਸਿੱਖਿਆ ਦੇ ਮਹੱਤਵ ਨੂੰ ਬਿਲਕੁਲ ਵੀ ਨਕਾਰਿਆ ਨਹੀਂ ਜਾ ਸਕਦਾ ਪਰ ਬੱਚੇ ਦੀ ਸਿੱਖਿਆ ਵਿਚ ਸ਼ੌਕ ਵੀ ਘੱਟ ਮਹੱਤਵਪੂਰਣ ਭੂਮਿਕਾ ਨਹੀਂ ਨਿਭਾਉਂਦੇ। ਉਹ ਨਿਰਬਾਧ ਊਰਜਾ ਨੂੰ ਸੇਧ ਦੇਣ ਵਿਚ ਮੱਦਦ ਕਰਦੇ ਹਨ ਜੋ ਬੱਚਿਆਂ ਕੋਲ ਹੁੰਦੀ ਹੈ ਅਤੇ ਸਹੀ ਸਮਰੱਥਾ ਦੀ ਪ੍ਰਾਪਤੀ ਲਈ ਰਾਹ ਖੋਲ੍ਹਦੇ ਹਨ।

ਮੈਂ ਅਜੇ ਵੀ ਆਪਣਾ ਪਿਆਰਾ ਸੂਟ ਸਟੀਲ ਦੇ ਹੈਂਗਰ ਵਿਚ ਟੰਗ ਕੇ ਰੱਖਦਾ ਹਾਂ ਜੋ ਮੈਂ ਅੱਠਵੀਂ ਜਮਾਤ ਵਿਚ ਪੜ੍ਹਦੇ ਹੋਏ ਖੁਦ ਬਣਾਇਆ ਸੀ। ਜਿਹੜਾ ਮੈਗਜ਼ੀਨ ਸਟੈਂਡ ਮੈਂ ਆਪਣੇ ਮੈਟਲ ਵਰਕ ਦੇ ਅਧਿਆਪਕ ਦੀ ਮੱਦਦ ਨਾਲ ਬਣਾਇਆ ਸੀ ਉਹ ਅਜੇ ਵੀ ਮੈਗਜ਼ੀਨਾਂ ਲਈ ਵਰਤਿਆ ਜਾਂਦਾ ਹੈ। ਮੇਰੀ ਚੰਗੀ ਕਿਸਮਤ ਹੈ ਕਿ ਮੈਂ ਅਜਿਹੇ ਸਕੂਲ ਵਿਚ ਪੜ੍ਹਿਆ ਹਾਂ ਜਿੱਥੇ ਵਿਦਿਅਕ ਅਤੇ ਸਹਿ-ਪਾਠਕ੍ਰਮੀ ਗਤੀਵਿਧੀਆਂ ਤੇ ਇਕੋ ਜਿਹਾ ਜੋਰ ਦਿੱਤਾ ਜਾਂਦਾ ਸੀ। ਜੇਕਰ ਤੁਹਾਡੇ ਬੱਚੇ ਦਾ ਸਕੂਲ ਸਰਵਪੱਖੀ ਸ਼ਖਸੀਅਤ ਵਿਕਾਸ ਲਈ ਸੁਵਿਧਾਵਾਂ ਨਹੀਂ ਦਿੰਦਾ ਤਾਂ ਇਸ ਦੀ ਜ਼ਿੰਮੇਵਾਰੀ ਖੁਦ ਚੁੱਕਣ ਦੀ ਕੋਸ਼ਿਸ਼ ਕਰੋ। ਅਧਿਆਪਕਾਂ ਨੂੰ ਪੜ੍ਹਾਉਣ ਦਿਉ ਅਤੇ ਨਾਲ ਦੀ ਨਾਲ ਬੱਚੇ ਨੂੰ ਵਿਭਿੰਨ ਸ਼ੌਕ ਸਿਖਾ ਕੇ ਘਰ ਵਿਚ ਉਸ ਦੀ ਸਿੱਖਿਆ ਵਿਚ ਹੋਰ ਵਾਧਾ ਕਰਦੇ ਰਹੋ।

ਹੁਣ ਦਿਲਚਸਪੀਆਂ ਅਤੇ ਉਨ੍ਹਾਂ 'ਤੇ ਚੱਲਣ ਵਿਚ ਸਾਡੇ ਸੁੱਤੇ ਦਿਮਾਗੀ ਤੰਤੂਆਂ ਨੂੰ ਜ਼ਿੰਦਾ ਕਰਨ ਅਤੇ ਉਤੇਜਿਤ ਕਰਨ ਦੀ ਬਹੁਤ ਸਮੱਰਥਾ ਹੈ। ਉਹ ਸੁਰੱਖਿਆ ਵਾਲਵ ਦੇ ਤੌਰ 'ਤੇ ਵੀ ਕੰਮ ਕਰਦੇ ਹਨ ਅਤੇ ਇਕੱਠੇ ਹੋਏ ਤਣਾਉ ਅਤੇ ਤੌਖਲੇ ਨੂੰ ਘਟਾਉਣ ਵਿਚ ਮੱਦਦ ਕਰਦੇ ਹਨ। ਸ਼ੌਕਾਂ ਨਾਲ ਜੁੜੀ ਪ੍ਰਾਪਤੀ ਦੀ ਭਾਵਨਾ ਸਾਨੂੰ ਖੁਸ਼ੀ ਅਤੇ ਤਸੱਲੀ ਦਿੰਦੀ ਹੈ। ਇਹ ਸਾਨੂੰ ਆਪਣੇ ਟੀਚਿਆਂ 'ਤੇ ਚੱਲਣ ਅਤੇ ਇਨ੍ਹਾਂ ਨੂੰ ਸਫਲਤਾ ਨਾਲ ਪ੍ਰਾਪਤ ਕਰਨ ਲਈ ਪ੍ਰੇਰਿਤ ਕਰਦੀ ਹੈ। ਸ਼ੌਕ ਵਾਸਤੇ ਕੁਝ ਵੀ ਅਤੇ ਸਭ ਕੁਝ ਚੁਣਿਆ ਜਾ ਸਕਦਾ ਹੈ। ਜ਼ਰੂਰੀ ਨਹੀਂ ਕਿ ਖਰਚੀਲੇ ਸ਼ੌਕ ਵਧੇਰੇ ਵਧੀਆ ਸਾਬਿਤ ਹੋਣ। ਬੱਚੇ ਗੀਟੇ ਇਕੱਠੇ ਕਰਨੇ ਪਸੰਦ ਕਰਦੇ ਹਨ। ਜਿਨ੍ਹਾਂ 'ਤੇ ਕੋਈ ਮੁੱਲ ਨਹੀਂ ਲੱਗਦਾ। ਤੁਸੀਂ ਗੀਟਿਆਂ ਨੂੰ ਬੱਚੇ ਨੂੰ ਸ਼ਕਲਾਂ, ਆਕਾਰ ਅਤੇ ਰੰਗ ਸਿਖਾਉਣ ਲਈ ਵਰਤ ਸਕਦੇ ਹੋ ਅਤੇ ਬਾਦ ਵਿਚ ਇਸ ਖਾਤਰ ਕਿ ਚਟਾਨਾਂ ਕਿਵੇਂ ਬਣਦੀਆਂ ਹਨ।

ਕਿਸ਼ੋਰ ਅਵਸਥਾ ਅਜਿਹੀ ਉਮਰ ਹੈ ਜਦੋਂ ਮਨੁੱਖੀ ਰਚਨਾਤਮਕਤਾ ਸਾਹਮਣੇ ਆਉਂਦੀ ਹੈ। ਮਾਪਿਆਂ ਨੂੰ ਆਪਣੇ ਪੱਧਰ 'ਤੇ ਬੱਚੇ ਦੀ ਸਮਰੱਥਾ ਦਾ ਮੁਲਾਂਕਣ ਕਰਨ ਅਤੇ ਉਸ ਦੀਆਂ ਵਿਸ਼ੇਸ਼ ਰੁਚੀਆਂ ਜਾਣਨ ਦੀ ਕੋਸ਼ਿਸ਼ ਕਰਨੀ ਚਾਹੀਦੀ ਹੈ। ਕਿਸ਼ੋਰ ਕਲਪਨਾ, ਜਗਿਆਸਾ ਅਤੇ ਪ੍ਰਫੁੱਲਤਾ ਨੂੰ ਉਸਾਰੂ ਹੰਭਲਿਆਂ ਵੱਲ ਸੇਧਤ ਕਰਨ ਦੀ ਲੋੜ ਹੈ। ਕੁਝ ਬੱਚੇ ਇਕ ਤੋਂ ਵੱਧ ਖੇਤਰਾਂ ਵਿਚ ਸਹਿਜ ਰੁਚੀ ਅਤੇ ਕੁਸ਼ਲਤਾ ਦਰਸਾਉਂਦੇ ਹਨ। ਉਨ੍ਹਾਂ ਦੀਆਂ ਬਹੁ-ਪਾਸਾਰੀ ਸ਼ਖਸੀਅਤਾਂ ਉਨ੍ਹਾਂ ਨੂੰ ਬਹੁਤ ਸਾਰੀਆਂ ਪ੍ਰਾਪਤੀਆਂ ਅਤੇ ਜਿੱਤਾਂ ਦੀ ਲੜੀ ਮੁਹੱਈਆ ਕਰਵਾਉਂਦੀਆਂ ਹਨ। ਉਨ੍ਹਾਂ ਦਾ ਜੀਵਨ ਇਕ ਸੁੰਦਰ ਗੁਲਦਸਤੇ ਵਰਗਾ ਹੁੰਦਾ ਹੈ ਜਿਸ ਵਿਚ ਤਿੰਨ ਰੰਗਾਂ ਦੇ ਸ਼ੋਖ਼ ਫੁੱਲ ਹੁੰਦੇ ਹਨ।

ਸਾਰੇ ਸ਼ੌਕਾਂ ਦੀ ਸੂਚੀ ਬਣਾਉਣੀ ਨਾ ਤਾਂ ਸੰਭਵ ਹੈ ਅਤੇ ਨਾ ਹੀ ਇਸ ਦੀ ਮਨਸ਼ਾ ਰੱਖੀ ਗਈ ਹੈ ਕਿਉਂਕਿ ਇਹ ਅਭਿਆਸ ਹਮੇਸ਼ਾ ਹੀ ਅਧੂਰਾ ਰਹਿ ਜਾਵੇਗਾ। ਐਪਰ, ਤਿੰਨ ਬੁਨਿਆਦੀ ਦਿਲਚਸਪੀਆਂ ਜਿਹੜੀਆਂ ਸਰਵਪੱਖੀ ਸ਼ਖਸੀਅਤ ਉਸਾਰਨ ਲਈ ਬਹੁਤ ਹੀ ਉਪਯੋਗੀ ਹਨ ਉਨ੍ਹਾਂ ਦੇ ਕੁਝ ਵਰਨਣ ਦੀ ਲੋੜ ਹੈ।

ਇਹ ਤਿੰਨ ਮੁੱਖ ਸ਼ੌਕ ਇਹ ਹਨ :

1. ਪੜ੍ਹਨਾ
2. ਯਾਤਰਾ
3. ਮੰਚ

1. ਪੜ੍ਹਨਾ

ਪੜ੍ਹਨਾ ਅਤੇ ਅਧਿਐਨ ਕਰਨਾ ਦੋਵੇਂ ਬਿਲਕੁਲ ਹੀ ਭਿੰਨ ਕੰਮ ਹਨ ਅਤੇ ਇਨ੍ਹਾਂ ਨੂੰ ਉਲਝਾਉਣਾ ਨਹੀਂ ਚਾਹੀਦਾ। ਕੋਈ ਵੀ ਬੰਦਾ ਕਾਮਿਕ ਸਟਰਿਪ ਤੋਂ ਲੈ

ਕੇ ਸ਼ਬਦ-ਕੋਸ਼ ਤੱਕ ਕੁਝ ਵੀ ਪੜ੍ਹਨ ਨੂੰ ਤਰਜੀਹ ਦੇ ਸਕਦਾ ਹੈ; ਪਰ ਅਧਿਐਨ ਵਿਚ ਇਮਤਿਹਾਨ ਉਤੇ ਨਜ਼ਰ ਰੱਖ ਕੇ ਵਿਸ਼ਾ-ਵਸਤੂ ਨੂੰ ਪੜ੍ਹਨ ਦਾ ਇਕ ਬੜਾ ਹੀ ਟੇਢਾ ਕੰਮ ਹੈ। ਸਕੂਲ ਅਤੇ ਇਮਤਿਹਾਨ ਸਾਡੀ ਵਿਦਿਅਕ ਪ੍ਰਣਾਲੀ ਦਾ ਇਕ ਜ਼ਰੂਰੀ ਹਿੱਸਾ ਹਨ, ਜਿਸ ਨਾਲ ਇਕ ਚੰਗੇ ਕਿੱਤੇ ਵਿਚ ਜਾਣ ਲਈ ਹਰੇਕ ਵਿਦਿਆਰਥੀ ਨੂੰ ਦੋ-ਚਾਰ ਹੋਣਾ ਪੈਂਦਾ ਹੈ। ਜੇਕਰ ਮਾਪੇ ਆਪਣੇ ਬੱਚਿਆਂ ਵਿਚ ਪੜ੍ਹਨ ਦੀਆਂ ਬਹੁਤ ਜ਼ਿਆਦਾ ਆਦਤਾਂ ਪੈਦਾ ਕਰ ਸਕਣ ਤਾਂ ਇਹੀ ਉਹ ਚੀਜ ਹੈ ਜਿੱਥੋਂ ਅਸਲੀ ਗਿਆਨ ਪ੍ਰਾਪਤ ਹੁੰਦਾ ਹੈ।

ਇਸ ਤੋਂ ਇਨਕਾਰ ਨਹੀਂ ਕੀਤਾ ਜਾ ਸਕਦਾ ਕਿ ਵਿਦਿਅਕ ਪਾਠਕ੍ਰਮ ਦੇ ਵਧਦੇ ਵਜ਼ਨ ਅਤੇ ਸਕੂਲ ਬੈਗ ਦੇ ਸਾਲਾਨਾ ਵਧਦੇ ਬੋਝ (ਬੱਚੇ ਦੇ ਨਹੀਂ) ਨੇ ਹੌਲੀ-ਹੌਲੀ ਪਰ ਨਿਸ਼ਚਿਤ ਤੌਰ ਤੇ ਬੱਚੇ ਨੂੰ ਕਿਤਾਬ ਨਾਲੋਂ ਨਿਖੇੜਿਆ ਹੀ ਹੈ। ਇਸ ਦੇ ਨਾਲ-ਨਾਲ ਅਣਗਿਣਤ ਟੀ.ਵੀ. ਚੈਨਲਾਂ ਨੇ ਬੱਚਿਆਂ ਅੰਦਰ ਪੜ੍ਹਨ ਦੀ ਜੋ ਮਾੜੀ-ਮੋਟੀ ਰੁਚੀ ਸੀ ਉਸ ਨੂੰ ਵੀ ਖਤਮ ਕਰ ਦਿੱਤਾ ਹੈ। ਬਹੁਤੇ ਮਾਪੇ ਸ਼ਿਕਾਇਤ ਕਰਦੇ ਹਨ ਕਿ ਉਨ੍ਹਾਂ ਦੇ ਬੱਚੇ ਬਿਲਕੁਲ ਹੀ ਨਹੀਂ ਪੜ੍ਹਦੇ। ਬੱਚਿਆਂ ਨੂੰ ਦੋਸ਼ ਦੇਣ ਦੀ ਬਜਾਏ ਸਾਨੂੰ ਬੱਚਿਆਂ ਨੂੰ ਇਕ ਵਧੀਆ ਦਿਲਚਸਪ ਕਿਤਾਬ ਦੇ ਕੇ ਉਨ੍ਹਾਂ ਦੀ ਮੱਦਦ ਕਰਨੀ ਚਾਹੀਦੀ ਹੈ। ਇਕ ਵਾਰੀ ਆਦਤ ਪੈ ਜਾਣ ’ਤੇ ਪੜ੍ਹਨਾ ਆਨੰਦ ਦਾ ਇਕ ਵੱਡਾ ਸਰੋਤ ਬਣ ਜਾਵੇਗਾ ਅਤੇ ਕਿਤਾਬਾਂ ਵਧੀਆ ਦੋਸਤ ਬਣ ਜਾਣਗੀਆਂ।

ਪੜ੍ਹਨ ਦੀ ਕੁਸ਼ਲਤਾ ਵਿਕਸਿਤ ਕਰਨ ਲਈ ਬਹੁਤ ਸਾਰੀਆਂ ਕਿਤਾਬਾਂ ਹੋਣੀਆਂ ਜ਼ਰੂਰੀ ਹਨ। ਹਰੇਕ ਮੌਕੇ ’ਤੇ ਬੱਚਿਆਂ ਨੂੰ ਕਿਤਾਬ ਦਾ ਤੋਹਫਾ ਦਿਉ, ਉਨ੍ਹਾਂ ਨੂੰ ਲਾਇਬਰੇਰੀਆਂ ਅਤੇ ਪੁਸਤਕ ਮੇਲਿਆਂ ’ਤੇ ਲਿਜਾਉ। ਉਨ੍ਹਾਂ ਨੂੰ ਕਿਤਾਬਾਂ ਛੂਹਣ, ਮਹਿਸੂਸ ਕਰਨ ਅਤੇ ਫੜਨ ਦਿਉ। ਹੌਲੀ-ਹੌਲੀ ਉਹ ਕਿਤਾਬਾਂ ਨੂੰ ਪਿਆਰ ਕਰਨ ਲੱਗ ਪੈਣਗੇ ਅਤੇ ਇਹ ਇਕ ਅਜਿਹਾ ਇਸ਼ਕ ਹੈ ਜਿਸ ਤੋਂ ਪਿੱਛੇ ਨਹੀਂ ਹਟਿਆ ਜਾ ਸਕਦਾ।

ਸਿਰਫ ਕਿਤਾਬਾਂ ਦੇਣਾ ਹੀ ਕਾਫੀ ਨਹੀਂ, ਮਾਪਿਆਂ ਨੂੰ ਬੱਚੇ ਦੀਆਂ ਪੜ੍ਹਨ ਦੀਆਂ ਗਤੀਵਿਧੀਆਂ ਨਾਲ ਜੁੜਨਾ ਚਾਹੀਦਾ ਹੈ। ਪਹਿਲਾ ਕਦਮ ਇਹ ਹੈ ਕਿ ਬੱਚੇ ਦੀ ਕਿਤਾਬ ਨੂੰ ਉਸ ਨੂੰ ਪੜ੍ਹ ਕੇ ਸੁਣਾਉ। ਇਕ ਵਾਰੀ ਜਦੋਂ ਬੱਚਾ ਪੜ੍ਹਨਾ ਸਿੱਖ ਜਾਂਦਾ ਹੈ ਤਾਂ ਉਸ ਨੂੰ ਕਹੋ ਕਿ ਉਹ ਆਪਣੀਆਂ ਮਨਪਸੰਦ ਕਹਾਣੀਆਂ ਤੁਹਾਨੂੰ ਪੜ੍ਹ ਕੇ ਸੁਣਾਵੇ। ਵੱਡੇ ਬੱਚਿਆਂ ਨਾਲ ਮਾਪੇ ਉਸ ਕਿਤਾਬ ਦੀ ਚਰਚਾ ਕਰਨ ਦੀ ਕੋਸ਼ਿਸ਼ ਕਰਨ ਜੋ ਉਨ੍ਹਾਂ ਨੇ ਹੁਣੇ ਜਿਹੇ ਪੜ੍ਹੀ ਹੈ, ਇਸ ਦੀ ਕਹਾਣੀ ਅਤੇ ਸ਼ਬਦਾਂ ਦੀ ਵਰਤੋਂ ਬਾਰੇ ਗੱਲ ਕਰੋ। ਤੁਸੀਂ ਉਨ੍ਹਾਂ ਨੂੰ ਸੁਝਾਅ ਸਕਦੇ ਹੋ ਕਿ ਉਹ ਕਹਾਣੀ ਦੇ ਕਿਸੇ ਹੋਰ ਬਦਲਵੇਂ ਅੰਤ ਬਾਰੇ ਦੱਸਣ ਅਤੇ ਤੁਸੀਂ ਇਸ ਵਿਚ ਆਪਣੀ ਰਾਏ ਦੇ ਸਕਦੇ ਹੋ।

ਜਿਵੇਂ ਤੰਦਰੁਸਤ ਸਰੀਰ ਲਈ ਪ੍ਰੋਟੀਨ, ਫੈਟਸ ਅਤੇ ਕਾਰਬੋਹਾਈਡ੍ਰੇਟਸ ਜ਼ਰੂਰੀ ਹਨ ਉਵੇਂ ਹੀ ਸਿਹਤਮੰਦ ਦਿਮਾਗ ਲਈ ਤੁਹਾਨੂੰ ਚੰਗੀਆਂ ਕਿਤਾਬਾਂ ਦੀ ਲੋੜ ਹੁੰਦੀ ਹੈ। ਕਿਤਾਬਾਂ ਵਿਟਾਮਿਨਾਂ ਵਾਂਗ ਹਨ, ਉਹ ਜੀਵਨ ਦੀ ਵੰਨਗੀ ਸੁਧਾਰਦੀਆਂ ਹਨ। ਬੱਚਿਆਂ ਦੀ ਕਿਤਾਬਾਂ ਨਾਲ ਸਾਂਝ ਪਾ ਕੇ ਮਾਪਿਆਂ ਨੂੰ ਇਹ ਵੀ ਸਾਵਧਾਨੀ ਵਰਤਣੀ ਚਾਹੀਦੀ ਹੈ ਕਿ ਉਨ੍ਹਾਂ ਨੂੰ ਗੈਰਦਿਲਚਸਪ ਅਤੇ ਸਮਝ ਵਿਚ ਨਾ ਆਉਣ ਵਾਲੀਆਂ ਕਿਤਾਬਾਂ ਦੇ ਬੋਝ ਨਾਲ ਨਾ ਲੱਦਿਆ ਜਾਵੇ ਕਿਉਂਕਿ ਇਸ ਨਾਲ ਉਨ੍ਹਾਂ ਦੀ ਦਿਲਚਸਪੀ ਸ਼ੁਰੂ ਵਿਚ ਹੀ ਮਰ ਜਾਵੇਗੀ। ਮਾਪਿਆਂ ਨੂੰ ਬੱਚੇ ਦੀਆਂ ਪੜ੍ਹਨ ਦੀਆਂ ਆਦਤਾਂ ਅਤੇ ਜਿਹੋ ਜਿਹੀਆਂ ਕਿਤਾਬਾਂ ਉਹ ਪੜ੍ਹਦਾ ਹੈ ਉਸ ਦੀ ਪੈੜ ਰੱਖਣੀ ਚਾਹੀਦੀ ਹੈ। ਕਿਸ਼ੋਰ ਗਲਤ ਕਿਸ਼ਮ ਦੀਆਂ ਕਿਤਾਬਾਂ ਅਤੇ ਰਸਾਲਿਆਂ ਦੇ ਲੋਭ ਦੇ ਸ਼ਿਕਾਰ ਹੋ ਸਕਦੇ ਹਨ ਜੋ ਉਨ੍ਹਾਂ ਦੇ ਮਨੋ-ਸਮਾਜੀ ਵਿਕਾਸ ਨੂੰ ਤਬਾਹ ਕਰ ਸਕਦਾ ਹੈ।

ਯਾਤਰਾ

ਜਦੋਂ ਕੋਈ ਆਪਣੀਆਂ ਅੱਖਾਂ ਨਾਲ ਚੀਜ਼ ਦੇਖਦਾ ਹੈ ਤਾਂ ਇਹ ਉਸ ਦੀ ਯਾਦ ਵਿਚ ਸਦੀਵੀ ਤੌਰ 'ਤੇ ਛਪ ਜਾਂਦੀ ਹੈ। ਇਹ ਗਿਆਨ ਪ੍ਰਾਪਤ ਕਰਨ ਦਾ ਸਭ ਤੋਂ ਸੁਖਾਲਾ ਅਤੇ ਵਧੇਰੇ ਪ੍ਰਭਾਵੀ ਤਰੀਕਾ ਹੈ। ਅਤੇ ਬੌਧਿਕ ਦੁਮੇਲੇ ਨੂੰ ਵਿਸਥਾਰ ਦੇਣ ਲਈ ਬੱਚਿਆਂ ਨੂੰ ਗਿਆਨ ਅਤੇ ਜਾਣਕਾਰੀ ਦੇ ਵਿਭਿੰਨ ਸਰੋਤਾਂ ਦਾ ਸਿੱਧਾ ਸਾਹਮਣਾ ਕਰਵਾਉਣਾ ਚਾਹੀਦਾ ਹੈ। ਬੱਚੇ ਕੁਦਰਤੀ ਤੌਰ 'ਤੇ ਜਗਿਆਸੂ ਹੁੰਦੇ ਹਨ ਅਤੇ ਜਦੋਂ ਉਨ੍ਹਾਂ ਦੇ ਸਵਾਲ ਉਨ੍ਹਾਂ ਨੂੰ ਉਹ ਚੀਜਾਂ ਦਿਖਾ ਕੇ ਹੱਲ ਕੀਤੇ ਜਾਂਦੇ ਹਨ ਜਿਵੇਂ ਉਹ ਵਾਕਈ ਹਨ ਨਾ ਕਿ ਘਟੀਆ ਕਿਸਮ ਦੀਆਂ ਪਾਠ-ਪੁਸਤਕਾਂ ਰਾਹੀਂ ਤਾਂ ਉਹ ਸਮਝਣ ਅਤੇ ਜਾਣਕਾਰੀ ਯਾਦ ਰੱਖਣ ਦੇ ਬਿਹਤਰ ਯੋਗ ਹੁੰਦੇ ਹਨ।

ਬੱਚਾ ਆਪਣੇ ਇਤਿਹਾਸ ਦੇ ਸਬਕ ਯਾਦ ਕਰ ਸਕਦਾ ਹੈ ਪਰ ਉਹ ਛੇਤੀ ਹੀ ਭੁੱਲ ਜਾਂਦੇ ਹਨ। ਅਧਿਆਪਕ ਭਾਵੇਂ ਕਿੰਨਾ ਹੀ ਜੋਰ ਲਾ ਲਵੇ ਬੱਚੇ ਨੂੰ ਨਾ ਮੁਗਲ ਨਿਰਮਾਣ-ਕਲਾ ਦੀ ਸਮਝ ਆਏਗੀ ਅਤੇ ਨਾ ਹੀ ਉਹ ਲਾਲ ਕਿਲੇ ਦੀ, ਫਤਿਹਪੁਰ ਸੀਕਰੀ ਜਾਂ ਤਾਜ ਮਹਿਲ ਦੀ ਸ਼ਾਲੀਨਤਾ ਦੀ ਕਦਰ ਕਰ ਸਕੇਗਾ। ਇਹ ਸਿਰਫ ਇਤਿਹਾਸਕ ਸਮਾਰਕ ਹੀ ਨਹੀਂ, ਬਹੁਤ ਜ਼ਿਆਦਾ ਯਾਤਰਾ ਕਰਨ ਵਾਲੇ ਬੱਚੇ ਦਾ ਦਿਲਚਸਪੀ ਦਾ ਦਾਇਰਾ ਵੱਡਾ ਹੋਵੇਗਾ ਅਤੇ ਗਿਆਨ ਦਾ ਭੰਡਾਰ ਉਨਾਂ ਹੀ ਵੱਧ।

ਬੱਚੇ ਨੂੰ ਸਿੱਖਿਅਤ ਕਰਨ ਦਾ ਬਿਹਤਰ ਤਰੀਕਾ ਯਾਤਰਾ/ਟੂਰਿਜ਼ਮ ਹੈ। ਇਹ ਨਾ ਸਿਰਫ ਆਨੰਦ ਹੀ ਦਿੰਦਾ ਹੈ ਬਲਕਿ ਵਿਅਕਤੀ ਦੀ ਸੋਚ-ਪ੍ਰਕ੍ਰਿਆ ਅਤੇ ਕਲਪਨਾ ਨੂੰ ਵੀ ਉਤੇਜਿਤ ਕਰਦਾ ਹੈ। ਬੱਚੇ ਦੀ ਉਮਰ ਭਾਵੇਂ ਕੋਈ ਵੀ ਹੋਵੇ ਬੱਚੇ

ਨੂੰ ਯਾਤਰਾ ਵਾਸਤੇ ਲੈ ਜਾਓ ਅਤੇ ਵਿਭਿੰਨ ਸਥਾਨ ਦੇਖਣ ਲਈ ਟੂਰ ਕਰਵਾਉ। ਹਰੇਕ ਸ਼ਹਿਰ ਦੇ ਦੁਆਲੇ ਖੋਜਣ ਲਈ ਬੜਾ ਕੁਝ ਹੈ। ਉੱਥੇ ਦੇਖਣ ਲਈ ਨਦੀਆਂ, ਝੀਲਾਂ, ਜੰਗਲ ਅਤੇ ਪਹਾੜ ਹਨ। ਉੱਥੇ ਇਤਿਹਾਸਕ ਸਮਾਰਕ, ਪ੍ਰਾਚੀਨ ਇਮਾਰਤਾਂ ਅਤੇ ਮਿਊਜ਼ੀਅਮ ਹਨ ਜਿੱਥੇ ਜਾਇਆ ਜਾ ਸਕਦਾ ਹੈ। ਉੱਥੇ ਕਾਰਖਾਨੇ, ਬੰਨ੍ਹ ਅਤੇ ਬਿਜਲੀ ਘਰ ਹਨ ਜਿਨ੍ਹਾਂ ਤੋਂ ਸਿੱਖਿਆ ਜਾ ਸਕਦਾ ਹੈ।

ਜਿਨ੍ਹਾਂ ਬੱਚਿਆਂ ਨੂੰ ਯਾਤਰਾ ਦੇ ਕਾਫੀ ਮੌਕੇ ਦਿੱਤੇ ਜਾਂਦੇ ਹਨ - ਪਰਿਵਾਰ ਨਾਲ, ਸਕੂਲ ਟਰਿਪਾਂ, ਐਨ.ਸੀ.ਸੀ. ਕੈਂਪਾਂ ਰਾਹੀਂ ਉਹ ਜਿਸਮਾਨੀ ਅਤੇ ਮਾਨਸਿਕ ਤੌਰ 'ਤੇ ਮਜ਼ਬੂਤ ਬਣਦੇ ਹਨ। ਉਹ ਛੋਟੀ ਉਮਰ ਤੋਂ ਹੀ ਇਨ੍ਹਾਂ ਨੂੰ ਵਰਤਣਾ ਸਿੱਖ ਜਾਂਦੇ ਹਨ। ਉਹ ਘਰ ਵਿਚ ਮਿਲਣ ਵਾਲੇ ਆਰਾਮ ਤੋਂ ਬਿਨਾਂ ਵੀ ਜਿੰਦਾ ਰਹਿਣ ਦੇ ਆਦੀ ਹੋ ਜਾਂਦੇ ਹਨ। ਇਹ ਗੁਣ ਉਦੋਂ ਕੰਮ ਆਉਂਦੇ ਹਨ ਜਦੋਂ ਬੱਚੇ ਵੱਡੇ ਹੋ ਜਾਂਦੇ ਹਨ ਅਤੇ ਸੰਸਾਰ ਦਾ ਸਾਹਮਣਾ ਕਰਨ ਲਈ ਘਰ ਛੱਡਦੇ ਹਨ।

ਇਹ ਇਕ ਚੰਗਾ ਵਿਚਾਰ ਹੈ ਕਿ ਜਦੋਂ ਬੱਚੇ ਟੂਰ ਤੋਂ ਮੁੜਕੇ ਆਉਣ ਤਾਂ ਉਨ੍ਹਾਂ ਨੂੰ ਆਪਣੇ ਅਨੁਭਵ ਲਿਖਣ ਲਈ ਕਿਹਾ ਜਾਵੇ। ਜੇਕਰ ਇਸ ਟਰਿਪ ਵਿਚ ਕਈ ਬੱਚੇ ਸ਼ਾਮਲ ਸਨ- ਕਜ਼ਨ/ਦੋਸਤ- ਤਾਂ ਅਖੀਰ ਵਿਚ 'ਮੇਰਾ ਟਰਿਪ' ਨਾਂ ਦਾ ਇਕ ਲੇਖ ਮੁਕਾਬਲਾ ਕਰਵਾ ਲਉ ਅਤੇ ਜੇਤੂਆਂ ਨੂੰ ਵਧੀਆ ਇਨਾਮ ਦਿਉ। ਇਸ ਨਾਲ ਬੱਚਿਆਂ ਨੂੰ ਆਪਣੇ ਵਿਚਾਰ ਪ੍ਰਗਟਾਉਣ ਵਿਚ ਮੱਦਦ ਮਿਲਦੀ ਹੈ ਅਤੇ ਉਨ੍ਹਾਂ ਨੂੰ ਜਿਹੜੀਆਂ ਥਾਵਾਂ ਅਤੇ ਸਮਾਰਕਾਂ 'ਤੇ ਉਹ ਗਏ ਸਨ ਉਨ੍ਹਾਂ ਬਾਰੇ ਹੋਰ ਵੱਧ ਜਾਣਨ ਦੀ ਪ੍ਰੇਰਣਾ ਮਿਲਦੀ ਹੈ। ਇਸ ਤਰ੍ਹਾਂ ਪ੍ਰਾਪਤ ਕੀਤਾ ਗਿਆਨ ਉਨ੍ਹਾਂ ਦੀ ਸੋਚ ਨੂੰ ਵਿਸਥਾਰ ਦਿੰਦਾ ਹੈ ਅਤੇ ਉਨ੍ਹਾਂ ਅੰਦਰ ਵਧੇਰੇ ਸਵੈ-ਭਰੋਸਾ ਪੈਦਾ ਕਰਦਾ ਹੈ।

ਮੰਚ

ਸਕੂਲ ਮੰਚ ਇਕ ਛੋਟਾ ਕਲਾ ਰੂਪ ਹੈ ਜਿਹੜਾ ਬੱਚੇ ਨੂੰ ਜੀਵਨ ਦੇ ਪੂਰੇ ਕੈਨਵਸ ਉਤੇ ਸਫਲਤਾ ਨਾਲ ਕਲਾ-ਚਿੱਤਰ ਬਣਾਉਣ ਲਈ ਤਿਆਰ ਕਰਦਾ ਹੈ। ਮੰਚ ਵਿਭਿੰਨ ਗੁੱਝੀਆਂ ਕਾਬਲੀਅਤਾਂ ਅਤੇ ਕੁਸ਼ਲਤਾਵਾਂ ਨੂੰ ਪ੍ਰਦਰਸ਼ਿਤ ਕਰਨ ਦੇ ਮੌਕੇ ਮੁਹੱਈਆ ਕਰਦਾ ਹੈ। ਬੱਚਿਆਂ ਨੂੰ ਛੋਟੀ ਉਮਰ ਤੋਂ ਹੀ ਮੰਚ ਗਤੀਵਿਧੀਆਂ ਵਿਚ ਰੁਚੀ ਲੈਣ ਅਤੇ ਸ਼ਾਮਲ ਹੋਣ ਲਈ ਪ੍ਰੇਰਿਤ ਕਰਦਾ ਹੈ। ਮੰਚ ਉਤੇ ਸਫਲਤਾ ਪ੍ਰਾਪਤੀ ਦਾ ਅਹਿਸਾਸ ਪੈਦਾ ਕਰਦੀ ਹੈ ਅਤੇ ਸਵੈ-ਅਕਸ ਨੂੰ ਮਜ਼ਬੂਤ ਕਰਦੀ ਹੈ। ਮੰਚ ਉਤੇ ਲਗਾਤਾਰ ਸਫਲਤਾਵਾਂ ਸਵੈ-ਵਿਸ਼ਵਾਸ ਵਧਾਉਂਦੀਆਂ ਹਨ ਅਤੇ ਯਕੀਨ ਨਾਲ ਬੱਚੇ ਨੂੰ ਸੰਸਾਰ ਦਾ ਸਾਹਮਣਾ ਕਰਨ ਲਈ ਤਿਆਰ ਕਰਦੀਆਂ ਹਨ।

ਮੰਚ ਤ੍ਰਾਹ ਕੋਈ ਅਸਾਧਾਰਣ ਚੀਜ਼ ਨਹੀਂ ਹੈ। ਕਈ ਬਹੁਤ ਹੀ ਸਮਰੱਥ ਅਤੇ ਉੱਚ ਜ਼ਹੀਨਤਾ ਵਾਲੇ ਲੋਕ ਵੀ ਉਦੋਂ ਬੜੇ ਲਾਚਾਰ ਮਹਿਸੂਸ ਕਰਦੇ ਹਨ ਜਦੋਂ

ਉਨ੍ਹਾਂ ਨੂੰ ਮੰਚ 'ਤੇ ਆਉਣ ਲਈ ਕਿਹਾ ਜਾਂਦਾ ਹੈ। ਸਰੋਤਿਆਂ ਦਾ ਸਾਹਮਣਾ ਕਰਨਾ ਅਤੇ ਆਪਣੇ ਵਿਚਾਰ ਅਤੇ ਨਜ਼ਰੀਏ ਦਲੇਰੀ ਨਾਲ ਪ੍ਰਗਟਾਉਣਾ ਜੀਵਨ ਵਿਚ ਬਹੁਤ ਸਾਰੇ ਲੋਕਾਂ ਲਈ ਇਕ ਵੱਡੀ ਅੜਚਣ ਰਹਿੰਦਾ ਹੈ। ਭਾਵੇਂ ਇਹ ਜੁਬਾਨੀ ਪ੍ਰੀਖਿਆ ਹੋਵੇ ਜਾਂ ਨੌਕਰੀ ਲਈ ਇੰਟਰਵਿਊ, ਜਿਹੜਾ ਉਮੀਦਵਾਰ ਸਵੈ-ਵਿਸ਼ਵਾਸ ਨਾਲ ਉਥੇ ਪਹੁੰਚਦਾ ਅਤੇ ਦ੍ਰਿੜ੍ਹਤਾ ਨਾਲ ਬੋਲਦਾ ਹੈ ਉਹੀ ਅਕਸਰ ਅਗਾਂਹ ਲੰਘਦਾ ਹੈ।

ਜਿਹੜੇ ਬੱਚੇ ਗਾ ਸਕਦੇ ਹਨ, ਸਾਜ ਵਜਾ ਸਕਦੇ ਹਨ, ਅਦਾਕਾਰੀ ਕਰ ਸਕਦੇ ਹਨ, ਸਟੇਜ ਨਿਯੰਤ੍ਰਣ ਕਰ ਸਕਦੇ ਹਨ ਜਾਂ ਵਾਦ-ਵਿਵਾਦ, ਭਾਸ਼ਣ ਮੁਕਾਬਲਿਆਂ, ਕਵਿਤਾ-ਪਾਠ ਆਦਿ ਵਿਚ ਹਿੱਸਾ ਲੈ ਸਕਦੇ ਹਨ ਉਹ ਉਹੀ ਹੁੰਦੇ ਹਨ ਜਿਹੜੇ ਸਕੂਲ ਵਿਚ ਮੰਚ ਦੇ ਵਿਚਾਲੇ ਰਹਿੰਦੇ ਹਨ। ਅਧਿਆਪਕ ਉਨ੍ਹਾਂ ਨੂੰ ਮਾਨਤਾ ਦਿੰਦੇ ਹਨ ਅਤੇ ਜਮਾਤੀ ਉਨ੍ਹਾਂ ਨੂੰ ਦਾਦ ਦਿੰਦੇ ਹਨ।

ਬਦਲਦੇ ਵਕਤ ਨਾਲ ਪੇਸ਼ਾ-ਤਰਜੀਹਾਂ ਦਾ ਨਮੂਨਾ ਵੀ ਬਦਲਿਆ ਹੈ ਅਤੇ ਬਹੁਤ ਵਿਸਤ੍ਰਿਤ ਹੋ ਗਿਆ ਹੈ। ਅੱਜ ਬਹੁਤ ਸਾਰੇ ਨੌਜਵਾਨ ਮੁੰਡੇ-ਕੁੜੀਆਂ ਮਾਡਲਿੰਗ, ਟੀ.ਵੀ., ਫਿਲਮਾਂ ਅਤੇ ਸਟੇਜ ਨੂੰ ਆਪਣੇ ਪੇਸ਼ੇ ਵੱਜੋਂ ਚੁਣ ਰਹੇ ਹਨ। ਉਂਝ ਵੀ ਜਿਹੜੇ ਵਿਅਕਤੀ ਆਪਣੇ ਸ਼ੁਰੂਆਤੀ ਸਾਲਾਂ ਵਿਚ ਮੰਚ ਉਤੇ ਸਰਗਰਮ ਰਹੇ ਹਨ ਉਹ ਰਵਾਇਤੀ ਨੌਕਰੀਆਂ ਵਿਚ ਵੀ ਸਫਲ ਹੁੰਦੇ ਹਨ। ਉਨ੍ਹਾਂ ਦੀ ਖੁੱਲ੍ਹ ਕੇ ਬੋਲਣ ਦੀ ਯੋਗਤਾ ਅਤੇ ਵਿਸ਼ਵਾਸ ਜੋ ਉਨ੍ਹਾਂ ਨੇ ਵੱਡੇ ਇਕੱਠਾਂ ਦਾ ਸਾਹਮਣਾ ਕਰਨ ਵੇਲੇ ਪ੍ਰਾਪਤ ਕੀਤਾ, ਉਹ ਉਦੋਂ ਵੀ ਉਨ੍ਹਾਂ ਦੇ ਕੰਮ ਆਉਂਦਾ ਹੈ ਜਦੋਂ ਉਹ ਮਾਤਹਿਤਾਂ, ਸਹਿਯੋਗੀਆਂ ਅਤੇ ਸੁਪੀਰੀਅਰਾਂ ਨਾਲ ਨਿਭਾਉਂਦੇ ਹਨ।

ਭਾਵੇਂ ਇਹ ਕੋਈ ਗਵਾਂਢ ਦੀ ਸੱਭਿਆਚਾਰਕ ਗਤੀਵਿਧੀ ਹੋਵੇ, ਸਕੂਲ ਸਮਾਰੋਹ ਹੋਵੇ ਜਾਂ ਕੋਈ ਵੱਡਾ ਮੁਕਾਬਲਾ, ਮਾਪਿਆਂ ਨੂੰ ਆਪਣੇ ਬੱਚੇ ਨੂੰ ਮੰਚ 'ਤੇ ਜਾਣ ਵਿਚ ਮੱਦਦ ਕਰਨੀ ਚਾਹੀਦੀ ਹੈ। ਜਦੋਂ ਚੋਖੇ ਮੌਕੇ ਦਿੱਤੇ ਜਾਂਦੇ ਹਨ ਤਾਂ ਜ਼ਰੂਰੀ ਹੈ ਕਿ ਬੱਚਾ ਮੰਚ ਦਾ ਆਦੀ ਹੋ ਜਾਂਦਾ ਹੈ। ਜਦੋਂ ਇਕ ਵਾਰੀ ਬੱਚੇ ਅੰਦਰ ਮੰਚ ਉਤੇ ਸਵੈ-ਭਰੋਸਾ ਪੈਦਾ ਹੋ ਜਾਂਦਾ ਹੈ ਉਹ ਜੀਵਨ ਦੇ ਬਾਕੀ ਖੇਤਰਾਂ ਵਿਚ ਵੀ ਆਪਣੇ ਆਪ ਆਤਮ-ਵਿਸ਼ਵਾਸੀ ਬਣ ਜਾਂਦਾ ਹੈ।

ਅਖੀਰ ਵਿਚ ਆਉ ਆਪਾਂ ਕੁਝ ਆਮ ਸ਼ੌਕਾਂ ਉਤੇ ਨਜ਼ਰ ਮਾਰ ਲਈਏ ਅਤੇ ਦੇਖੀਏ ਕਿ ਉਹ ਕਿਵੇਂ ਸਿੱਖਣ-ਪ੍ਰਕ੍ਰਿਆ ਵਿਚ ਮੱਦਦ ਕਰਦੇ ਹਨ। ਕੋਈ ਵਿਅਕਤੀ ਇਕ ਜਾਂ ਇਕ ਤੋਂ ਵੱਧ ਸ਼ੌਕ ਪਾਲ ਸਕਦਾ ਹੈ, ਇਹ ਸਬੰਧਤ ਵਿਅਕਤੀ ਦੀਆਂ ਸਹਿਜ ਰੁਚੀਆਂ ਅਤੇ ਕਾਬਲੀਅਤਾਂ ਤੇ ਨਿਰਭਰ ਕਰਦਾ ਹੈ। ਜਿਉਂ-ਜਿਉਂ ਅਸੀਂ ਵੱਡੇ ਹੁੰਦੇ ਹਾਂ ਸਾਡੀਆਂ ਰੁਚੀਆਂ ਅਤੇ ਸ਼ੌਕ ਬਦਲਦੇ ਰਹਿ ਸਕਦੇ ਹਨ। ਅਹਿਮ ਗੱਲ ਤਾਂ ਇਹ ਹੈ ਕਿ ਅਸੀਂ ਜੀਵਨ ਵਿਚ ਨਵੀਆਂ ਚੀਜ਼ਾਂ ਲਈ ਆਪਣੇ ਜੋਸ਼ ਅਤੇ ਜਗਿਆਸਾ ਨੂੰ ਕਾਇਮ ਰੱਖੀਏ। ਜਰਹਰਟ ਹੱਪਮੈਨ ਨੇ ਕਿਹਾ ਸੀ, 'ਜਦੋਂ

ਤੁਸੀਂ ਕਿਸੇ ਚੀਜ਼ ਵਿਚ ਉਸਤਾਦ ਬਣ ਜਾਂਦੇ ਹੋ ਤਾਂ ਤੁਹਾਨੂੰ ਕਿਸੇ ਨਵੀਂ ਵਿਚ ਸ਼ਾਗਿਰਦ ਬਣ ਜਾਣਾ ਚਾਹੀਦਾ ਹੈ।'

ਲੜੀ ਨੰ.	ਸ਼ੌਕ	ਸਿਖਿਆਕਾਰੀ ਤੱਤ+ਹੋਰ ਫਾਇਦੇ
1.	ਟਿਕਟ ਅਤੇ ਸਿੱਕੇ ਇਕੱਤਰਣ	ਭਿੰਨ ਦੇਸ਼ਾਂ ਅਹਿਮ ਲੋਕਾਂ ਅਤੇ ਘਟਨਾਵਾਂ ਬਾਰੇ ਜਾਣਕਾਰੀ ਦੀ ਪ੍ਰਾਪਤੀ।
2.	ਡਰਾਇੰਗ ਤੇ ਚਿੱਤਰ-ਕਲਾ	ਚੰਗਾ ਚਿੱਤਰ ਬਣਾਉਣ ਦੀ ਯੋਗਤਾ, ਰਚਨਾਤਮਕ ਕੁਸ਼ਲਤਾਵਾਂ ਅਤੇ ਹੰਭਲਿਆਂ ਦੀ ਮਜ਼ਬੂਤੀ
3.	ਜੂਡੋ, ਕਰਾਟੇ	ਜੀਵਨ ਪ੍ਰਤੀ ਅਨੁਸ਼ਾਸਿਤ, ਪ੍ਰਣਾਲੀਬੱਧ ਅਤੇ ਵਿਸ਼ਵਾਸੀ ਪਹੁੰਚ।
4.	ਟੀਮ ਖੇਡਾਂ	ਸਹਿਯੋਗ ਅਤੇ ਟੀਮਵਰਕ ਦੇ ਤੱਤ ਸਿੱਖਣਾ।
5.	ਗਾਉਣਾ, ਨੱਚਣਾ, ਸਾਜ ਵਜਾਉਣਾ	ਇਕਾਗਰਤਾ, ਸਵੈ-ਭਰੋਸਾ ਅਤੇ ਲੋਕਪ੍ਰੀਅਤਾ ਵਧਾਉਂਦਾ ਹੈ।
6.	ਕਵਿਤਾ, ਕਹਾਣੀ ਆਦਿ ਲਿਖਣਾ	ਬਿਹਤਰ ਪ੍ਰਗਟਾਵਾ ਅਤੇ ਬਿਹਤਰ ਸ਼ਬਦ-ਭੰਡਾਰ
7.	ਫੋਟੋਗ੍ਰਾਫੀ/ ਵੀਡੀਓਗ੍ਰਾਫੀ	ਸੰਕਲਪੀਕਰਣ ਅਤੇ ਕਲਪਨਾ ਦੀ ਸ਼ੁਰੂਆਤ।
8.	ਬਾਗਬਾਨੀ	ਪੌਦਿਆਂ ਅਤੇ ਕੁਦਰਤ ਬਾਰੇ ਜਾਣਕਾਰੀ।
9.	ਪਾਕ-ਕਲਾ, ਘਰੇਲੂ ਸਜਾਵਟ	ਬੱਚੇ ਦੀਆਂ ਸਦਾ ਵਧਦੀਆਂ ਪ੍ਰਾਪਤੀਆਂ ਵਿਚ ਹੋਰ ਵਾਧਾ
10.	ਕੰਪਿਊਟਰ, ਇੰਟਰਨੈਟ	ਇਸ ਦਾ ਅਸਰ ਮਨ ਨੂੰ ਭੁਚਲਾਉਣ ਵਾਲਾ ਹੁੰਦਾ ਹੈ।

20.

ਚੰਨ ਤੇ ਪਹੁੰਚੋ

ਬੱਚਾ ਕੋਈ ਭਾਂਡਾ ਨਹੀਂ ਜਿਸ ਨੂੰ ਭਰਿਆ ਜਾਵੇ, ਬਲਕਿ ਇਕ ਅੱਗ ਹੈ ਜੋ ਸੁਲਗਾਈ ਜਾਵੇ।

– ਰੈਬਲੇਸ

ਜਦੋਂ ਤੱਕ ਨੀਲ ਆਰਮਸਟਰਾਂਗ ਨੇ ਇਸ 'ਤੇ ਪੈਰ ਨਹੀਂ ਧਰਿਆ ਚੰਨ ਲੋਕ ਕਥਾਵਾਂ ਤੱਕ ਹੀ ਸੀਮਤ ਰਿਹਾ ਜਾਂ ਇਸਨੇ ਕਵੀਆਂ ਲਈ ਇਕ ਪ੍ਰੇਰਣਾ-ਸਰੋਤ ਵਜੋਂ ਕੰਮ ਕੀਤਾ। ਅਪੋਲੋ-2 ਮਿਸ਼ਨ ਮਨੁੱਖੀ ਪ੍ਰਬੀਨਤਾ, ਹਿੰਮਤ, ਲਗਨ ਅਤੇ ਦ੍ਰਿੜ੍ਹਤਾ ਦੀ ਇਕ ਗਾਥਾ ਹੈ। ਇਹ ਸਾਨੂੰ ਸਿਖਾਉਂਦਾ ਹੈ ਕਿ ਜਦੋਂ ਤੱਕ ਟੀਚਾ ਉੱਚਾ ਨਾ ਹੋਵੇ ਤੁਸੀਂ ਕਦੀ ਵੀ ਸਿਖਰ 'ਤੇ ਨਹੀਂ ਪਹੁੰਚ ਸਕੋਗੇ।

ਬਿਲ ਇਆਰਡਲੇ ਦੀ ਇਕ ਟੂਕ ਇਹ ਸਭ ਕਹਿੰਦੀ ਹੈ, 'ਤਾਂਘ ਸਫਲਤਾ ਦਾ ਰਾਹ ਹੈ। ਇਸ 'ਤੇ ਪਹੁੰਚਣ ਦਾ ਮਾਧਿਅਮ ਲਗਨ ਹੈ। ਸਾਰੀਆਂ ਸਫਲਤਾ ਕਹਾਣੀਆਂ ਦੋ ਅਹਿਮ ਤੱਤਾਂ ਦੀਆਂ ਬਣੀਆਂ ਹੁੰਦੀਆਂ ਹਨ।

1. ਸਫਲ ਹੋਣ ਦੀ ਇੱਛਾ
2. ਮਕਸਦ ਦੀ ਦ੍ਰਿੜ੍ਹਤਾ

ਇਕ ਪ੍ਰਾਪਤੀ-ਮੁਖੀ ਬੱਚੇ ਨੇ ਜ਼ਮੀਰ ਵਿਕਸਿਤ ਕਰ ਲਈ ਹੈ; ਉਸ ਦੀ ਨਿਯੰਤ੍ਰਣ ਦੀ ਸੋਝੀ ਅੰਦਰੋਂ ਆਉਂਦੀ ਹੈ। ਇਹ ਸਥਿਤੀ ਬਣੇ ਇਸ ਖਾਤਰ ਜ਼ਰੂਰੀ ਹੈ ਕਿ ਬੱਚਾ ਆਪਣੇ ਦੋਹਾਂ ਮਾਪਿਆਂ ਨੂੰ ਪ੍ਰਾਪਤੀਕਾਰਾਂ ਵਜੋਂ ਦੇਖੇ। ਮਾਪਿਆਂ ਨੂੰ ਬੱਚੇ ਨੂੰ ਦੱਸਣਾ ਚਾਹੀਦਾ ਹੈ ਕਿ ਉਸ ਦੀ ਸਫਲਤਾ ਦਾ ਮਹੱਤਵ ਹੈ ਅਤੇ ਨਾਲ ਹੀ ਇਹ ਉਨ੍ਹਾਂ ਲਈ ਕੀਮਤ ਰੱਖਦੀ ਹੈ। ਜਦੋਂ ਇਹ ਹੋ ਜਾਂਦਾ ਹੈ ਤਾਂ ਬੱਚਾ ਆਪਣੀ ਵਿਦਿਅਕ ਪੇਸ਼ਕਾਰੀ ਅਤੇ ਹੋਰ ਪ੍ਰਾਪਤੀਆਂ ਦੀ ਫਿਕਰ ਕਰਨੀ ਸ਼ੁਰੂ ਕਰ ਦੇਵੇਗਾ। ਅਚੇਤ ਤੌਰ 'ਤੇ ਉਹ ਆਪਣੇ ਮਾਪਿਆਂ ਨਾਲ ਮੁਕਾਬਲਾ ਸ਼ੁਰੂ ਕਰ ਦਿੰਦਾ ਹੈ ਅਤੇ ਉਨ੍ਹਾਂ ਨਾਲੋਂ ਬਿਹਤਰ ਪ੍ਰਾਪਤੀਆਂ ਦੀ ਕੋਸ਼ਿਸ਼ ਕਰਦਾ ਹੈ। ਅਸਲ ਵਿਚ, ਇਹ

ਮਾਪਿਆਂ ਦਾ ਵੀ ਟੀਚਾ ਹੋਣਾ ਚਾਹੀਦਾ ਹੈ ਕਿ ਉਨ੍ਹਾਂ ਦੇ ਬੱਚੇ ਜੀਵਨ ਵਿਚ ਉਨ੍ਹਾਂ ਨਾਲੋਂ ਬਿਹਤਰ ਕਰਨ।

ਜੇਕਰ ਅਸੀਂ ਚੀਜ਼ਾਂ ਨੂੰ ਵਿਸਤ੍ਰਿਤ ਪਰਿਪੇਖ ਵਿਚ ਦੇਖੀਏ ਤਾਂ ਅਸੀਂ ਦੇਖਾਂਗੇ ਕਿ ਉਹ ਸਮਾਜ ਜਿਹੜੇ ਪ੍ਰਾਪਤੀਆਂ ਉੱਤੇ ਜ਼ੋਰ ਦਿੰਦੇ ਹਨ ਉਹ ਆਰਥਕ ਸ਼ਕਤੀਆਂ ਬਣ ਜਾਂਦੇ ਹਨ। ਮਾਪਿਆਂ ਦੇ ਨਜ਼ਰੀਏ ਅਤੇ ਬਾਲ-ਪਾਲਣ ਅਭਿਆਸ ਨਾ ਸਿਰਫ ਬੱਚੇ ਦੀ ਸਫਲਤਾ ਵਿਚ ਮਹੱਤਵਪੂਰਣ ਹਿੱਸਾ ਨਿਭਾਉਂਦੇ ਹਨ ਬਲਕਿ ਇਕ ਅਜਿਹਾ ਸਮਾਜ ਉਸਾਰਨ ਵਿਚ ਮੱਦਦ ਕਰਦੇ ਹਨ ਜਿਸ ਅੰਦਰ ਬਹੁਤ ਸਾਰੇ ਵਿਅਕਤੀ ਇਕੱਠੇ ਹੋ ਕੇ ਪ੍ਰਾਪਤੀ ਅਤੇ ਆਰਥਕ ਵਿਕਾਸ ਲਈ ਯਤਨ ਕਰਦੇ ਹਨ। ਵਿਅਕਤੀਆਂ ਅਤੇ ਸਮਾਜਾਂ ਦੇ ਉੱਦਮੀਅਤਾ ਪੱਧਰ ਨਾਲ ਸਕਾਰਾਤਮਕ ਸਬੰਧ ਰੱਖਣ ਵਾਲੀਆਂ ਤਿੰਨ ਹਾਲਤਾਂ ਇਹ ਹਨ :

* ਘਰ ਵਿਚ ਮਾਪਿਆਂ ਵੱਲੋਂ ਪ੍ਰਾਪਤੀਆਂ ਲਈ ਪ੍ਰੇਰਣਾ ਅਤੇ ਸਿਖਲਾਈ।
* ਲੋਕ-ਗਾਥਾਵਾਂ, ਕਹਾਣੀ ਪੁਸਤਕਾਂ ਅਤੇ ਸਕੂਲ ਪਾਠਕ੍ਰਮ ਵਿਚ ਪ੍ਰਾਪਤੀ ਦੇ ਵਿਸ਼ਿਆਂ ਦੀ ਬਾਰੰਬਾਰਤਾ।
* ਸਫਲਤਾ ਦੀ ਆਮ ਸਮਾਜਕ ਪ੍ਰਵਾਣਕਤਾ ਅਤੇ ਅਸਫਲਤਾ ਦੀ ਅਪ੍ਰਵਾਣਕਤਾ।

ਟੀਚੇ ਹੋਣੇ ਜ਼ਰੂਰੀ ਹਨ, ਉਹ ਬੱਚਿਆਂ ਨੂੰ ਆਪਣੀਆਂ ਸ਼ਕਤੀਆਂ ਅਤੇ ਸ਼ਖਸੀਅਤਾਂ ਦਾ ਹਕੀਕੀਕਰਣ ਕਰਨ ਦੇ ਯੋਗ ਬਣਾਉਂਦੇ ਹਨ।

ਟੀਚਾਹੀਣਤਾ ਇਕ ਸਰਾਪ ਹੈ, ਜਿਹੜਾ ਬੱਚੇ ਨੂੰ ਪਰਿਵਾਰ, ਦੋਸਤਾਂ ਅਤੇ ਸਮਾਜ ਸਾਰਿਆਂ ਦੇ ਇਕੋ ਜਿਹੇ ਮਜ਼ਾਕ ਅਤੇ ਰੱਦਣ ਦਾ ਸ਼ਿਕਾਰ ਬਣਾਉਂਦਾ ਹੈ।

ਮਾਪਿਆਂ ਨੂੰ ਬੱਚੇ ਦੇ ਟੀਚੇ ਦਾ ਫੈਸਲਾ ਨਹੀਂ ਕਰਨਾ ਚਾਹੀਦਾ ਅਤੇ ਨਾ ਹੀ ਉਹ ਕਰ ਸਕਦੇ ਹਨ। ਐਪਰ, ਉਨ੍ਹਾਂ ਨੂੰ ਇਸ ਵਿਚ ਇਕ ਅਹਿਮ ਭੂਮਿਕਾ ਨਿਭਾਉਣੀ ਚਾਹੀਦੀ ਹੈ :

* ਟੀਚਾ ਮਿੱਥਣ ਵਿਚ
* ਰਣਨੀਤੀ ਵਿਉਂਤਣ ਵਿਚ
* ਯੋਜਨਾ ਨੂੰ ਕਾਰਜਰੂਪ ਦੇਣ ਵਿਚ

ਇਨ੍ਹਾਂ ਸਾਰੇ ਤਿੰਨਾਂ ਪੜਾਵਾਂ ਦੌਰਾਨ ਬੱਚੇ ਦੀ ਸ਼ਖਸੀਅਤ ਦਾ ਖਾਕਾ ਧਿਆਨ ਵਿਚ ਰੱਖਿਆ ਜਾਣਾ ਚਾਹੀਦਾ ਹੈ :

* ਸਹਿਜ ਰੁਚੀ ਅਤੇ ਪਸੰਦ
* ਕਾਬਲੀਅਤ ਅਤੇ ਕੁਸ਼ਲਤਾਵਾਂ
* ਸਰੋਤ ਭਰਪੂਰਤਾ ਅਤੇ ਮਜ਼ਬੂਤੀਆਂ

ਹਕੀਕੀ ਬਨਾਮ ਗੈਰ-ਹਕੀਕੀ ਟੀਚਿਆਂ ਦਾ ਵਧਦਾ ਅਸਰ

ਪਾਲਣ ਇਕ ਕਲਾ ਹੈ ਜੋ ਸਫਲ ਬੱਚੇ ਦੇ ਪਾਲਣ ਵਿਚ ਆਮ ਸੋਝੀ ਦੀ ਵਰਤੋਂ ਉਤੇ ਬਹੁਤ ਜ਼ਿਆਦਾ ਨਿਰਭਰ ਕਰਦਾ ਹੈ।

ਸਾਰੇ ਬੱਚੇ ਆਪਣੇ ਕੋਲ ਇਹ ਪੰਜੇ ਖਾਸ ਇੰਦਰੀਆਂ ਹੋਣ ਦਾ ਦਾਅਵਾ ਕਰ ਸਕਦੇ ਹਨ ਯਾਨੀ-ਸੁਣਨ, ਦੇਖਣ, ਸੁੰਘਣ, ਸਵਾਦ ਅਤੇ ਛੋਹ ਦੀ ਯੋਗਤਾ। ਪਰ ਸਾਡੇ ਵਿਚੋਂ ਕਿੰਨੇ ਕੁ ਹਨ ਜੋ ਛੇਵੀਂ ਦਾ ਦਾਅਵਾ ਕਰ ਸਕਦੇ ਹਨ, ਆਮ ਸੋਝੀ ਦਾ ਜੋ ਸਭ ਤੋਂ ਅਹਿਮ ਹੈ। ਨਿਰਸੰਦੇਹ ਇਹ ਬੜੀ ਹੀ ਵਿਰਲੀ ਹੁੰਦੀ ਹੈ।

ਇਕ ਸਖਤ ਮੁਕਾਬਲੇ ਦੇ ਦੌਰ ਵਿਚ ਜਦੋਂ ਕਿ ਹਰ ਕੋਈ ਕੇਕ ਖੋਹਣਾ, ਕੇਕ ਬਣਾਉਣ ਵਾਲੇ ਨੂੰ ਅਗਵਾ ਕਰਨਾ ਅਤੇ ਬੇਕਰੀ ਨੂੰ ਹੀ ਅਗਵਾ ਕਰਨਾ ਚਾਹੁੰਦਾ ਹੈ, ਇਹ ਛੇਵੀਂ ਸੋਝੀ ਹੀ ਹੈ ਜੋ ਬੰਦੇ ਦੀ ਜੀਣ ਅਤੇ ਸਫਲ ਹੋਣ ਵਿਚ ਮੱਦਦ ਕਰਦੀ ਹੈ। ਬੱਚਿਆਂ ਦੀ ਆਪਣਾ ਟੀਚਾ ਮਿੱਥਣ ਵਿਚ ਮੱਦਦ ਕਰਨ ਲਈ ਮਾਪਿਆਂ ਨੂੰ ਆਪਣੀ ਸਹਿਜ ਬੁੱਧੀ ਅਤੇ ਜੀਵਨ ਨਾਲ ਦੋ ਚਾਰ ਹੋਣ ਦੇ ਆਪਣੇ ਅਨੁਭਵ ਨੂੰ ਵਰਤਣਾ ਚਾਹੀਦਾ ਹੈ। ਹਕੀਕੀ ਟੀਚੇ ਬੱਚੇ ਨੂੰ ਜੇਤੂ ਬਣਾ ਸਕਦੇ ਹਨ ਜਦੋਂ ਕਿ ਗੈਰ-ਹਕੀਕੀ ਟੀਚਿਆਂ ਨੂੰ ਮਿੱਥਣਾ ਉਨ੍ਹਾਂ ਨੂੰ ਲਾਚਾਰੀ ਅਤੇ ਅਸਫਲਤਾ ਵੱਲ ਹੀ ਲਿਜਾ ਸਕਦਾ ਹੈ।

ਹਕੀਕੀ ਅਤੇ ਗੈਰ-ਹਕੀਕੀ ਦੋਵੇਂ ਟੀਚਿਆਂ ਦਾ ਲੜੀਵਾਰ ਅਸਰ ਹੁੰਦਾ ਹੈ। ਜਦੋਂ ਕਿ ਪਹਿਲੇ ਸਫਲਤਾ ਵੱਲ ਲਿਜਾਂਦੇ ਹਨ ਬਾਦ ਵਾਲੇ ਬਦਕਿਸਮਤੀ ਲਿਆਉਂਦੇ ਹਨ।

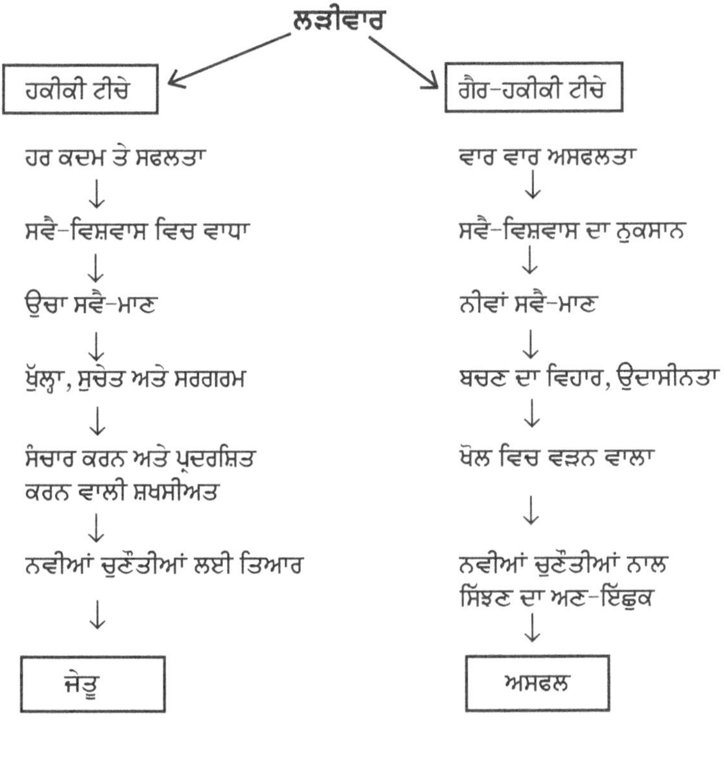

ਚੰਨ ਤੇ ਕਿਵੇਂ ਅੱਪੜੀਏ

ਕੁਝ ਬੱਚੇ ਨਿੱਕੀ ਉਮਰ ਤੋਂ ਹੀ ਬੜੇ ਇਕਾਗਰ ਅਤੇ ਟੀਚਾ-ਮੁਖੀ ਹੁੰਦੇ ਹਨ। ਅਜਿਹੇ ਬੱਚਿਆਂ ਦੇ ਮਾਪੇ ਇਸ ਅਰਥ ਵਿਚ ਖੁਸ਼ਕਿਸਮਤ ਹਨ ਕਿ ਉਨ੍ਹਾਂ ਨੇ ਸਹੀ ਅਗਵਾਈ ਰਾਹੀਂ ਬੱਚੇ ਦੇ ਹੰਭਲਿਆਂ ਵਿਚ ਮੱਦਦ ਹੀ ਕਰਨੀ ਹੁੰਦੀ ਹੈ। ਐਪਰ, ਬਹੁਤੇ ਬੱਚਿਆਂ ਨੂੰ ਇਹ ਚਲਾਵਾਂ ਜਿਹਾ ਹੀ ਪਤਾ ਹੁੰਦਾ ਹੈ ਕਿ ਉਹ ਕੀ ਪ੍ਰਾਪਤ ਕਰਨਾ ਚਾਹੁੰਦੇ ਹਨ। ਅਜਿਹੇ ਮਾਮਲਿਆਂ ਵਿਚ ਮਾਪਿਆਂ ਦੀ ਅਗਵਾਈ ਨੂੰ ਸਫਲਤਾ ਪ੍ਰਾਪਤ ਕਰਨ ਲਈ ਪ੍ਰੇਰਣਾ, ਯੋਜਨਾਬੰਦੀ ਅਤੇ ਰਣਨੀਤੀਆਂ ਦੇ ਲਾਗੂਕਰਨ ਨਾਲ ਹੋਰ ਵਧੀਆ ਬਣਾਉਣਾ ਚਾਹੀਦਾ ਹੈ।

ਆਮ ਕਰਕੇ ਵਿਦਿਅਕ ਉੱਤਮਤਾ ਹੀ ਵੱਡੀ ਬਹੁ-ਗਿਣਤੀ ਵਿਚ ਬੱਚਿਆਂ ਅਤੇ ਮਾਪਿਆਂ ਦਾ ਬੁਨਿਆਦੀ ਟੀਚਾ ਹੁੰਦਾ ਹੈ। 21ਵੀਂ ਸਦੀ ਵਿਚ ਬੱਚਿਆਂ ਲਈ ਬਹੁਤ ਸਾਰੇ ਰਵਾਇਤੀ ਪੇਸ਼ਿਆਂ ਨੇ ਅਣਗਿਣਤ ਮੌਕੇ ਪੈਦਾ ਕੀਤੇ ਹਨ। ਬੱਚੇ ਦਾ ਟੀਚਾ ਕੋਈ ਵੀ ਹੋਵੇ ਮਾਪਿਆਂ ਨੂੰ ਇਹ ਯਕੀਨੀ ਬਣਾਉਣਾ ਚਾਹੀਦਾ ਹੈ ਕਿ ਇਹ ਉਸ ਦੇ ਮਨ 'ਤੇ ਗੂੜ੍ਹਾ ਛਪਿਆ ਹੋਵੇ।

ਕਿਸੇ ਵੀ ਖੇਤਰ ਵਿਚ ਸਫਲਤਾ ਪ੍ਰਾਪਤ ਕਰਨ ਲਈ, ਬੁਨਿਆਦੀ ਸਿਧਾਂਤ ਉਹੀ ਰਹਿੰਦੇ ਹਨ। ਆਉ ਕੁਝ ਮਹੱਤਵਪੂਰਣ ਬਾਰੇ ਚਰਚਾ ਕਰੀਏ :

1. ਬੱਚੇ ਨੂੰ ਆਪਣਾ ਟੀਚਾ ਸਪੱਸ਼ਟ ਤੌਰ ਤੇ ਅਤੇ ਹਕੀਕੀ ਰੂਪ ਵਿਚ ਪਰਿਭਾਸ਼ਿਤ ਕਰਨ ਵਿਚ ਮਾਪਿਆਂ ਨੂੰ ਮੱਦਦ ਕਰਨੀ ਚਾਹੀਦੀ ਹੈ। ਸ਼ੁਰੂ ਵਿਚ ਉਹ ਬੱਚੇ ਨੂੰ ਉਤੇਜਿਤ ਕਰ ਸਕਦੇ ਹਨ ਕਿ ਉਹ ਇਹ ਸੋਚੇ ਕਿ ਉਹ ਜ਼ਿੰਦਗੀ ਵਿਚ ਕੀ ਚਾਹੁੰਦੇ ਹਨ। ਸੋਚ ਦੇ ਸਾਰੇ ਧੁੰਦਲੇਪਣ ਨੂੰ ਦੂਰ ਕਰਨ ਲਈ ਉਨ੍ਹਾਂ ਨੂੰ ਬੱਚੇ ਨਾਲ ਲਗਾਤਾਰ ਅੰਤਰਕ੍ਰਿਆ ਕਰਨੀ ਚਾਹੀਦੀ ਹੈ ਤੇ ਉਸ ਨੂੰ ਸਹੀ ਫੈਸਲੇ ਤੇ ਪੁੱਜਣ ਲਈ ਕਿਹਾ ਜਾਵੇ। ਜਦੋਂ ਇਹ ਬੁਨਿਆਦੀ ਉਦੇਸ਼ ਪੂਰਾ ਹੋ ਜਾਂਦਾ ਹੈ, ਤਾਂ ਉਨ੍ਹਾਂ ਨੂੰ ਬੱਚੇ ਦੀ ਮੱਦਦ ਕਰਨੀ ਚਾਹੀਦੀ ਹੈ ਕਿ ਉਹ ਆਪਣਾ ਟੀਚਾ ਤਿਆਰ ਕਰਨ ਅਤੇ ਸਾਫ ਸਪੱਸ਼ਟ ਕਥਨ ਦੇ ਰੂਪ ਵਿਚ ਟੀਚੇ ਨੂੰ ਲਿਖ ਲੈਣ। ਇਸ ਲਿਖਤੀ ਟੀਚੇ ਨੂੰ ਬੱਚੇ ਦੇ ਕਮਰੇ ਵਿਚ ਸਾਹਮਣੇ ਦਿਸਣ ਵਾਲੀ ਥਾਂ 'ਤੇ ਚਿਪਕਾ ਦਿਉ :
   * ਮੈਂ ਜਮਾਤ ਵਿਚ ਅੱਵਲ ਆਉਣਾ ਚਾਹੁੰਦਾ ਹਾਂ।
   * ਮੈਂ ਸਕੂਲ ਦਾ ਕਪਤਾਨ ਬਣਨਾ ਚਾਹੁੰਦਾ ਹਾਂ।
   * ਮੈਂ ਰਾਜ ਦੀ ਕ੍ਰਿਕੇਟ/ਟੈਨਿਸ/ਬਾਸਕੇਟਬਾਲ ਟੀਮ ਵਿਚ ਹੋਣਾ ਚਾਹੁੰਦਾ ਹਾਂ।

* ਮੈਂ ਡਿਜ਼ਾਈਨਰ/ਆਰਕੀਟੈਕਟ/ਡਾਕਟਰ/ਸਾਫਟਵੇਅਰ ਇੰਜਨੀਅਰ ਬਣਨਾ ਚਾਹੁੰਦਾ ਹਾਂ।

2. ਟੀਚੇ ਨੂੰ ਕਈ ਨਿੱਕੇ ਟੀਚਿਆਂ ਵਿਚ ਵੰਡ ਲੈਣਾ ਚਾਹੀਦਾ ਹੈ ਤਾਂ ਕਿ ਹਰ ਕਦਮ 'ਤੇ ਪ੍ਰਾਪਤੀ ਦੀ ਸੋਝੀ ਮਹਿਸੂਸ ਹੋਵੇ। ਬੱਚੇ ਨੂੰ ਅੰਤਿਮ ਨਿਸ਼ਾਨੇ ਉਤੇ ਇਕਾਗਰ ਰੱਖਣ ਲਈ ਇਹ ਇਕ ਬਹੁਤ ਜ਼ਰੂਰੀ ਸਾਵਧਾਨੀ ਹੈ।

3. ਬੱਚੇ ਨੂੰ ਪ੍ਰੇਰਿਤ ਕਰੋ ਕਿ ਉਹ ਉਸ ਸਭ ਕਾਸੇ ਦਾ ਅਧਿਐਨ ਕਰੇ ਅਤੇ ਸਿੱਖੇ ਜੋ ਉਹ ਆਪਣੇ ਟੀਚੇ ਬਾਰੇ ਅਤੇ ਉਥੇ ਕਿਵੇਂ ਪਹੁੰਚਿਆ ਜਾ ਸਕਦਾ ਹੈ ਬਾਰੇ ਹੋਵੇ।

4. ਟੀਚੇ ਦੀ ਪ੍ਰਾਪਤੀ ਲਈ ਇਕ ਸਮਾਂ-ਚੌਖਟਾ ਮਿੱਥਣਾ ਸਭ ਤੋਂ ਮੱਹਤਵਪੂਰਣ ਹੈ। ਇਹ ਸਮੇਂ ਦੀ ਵੱਧੋ-ਵੱਧ ਵਰਤੋਂ ਕਰਨ ਵਿਚ ਮੱਦਦ ਕਰਦਾ ਹੈ ਅਤੇ ਸਮਾਂਬੱਧ ਸਫਲਤਾ ਦਾ ਰਾਹ ਪੱਧਰਾ ਕਰਦਾ ਹੈ।

5. ਇਸ ਨੂੰ ਅੱਜ ਹੀ ਕਰੋ। ਕੰਮ ਨੂੰ ਕੱਲ੍ਹ 'ਤੇ ਨਾ ਛੱਡੋ ਕਿਉਂਕਿ ਕੱਲ੍ਹ ਕਦੀ ਨਹੀਂ ਆਉਂਦੀ। ਹਰੇਕ ਕੱਲ੍ਹ ਅਗਲੇ ਦਿਨ ਅੱਜ ਬਣ ਜਾਂਦੀ ਹੈ। ਇਸ ਕਰਕੇ ਜਿਵੇਂ ਵੀ ਹੋਵੇ ਤੁਸੀਂ ਇਸ ਨੂੰ ਅੱਜ ਹੀ ਕਰਨਾ ਹੈ-ਫੇਰ ਇਸ ਨੂੰ ਹੁਣੇ ਕਿਉਂ ਨਾ ਕਰੋ। ਇਸ ਤਰ੍ਹਾਂ ਦੇਖੋ, ਕਿ ਜੇ ਤੁਸੀਂ 70 ਸਾਲ ਦੀ ਉਮਰ ਤੱਕ ਜੀਂਦੇ ਹੋ ਤਾਂ ਤੁਹਾਡੇ ਕੋਲ ਸਿਰਫ 25,550 ਦਿਨ ਹੋਣਗੇ। ਜੇਕਰ ਅਸੀਂ ਵਿਅਕਤੀ ਦਾ ਸਭ ਤੋਂ ਵੱਧ ਪੈਦਾਵਾਰੀ ਅਰਸਾ ਦਸ ਤੋਂ ਪੰਜਾਹ ਸਾਲ ਦਾ ਲਈਏ, ਫੇਰ ਟੀਚਾ ਪ੍ਰਾਪਤ ਕਰਨ ਲਈ ਸਿਰਫ 14,600 ਦਿਨ ਹੀ ਰਹਿ ਜਾਂਦੇ ਹਨ। ਇਸ ਕਰਕੇ ਹਰੇਕ ਦਿਨ ਮਹੱਤਵਪੂਰਣ ਹੈ, ਇਸ ਨੂੰ ਸਹੀ ਵਰਤੋ।

6. ਮਿੰਟ ਅਤੇ ਘੰਟੇ ਗਿਣਦੇ ਰਹੋ। ਇਕ ਵਾਰੀ ਜਦੋਂ ਤੁਸੀਂ ਟੀਚਾ ਮਿੱਥ ਲਿਆ ਅਤੇ ਇਸ ਨੂੰ ਲਿਖ ਲਿਆ ਤਾਂ ਇਸ ਦੀ ਪ੍ਰਾਪਤੀ ਬਾਰੇ ਸੋਚਣਾ ਅਤੇ ਯੋਜਨਾ ਬਣਾਉਣੀ ਸ਼ੁਰੂ ਕਰ ਦਿਉ। ਇਹ ਫੈਸਲਾ ਕਰੋ ਕਿ ਆਪਣੇ ਟੀਚੇ ਦੀ ਪ੍ਰਾਪਤੀ ਲਈ ਤੁਸੀਂ ਹਰ ਦਿਨ ਕਿੰਨਾ ਸਮਾਂ ਦਿਉਗੇ। ਇਹ ਬਿਹਤਰ ਰਹੇਗਾ ਕਿ ਤੁਸੀਂ ਕਾਰਜ-ਸੂਚੀ ਨੂੰ ਲਚਕੀਲੀ ਰੱਖੋ। ਬੱਸ ਇਹੀ ਧਿਆਨ ਵਿਚ ਰੱਖੋ ਕਿ ਦੈਨਿਕ ਨਿਸ਼ਾਨਾ ਸੁਹਿਰਦਤਾ ਅਤੇ ਨਿਯਮਿਤਤਾ ਨਾਲ ਪ੍ਰਾਪਤ ਹੋਵੇ।

ਟੀਚਾ ਯੋਜਨਾਬੰਦੀ

ਟੀਚਾ : ਬੋਰਡ ਦੇ ਇਮਤਿਹਾਨਾਂ ਵਿਚ 90 ਫੀਸਦੀ ਤੋਂ ਵੱਧ ਅੰਕ ਪ੍ਰਾਪਤ ਕਰਨਾ।

ਨਾਂ : ਪ੍ਰਖਰ ਸ੍ਰੀਵਾਸਤਵ **ਹੰਭਲਾ : 6 ਘੰਟੇ ਦਾ ਰੋਜ਼ਾਨਾ ਅਧਿਐਨ**

ਮਿਤੀ	ਸਮਾਂ	ਅਰਸਾ ਘੰਟਿਆ ਵਿਚ	ਕੁੱਲ	ਟਿੱਪਣੀ
19.11.	2.30 ਤੋਂ 4.30 ਸ਼ਾਮ	2		
2001	5.00 ਤੋਂ 7.00 ਸ਼ਾਮ	2	6.30	ਸ਼ਾਨਦਾਰ
	8.00 ਤੋਂ 9.00 ਰਾਤ	1		
	10.00 ਤੋਂ 11.30 ਰਾਤ	1.30		
20.11.	6.00 ਤੋਂ 7.00 ਸਵੇਰੇ	1		
2001	3.00 ਤੋਂ 4.00 ਸ਼ਾਮ	1	4.00	ਮਾੜਾ
	5.00 ਤੋਂ 6.00 ਸ਼ਾਮ	1		
	8.00 ਤੋਂ 9.00 ਰਾਤ	1		

ਸ਼ਾਨਦਾਰ - ਟੀਚੇ ਤੋਂ ਵੱਧ
ਚੰਗਾ - ਟੀਚੇ ਅਨੁਸਾਰ
ਮਾੜਾ - ਟੀਚੇ ਤੋਂ ਘੱਟ

7. ਬੱਚੇ ਨੂੰ ਪ੍ਰੋਤਸਾਹਿਤ ਕਰੋ ਕਿ ਉਹ ਟੀਚੇ ਦੀ ਪ੍ਰਾਪਤੀ ਲਈ ਨਿਰੰਤਰ ਅਤੇ ਪੂਰਾ ਯਤਨ ਕਰੇ ਅਤੇ ਕੋਸ਼ਿਸ਼ ਕਰਨ ਤੋਂ ਨਾ ਹਟੇ। ਮਾਪਿਆਂ ਦਾ ਯਤਨ ਇਹ ਹੋਣਾ ਚਾਹੀਦਾ ਹੈ ਕਿ ਬੱਚੇ ਦਾ ਧਿਆਨ ਨਾ ਉੱਖੜੇ ਨਹੀਂ ਤਾਂ ਸਾਰਾ ਯਤਨ ਅਤੇ ਯੋਜਨਾਬੰਦੀ ਠੁੱਸ ਹੋ ਜਾਵੇਗੀ। ਆਪਣੇ ਬੱਚੇ ਦੇ ਨਾਲ ਮਿਹਨਤ ਕਰੋ ਅਤੇ ਉਸ ਨੂੰ ਟੀਚੇ ਵੱਲ ਧੱਕਦੇ ਰਹੋ।
8. ਜੇਕਰ ਬੱਚੇ ਦੇ ਮਨ ਵਿਚ ਕੋਈ ਨਕਾਰਾਤਮਕ ਸੋਚ ਜਾਂ ਕੋਈ ਵਿਘਨ ਪੈਦਾ ਹੁੰਦਾ ਹੈ ਤਾਂ ਉਸ ਨੂੰ ਸਕਾਰਾਤਮਕ ਸੋਚ ਲਾਗੂ ਕਰਨ ਲਈ ਪ੍ਰੇਰਿਤ ਕਰੋ। ਬੱਚੇ ਦੀ ਸਿੱਖਦੇ ਰਹਿਣ, ਵਧਦੇ ਰਹਿਣ ਅਤੇ ਸੁਧਰਦੇ ਰਹਿਣ ਵਿਚ ਮੱਦਦ ਕਰੋ।
9. ਵਿਸ਼ਵਾਸੀ ਹੀ ਪ੍ਰਾਪਤੀਕਾਰ ਹਨ। ਜਿਹੜੇ ਬੱਚੇ ਵਿਸ਼ਵਾਸ ਨਹੀਂ ਕਰਦੇ

ਕਿ ਉਹ ਸਫਲ ਹੋ ਸਕਦੇ ਹਨ ਉਹ ਸਫਲ ਨਹੀਂ ਹੁੰਦੇ। ਜਿਨ੍ਹਾਂ ਨੂੰ ਖੁਦ ਤੇ ਵਿਸ਼ਵਾਸ ਹੈ ਉਹ ਆਪਣੀਆਂ ਮਜ਼ਬੂਤੀਆਂ ਵੱਧੋ-ਵੱਧ ਅਤੇ ਘਾਟਾਂ ਘੱਟੋ-ਘੱਟ ਕਰ ਸਕਦੇ ਹਨ। ਮਾਪੇ ਉਨ੍ਹਾਂ ਦੇ ਸਵੈ-ਮਾਣ ਨੂੰ ਧਿਆਨ ਨਾਲ ਵਧਾ ਕੇ ਆਪਣੇ ਬੱਚਿਆਂ ਨੂੰ ਵਿਸ਼ਵਾਸੀਆਂ ਵਿਚ ਬਦਲ ਸਕਦੇ ਹਨ।

10. ਚੇਤੇ ਰੱਖੋ ਕਿ ਟੀਚੇ ਪ੍ਰਾਪਤ ਕਰਨ ਵਿਚ ਕੋਈ ਵਿਚਲੇ ਰਾਹ ਨਹੀਂ ਹੁੰਦੇ। ਵਿਚਲੇ ਰਾਹ ਤੁਹਾਨੂੰ ਆਰਜ਼ੀ ਜਿੱਤ ਦਿੰਦੇ ਹਨ ਪਰ ਇਨ੍ਹਾਂ ਨਾਲ ਸੁਰੱਖਿਆ ਜਾਂ ਪ੍ਰਾਪਤੀ ਦੀ ਭਾਵਨਾ ਪੈਦਾ ਨਹੀਂ ਹੁੰਦੀ। ਅਜਿਹੇ ਸਾਧਨਾਂ ਰਾਹੀਂ ਉਸਾਰੇ ਜਾਂਦੇ ਕਿਲੇ ਪਹਿਲੇ ਤੂਫਾਨ ਵਿਚ ਹੀ ਢਹਿ ਜਾਂਦੇ ਹਨ। ਬੱਚਿਆਂ ਨੂੰ ਜਿਸਮਾਨੀ, ਮਾਨਸਿਕ ਅਤੇ ਭਾਵਨਾਤਮਕ ਹੰਭਲਿਆਂ ਵਿਚਕਾਰ ਸੰਤੁਲਨ ਬਣਾ ਕੇ ਰੱਖਣਾ ਸਿਖਾਉ। ਜਿਹੜਾ ਵਿਅਕਤੀ ਆਪਣਾ ਸੰਤੁਲਨ ਬਣਾ ਕੇ ਰੱਖ ਸਕਦਾ ਹੈ ਉਹ ਜੀਵਨ ਦੇ ਰੱਸੇ ਉਤੇ ਆਪਣੇ ਤੋਰੇ ਨੂੰ ਸਫਲਤਾ ਨਾਲ ਪੂਰਾ ਕਰ ਸਕਦਾ ਹੈ।

11. ਬੱਚਿਆਂ ਨੂੰ ਇਹ ਦੱਸਣਾ ਚਾਹੀਦਾ ਹੈ ਕਿ ਕਿਸੇ ਵੀ ਟੀਚੇ ਨੂੰ ਪ੍ਰਾਪਤ ਕਰਨ ਦੀ ਪੌੜੀ ਦੇ ਤਿੰਨ ਹੀ ਡੰਡੇ ਹਨ -
   * ਦ੍ਰਿੜ੍ਹਤਾ
   * ਸਮਰਪਣ
   * ਅਨੁਸ਼ਾਸਨ

12. ਅਸਫਲਤਾ ਤਿਕੋਣ

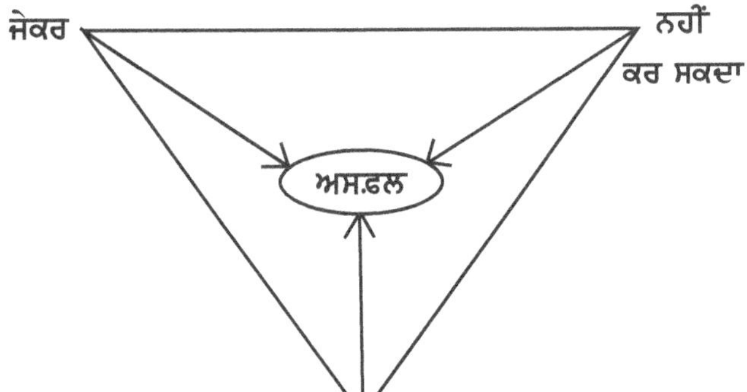

ਆਪਣੇ ਅਤੇ ਬੱਚੇ ਦੇ ਸ਼ਬਦ ਭੰਡਾਰ ਵਿਚੋਂ ਜੇ, ਨਹੀਂ ਕਰ ਸਕਦਾ, ਅਸੰਭਵ ਅਤੇ ਹੋਰ ਹਰ ਨਕਾਰਾਤਮਕ ਸ਼ਬਦ ਨੂੰ ਦੂਰ ਕਰੋ। ਨਕਾਰਾਤਮਕ ਸ਼ਬਦ ਲਾਚਾਰੀ ਦਾ ਅਹਿਸਾਸ ਪੈਦਾ ਕਰਦੇ ਹਨ ਅਤੇ ਅਸਫਲਤਾ ਵੱਲ ਲਿਜਾਂਦੇ ਹਨ। ਨਕਾਰਾਤਮਕ ਸੋਚ ਨੂੰ ਸਕਾਰਾਤਮਕ ਨਜ਼ਰੀਆਂ ਨਾਲ ਬਦਲੋ;

* ਕਿਉਂ ਨਹੀਂ
* ਕਰ ਸਕਦਾ ਹਾਂ
* ਇਹ ਸੰਭਵ ਹੈ

13. ਪ੍ਰਾਪਤੀ ਤਿਕੋਣ

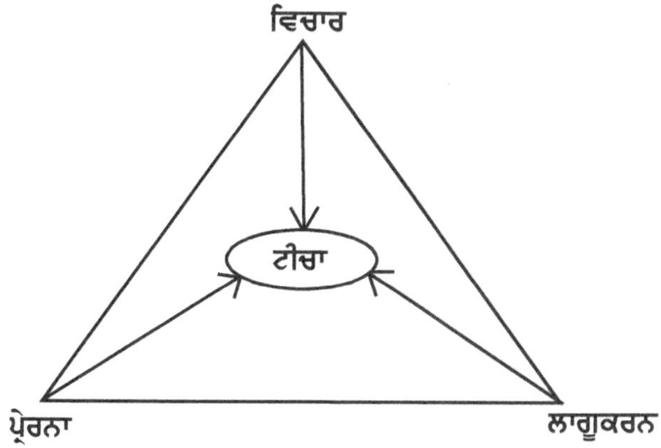

ਇਹ ਪ੍ਰੇਰਣਾ ਦੇ ਪਲਾਂ ਦੌਰਾਨ ਹੀ ਹੁੰਦਾ ਹੈ ਕਿ ਬੰਦੇ ਨੂੰ ਮਹਾਨ ਵਿਚਾਰ ਆਉਂਦਾ ਹੈ। ਇਸ ਨੂੰ ਚਿੰਬੜੇ ਰਹਿਣਾ ਅਤੇ ਇਸ ਨੂੰ ਆਤਮਸ਼ਾਤ ਕਰਨਾ ਬੰਦੇ ਦੇ ਟੀਚੇ ਦਾ ਅਗਲਾ ਕਦਮ ਹੈ। ਟੀਚੇ ਦੀ ਪ੍ਰਾਪਤੀ ਲਈ ਰਣਨੀਤੀਆਂ ਦਾ ਲਾਗੂ ਕਰਨ ਅੰਤਰ ਕ੍ਰਿਆ ਹੈ। ਬਹੁਤ ਸਾਰੇ ਅਸਫਲ ਹੋਣ ਵਾਲੇ ਜਾਂ ਜੋ ਜੀਵਨ ਵਿਚ ਬਹੁਤ ਵਧੀਆ ਕਰ ਸਕਦੇ ਸਨ ਪਰ ਨਹੀਂ ਕਰ ਸਕੇ, ਉਨ੍ਹਾਂ ਕੋਲ ਇਸ ਨੂੰ ਕਰਨ ਦੀ ਪਹਿਲਕਦਮੀ ਦੀ ਘਾਟ ਹੈ। ਉਨ੍ਹਾਂ ਕੋਲ ਵਿਚਾਰ ਹੋ ਸਕਦਾ ਹੈ ਪਰ ਉਹ ਪੂਰੇ ਮਨੋਂ ਯਤਨ ਨਹੀਂ ਕਰਦੇ ਅਤੇ ਖੁਦ ਨੂੰ ਸਮੁੱਚੇ ਤੌਰ 'ਤੇ ਲਾਗੂਕਰਨ ਵਿਚ ਸ਼ਾਮਲ ਨਹੀਂ ਕਰਦੇ। ਉਹ ਅਸਫਲ ਨਹੀਂ ਹੁੰਦੇ: ਉਹ ਸਿਰਫ ਕੋਸ਼ਿਸ਼ ਹੀ ਛੱਡ ਜਾਂਦੇ ਹਨ।

ਇਹ ਨਾ ਕਰੋ

1. ਪੂਰੀ ਤਰ੍ਹਾਂ ਤਿਆਰੀ ਕਰਨ ਤੋਂ ਬਿਨਾਂ ਆਪਣੇ ਟੀਚੇ ਤੇ ਨਿਸ਼ਾਨਾ ਨਾ ਲਾਉ।
2. ਆਪਣੇ ਮਨ 'ਤੇ ਛਾਈ ਹੋਈ ਨਕਾਰਾਤਮਕ ਸੋਚ ਨਾਲ ਟੀਚੇ ਵੱਲ ਨਾ ਤੁਰੋ।
3. ਆਪਣੀਆਂ ਜਾਂ ਹੋਰਾਂ ਦੀਆਂ ਸਨਕਾਂ ਅਤੇ ਕਲਪਨਾਵਾਂ ਕਰਕੇ ਆਪਣੇ ਟੀਚੇ ਨੂੰ ਅੱਧ ਵਿਚਕਾਰ ਨਾ ਬਦਲੋ।

4. ਆਪਣੇ ਟੀਚੇ ਦੀ ਭਾਲ ਵਿਚ ਬਾਹਰੀ ਮੱਦਦ ਅਤੇ ਅਗਵਾਈ ਤੋਂ ਇਨਕਾਰ ਨਾ ਕਰੋ।
5. ਆਪਣੇ ਟੀਚੇ ਵੱਲ ਸਰਪਟ ਨਾ ਭੱਜੋ-ਹੌਲੀ ਅਤੇ ਚੁਸਤੀ ਨਾਲ ਹੀ ਅਕਸਰ ਦੌੜ ਜਿੱਤੀ ਜਾਂਦੀ ਹੈ।
6. ਆਪਣਾ ਧੀਰਜ, ਸਵੈ-ਵਿਸ਼ਵਾਸ ਅਤੇ ਹੌਸਲਾ ਨਾ ਛੱਡੋ।
7. ਆਪਣੇ ਟੀਚੇ ਦੇ ਰਾਹ ਵਿਚ ਦੁਸ਼ਮਣੀਆਂ ਨਾ ਪਾਉ ਜਾਂ ਵਿਰੋਧ ਪੈਦਾ ਨਾ ਕਰੋ।
8. ਆਪਣੀਆਂ ਪੁਰਾਣੀਆਂ ਪ੍ਰਾਪਤੀਆਂ ਤੇ ਹੀ ਨਾ ਟਿਕੇ ਰਹੋ, ਹੋਰ ਸਰਬੋਤਮਤਾ ਲਈ ਕੋਸ਼ਿਸ਼ ਕਰਦੇ ਰਹੋ। ਜਦੋਂ ਇਕ ਵਾਰੀ ਟੀਚਾ ਪ੍ਰਾਪਤ ਹੋ ਜਾਂਦਾ ਹੈ ਤਾਂ ਨਵਾਂ ਮਿਥ ਲਉ। ਮੁਸ਼ਕਿਲਾਂ ਦੇ ਦਰਜੇ ਨੂੰ ਵਧਾਉਂਦੇ ਰਹੋ। ਹੌਲੀ-ਹੌਲੀ ਸਫਲਤਾ ਤੁਹਾਡੀ ਆਦਤ ਬਣ ਜਾਵੇਗੀ।

****